ನಿನ್ನೊಲುಮೆ

ಸಾಯಿಸುತೆ

ಸುಧಾ ಎಂಟರ್‌ಪ್ರೈಸಸ್
ನಂ. 761, 8ನೇ ಮುಖ್ಯರಸ್ತೆ, 3ನೇ ಬ್ಲಾಕ್,
ಕೋರಮಂಗಲ, ಬೆಂಗಳೂರು – 560 034

Ninnolume (Kannada) : a social novel written by Smt. Saisute; published by Sudha Enterprises, # 761, 8th Main, 3rd Block, Koramangala, Bangalore - 560 034.

ಮೊದಲನೆಯ ಮುದ್ರಣ	:	2017
ಎರಡನೆಯ ಮುದ್ರಣ	:	2024
ಪುಟಗಳು	:	206
ಬೆಲೆ	:	ರೂ. 200
ಉಪಯೋಗಿಸಿದ ಕಾಗದ	:	70 ಜಿ.ಎಸ್.ಎಂ. ಮ್ಯಾಪ್‌ಲಿಥೋ
ಮುಖಪುಟ ವಿನ್ಯಾಸ	:	ಪ.ಸ. ಕುಮಾರ್
ಹಕ್ಕುಗಳು	:	ಲೇಖಕಿಯವರದು

ಸಗಟು ಮಾರಾಟಗಾರರು
ವಸಂತ ಪ್ರಕಾಶನ
360, 10ನೇ 'ಬಿ' ಮುಖ್ಯರಸ್ತೆ, 3ನೇ ಬ್ಲಾಕ್,
ಜಯನಗರ, ಬೆಂಗಳೂರು - 560 011
ದೂರವಾಣಿ : 080-41692118 / ಮೊ: 7892106719
email : vasantha_prakashana@yahoo.com
website: www.vasanthaprakashana.com

ಅಕ್ಷರ ಜೋಡಣೆ :
ವಸಂತ ಪ್ರಕಾಶನ

ಮುದ್ರಣ :
ರೀಗಲ್ ಪ್ರಿಂಟರ್ಸ್

ಮುನ್ನುಡಿ

ಆತ್ಮೀಯ ಓದುಗರಲ್ಲಿ,

'ನಿನ್ನೊಲುಮೆಯಿಂದಲೇ ಬಾಳು ಬೆಳಕಾಗಿರಲ್ ಚಂದ್ರಮುಖಿ ನೀನೆನಲು ತಪ್ಪೇನೇ, ನಿನ್ನ ಸೌಜನ್ಯವೇ ದಾರಿ ನೆರಳಾಗಿರಲ್ ನಿತ್ಯ ಸುಖಿ ನೀನಾಗಲು ಒಪ್ಪೇನೆ' ಎನ್ನುವ ನನ್ನ ನೆಚ್ಚಿನ ಕವಿ ಶ್ರೀ ಕೆ.ಎಸ್. ನರಸಿಂಹ ಸ್ವಾಮಿಯವರ ಕವಿತೆಗಳ ಸಾಲುಗಳು. ಆ ಕವಿತೆಯನ್ನು ಆಗಾಗ ಗುನುವುದಿದೆ.

ದಾಂಪತ್ಯ ಒಂದು ಗೀತೆ. ಆದರೆ ಅದರಲ್ಲಿ ಅಪಸ್ವರ ಕೇಳಿದರೆ ಅಚ್ಚರಿಪಡಬೇಕಾಗಿಲ್ಲ. ತಪ್ಪಾಗಿ ನುಸುಳಿದ ಯಾವುದೋ ರಾಗ, ಶೃತಿ, ತಪ್ಪಿ ಭಾವ ಬದಲಾಗಿ ಗೀತೆಯ ಮಧುರತೆಯನ್ನು ಕೆಡಿಸಬಹುದು. ದಾಂಪತ್ಯದ ಸೂಕ್ಷ್ಮತೆಗಳೇ ಇಲ್ಲಿ ವಸ್ತುವಾಗಿದೆ.

ಎಂದಿನಂತೆ ಈ ಕಾದಂಬರಿ ಸುಧಾ ಎಂಟರ್‌ಪ್ರೈಸಸ್ ಪ್ರಶಾಶನ ಸಂಸ್ಥೆಯಲ್ಲಿ ಪ್ರಕಟವಾಗುತ್ತಿದೆ. ಮುಖಚಿತ್ರ ಕಲಾವಿದರಿಗೂ, ನಿಮಗೂ ಧನ್ಯವಾದಗಳು.

ಸಾಯಿಸುತೆ

"ಸಾಯಿಸದನ"
12, 2ನೇ ಮುಖ್ಯರಸ್ತೆ, 2ನೇ ಅಡ್ಡರಸ್ತೆ,
ಮಾರುತಿನಗರ, ಕೋಗಿಲೆ ಕ್ರಾಸ್, ಯಲಹಂಕ
ಓಲ್ಡ್ ಟೌನ್, ಬೆಂಗಳೂರು – 560064.

ನಮ್ಮಲ್ಲಿ ದೊರೆಯುವ ಸಾಯಿಸುತೆಯವರ
ಇತರ ಕಾದಂಬರಿಗಳು

ಅಪೂರ್ವ ಮೈತ್ರಿ
ನಶೆಯಿಂದ ಉಷೆಗೆ
ಸಪ್ತರಂಜನ
ವಸುದೈವ ಕುಟುಂಬ
ಪ್ರೇಮಸಾಫಲ್ಯ
ಸದ್ಗೃಹಸ್ಥೆ
ಕಾರ್ತೀಕದ ಸಂಜೆ
ನಾ ನನ್ನ ಧ್ಯಾನದೊಳಿರಲು
ಸುಪ್ರಭಾತದ ಹೊಂಗನಸು
ಕರಗಿದ ಕಾರ್ಮೋಡ
ಹೃದಯ ರಾಗ
ಅಮೃತಸಿಂಧು
ಬಣ್ಣದ ಚುಂಬಕ
ಸ್ವರ್ಣ ಮಂದಿರ
ಶ್ರೀರಸ್ತು ಶುಭಮಸ್ತು
ಗಂಧರ್ವಗಿರಿ
ಶುಭಮಿಲನ
ಸಪ್ತಪದಿ
ಚೈತ್ರದ ಕೋಗಿಲೆ
ಬೆಳ್ಳಿದೋಣಿ
ವಿವಾಹ ಬಂಧನ
ಮಂಗಳ ದೀಪ
ಡಾ॥ ವಸುಧಾ
ಮುಂಜಾನೆಯ ಮುಂಬೆಳಕು
ಸೊಬಗಿನ ಪ್ರಿಯದರ್ಶಿನಿ
ರಾಗಬೃಂದಾವನ
ಬಿಳಿ ಮೋಡಗಳು
ಅನುಬಂಧದ ಕಾರಂಜಿ
ಮಿಂಚು
ನಾಟ್ಯಸುಧಾ
ಪಸರಿಸಿದ ಶ್ರೀಗಂಧ
ಬೆಳದಿಂಗಳ ಚೆಲುವೆ
ವರ್ಷಬಿಂದು
ಸಪ್ನ ಸಂಭ್ರಮ

ನನ್ನ ಭಾವ ನನ್ನ ರಾಗ
ಸುಮಧುರ ಭಾರತಿ
ಮೌನ ಆಲಾಪನ
ಮತ್ತೊಂದು ಬಾಡದ ಹೂ
ಶಿಶಿರದ ಇಂಚರ
ಮುಂಗಾರಿನ ಹುಡುಗಿ
ಸಾಮಗಾನ
ಕಡಲ ಮುತ್ತು
ಆಡಿಸಿದಳು ಜಗದೋದ್ಧಾರನಾ
ಪಂಚವಟಿ
ಶ್ಯಾನುಭೋಗರ ಮಗಳು
ಮೂಡಿ ಬಂದ ಶಶಿ
ಜನನೀ ಜನ್ಮಭೂಮಿ
ಬಿರಿದ ನೈದಿಲೆ
ಶರದೃತುವಿನ ಚಂದ್ರ
ಮೋಹನ ಮುರಳಿ ಕರೆಯಿತು
ಮುಗಿಲ ತಾರೆ
ಅಗ್ನಿದಿವ್ಯ
ಧವಳ ನಕ್ಷತ್ರ
ಕಲ್ಯಾಣಮಸ್ತು
ದಂತದ ಗೊಂಬೆ
ಸುಭಾಷಿಣಿ
ಮಮತೆಯ ಸಂಕೋಲೆ
ಮಂತ್ರಾಕ್ಷತೆ
ಸಪ್ತಧಾರೆ
ಹೇಮಂತದ ಸೊಗಸು
ಬೆಳಕಿನ ಹಣತೆ
ಗ್ರೀಷ್ಮದ ಸೊಬಗು
ಗ್ರೀಷ್ಮ ಋತು
ಪ್ರಿಯ ಸಖೀ
ಚಿರಬಾಂಧವ್ಯ
ಆಶಾಸೌರಭ
ಗಿರಿಧರ

ಕೃತಿಕಾ ಆಫೀಸ್ ಜೋನ್‌ನಲ್ಲಿ ತನ್ನ ಕಾರು ಪಾರ್ಕ್ ಮಾಡಿ ಬರುವ ವೇಳೆಗೆ, ಎದುರಿಗೆ ಬಂದ ಇತ್ತೀಚೆಗೆ ಜಾಯಿನ್ ಆದ ತುಂಬ ರೊಮ್ಯಾಂಟಿಕ್ ಎಂದೇ ಹೆಸರಾದ ಚೈತ್ರ ಸೀನಿಯರ್ ಅನ್ನೋದು ಮರೆತು ಕಣ್ಣೊಡೆದು "ಹಾಯ್, ಯು ಆರ್ ಲಕ್ಕಿ. ನಿನ್ನಗಂಡ ತುಂಬ ರೊಮ್ಯಾಂಟಿಕ್. ಎಷ್ಟೊಂದು ಜಾಲಿಯಾಗಿ ಇರ್ತಾರೆ. ನಮ್ದು ಮೂರ್‍ಹೊತ್ತು ವರ್ಕ್‌ನ ಹಿಂದೆ ಬಿದ್ದಿರುತ್ತೆ" ಎಂದಾಗ, ಏನೇನು ಗೊತ್ತಾಗಲಿಲ್ಲ ಕೃತಿಕಾಗೆ. ಒಮ್ಮೆ ಸಿಕ್ಕಾಗ ಭಾಸ್ಕರ್‌ಗೆ ಪರಿಚಯಿಸಿದ್ದಳಷ್ಟೆ "ಯಾವ ಸಂದರ್ಭದ ಮೇಲೆ ನಿನ್ನ ಕಾಮೆಂಟ್?" ಅಂದಕೂಡಲೇ ಇಡೀ ಚಿತ್ರಣವನ್ನು ಬಿಚ್ಚಿಟ್ಟಳು.

ಚೈತ್ರ ಹೇಳಿದ್ದು ನೋಡಿ ಷಾಕಾದಳು ಅಂದು ಮೂವೀಗೆ ಹೋಗಿರಲಿಲ್ಲ. ಪರಿಚಯದ ಪಾಟೀಲರ ಮನೆಯ ಗೃಹಪ್ರವೇಶಕ್ಕೆ ಹೋಗಿದ್ದರು. ಅಂದು ಭಾಸ್ಕರ್ ಕೆಲಸದ ಒತ್ತಡ ಹೇಳಿ ತಪ್ಪಿಸಿಕೊಂಡಿದ್ದ. ಆದರೂ ಏನಾದರೂ ಮಾತಾಡಿ ವಿಷಯನ ಕಗ್ಗಂಟು ಮಾಡುವುದು ಇಷ್ಟವಿರಲಿಲ್ಲ.

"ಎಷ್ಟು ರೊಮ್ಯಾಂಟಿಕ್ ಆಗಿದ್ರು ಗೊತ್ತಾ, ನಿನ್ನ ಹಸ್ಬೆಂಡ್! ನಿನ್ನ ಮೂವೀ ನೋಡೋಕೆ ಬಿಟ್ಟೇ ಇಲ್ಲಿಲ್ಲ. ನಾನು, ಸಚ್ಚಿ ನೋಡಿದ್ದು ನೋಡಿದ್ದೆ. ಮೂವಿಗಿಂತ ನಿಮ್ಮನ್ನೇ ಹೆಚ್ಚಾಗಿ ನೋಡಿದ್ದು. ಫೆಂಟಾಸ್ಟಿಕ್ ಜೋಡಿ! ನಿಮ್ದು ಲವ್ ಮಾರೇಜ್ ಅಂತ ಗೊತ್ತಾಯ್ತು. ಇಂದಿಗೂ ಆ ಹೊಸತನ ಉಳಿದಿದೆ. "ಕೊನೆಗೊಂದು ಮಾತು ಸೇರಿಸಿ ಬೀಳ್ಕೊಟ್ಟಾಗ 'ಮೈ ಗಾಡ್ ತಲೆನೋವಿನ ಗಿರಾಕಿ' ಅಂದುಕೊಂಡಳು.

ಈ ತಿಂಗಳಲ್ಲಿ ಯಾವುದೇ ಮೂವೀಗೆ ಹೋಗಿರಲಿಲ್ಲ. ಚೈತ್ರ ಹೇಳಿದ್ದು ಈ ಸಲದ ವೀಕೆಂಡ್ ವಿಚಾರ. ಎಲ್ಲೋ ಕನ್‌ಪ್ಯೂಷನ್ ಮಾಡಿಕೊಂಡಿದ್ದಾಳೆಂದುಕೊಂಡರು. ಆ ಮಾತು ಸಂಜೆಯವರೆಗೂ ಆಗಾಗ ಸುಳಿಯಿತು.

ಸಂಜೆ 'ನಿನ್ನೊಲುಮೆ'ಗೆ ಬಂದಾಗ ವಾಚ್‌ಮನ್ ಸೆಲ್ಯೂಟೊಡೆದು ಗೇಟು ತೆಗೆದ. ಐದು ವರ್ಷದ ಹಿಂದೆ ಕಟ್ಟಿ ಮುಗಿಸಿದ ಸಾಧಾರಣ ಮನೆಯಲ್ಲ ಬಂಗ್ಲೆ! ಕನಸುಗಳ ಸಾಕಾರ.

ಬಾಗಿಲು ತೆಗೆದ ಅರುಣಳ ಕಿವಿಗಳಲ್ಲಿ ಹೊಚ್ಚಹೊಸ ಮಾದರಿಯ ಜುಮುಕಿ ನೋಡಿ ಹುಬ್ಬೇರಿಸಿ "ಬ್ಯೂಟಿಫುಲ್! ಚೆನ್ನಾಗಿದೆ. ಶಶಿ ಕೊಡಿಸಿದ್ನಾ?" ಕೇಳುತ್ತಲೇ ಒಳಕ್ಕೆ ಅಡಿಯಿಟ್ಟಾಗ ಮೊದಲು ತಬ್ಬಿಬ್ಬಾದರು "ಅಲ್ಲ... ಅಲ್ಲ... ನಾನೇ ತಗೊಂಡೆ" ಅಂದವಳು ಬದಲಾಯಿಸಿ "ಅಪ್ಪ ಕೊಡ್ಸಿದ್ರು" ಎಂದಾಗ ದೀರ್ಘವಾಗಿ ಅವಳನ್ನ

ನೋಡಿ ಕೆನ್ನೆ ಸವರಿ "ಎಷ್ಟು ಚೆಂದ ಕಾಣಿಸ್ತಿ... ಗೊತ್ತಾ?" ಕೆನ್ನೆ ಸವರಿ ರೂಮಿಗೆ ಹೋದ ಕೃತಿಕಾ ಒಂದೆಡೆ ಕೂತದ್ದು ಯಾವಾಗ ಬಂದಿದ್ದರು ಅರುಣ ತಂದೆ? ಬಂದರೆ ಇವಳನ್ನ ಭೇಟಿ ಮಾಡದೇ ಹೋಗುತ್ತಿರಲಿಲ್ಲ.

"ಸ್ವಲ್ಪ ನೀರು ತಗೊಂಡ್ಬಾ ಅರುಣ" ಕೂಗಿದರು. ಈಚೆಗೆ ಅವಳು ಸುಳ್ಳು ಹೇಳುತ್ತಿದ್ದಾಳೆನಿಸಿತ್ತು, ಯಾಕೆ? ತನ್ನ ಬಗ್ಗೆ ಭಯ, ವಿಪರೀತ ಮರ್ಯಾದೆ? ಹಾಗೇ ಅಂದುಕೊಂಡಿದ್ದಕ್ಕೆ ತಾನೇ ನಕ್ಕಳು ಒಳಗೊಳಗೆ. ಅಂಥ ವಾತಾವರಣವೆ ನಿರ್ಮಾಣವಾಗಿರಲಿಲ್ಲ. ಅರುಣ ಸ್ವಲ್ಪ ಮುಗ್ಧ ಹುಡುಗಿಯೆಂದುಕೊಂಡರು. ವಯಸ್ಸಿಗೆ ಸಹಜವಾದ ಎಲ್ಲಾ ರೀತಿಯ ಆಸೆಗಳು ಇದ್ದವೆಂದು ಅನ್ನಿಸಿತ್ತು. 'ಹಳ್ಳಿಯಲ್ಲಿ ತಾಯಿ ಇಲ್ಲದೆ ಬೆಳೆದ ಪಾಪದ ಹುಡ್ಗೀ' ಅಂದುಕೊಂಡರು, ಇಂಥದೊಂದು ಭಾವ ಇದ್ದೇ ಇತ್ತು. ಅವಳನ್ನ ಶಶಾಂಕ್‌ಗೆ ತಂದುಕೊಂಡ ಮೇಲೆ ಮತ್ತಷ್ಟು ಹೆಚ್ಚಾಗಿತ್ತು.

ನೀರು ತಂದಿಟ್ಟ ಅರುಣ ಅಲ್ಲೇ ನಿಂತು "ಅಕ್ಕ ಜ್ಯೂಸ್ ಮಾಡಿ ಕೊಡ್ಲಾ, ಕಾಫೀ... ತರಲಾ?" ಕೇಳಿದಳು. ನೀರು ಕುಡಿದಿಟ್ಟು "ಸುಮ್... ಸುಮ್ನೇ ಕೆಲ್ಸ ಹಚ್ಕೋಬೇಡ. ಏನಿದೆಯೋ ಅದೇ ಸಾಕು. ನಾನು ಸ್ವಲ್ಪ ಫ್ರೆಷ್‌ಆಫ್ ಆಗಿ ಬರ್ತಿನಿ" ಬಾತ್ ರೂಮಿಗೆ ಹೋದರು. ಒಂದು ಹೆಸರಾಂತ ಕಂಪನಿಯಲ್ಲಿ ಜವಾಬ್ದಾರಿಯುತವಾದ ಸ್ಥಾನದಲ್ಲಿ ಇದ್ದುದ್ದರಿಂದ ಒತ್ತಡವಿದ್ದೇ ಇತ್ತು. ಆದರೆ ಸೋಮಾರಿಯಲ್ಲ, ಗಂಡ, ಮನೆಯನ್ನು ಎಂದೂ ನೆಗ್ಲೆಕ್ಟ್ ಮಾಡಿದ್ದೇ ಇಲ್ಲ.

ಟವೆಲಿನಿಂದ ಮುಖವನ್ನೊತ್ತುತ್ತ ಹೊರಬಂದು ಒಂದೆಡೆ ಕೂರುವ ಮೊದಲು ಎದ್ದು ಬಂದು ಫ್ರಿಜ್ ಬಾಗಿಲು ತೆಗೆಯುವ ಮುನ್ನ ಡೈನಿಂಗ್ ಟೇಬಲ್‌ನ ಮೇಲಿದ್ದ ಹಣ್ಣುಗಳನ್ನು ನೋಡಿ ನಿಶ್ಚಿಂತೆಯೆನಿಸಿತು. 'ನಂಗೆ ಹೋಗೋ ಸಮಸ್ಯೆ ಇಲ್ಲ. ಎಂದಿನಿಂದ ಇವರು ಇಷ್ಟೊಂದು ಬುದ್ಧಿವಂತರಾಗಿದ್ದು?" ಎಂದು ಮುಗುಳ್ನಗುತ್ತ, ಜೊತೆಗೆ ಒಂದು ಸಂದೇಹ ಕೂಡ "ಶಶಿ ಮನೆಗೆ ಬಂದಿದ್ನಾ?" ಕೇಳುವ ವೇಳೆಗೆ ಅವಳು ಕಾಫೀ ಹಿಡಿದು ಬಂದಂತಾಗಿತ್ತು. "ಇಲ್ಲ, ಭಾವ... ಬಂದಿದ್ರು" ಅಂದಳಷ್ಟೇ. ಆದರೆ ಸ್ವರದಲ್ಲಿ ಆಂದೋಲನ ಇದ್ದಿದ್ದನ್ನು ಗಮನಿಸಿ "ವರ್ಕ್ ಲೋಡ್, ಜಾಸ್ತಿ ಅಂದರಲ್ಲ. ಯಾರಾದ್ರೂ ಕ್ಲೈಂಟ್ಸ್ ಕಳುಹಿಸಿ ಕೊಟ್ಟಿದ್ದೇನೋ, ಹೋಗ್ಲಿಬಿಡು. ಊಟ ಮಾಡಿದ್ಯಾ?" ಕೇಳಿದರು. ಈಗ ಅವಳ ಮುಖದಲ್ಲಿ ಕಂಡಿದ್ದು ಆಂದೋಲನ. ಕೃತಿಕಾ ಮುಖದ ಮೇಲೆ ಬೇಸರ ಇಣುಕಿತು.

"ಏನಾದ್ರೂ... ಅಂದರಾ? ಊಟ, ತಿಂಡಿಯಲ್ಲಿ ತುಂಬ ರುಚಿಕಟ್ಟು, ಹೇಗೆ, ಮಾಡಿದ್ರು... ಕಾಮೆಂಟ್ಸ್ ಇದ್ದೇ ಇರುತ್ತೆ. ಇವ್ರ ಬಲವಂತಕ್ಕೆ ಅಡ್ಗೇಯವರನ್ನ ಇಟ್ಕೊಂಡ್ ತಿಂಗಳು ತುಂಬೋ ಮೊದ್ಲೇ ವಾಪ್ಸು ಕಳಿಸಿದ್ದೆ. ನಿನ್ನ ಕೈನ ಊಟ ತಿಂಡಿ ಒಗ್ಗಿದೆ. ತುಂಬಾ ತಕರಾರು ಇರೋಲ್ಲ. ಇವತ್ತೇನಾದ್ರೂ..." ಸಂತೈಸುವ ದನಿಯಲ್ಲಿ ಹೇಳಿದಾಗ "ಇಲ್ಲ... ಇಲ್ಲ" ಅಂದವಳ ಮುಖದಲ್ಲಿ ಲಾಸ್ಯ ತೇಲಿದಾಗ ಮಾತ್ರ ಅಚ್ಚರಿಯೆನಿಸಿತು. "ಅಂಥದೇನಿಲ್ಲ" ಎಂದು ರೂಮಿಗೆ ಹೋದಳು.

ಕೃತಿಕಾ ಆರಾಮಾಗಿ ಕೂತು ಟಿ.ವಿ. ಸ್ವಿಚ್ ಆನ್ ಮಾಡುವ ಮುನ್ನವೇ ಶಶಿ... ಶಶಾಂಕ್ ಬಂದವನು ಪಕ್ಕದಲ್ಲಿ ದೊಪ್ಪೆಂದು ಕೂತವ "ಅಕ್ಕ, ಇಂದೇನು ಬೇಗ ಬಂದಿದ್ದೀ? ಗಂಟೆಗಟ್ಟಲೇ ನಿನ್ಹತ್ರ ಕೂತು ಮಾತಾಡಿ ಎಷ್ಟೋ ದಿನವಾಯ್ತು?" ಎಂದವನು ಕ್ರಾಪ್ ಕೆದರಿ "ನೀನು, ಈಗ ಬಿಜಿಯಾದೆ. ಅರುಣ ಬಂದ್ಮೇಲೆ ಮನೆ ಜವಾಬ್ದಾರಿ ಎಷ್ಟೋ ಕಡ್ಮೆಯಾಗಿದೆ. ಎಲ್ಲಾ ನಿಭಾಯಿಸ್ಕೊಂಡ್ ಹೋಗ್ತಾಳೆ. ನಿಮ್ಮ ಭಾವನ ತಕರಾರು ಎಷ್ಟೋ ಕಮ್ಮಿಯಾಗಿದೆ" ಎಂದರು ಸಮಾಧಾನವಾಗಿ. ಮೊದಲು ಶಶಾಂಕ ಗಂಭೀರವಾದ "ನನ್ನ ಕೊಲಿಗ್ಸ್ ಮೂವತ್ತು ದಾಟಿದ ನಂತರವೆ ವಿವಾಹ ಅಂತಾರೆ, ನಂದೇ ಬೇಗ ಆಯ್ತು. ನಾನು ಒಂದಷ್ಟು ದಿನ ಸ್ವತಂತ್ರವಾಗಿ ಜಾಲಿಯಾಗಿ ಇರಬಹುದಿತ್ತು." ಆಕೆ ಸಣ್ಣನೆಯ ನಗೆ ಬೀರಿದರು. ಅವನ ಮಾತು ತಪ್ಪೆನಿಸಲಿಲ್ಲ. ಎಷ್ಟೋ ಜನ "ಇಷ್ಟು ಯಾಕೆ ಅರ್ಜೆಂಟ್? ಇನ್ನೊಂದು ನಾಲ್ಕು ವರ್ಷ ತಡೆದು ಮಾಡ್ಬಹುದಿತ್ತು." ಕೆಲವರ ಕಾಮೆಂಟ್ಸ್. ಅತ್ತೆ ಭಾಸ್ಕರನ ತಾಯಿ ಕೂಡ "ಇನ್ನ ಎರಡ್ವರ್ಷ ತಡ್ಕೋ. ನಿಂಗೊಂದು ಮಗುವಾಗ್ಲಿ ಆಮೇಲೆ ಮಾಡಬಹುದಿತ್ತು" ಅಂದಾಗ ನಿರಾಕರಣೆ ಸ್ಪಷ್ಟವಾಗಿತ್ತು. "ನಂಗೆ ಈ ಶ್ರಾವಣಕ್ಕೆ ನಲ್ವತ್ತನಾಲ್ಕು ತುಂಬುತ್ತೆ. ಇನ್ನೆಲ್ಲಿ... ಮಗು? ಆ ವಿಚಾರ ನನ್ನ ತಲೆಯಲ್ಲಿ ಇಲ್ಲ. ಸದ್ಯಕ್ಕೆ ಶಶಾಂಕ್‌ನೆ ನಮ್ಗೇ.... ಮಗ. ಅವ್ನಿಗೊಂದು ಮದ್ವೆ ಮಾಡಿ ಮೊಮ್ಮಗನ್ನ ಆಡಿಸೋ ಆಸೆ" ಎಂದು ತಳ್ಳಿ ಹಾಕಿದ್ದುಂಟು. ಆಕೆಗೆ ಅಸಮಾಧಾನವೇ. ಸ್ವಂತ ತಾಯ್ತನದ ಆಸೆ ಬಿಟ್ಟಾಂಗಿತ್ತು.

"ಷೂರ್, ನಿನ್ಮಾತು... ನಿಜನೇ? ನಾನು ಹೊರ್ಗೇ ಕೆಲ್ಸಕ್ಕೆ ಹೋಗ್ತೀನಿ. ಜವಾಬ್ದಾರಿ ನೂರೆಂಟು ಟೆನ್‌ಷನ್. ನಿನ್ನ ಮನೆನ ಸರ್ರ್ಯಾಗಿ ನೋಡ್ಕೋಳ್ಳೋಕಾಗ್ತ ಇರ್ಲಿಲ್ಲ. ಅದ್ನ ಮನಸ್ಸಿನಲ್ಲಿ ಇಟ್ಕೊಂಡ್ ಇದ್ದೆ. ಬೇಗ, ಸೆಟಲ್... ಆಯ್ತು. ಈಗೇನ್ ಪ್ರಾಬ್ಲಮ್?" ಪ್ರೀತಿಯಿಂದ ಕೆನ್ನೆ ಸವರಿದರು. ಹೆತ್ತ ಮಗನಲ್ಲದಿದ್ದರೂ, ಅಷ್ಟೇ ಪ್ರೀತಿ. ಅವನು ಇವರ ಆಸರೆಗೆ ಬಂದಾಗ ಒಂಬತ್ತು ತುಂಬಿದ ಹತ್ತರ ಹುಡುಗ. ಬುದ್ಧಿವಂತನಾದರೂ ಮಂಕು ಕವಿದಂತೆ ಇದ್ದ. "ಏಯ್... ಅರುಣ" ಎಂದು ಕೂಗಿದವರು "ಹೇಗೂ, ಬೇಗ ಬಂದಿದ್ದೀ. ಒಂದು ರೌಂಡ್ ಹೊರ್ಗೇ ಕರ್ಕೊಂಡ್ ಹೋಗ್ಬಾ" ಕ್ರಾಪ್‌ನಲ್ಲಿ ಕೈಯಾಡಿಸಿ ಕಳಿಸಿದರು.

ಶಶಾಂಕ್ ರೂಮಿಗೆ ಬರುವ ವೇಳೆಗೆ ಹಿಂದಿನಿಂದ ಅವನನ್ನು ಅಪ್ಪಿಕೊಂಡು "ಐ ಲವ್ ಯು..." ಪಿಸುದನಿಗೆ ರೇಗಿದ. "ಥೂ ಬಿಡೇ, ಮೂವೀಗಳಲ್ಲಿ... ಸೀರಿಯಲ್‌ಗಳಲ್ಲಿ ಇದ್ನ ಕೇಳಿ... ಕೇಳಿ ಸಾಕಾಗಿದೆ. ನಿನ್ನ ಪ್ರೀತಿ ಅರ್ಥವಾಗುತ್ತೆ ಬಿಡು. ಬೆಡ್‌ರೂಂನ ಪಿಸುನುಡಿಗಳನ್ನೆಲ್ಲ ಬೀದಿಗೆ ತಂದುಬಿಡ್ತೀರಿ" ಎಂದು ತನ್ನತ್ತ ತಿರುಗಿಸಿಕೊಂಡ. ಮಡದಿಯನ್ನ ಕಂಡರೆ ಪ್ರೇಮವೇ ಅಪ್ಪಿಕೊಂಡು ಮುಖದ ತುಂಬೆಲ್ಲ ಮುತ್ತಿನ ಮಳೆಗರೆದೆ. "ಅರು, ಕೆಲವೊಮ್ಮೆ ನಿನ್ನ ನೆನಪಾದರೆ ಮನೆಗೆ ಓಡಿ ಬಂದ್ಬಿಡೋಣಾಂತ ಅನಿಸುತ್ತೆ" ವಯಸ್ಸಿನ ಪ್ರಭಾವದ ಮಾತಾಡಿದ.

ಇವರುಗಳ ರೊಮಾನ್ಸ್ ಮುಗಿದು ಹೊರಬರುವ ವೇಳೆಗೆ, ಮೊಬೈಲ್‌ನಲ್ಲಿ ಮಾತಾಡುತ್ತಿದ್ದ ಕೃತಿಕಾ "ಗುಡ್, ಹೋಗ್‌ಬನ್ನಿ" ಎಂದು ಮೇಲೆದ್ದವರು ಹೊರಗೆ ಬಂದರು. ವಿಶಾಲವಾದ ಗಾರ್ಡನ್. ಇಷ್ಟ ಬಂದ ಗಿಡಗಳನ್ನು ಮೆಚ್ಚಿ ತಂದು

ಬೆಳೆಸಿಕೊಂಡಿದ್ದು. ಹಣದ ಲೆಕ್ಕಾಚಾರಕ್ಕಿಂತ ಮನಕ್ಕೆ ಮುದ ನೀಡುವ ಪುಸ್ತಕಗಳು. ಗಿಡಗಳೆಂದರೆ ತುಂಬು ಪ್ರೀತಿಯೇ. ಆ ಲೆಕ್ಕಾಚಾರದಲ್ಲಿ ನಿರ್ಮಾಣವಾದ ಮನೆ. ಕನಸಿನ ಸಾಕಾರ. ಒಲುಮೆಯ ಅರಮನೆ.

ಅಡ್ಡಾಡುತ್ತಿದ್ದಾಗ ಅಗಮಿಸಿದವರು ಅರುಣಳ ತಂದೆ ಶಾಮಣ್ಣನವರು. ಬರಿಕೈಯಲ್ಲಂತು ಬಂದವರಲ್ಲ. ಆಟೋದವನು ಎರಡು ತುಂಬಿದ ಚೀಲಗಳನ್ನು ತಂದಿಟ್ಟು ಹಣ ಪಡೆದು ಹೋದ. ಗೇಟಿನ ಕಡೆ ನೋಡಿದರು. ವಾಚ್‌ಮನ್ ಇರಲಿಲ್ಲ. ಕೃತಿಕಾಗೆ ನಗುಬಂತು. 'ಅವನು ಫುಲ್ ಟೈಮ್ ವಾಚ್‌ಮನ್ ಅಲ್ಲ' ಭಾಸ್ಕರ್ ಆಗಾಗ ನಗೆಯಾಡುತ್ತಿದ್ದರು. ನಮ್ಗೆ ವಾಚ್‌ಮನ್‌ನ ಅಗತ್ಯವಿಲ್ಲ ಬಿಡು. ಆಗ ಕೃತಿಕಾ ಮುಗುಳ್ನಗೆಯೆ ಉತ್ತರವಾಗುತ್ತಿತ್ತು.

"ಬನ್ನಿ... ಬನ್ನಿ... ಬರೀ ಕೈಯಲ್ಲಿ ಬರೋ ಪೈಕಿಯಲ್ಲ" ಸ್ವಾಗತದ ನಗೆ ಬೀರಿದರು. ಅಲ್ಲೇ ಅಚ್ಚುಕಟ್ಟು ಮಾಡುತ್ತಿದ್ದ ಸುವರ್ಣಮ್ಮ ಚೀಲಗಳನ್ನು ಒಳಗೆ ಒಯ್ದರು. ಅವಳಿಗೂ ಅದರಲ್ಲಿ ಪಾಲು ಇರುತ್ತಿತ್ತು. "ಸ್ವಲ್ಪ ಬ್ಯಾಂಕ್‌ನ ಕೆಲ್ಸವಿತ್ತು. ಬಂದಿದ್ದೆ, ನಿಮ್ಮಗಳ ದರ್ಶನ ಪಡೆದೇ ಹೋಗೋಣಾಂತ ಅನ್ನಿಸ್ತು" ಎಂದರು. ಅವರ ಜೊತೆಯಲ್ಲಿಯೇ ಒಳಗೆ ಹೋದರು ಕೃತಿಕಾ. ತೋಟ, ಜಮೀನು ಇದ್ದ ಕೃಷಿಕ. ಸ್ವಲ್ಪ ಕಂಜೂಸ್ ಅನ್ನೋ ವಾದ ಅವರ ಮಗಳು ಅರುಣಳದು. ಇವರುಗಳಿಗೆ ಹಾಗೇನು ಅನ್ನಿಸಿರಲಿಲ್ಲ.

ವರಾಂಡ ದಾಟುತ್ತಿದ್ದಂತೆಯೇ "ಅರುಣ, ನಿಮ್ಮ ತಂದೆ ಬಂದಿದ್ದಾರೆ, ನೋಡು" ಕೂಗಿದವರು "ಸ್ವಲ್ಪ ಕೈಕಾಲು ತೊಳ್ದು ಬನ್ನಿ. ಕಾಫೀ... ಜ್ಯೂಸ್... ಅಂಥದೇನಾದ್ರೂ ಬರುತ್ತೆ" ಎಂದು ತಾವೇ ಕಿಚನ್‌ಗೆ ಹೋದರು. "ಅರುಣಮ್ಮನಿಗೆ ಕಿಚನ್ ಪೂರ್ತಿಯಾಗಿ ಬಿಟ್ಟುಕೊಟ್ಟರೇ, ಗೋವಿಂದ ಮುಗ್ದೇಹೋಯ್ತು. ಎಲ್ಲಾ ಚೆಲ್ಲಾಡಿ ಬಿಡ್ತಾರೆ" ಅಂದಳು. ನಗುತ್ತ ಸುವರ್ಣಮ್ಮ ಆ ಸ್ವತಂತ್ರ ಅವಳಿಗೆ ಇತ್ತು.

"ನಿನ್ನ ಕೆಲ್ಸಕ್ಕೆ ನಾನೇ ಇಂದಿಗೂ ಒಗ್ಗಿಕೊಳ್ಳಲಾರ್ದೇ ತಡಬಡಿಸ್ತೀನಿ. ಅಂಥದ್ದರಲ್ಲಿ ಅವಳಿನ್ನು ಚಿಕ್ಕವಳು. ಏನೇ ಮಾಡಿದ್ರು ರುಚಿಯಾಗಿ ಮಾಡ್ತಾಳೆ. ಅರುಣ ತಂದೆ ಬಂದಿದ್ದಾರೆ, ಕೈ ತೊಳ್ದು ಕಾಫೀ ಮಾಡ್ಕೊಂಡ್ಬಾ" ಅಂದು ಹೊರ ಬಂದಿದ್ದು. ಸುವರ್ಣಮ್ಮ ಅಚ್ಚುಕಟ್ಟು ಮಾತ್ರವಲ್ಲ, ಸೋಮಾರಿಯಲ್ಲ, ಇಷ್ಟೇ ನನ್ನ ಕೆಲಸ ಅಂದುಕೊಳ್ಳದೇ ಎಲ್ಲಾ ಕೆಲಸದಲ್ಲೂ ಕೈಯಾಡಿಸುತ್ತಿದ್ದಳು. ಅವಳು ಕೆಲಸ ಮಾಡುತ್ತಿದ್ದುದು ಇದೊಂದೇ ಮನೆ. ಗಂಡ ಟ್ಯಾಕ್ಸಿ ಡ್ರೈವರ್. ದೊಡ್ಡ ರೀತಿಯಲ್ಲಿ ಕುಡುಕನಲ್ಲ ಎನ್ನುವುದೆ ಸಮಾಧಾನ.

ತಂದೆಯ ಉಪಚಾರವನ್ನು ಮಗಳಿಗೆ ಬಿಟ್ಟು ಅವರು ರೂಮಿಗೆ ಹೋದರು. ಅವರು ಕೆಲಸ ಮಾಡುತ್ತಿದ್ದುದ್ದು ಒಂದು ಸಾಫ್ಟ್‌ವೇರ್ ಕಂಪನಿಯಲ್ಲಿ ಅಕೌಂಟೆಂಟ್. ಅದು ಅನಿವಾಸಿ ಭಾರತೀಯರದ್ದು. ಸಂಬಳದ ಎರಡರಷ್ಟು ದುಡಿಮೆ ಇರುತ್ತಿತ್ತು. ಕೆಲವೊಮ್ಮೆ ಭಾಸ್ಕರ್ 'ಆರಾಮಾಗಿ ನನ್ನ ಅಫೀಸ್‌ಗೆ ಬಂದ್ಬಿಡು. ಸ್ಯಾಲರಿ ಅಷ್ಟೇ ಕೊಡ್ತೀನಿ' ಎಂದು ಹಂಗಿಸುತ್ತಿದ್ದರು. ಅದು ಸಮ್ಮತವಲ್ಲ "ಸಾಧ್ಯವೇ?, ಬೇಡಾಂತ ಅನ್ನಿಸಿದರೇ, ಆರಾಮಾಗಿ ಮನೆಯಲ್ಲಿ ಇರ್ತೀನಿ. ನಿನ್ನ ಆಫೀಸ್‌ಗಂತು ಕೆಲ್ಸಕ್ಕೆ ಬರೋಲ್ಲ.

ಅಲ್ಲಿ ಯಜಮಾನಿಕೆ ಷೇರ್ ಆಗೋದು ನಿಂಗೂ ಇಷ್ಟವಾಗೊಲ್ಲ. ನಂಗೂ ಸರಿ ಬರೋಲ್ಲ." ಇಂಥ ನಿರಾಕರಣೆ ಇತ್ತು. ಅದರ ಹಿಂದೆ ಸಾಕಷ್ಟು ಅನುಭವವಿತ್ತು.

"ಅಕ್ಕ..." ಶಶಾಂಕ್ ರೂಮಿನೊಳಕ್ಕೆ ಬಂದು ಪಕ್ಕ ಕೂತು "ಸದ್ಯಕ್ಕೆ ಒಂದು ದೊಡ್ಡ ಬಿಡುಗಡೆ. ಹೊರ್ಗೆ ಹೋಗೋ ಪ್ರೋಗ್ರಾಮ್ ಕ್ಯಾನ್ಸಲ್. ನಿನ್ಹತ್ರ ಕೂತು ಮಾತಾಡ್ತೀನಿ." ಆಕೆಯ ಕೈಯನ್ನು ತನ್ನ ಕೈಯೊಳಗೆ ತಗೊಂಡು "ಇವತ್ತು ತುಂಬಾ ಟಯರ್ಡ್ ಆಗಿ ಕಾಣ್ತೀಯೆ" ಅರ್ಧ ಮಲಗಿದ್ದಂತಿದ್ದ ಆಕೆ ಎದ್ದು ಕೂತು "ಅಂಥದೇನಿಲ್ಲ. ಅರುಣ ತಂದೆ ಬಂದಿದ್ದರಲ್ಲ, ಒಂದಿಷ್ಟು ಮಾತಾಡ್ಸ್‌ಬೇಕಿತ್ತು. ಹೇಗೆ ಅನ್ನಿಸುತ್ತೆ ನಿನ್ಗೆಲ್ಲ?" ವಿಚಾರಿಸಿದರು. ಅವನು ಸಿವಿಲ್ ಇಂಜಿನಿಯರ್ ಕೆಲಸ ಮಾಡುತ್ತಿದ್ದುದ್ದು ಒಬ್ಬ ಬಿಲ್ಡರ್ ಹತ್ತಿರ, ಆ ಬಗ್ಗೆ ಮಾತುಕತೆ ಶುರುವಾಯಿತು.

"ನಾನು ಸಾಫ್ಟ್‌ವೇರ್ ಕಡೆ ಹೋಗದಿದ್ದದ್ದೇ ಒಳ್ಳೆಯದಾಯ್ತು. ಬಹುಶಃ ಅದು ನನ್ನ ಮೆಂಟಾಲಿಟಿಗೆ ಒಗ್ಗೋಲ್ಲ. ಇದು ಆರಾಮೆನಿಸಿದೆ. ಆಫೀಸ್‌ನಲ್ಲಿ ಒಂದು ಹಂತದ ಕೆಲ್ಸವಾದರೇ, ಸುತ್ತಾಟವೇ ಹೆಚ್ಚು. ನಾಲ್ಕಾರು ಕಡೆ ಕೆಲ್ಸ ಮಾಡಿಸ್ತಾರೆ" ಹೇಳಿಕೊಂಡು ಕೂತ. ಅರುಣ ಕೂಡ ಬಂದವಳು "ಅಕ್ಕ, ಅಪ್ಪಯ್ಯ ಇಂದು ಇಲ್ಲೇ ಉಳಿದುಕೋತಾರಂತೆ. ರಾತ್ರಿಗೆ ಎಲ್ಲ ತರಕಾರಿ ಸೇರ್ಸಿ ಕೂಟು ಮಾಡಿ, ಹಪ್ಪಳ ಸಂಡಿಗೆ ಕರೆಯಲಾ?" ಕೇಳಿದಳು ಉತ್ಸಾಹದಿಂದ. ಎದ್ದು ಅವಳ ಕೆನ್ನೆ ತಟ್ಟಿ "ನಿಂಗೇನು ಇಷ್ಟನೋ, ಅದ್ನೇ ಮಾಡ್ಸು. ಅವ್ರು ಇಷ್ಟ ನಿಂಗೆ ಗೊತ್ತಿರುತ್ತೆ. ಅರುಣ ಇನ್ನೊಂದ್ ವಿಷ್ಯ. ನಿಂಗೇನಾದ್ರೂ ಬೇಕಾದರೆ ನನ್ನ ಕೇಳು, ಶಶಿನ ಕೇಳು... ನಿಮ್ಮ ಭಾವನ್ನ ಕೇಳು ಬೇಕಾದರೆ ಸದ್ಯಕ್ಕೆ ನಿನ್ತಂದೆನ ಕೇಳೋಕೆ ಹೋಗ್ಬೇಡ. ಭಾಸ್ಕರ್‌ನಿಂದ ಯಾಕೋ ಕಾಲ್ ಬಂದಿಲ್ಲ.... ನೋಡ್ತೀನಿ "ಹೊರಗೆ ಹೋದರು. ಉಳಿದ ಅಲ್ಪಸ್ವಲ್ಪ ಸಮಯ ಮುಂದಿನ ಗಾರ್ಡನ್‌ನಲ್ಲಿ ಕಳೆಯುತ್ತಾ ಗಿಡಗಳ ಮಧ್ಯೆ ಅಡ್ಡಾಡುವುದೆಂದರೆ ತುಂಬ ಇಷ್ಟ.

ಆ ವೇಳೆಗೆ ಮೊಬೈಲ್ ಸದ್ದು ಆಯಿತು.

"ಹಾಯ್, ಹೇಗಿದ್ದೀ? ಕೆಲವೊಮ್ಮೆ ಈ ಆಫೀಸ್, ಜಗತ್ತು ಎಲ್ಲ ಬೇಡವೆನಿಸುತ್ತೆ. ನಾನು ನೀನು ಎಲ್ಲಾದ್ರೂ ದೂರ ಓಡಿಹೋಗೋಣ್ವಾ?" ಭಾಸ್ಕರ್ ರೊಮ್ಯಾಂಟಿಕ್ ಮಾತುಗಳು "ಎಲ್ಲಿದ್ದೀರಾ? ಛೇಂಬರ್‌ನಲ್ಲಿ ಒಬ್ರೇ... ಇದ್ದೀರಾ? ಒಮ್ಮೆ ಓಡಿ ಹೋಗಿದ್ದೀವಿ. ಈಗ ಅಂಥ ಪ್ರಸಕ್ತವೇನಿಲ್ಲ. ಭೋರೆನಿಸುತ್ತೆ. ಆದರೆ ಒಂದರ್ಧ ಗಂಟೆ ಮೊದ್ಲು ಬನ್ನಿ. ಅರುಣ ತಂದೆ ಬಂದಿದ್ದಾರೆ." ವಿಷಯ ಮುಟ್ಟಿಸಿ ತಾನೇ ಕಾಲ್ ಕಟ್ ಮಾಡಿದರು. ಕೆಲವೊಮ್ಮೆ ಪತಿದೇವರದು ವಿಪರೀತ ಮಾತೆನಿಸುತ್ತಿತ್ತು. ಕೆಲವೊಮ್ಮೆ, ಹಿತ, ಕೆಲವೊಮ್ಮೆ ಭೋರ್. ಜೀವನದ ಒಂದು ಮಗ್ಗುಲಿನ ಪರಿಚಯ.

ಅಲ್ಲೆಲ್ಲೋ ಪಾರ್ಟಿ ಇದೆ. ಭಾಸ್ಕರ್ ಬರೋದು ಹತ್ತರನಂತರ ಎಂದು ತಿಳಿದಮೇಲೆ ಎಲ್ಲಾ ಊಟ ಮುಗಿಸಿ ಹೊರಗಿನ ಬಾಲ್ಕನಿಯಲ್ಲಿ ಕೂತರು.

"ಒಂದಿಷ್ಟು ಅಡಿಕೆಪುಡಿ ತಗೊಂಡ್ಬಾ" ಎಂದು ಮಗಳನ್ನು ಕಳಿಸಿದ ಶಾಮಣ್ಣನವರು. "ಈ ತರಹ ಹೇಳ್ತೀನಿಂತ ತಪ್ಪು ತಿಳ್ಕೋಬೇಡಿ. ಅವ್ಳಿಗೆ ಕಾಮನ್‌ಸೆನ್ಸ್ ಅಂತೀರಲ್ಲ, ಅದು

ಅರುಣಗೆ ಕಮ್ಮಿನೇ. ಒಮ್ಮೆ ದೊಡ್ಡ ವಾಲೆ, ಜುಮುಕಿ ಹಾಕ್ಕೊಂಡ್... ಕಿವಿ ಹರಿದಿತ್ತು. ನಾನೇ ಡಾಕ್ಟ್ರು ಹತ್ರ ಕರ್ಕೊಂಡ್ಹೋಗಿ ಹೊಲಿಗೆ ಹಾಕಿಸಿದ್ದೆ. ಈಗ ಅಂಥದ್ದೇ ಜುಮುಕಿ ಅವ್ಳ ಕಿವಿಯಲ್ಲಿ. ನಿಮ್ಗೇ ಹೇಳ್ಬೇಕೂಂತ ಅನ್ನಿಸ್ತು ಹೇಳ್ದೆ" ಎಂದರು. ತುಸು ಸಂಕೋಚದಿಂದ ಕೃತಿಕಾಗೆ ಒಂದು ತರಹ ಆಯಿತು. "ನಮ್ತಂದೆ... ಕೊಡ್ಸಿದ್ರು" ಅರುಣ ಹೇಳಿದ್ದು. ಆದರೆ... ಕೇಳುವ ಮುನ್ನ ಅವರು ಬಾಯಿಬಿಟ್ಟರು. "ಅವ್ಳ ಅಮ್ಮನ ಒಡ್ವೆ, ಚಿನ್ನವನ್ನೆಲ್ಲ ವಿವಾಹದ ಸಮಯದಲ್ಲಿ ಕೊಟ್ಟು ಬಿಟ್ಟಿದ್ದೀನಿ. ಅದ್ರಲ್ಲೇ ಜುಮುಕಿ... ಲೋಲಾಕು ಅಂಥದೆಲ್ಲ ಇದೆ. ಮತ್ತೆ ಒಡ್ವೇ ಕೊಳ್ಳೋ.. ಬದ್ಲು ಅದ್ನೆ ಕರಗಿಸಿ ಮಾಡ್ಸಬಹುದು. "ಸತ್ಯದ ಜೊತೆ ಒಂದು ಸಲಹೆಯನ್ನು ಆಕೆಯ ಮುಂದಿಟ್ಟರು. ಕೃತಿಕಾ ಬಾಯಿಂದ ಮಾತುಗಳೇ ಹೊರಡಲಿಲ್ಲ. ಏನೋ ಒಂದು ರೀತಿಯ ಗೊಂದಲ.

"ಅವಳಿಗೆ ಸೇರಿದ್ದು. ಉಟ್ಟು, ತೊಡೋ... ಕಾಲ" ಅಂತ ಪ್ರಯತ್ನಪೂರ್ವಕವಾಗಿ ಹೇಳಿ ಎದ್ದವರು ರೂಮಿಗೆ ಬಂದುಕೂತರು. ಒಂದು ಸಣ್ಣ ಕರ್ಚೀಫ್ ಕೊಂಡರು ಶಶಾಂಕ್ ಅವರ ಮುಂದಿಡಿಯುತ್ತಿದ್ದ. ಅಂಥದ್ದರಲ್ಲಿ ಜುಮುಕಿ ಕೊಂಡಿದ್ದನ್ನ ಯಾಕೆ ಮುಚ್ಚಿಡುತ್ತಿದ್ದ?

ಭಾಸ್ಕರ್ ಬರೋವರೆಗೂ ಅದೇ ಚಿಂತನೆ, ಅರುಣಳ ಕಿವಿಗಳಲ್ಲಿನ ಜುಮುಕಿ ಅವರನ್ನ ಅಣಕಿಸುತಿತ್ತು. 'ಎಷ್ಟು ಬದಲಾಗಿದ್ದಾನೆ ಶಶಾಂಕ್' ಎಂದುಕೊಂಡರೂ 'ಸಹಜ' ಎನ್ನುವಂತೆ ತಳ್ಳಿ ಹಾಕಿದರು, ಮನದ ಮೂಲೆಯಲ್ಲಿ ನೋವಿನ ಎಳೆ ಹರಿದಾಡಿದ್ದಂತೂ ನಿಜ. ಆಮೇಲೆ ಮಾಮೂಲಿಗೆ ಬಂದರು.

ಆಮೇಲೆ ಒಂದು ತಿಂಗಳಲ್ಲಿ ನವೀನ ಮಾದರಿಯ ಡ್ರೆಸ್‌ಗಳಲ್ಲಿ ಅರುಣ ಉತ್ಸಾಹದಿಂದ ಓಡಾಡತೊಡಗಿದಾಗ, ಬೇಸರವಾಗದಿದ್ದರೂ ತೀರಾ ಅತಿಶಯವೆನಿಸಿತು. ಲೋನ್ ತಗೊಂಡು ಕಾರು ತಗೊಂಡಿದ್ದ ಶಶಾಂಕ್. ದುಂದುವೆಚ್ಚ ಬೇಡವೆನಿಸಿತು.

ಅಂದು ಶಶಾಂಕ್ ಬಂದಕೂಡಲೇ ರೂಮಿಗೆ ಕರೆಸಿ "ಹೇಗೆ, ಅನ್ನಿಸುತ್ತೇ?" ಕೇಳಿದರು. ಅವನು ವಿಸ್ಮಯದಿಂದ ಯಾವ್ದು? ಕೇಳಿದ. "ಮೊನ್ನೆ ನಿಂಗೊಂದು ಬ್ಲೂ ಟೀ ಶರಟು, ಜೀನ್ಸ್ ಪ್ಯಾಂಟ್ ತಂದನಲ್ಲ" ಮಾತು ಬದಲಾಯಿಸಿ ಕೇಳಿದರು.

"ತುಂಬಾ... ತುಂಬಾ... ಚೆನ್ನಾಗಿದೆ. ಅದ್ನ ಮ್ಯಾರೇಜ್ ಅನಿವರ್ಸರಿಗೇಂತ ಇಟ್ಕೊಂಡಿದ್ದೀನಿ. ಸದ್ಯಕ್ಕೆ ಕಾರು ಲೋನ್ ತೀರೋವರ್ಗೂ ಯಾವ್ದೇ ಪರ್ಚೇಸಿಂಗ್ ಇಲ್ಲ" ಇದು ಖಡಾಖಂಡಿತ ಎಂದು ಉಸುರಿದಾಗ ಆಕೆಯ ಏರಿದ ಹುಬ್ಬುಗಳು ನಿಧಾನವಾಗಿ ಇಳಿದವು. "ಏಯ್ ನಾಟಿ, ನೀನೇನೋ ದೊಡ್ಡ ಗಿಫ್ಟ್ ಕಾದಿರಿಸಿದ್ದೀಯಂತೆ" ಅರುಣಗೆ ಛೇಡಿಸಿದರು. "ಇಲ್ಲ ಬಿಡೀ ಅಕ್ಕ. ಗಿಫ್ಟ್‌ನ್ನು ದುಡ್ಡಿನಿಂದ ಲೆಕ್ಕ ಹಾಕೋಕೆ ಆಗುತ್ತಾ? ಸದ್ಯಕ್ಕೆ ಆ ಪ್ರಸಂಗ ಇಲ್ಲ ಬಿಡು." ತಳ್ಳಿ ಹಾಕಿದ. ಅವನು ಹೇಳುವುದು ಪೂರ್ತಿ ನಿಜವೆನಿಸಿತು. ಇವರಿಗೆ ಅವನು ಸಾಕುಮಗ. ದೂರದ ಊರಿನಲ್ಲಿ ಅವನ ಕುಟುಂಬವಿತ್ತು.

ಒಂದು ವಿಷಯ ಸ್ಪಷ್ಟವಾಯಿತು. ಅಂದರೆ ಮಡದಿಗೆ ಸದ್ಯ ನಾನು ಕೊಡಿಸಿಲ್ಲ.

ಆದರೆ ಜುಮುಕಿಗಳನ್ನ ಕೊಡಿಸಿದ್ದು ಯಾರು? ಯಕ್ಷಪ್ರಶ್ನೆಯೆನಿಸಿತು. ಅರುಣ ಬರೀ ಪಿ.ಯು.ಸಿ. ಮುಗಿಸದ ಹುಡುಗಿ. ಅಪ್ಪನ ಅಂಕೆಯಲ್ಲಿ ಬೆಳೆದವಳು. ಸ್ಪಷ್ಟ ನಿರ್ಧಾರಕ್ಕೆ ಬಂದರು. ಕಡಿಮೆ ಬೆಲೆಗೆ ಸಿಗುವ ರೋಲ್ಡ್‌ಗೋಲ್ಡ್ ಒಡವೆ. ಸುಳ್ಳು ಹೇಳಿದ್ದಾಳೆಂದುಕೊಂಡರು. ಆದರೆ ಡ್ರೆಸ್‌ಗಳು ಬರೀ ಗೊಂದಲವೆನಿಸಿತು. ದೃಶ್ಯಗಳ ಬದಲಾವಣೆ ಹಿಂಸೆಯೆನಿಸಿತು.

* * *

ಇಂದು ರಜ ಹಾಕಿದ್ದರಿಂದ ಕೃತಿಕಾ ಆಫೀಸ್‌ನ ಕೆಲಸ ಒಂದಿಷ್ಟು ಮನೆಗೆ ತಂದು ಹಾಕಿಕೊಂಡಿದ್ದರಿಂದ ಎರಡು ಸಲ ಬಂದು ಇಣುಕಿದ ಅರುಣ "ಅಕ್ಕ... ಭಾವ ಇವತ್ತು ಅಡ್ಗೇ ನೀನೇ ಮಾಡೂಂತ ಹೇಳಿದ್ದಾರೆ. ನಾನೇ... ಮಾಡ್ಲಾ?" ಕೇಳಿದ್ದಕ್ಕೆ ನಕ್ಕು "ಯಾರು ಬೇಡಾಂದ್ರು, ಸುವರ್ಣಮ್ಮನ್ನ ಬೇಕಾದರೆ ಮನೆಗೆ ಕಳ್ಸಿಬಿಡು. ಬೇಕಾದರೆ ನನ್ನ ಹೆಲ್ಪ್ ತಗೋ" ಎಂದರು. ಜೊತೆಗೆ ನಿಧಾನವಾಗಿ ಅವರ ನೋಟ ಡಿಸೈನ್ ಮಾಡಿದ್ದ ಹಳದಿ ಚೂಡಿದಾರ್‌ನತ್ತ ಹರಿಯಿತು. 'ನೋ ಷಾಪಿಂಗ್... ನೋ ಪರ್ಚೇಸಿಂಗ್' ಎಂದು ದೃಢವಾಗಿಯೇ ಹೇಳಿದ್ದೆ. "ಅರುಣ ವಾ, ಈ ಡ್ರೆಸ್‌ನಲ್ಲಿ ತುಂಬ ಚೆಂದ ಕಾಣ್ತೀಯ? ಸೆಲೆಕ್ಷನ್ ಯಾರ್ದು... ಮರೀ?" ಕೇಳಿದರು. ಅಯೋಮಯ ನೋಟ ಬೀರಿದ ಅರುಣ "ಇದು ಹೊಸದಲ್ಲ, ತೀರಾ... ಈಚೆಗೆ ಕೊಂಡಿದ್ದಲ್ಲ." ಇಂಥ ಡೈಲಾಗ್ ಹೊಡೆದಾಗ, ಷಾಕಾದರು. ಆ ಮಾತಿನ ಹಿಂದೆ ಮಾನಸಿಕ ಸಿದ್ಧತೆ ಇದೆಯೆನಿಸಿತು. "ಓಕೇ, ನಾನೇ ಮರೆತಿರಬೇಕು. ನಿಂಗೆ ಕಿಚನ್‌ನಲ್ಲಿ ಸುವರ್ಣಮ್ಮ ಬೇಡದಿದ್ದರೆ, ಹೊರ್ಗಿನ ಕೆಲ್ಸಕ್ಕೆ ಕಳ್ಸು. ಅವ್ಳೇ ಹುಡ್ಕಿಕೊಂಡು ಏನಾದ್ರೂ ಮಾಡ್ಕೋತಾಳೆ" ಎಂದು ತಮ್ಮ ಕೆಲಸದಲ್ಲಿ ಮಗ್ನಳಾದರು. ಈಚೆಗೆ ಅರುಣ ಬದಲಾಗಿದ್ದಾಳೆನಿಸಿತು. ಇದು ಅನಿವಾರ್ಯ. ಅದನ್ನ ಸಾಕಷ್ಟು ಸಲ ಸೂಚಿಸಿದ್ದರು. ಮಾತು, ರೀತಿ, ಉಡುಪು, ಅಲಂಕಾರದ ಬಗ್ಗೆ ಸಾಕಷ್ಟು ಸಲಹೆಗಳನ್ನು ಕೊಟ್ಟಿದ್ದರು. ಆದರೆ... ಅವಳು... ಸುಳ್ಳು ಹೇಳಲು ಪ್ರಾರಂಭಿಸಿದ್ದಾಳೆನಿಸಿದಾಗ ಮಾತ್ರ ಆತಂಕವೆನಿಸಿತು.

ಭಾಸ್ಕರ್ ಅಂದು ಊಟಕ್ಕೆ ಬಂದಿದ್ದು ಮಾತ್ರ ಅಚ್ಚರಿಯೆನಿಸಿತು. ಜೋರು ನಗು ಕೇಳಿಸಿದಾಗಲೇ ಕೃತಿಕಾ ಹೊರಗೆ ಬಂದಿದ್ದು. ತಂದ ಪಾರ್ಸಲ್‌ನ ಅರುಣ ಕೈಗೆ ಕೊಟ್ರು ಜೋಕ್ ಮಾಡಿ ನಗುತ್ತಿದ್ದರು. ಇದು ಕೃತಿಕಾಗೆ ಸರ್‌ಪ್ರೈಸ್.

"ಸರ್‌ಪ್ರೈಸ್..." ಎಂದಾಗ ಕೃತಿಕಾ, ಸ್ವಲ್ಪ ಗಲಿಬಿಲಿಗೊಂಡನಂತರ ಚೇತರಿಸಿಕೊಂಡ ಭಾಸ್ಕರ್ "ನೀನು ಕೂಡ ಸರ್‌ಪ್ರೈಸ್. ಯಾಕೆ ಆಫೀಸ್‌ಗೆ ಹೋಗ್ಲಿಲ್ವಾ?" ಕೇಳಿದರು. "ನಿಮ್ಗೇ ಹೊರಡೋವಾಗ್಩್ಲೇ ಹೇಳಿದ್ದೆ. ಏನು ನಿಮ್ಗೇ ಜ್ಞಾಪಕಶಕ್ತಿ ಕಡ್ಮೆ ಆಯ್ತಾ?" ಕೇಳಿದರು ಪ್ರಸನ್ನತೆಯಿಂದ. "ಸಾರಿ... ಒಂದಿಷ್ಟು ಫೈಲ್‌ಗಳು ಮನೆಯಲ್ಲಿ ಉಳ್ದು ಹೋಗಿತ್ತು" ಎಂದರು. ಇದು ಬಡಬಡಿಕೆಯೆನಿಸಿತು. ತಟ್ಟನೆ ಭಾಸ್ಕರ್ ರೂಮಿಗೆ ಹೋದರು. ವಿಚಿತ್ರವೆನಿಸಿತು.

ಅರುಣ ಕೈಯಲ್ಲಿನ ಪಾರ್ಸಲ್ ನೋಡಿದರು. ನೋಡದಂತೆ ರೂಮಿಗೆ ಬಂದರು.

ಫೈಲ್‌ಗಳ ಕೆಲಸ ಹೆಚ್ಚುಕಡಿಮೆ ಮುಗಿದಿತ್ತು. "ನಿಜ ಹೇಳ್ಲಾ, ನಿನ್ನ ನೆನಪಾಯ್ತು ಬಂದೆ. ನೀನು ಇಂದು ರಜೆ ಹಾಕಿ ಮನೆಯಲ್ಲೇ ಇರ್ತಿಯ ಅನ್ನೋ ನೆನಪಿತ್ತು" ಎಂದು ಮಡದಿಯನ್ನು ಆವರಿಸಿ ಮುತ್ತಿನ ಮಳೆಗರೆದರು. ಎಂದಿನಂತೆ ಹರ್ಷಭಾವ ಮೂಡಲಿಲ್ಲ ಆಕೆಗೆ. ಯಾಕೆಂದು ತಲೆ ಕೆಡಿಸಿಕೊಳ್ಳುವ ಗುಣ ಕೃತಿಕಾದಲ್ಲ. ''ನಡೀರಿ, ಲಂಚ್ ರೆಡಿ ಮಾಡಿರುತ್ತಾಳೆ. ಶಾಮಣ್ಣ ಬಂದಿದ್ದಾರೆ. ಸಾಕಷ್ಟು ಆಸ್ತಿ ಜೊತೆ ಪ್ರಾಬ್ಲಮ್‌ಗಳು ಇದೆ ರಾಜಿಯ ಮನುಷ್ಯನಲ್ಲ" ಎಂದು ಹೊರಗೆ ಕರೆದೊಯ್ದಳು.

ಅರುಣ ಖುಷಿಖುಷಿಯಿಂದ ಓಡಾಡುತ್ತಿದ್ದಳು. ಡೈನಿಂಗ್ ಟೇಬಲ್ ಮೇಲಿದ್ದ ಖಾದ್ಯಗಳೆಲ್ಲ ಭಾಸ್ಕರ್‌ಗೆ ಇಷ್ಟವಾದದ್ದೇ. ಕ್ಷಣ ಹುಬ್ಬೇರಿತು. "ಇದೆಲ್ಲ ಅರುಣಗೆ ಯಾರು ಹೇಳಿರಬೇಕು?" ತಾನಂತು ಹೇಳಿಲ್ಲ, ಇಲ್ಲ ಶಶಾಂಕ್... ಹೇಳಿರೋ ಛಾನ್ಸ್ ಇಲ್ಲ. ಅವನ ಇಷ್ಟ... ಇಷ್ಟಗಳನ್ನು ಹೇಳುವ ಸ್ವಭಾವ ಅವನದಲ್ಲ. ಅಂಥದ್ದರಲ್ಲಿ ಭಾಸ್ಕರ್ ಇಷ್ಟಪಡುವ ತಿಂಡಿತಿನಿಸುಗಳ ಬಗ್ಗೆ ಅವನೇನು ಹೇಳಿಯಾನು? "ಗುಡ್, ಅರುಣ ತುಂಬ ಇಂಟಲಿಜೆಂಟ್. ಅರ್ಥ ಮಾಡ್ಕೊಂಡ್ ಬಿಡ್ತಾಳೆ." ಮೆಚ್ಚಿಗೆಯಾಡಿದಾಗ ಭಾಸ್ಕರ್ ಮುಖ ಒಂದು ತರಹ ಆಯಿತು. ಶುಭ್ರ ಮನಸ್ಸಿನ ಕೃತಿಕಾ, ಯಾವುದೇ ದುರುದ್ದೇಶದಿಂದ ಈ ಮಾತುಗಳನ್ನು ಆಡಿರಲಿಲ್ಲ. ಆರಾಮಾಗಿ ಊಟ ಮಾಡಿ ಎದ್ದು ಹೋದಳು.

ರೂಮಿಗೆ ಬಂದ ಭಾಸ್ಕರ್ "ಅರುಣ ಬಗ್ಗೆ ಅಷ್ಟೊಂದು ಹೊಗಳಿಕೆ ಬೇಡ. ಅವ್ಳು ಕಲಿಯೋದು ತುಂಬಾನೆ ಇದೆ. ಅವಳು ನೀನಾಗೋಕೆ ಸಾಕಷ್ಟು ವರ್ಷಗಳೇ ಬೇಕು. ಏನೇನು ಅರ್ಥವಾಗೋಲ್ಲ. "ಇರುಸುಮುರುಸುನಿಂದ ಹೇಳಿದಾಗ ಕೃತಿಕಾ ನಕ್ಕಳು. "ಅವಳ್ಯಾಕೆ ನಾನಾಗ್ಬೇಕು? ಅರುಣ... ಅರುಣಳಾಗಿಯೇ ಇರಲಿ. ಶಾಮಣ್ಣ ತುಂಬ ಶಿಸ್ತಿನಿಂದ ಬೆಳೆಸಿದ್ದಾರೆ. ತಮ್ಮ ತೋಟ, ಮರಗಿಡಗಳಿಗೆ ಸ್ವತಂತ್ರ ಕೊಟ್ಟಿರಬಹುದು. ಇವಳಿಗೆ ಸ್ವತಂತ್ರ ಸಿಕ್ಕಿದ್ದು ಇಲ್ಲಿಗೆ ಬಂದ್ಮೇಲೆ. ಓದಿನತ್ತ ಅವಳ ಇಂಟರೆಸ್ಟ್ ಇಲ್ಲ. ಆದ್ರೂ... ಓದೋದ್ನ ರೂಢಿಸ್ಕೋಂತ ಹೇಳಿದ್ದೀನಿ" ಹೇಳಿ ಮೇಲೆ ಎದ್ದಿದ್ದು. ಆಗ ಭಾಸ್ಕರ್ ಮುಖ ಒಂದು ತರಹ ಆಯಿತು. ಯಾಕೆ?

ಕೃತಿಕಾ ಭಾಸ್ಕರ್‌ನ ಬೀಳ್ಕೊಟ್ಟು ಒಳಗೆ ಬಂದಾಗ ಅರುಣ ಬಾಲ್ಕನಿಯಲ್ಲಿ ನಿಂತು ಯಾರಿಗೋ ಟಾಟಾ ಮಾಡುತ್ತಿದ್ದನ್ನು ನೋಡಿ ಈ ಟಾಟಾ ಯಾರಿಗೆ? ಆಗ ತಾನೇ ಭಾಸ್ಕರ್ ಕಾರು ಗೇಟಿನಿಂದ ಹೊರಗೆ ಹೋಯಿತು. ಸ್ವಲ್ಪ ಗಲಿಬಿಲಿಯೆನಿಸಿತು. ಆಗ ಕಳೆದುಕೊಂಡಿದ್ದರ ನೆನಪಾಯಿತು. ತಮಗೂ ಒಂದು ಪುಟ್ಟ ಮಗುವಿದ್ದು, ಅದರಿಂದ ಟಾಟಾ ಮಾಡಿಸುವ ಸೌಭಾಗ್ಯ ತನಗಿಲ್ಲದೇ ಹೋಯಿತು. ಆ ಕ್ಷಣಗಳನ್ನೇ ಅನುಭವಿಸುವ ಸೌಭಾಗ್ಯ ಭಾಸ್ಕರ್‌ಗೆ ಇಲ್ಲದೇಹೋಯಿತು. ತುಂಬ ನೋವೆನಿಸಿತು. ಅದನ್ನು ಸ್ವಲ್ಪಮಟ್ಟಿಗಾದರೂ ಶಶಾಂಕ್ ತುಂಬಿ ಕೊಟ್ಟಿದ್ದ.

ಕೆಲವು ದೈವಸಂಕಲ್ಪ, ಶಶಾಂಕ್‌ನ ಕರೆತಂದಾಗ ಅತ್ತೆ ಶೇಷಮ್ಮ ಆಕ್ಷೇಪಿಸಿದ್ದರು. "ಯಾಕೆ, ಇವ್ನ ತಂದಿಟ್ಕೊಂಡೆ? ನಾಳೆ ನಿಮ್ಗೇ ಎರಡು ಮಕ್ಕಳಾದರೆ, ಮೂರನೆಯವನಾಗಿ ಅವ್ರ ಪಕ್ಕ ನಿಲ್ಲುತ್ತಾನೆ. ಈ ಉಸಾಬರಿ ಯಾಕೆ? ಸುಮ್ನೆ ಖರ್ಚುವೆಚ್ಚಗಳು! ಆ

ಭಾಸ್ಕರ್‌ಗೂ ಬುದ್ಧಿ ಕಡ್ಮೆ! ಎಲ್ಲಾದ್ರೂ ಹಾಸ್ಟೆಲ್‌ನಲ್ಲಿ ಇರ್ಲ್ಸಿ. ಅಷ್ಟೊ ಇಷ್ಟೊ ಸಹಾಯ ಮಾಡಿದರಾಯ್ತು" ಅದಕ್ಕೆ ಮೌನ ವಹಿಸಿದ ಕೃತಿಕಾ ಶಶಾಂಕ್‌ನ ಹಾಸ್ಟೆಲ್‌ಗೆ ಕಳಿಸಲಿಲ್ಲ. ಇಲ್ಲಿನ ಮಮತೆಯಲ್ಲಿಯೇ ಬೆಳೆದಿದ್ದು. ಅವನಲ್ಲಿ ಖಂಡಿತ ಪುತ್ರ ಪ್ರೇಮವೇ! ಬಲವಂತವಾಗಿ ಬೆಳೆಸಿಕೊಂಡಿದ್ದಾ?

ಅವನಿಗೆ ಹೆತ್ತಮ್ಮನಿರಲಿಲ್ಲ. ಮಲತಾಯಿಗೆ ಆರು ಮಕ್ಕಳು. ನಿಸ್ಸಹಾಯಕ ತಂದೆ. ಆ ಕುಟುಂಬಕ್ಕೆ ಇವನು ಬೇಕಿರಲಿಲ್ಲ. ಸ್ವಲ್ಪ ಡಿಫರೆಂಟಾಗಿ ಯೋಚಿಸುವ ಕೃತಿಕಾ ಇವನನ್ನು ಕರೆತಂದಾಗ ಭಾಸ್ಕರನ ಆಕ್ಷೇಪಣೆಯೇನು ಇರಲಿಲ್ಲ. ಮನೆಯ ಮಗನನ್ನಾಗಿ ಬೆಳೆಸಿದ್ದು. ಮಕ್ಕಳಿಲ್ಲ ಅನ್ನೋದ್ನ ಹೆಚ್ಚು ಕಡಿಮೆ ಮರತೇಬಿಟ್ಟಿದ್ದರು. ಅದಕ್ಕಾಗಿ ಮೆಂಟಲೀ ಸರ್ಕಸ್ ಮಾಡಿದ್ದರು.

ಶಾಮಣ್ಣನವರು ಹೊರಟುನಿಂತಾಗ ಮಲಗಿದ್ದ ಕೃತಿಕಾ ಎದ್ದು ಬಂದರು. "ಅಮ್ಮ, ಇವ್ಳಿಗೆ ಸ್ವಲ್ಪ ಬುದ್ಧಿ ಹೇಳಿ. ಹಿಂದೆ ಲೋಲಾಕು ಹಾಕ್ಕೊಂಡ್ ಒಮ್ಮೆ ಕಿವಿ ಹರಿದಿತ್ತು. ಮತ್ತೆ, ದೊಡ್ಡ ಸೈಜಿನ ಜುಮುಕಿ ಹಾಕ್ಕೊಂಡಿದ್ದಾಳೆ. ಏನೋ ಪ್ರೀತಿಗೆ ಅಳಿಯಂದಿರು ತೆಗ್ಸೀ ಕೊಟ್ಟಿರಬಹುದು. ಇವ್ಳಿಗೆ ಬುದ್ಧಿ ಇಲ್ವಾ? ಅಷ್ಟೊಂದು ಭಾರ ಇದೆ. ಹಳೇ ಚಿನ್ನ ಸಾಕಷ್ಟು ಇದೆ. ಹೊಸ ಚಿನ್ನಕ್ಕೆ ಹಣ ಹಾಕ್ಬೇಡಿ. ನಮ್ದು... ನಮಗೊಬ್ಬರಿಗೆ ಅಲ್ಲ, ಬೇರೆಯವ್ರಿಗೂ ಉಪಯೋಗಕ್ಕೆ ಬರ್ಬೇಕು" ಹೇಳುತ್ತಾ ಹೋದರು. ಅರುಣ ಮುಖ ಬೆಳ್ಳಗಾಯಿತು. ಇದನ್ನೆಲ್ಲ ಕೇಳಿಕೊಂಡೆ ಬೆಳೆದವಳು. "ಸಾಕು ಬಿಡಪ್ಪ, ತೆಗ್ದು ಇಡ್ತೀನಿ. ಮತ್ತೆಂದೂ ಹಾಕಿಕೊಳ್ಳೋಲ್ಲ" ಅಳುತ್ತ ಹೋದಾಗ ಶಾಮಣ್ಣನವರೇನು ಸುಮ್ಮನಾಗಲಿಲ್ಲ. ಇದು ಎಷ್ಟನೇ ಸಲವೋ?

"ಅಮ್ಮ, ನಿಶ್ಚಿಂತೆಯಿಂದ ಇವಳ್ನ ನಿಮ್ಮ ಕೈಯಲ್ಲಿ ಇಟ್ಟಿದ್ದೀವಿ, ಅಷ್ಟೊಂದು ಲೋಕಜ್ಞಾನವಿಲ್ಲ. ಪೆದ್ದಿಯಾದರೂ... ಆಸೆ ಬುರುಕಿ. ನೀವೇ ಅವಳನ್ನು ತಿದ್ದಬೇಕು" ಎರಡು ಕೈಗಳನ್ನು ಜೋಡಿಸಿದರು. "ಅಯ್ಯೋ, ಅಂಥದೇನಿಲ್ಲ! ಜಾಣೇನೇ... ನೀವು ನಿಶ್ಚಿಂತೆಯಿಂದ ಇರಿ" ಧೈರ್ಯ ಹೇಳಿ ಕಳಿಸಿದರು.

ಅವರಿಗೆ ಅರುಣ ಏನು ಪೆದ್ದಿಯಂಗೆ ಕಂಡಿರಲಿಲ್ಲ. ಆಕಸ್ಮಿಕವಾಗಿ ಆದ ಪರಿಚಯ ಬಂಧುತ್ವವಾಗಿ ಮಾರ್ಪಟ್ಟಿದ್ದಕ್ಕೆ ಯಾವುದೇ ಅಂಥ ದೊಡ್ಡ ಕಾರಣವಿರಲಿಲ್ಲ. ಟೋಟಲೀ ಹೊತ್ತುಗೊತ್ತು ಇಲ್ಲದೇ ಕೆಲಸ ಮಾಡುವ ಸಾಫ್ಟ್‌ವೇರ್ ಇಂಜಿನಿಯರನ್ನು ಶಶಾಂಕ್‌ಗೆ ತಂದುಕೊಳ್ಳುವ ಇಷ್ಟವಿರಲಿಲ್ಲ. ಪ್ರೀತಿ, ಪ್ರೇಮ ಮತ್ತೆ ವಿರೋಧ, ವಿರಸ ಡೈವೋರ್ಸ್ ಅಂಥದ್ದು ಬೇಕಿರಲಿಲ್ಲ.

ಅಂಥದನ್ನು ಸಾಕಷ್ಟು ಅನುಭವಿಸಿದ ದಟ್ಟವಾದ ಅನುಭವವಿತ್ತು. ಆದ್ದರಿಂದಲೇ ಅರುಣಳನ್ನು ಶಶಾಂಕ್‌ಗೆ ಮದುವೆ ಮಾಡಿಸಿದ್ದ.

ಸಂಜೆ ಮನೆಯ ಮುಂದಿನ ಗಾರ್ಡನ್‌ನಲ್ಲಿ ಓಡಾಡುತ್ತಿರುವಾಗ ಅರುಣ ಬಂದು ನಿಂತಕೂಡಲೆ ಶಾಮಣ್ಣನ ಮಾತುಗಳನ್ನು ನೆನಪಿಸಿಕೊಂಡು ಕಿವಿಗಳಲ್ಲಿ ಜೋಲಾಡುತ್ತಿದ್ದ ಜುಮುಕಿಗಳ ಕಡೆ ನೋಡಿದವರು ನೆನಪಿಸಿದರು.

"ಹಿಂದೆ, ಒಮ್ಮೆ ಕಿವಿ ಹರಿದಿತ್ತೂಂತ ನಿನ್ನ ಅಪ್ಪ ಹೇಳಿದ್ರು" ಇಲ್ವಾ... ಎಂದು ಜುಮುಕಿಗಳನ್ನು ಕೈಯಲ್ಲಿ ಮುಟ್ಟಿ ನೋಡಿದರು. ಭಾರವಿತ್ತು. "ಇದು ಆರ್ಟಿಫಿಷಿಯಲ್‌ದಾ? ಇಷ್ಟಪಟ್ಟು ಕೊಂಡಿದ್ದು ತಪ್ಪಲ್ಲ, ಹಾಕ್ಕೊಂಡಿದ್ದು ತಪ್ಪಲ್ಲ. ಮತ್ತೆ ಅದೇ ... ಆಗ್ಬಾರ್ದು. ಅಪರೂಪಕ್ಕೆ ಹಾಕ್ಕೋ" ಎಂದು ಕೆನ್ನೆ ತಟ್ಟಿದರು. ಅದು ಚೆನ್ನದ್ದೇ ಎಂದು ಅವರ ಒಳಮನಸ್ಸು ಹೇಳುತ್ತಿತ್ತು. ಆದರೂ ಅದನ್ನ ಪಕ್ಕಕ್ಕೆ ಸರಿಸಿದರು.

ಅರುಣ ಕುಣಿಯುತ್ತ ಹೊರಟವಳನ್ನು ಕರೆದವರು "ಅವ್ಳಿಗೆ ಓದೋ ಆಸಕ್ತಿ ಇಲ್ಲಾಂತ ನಿಮ್ಮಪ್ಪ ಹೇಳಿದ್ರು. ಈಗ್ಲೂ... ಓದಬಹ್ದು, ನಿನ್ನ ಕಾಲೇಜಿಗೆ ಸೇರಿಸ್ತೀನಿ. ಒಂದಿಷ್ಟು ಯೋಚ್ನೆ ಮಾಡಿದಳು. ಇಲ್ಲಿ ನಿಂಗೆ, ಯಾವ್ದೇ ಬಲವಂತ ಇಲ್ಲ. ಓದು ವ್ಯಕ್ತಿಯ ಜ್ಞಾನ ಹೆಚ್ಚಿಸುತ್ತೆ. ನೀನು ಪೇಪರ್, ಪತ್ರಿಕೆಗಳ್ನ ಕೂಡ ಮುಟ್ಟೋ ಹಾಗೆ ಕಾಣೋಲ್ಲ. ಸಾಕಷ್ಟು ಸಾಹಿತ್ಯಿಕ ಕೃತಿಗಳನ್ನು ಸಂಗ್ರಹಿಸಿ ಇಟ್ಟಿದ್ದೀನಿ. ಒಂದಿಷ್ಟು ತಿರುವಿ ಹಾಕೋ ಪ್ರಯತ್ನ ಮಾಡು" ಹೇಳಿದರು. ಓದು ಮುಂದುವರಿಸುವಂತೆ ವಿವಾಹದ ನಂತರ ಸಾಕಷ್ಟು ಸಲ ಹೇಳಿದ್ದರು. ಬರೀ ಇದೊಂದು ಪ್ರಯತ್ನವಾಗಬಾರದೆಂದು ಅವರ ಅಭಿಮತ.

"ನನ್ನ ಕೈಯಲ್ಲಿ ಓದೋಕ್ಕಾಗೋಲ್ಲ. ಎಸ್‌ಎಸ್‌ಎಲ್‌ಸಿ ಮಾಡಿದ್ದೇ ಕಷ್ಟದಿಂದ. ಅದ್ಕೇ ಬೇಗ ಮದ್ವೆಯಾದೆ" ಸ್ಪಷ್ಟಪಡಿಸಿದಳು. ಕೃತಿಕಾ ನಗಲಾರದೆ ನಸುನಗು ಬೀರಿ "ಹೋಗ್ಲಿ... ಬಿಡು. ದಿನಪತ್ರಿಕೆ ಓದೋಕೆ ಶುರು ಮಾಡು. ಹೆಚ್ಚಿನ ಕೆಲ್ಸ ಸುವರ್ಣಮ್ಮನಿಗೆ ಬಿಡು" ವಿವಾಹದ ನಂತರ ಸಾಕಷ್ಟು ಸಲ ಹೇಳಿ ದಣಿದಿದ್ದರಷ್ಟೆ. ಆ ಕಡೆ ಅರುಣಗೆ ಇಂಟರೆಸ್ಟ್ ಇಲ್ಲ. ಅರ್ಥವಾಗಿತ್ತು. ಆದರೂ ಇನ್ನಷ್ಟು ಎಜುಕೇಟ್ ಮಾಡಬೇಕೆಂಬುವ ಇರಾದೆ. ಇಲ್ಲಿ ಬಲವಂತ ಅಗತ್ಯವೆನಿಸಿತ್ತು.

ಹೆಣ್ಣಿನ ಮನಸ್ಸಿನ ಭಾವನೆಗಳ ಸೂಕ್ಷ್ಮ ಸಂಘರ್ಷಣೆಯ ಬಗ್ಗೆ ತಮ್ಮದೇ ರೀತಿಯಲ್ಲಿ ಯೋಚಿಸುತ್ತಿದ್ದರು. ಅಂಥ ಅಭ್ಯಾಸದ ಬಗ್ಗೆ ತೀರಾ ಆಸಕ್ತಿ.

ನಾಲ್ಕು ದಿನದ ನಂತರ ಭಾಸ್ಕರ್ ಸ್ನಾನಕ್ಕೆ ಹೋದಾಗ ವಿಷ್ಣು ಜ್ಯೂಯಲರ್ಸ್‌ದಿಂದ ಮೊಬೈಲ್‌ಗೆ ಒಂದು ಕಾಲ್ ಬಂತು. "ಸ್ನಾನಕ್ಕೆ ಹೋಗಿದ್ದಾರೆ. ಆಮೇಲೆ ಮಾಡಿ. ಇಲ್ಲ ನಿಮ್ಮ ನಂಬರ್‌ಗೆ ಕಾಲ್ ಮಾಡೋಕೆ ಹೇಳ್ತೀನಿ" ಅಂದರು. ಕೃತಿಕಾ "ಸಾರಿ, ಈ ಇನ್‌ಫಾರ್ಮೇಷನ್ ಅವ್ರಿಗೆ ಮುಟ್ಸಿ ಬಿಡಿ. ಮೆಸೇಜ್ ಹಾಕಿದ್ದೆ. ಆರ್ಡರ್ ಕೊಟ್ಟ ಡಾಲರ್, ಸರ ರೆಡಿ ಇದೆ. ಜುಮುಕಿ ತಗೊಂಡ್ಲಾಗಲೇ... ಆರ್ಡರ್ ಕೊಟ್ಟು ಅಡ್ವಾನ್ಸ್ ಮಾಡಿದ್ರು" ವಿಷಯ ಮುಟ್ಟಿಸಿ ಕಾಲ್‌ಕಟ್ ಮಾಡಿದ. ಒಂದುಕ್ಷಣ ಕೃತಿಕಾ ತಲೆ ಧೀಂ ಎಂದಿತು. ಎರಡು ದಿನದ ಹಿಂದೆ ಮಾತಿನ ಮಧ್ಯೆ ಜುಮುಕಿ ವಿಷಯ ಪ್ರಸ್ತಾಪಿಸಿ ಶಾಮಣ್ಣ ಹೇಳಿದ ವಿಷಯ ತಿಳಿಸಿ "ಅರುಣಾಗೆ, ಆ ಜುಮುಕಿಯ ಮೇಲೆ ಅದೇನು ಅಕ್ಕರೆಯೋ. ಆರ್ಟಿಫಿಷಿಯಲ್ ಒಡ್ವೆ ಖರೀದಿಸಿ ಹಾಕ್ಕೊಂಡಿದ್ದಾಳೆ. ಈ ಸಲ ಮ್ಯಾರೇಜ್ ಆನಿವರ್ಸರಿಗೆ ಅಂಥದನ್ನೇ ಖರೀದಿಸಿ ಕೊಡ್ಬೇಕು" ಎಂದಾಗ ಭಾಸ್ಕರ ತಕ್ಷಣ ಪ್ರತಿಕ್ರಿಯಿಸದಿದ್ದರೂ "ಬೇಡ ಸುಮ್ನೇ ಇರು. ಅವಳೊಂದು ತರಹ ಇನ್ನೋಸೆಂಟ್. ಮನೆ ಮೇಲಿನ ಲೋನ್

ಇನ್ನು ತೀರಿಲ್ಲ. ಹೆಚ್ಚು ಖರ್ಚಿನದು ಬೇಡ" ಆರಾಮಾಗಿ ಮನೆಯ ಯಜಮಾನನಂತೆ ತಳ್ಳಿ ಹಾಕಿದ್ದರು. ಆದರೆ... ಈಗ... ಕೃತಿಕಾ ಸುಮ್ಮನೆ ಕೂತುಬಿಟ್ಟರು. ಇದೇನಿದು? ಅಂದರೆ ಜುಮುಕಿ ಖರೀದಿಸಿ ಕೊಟ್ಟವರು ಭಾಸ್ಕರ್.

ಸ್ನಾನ ಮುಗಿಸಿಬಂದ ಭಾಸ್ಕರ್ ಒದ್ದೆ ಮೈಯಲ್ಲೇ ಹೆಂಡತಿಯನ್ನು ಅಪ್ಪಿದಾಗ ಹಿತವೆನಿಸಲಿಲ್ಲ. ನಿಧಾನವಾಗಿ ಕೊಸರಿಕೊಂಡರು. ಅನುಮಾನ ನೂರು ಪ್ರಶ್ನೆಗಳಿಗೆ ದಾರಿ ಮಾಡಿಕೊಡಬಹುದು.

"ಆಫೀಸ್‌ನಿಂದ ನಿಮ್ಮ ಅಸಿಸ್ಟಂಟ್ ಗಿರಿ ಕಾಲ್ ಮಾಡಿದ ಲ್ಯಾಂಡ್‌ಲೈನ್‌ಗೆ" ಅಂದರು. ಆದರೆ ಭಾಸ್ಕರ್ ಫುಲ್ ರೊಮಾನ್ಸ್ ಮೂಡ್‌ನಲ್ಲಿ ಇದ್ದಿದ್ದರಿಂದ ಐದು ನಿಮಿಷ ಅಲುಗಾಡದಂತೆ ಬಳಸಿದರು. "ಪ್ಲೀಸ್, ಅರುಣಾಗೆ ಗೊತ್ತಾಗೊಲ್ಲ. ಆರಾಮಾಗಿ ರೂಮೊಳಗೆ ಬಂದು ಬಿಡ್ತಾಳೆ ಬಿಡಿ" ಎಂದು ಬಿಡಿಸಿಕೊಂಡರು. ಕೃತಿಕಾಳಲ್ಲಿ ಒಂದು ರೀತಿಯ ಸಂಘರ್ಷ ಶುರುವಾಗಿತ್ತು. ತನ್ನಿಂದ ಮುಚ್ಚಿಡುವ ಅಗತ್ಯವಿತ್ತಾ? ಹೊಸ ಚಿನ್ನ ಕೊಳ್ಳುವುದು ಬೇಡ. ಸಾಕಷ್ಟು ಚಿನ್ನದ ಒಡ್ವೆಗಳು ಇದೆ. "ಶಾಮಣ್ಣ ಹೇಳುತ್ತಲೇ ಇದ್ದರು. "ನನ್ನ ಮೂಡ್ ಹಾಳು ಮಾಡ್ದೇ" ಎಂದು ಬಾಡಿಲೋಷನ್ ಹಚ್ಚಿಕೊಳ್ಳ ತೊಡಗಿದರು. ಭಾಸ್ಕರ್‌ನಲ್ಲಿ ಒಂದು ರೀತಿಯ ಕಸಿವಿಸಿ.

ಕೃತಿಕಾ ರೂಮಿನಿಂದ ಹೊರಗೆ ಬಂದರು. ಅಂದು ವೀಕೆಂಡ್ ರಜ. ಅವರು ಕೆಲಸ ಮಾಡುತ್ತಿದ್ದ ಸಾಫ್ಟ್‌ವೇರ್ ಕಂಪನಿಗೆ ರಜ, ಜುಮುಕಿ ಕೊಡಿಸಿದ್ದು ಭಾಸ್ಕರ್! ತಾನು ಪ್ರಸ್ತಾಪಿಸುವಾಗಲಾದರೂ ನಿಜ ಹೇಳಬಹುದಿತ್ತು. ತನ್ನ ಪ್ರತಿಕ್ರಿಯೆ ತೀಕ್ಷ್ಣವಾಗಿರುತ್ತದೆಯೆನ್ನುವ ಅಳುಕಾ? ಅರ್ಥೈಸಿಕೊಳ್ಳಲಾಗಲಿಲ್ಲ. ಅಂತು ತಲೆ ಬಿಸಿಯಾಯಿತು.

ರೆಡಿಯಾಗಿ ಭಾಸ್ಕರ್ ಬಂದಾಗ ತಿಂಡಿಯನ್ನು ಡೈನಿಂಗ್ ಟೇಬಲ್ ಮೇಲೆ ಸರ್ವ್ ಮಾಡುತ್ತಿದ್ದ. ಕೃತಿಕಾ "ಅರುಣ ಶಶಿ ತಿಂಡಿ ತಿಂದು ಹೋದ್ನಾ?" ಕೇಳಿದಳು. "ಇಲ್ಲ... ಅರ್ಜೆಂಟ್ ಅಂತ ಹೋದ್ರು, ಅಲ್ಲಿ ಕ್ಯಾಂಟೀನ್ ಇದೆಯಂತೆ. ಅಲ್ಲೇ ತಿಂದ್ಕೋತೀನಿಂತ ಹೇಳಿದ್ರು" ಅನ್ನುತ್ತ ಪಲ್ಯದ ಬಾಕ್ಸ್ ತಂದಿಟ್ಟು ಕೂತಾಗ ಅವಳ ಮುಂದೇನು ತಟ್ಟೆ ಹಾಕಿ "ನೀನು, ಕೂತ್ಕೋ... ಮನೆಯಿಂದ ತಿಂಡಿ ತಗೊಂಡ್ಹೋಗೋ ಪದ್ಧತಿ ರೂಢಿ ಮಾಡ್ಸು. ವರ್ಕ್‌ಹಾಲಿಕ್, ಶಶಿಗೆ ಊಟದ ತಿಂಡಿಯ ಪರಿವೆ ಇರೋಲ್ಲ" ಅನ್ನೋ ವೇಳೆಗೆ ಮುಖ ಗಂಟಿಕ್ಕಿದ ಭಾಸ್ಕರ ರೇಗಿದರು.

"ಅದ್ಕೇ, ಇವಳನ್ನ ಯಾಕೆ ದೂಷಿಸ್ತಿ? ಅದ್ನ ಅವ್ನಿಗೆ ಹೇಳು" ಅಂದಾಗ, ಬಂದ ಕೋಪವನ್ನು ಕೃತಿಕಾ ತಡೆದುಕೊಂಡು "ದಂಡಿಸೋಕು, ಹೇಳೋಕು ವ್ಯತ್ಯಾಸವಿರುತ್ತೆ. ಇವ್ಳ ಪ್ರೀತಿಯ ಮಾತಿಗೆ ಅವ್ನು ಕರಗುತ್ತಾನೆ" ಸಮಾಧಾನದಿಂದಲೇ ಹೇಳಿದ್ದು. ಭಾಸ್ಕರ್‌ಗೆ ಕೆನ್ನೆಗೆ ಬಾರಿಸಿದಂತಾಯಿತು. "ಹೋಗ್ಲೀ, ಈ ವಿಚಾರ ನನಗೇಕೆ?" ಎಂದು ಹಾಟ್‌ಬಾಕ್ಸ್‌ನಿಂದ ತಾವೇ ಚಪಾತಿ ಹಾಕಿಕೊಂಡರು. ಮೂರು ತಟ್ಟೆಗಳಿಗೂ ಪಲ್ಯ ಬಡಿಸಿದ್ದು ಕೃತಿಕಾ ಊಟ, ತಿಂಡಿಯ ಬಗ್ಗೆ ಗಮನಿಸಿದ್ದವರು. ಅರುಣ ಪ್ಲೇಟ್‌ಗೆ

ಇನ್ನೆರಡು ಚಪಾತಿ ಹಾಕಿ ಪಲ್ಯ ಬಡಿಸಿದರು.

ಎಂದಿನಂತೆ ಮಾತು ಇರಲಿಲ್ಲ.

ಕಾಫಿ ಕುಡಿಯುವಾಗ "ನನ್ನ ಬಿಂದು ಮನೆ ಹತ್ರ ಡ್ರಾಪ್ ಮಾಡ್ಬಿಡಿ. ಅವ್ಳೇ ಆಮೇಲೆ ತಂದು ಬಿಟ್ಹೋಗ್ತಾಳೆ" ಎಂದೇ ಕೃತಿಕಾ ರೂಮಿಗೆ ಹೋಗಿದ್ದು.

ಹೊತ್ತಾಯಿತೆಂದು ಭಾಸ್ಕರ್ ಬೇಗನೇ ಹೊರಟವರು "ಬನ್ನಿ ಮೇಡಮ್... ನಿಮ್ಮನ್ನ ಡ್ರಾಪ್ ಮಾಡಿಹೋಗ್ತೀನಿ" ಅನುಸಹಿಸಿ ಕಣ್ಣೊಡೆದರು. ಇದೆಲ್ಲ ಬಲ್ಲ ಕೃತಿಕಾ ಕೆನ್ನೆಗಳು ಕೆಂಪಗಾದವು. "ಯೂ ನಾಟಿ, ಅವಳು ಒಂದಿಷ್ಟು ಷಾಪಿಂಗ್ ಅಂದ್ಲು. ನನ್ನದೇನಿಲ್ಲ. ಹೇಗೂ ಶಶಿ, ಅರುಣ ಮ್ಯಾರೇಜ್ ಆನಿವರ್ಸರಿಗೆ ಒಂದಿಷ್ಟು ಖರೀದಿ. ಆಗ ನಿಮ್ಮನ್ನ ಎಳ್ದುಕೊಂಡ್ಹೋಗ್ತೀನಿ. ಒಳ್ಳೆ ಗಿಫ್ಟ್ ಕೊಡ್ಬೇಕು. ನಮ್ಗೇ ಅವೆಲ್ಲ ಅಮೂಲ್ಯ ಕ್ಷಣಗಳು" ಅಂದಾಗ, ಆಕೆಯ ಹೃದಯ ತುಂಬಿಬಂತು. ಹೆತ್ತದ್ದು ಇಲ್ಲ, ಎಳೆ ಮಗುವಿನ ಲಾಲನೆ ಪಾಲನೆಯ ಅನುಭವವಿಲ್ಲ. ಆದರೆ ಶಶಾಂಕ್ ಬಂದಮೇಲೆ ಅವನೇ ಸಂತಾನವಾಗಿದ್ದ. ಕಷ್ಟವೆನಿಸಿದ್ದರೂ ಕೃತಿಕಾ ಒಪ್ಪಿಕೊಂಡಿದ್ದಳು.

ಕಾರು ಅವಳ ಮನೆಯ ಮುಂದೆ ನಿಂತಾಗ "ಒಳ್ಗೇ ಬನ್ನಿ. ಅವಳು ಬೇಜಾರು ಮಾಡ್ಕೋತಾಳ" ಎಂದಾಗ "ಸಾರಿ, ತುಂಬ... ತುಂಬಾ... ಕೆಲ್ಸ ಇದೆ. ಕೆಲವನ್ನ ಯಾರ್ಮೇಲೂ ಬಿಡೋಕ್ಕಾಗೋಲ್ಲ. ಬಿಂದುಗೆ ಹೇಳ್ಬಿಡು" ಕೆನ್ನೆ ಸವರಿದಾಗ ಕೃತಿಕಾ ಇಳಿದು ಕೈಬೀಸಿದರು. ಅನ್ಯೋನ್ಯ ದಾಂಪತ್ಯ! ಆ ಬಗ್ಗೆ ಬೇರೆಯವರದು ಮಾತ್ರವಲ್ಲ ಅವರದು ಕೂಡ ತಕರಾರಿಲ್ಲ. ಇತ್ತೀಚಿನ ವಿದ್ಯಮಾನಗಳು ಕಂಗೆಡುವಂತೆ ಮಾಡಿತ್ತು. ಬಿಂದು ಹಾರಿಬಂದವಳು "ಎಲ್ಲಿ... ಬಾನಿ!? ಇವೊತ್ತು ಜೊತೆಯಲ್ಲಿ ಎಳ್ಕೊಂಡು ಹೋಗೋ ಮನಸ್ಸಿತ್ತು. ಹೋಗ್ಲಿ... ಬಿಡು."

"ಆಫೀಸ್ ಡೆವಲಪ್ ಆದಷ್ಟು ಕೆಲ್ಸದ ಜೊತೆ ಜವಾಬ್ದಾರಿಗಳು. ಕಂಪನಿಗಳ ವರ್ಕ್ಸ್ ಜೊತೆ ಸಾಕಷ್ಟು ವರ್ಷಗಳಿಂದ ಒಂದು ರೀತಿಯ ಶಿಸ್ತು. ಆ ಬಗ್ಗೆ ನಂಗೆ ಮೆಚ್ಚಿಗೆಯೇ" ಎನ್ನುತ್ತ ಆರಾಮಾಗಿ ಮೈಚೆಲ್ಲಿದಳು. ಕೃತಿಕಾ ಬಿಂದು, ಅವಳದು ವರ್ಷಗಳ ಗೆಳೆತನ. ಸಿಹಿಯಾಗಲೀ, ಕಹಿಯಾಗಲೀ ಹಂಚಿಕೊಳ್ಳುವುದು ಅವಳಲ್ಲಿಯೇ. "ಏನಾದ್ರೂ ಕೊಡಲಾ?" ಎಂದು ಎದುರಿಗೆ ಕೂತ ಬಿಂದು ಕೇಳಿದಾಗ "ಎಲ್ಲಾ... ಆಯ್ತು! ನಂಗೆ ನಿನ್ನ ಅಡ್ಗೇ, ತಿಂಡಿ ಒಂದೂ ಇಷ್ಟವಾಗೋಲ್ಲ" ಗೊಣಗಿದಾಗ ಮೇಲೆದ್ದ ಬಿಂದು "ಅದೇ ಅಭ್ಯಾಸವಾಗಿ ಬಿಟ್ಟಿದೆ. ಹೋಗ್ಲೀ, ದೋಸೆ ಹಿಟ್ಟು ಇದೆ. ನಂಗೆರಡು ದೋಸೆ ಹಾಕ್ಕೊಡು. ನಿನ್ನ ಕೈನ ತಿಂಡಿ ತುಂಬಾ ರುಚಿನೇ" ಎಂದು ಕೃತಿಕಾಳ ಕೈಹಿಡಿದು ತುಟಿಗೊತ್ತಿಕೊಂಡು ರೂಮಿಗೆ ಹೋದಳು ಬಿಂದು.

ಇದೇನು ಕೃತಿಕಾಗೆ ಹೊಸದಲ್ಲ. ಏಪ್ರನ್ ತೊಟ್ಟು ಕಿಚನ್‌ಗೆ ಹೋಗಿ ದೋಸೆ, ಪಲ್ಯದೊಂದಿಗೆ ಡೈನಿಂಗ್‌ಗೆ ಬಂದಾಗ ಲಕ್ಷಣವಾಗಿ ಕಾಯುವಂತೆ ಕೂತಿದ್ದ ಬಿಂದು ಅರೆಬರೆ ಸಿದ್ಧವಾಗಿದ್ದವಳು ನಗೆಬೀರಿ "ಅದೃಷ್ಟೆ ಕಣೇ, ನಿನ್ನಂಥ ಫ್ರೆಂಡ್ ಎಲ್ಲರಿಗೂ ಇರೋಲ್ಲ" ಎಂದು ಚಪ್ಪರಿಸುತ್ತಲೇ ನಾಲ್ಕು ದೋಸೆ ತಿಂದು ಫ್ಲಾಸ್ಕ್‌ನಲ್ಲಿದ್ದ ಕಾಫಿಯನ್ನ

ತನ್ನ ಕಪ್‌ಗೆ ಮಾತ್ರ ಬಗ್ಗಿಸಿಕೊಂಡು ಕುಡಿದು "ಈಗ ಅರ್ಧಂಬರ್ಧ ರೆಡಿ... ಇನ್ನ ಹತ್ತು ನಿಮಿಷದಲ್ಲಿ ರೆಡಿಯಾಗಿ ಬಂದ್ಬಿಡ್ತೀನಿ" ಗಡಬಡಿಸಿಕೊಂಡು ರೂಮಿಗೆ ಹೋದಳು ಬಿಂದು. ಕೃತಿಕಾಗೆ ಆಗ ಬೆರೆಸಿಕೊಂಡ ಕಾಫೀ ಕುಡಿದು ಅಭ್ಯಾಸ. ಮೊದಲೇ ಬೆರೆಸಿಟ್ಟ ಕಾಫೀ, ಆಮೇಲೆ ಬಿಸಿ ಮಾಡಿ ಕುಡಿಯುವುದು, ಇಲ್ಲ ಫ್ಲಾಸ್ಕ್‌ನಲ್ಲಿ ಹಾಕಿಟ್ಟ ಕಾಫೀ ಇಷ್ಟವಾಗದು.

ಆಮೇಲೆ ತಮ್ಮ ಹ್ಯಾಂಡ್‌ಬ್ಯಾಗ್ ಬದಲಾಗಿದ್ದು ಅರಿವಿಗೆ ಬಂದಿದ್ದು "ಬಿಂದು, ಒಂದತ್ತು ನಿಮಿಷ. ನನ್ನ ಕ್ರೆಡಿಟ್ ಡೆಬಿಟ್ ಕಾರ್ಡ್‌ಗಳು... ಇನ್ನೊಂದು ಬ್ಯಾಗ್‌ನಲ್ಲಿದೆ. ನಿನ್ನ ಕಾರಿನಲ್ಲೇ ಹೋಗಿ ತಂದುಬಿಡ್ತೀನಿ" ಅಂದು ಹೊರಟಳು ಕೃತಿಕಾ.

"ಏಯ್... ಏಯ್... ಕೃತಿಕಾ" ಎಂದು ಕೂಗುತ್ತಿದ್ದರು. ಕಾರು ಸ್ಟಾರ್ಟ್ ಮಾಡಿಕೊಂಡು ಹೊರಟೇಬಿಟ್ಟಳು. ಒಳ್ಳೆ ಡ್ರೈವರ್. ನಾಲ್ಕು ಕಾರುಗಳನ್ನು ಬದಲಾಯಿಸಿದ್ದರು "ನಂಗಿಂತ ನೀನೇ ಪರ್ಫೆಕ್ಟ್ ಡ್ರೈವರ್.." ಎಂದು ಭಾಸ್ಕರ್ ಮೆಚ್ಚುಗೆಯಾಡುತ್ತಿದ್ದರು. ಮೇಲ್ಮುಖದ ಮಾತುಗಳೆಲ್ಲ, ಜೊತೆಯಲ್ಲಿ ಹೊರಟರೆ ಆದಷ್ಟು ಸ್ಟೇರಿಂಗ್ ಮುಂದೆ ಕೂಡಿಸಿ ತಾವು ಆರಾಮಾಗಿ ಕೂಡುತ್ತಿದ್ದರು. ಅಂಥ ಸಮಯದಲ್ಲಿ ಕೃತಿಕಾದು ದೊಡ್ಡ ರೀತಿಯ ಆಕ್ಷೇಪಣೆ. "ಇದು ನಂಗೆ ಇಷ್ಟವಿಲ್ಲ" ಅಂದಾಗ ಭಾಸ್ಕರ್ ನಗುತ್ತ "ನಂಗಿಷ್ಟ ಡಾರ್ಲಿಂಗ್. ನಿನ್ನ ಡ್ರೈವಿಂಗ್‌ನಲ್ಲಿ ಸಾಗೋದ್ರಲ್ಲಿ... ಆತಂಕವಿರೋಲ್ಲ. ನಿಶ್ಚಿಂತೆ... ದಾರಿ ತಪ್ಪುವ ಭಯವಿರೋಲ್ಲ" ಎಂದು ರಮಿಸುತ್ತಿದ್ದರು ಆ ಮಾತುಗಳಲ್ಲಿ ಅರ್ಥಪೂರ್ಣವಾದ ಸಂದೇಶವಿರುತ್ತಿತ್ತು.

ಸ್ಟೇರಿಂಗ್ ಹಿಡಿದಾಗಲೆಲ್ಲ ಇದು ನೆನಪಾಗುತ್ತಿತ್ತು. ನಾಗರಬಾವಿ ಮತ್ತು ರಾಜಾಜಿನಗರ ದೊಡ್ಡ ಅಂತರದ ಹಾದಿಯೇನಲ್ಲ. ಕಾರು ತಿರುವಿಗೆ ಬಂದಾಗ ಭಾಸ್ಕರ್‌ನ ಕಾರು ಮನೆಯ ಮುಂದಿರುವುದು ಕಂಡಿತು. ತನ್ನನ್ನ ಬಿಂದು ಮನೆಯಲ್ಲಿ ಇಳಿಸಿ ಮತ್ತೆ ಮನೆಗೆ ಹೋಗಿದ್ದಕ್ಕೆ ಕಾರಣ? ಅರುಣಾಳ ಕಿವಿಯಲ್ಲಿನ ಜುಮುಕಿ, ಜೊತೆಯಲ್ಲಿ ಜ್ಯೂಯಲರಿನವರು ಕಾಲ್ ಮಾಡಿ ತಿಳಿಸಿದ ಸರ ಪೆಂಡೆಂಟ್!

ಒಂದು ರೀತಿಯ ಶಾಕ್! ಸ್ಪಷ್ಟವಾಗಿ ತಿಳಿಸಬಹುದಿತ್ತು. ಅಕಸ್ಮಾತ್ ತನ್ನದು ಅಷ್ಟೊಂದು ವಿರೋಧವೇನು ಇರುತ್ತಿರಲಿಲ್ಲ. ಆದರೆ ಮುಚ್ಚಿಟ್ಟಿದ್ದು ಯಾಕೆ? ಗೊಂದಲ, ಅಪರಾಧ ಭಾವ... ಎದೆಯಲ್ಲಿ ಒಂದು ರೀತಿಯ ತಳಮಳ. ಆದರೂ ಸಮಾಧಾನಿಸಿಕೊಂಡು ಕಾರನ್ನ ಭಾಸ್ಕರ್ ಕಾರಿನ ಹಿಂಭಾಗದಲ್ಲಿ ನಿಲ್ಲಿಸಿ ತಾನೇ ಕಾಂಪೌಂಡ್ ಗೇಟು ತೆಗೆದುಕೊಂಡು ಹೋದಾಗ ಬಾಗಿಲು ತೆಗೆದೇ ಇತ್ತು. ಭಾಸ್ಕರ್‌ನ ಜೋರು ನಗೆ ಕೇಳಿಸಿತು.

ನಿಂತ ನೆಲ ಬಿರುಕು ಬಿಟ್ಟಂತಾಯಿತು. ಸಂಶಯಿಸುವ ಮನಸ್ಸಲ್ಲ "ಅರುಣ..." ಕೂಗಿದಳು. ಬಹುಶಃ ಕಿಚನ್‌ನಲ್ಲಿದ್ದ ಭಾಸ್ಕರ್‌ಗೆ ಘಟಾಸ್ಫೋಟವಾಯಿತು ಅಷ್ಟೆ ಮೊದಲು ಕಿಚನ್‌ನಿಂದ ಹೊರಬಂದಿದ್ದು ಭಾಸ್ಕರ್ "ಯಾಕೋ ನೆತ್ತಿ ಹತ್ತಿ ಹಿಂಸೆಯೆನಿಸಿತು. ಮನೆಗೆ ಹಿಂದಿರುಗಿದೆ..." ಎಂದವರು ನೀರಿನ ಬಾಟಲು ಹಿಡಿದು ರೂಮಿಗೆ ಹೋದರು. ಇಂಥ ಒಂದು ಆಕಸ್ಮಿಕ ನಡೆಯಬಹುದೆಂದು ಅವರು ಊಹಿಸಿರಲಿಲ್ಲ. ದೊಡ್ಡ ರೀತಿಯ

ಶಾಕ್. ತಾನೇ ಹೋಗಿ ಚೈನ್, ಪೆಂಡೆಂಟ್ ತರಬಹುದಿತ್ತು. ಆದರೆ ಅವರಿಗೆ ಅರುಣನ ಜೊತೆಯಲ್ಲಿ ಕರೆದೊಯ್ಯುವ ಉದ್ದೇಶದಿಂದ ಬಂದಿದ್ದರು. ಬಿಂದು ಮನೆಗೆ ಹೋದರೇ ಸಂಜೆಯೇ ಹಿಂದಿರುಗುವುದೆಂದು ಗೊತ್ತಿತ್ತು. ಆದರೆ... ಇಂದು! ಏನು ಸಮರ್ಥನೆ ನೀಡುವುದು? ಅಯ್ಯೋ ಬಿಡು ಏನಾದರೊಂದು ಹೇಳಬಹುದೆಂಬ ನಿರ್ಧಾರಕ್ಕೆ ಬರಲು ಸಾಕಷ್ಟು ಪ್ರಯಾಸಪಡಬೇಕಾಯಿತು.

"ನನ್ನ ಡೆಬಿಟ್ ಕಾರ್ಡ್, ಕ್ರೆಡಿಟ್ ಕಾರ್ಡ್‌ಗಳು ಮನೆಯಲ್ಲೇ ಉಳಿದಿತ್ತು. ಅದರ ಸಲುವಾಗಿ ಬಂದೇ. ಒಳ್ಳೆಯದೇ... ಆಯ್ತು. ಮರೆತಿದ್ದೆ, ವಿಷ್ಣು ಜ್ಯೂಯಲರಿನವ್ರು ಕಾಲ್ ಮಾಡಿದ್ರು. ಹೇಳೋದು ಮರ್ತ್ತೆ. ನೆತ್ತಿ ಹತ್ತಿದ್ದರೇ... ತೀರಾ ಹಿಂಸೆ. ಒಂದಿಷ್ಟು ಸುಧಾರಿಸಿಕೊಂಡ್ಹೋಗಿ" ಎಂದು ಡ್ರೆಸ್ಸಿಂಗ್ ಟೇಬಲ್‌ನ ಡ್ರಾಯರ್‌ನಲ್ಲಿದ್ದ ಕಾರ್ಡ್‌ಗಳನ್ನು ಬ್ಯಾಗ್‌ಗೆ ಹಾಕ್ಕೊಂಡ್... "ಬರ್ತೀನಿ" ಹೊರಗೆ ಬಂದು ಸೋಫಾ ಮೇಲೆ ಕೂತು "ಅರುಣ..." ಕೂಗಿದರು. ಅವಳ ಮುಖ ಚಹರೆಯನ್ನು ಗಮನಿಸಬೇಕಿತ್ತು. ಶಶಾಂಕ್ ಬದುಕಿನಲ್ಲಿ ಯಾವುದೇ ಬಿರುಗಾಳಿ ಏಳುವುದು ಬೇಕಿರಲಿಲ್ಲ. ಒಂದಿಷ್ಟು ಮುಗ್ಧೆ!

ನೋಡಿದಕೂಡಲೇ ಹೊರಗೆ ಹೊರಡುವ ತಯಾರಿಯಲ್ಲಿ ಇದ್ದಂತೆ ಕಂಡಿತು. ಅದೇ ಹಳದಿಯ ಸಲ್ವಾರ್ ಕಮೀಜ್ ತೊಟ್ಟವಳು ತೀರಾ ಚಿಕ್ಕವಳಂತೆ ಕಂಡಳು. ತನಗೂ ವಿವಾಹನಂತರ ಬೇಗ ಮಗುವಾಗಿದ್ದರೇ, ಅವಳು ಇವಳಿಗಿಂತಲೂ ಸ್ವಲ್ಪ ಪುಟ್ಟವಳಾಗಿರುತ್ತಿದ್ದಳು.

"ಎಲ್ಲಾದ್ರೂ... ಹೊರಟಿದ್ದೀಯಾ? ಶಶಿ ಏನಾದ್ರೂ ಬರ್ತೀನಿಂತ ಹೇಳಿಹೋಗಿದ್ನಾ?" ಕೇಳಿದಕೂಡಲೆ ಗಲಿಬಿಲಿಗೊಂಡಳು. "ಏನಿಲ್ಲ... ಏನಿಲ್ಲ" ತಡವರಿಸಿದ್ದು ಕೂಡ ನಿಧಾನವಾಗಿಯೆ. ಹೊಸ ರೀತಿಯ ಕಲಿಕೆ ಇತ್ತೀಚೆಗೆ ಶುರು ಮಾಡಿದ್ದಾಳೆನಿಸಿತು. "ಬರ್ತೀನಿ, ಮನೆ ಕಡೆ ಹುಷಾರ್. ಭಾಸ್ಕರ್‌ಗೆ ಏನಾದ್ರೂ... ಬೇಕಿದ್ದರೆ ಮಾಡಿಕೊಡು" ಹೊರಗೆಬಂದಾಗ ಭಾಸ್ಕರ್ ಬಾಲ್ಕನಿಯಲ್ಲಿ ನಿಂತಿದ್ದರು. ಒಳಗೊಳಗೆ ಅಪರಾಧ ಭಾವವಿದ್ದರೂ ಮುಚ್ಚಿಡುವ ಬುದ್ಧಿವಂತಿಕೆ ಇತ್ತು. "ನಾನು... ಇರ್ಲಾ? ಬಿಂದು ಬೇಕಾದರೇ ಷಾಪಿಂಗ್‌ಗೆ ಹೋಗ್ಬರ್ಲಿ" ಎಂದು ಸನಿಹಕ್ಕೆ ಹೋಗಿ ಪ್ರೀತಿಯಿಂದ ಕೇಳಿದಾಗ "ಇಲ್ಲ ನಾನು ಹೋಗ್ತೀನಿ ಒಂದಿಷ್ಟು ಕೆಲ್ಸ ಜಾಸ್ತಿನೇ. ಡ್ರಾಪ್ ಮಾಡ್ಲಾ?" ಕೇಳಿದರು ಪೆಚ್ಚುಪೆಚ್ಚಾಗಿ. "ಬೇಡ, ಅವ್ಳ ವೆಹಿಕಲ್ ತಂದಿದ್ದೀನಿ" ಎಂದು ಇಬ್ಬರು ಒಟ್ಟಿಗೆ ಹೊರನಡೆದರು. ಕೃತಿಕಾ ಗಂಭೀರವಾದಳು.

ಮೊದಲು ಹೊರಟಿದ್ದು ಭಾಸ್ಕರನ ಕಾರು. ನಂತರ ಹೊರಟಿದ್ದು ಬಿಂದು ಕಾರು. ಅವಳು ಇತ್ತೀಚೆಗೆ ಕಾರು ಬದಲಾಯಿಸಿದ್ದಳು. ಒಂದಿಷ್ಟು ಕಾರುಗಳ ವ್ಯಾಮೋಹ ಜಾಸ್ತಿ. ಕೊಂಡ ಕಾರು ಮೂರು ವರ್ಷ ಅವಳಲ್ಲಿ ಇರುತ್ತಿದ್ದುದ್ದೇ ಹೆಚ್ಚು, ಕೃತಿಕಾ ಚಿಂತಿತಳಾದದ್ದು ಸಹಜವೇ. ಬೇರೆಯವರು ಪ್ರಕರಣವನ್ನು ಹೇಗೆ ಸ್ವೀಕರಿಸುತ್ತಿದ್ದರೋ, ಇಲ್ಲಿ ಕೂಡ ನೆಗೆಟಿವ್‌ಗಿಂತ ಪಾಸಿಟಿವ್ ಆಗಿಯೇ ಸ್ವೀಕರಿಸುತ್ತಿದ್ದುದ್ದು. ಕಾರು ನಿಲ್ಲುವ ವೇಳೆಗೆ ಬೀಗ ಹಾಕಿ ಗೇಟಿನಲ್ಲಿಯೇ ನಿಂತಿದ್ದ ಬಿಂದು ಬಂದು ಡ್ರೈವರ್ ಪಕ್ಕದ ಸೀಟಿನಲ್ಲಿ ಕೂತು

ಭಾರವಾದ ನಿಟ್ಟುಸಿರು ದಬ್ಬಿದ್ದು.

"ನಿಂದೇ ಡ್ರೈವಿಂಗ್, ಬಾನಿ ಪ್ರಕಾರ ಮಾತ್ರವಲ್ಲ ನನ್ನ ಪ್ರಕಾರ ಕೂಡ ನೀನೇ ಬೆಸ್ಟ್ ಡ್ರೈವರ್. ನೀನು ಡ್ರೈವರ್ ಸೀಟಿನಲ್ಲಿ ಕೂತರೇ, ಮಿಕ್ಕವರಿಗೆ ನಿಶ್ಚಿಂತೆ..." ಎಂದು ಉಲ್ಲಾಸದ ನಗೆ ಬೀರಿದಾಗ ಕೃತಿಕಾ ಪ್ರತಿಕ್ರಿಯಿಸಲಿಲ್ಲ. "ಏಯ್, ಅರುಣ ಜೊತೆ ಬಾನಿ ದೊಡ್ಡ ಶಾಪಿಂಗ್ ನಡೆಸಿದ್ರು, ನನ್ನ ಜೊತೆ ಹತ್ತು ಜನ ಇದ್ದುದ್ದರಿಂದ... ಆ ಕಡೆ ಹೋಗಿ ಮಾತಾಡಿಸಲಾಗಲಿಲ್ಲ" ಅಂದಾಗ ಬ್ರೇಕ್ ಒತ್ತಬೇಕೆನಿಸಿತು. ಈ ಶಾಪಿಂಗ್ ವಿಚಾರ ಕೃತಿಕಾಗೆ ಗೊತ್ತಿಲ್ಲ. ಸಣ್ಣಪುಟ್ಟ ವಿಚಾರಗಳನ್ನು ತನ್ನ ಮುಂದೆ ಬಿಚ್ಚಿಡುವ ಭಾಸ್ಕರ್ ಇದನ್ನೆಲ್ಲ ತನಗೇಕೆ ಹೇಳಿಲಿಲ್ಲ? ಅರುಣ ಕೂಡ! ಶಶಿ ಏನು ತಂದುಕೊಟ್ಟರು ಅವರ ಮುಂದಿಡಿಯುತ್ತಿದ್ದಳು. "ಹೇಗಿದೇ, ನೋಡಿ. ಅಕ್ಕ." ಆದರೆ ಈಗ... ಈ ಕಂದಕ ಸೃಷ್ಟಿಗೆ ಯಾರು ಕಾರಣರು? ಸ್ವತಃ ಭಾಸ್ಕರಾ? ಇಲ್ಲ ಅರುಣಳಲ್ಲಿನ ಬದಲಾವಣೆಯಾ? ಅರ್ಥೈಸಿಕೊಳ್ಳಲಾಗಲಿಲ್ಲ. ಇದು ಶಶಾಂಕ್‌ಗಾದರೂ ಗೊತ್ತಾ? ಎದೆಯಲ್ಲಿ ದೊಡ್ಡ ರೀತಿಯ ಆಂದೋಳನ.

ಬಿಂದುಗೆ ಶಾಪಿಂಗ್‌ಯೆಂದರೆ ಖುಷಿಯೆ. ಖರೀದಿಸಿದ್ದು ಅಷ್ಟು... ಇಷ್ಟು! "ಏಯ್, ಕೃತಿಕಾ ಈ ಚೂಡಿದಾರ್ ನೀನೇ ಇಟ್ಕೋ?" ಅಂದಕೂಡಲೆ "ಸಾರಿ ಕಣೇ, ನೀನು ಹೋದ್ಸಲ ಕೊಟ್ಟ ಸೀರೇನಾ ಇನ್ನು ಉಟ್ಟೇ ಇಲ್ಲ. ತುಂಬಿಕೊಂಡರೆ ಆಯ್ಕೆ ಮಾಡಿಕೊಳ್ಳೋದು ಕಷ್ಟ. ನಂಗೆ ಇಂಟರೆಸ್ಟ್ ಕಡ್ಮೆ" ಎಂದು ನವಿರಾಗಿಯೇ ನಿರಾಕರಿಸಿದಳು. ಸಂಬಂಧಗಳಿಂದ ತುಂಬ ನೊಂದ ಬಿಂದು ಕೆಲವೊಮ್ಮೆ ತೀರಾ ಕಂಜೂಸು. ಆದರೆ ಗೆಳತಿಯ ವಿಚಾರದಲ್ಲಿ ಮಾತ್ರ ಧಾರಾಳ.

ಇಬ್ಬರು ಬಂದಿದ್ದು 'ನಿನ್ನೊಲುಮೆ'ಗೆ. ಈ ಮನೆಗೆ ಹೆಸರಿಡಲು ತುಂಬ ಪೇಚಾಡಿದ್ದರು. ಎಲ್ಲಾ ದೇವರು, ಗುರುಗಳ ಹೆಸರಿನ ನಂತರ ಒಂದು ತೀರ್ಮಾನಕ್ಕೆ ಬಂಧಿದ್ದು. "ಅದೆಲ್ಲ ಬೇಡ! ದೇವರು, ಗುರುಗಳನ್ನು ಹೆಸರಿಗಾಗಿ ಅಂಟಿಸೋದು ಬೇಡ. ಅವ್ರು ಆರಾಮಾಗಿ ದೇವರ ಮನೆಯಲ್ಲೇ ಇರ್ಲಿ! 'ಬಾನಿ –ಕೃತಿ' ಎಂದಿಡೋಣ ಅಂದಾಗ ಕೃತಿಕಾ ನಿರಾಕರಿಸಿ 'ನಿನ್ನೊಲುಮೆ' ಅಂತ ಇಡೋಣ. ಕೆ.ಎಸ್. ನರಸಿಂಹ ಸ್ವಾಮಿ ಆ ಕವನ ನನಗೆ ಇಷ್ಟ" ಎಂದಾಗ ಭಾಸ್ಕರ್ ಸಂತೋಷಿಸಿದ್ದ. ಅವರ ಕನಸುಗಳನ್ನು ಸಾಕ್ಷಾತ್ಕರಿಸಿದ ಮನೆ 'ನಿನ್ನೊಲುಮೆ.'

"ನಮ್ಮ ಅರುಣ ಅಡ್ಗೇ ಚೆನ್ನಾಗಿ ಮಾಡ್ತಾಳೆ. ಇಲ್ಲೇ ಲಂಚ್" ಎಂದು ಕಾಲಿಂಗ್ ಬೆಲ್ ಒತ್ತಿದಾಗ ಬಾಗಿಲು ತೆಗೆದ ಅರುಣ ಸಪ್ಪಗಿದ್ದುದ್ದನ್ನು ಕಂಡು "ಯಾಕೆ, ಒಂದು ತರಹ ಇದ್ದೀ?" ಹಣೆ, ಕತ್ತು ಮುಟ್ಟಿ ನೋಡಿದ್ದು. ಭಾಸ್ಕರ್ ಅವಳನ್ನು ಜ್ಯೂಯಲರಿ ಶಾಪ್‌ಗೆ ಕರೆದೊಯ್ಯುತ್ತಾನೆಂದು ಬದಲಾವಣೆ ಬಯಸಿದ್ದು ಬೇರೊಂದು ರೀತಿಯಲ್ಲಿ. ಆರೋಗ್ಯಕರ ಬದಲಾವಣೆಯಾಗಿ ಕಾಣಲಿಲ್ಲ. ಶಶಾಂಕ್‌ನ ಸ್ವಂತ ಮಗ ಎನ್ನುವ ಮಮಕಾರದಲ್ಲೇ ಬೆಳೆಸಿದ್ದು. ಅವನ ಬದುಕಿನಲ್ಲಿ ಬಿರುಗಾಳಿ ಏಳಬಾರದು.

"ಅರುಣ ಅಡ್ಗೇ ಆಗಿದ್ರೆ ಡೈನಿಂಗ್ ಟೇಬಲ್‌ಗೆ ಸರ್ವ್ ಮಾಡ್ಬಿಡು." ಅಂದು

"ಬಿಂದು ನೀನು ಬೇಕಾದರೇ ಡ್ರೆಸ್ ಛೇಂಜ್ ಮಾಡಿ ರಿಲ್ಯಾಕ್ಸ್ ಆಗು" ಎನ್ನುತ್ತ ಕಿಚನ್‌ಗೆ ಬಂದಾಗ ಹೆಚ್ಚಿಟ್ಟ ತರಕಾರಿ ಹಾಗೇ ಇತ್ತು. "ನಾವು ಜ್ಯೂಯಲರಿಗೆ ಹೋಗಿ ಶಾಪಿಂಗ್ ಮುಗಿಸೋಣ. ಶಶಿ ಬರೋದು ಸಂಜೆಗೆ, ಕೃತಿ ಕೂಡ ಬಿಂದು ಜೊತೆಯಲ್ಲೇ ಹೋಗಿದ್ದಾಳೆ" ಎಂದು ಅಡುಗೆ ಮಾಡಲು ಹೊರಟವಳನ್ನು ತಡೆದಿದ್ದ. ಹೊರಗಡೆ ಲಂಚ್ ಎನ್ನುವ ಉದ್ದೇಶವಾಗಿತ್ತು. ಭಾಸ್ಕರ್‌ದು.

ಕಿಚನ್‌ಗೆ ಬಂದ ಕೃತಿಕಾ ಗೊಂಬೆಯಂತೆ ನಿಂತಳು. ಏನು ನಡೀತಾ ಇದೆ? ಎಲ್ಲಿಗೆ ಹೋಗಿ ಮುಟ್ಟುತ್ತೆ.

ಇನ್ನೊಂದು ಮಾತಾಡದೆ ಕೃತಿಕಾ ಕುಕ್ಕರ್ ಇಡುವ ವೇಳೆಗೆ ಬಂದ ಅರುಣ "ಸಾರಿ ಅಕ್ಕ! ನಾನು ಬೇಗ ಮಾಡಿ ಮುಗಿಸ್ತೀನಿ. ನೀವು ಬರೋದು ಲೇಟು ಅಂತ ನಿಧಾನಿಸ್ದೇ" ಒಂದು ಸಬೂಬು ಅಂತು ಸುಳ್ಳು ಹೇಳುವುದನ್ನು ನಿಧಾನವಾಗಿ ಕಲಿಯುತ್ತಾಳೆಂದುಕೊಂಡ ಕೃತಿಕಾ "ಬಿಂದು ಕೂಡ ಇಲ್ಲೇ ಊಟ ಮಾಡ್ತಾಳೆ. ಒಂದಿಷ್ಟು ಹಪ್ಪಳ, ಸಂಡಿಗೆ ತೆಗೆದಿಡು" ಅಂದಳು ಸಮಾಧಾನವಾಗಿ.

ಆ ವೇಳೆಗೆ ಸುವರ್ಣಮ್ಮ ಬಂದು ಕಿಚನ್ ಇದ್ದ ಸ್ಥಿತಿ ನೋಡಿ "ಅಯ್ಯೋ, ಇನ್ನು ಅಡ್ಗೇ ಆಗಿಲ್ವಾ? ಅಕ್ಕ ನೀವು ಹೊರ್ಗೇ ಹೋಗಿ ನಾನು ಅರುಣಮ್ಮನಿಗೆ ಸಹಾಯ ಮಾಡ್ತೀನಿ" ಅಂತ ಕೃತಿಕಾನ ಹೊರಕೆ ಕಳಿಸಿದನಂತರ "ಇದೇನು ಅರುಣಮ್ಮ ಇನ್ನು ಅಡ್ಗೇ ಕೆಲ್ಸ ಮುಗಿದಿಲ್ಲ" ಎನ್ನುತ್ತಲೇ ಕೆಲಸ ಶುರು ಹಚ್ಚಿಕೊಂಡಳು. ಅವಳು ಸಂಬಳಕ್ಕೆ ಎಂದು ಕೆಲಸ ಮಾಡುವ ಪೈಕಿ ಅಲ್ಲ. ಈ ಮನೆಯಲ್ಲಿ ತಾನೊಬ್ಬಳು ಎನ್ನುವ ಭಾವ ಅವಳದು.

ಬಿಂದು ಊಟ ಮುಗಿಸಿ ಮಲಗಿದಳು. ಸರ್ಕಾರಿ ಉದ್ಯೋಗವೇ ಬೇಕೆಂದು ಕೋರ್ಟಿನಲ್ಲಿ ಬೆಂಚ್‌ಕ್ಲರ್ಕ್ ಉದ್ಯೋಗಕ್ಕೆ ಸೇರಿದವಳು. ಇಂದು ಒಂದು ಹಂತಕ್ಕೆ ಬಂದಿದ್ದಳು. ಶುದ್ಧ ಹಸ್ತಳು. ನೋವು, ಅವಮಾನ, ಬೇಸರಗಳಿಂದ ದೂರವಾಗಬೇಕೆಂದು ಫ್ಲಾಟ್‌ನಲ್ಲಿ ಒಂಟಿಯಾಗಿದ್ದರು. ಎಲ್ಲರೂ ಇದ್ದರು, ಯಾರೂ ಇಲ್ಲ. ಯಾರು ಬೇಕಿರಲಿಲ್ಲ ಕೂಡ.

ವಧುವಾಗಿ ಮಾಂಗಲ್ಯಧಾರಣೆ ಮಾಡಿಸಿಕೊಂಡರು, ಸಂಸಾರ ಸುಖ ಪಾಲಿಗೆ ಇರಲಿಲ್ಲ. ಮೊದಲಿನ ನೋವು, ಸಿಡಿಮಿಡಿಯಿಂದ ಮುಕ್ತಳಾಗಿದ್ದರು ತಾಳಿ ಕಟ್ಟಿದ ವ್ಯಕ್ತಿಯನ್ನು ಒಮ್ಮೆ ಭೇಟಿಯಾಗಬೇಕೆಂಬ ಕನಸು, ಬಿಂದುದು ಒಂದು ವಿಚಿತ್ರ ಸ್ಥಿತಿ.

ಅದು ನನಸ್ಸಾಗುತ್ತೋ, ಕನಸಾಗಿಯೇ ಉಳಿಯುತ್ತೋ. "ಬ್ಯೂಟಿಫುಲ್ ಹೌಸ್" ಎಂದಳು ಬಿಂದು. ಕೃತಿಯ ಕಣ್ಣುಗಳು ಅರಳಿತು. "ಸೈಟು ನಿನ್ನ ಹೆಸರಿನಲ್ಲೇ ಪರ್ಚೇಸ್ ಮಾಡೋಣ. ಹೇಗೂ ನಿಂಗೆ ನಿಗದಿತ ಸಂಬಳವಿದೆ. ಅದರಲ್ಲೇ ಲೋನ್ ತೀರುತ್ತೆ" ಭಾಸ್ಕರ್ ಅಂದಾಗ ಒಪ್ಪಿಗೆ ಸೂಚಿಸಿದ್ದಳು.

ಕೃತಿಕಾ ನೆನಪಿಗೆ ಜಾರಿದಳು.

ಕೃತಿಕಾ, ಭಾಸ್ಕರ್ ಅವರದು ಪ್ರೇಮವಿವಾಹ. ಇಬ್ಬರು ಪ್ರೇಮಿಸಿ ವಿವಾಹವಾದವರು. ಜಾತಿಯ ಕಾರಣ, ಸ್ಟೇಟಸ್ ಕಾರಣ ಎರಡು ಕುಟುಂಬಗಳಲ್ಲೂ ಒಪ್ಪಿಗೆ ಇರಲಿಲ್ಲ. ನಾನಾ ಅಡೆತಡೆಗಳನ್ನು ವಿರೋಧಿಸಿ ವಿವಾಹವಾದಾಗ ಅವರುಗಳು ಇದ್ದಿದ್ದು ಸುಂದರ ಪ್ರೇಮಲೋಕದಲ್ಲಿ. ಅದು ಅತ್ಯಂತ ಸುಂದರ. ಬಣ್ಣದ ಲೋಕದಲ್ಲಿ ವಿಹರಿಸಲು ಶುರು ಮಾಡಿದಾಗ ನೂರೆಂಟು ಸಮಸ್ಯೆಗಳು. ಕಾಸಿಲ್ಲದ ಬದುಕು ಎಷ್ಟೊಂದು ಘೋರವೆಂದು ಅರಿವಾದಾಗ ರಾತ್ರಿ ಕಳೆದು ಹಗಲಾಗಿತ್ತು.

"ಕೃತಿಕಾ, ನಂಗೆ ನಮ್ಮವರ ಕಡೆಯ ಹೆಲ್ಪ್ ಸಿಗೋಲ್ಲ. ಸದ್ಯಕ್ಕೆ ದುಡಿಮೆಗೆ ಕೈ ಹಚ್ಚಬೇಕು. ಸದ್ಯಕ್ಕೆ, ನನ್ನ ಫ್ರೆಂಡ್‌ದು ಬಿಂದು ಪ್ರೆಸ್ ಇದೆ, ಅಲ್ಲೇನಾದ್ರೂ... ಒಂದು ಕೆಲ್ಸ ಕೇಳ್ಬೇಕು." ಭಾಸ್ಕರ್ ಅಂದಾಗ ಕಣ್ಣರಳಿಸಿದ ಕೃತಿಕಾ "ಅಕೌಂಟ್ ಸೆಕ್ಷನ್‌ನಲ್ಲಿ" ಇವಳ ರಾಗಕ್ಕೆ ತಲೆಯಾಡಿಸಿದ ಭಾಸ್ಕರ್ "ನೋಡೋಣ, ಯಾವುದಾದರೇನು? ನಮ್ಮ ಪ್ರೀತಿ, ನಮ್ಮ ಮದ್ವೇನ ಉಳ್ಸೀಕೊಂಡ್... ಬದ್ಕೀ ತೋರಿಸ್ಬೇಕು. ಡೋಂಟ್‌ವರೀ, ನನ್ನ ಪ್ರಾಣಕ್ಕಿಂತ ನೀನು ನಂಗೆ ಹೆಚ್ಚು" ಅಪ್ಪಿಕೊಂಡ. ಪ್ರೇಮ ಮಧುರವಾಗಿ ಆಲಾಪಿಸಿತು. ಆ ಮಧುರತೆಯಲ್ಲಿ ಎಲ್ಲಾ ಸವಾಲಾಗಿ ಸ್ವೀಕರಿಸುವ ಬದ್ಧತೆ ಇತ್ತು.

ಅವರ ಸಂಸಾರ ಶುರುವಾಗಿದ್ದು ಪುಟ್ಟ ಮನೆಯಲ್ಲಿ. ಬರೀ ಪ್ರೀತಿಯಿಂದಲೇ ಬದುಕಿ ಬಿಡುವುದು ಸಾಧ್ಯವಿರಲಿಲ್ಲ. ಗೆಳೆಯ ಕೆಲಸ ಕೊಟ್ಟರೂ ಅವನಪ್ಪ ಚಾಣಾಕ್ಷ ಎಲ್ಲಾ ಕೆಲಸವನ್ನು ಭಾಸ್ಕರ್‌ನಿಂದ ಮಾಡಿಸುತ್ತಿದ್ದ. ಜೊತೆಗೆ ತೀರಾ ವ್ಯವಹಾರಿ. ದಿನಗೂಲಿ ಲೆಕ್ಕದಲ್ಲಿ ಸಂಬಳ ಕೊಡಲು ಶುರು ಮಾಡಿದಾಗ, ಭಾಸ್ಕರ್‌ಗೆ ಸಾಕು ಸಾಕಾಯಿತು.

"ಭಾಸ್ಕರ್, ಇದರಿಂದ ಏನು ಪ್ರಯೋಜನವಿಲ್ಲ. ನೀನು ಮಾಡಿರೋದು ಎಂ.ಕಾಂ. ಲೆಕ್ಕದಲ್ಲಿ ಮೇಧಾವಿ. ಯಾವುದಾದ್ರೂ ಆಡಿಟ್ ಆಫೀಸ್‌ನಲ್ಲಿ ಕೆಲ್ಸಕ್ಕೆ ಪ್ರಯತ್ನ ಮಾಡು. ಮುಂದಿನ ಫ್ಯೂಚರ್ ಬಗ್ಗೆ ಭರವಸೆ ಇಟ್ಕೋಬಹುದ್ದು." ಇಂಥದೊಂದು ಸಜೆಷನ್ ಕೊಟ್ಟಳು. ಕೃತಿಕಾದು ಕೂಡ ಬಿ.ಕಾಂ. ಮುಂದೆ ಸಿಎ ಮಾಡುವ ಕನಸಿತ್ತು. ಆ ಕೋರ್ಸ್, ವ್ಯಕ್ತಿಯ ಬಗ್ಗೆಯೇ ಅವಳ ಆಸಕ್ತಿ. ಅದನ್ನೇ ಒಪ್ಪಿದ ಕೂಡ. ಅಂಥ ಪ್ರಯತ್ನಕ್ಕೆ ಬೇಗ ಸಹಾಯ ಒದಗಿಬಂತು. ಗೋಪಾಲ ಅಯ್ಯಂಗಾರ್ ಆಫೀಸ್‌ನಲ್ಲಿ ಎಂಟ್ರಿ ಸಿಕ್ಕಿತು ಜೊತೆಗೆ ಕೃತಿಕಾಗೂ ಕೂಡ ಒಬ್ಬ ಲಾಯರ್ ಆಫೀಸ್‌ನಲ್ಲಿ ಆಫೀಸ್ ಅಸಿಸ್ಟೆಂಟ್ ಆಗಿ ಸಣ್ಣ ಜಾಬ್. ಕಂಪ್ಯೂಟರ್ ಜ್ಞಾನವಿತ್ತು. ಇಂತಿಷ್ಟು ಕೆಲಸವೆನ್ನುವಂತಿರಲಿಲ್ಲ, ಎಲ್ಲಾ ಕೆಲಸಾನು ಮಾಡಬೇಕಿತ್ತು. ನಿರೀಕ್ಷೆಗಿಂತ ಹೆಚ್ಚು ಸಂಬಳ ಸಿಕ್ಕರೂ ಬೆಳಿಗ್ಗೆ ಹೋದರೇ ಹಿಂದಿರುಗುವುದು ರಾತ್ರಿ ಒಂಬತ್ತರ ಹೊತ್ತಿಗೆ. ಮನೆಗೆ ಬರುವ ವೇಳೆಗೆ ಸುಸ್ತಾಗಿ ಬಿಡುತ್ತಿದ್ದಳು.

ಅಂದಂತೂ ತೀರಾ ಸುಸ್ತಾಗಿದ್ದಳು. ಹುಟ್ಟಿ ಬೆಳೆದಿದ್ದು ಶ್ರೀಮಂತ, ಸುಸಂಸ್ಕೃತ ಮನೆತನದಲ್ಲಿ. ತಾಯಿ ಇಲ್ಲ ಎನ್ನುವ ಕೊರತೆ ಬಿಟ್ಟರೇ, ಅವಳದು ತುಂಬು ಕುಟುಂಬ. ಅಕ್ಕರೆಯ ಅರಗಿಣಿಯಾಗಿ ಬೆಳೆದವಳು ಭಾಸ್ಕರ್‌ನ ಪ್ರೀತಿಗೆ ಬಿದ್ದಿದ್ದು ಮಾತ್ರ ವಿಧಿ ಲಿಖಿತವೇನೋ!

ಕ್ಲಾಸ್‌ಮೇಟ್ ಬರ್ತ್‌ಡೇ ಪಾರ್ಟಿಯಲ್ಲಿ ಮೊದಲ ಸಲ ಭೇಟಿಯಾಗಿದ್ದು. ಒಂಟಿಯಾಗಿ ಹೊರಟಾಗ ಅವಳ ಗೆಳತಿ ಪರಿಮಳ "ಭಾಸ್ಕರ್ ನಿನ್ನ ಡ್ರಾಪ್ ಮಾಡ್ತಾರೆ" ಎಂದು ಬಲವಂತದಿಂದ ಅವನ ಜೊತೆ ಕಳುಹಿಸಿ ಅವರಿಬ್ಬರ ಸ್ನೇಹ, ಪ್ರೇಮಕ್ಕೆ ನಾಂದಿ ಹಾಡಿದ್ದಳು. ಆಮೇಲೆ ನಾಲ್ಕಾರು ಭೇಟಿಗಳ ನಂತರ ಪ್ರೇಮದ ಹಂತ ತಲುಪಿ ಹಿರಿಯರನ್ನು ಧಿಕ್ಕರಿಸುವಂಥ ಧೈರ್ಯ ಬಂತು.

ಈಗಾಗಲೇ ತಮ್ಮ ಬಂಧುಗಳಲ್ಲಿ ಗಂಡನ್ನ ನೋಡಿಟ್ಟಿದ್ದರಿಂದ, ಮನೆಯವರ ಪೂರ್ಣ ಲೆಕ್ಕಿಸದೇ ಭಾಸ್ಕರ್‌ನ ಪ್ರೇಮವಿವಾಹವಾಗಿದ್ದು. ಅದು ಶುರು. ಇಲ್ಲಿಗೆ ಬಂದು ನಿಂತಿತ್ತು ಬದುಕು.

ಕೆಲಸಕ್ಕೆ ಇದ್ದ ಆಡಿಟರ್ ಗೋಪಾಲ ಅಯ್ಯಂಗಾರ್ ವಿದೇಶದಲ್ಲಿದ್ದ ಮಗನನ್ನು ಜಾಯಿನ್ ಆಗುವ ತೀರ್ಮಾನಕ್ಕೆ ಬಂದಾಗ ಭಾಸ್ಕರ್ ಕುಸಿದ. ದೊಡ್ಡ ರೀತಿಯಲ್ಲಿ ಬೆಳೆದಿದ್ದ ಆಫೀಸ್. ಗೋಪಾಲ ಅಯ್ಯಂಗಾರ್ ಆಫೀಸ್ ಎಂದರೆ ಅದಕ್ಕೆ ವಿಶಿಷ್ಟವಾದ ಮರ್ಯಾದೆ ಇತ್ತು. ಗೌರವಾನ್ವಿತ ವ್ಯಕ್ತಿ. ಆಸೆಬುರುಕರಲ್ಲ.

ಭಾಸ್ಕರ್‌ನ ಕರೆದು "ನಂಗೆ ಆಫೀಸ್ ಬಾಗ್ಲು ಮುಚ್ಚೋ ಮನಸ್ಸಿಲ್ಲ. ನಂಗೆ ನಂಬಿಕೆ ಇದೆ. ನನ್ನ ಆಫೀಸ್‌ನ ಹೆಸರು ಉಳ್ಸು. ನಿಂಗೆ ಎಷ್ಟು ಸಾಧ್ಯವೋ ಅಷ್ಟನ್ನ ಕೊಡು" ಅಂದಾಗ ಹಕ್ಕಿಯಂತೆ ಆಕಾಶದಲ್ಲಿ ಹಾರುವಂತಾಯಿತು. ಕೃತಿಕಾಳೊಂದಿಗೆ ಮಾತಾಡಲು ನಿರ್ಧರಿಸಿ "ನಂಗೇನು ಹೇಳ್ಬೇಕೋ ತೋಚ್ತಾ ಇಲ್ಲ. ಎರಡು ದಿನ ಅವಕಾಶ ಕೊಡಿ" ಎಂದು ಭಾಸ್ಕರ್ ಸಾಕಷ್ಟು ಸುತ್ತಾಡಿ ಮನೆಗೆ ಬಂದಿದ್ದರು. ಆರ್ಥಿಕವಾಗಿ ಸಹಾಯ ಮಾಡುವಂಥ ಗೆಳೆಯರು ಯಾರು ಇರಲಿಲ್ಲ. ಆಗ ನೆನಪಾಗಿದ್ದು ಬಿಂದು. "ಬಿಂದುನ ವಿಚಾರಿಸೋಣ್ವಾ" ಕೇಳಿದಾಗ ಭಾಸ್ಕರ್‌ಗೆ ಸಮ್ಮತವೇನು ಇರಲಿಲ್ಲ. ಸದ್ಯಕ್ಕೆ ಒಂದು ಪ್ರಯತ್ನ ಅಂತ ಮಾಡಬೇಕಿತ್ತು. "ಭರವಸೆ ಇಲ್ಲ. ಪ್ರಯತ್ನ ಅಂತ ಮಾಡು. ನಿಷ್ಠೂರ ಬೇಡ. ನಿನ್ನ ಏಕೈಕ ಫ್ರೆಂಡ್. ನಮ್ಗೇ ಸಾಕಷ್ಟು ಸಹಾಯ ಮಾಡಿದ್ದಾಳೆ" ಅರೆ ಮನಸ್ಸಿನಿಂದಲೆ ಒಪ್ಪಿಗೆ ಸೂಚಿಸಿದ್ದ ಭಾಸ್ಕರ್.

ಸಂಕೋಚಿಸುತ್ತಲೇ ಬಿಂದು ಮುಂದೆ ಈ ವಿಚಾರ ಇಟ್ಟಾಗ, ಅವಳ ಮುಖ ಮಂಕಾಯಿತು. "ನಿಂಗೆಲ್ಲ ಗೊತ್ತು. ಒಂದಿಷ್ಟು ಸೆಕ್ಯೂರಿಟಿಗೇಂತ ಹಣ ಇಟ್ಕೊಂಡಿದ್ದೀನಿ. ಅದ್ನ ಕೊಡ್ಬಹ್ದು. ನಂಗೂ ಯಾರೂ ಸಾಲ ಕೊಡೋಲ್ಲ. ಇದೊಂದು ಛಾನ್ಸ್ ಬಿಡೋದ್ಬೇಡ. ಭಾಸ್ಕರ್ ಕೂಡ ಟ್ರೈಮಾಡ್ಲಿ" ಎಂದು ಉತ್ಸಾಹವನ್ನು ತುಂಬಿದಳು. ಅಷ್ಟರಿಂದಲೇ ಏನು ಆಗುವಂತಿರಲಿಲ್ಲ. ಅವಳ ಮೈಮೇಲಿದ್ದ ಚಿನ್ನದ ನೆನಪಾಗಿದ್ದು ಕತ್ತಿನಲ್ಲಿದ್ದ ಸರದ ಜೊತೆ ಕೈಗಳಲ್ಲಿದ್ದ ಜೊತೆ ಬಳೆ, ಉಂಗುರ ಎಲ್ಲ ತೆಗೆದು ಭಾಸ್ಕರ್ ಮುಂದಿಟ್ಟು "ಬೇರೆ ಮಾತು ಬೇಡ. ಇದ್ನೆಲ್ಲ ಮಾರಿಬಿಡೋಣ. ಬಿಂದು ಕೂಡ ಸೇವಿಂಗ್ಸ್‌ನಲ್ಲಿರೋ ಹಣ ಕೊಡೋಕೆ ಒಪ್ಕೊಂಡಿದ್ದಾಳೆ. ಇನ್ಯಾರು ಹಣದ ಸಹಾಯ ಮಾಡೋಂಥವರು ಇಲ್ಲ. ಸದ್ಯಕ್ಕೆ ಇದ್ನ ಮಾರಿಬಿಡೋಣ. ಗೋಪಾಲಯ್ಯ ತಮ್ಮ ಸೆಕ್ಯೂರಿಟಿ ಜವಾಬ್ದಾರಿಯಲ್ಲಿ ಬ್ಯಾಂಕ್‌ನಲ್ಲಿ ಲೋನ್ ಕೊಡಿಸ್ಲಿ. ನಾವು ಹಂತ... ಹಂತವಾಗಿ ತೀರಿಸೋಣ. ಆವರ್ಗ್ಗೂ

ಆಫೀಸ್... ಅವ್ರ ಹೆಸರಿನಲ್ಲೇ ಇರ್ಲಿ" ಇಂಥದೊಂದು ಸಲಹೆ ಮುಂದಿಟ್ಟಾಗ ಕೃತಿಕಾನ ಅಪ್ಪಿಕೊಂಡು ಕಣ್ಣೀರು ಸುರಿಸಿದ್ದರು. ಅವೆಲ್ಲ ಆಪ್ತವಾದ ಕ್ಷಣಗಳು. ಮರೆಯಲಾರದಂಥದ್ದು.

ಗೋಪಾಲಯ್ಯ ಪಕ್ವಗೊಂಡ ಮನಸ್ಸಿನ ಉತ್ತಮ ವ್ಯಕ್ತಿ, ಹೆಸರು, ಹಣದ ಜೊತೆ ಒಳ್ಳೆಯ ವ್ಯಕ್ತಿತ್ವವನ್ನು ಬೆಳೆಸಿಕೊಂಡಿದ್ದರು. ಒಂದೇ ಮನಸ್ಸಿನಿಂದ ಒಪ್ಪಿ ಆಫೀಸ್‌ನ ನಿಶ್ಚಿಂತೆಯಿಂದ ಅವರ ಹೆಸರಿಗೆ ಬರೆದುಕೊಟ್ಟು "ಸಾಲಾಂತ ತಿಳ್ಕೊಂಡು... ಹಂತ ಹಂತವಾಗಿ ಗೋಪಾಲಯ್ಯ ಚಾರಿಟಬಲ್ ಟ್ರಸ್ಟ್‌ಗೆ ಜಮಾ ಮಾಡಿ, ನಿಮ್ಮಗಳ ಮೇಲೆ ನಮ್ಗೇ ನಂಬ್ಕೇ... ಇದೆ." ಶುಭ ಕೋರಿದರು. ಆ ವ್ಯಕ್ತಿ ಇವರು ನೆಲೆ ನಿಲ್ಲಲು ಆಸರೆಯಾಗಿದ್ದರು. ಅಂದಿನಿಂದ ಭಾಸ್ಕರ್, ಕೃತಿಕಾ ರಾತ್ರಿ ಹಗಲು ಕೆಲಸ ಮಾಡಿದರು. ಪೈಸೆ... ಪೈಸೆ... ಜೊತೆ ಅನ್ನೋದು ತಪ್ಪು, ಸಾವಿರಕ್ಕೆ ಸಾವಿರ ಸೇರಿಸಿ... ಹತ್ತು ಲಕ್ಷ ತುಂಬಿದಾಗ ಸ್ವತಃ ಗೋಪಾಲಯ್ಯ ತಾವೇ ಮುಂದಾಗಿ ತಿಳಿಸಿದರು. ಆ ಮನುಷ್ಯ ದೊಡ್ಡ ಮನಸ್ಸಿನಿಂದ ನುಡಿದರು.

"ಸಾಕು, ನನ್ನ ಆಫೀಸ್‌ನ ಅಮೌಂಟ್ ಬಂದಿದೆ. ಇನ್ಮುಂದೆ ಚಾರಿಟಬಲ್ ಟ್ರಸ್ಟ್‌ಗೆ ಹಣ ತುಂಬುವ ಅಗತ್ಯವಿಲ್ಲ. ಚೆನ್ನಾಗಿರಿ" ಇಷ್ಟನ್ನೇ ಹೇಳಿ ಆಶೀರ್ವದಿಸಿದಾಗ ಮನ ತುಂಬಿ ಬಂತು. ಸ್ವತಃ ಹೆತ್ತವರು ಮಾಡದಷ್ಟೆ ದೊಡ್ಡ ಉಪಕಾರ ಅವರು ಮಾಡಿದ್ದರು. ಇಂದಿಗೂ ಆಫೀಸ್‌ಗೆ ಅವರ ಹೆಸರೇ.

ಒಂದು ಲೆವಲ್‌ಗೆ ಆಫೀಸ್ ಕುದುರಿಕೊಂಡ ನಂತರ ಹಿಂದೆ ಇಲ್ಲಿ ಕೆಲಸ ಮಾಡುತ್ತಿದ್ದವರು ಬಿಟ್ಟು ಹೋಗಿ ಹಿಂದಿರುಗಿದಾಗ ಭಾಸ್ಕರ ಮಡದಿಯತ್ತ ನೋಡಿದ. ಸಮಸ್ಯೆಯೆನಿಸಿತು. ಕೃತಿಕಾ ಕೈ ಜೋಡಿಸಿದ್ದಳು.

ಮನೆಗೆ ಬಂದಕೂಡಲೇ ಭಾಸ್ಕರ್ ಸುಸ್ತಾದವನಂತೆ ಒರಗಿದರೇ, ಕೃತಿಕಾ ಮನೆಯ ಕೆಲಸಗಳತ್ತ ಗಮನ ಕೊಡಬೇಕಿತ್ತು, ಅನಿವಾರ್ಯವಾಗಿತ್ತು. ಭಾಸ್ಕರ್‌ಗೆ ಬೇಸರ.

"ಅಲ್ಲೇ, ಎಲ್ಲಾದ್ರೂ ಊಟ ಮುಗ್ಸಿಕೊಂಡ್ ಬರಬಹುದಿತ್ತು" ಭಾಸ್ಕರ್ ರಾಗ ಎಳೆಯುತ್ತಿದ್ದ. "ಬರೀ ಊಟದ್ದೇ ಇಲ್ಲ. ಮಿಕ್ಕ ಕೆಲ್ಸ ಕೂಡ ಇರುತ್ತೆ. ಒಂದರ್ಧ ಗಂಟೆ..." ಸಮಾಳಿಸಿಕೊಂಡು ಹೋಗುತ್ತಿದ್ದಳು. ನಗುನಗುತ್ತಲೇ ನಿಭಾಯಿಸುವುದು ಅವಳ ಸ್ವಭಾವ.

ಅಂತು ಇಷ್ಟರ ನಡುವೆಯೂ ಒಂದು ಅದ್ಭುತವಾದ ಪ್ರೇಮದ ಬದುಕು ಸಿಕ್ಕಿತ್ತು. ತೀರಾ ಪುಟ್ಟ ಮನೆಯಿಂದ ಪ್ಲಾಟ್‌ಗೆ ಶಿಫ್ಟಾದ ಮೇಲೆ ಮೊದಲ ಸಲ ಭಾಸ್ಕರನ ತಾಯಿ ಹುಡುಕಿಕೊಂಡು ಬಂದರು. ಸ್ವಲ್ಪ ಬೇಸರ, ಕೋಪ ಭಾಸ್ಕರನಿಗೆ.

"ಹೇಗಿದ್ದೀಯೊ?" ಅಂದಾಗ "ಹಾಳಾಗಿ ಹೋಗೀಂತ... ಇಡೀ ಮನೆಯವ್ರು ಶಾಪ ಹಾಕಿದ್ರಿ. ಆಮೇಲೆ ಸತ್ತನೋ, ಬದ್ಕೀದಿನೋಂತ ವಿಚಾರಿಸ್ಲಿಲ್ಲ. ಈಗ... ಬಂದದ್ದು ಯಾಕೆ?" ಅಮ್ಮನ ಮೇಲೆ ಗುರ್ ಎಂದದ್ದು ತೀರಾ ಸಂಪ್ರದಾಯಸ್ಥ ಒಟ್ಟು ಕುಟುಂಬದ ಹೆಣ್ಣು ಶೇಷಮ್ಮ "ಹೆತ್ತ ಕರುಳು... ನೋಡ್ಕೊಂಡ್ಹೋಗೋಣಾಂತ ಬಂದರೆ, ಈ ತರಹ

ಮಾತಾಡ್ತೀಯ. ನೀನು ಆಗ ನಮ್ಮ ಮಾತು ಕೇಳ್ಬೇಕಿತ್ತು. ನಾವು ಮಾತು ಕೊಟ್ಟು ಕೆಟ್ಟವರಾದ್ರಿ ನಿಮ್ಮ ಅತ್ತೆ ಹತ್ರ" ಕಣ್ಣೀರಿನೊಂದಿಗೆ ಶುರು ಮಾಡಿದಾಗ ಕೃತಿಕಾ ಹೋಗಿ ಸಮಾಧಾನಿಸಬೇಕಾಯಿತು. "ಅದೆಲ್ಲ ಬಿಡಿ. ನೀವು ಹೆತ್ತವರಾಗಿ ನಿಮ್ಗೇ ಅದೆ ಸರಿಯೆನಿಸಿತು. ಈಗ ಬಂದಿದ್ದೀರಿ, ಸಂತೋಷ." ಸಾಂತ್ವನಿಸುವ ವೇಳೆಗೆ ಸಾಕು ಸಾಕಾದಳು. ಶೇಷಮ್ಮ ಸ್ವಲ್ಪ ಬಾಯುಳ್ಳ ಹೆಂಗಸು. ಸಾಕಷ್ಟು ಒದರಿದನಂತರವೇ ಮೆತ್ತಗಾಗಿದ್ದು. ಆದರೂ ಒಂದೆರಡು ದಿನ ಉಳಿದೇಹೋಗಿದ್ದು. ಸೀರೆಯ ಜೊತೆ ಆಕೆಗೆ ಬೇಕು... ಬೇಕಾದನ್ನೆಲ್ಲ ಖರೀದಿಸಿಯೇ ಕಳಿಸಿದ್ದು. ಆಕೆಯ ಬಗ್ಗೆ ವಿರೋಧವೇನಿಲ್ಲ.

ಸ್ವಲ್ಪ ಬೇಸರದಿಂದಲೇ ಭಾಸ್ಕರ್ "ಅಮ್ಮನಿಗೆ ಸ್ವಲ್ಪ ಆಸೆ ಜಾಸ್ತಿ. ನಮ್ದುಂತ ಒಂದ್ಮನೆ ಕಟ್ಟಿಕೋಬೇಕು. ಇನ್ನು ನಾವು ಪೂರ್ತಿ ಸೆಟಲ್ ಆಗಿಲ್ಲ" ಅದನ್ನು ಕೃತಿಕಾ ಪೂರ್ತಿ ತಳ್ಳಿ ಹಾಕಿದ್ದು. "ನಮ್ಮ ವಿವಾಹದ ನಂತರ ನಮ್ಮವರೂಂತ ಅತ್ತೆ ಬಂದಿದ್ದಾರೆ. ಮಕ್ಕಳ ಮೇಲೆ ತಾಯಿಯ ಕನಸು... ನೂರಾರು. ಕೆಲವಾದ್ರೂ ಮಕ್ಕಳು ಫುಲ್‌ಫೀಲ್ ಮಾಡಬೇಕಲ್ಲ. ಪ್ಲೀಸ್ ಆ ಬಗ್ಗೆ ಇನ್ನೊಂದ್ಮಾತು ಬೇಡ." ಗಂಡನ ಬಾಯಿ ಮುಚ್ಚಿಸಿದಳು. ನಂತರ ತಿಂಗಳೊಪ್ಪತ್ತಿನಲ್ಲಿ ಒಂದೆರಡು ಸಲ ಬಂದುಹೋದರು. ಮೊದಲೇ ಭಾಸ್ಕರ್ ಎಚ್ಚರಿಸಿದ್ದ "ಒಂದು ಪೈಸೆ ಖರ್ಚು ಮಾಡೋ ಹಾಗಿಲ್ಲ. ಹೇಗೂ ಆಫೀಸ್ ಸಾಲ ತೀರಿತು. ಒಂದು ಸೈಟ್ ತಗೊಳ್ಳೋ ಪ್ಲಾನ್ ಮಾಡ್ಬೇಕು" ಎಂದು ಅವಳ ಕೈಗಳನ್ನ ಕಟ್ಟಿ ಹಾಕಿದ. ಧಾರಾಳತನಕ್ಕೆ ಬ್ರೇಕ್. ಇಬ್ಬರ ದುಡಿಮೆ ಆಫೀಸ್!

ಮೊದಲೇ ಹೆಸರಿದ್ದ ಆಡಿಟರ್ ಆಫೀಸ್. ಸಾಕಷ್ಟು ಫೈಲ್‌ಗಳು ಇತ್ತು. ಹೆಸರಾಂತ ಕಂಪನಿಗಳು ಲೆಕ್ಕಾಚಾರಗಳು ಇವರಲ್ಲಿತ್ತು. ಮೊದಲ ಸಲ ಶೈನಿ ಕಂಪನಿಯ ಸಿಇಓ. "ನೀವು ಬಿಜಿ ಇದ್ದರೆ ಕೃತಿಕಾ ಮೇಡಮ್‌ನ ಕಳ್ಸೀ. ಶೀ ಈಸ್ ವೆರಿ ಬ್ರಿಲಿಯಂಟ್. ಕೆಲವು ವಿಚಾರದಲ್ಲಿ ಅವ್ರ ಸಜೆಷನ್ ಬೇಕಾಗುತ್ತೆ" ಅಂದಾಗ ಭಾಸ್ಕರ್ ಮೊದಲ ಸಲ ಕುಸಿದಿದ್ದು. ಏನೋ ಒಂದು ತರಹ ಅನಿಸಿತು. ಎಷ್ಟೋ ಹೊತ್ತಿನ ನಂತರ "ಕೃತಿಕಾ ಶೈನಿ ಕಂಪನಿ ಸಿಇಓ ನಿನ್ನ ಮೀಟಿಂಗ್‌ಗೆ ಇನ್ವೈಟ್ ಮಾಡಿದ್ದಾರೆ. ನೀನೇ ಹೋಗ್ಬಾ "ಸ್ವರದಲ್ಲಿನ ಅಸಹನೆಯನ್ನು ಸುಲಭವಾಗಿ ಗುರ್ತಿಸಿದ ಕೃತಿಕಾ ಮಾತೇ ಆಡಲಿಲ್ಲ. ನಂತರ ಭಾಸ್ಕರ ಒಂದು ಸಮ ಮನಸ್ಥಿತಿಗೆ ಬರಲು ಸಾಕಷ್ಟು ಹೋರಾಟ ಮಾಡಬೇಕಾಯಿತು. ಹಾಗಂತ ಕೃತಿಕಾ ಮೇಲೆ ಕೋಪವಿಲ್ಲ. ತನಗಿಂತ ಅವಳು 'ಬೆಟರ್' ಆಗುವುದು ಸಹಿಸಲು ಸಾಧ್ಯವಿರಲಿಲ್ಲ. ಯಾಕೆ? ಅವನಲ್ಲಿ ಖಂಡಿತ ಉತ್ತರವಿಲ್ಲ.

ಇದು ಹಂತಹಂತವಾಗಿ ಮುಂದುವರಿಯಿತು. ಮೊದಲು ಕೃತಿಕಾಳ ಎಲ್ಲಾ ಸಜೆಷನ್‌ಗೂ ಜಿಹೂಜೂರ್ ಎನ್ನುತ್ತಿದ್ದವನು ಪ್ರತಿಯೊಂದನ್ನು ವಿರೋಧಿಸತೊಡಗಿದಾಗ ಅವಳು ಅಧೀರಳಾದಳು. ಗಂಡಸರ ಮೂಲ ಸ್ವಭಾವ, ಹೆಣ್ಣು ತನಗಿಂತ ಎರಡು ಹೆಜ್ಜೆ ಹಿಂದಿರಬೇಕೆಂಬುದನ್ನು ಸ್ಥಾಪಿಸಿಕೊಂಡಿದ್ದರು. ಕೆಲವರು ಹೊರಬಂದಿರಬಹುದು. ಆಗಾಗ ವೈಮನಸ್ಸು ಭುಗಿಲೇಳುವುದು ಖಂಡಿತ ಸುಳ್ಳಲ್ಲ. ಅದನ್ನ ಮೆಟ್ಟಿ ನಿಲ್ಲುವುದು ಸುಲಭವಲ್ಲ.

ಮೆಲು ಪದರಕ್ಕೆ ಬರೆಸಿದಂತೆ ಕಂಡರೂ ಒಳಗೆ ಅದು ಅಸೂಯೆಯ ರೂಪ

ತಾಳಲಾರಂಭಿಸಿದಾಗ ಸ್ವಲ್ಪ ವಿಚಲಿತಳಾದಳು. ಅದು ಬೇಕಿರಲಿಲ್ಲ. ಪ್ರೀತಿಸಿ ಭಾಸ್ಕರನ ಕೈಹಿಡಿದಿದ್ದು ಒಂದು ಹಂತದಲ್ಲಿ ಮನೆಯವರೆಲ್ಲ ವಿರೋಧಿಸಿದಾಗ ಆತ್ಮಹತ್ಯೆಯ ಯೋಚನೆ ಮಾಡಿದ್ದುಂಟು. ಭಾಸ್ಕರನನ್ನು ಅಗಲಿರುವುದು ತನ್ನಿಂದ ಸಾಧ್ಯವೇ ಇಲ್ಲವೆಂಬ ನಿರ್ಧಾರಕ್ಕೆ ಬಂದನಂತರ ವಿವಾಹವಾಗಿದ್ದು ಇಡೀ ತನ್ನ ಕುಟುಂಬವನ್ನು ಧಿಕ್ಕರಿಸಿ, ಈಗ ಸೋಲೊಪ್ಪಿಕೊಳ್ಳುವುದು ಬೇಡವೆಂಬ ಬಲವಾದ ನಿರ್ಧಾರಕ್ಕೆ ಬಂದಿದ್ದು. ಆಫೀಸ್ ಬಿಡಲು ಇದೊಂದು ಕಾರಣ.

ಈಗ ಅವರ ವಾಸ ಚೆಂದದ ಫ್ಲಾಟ್‌ಗೆ ಶಿಫ್ಟ್ ಆಗಿತ್ತು. ಅಂದು ಊಟ ಮುಗಿಸಿ ಬಂದು ಬಾಲ್ಕನಿಯಲ್ಲಿ ನಿಂತರು.

"ಬಾನೀ... ನಾನು ಯಾಕೆ ಕೆಲ್ಸಕ್ಕೆ ಸೇರ್ಕೋಬಾರ್ದು. ಒಂದೆರಡು ಕಡೆ ಅಪ್ಲಿಕೇಷನ್ ಹಾಕ್ಕೊಂಡಿದ್ದೀನಿ" ಮಡದಿಯ ಮಾತಿಗೆ ಭಾಸ್ಕರ್ ಅತ್ತ ನೋಟ ಹರಿಸಿದ "ಅಂಥ ಅಗತ್ಯವಿದ್ಯಾ?" ಸ್ವಲ್ಪ ಸೀರಿಯಸ್ಸಾಗಿಯೇ ಕೇಳಿದ. ಕೃತಿಕಾಗೆ ವಿರಸ ಬೇಕಿರಲಿಲ್ಲ. "ನಂಗೆ ಹಾಗೇ ಅನ್ನಿಸಿದೆ. ನಮ್ದೇ ಮನೆ... ಮಗು ಎಲ್ಲಾ ಬೇಕಲ್ವಾ?" ಅಂದಾಗ ಕೃತಿಕಾಳ ಕನಸುಗಳು ಕೆಂಪಾದವು. ಭಾಸ್ಕರ್ ಹತ್ತಿರಕ್ಕೆಳೆದುಕೊಂಡಾಗ ಅವನೆದೆಯಲ್ಲಿ ತಲೆ ಇಟ್ಟು ಪಿಸುಗುಟ್ಟಿದಳು. "ಇಷ್ಟೇನಾ, ಅನಿಸೋಕೆ ಮೊದ್ಲು ಒಂದ್ಮಗು ಬೇಕು" ಭಾಸ್ಕರ್ ಗದರಿಕೊಂಡು "ಏಯ್... ನಿನ್ನ ಬಗ್ಗೆ, ನಮ್ಮ ಪ್ರೇಮದ ಬಗ್ಗೆ, ಎಂದೂ ಹಾಗೇ ಅನ್ನಿಸೋಲ್ಲ. ನೀನು ಸದಾ ನನ್ನ ಎದುರಿಗೆ ಇರ್ಬೇಕು. ಇನ್ನ ಗಂಟೆಗಳು ಕೂಡ ಅಗಲಿರೋಕೆ ಸಾಧ್ಯವಿಲ್ಲ" ಎಂದು ಕೃತಿಕಾನ್ನ ಅಪ್ಪಿಕೊಂಡ. ಅವನೆದೆಯಲ್ಲಿ ಕರಗಿಹೋದಳು. ಆದರೂ ಮುಂದಡಿ ಇಟ್ಟಾಗಿತ್ತು. ಕೃತಿಕಾ ಹಿಂದಕ್ಕೆ ಸರಿಯಲಿಲ್ಲ.

ಆದರೆ ಭಾಸ್ಕರ್‌ನಲ್ಲಿನ ಅಸಹನೆ ಹಾಗೆಯೆ ಮುಂದುವರಿಯಿತು. ಅವಳು ತನಗಿಂತ ಬುದ್ಧಿವಂತೆ ಅನ್ನೋ ಒಂದೇ ಕಾರಣವಲ್ಲ, ಈ ಆಫೀಸ್‌ಗೆ ತಾನು ಮಾತ್ರ ಬಾಸ್, ಇನ್ನೊಬ್ಬರೊಂದಿಗೆ ಹಂಚಿಕೊಳ್ಳುವುದು ತೀರಾ ಸೇರದ ವಿಷಯವೆನಿಸಿತು. ಇದು ಆಗಾಗ ಭುಗಿಲೇಳತೊಡಗಿದಾಗ ಕೃತಿಕಾ ಎಚ್ಚೆತ್ತುಕೊಂಡಳು. ಇದು ಅವಳ ಊಹೆಯಾಗಿತ್ತು ಕೂಡ.

"ರಿಷಿ ಸಾಫ್ಟ್‌ವೇರ್ ಕಂಪನಿಯಲ್ಲಿ ಅಕೌಂಟೆಂಟ್ ಆಗಿ ಟೆಂಪರರಿ ಜಾಬ್ ಸಿಕ್ಕಿದೆ. ನಾಳೆಗೇ ಹೋಗಿ ಜಾಯಿನ್ ಆಗ್ಬೇಕು. ಆಫೀಸ್‌ನಲ್ಲಿ ವಂಶಿ ಜೊತೆ ನಾರ್ಡಿಕರ್ ಕೂಡ ಇದ್ದಾರೆ. ಹೆವೀ ಅನ್ನಿಸೋಲ್ಲ" ವಿಷಯ ಮುಂದಿಟ್ಟಳು. ಆಫೀಸ್ ಬಿಡಲು ಕಾರಣ ಇತ್ತು.

ಮೊದಲು ಮಡದಿಯ ಮಾತಿಗೆ ಭಾಸ್ಕರ್ ವಿಚಲಿತನಾಗದೆ ಅಂಟಿಕೊಂಡೇ ಇರುತ್ತಿದ್ದರು. ಕ್ಷಣ ಆರಾಮವೆನಿಸಿತು. ಆದರೂ ಎಲ್ಲೋ ಕಡೆ ಸಮಾಧಾನ ಕೂಡ.

"ಡೋಂಟ್ ವರೀ ಬಾನಿ! ಬರಿ ಟೆಂಪರರೀ ಜಾಬ್. ನಾನೇ ಬಿಟ್ಟು ಬರಬಹುದು. ಇಲ್ಲ ಅವ್ರೆ... ಹೊರ ಹಾಕಬಹುದ್ದು. ಆಗ ಇಲ್ಲಿನ ನನ್ನ ಜಾಗ ಖಾಲಿ ಇರುತ್ತಲ್ಲ" ಅಂದಾಗ ಅಪ್ಪಿಕೊಂಡು ಕಣ್ಣೀರು ಸುರಿಸಿಬಿಟ್ಟ. ಭಾಸ್ಕರ್ ತೀರಾ ಎಮೋಷನಲ್ ವ್ಯಕ್ತಿ,

ಮೇಲ್ಮುಖವಾಗಿ ತೀರಾ ಮೃದುವಾಗಿ ಕಂಡರೂ ಕೃತಿಕಾ ಅಂತರಂಗದಲ್ಲಿ ಗಟ್ಟಿ "ಮೈಗಾಡ್, ಸಮಸ್ತವು ನಿಂದೇ. ನಿನ್ನ ಎದೆಯ ಪ್ರೇಮದ ಕೊಳದಲ್ಲಿ ನಾನೊಂದು ದುಂಬಿ" ಎಂದು ಕಣ್ಣೀರಿಟ್ಟ. ಆಮೇಲೆ ಗಂಡನನ್ನು ಒಪ್ಪಿಸುವುದು ಅವಳಿಗೆ ಸುಲಭವಾಯಿತು.

ಅಂದು ಕೃತಿಕಾ ಕೆಲಸಕ್ಕೆ ಜಾಯಿನ್ ಆಗಬೇಕಿತ್ತು. ಮೇಲ್ ಐಡಿಗೆ ಪತ್ರ ಬಂದಿತ್ತು. ಆಫೀಸ್ ಶುರು ಮಾಡಿದ ಮೇಲೆ ಬೇರೆ ಕಡೆ ಹೋಗಿ ಕೆಲಸ ಮಾಡುವ ಅನಿವಾರ್ಯತೆ ಒದಗಿಬರುತ್ತೇಂತ ಅಂದುಕೊಂಡಿರಲಿಲ್ಲ. ಆದರೆ ಅದರ ಅನಿವಾರ್ಯತೆ ಒದಗಿ ಬರುತ್ತೇಂತ ಅಂದುಕೊಂಡಿರಲಿಲ್ಲ. ಆದರೆ ಅದರ ಅನಿವಾರ್ಯತೆ ಈಗ ದಟ್ಟವಾಗಿತ್ತು. ಕೆಲವನ್ನೂ ಉಳಿಸಿಕೊಳ್ಳಬೇಕಾದರೆ ಕೆಲವನ್ನು ಕಳೆದುಕೊಳ್ಳಲು ತಯಾರಾಗಬೇಕಿತ್ತು. ಕೆಲವೊಮ್ಮೆ ಭಾಸ್ಕರನ ಹಾರಾಟ, ಅಸಹನೆ ತಾಳ್ಮೆಗೆ ಸವಾಲಾಗಿತ್ತು. ವಿರಸ, ಕಿತ್ತಾಟ, ಜಗಳ... ಇವೆಲ್ಲ ಸಣ್ಣ ಪುಟ್ಟದಾದರೇ ಸ್ವಾಭಾವಿಕವೇ, ಆದರೆ ಅತಿರೇಕಕ್ಕೆ ಹೋದರೇ... ಹಾಳಾಗುವುದು ನೆಮ್ಮದಿ. ಎರಡು ಕಡೆಯವರನ್ನು ಧಿಕ್ಕರಿಸಿ ಪ್ರೇಮ ವಿವಾಹವಾದರೂ ವಿವೇಕ ಕಳೆದುಕೊಂಡರೇ, ಬುದ್ಧಿ ಹೇಳುವ ಹಿರಿಯರು ಇರೋಲ್ಲ. ಆಗ ಅದು ವಿಚ್ಛೇದನದ ದಾರಿ ಹಿಡಿಯುತ್ತೆ. ಇದರಿಂದ ಎಷ್ಟು ಪ್ರಯೋಜನ? ಆಯ್ದುಕೊಂಡ ಬದುಕಿನ ದುರಂತ.

ಎಲ್ಲಾ ಯೋಚಿಸಿಯೇ ಕೃತಿಕಾ ಈ ನಿರ್ಧಾರಕ್ಕೆ ಬಂದಿದ್ದು. ಮೊದಮೊದಲು ಸ್ವಲ್ಪ ಪರದಾಟವೆನಿಸಿದರು, ಆಮೇಲೆ ಭಾಸ್ಕರ್ ನಿಧಾನವಾಗಿಯಾದರೂ ಹೊಂದಿಕೊಂಡ. ಇವಳನ್ನು ಡ್ರಾಪ್ ಮಾಡಿ ಆಫೀಸ್‌ಗೆ ಹೋಗುತ್ತಿದ್ದ ಕೆಲವು ದಿನ. ಇದು ಕೃತಿಕಾಗೆ ಬೇಡವೆನಿಸಿತು.

"ಬೇಡ, ನೀವ್ಹೋಗಿ... ಇನ್ನಷ್ಟು ಕೆಲ್ಸ ಉಳ್ದುಹೋಗುತ್ತೆ. ನಾನು ಆಟೋದಲ್ಲಿ ಹೋಗ್ತೀನಿ" ಎಂದು ಭಾಸ್ಕರನನ್ನು ಒಪ್ಪಿಸಿದಳು. ಕೈತುಂಬ ಒಳ್ಳೊಳ್ಳೆ ಕಂಟ್ರ್ಯಾಕ್ಟ್, ಆತ್ಮವಿಶ್ವಾಸ ಹೆಚ್ಚಿಸಿತ್ತು. ಮುಂದಿನ ಪ್ಲಾನ್ ಒಂದು ಸೈಟ್ ಪರ್ಚೇಸ್ ಮಾಡುವುದು. ಈಗ ಇದ್ದಿದ್ದು ಟೂವಿಲ್ಲರ್, ಕಾರಿನ ಅಗತ್ಯ ಕಂಡಾಗ ಹೆಂಡತಿಯ ಮುಂದೆ ಬೇಡಿಕೆ ಇಟ್ಟ. "ನಮ್ಗೇ ಈಗ ಕಾರಿನ ಅಗತ್ಯವಿದೆ. ಇನ್‌ಸ್ಟಾಲ್‌ಮೆಂಟ್ ಬೇಸಿಸ್‌ನಲ್ಲಿ ಒಂದು ಕಾರು ಯಾಕೆ ಪರ್ಚೇಸ್ ಮಾಡ್ಬಾರ್ದು?" ಇನ್ನ ಆರು ತಿಂಗಳಾದರೂ ಮುಂದಕ್ಕೆ ಹಾಕಬೇಕೆನಿಸಿತು. ಭಾಸ್ಕರನ ಉತ್ಸಾಹ ನೋಡಿ ಅಸ್ತು ಎಂದಳು. "ಓಕೆ, ನಾನು ಬೇಕಾದರೆ ಕಾರ್‌ನ ಇನ್‌ಸ್ಟಾಲ್‌ಮೆಂಟ್ ಕಟ್ಟುತ್ತೀನಿ" ಭರವಸೆ ಕೊಟ್ಟಳು.

ಆದರೆ ಭಾಸ್ಕರ ನಿರಾಕರಿಸಿದ. ಕಾರು ಅವನ ಸ್ವಂತದ್ದು ಆಗಬೇಕಿತ್ತು.

"ಅಮ್ಮ, ಅಪ್ಪನ ಮಧ್ಯೆ ದೊಡ್ಡ ರೀತಿಯ ಜಗಳ ಆಗ್ತಾ ಇತ್ತು. ಅಮ್ಮನಿಗೆ ಬಳುವಳಿಯಾಗಿ ಬಂದ ಸೈಟ್‌ನಲ್ಲಿ ಅಪ್ಪ ಮನೆ ಕಟ್ಟಿಸಿದ್ದ. ಆ ವಿಚಾರಕ್ಕೆ ಇಬ್ಬರದು ಕಿತ್ತಾಟ. ನಾವುಗಳು ಪ್ರೇಕ್ಷಕರಾಗಬೇಕಿತ್ತು. ನಾಳೆ ನಮ್ಮ ಮಕ್ಕಳಿಗೆ ಆ ಸ್ಥಿತಿ ಬರಬಾರದಲ್ಲ" ನಗುವನ್ನು ಬೆರೆಸಿ ಹೇಳಿದ. ತಕ್ಷಣ ಕೃತಿಕಾ ಷಾಕಾದರು, ಮೊದಲ ಸಲ ಒಂದಿಷ್ಟು ಸತ್ಯದ ಅರಿವಾಗಿತ್ತು. ಮೌನ ವಹಿಸಿದಳು. ಗೊಂದಲ ಬೇಕಿರಲಿಲ್ಲ.

ಕಾರು ತಂದ ದಿನವಂತು ಸಡಗರ, ಸಂಭ್ರಮ. ಅದಕ್ಕೆ ಮೊದಲು ಡ್ರೈವಿಂಗ್ ಕಲಿತು ಲೈಸನ್ಸ್ ತೆಗೊಂಡಿದ್ದ. ಇಬ್ಬರು ದೇವಸ್ಥಾನಕ್ಕೆ ಹೋಗಿ ಪೂಜೆ ಮಾಡಿಸಿಕೊಂಡು ಬಂದರು. ಕೃತಿಕಾ ಮಂಕಾದಳು.

"ನಿನ್ನ ಪ್ರೀತಿ, ಪ್ರೇಮಕ್ಕೆ ಎಲ್ಲರ ವಿರೋಧ ಇದೆ. ಮುಂದೆ ನಿಂಗೆ ಸಾಕಷ್ಟು ಸಮಸ್ಯೆಗಳು ಎದುರಾಗುತ್ತೆ. ನೀನು, ಅವ್ನು ಬೆಳೆದ ಪರಿಸರ, ಸಂಸ್ಕೃತಿ ಬೇರೆ... ಬೇರೆ. ನಮ್ದು ಕಟ್ಟುನಿಟ್ಟಿನ ಸಂಪ್ರದಾಯಸ್ಥ ಕುಟುಂಬ. ನೀನೇನಾದ್ರೂ ಭಾಸ್ಕರನ್ನ ವಿವಾಹವಾದರೇ, ಎಂದೂ ಈ ಕಡೆ ತಲೆ ಹಾಕಿ ಮಲಗುವಂತಿಲ್ಲ. ಸಂಪೂರ್ಣವಾಗಿ ತವರುನ ಬಾಗ್ಲು ಮುಚ್ಚಿದಂತೆ" ಎಂದ ತಂದೆ ಕಠೋರವಾಗಿ ನೇಮನಿಷ್ಠೆಯ ಜನ. ಅವರಿಗೆ ತಮ್ಮ ಆಚಾರ, ಸಂಸ್ಕಾರ ಮುಖ್ಯವಾಗಿತ್ತು. ನಂತರವೇ ಎಲ್ಲಾ. ಅಣ್ಣಂದಿರು ಕೆಲವು ಕಾಗದಪತ್ರಗಳಿಗೆ ಸಹಿ ಹಾಕಿಸಿಕೊಂಡೇ ಅವಳನ್ನು ಬಿಡುಗಡೆಗೊಳಿಸಿದ್ದು. ಅಂದು ಭಾಸ್ಕರನ ಪ್ರೇಮವೊಂದು ಆಸರೆಯಾಗಿತ್ತು.

ಅವಳ ಚಿನ್ನ, ಬಟ್ಟೆ ಬರೆಗಳೊಂದಿಗೆ ಹೊರಗೆ ಕಳಿಸಿ ಬಾಗಿಲು ಹಾಕಿಕೊಂಡವರು ಇಂದಿಗೂ ತೆರೆದಿರಲಿಲ್ಲ. ನೆನಪು ಕಾಡುತ್ತಿತ್ತು. ಆದರೆ ಎಂದೂ ಆ ಕಡೆ ಹೋಗುವ, ಪ್ರಯತ್ನ ಮಾಡಿರಲಿಲ್ಲ. ಅವರಿಗೆ ನೋವು ಕೊಡುವುದು ಬೇಕಿರಲಿಲ್ಲ.

ಇಂದು ತುಂಬಾ ನೆನಪಿಸಿಕೊಂಡಳು. ಅವರ ಮನೆಯಲ್ಲಿ ಒಂದಲ್ಲ ಎರಡು ಕಾರುಗಳು ಇತ್ತು. ಮನೆಯ ಹಿರಿಯಾಕೆ ಅವಳ ಅಜ್ಜಿ ಶಾಪ ಹಾಕಿಯೇ ಕಳಿಸಿದ್ದು. ಶ್ರೀಮಂತ ಕುಟುಂಬ ಅವರದು.

ಅವರುಗಳ ಮೇಲೆ ಪ್ರೀತಿ ಇತ್ತು. ಗೌರವವಿತ್ತು. ಆ ಸಂದರ್ಭದಲ್ಲಿ ಭಾಸ್ಕರ, ಅವನ ಪ್ರೀತಿ, ಪ್ರೇಮ ಮುಖ್ಯವೆನಿಸಿತ್ತು. ಭಾಸ್ಕರನನ್ನು ಬಿಟ್ಟು ತನ್ನಿಂದ ಬದುಕಲು ಸಾಧ್ಯವೇ ಇರಲಿಲ್ಲ ಎನ್ನುವ ನಿರ್ಧಾರ ಅಂದಿನದು? ಆದರೆ ಸಾಧ್ಯವಿರಲಿಲ್ಲವೇ ಎಂದು ಇಂದಿನ ಒಳಮನಸ್ಸು ಯೋಚಿಸುತ್ತಿತ್ತು. ಅಪ್ಪನ ನಿರ್ಧಾರದ ಗಂಡು ಭಾಸ್ಕರನಿಗಿಂತ ಸ್ಫುರದ್ರೂಪಿ, ಹೆಚ್ಚು ಓದಿದವ ಶ್ರೀಮಂತರು. ಈ ಮದುವೆಗೆ ಅವನ ಹಿರಿಯರ ಸ್ವಾಗತವಿದ್ದುದ್ದರಿಂದ ಸುಖವಾಗಿರಬಹುದಿತ್ತು. ಆದರೆ ತನ್ನನ್ನು ಕಟ್ಟಿ ಹಾಕಿದ್ದು ಭಾಸ್ಕರನ ಪ್ರೇಮ, ಪ್ರೀತಿ, ಭವಿಷ್ಯದ ಬಗ್ಗೆ ಯೋಚಿಸಲಾರದಂಥ ಸ್ಥಿತಿ. ಇಂಥ ಒಂದು ಸ್ಥಿತಿಯೇ ಪ್ರೇಮನಾ?

ಕೃತಿಕಾಗೆ ಆಗಾಗ ನೆನಪಿಗೆ ಬಂದು ನಗು ತರಿಸುತ್ತಿತ್ತು. ಚಿಂತಿಸುವಂತಾಗುತ್ತಿತ್ತು. ಇಂಥ ಒಂದು ಸೆಲೆಗೆ ಪ್ರಕೃತಿ ಚಮತ್ಕಾರ ಕಾರಣವಿರಬಹುದೇ? ಅಬ್ಬ... ಎನಿಸುತ್ತಿತ್ತು.

ಸಾಕಷ್ಟು ಯೋಚಿಸುವಂತೆ ಮಾಡಿತ್ತು. ಅದೊಂದು ಅದ್ಭುತ ಚಮತ್ಕಾರ.

ಈ ಸಲ ಶೇಷಮ್ಮ ಬರೋವಾಗ ಬಟ್ಟೆ ಬರೆ ಹಿಡಿದು ಬಂದರು. ಬಹುಶಃ ಒಂದು ತಿಂಗಳು ಉಳಿದುಹೋಗುವ ಉದ್ದೇಶವಿರಬಹುದು. ಅದಕ್ಕೆ ಕೃತಿಕಾದು ತಕರಾರೇನಿರಲಿಲ್ಲ. ಫ್ಲಾಟ್‌ನಲ್ಲಿ ಇರೋ ರೂಮು ಎರಡರಲ್ಲಿ ಒಂದನ್ನು ಆಕೆಯ ಉಪಯೋಗಕ್ಕೆ ಬಿಟ್ಟುಕೊಡಲಾಗಿತ್ತು.

"ನೀನು ಅಡ್ಗೇಯಲ್ಲಿ ಖಾರ, ಉಪ್ಪು ಕಡ್ಮೆ ಹಾಕ್ತೀಯ" ಎರಡು ದಿನಕ್ಕೆ ಇಂಥದೊಂದು ವರಸೆ ಶುರುವಾಯಿತು. ಕೃತಿಕಾ ಮಾತಾಡಲಿಲ್ಲ. ಆದರೆ ಅಂದು ಬಂದಾಗ ಕಿಚನ್ ಎಲ್ಲಾ ಕುಲಗೆಟ್ಟುಹೋಗಿತ್ತು. "ನಾನೇ ಒಂದಿಷ್ಟು ಗೊಜ್ಜು ಕುದಿಸ್ಕೊಂಡೆ. ನಿನ್ನ ಸಾರು, ಹುಳಿ ನಂಗೆ ಸೇರೋಲ್ಲ" ಎಂದರು ಟಿ.ವಿ. ನೋಡುತ್ತ. ಕೃತಿಕಾಗೆ ಮಾತು ಬೇಡವೆನಿಸಿತು. ಅದನ್ನೆಲ್ಲ ಅಚ್ಚುಕಟ್ಟು ಮಾಡುವ ವೇಳೆಗೆ ಸಾಕುಸಾಕಾಯಿತು. ಆದರೆ ಸಹಿಸುವ ಅನಿವಾರ್ಯತೆ ಇತ್ತು.

ಒಂದಷ್ಟು ಹೊತ್ತು ಟಿವಿ ನೋಡುವ ಅಭ್ಯಾಸವಿತ್ತು. ಶೇಷಮ್ಮ ಅದರ ಎದುರು ಕೂತರೇ, ಮೇಲೇಳುತ್ತಿರಲಿಲ್ಲ. ಇಡೀ ದಿನ ಒಂದಲ್ಲ ಒಂದು ಸಿನಿಮಾ ಹಾಕಿಕೊಂಡು ಕೂಡುತ್ತಿದ್ದರು. ಅದು ಪ್ಲಾಟ್ ಕಿತ್ತು ಹೋಗುವಷ್ಟು ಸೌಂಡ್. ಈಗಾಗಲೇ ಇತರೇ ಪ್ಲಾಟ್‌ನವರು ಬಂದು ಎಚ್ಚರಿಸಿಹೋಗಿದ್ದರು. ಅದನ್ನು ಸೂಕ್ಷ್ಮವಾಗಿ ತಿಳಿಸುವ ಪ್ರಯತ್ನ ಮಾಡಿ ಸೋತದ್ದೇ. ಆಕೆಯಂತು ತಲೆಗೆ ಹಚ್ಚಿಕೊಳ್ಳಲಿಲ್ಲ.

"ಅತ್ತೆ, ಇದು ಪ್ಲಾಟ್, ಅಕ್ಕಪಕ್ಕದವರಿಗೆ ಡಿಸ್ಟರ್ಬ್ ಆಗುತ್ತೆ" ನೇರವಾಗಿ ಹೇಳಿದಾಗ "ಅಯ್ಯೋ ಬಾಡ್ಗೇ ಕೊಡ್ತೋಲ್ವಾ? ಇಷ್ಟು ಸ್ವತಂತ್ರವಿಲ್ಲದಿದ್ದರೆ ಹೇಗೆ" ದಬಾಯಿಸೇ ಬಿಟ್ಟರು. ಕೃತಿಕಾಗೆ ಏನೇನು ತೋಚಲಿಲ್ಲ. ರಾತ್ರಿ ಭಾಸ್ಕರನ ಮುಂದೆ ಈ ವಿಚಾರ ಪ್ರಸ್ತಾಪಿಸಲೇಬೇಕಾಯಿತು. ಸ್ವಲ್ಪ ರೊಮ್ಯಾಂಟಿಕ್ ಮೂಡ್‌ನಲ್ಲಿದ್ದ ಭಾಸ್ಕರ ತಟ್ಟನೆ ರೇಗಿದ. "ಆಗ್ಲೇ, ಷುರುವಾಯ್ತ ಅತ್ತೆ, ಸೊಸೆಯ ಕಲಹ. ಅವ್ರು ಇಲ್ಲಿರೋದು ನಿಂಗೆ ಇಷ್ಟವಿಲ್ಲ. ಅದಕ್ಕೆ ಈ ಷುರು" ರೇಗಿಯೆ ಹೊರಗೆ ಹೋಗಿ, ಅರ್ಧರಾತ್ರಿ ಬಾಲ್ಕನಿಯಲ್ಲಿ ಕೂತು ರೂಮಿಗೆ ಬಂದಾಗ ಅವಳಿನ್ನು ಎಚ್ಚರವಾಗಿಯೇ ಇದ್ದಳು. ಮನಸ್ಸಿಗೆ ನೋವಾಗಿತ್ತು. ಆದರೆ ತನಗೆ ತಾನು ಸಮಾಧಾನ ಮಾಡಿಕೊಂಡಿದ್ದು ಪ್ರಯತ್ನಪೂರ್ವಕವಾಗಿ, ಅನಿವಾರ್ಯ ಕೂಡ.

"ಸಾರಿ..." ಎಂದಾಗ "ಎಕ್ಸ್‌ಕ್ಯೂಸ್ ಮೀ..." ಎಂದು ಮಗ್ಗುಲಾದಳು. ಬಹಳ ಪ್ರೀತಿಸಿಯೇ ಭಾಸ್ಕರ್‌ನನ್ನು ವಿವಾಹವಾಗಿದ್ದೆ. ಪ್ರೀತಿ, ಪ್ರೇಮ.... ಸೆಳೆತವೋ, ಇನ್‌ಫ್ಯಾಚುಯೇಷನ್ ಬಹುಶಃ ಲೇಖಕರು, ಕವಿಗಳು ಇದಕ್ಕೊಂದು ವೈಭವದ ಜೊತೆ ಸೌಂದರ್ಯ ತಂದುಕೊಟ್ಟಿರಬಹುದು. ಅರ್ಥೈಸಿಕೊಳ್ಳಲು ಸಾಧ್ಯವಿಲ್ಲವೆನಿಸಿತು.

ಇವಳು ಬೆಳಗಿನ ಕೆಲಸಗಳನ್ನು ಸ್ವಲ್ಪ ಬೇಗ ಬೇಗ ಮುಗಿಸಿಕೊಂಡು ಆಫೀಸ್‌ಗೆ ಹೋಗಬೇಕಿತ್ತು. ಭಾಸ್ಕರ್ ಹೆಲ್ಪ್ ನೆವ ಹೇಳಿ ಬಂದುನಿಂತರೂ ಸವರುವುದು, ಮುದ್ದಿಸುವುದರಲ್ಲಿಯೇ ಸಮಯ ಸರಿದು ಮತ್ತಷ್ಟು ಲೇಟಾಗುತ್ತಿದ್ದರಿಂದ ರೂಮಿಗೆ ದಬ್ಬಿ ಬೋಲ್ಟ್ ಹಾಕಿಕೊಂಡು ಬಂದೇ ಕೆಲಸ ಮುಗಿಸಿಕೊಳ್ಳುತ್ತಿದ್ದದ್ದು. ತಿಂಡಿ ಡಬ್ಬಿಗೆ ಹಾಕಿಕೊಂಡು ಬೋಲ್ಟ್ ತೆಗೆಯುತ್ತಿದ್ದುದ್ದು. ಇಂದು ಅದೇ! ರಾತ್ರಿಯ ವಿರಸಕ್ಕೆ ತೆರೆ ಎಳೆಯಲು ಸಾಹಸ.

"ಪ್ಲೀಸ್, ನಂದು ಸ್ವಂತ ಆಫೀಸ್ ಅಲ್ಲ, ಹೆಚ್ಚುಕಡ್ಮೆಯಾದರೇ ಮ್ಯಾನೇಜ್ ಮಾಡಿಕೊಳ್ಳೋಕೆ. ಏನಿದ್ರೂ... ಸಂಜೆ ನೇರವಾಗಿ ಆಫೀಸ್‌ಗೆ ಬರ್ತೀನಿ ಮಾತಾಡೋಣ"

ಸರಿಸಿಕೊಂಡು ಹೊರಡುವ ವೇಳೆಗೆ ಹಾಲ್‌ನಲ್ಲಿ ಕೂತು ಸೀರಿಯಲ್ ನೋಡುತ್ತಿದ್ದ ಶೇಷಮ್ಮ "ಏನು.. ಮಾಡಿದ್ದೀ? ಎಲ್ಲನು ಒಂದೇ ತರಹದ ರುಚಿ. ನಿನ್ನ ಅಡ್ಗೆಯಲ್ಲಿ ಉಪ್ಪು ಖಾರ ತೀರಾ ಕಡ್ಮೇ" ಎಂದರು. ದಿನದಿಂದ ದಿನಕ್ಕೆ ಅತ್ತೇತನ ತೋರಿಸೋಕೆ ಶುರು ಮಾಡಿದ್ದು ಕೃತಿಕಾಳ ಅರಿವಿಗೆ ಬಂದಿತ್ತು. "ಪುಳಿಯೋಗರೇ ಗೊಜ್ಜು ಕುದಿಸಿ ಇಟ್ಟಿದ್ದೀನಿ. ನಿಮ್ಗೇ ಎಷ್ಟು ಉಪ್ಪು ಖಾರ ಬೇಕೋ, ಅಷ್ಟಕ್ಕೆ ಕಲ್ಸೀಕೊಳ್ಳಿ" ಒಂದೇ ಮಾತಿನಲ್ಲಿ ಹೇಳಿ ಹೊರಗೆಹೋದದ್ದು. ಆಕೆ ಸಹನೆಗೊಂದು ಸವಾಲ್.

ಎಂದಾದರೂ ಅಪರೂಪಕ್ಕೆ ಭಾಸ್ಕರ್ ಮಡದಿಯನ್ನು ಡ್ರಾಪ್ ಮಾಡುತ್ತಿದ್ದ. ಬಸ್ಸು, ಆಟೋನಲ್ಲಿ ಮ್ಯಾನೇಜ್ ಮಾಡುತ್ತಿದ್ದಳು ಸಂಕೋಚವಿಲ್ಲದೇ. ಕಾರು ಅವಳಿಗೆ ಅಪರೂಪವಲ್ಲ, ಎರಡು ಕಾರುಗಳನ್ನು ಇಟ್ಟುಕೊಂಡಿದ್ದ ಶ್ರೀಮಂತರ ಮನೆಯ ಹೆಣ್ಣು ಮಗಳು ಅವಳು ಕೆಲವನ್ನು ಪಡೆಯಬೇಕಾದರೇ, ಕೆಲವನ್ನು ಕಳೆದುಕೊಳ್ಳಬೇಕಿತ್ತು.

ಆ ಸಾಫ್ಟ್‌ವೇರ್ ಕಂಪನಿಯಲ್ಲಿ ಹೊಸದಾದ ಅಪಾಯಿಂಟ್‌ಮೆಂಟಾಗಿದ್ದರೂ ಅವಳ ಬುದ್ಧಿಮತ್ತೆ, ಚುರುಕುತನ, ಕೆಲಸದಲ್ಲಿನ ಶ್ರದ್ಧೆ ಬಗ್ಗೆ ಅಪಾರವಾದ ಮೆಚ್ಚಿಗೆ ಗಳಿಸಿದ್ದಳು. ತೀರಾ ಕಷ್ಟವೆನಿಸಿದರೂ ಸಿಎ ಮಾಡಿದ್ದು, ಆಗ ಉಪಯೋಗಕ್ಕೆ ಬಂದಿತ್ತು. ಆ ಪ್ರೊಫೆಷನ್ ಬಗ್ಗೆ ವಿಪರೀತ ಇಂಟರೆಸ್ಟ್.

ಲಂಚ್ ಸಮಯಕ್ಕೆ ಶೇಷಮ್ಮನಿಂದ ಅಪರೂಪಕ್ಕೆ ಕಾಲ್ ಬಂದಾಗ ಅವಳಿಗೆ ಗಾಬರಿ "ನಂಗೆ ಊಟ ಇಷ್ಟವಾಗಿಲ್ಲ. ಹತ್ತಿರದಲ್ಲಿರೋ ಹೋಟಲ್‌ನಿಂದ ಪಾರ್ಸಲ್ ಕಳಿಸೋಕೆ ಹೇಳು" ಹೇಳಿದರು. ಮಾತು ಬೇಡವೆನಿಸಿ ಕಾಲ್‌ಕಟ್ ಮಾಡಿದಳು. ಮುಂದೇನು? ಕಸಿವಿಸಿ.

ಆಮೇಲೆ ಅರ್ಧಗಂಟೆಗೆ ವಾಚ್‌ಮನ್‌ನಿಂದ ಕಾಲ್‌ಬಂತು. "ಮೇಮ್ ಸಾಬ್, ನೀವು ಫುಲ್ ವೆಜಿಟೇರಿಯನ್ ಅಂಥ ಗೊತ್ತು. ಆದರೆ ನಿಮ್ಮ ಪ್ಲಾಟ್‌ನಲ್ಲಿರೋ ಓಲ್ಡ್ ವುಮನ್ ನಾನ್‌ವೆಜ್ ತಂದು ಕೊಡೋಕೆ ಹೇಳಿದ್ರು. ನಾನು ರೆಫ್ಯೂಸ್ ಮಾಡ್ದೇ" ಹೇಳಿದ. ಅವನು ಕೇಳಿದ ಉದ್ದೇಶ ಅರ್ಥವಾಗಿತ್ತು. "ಓಕೇ, ತಂದು ಕೊಡೋದ್ಬೇಡ" ದೃಢವಾಗಿಯೇ ಹೇಳಿದಳು. ಅರ್ಧದಿನ ರಜ ಪಡೆದು ಮನೆಗೆ ಬಂದಳು. ಕೆಲವಲ್ಲಿ ಕಾಂಪ್ರಮೈಸ್ ಸಾಧ್ಯವಿಲ್ಲ.

ಮೊದಲ ಸಲ ಶೇಷಮ್ಮನ ಇಂಥ ಆಫರ್! ಭಾಸ್ಕರ್‌ನ ಪ್ರೀತಿಸೋವಾಗ ಅಲ್ಲೊಂದು ಪ್ರೇಮಲೋಕವಿತ್ತು! ಬಹುಶಃ ಚಿಂತನೆಗೆ ಅವಕಾಶವಿರಲಿಲ್ಲವೇನೋ! ಒಂದು ರೀತಿಯ ಆತುರ, ಕಾತುರ, ಭಾವೋದ್ವೇಗ.

ಬಂದಾಗ ವಾಚ್‌ಮನ್ ಎರಡೆಜ್ಜೆ ಮುಂದೆ ಬಂದು ಹೇಳಲು ಹೊರಟಾಗ ಬೇಡವೆಂದು ಸನ್ನೆ ಮಾಡಿ ಲಿಫ್ಟ್‌ನೊಳಕ್ಕೆ ತೂರಿಕೊಂಡಳು. ಹೆಚ್ಚುಕಡಿಮೆ ಇಲ್ಲಿನ ಪ್ಲಾಟ್‌ಗಳಲ್ಲಿರುವವರೆಲ್ಲ, ಸ್ವಲ್ಪ ಅನುಕೂಲವಿದ್ದವರು. ಹೆಚ್ಚುಕಡಿಮೆ ಗಂಡ-ಹೆಂಡತಿ ದುಡಿಮೆಗೆ ಕೈಹಚ್ಚಿದವರೇ. ಪ್ಲಾಟ್‌ನ ಕಾಲಿಂಗ್ ಬೆಲ್ ಒತ್ತಿದಾಗ ಬಾಗಿಲು ತೆರೆದರು ಶೇಷಮ್ಮ. ವಾಚ್‌ಮನ್ ಊಟ ತರಲು ನಿರಾಕರಿಸಿದ್ದರಿಂದ ಸ್ವಲ್ಪಮಟ್ಟಿಗೆ ಸಿಟ್ಟಾಗಿದ್ದರು.

"ಇದೇನು, ಈಗ್ಬಂದೇ?" ಅವಳ ಹಿಂದೆ ಕಣ್ಣಾಡಿಸುತ್ತ ಕೇಳಿದಾಗ "ಸ್ವಲ್ಪ ತಲೆ ನೋವಿತ್ತು ಅಷ್ಟೆ" ಸೀದಾ ಅವಳು ಹೋಗಿದ್ದು ರೂಮಿಗೇನೇ. ಫ್ರೆಶ್ ಆಫ್ ಆಗಿ ಹೊರಗೆ ಬಂದವಳು ನೇರವಾಗಿ ಕಿಚನ್‌ಗೆ ಹೋಗಿದ್ದು. ಕಿಚನ್ ತುಂಬ ಪಾತ್ರೆಗಳಿತ್ತು. ಸಿಟ್ಟಿನ ಕೈಗೆ ಬುದ್ಧಿ ಕೊಟ್ಟರೇ ಅನಾಹುತವೆಂದು ಮೌನವಹಿಸಿದಳು. ಪ್ರೇಮ,... ಎಲ್ಲಾ ಛಿದ್ರ... ಛಿದ್ರ!

"ಏನಾದ್ರೂ... ತಿಂದರಾ?" ಹೊರಗೆ ಬಂದು ಕೇಳಿದ್ದು.

"ಏನು ಸೇರಲಿಲ್ಲ. ನಿನ್ನ ಅಡ್ಗೇ ತೀರಾ ಸಪ್ಪೆ. ಈ ಊಟಕ್ಕೆ ಭಾಸ್ಕರ್ ಹೇಗೆ ಹೊಂದಿಕೊಂಡಿದ್ದಾನೋ" ಕುಟುಕಿದರು. ಹಿಂದೆ ಬಂದಾಗ ಸೊಸೆಯನ್ನು ಹಾಡಿ ಹೊಗಳುತ್ತಿದ್ದವರು ಕುಟುಕಿದರು. "ನಂಗೇನು ಹಾಗೇ ಅನ್ನಿಸೋಲ್ಲ. ಬೇರೆಯವ್ರ ಆಹಾರ ಪದ್ಧತಿಯ ಬಗ್ಗೆ ನನ್ನ ವಿರೋಧವಿಲ್ಲ. ನಾನು ಪೂರ್ತಿ ವೆಜಿಟೇರಿಯನ್, ನನ್ನ ವಿವಾಹವಾಗೋಕೆ ಮುನ್ನವೇ ಭಾಸ್ಕರ್‌ಗೆ ಗೊತ್ತಿತ್ತು. ಆ ಬಗ್ಗೆ ನಮ್ಮಿಬ್ಬರಲ್ಲಿ ಯಾವ ತಕರಾರು ಇಲ್ಲ" ಎದ್ದು ಹೋದರು. ಒಂದು ಸಮಸ್ಯೆ ಹುಟ್ಟಿಕೊಂಡಂತೆ ಕಂಡಿತು. ತಿಳಿದಿದ್ದ ಭಾಸ್ಕರ್ ಎಂದೂ ಆ ಪ್ರಸಕ್ತಿ ಕಂಡಿರಲಿಲ್ಲ. ಬಹುಶಃ ವಿವಾಹದ ನಂತರ ಪೂರ್ತಿ ಸಸ್ಯಾಹಾರ ದೀಕ್ಷೆಯನ್ನು ಸ್ವೀಕರಿಸಿರಬೇಕು! ಇಲ್ಲ ಹೊರಗೆ ತಿನ್ನುತ್ತಿದ್ದನೇನೋ?

ಬಹುಶಃ ರಾತ್ರಿ ಭಾಸ್ಕರ ಬಂದನಂತರೆ ದೊಡ್ಡ ಆಪಾದನೆ ಅನ್ನುವಂತೆ ಶೇಷಮ್ಮ ವಿಷಯನ ಪ್ರಸ್ತಾಪಿಸಿದರು. ಆ ವೇಳೆಗೆ ಕೃತಿಕಾ ಒಂದಿಷ್ಟು ಉಪ್ಪು, ಹುಳಿ, ಖಾರ, ಮಸಾಲೆ ಹಾಕಿ ಅಡಿಗೆ ಮಾಡಿಟ್ಟಿದ್ದಳು. ತಾನೇ ಕೂಡಿಸಿ ಬಡಿಸಿದರು, ತಣ್ಣಗೆ ತಿಂದರು ವಿಷಯನ ಅಲ್ಲಿಗೆ ಬಿಡಲು ಇಚ್ಛಿಸಲಿಲ್ಲ. ಅದಕ್ಕೊಂದು ರೂಪ ಕೊಡುವ ತಯಾರಿ.

"ತುಂಬಾ ಬೇಜಾರಾಯ್ತು ಕಣೋ ಭಾಸ್ಕರ್. ಕೃತಿಕಾ ಕೈನ ಅಡಿಗೆಗೆ ಉಪ್ಪು ಹುಳಿ ಖಾರನೇ ಇರೋಲ್ಲ. ತೀರಾ ಸಪ್ಪೆ ಅನ್ನಿಸ್ತು. ಅದಕ್ಕೆ ವಾಚ್‌ಮನ್‌ನ ಕರ್ದು ಒಂದಿಷ್ಟು ಮಿಲ್ಟ್ರಿ ಹೋಟೆಲ್‌ನಿಂದ ಪಲಾವ್ ತಂದ್ಕೊಂಡೂಂತ ಅಂದೆ. ಮೊದ್ಲು ಒಪ್ಕೊಂಡ. ಆಮೇಲೆ ನಿರಾಕರಿಸ್ದ. ತಗೊಂಡಿದ್ದ ದುಡ್ಡನ ವಾಪಸ್ಸು ಕೊಟ್ಟು ಪೂರ್ತಿ ವೆಜಿಟೇರಿಯನ್ ಅವು. ಮೇಡಮ್‌ಗೆ ಫೋನ್ ಮಾಡಿ ವಿಚಾರಿಸ್ದೇ, ಬೇಡ.. ಅಂದ್ರು, ಅಂದ. ಅಂದರೆ ನಾನು ನಿನ್ನ ಅಮ್ಮ, ನನ್ನ ಮಾತಿಗೆ ಬೆಲೆ ಇಲ್ವಾ?" ಸ್ವಲ್ಪ ಧ್ವನಿಎತ್ತರಿಸಿದರು. ಭಾಸ್ಕರ್ ಕೂಡ ಈ ವಿಚಾರದಲ್ಲಿ ಅಮ್ಮನನ್ನು ಸಪೋರ್ಟ್ ಮಾಡಲಾರರು. ಕೃತಿಕಾ ಸ್ವಭಾವ ಅವಳು ಬೆಳೆದ ಮನೆಯ ಪರಿಸರದ ಬಗ್ಗೆ ಅರಿವಿತ್ತು. ಅದರಿಂದ ಆ ವಿಚಾರ ಭಿನ್ನಾಭಿಪ್ರಾಯ ತಂದುಹಾಕದಂತೆ ನೋಡಿಕೊಂಡಿದ್ದ. ಈಗ... ಇಬ್ಬರದು ತಪ್ಪೆನಿಸಲಿಲ್ಲ.

"ಬಿಡು, ಆ ವಿಚಾರ!" ಅಂದು ರೂಮಿಗೆ ಹೋದ. ಹಳೆಯ ಕ್ಲೈಂಟ್ ಒಬ್ಬರು ಕೃತಿಕಾ ಬಗ್ಗೆ ಸಾಕಷ್ಟು ಒಳ್ಳೆಯ ಮಾತುಗಳನ್ನಾಡಿದ್ದು ಒಂದು ರೀತಿಯ ಇರುಸು ಮುರುಸುಗೊಳಿಸಿತ್ತು. "ಹಾಯ್, ಏನು ಆಗ್ಲೇ ಅತ್ತೆ ಸೊಸೆಯ ನಡ್ವೇ ವಾರ್ ಶುರುವಾಗಿದ್ಯಾ?" ಲ್ಯಾಪ್‌ಟಾಪ್‌ನ ತೆರೆದಿಟ್ಟುಕೊಂಡು ಕೂತವಳು ಯಾವುದೋ ಅಕೌಂಟ್ ವೆರಿಫಿಕೇಷನ್‌ನಲ್ಲಿ ಮಗ್ನವಾಗಿದ್ದರಿಂದ ಇತ್ತ ಗಮನ ಕೊಡಲು ಒಂದಿಷ್ಟು ತಡವಾಯಿತು.

ಆಮೇಲೆ ಇವನತ್ತ ತಿರುಗಿ "ಅದೇನು ಸೀರಿಯಸ್ ಮ್ಯಾಟರ್ ಅಲ್ಲ, ಬಿಡೀ. ಬೇರೆ ಅಡ್ಗೇ ಮಾಡಿ ಬಡಿಸ್ದೆ. ನಾನೇನು ಅಂಥ ಗುಡ್‌ಕುಕ್ ಅಲ್ಲ ಬಿಡಿ" ಬಹಳ ನಿರಾಳವಾಗಿ ನುಡಿದಳು. ವಿಷಯ ಉದ್ದವಾಗುವುದು ಬೇಡವಾಗಿತ್ತು.

ಯಾವುದೋ ಬೇಗುದಿ! ಅಷ್ಟಕ್ಕೆ ಬಿಡಲು ಅವನ ಮನ ಒಪ್ಪಲಿಲ್ಲ. "ಅಕಸ್ಮಾತ್ ತರ್ಸಿಕೊಂಡು ತಿಂದಿದ್ದರೇ ದೊಡ್ಡ ಅಪರಾಧವಾಗಿ ಬಿಡ್ತಾ ಇತ್ತ?" ಕೇಳಿದ ಕೂಡಲೇ ಅವಳ ಕಣ್ಣಲ್ಲಿನ ತೀಕ್ಷ್ಣತೆ ಹೆಚ್ಚಿತು. "ಈಗ ಬಂದಿದ್ದೀರಿ, ಅವರದ್ದು ಊಟ ಆಯ್ತು. ಸಮಸ್ಯೆಯಾಗೋದು ಬೇಡ. ಫ್ರೆಶ್‌ಆಫ್ ಆಗ್ಬಂದು ಊಟ ಮಾಡಿ" ಸಮಾಧಾನವಾಗಿಯೇ ಹೇಳಿ ಹೊರಹೋದಳು. ಅವಳ ಕಣ್ಣಂಚಿನಲ್ಲಿ ಕಂಬನಿ ಇತ್ತು.

ಶೇಷಮ್ಮ ಇನ್ನ ಟಿ.ವಿಯ ಮುಂದೆ ಕೂತಿದ್ದರು. ಧಾರಾವಾಹಿಗಳು ಅವರ ಅಚ್ಚುಮೆಚ್ಚಿನ ಕಾರ್ಯಕ್ರಮ. ಅಲ್ಲಿ ಈ ಸೌಲಭ್ಯವಿರಲಿಲ್ಲ. ದೊಡ್ಡ ಕುಟುಂಬ ವ್ಯವಸ್ಥೆಯನ್ನು ಒಪ್ಪಿಕೊಂಡ ಒಬ್ಬರಲ್ಲ, ಒಬ್ಬರು ಬಂದು ಛಾನಲ್ ಚೇಂಜ್ ಮಾಡುತ್ತಿದ್ದರು.

ಬಟ್ಟೆ ಬದಲಾಯಿಸಿ ಬಂದವ "ಏನಮ್ಮ ಮೂರ್ಹೊತ್ತು ಟಿ.ವಿ. ಮುಂದೆ ಇರ್ತಿಯಾ! ಧಾರಾವಾಹಿಗಳ ನೋಡಿದ್ದೇ... ನೋಡಿದ್ದು. ಅದರ ಪ್ರಭಾವ ನಿಮ್ಮ ಮೇಲಿರುತ್ತೆ" ಗೊಣಗಿಯೇ ಡೈನಿಂಗ್‌ಹಾಲ್‌ಗೆ ಬಂದ. ಬಡಿಸಿ ಕೂತಿದ್ದಳು. ಒಂದೇ ತಟ್ಟೆ ಇರೋದನ್ನ ಗಮನಿಸಿ "ನಿನ್ನ ಊಟ ಆಯ್ತ?" ಕೇಳಿದ. ಮನೆಯಲ್ಲಿದ್ದಾಗ ಊಟ ಜೊತೆಯಲ್ಲಿಯೇ ಎನ್ನುವ ಅಭ್ಯಾಸ. "ಇಂದು ಊಟ ಬೇಡಾಂತ ಅನ್ನಿಸಿದೆ. ಬಲವಂತ ಬೇಡ" ಅಷ್ಟೇ ನುಡಿದಿದ್ದು. ಅವಳ ಸ್ವಭಾವ ಬಲ್ಲ. ಪ್ರೀತಿಪ್ರೇಮಕ್ಕಿಂತ ಕೆಲವೊಮ್ಮೆ ಗೌರವ ಮೂಡುವಂಥ ಸ್ವಭಾವ "ನಿಂದು ಹಟವಾಯ್ತು. ನಂಗೆ ಇದೆಲ್ಲ... ಇಷ್ಟವಾಗೋಲ್ಲ" ಎದ್ದುಹೋದ. ಇದು ಸಹಜ ಗಂಡಹೆಂಡಿರ ಮಧ್ಯೆ. ಸ್ವಾಭಾವಿಕ ಕೂಡ. ಪ್ರತಿ ಮನೆಯಲ್ಲಿ ನಡೆಯುವಂಥದ್ದೇ.

ಎಲ್ಲ ಮುಚ್ಚಿಟ್ಟು ಬಾಲ್ಕನಿಯಲ್ಲಿ ಹೋಗಿನಿಂತಳು ಪ್ರೇಮ, ಪ್ರೀತಿಗೆ ಇರೋ ಬಲ ವ್ಯಕ್ತವಾಗಿದ್ದು ಭಾಸ್ಕರನ ಸ್ನೇಹದ ನಂತರವೆ. ತೀರಾ ದೊಡ್ಡ ತೊಟ್ಟಿಯ ಮನೆಯಲ್ಲಿ ಹುಟ್ಟಿ ಬೆಳೆದ ಕೃತಿಕಾಗೆ ತಾಯಿಯ ಅಗತ್ಯ ಕಾಣದಂತೆ ಬೆಳೆಸಿತ್ತು ಇಡೀ ಕುಟುಂಬ. ಆ ಕುಟುಂಬಕ್ಕೆ ಅಕ್ಕರೆಯ ಗೊಂಬೆಯಾಗಿದ್ದವಳನ್ನು ಇವಳ ಪ್ರೇಮ, ಪ್ರೀತಿ ಗೊತ್ತಾದ ದಿನವೇ ಎಲ್ಲರೂ ವಿರೋಧಿಸಿದ್ದರು. ಇವಳ ಸಪೋರ್ಟ್‌ಗೆ ಕಡೆ ಪಕ್ಷ ಆ ಮನೆಯ ಕೆಲಸದವಳು ನಿಲ್ಲಲಿಲ್ಲ. ಅಂಥ ವಿರೋಧವನ್ನಾಧರಿಸಿ ಹೊರ ಬಂದಿದ್ದು.

"ಬೇಡ... ಬೇಡ... ಬೇಡ" ಒಕ್ಕೊರಲಿನ ಕೂಗು. "ನಮ್ಮಗಳ ಮಾತು ಮೀರಿ ನೀನು ಭಾಸ್ಕರನ ಜೊತೆ ನಿಂತರೇ, ಅಂದಿಗೆ ಈ ಮನೆಯ ಋಣ ಹರಿದು ಹೋಯ್ತು. ಮತ್ತೊಂದು ಈ ಕಡೆ ತಿರುಗಿ ನೋಡ್ಬಾರ್ದು." ಇದನ್ನು ಅವಳ ದೊಡ್ಡಪ್ಪ ವಿಧಿಸಿದಾಗ ಎಲ್ಲರೂ ಅನುಮೋದಿಸಿದ್ದರು. "ನೀನು ನಾವು ಹೇಳ್ದಂಗೆ ಕೇಳು. ಆ ಭಾಸ್ಕರ ನಿನ್ನ ಕಡೆ ತಿರ್ಗಿ ನೋಡ್ದಂಗೆ ಮಾಡ್ತೀವಿ." ಸೋದರ ಮಾವನ ಗುಟುರು "ಇಲ್ಲ, ಅವ್ರನ್ನ ಬಿಟ್ಟು ಬದ್ಕೋ ಶಕ್ತಿ ನಂಗಿಲ್ಲ. ನೀವು ಸುಮ್ನೇ ಕಾಡಿದರೇ, ನಾನು ಆತ್ಮಹತ್ಯೆ ಮಾಡ್ಕೋಬೇಕಾಗುತ್ತೆ" ಅಂದಾಗ ಅವಳ ಬಟ್ಟೆಗಳನ್ನು ಜೋಡಿಸಿ ತಂದು ಹಜಾರದಲ್ಲಿ ಇಟ್ರು "ಇನ್ನ ನೀನು

ಹೊರಡಬಹ್ದು. ಮತ್ತೊಂದು ಈ ಕಡೆ ಬರ್ಬಾರ್ದು. ಬದ್ಕೀಗೆ ನೈತಿಕತೆ ಇರ್ಲಿ. ಪ್ರೇಮ ಎನ್ನುವುದು ಉದಾತ್ತವಾದದ್ದು ಅದನ್ನ ಸಂಕುಚಿತವಾಗಿ ಅರ್ಥೈಸಿಕೊಳ್ಳಬಾರದು. ಸ್ತ್ರೀ, ಪುರುಷರ ನಡುವೆ ಏರ್ಪಡುವ ಪ್ರೇಮ ಬರೀ ಆಕರ್ಷಣೆ ಮಾತ್ರ, ಪ್ರೇಮಕ್ಕೆ ಪರಿಧಿ ಇಲ್ಲ. ಸ್ತ್ರೀ, ಪುರುಷರಿಗೆ ಸಮಾನವಾದ ವಿದ್ಯೆ ಸಿಕ್ಕುತ್ತಿದೆ. ಅಭಿರುಚಿಗಳು ಬೇರೆ ಇರುತ್ತೆ. ನೈತಿಕವಾಗಿ ಕೈಹಿಡಿದವನನ್ನು ಪಾತಾಳ ಸೇರದಂತೆ ನೋಡಿಕೊಳ್ಳುವ ಹಣೆಬರಹ ಹೆಣ್ಣಿನದೇ. ಅಲ್ಪಾಯುಷಿಯಾದ ಸತ್ಯವಾನನನ್ನು ಉಳಿಸಿಕೊಳ್ಳಲು ಸಾವಿತ್ರಿ ಯಮನೊಂದಿಗೆ ಎಷ್ಟು ಹೋರಾಟ ನಡ್ಸೀ ಜಯಶೀಲಳಾದಳು. ಅಂಥ ಸಾವಿತ್ರಿಯರ ಅಗತ್ಯ ಇಂದು ಹೆಚ್ಚಿಗೆ ಇದೆ. ಉತ್ತಮ ಸಂಸ್ಕೃತಿ, ಭವ್ಯ ಪರಂಪರೆ, ಅದ್ನ ಮೀರಿ ನಡೀಬೇಡ" ಅಂತ ಒಂದು ಬೆಳ್ಳಿಯ ಕೃಷ್ಣನ ವಿಗ್ರಹ, ಅಕ್ಷತೆ ಕೊಟ್ಟು ಕಳಿಸಿದ್ದರು. ಆ ವಿಗ್ರಹ ಇಂದಿಗೂ ದೇವರ ಮಂದಾಸನದಲ್ಲಿತ್ತು.

ಅಂದಿಗೆ ತವರಿನ ಎಲ್ಲ ಸಂಬಂಧಗಳು ಕಡಿದುಹೋಗಿತ್ತು. ಕೃತಿಕಾಳ ಕಣ್ಣಂಚಿನಲ್ಲಿ ಹನಿಗಳು ಜಿನುಗಿದವು. ನೆನಪುಗಳಿಗೆ ಸಾವಿರಲಿಲ್ಲ.

ಬಂದ ಭಾಸ್ಕರ್ "ತುಂಬ ಚಳಿ ಇದೆ, ಅಮ್ಮನ ಸ್ವಭಾವ ಗೊತ್ತು. ಅವಳು ಮಾತಾಡೋಕೆ ಅವಕಾಶ ಕೊಡಬಾರ್ದಿತ್ತು. ನಾವೇ ಸುಧಾರಿಸ್ಕೋಬೇಕು" ಅಪರಾಧದ ಬೆಟ್ಟು ಇವಳತ್ತಲೇ.

ಕೃತಿಕಾಗೆ ಊಟ ಮಾಡಬೇಕೆನಿಸಲಿಲ್ಲ. ಇಂಥ ನೆನಪುಗಳು ಕಾಡುತ್ತಿತ್ತು.

* * *

ಈ ತರಹದ ಷಾಕ್‌ನಿಂದ ಹೊರಬರಲು ಕೃತಿಕಾಗೆ ಸಮಯ ಬೇಕಾಗುತ್ತಿತ್ತು. ಅಂದು ತನ್ನ ವಾಡ್‌ರೋಬ್ ಎಲ್ಲಾ ಕ್ಲೀನ್ ಮಾಡಿದನಂತರ ಬೀರುವಿನತ್ತ ನೋಟ ಹರಿಸಿದಳು. ಎಂದೂ ಅದರಲ್ಲಿ ತೂಗಾಡುತ್ತಿದ್ದ ಕೀ ಇರಲಿಲ್ಲ. ಸುವರ್ಣಮ್ಮ ಬಗ್ಗೆ ಭಾಸ್ಕರ್‌ಗೆ ಅನುಮಾನವಿದ್ದುದರಿಂದ ಎಲ್ಲೋ ತೆಗೆದಿರಿಸಿರಬೇಕೆಂದುಕೊಂಡವಳು ಡ್ರೈಕ್ಲೀನ್ ಮಾಡಿಸಲು ಸೀರೆಗಳ ಜೊತೆ, ಡ್ರೈಕ್ಲೀನ್ ಬಟ್ಟೆಗಳನ್ನು ಒಂದು ಕಡೆ ಗುಡ್ಡೆ ಹಾಕಿದಳು.

ಆಮೇಲೆ ಭಾಸ್ಕರ್‌ನ ವಾಡ್‌ರೋಬ್ ತೆಗೆದಳು.

ಡ್ರೈಕ್ಲೀನ್‌ಗೆ ಬಟ್ಟೆಗಳನ್ನು ಹಾಕಲು ವಾಡ್‌ರೋಬ್ ಬಾಗಿಲು ತೆಗೆದವಳು ಹಾಗೆಯೇ ನಿಂತಳು. ತೀರಾ ಅಚ್ಚುಕಟ್ಟಾಗಿತ್ತು. "ಅರೇ, ಇಷ್ಟೊಂದು ಶಿಸ್ತು ಯಾವಾಗ್ಬಂತು?" ಎಂದು ಜೋರಾಗಿಯೇ ಗೊಣಗಿದಾಗ, ಬಾಗಿಲಿಗೆ ಬಂದ ಸುವರ್ಣಮ್ಮ "ಅಯ್ಯೋ, ಅಣ್ಣಾವರು... ಅದಕ್ಕೆಲ್ಲ ಕೈಹಾಕ್ತರಾ? ಅರುಣಮ್ಮ ನಾನ್ಬಂದಾಗ ಅಚ್ಚುಕಟ್ಟು ಮಾಡ್ತಾ ಇದ್ರು" ಹೇಳಿದಳು. ಕೃತಿಕಾಗೆ ಅದೇನು ಅಚ್ಚರಿಯೆನಿಸದಿದ್ದರೂ ಶಶಾಂಕ್ ಹೇಳಿದ ಮಾತು ನೆನಪಾಯಿತು. "ಅಕ್ಕ, ಸ್ವಲ್ಪ ಕೂಡ ಶಿಸ್ತಿಲ್ಲ. ಕನಿಷ್ಟ ಬಟ್ಟೆಗಳನ್ನು ಮಡಚಿ ಇಡಬೇಕೆನ್ನೋ ಪರಿಜ್ಞಾನ ಕೂಡ ಇವ್ಳಿಗೆ ಇಲ್ಲ. ಅದೇನು ಬೆಳವಣಿಗೇನೋ ಗೊಣಗಿದ್ದ. ಅಂಥದ್ದರಲ್ಲಿ ಭಾಸ್ಕರ್ ವಾಡ್‌ರೋಬ್‌ನ ಅಚ್ಚುಕಟ್ಟಿನ ಬಗ್ಗೆ ತಲೆ ಕೆಡಿಸಿಕೊಂಡಿದ್ದು

ಯಾಕೆ? ಎಷ್ಟೋ ಪಕ್ಕಕ್ಕೆ ತಳ್ಳಿದರೂ ಹುಳವಾಗಿ ಕೊರೆಯಿತು. ತಲೆ ಬಿಸಿಯೇರಿತು. ಇನ್ನು ಅಲ್ಲಿರಲು ಸಾಧ್ಯವೆನಿಸಲಿಲ್ಲ.

"ಹೇಗೊ, ಫ್ರೀಯಾಗಿ ಇದ್ದೀಯಲ್ಲ. ಕಿಚನ್ ಶೆಲ್ಫ್‌ಗಳನ್ನ ಕ್ಲೀನ್ ಮಾಡ್ಬಿಡು" ಅಂದ. ಕೃತಿಕಾ ಬಂದು ಮಂಚದ ಮೇಲೆ ಕೂತಳು. ಈಚೆಗೆ ಹೊಸ... ಹೊಸದಾಗಿ ಕೊಡುವ ಡ್ರೆಸ್‌ಗಳ ಜೊತೆ ಅರುಣಳ ಕಿವಿಗಳಲ್ಲಿ ಅಣಕಿಸುತ್ತಿದ್ದ ಜುಮುಕಿಗಳು. ಜೋರಾಗಿ ಕೇಳಿದರೇ ಸತ್ಯ ಹೊರಬರಬಹುದು. ಇಷ್ಟವಿಲ್ಲ, ತಾನಾಗಿ ಭಾಸ್ಕರ್ ಹೇಳಲಿ ಎನ್ನುವ ಇರಾದೆ. ಬಹುಶಃ ಭಾಸ್ಕರ್ ಹೇಳಿದರೂ... ನೆಗೇಟಿವ್ ಆಗಿ ಯೋಚಿಸುತ್ತಿರಲಿಲ್ಲ. "ನಮ್ಗೆ ಸ್ವಂತ ಮಕ್ಕು ಇಲ್ಲದಿದ್ದರೇನು ಶಶಾಂಕ್, ಅರುಣ ಮಕ್ಕಳೇನೇ" ಎಷ್ಟೋ ಸಲ ಮಾತಿನವರಸೆಯಲ್ಲಿ ಅಂದಿರಬಹುದು. ಶಶಾಂಕ್‌ಗೆ ಕೃತಿಕಾ 'ಸಾಕುತಾಯಿ.' ಅವನು ಎಷ್ಟೋ ಸಲ "ಅಕ್ಕ, ನಾನು ತುಂಬಾನೇ ಪುಣ್ಯ ಮಾಡಿದ್ದೇ. ಹೆತ್ತಮ್ಮ ಕೂಡ ನನ್ನ ಬಗ್ಗೆ ಇಷ್ಟೊಂದು ಮುತುವರ್ಜಿ ವಹಿಸ್ತ ಇರ್ಲಿಲ್ಲ" ಅಂದಾಗ ಕೃತಿಕಾ ಮುಗುಳ್ನಗುತ್ತ ಕೆನ್ನೆ ತಟ್ಟಿದ್ದರು. ಹೆರದಿದ್ದರೂ ಸ್ವಂತದ್ದೆಂದು ಭಾವಿಸಬೇಕಿತ್ತು. ಅದು ಅನಿವಾರ್ಯವಾಗಿತ್ತು. ಕಷ್ಟವಾದರೂ ಒಪ್ಪಿಕೊಂಡಿದ್ದಂತೂ ನಿಜ.

ನೇರವಾಗಿ ಕೃತಿಕಾ ಅರುಣಳ ರೂಮಿಗೆ ಬಂದಳು. ಮಂಚದ ಮೇಲೆ ಕಾಲು ಚಾಚಿಕೊಂಡು ಕೂತು ಉಗುರುಗಳಿಗೆ ನೈಲ್ ಪಾಲಿಷ್ ಹಾಕುತ್ತಿದ್ದವಳು ತಟ್ಟನೆ ಎದ್ದು "ಏನಾದ್ರೂ, ಬೇಕಾಗಿತ್ತಾ ಅಕ್ಕ?" ಸೀರೆಯ ನೆರಿಗೆಗಳನ್ನು ಸರಿಮಾಡಿಕೊಂಡದ್ದು ಸಂಕೋಚದಿಂದ. ಬಹುಶಃ. ಡ್ರೆಸ್ಸಿಂಗ್ ಟೇಬಲ್ ಮುಂದೆ ಬಂದು ಪುಟ್ಟ ಅಂಗಡಿಯೆ ಇತ್ತು. ಕ್ರೀಮ್‌ಗಳು, ಲಿಪ್‌ಸ್ಟಿಕ್ ಮುಂತಾದ ಸೌಂದರ್ಯ ಸಾಮಗ್ರಿಗಳು, 'ಬಹುಶಃ ಇದನ್ನೆಲ್ಲ ಶಶಾಂಕ್ ಕೊಡಿಸಿರಲಾರನೆನಿಸಿತು.' ಅಂದರೆ... ತಾನೇ ಶಾಪಿಂಗ್ ಮಾಡಿದಳಾ? ಅವಳಪ್ಪ ಇಂಥ ಹುಚ್ಚಾಟಗಳಿಗೆ ವಿರೋಧವೇ? ಅಂದರೆ... ಮೆಲ್ಲಗೆ ನೋಟ ಅವಳತ್ತ ಹರಿಸಿದಾಗ ಚಡಪಡಿಸಿದಂತೆ ಕಂಡಳು. "ಪರ್ವಾಗಿಲ್ಲ, ಶಶಿ ಕೂಡ ಧಾರಾಳಿಯಾಗಿದ್ದಾನೆ" ಎಂದು ಮುಗುಳ್ನಕ್ಕಾಗ ಅರುಣ ಬಿಳುಚಿಕೊಂಡಳು. "ಏಯ್, ನಾನೆಲ್ಲಿ ಇಷ್ಟೆಲ್ಲ ಕೊಡಿಸ್ತೀನಾ? ಸದ್ಯಕ್ಕೆ ಒಂದೆರಡು ವರ್ಷ ದುಂದುವೆಚ್ಚ ಬೇಡ" ಕಟ್ಟುನಿಟ್ಟಾಗಿ ಹೇಳಿದ್ದ. ಅವನು ಪ್ರತಿಯೊಂದನ್ನೂ ಕೃತಿಕಾಗೆ ಬಿಡಿಸಿ ಹೇಳುತ್ತಾನೆಂದು ಅವಳಿಗೆ ಗೊತ್ತು. ಅಂಥದೊಂದು ಭಯವಿತ್ತು. ಆದರೆ ಅದಕ್ಕೂ ಮೀರಿದ ಆಸೆ.

"ಅಯ್ಯೋ, ಅವ್ರು ಇಷ್ಟೆಲ್ಲ ಕೊಡಿಸಿದ್ದಲ್ಲ, ಎದುರಿನ ಪ್ಲಾಟ್‌ಗೆ ಬಂದಿದ್ದಾರಲ್ಲ, ಅವ್ರು ತಂದ್ಕೊಟ್ರು" ಹೇಳಿದಳು. ಇದೇನು ಕೃತಿಕಾಗೆ ನಿಜವೆನಿಸಲಿಲ್ಲ. "ಅವ್ರು ಇಷ್ಟೆಲ್ಲ ಯಾಕೆ ಕೊಟ್ರು? ಕೊಟ್ರೂ, ಇಸ್ಕೋಬಾರ್ದು. ತೀರಾ ನಿಂಗೆ ಬೇಕೆನಿಸಿದ್ದು ಶಶಿನ ಕೇಳಿ ತೆಗೆಸ್ಕೋ, ಇಲ್ಲಿ... ಬಾನಿಗೆ... ಇವೆಲ್ಲಾ ಗೊತ್ತಾಗೊಲ್ಲ" ಎಂದರು. ಪ್ರೇಮ ವಿವಾಹದನಂತರ ಆರ್ಥಿಕವಾಗಿ ದೊಡ್ಡ ಸಂಕಷ್ಟವನ್ನೇ ಎದುರಿಸಬೇಕಾಯಿತು. ದಿನಗಳನ್ನು ದೂಡುವುದೇ ಕಷ್ಟವಾಗಿತ್ತು. ನಂತರ ಸುಧಾರಣೆಯಾಗಿದ್ದರೂ ದೊಡ್ಡ ರೀತಿಯ ಶಾಪಿಂಗ್ ಅಂಥದೇನು ಇರಲಿಲ್ಲ. ಬೇಕೆನಿಸಿದ್ದನ್ನು ಇಬ್ಬರು ಹೋಗಿಯೇ ತರುತ್ತಿದ್ದರು. ಅವಳ ಕಣ್ಣಾಡಿತು. ಹತ್ತು ಕಲರ್‌ಗಳ ಲಿಫ್‌ಸ್ಟಿಕ್ ಬಾಕ್ಸ್, ನೈಲ್ ಪಾಲಿಷ್‌ನ ಭಂಡಾರ, ಹತ್ತಾರು ಕ್ರೀಮ್‌ಗಳು,

ಇಷ್ಟೆಲ್ಲ ಬೇಕಾಂತ ಅನ್ನಿಸಿತು. ಹೊರಗಿನ ಓಡಾಟವಿಲ್ಲ. ಅರುಣ ಕಾಲೇಜು ಮೆಟ್ಟಿಲು ಹತ್ತಿದವಳಲ್ಲ. ಈಗ ಕೃತಿಕಾ ಓದಿಸಲು ಸಿದ್ಧ. ಆದರೆ ಅವಳು ಓದಲು ಸಿದ್ಧವಿಲ್ಲ. ಓದುವಿಕೆ ಅವಳ ಮಟ್ಟಿಗೆ ತಲೆನೋವು.

"ಅರುಣ ಕೂತ್ಕೋ" ಅಂದವರು ಹೆಚ್ಚಿನ ಮೇಕಪ್, ಸೌಂದರ್ಯ ಸಾಧನಗಳು ಉಪಯೋಗ ಕೆಲವರಿಗೆ ಮಾತ್ರ ಅನಿವಾರ್ಯ. ನಮ್ಮಂತವರಿಗೆ ಬೇಕಾಗೋಲ್ಲ. ತೀರಾ ಮುಗ್ಧವಾಗಿ ಅಮ್ಮನಿಲ್ದೇ ಬೆಳ್ದೇ. ಕಲಿಕೆ ಅಗತ್ಯ. ಪತ್ರಿಕೆಗಳ್ನ ಓದು. ಶಶಿಗೆ ಓದೋ ಹುಚ್ಚು ಇರೋದ್ರಿಂದ ವಾರಪತ್ರಿಕೆ, ಮಾಸಪತ್ರಿಕೆಗಳ್ನ ತಂದು ಹಾಕ್ತಾನೆ. ಬೌದ್ಧಿಕವಾಗಿ ಬೆಳೀಬಹ್ದು. ಕೆನ್ನೆ ಸವರಿ ಬುದ್ಧಿ ಹೇಳಿದರು. ಇಂಥ ಪ್ರಯತ್ನಗಳು ಆಗಾಗ ನಡೆಯುತ್ತಿತ್ತು. ವಿವಾಹವಾಗಿ ಈ ಮನೆಗೆ ಕಾಲಿಟ್ಟ ದಿನದಿಂದ ಆತಂಕ ಪ್ರೀತಿಯಿಂದ ಹಂತ ಹಂತವಾಗಿ ಮುಗ್ಧತೆಯಿಂದ ವಿಮುಕ್ತಳಾಗಿಸಲು ಸಮಯ ಸಿಕ್ಕಾಗಲೆಲ್ಲ ಪ್ರಯತ್ನ ಪಡುತ್ತಿದ್ದರು. ಕೃತಿಕಾ "ಆಯ್ತು..." ಅಂದಳು. ಅದೇನು ಎಂದಿನಂತೆ ಅವಳ ಮನ ಹೊಕ್ಕಿರಲಿಲ್ಲ.

ಹೊರಬಂದ ಕೃತಿಕಾಗೆ ಸತ್ಯ ಬೇಕಿತ್ತು. ಮತ್ತೆ ರೂಮಿನೊಳಕ್ಕೆ ಹೋಗಿ "ಅದೇ ಎದುರು ಫ್ಲಾಟ್‌ಗೆ ಬಂದಿರೋ ಯುವತಿ ಹೆಸರೇನು?" ಕೇಳಿದಳು. ತಟ್ಟನೆ "ಗೊತ್ತಿಲ್ಲ..." ಅಂದಳು. ಇವಳೇನು ತೀರಾ ಚುರುಕಲ್ಲವೆಂದು ಗೊತ್ತಿತ್ತು. "ಅರೇ, ನಿಂಗೆ ಹೆಸರೇ ಗೊತ್ತಿಲ್ಲ, ಅಂಥದ್ದರಲ್ಲಿ ಇಷ್ಟೆಲ್ಲ ಕೊಟ್ಳಾ?" ತೀಕ್ಷ್ಣವಾಗಿಯೇ ಪ್ರಶ್ನಿಸಿದಳು. ಒಂದಿಷ್ಟು ಚಲಿಸಿಹೋದರು. "ನೀವು ಏನೇನೋ ಕೇಳ್ತೀರಾ" ಅಂದು ಕಣ್ಣೀರು ಸುರಿಸೋಕೆ ಶುರುವಾದ ಕೂಡಲೆ "ಅರೇ, ಬಿಡು ಅರುಣ ಎದುರಾಗ್ಲೆಲ್ಲ... ಕಿಸಿತಾಳೆ ಒಳ್ಳೆ... ನಗು. ಅದಕ್ಕೆ... ಕೇಳ್ದೆ'' ಎಂದು ಹೊರನಡೆದರು. ಎಲ್ಲಿ ಅವಳ ಮುಗ್ಧತೆ ದುರುಪಯೋಗವಾಗುತ್ತೋ ಎನ್ನುವ ಭಯ.

ಕೃತಿಕಾಗೆ ಸ್ವಲ್ಪ ತಲೆ ಕೆಟ್ಟಂತಾಯಿತು. ಇದು ಎಲ್ಲದರ ಹಿಂದೆ... ಏನಿದೆ? ಅರುಣ ಯಾಕೆ ಬಾಯ ಬಿಡೋಲ್ಲ. ಇದರ ಹಿಂದೆ... ಯಾರಿದ್ದಾರೆ? ಭಾಸ್ಕರನ ಆಕರ್ಷಕ ನಿಲುವು ಎದುರು ನಿಂತು ನಕ್ಕಂತಾಯಿತು. ಇದನ್ನು ಮಾತ್ರ ಅರಗಿಸಿಕೊಳ್ಳುವುದು ಸಾಧ್ಯವಿಲ್ಲ. ತನ್ನಿಂದ ಅರುಣ, ಭಾಸ್ಕರ ಎಲ್ಲ ಮುಚ್ಚಿಡುತ್ತಿರುವುದು ಯಾಕೆ? ಇದರ ಹಿಂದೆ ಏನಿದೆ? ಬಹುಶಃ ಶಶಾಂಕ್ ಕೂಡ ಏನನ್ನು ಗಮನಿಸಲಾರ. ಮುಂದೊಂದು ದಿನ ಬಿರುಗಾಳಿಯಾಗಬಾರದು.

ವಿವಾಹದ ಸಂದರ್ಭದಲ್ಲಿ "ಅಕ್ಕ, ಇವ್ಳಿಗೆ ಎಜುಕೇಷನ್ ಸಾಲ್ದು ಅನ್ನೋ ತಗಾದೆ ನನ್ನದಲ್ಲ. ನನ್ನ ಸ್ವಭಾವ, ಈಗ ಸಿಕ್ಕಿರೋ ಕೆಲ್ಸ, ಮೇಲೇರಬೇಕೆಂಬ ಹಂಬಲವೆಲ್ಲ ನಿಂಗೆ ಗೊತ್ತು. ಅದ್ರಿಂದ ಅರುಣಳ ಪೂರ್ಣ ಜವಾಬ್ದಾರಿ ನಿಂದೇ" ಎಂದು ಒಪ್ಪಿಸಿದ್ದ. ಒಪ್ಪಿಗೆ ಸೂಚಿಸಿದ್ದರು ಕೂಡ. ಇಂದು ನಿಭಾಯಿಸಲು ಸೋಮಾರಿತನವೇ? ಇಲ್ಲ. ಅನಾದಾರವಾ? ಮಂದೆ... ಕಲ್ಪನೆಗಳು, ಊಹೆಗಳು ಕೆಟ್ಟದಾಗಿ ಗೋಚರಿಸಲು ಶುರುವಾದಾಗ ಎಚ್ಚೆತ್ತುಕೊಂಡರು.

ಜೊತೆಯಲ್ಲಿ ಕೂಡಿಸಿಕೊಂಡು ಊಟ ಮಾಡಿದನಂತರ ಗಮನಿಸದೇ ಅಲ್ಲೇ ಬಿಟ್ಟು ಹೋಗಿದ್ದ ಅರುಣಳ ಮೊಬೈಲ್‌ನೆತ್ತಿಕೊಂಡು ಸರಿಸತೊಡಗಿದಾಗ ಹೆಚ್ಚು ಕಡಿಮೆ

ಒಂದೇ ನಂಬರ್‌ನಿಂದ ಬಂದ ಕಾಲ್‌ಗಳು. ಶಶಿ ನಂಬರ್ ಅಲ್ಲ. ಶಾಮಣ್ಣನವರದಲ್ಲ. ಬಹುಶಃ ಭಾಸ್ಕರ್‌ದು ಎಲ್ಲಾ ಕಾಲ್‌ಗಳು!

ಇತ್ತೀಚೆಗೆ ಭಾಸ್ಕರ್ ದಿನಕ್ಕೊಂದು ಕಾಲ್ ಮಾಡುತ್ತಿರಲಿಲ್ಲ ಕೃತಿಕಾಗೆ. ಕೊಡುತ್ತಿದ್ದ ಕಾರಣ ಒಂದೇ "ಪ್ರಧಾನಿ ಮೋದಿಯವರು ನೋಟು ಅಮಾನ್ಯೀಕರಣಗೊಳಿಸಿದ ನಂತರ ಚಾರ್ಟರ್ಡ್ ಅಕೌಂಟೆಂಟ್‌ಗಳಿಗೆ ಬೇಡಿಕೆ ಹೆಚ್ಚಾಗಿದೆ. ಅದಕ್ಕೆ ಮತ್ತಿಬ್ಬರು ಸಿ.ಎ. ಮಾಡಿದವರನ್ನ ಅಪಾಯಿಂಟ್ ಮಾಡಿಕೊಂಡಿದ್ದೀನಿ. ಕೆಲ್ಸಾ ಹೆಚ್ಚು. ಬಹುತೇಕ 'ಕ್ಲೌಡ್' ತಂತ್ರಾಂಶದ ಮೂಲಕವೇ ನಡೆಯುತ್ತಿರುವುದರಿಂದ, ಇಲ್ಲೇ ಕೂತು ವಿದೇಶಿ ಕಂಪನಿಗಳ ಕೆಲ್ಸ ಮಾಡಬಹುದ್ದು" ಇದು ನಂಬಬಹುದಾದಂಥ ವಿಚಾರವೇ ಅಕ್ರಮಗಳಿಕೆ, ಆಸ್ತಿ ವಂಚನೆ ಪ್ರಕರಣಗಳು ಹೆಚ್ಚಾಗುತ್ತಿದ್ದರಿಂದ ಸಿಎಗಳಿಗೆ ಹೆಚ್ಚು ಕೆಲಸವಿರುತ್ತಿತ್ತು. (ಆದರೆ ಅರುಣಳಿಗೆ ಬಂದ ಕಾಲ್‌ಗಳು).

ವಿಚಿತ್ರ ರೀತಿಯ ಹೊಯ್ದಾಟ.

ಸೈಟು ಕೊಂಡ ದಿನದ ನೆನಪಾಯಿತು ಕೃತಿಕಾಗೆ. ಅಂದು ರಿಜಿಸ್ಟ್ರೇಷನ್ ಮುಗಿಸಿಕೊಂಡು ಜಗತ್ತನ್ನು ಗೆದ್ದವರಂತೆ ಫ್ಲಾಟ್‌ಗೆ ಬಂದಾಗ ಶೇಷಮ್ಮ ತಮ್ಮ ಬ್ಯಾಗ್ ಇಟ್ಟುಕೊಂಡು ಕಾರಿಡಾರ್‌ನಲ್ಲಿ ಕೂತಿದ್ದು ನೋಡಿ ಭಾಸ್ಕರ್ ರೇಗಿದ.

"ಫೋನ್ ಮಾಡಿ ಬರಬಾರದಿತ್ತಾ? ಯಾರು ತಂದು ಬಿಟ್ಹೋದ್ರು?" ಆಕೆ ಸುಸ್ತಾದಂತೆ ನಟಿಸಿದಳು. ಪುಟ್ಟ ಲಗೇಜ್ ಬೀಗ ತೆಗೆದು ತಾನೇ ತೆಗೆದುಕೊಂಡು ಹೋದಳು ಕೃತಿಕಾ. ಸೊಸೆ ತಂದು ಕೊಟ್ಟ ನೀರು ಕುಡಿದು "ದೊಡ್ಡವನ ಮಗ ಬಿಟ್ಹೋದ. ಊಟ ಕೊಡಿಸಿದ್ದಾನೆ. ಒಂದ್ಲೋಟ ಕಾಫಿ ಸಾಕು" ಎಂದು ತಮ್ಮ ಲಗೇಜ್‌ನ ಎಳೆದುಕೊಂಡು ರೂಮಿಗೆ ಹೋದರು. ಎರಡು ರೂಮಿನ ಫ್ಲಾಟ್, ಶೇಷಮ್ಮ ಬಂದಾಗ ಇಳಿದುಕೊಳ್ಳಲು ಸಿದ್ಧಪಡಿಸಲಾಗಿತ್ತು.

ಇಂದಂತು ಸೈಟುಕೊಂಡ ವೈಭವದ ಬಗ್ಗೆ ಖುಷಿ ಹಂಚಿಕೊಳ್ಳುವ ತರಾತುರಿ ಇಬ್ಬರಲ್ಲೂ.

"ನಾನು ಕಾಫೀ ಹಿಡ್ದು ಬರ್ತೀನಿ. ನೀವ್ಹೋಗಿ ನಾವ್ ಸೈಟು ತಗೊಂಡ ವಿಷ್ಯ ತಿಳ್ಸಿ... ಆಶೀರ್ವಾದ ಪಡೆದುಕೊಳ್ಳಿ. ಇಂಥ ಹೊತ್ತಿನಲ್ಲಿ ಆಶೀರ್ವಾದ ಮಾಡೋಕೆ... ಒಬ್ಬ ಹಿರಿಯರು ಬೇಕು" ಎಂದು ಗಂಡನ ಕೆನ್ನೆ ಸವರಿ ಕಳಿಸಿದ ಕೃತಿಕಾಗೆ ತವರು ಮನೆಯ ನೆನಪಾಯಿತು. ಅವರುಗಳ ವಿರೋಧವನ್ನು ಲೆಕ್ಕಿಸದೇ... ಪ್ರೇಮವನ್ನು ಹರಿಸಿಕೊಂಡು ಹೊರಟ ದಿನ ಅವಳಪ್ಪ ಒಂದು ಮಾತು ಹೇಳಿದ್ದರು. "ಸನಾತನ ಸಂಪ್ರದಾಯ ಆಚರಣೆಗೆ, ವಿಚಾರಗಳ ನಡ್ವೇ ಬದ್ಕೀ ಬೆಳೆದವಳು ನೀನು. ಹೊರಟಿದ್ದೀಯ, ಸವಾಲ್‌ಗಳು ಇದ್ದರೂ ಸಾಮರಸ್ಯ ಸಾಧಿಸ್ಕೋ, ಆದರೆ ಎಂದೂ ಇಲ್ಲಿಗೆ ಹಿಂದಿರುಗಿ ಬರ್ಬೇಡಾ. ನಿನ್ನ ಸಲುವಾಗಿ ನಾನು ಯಾರನ್ನು, ಯಾವುದನ್ನು ಕಳೆದುಕೊಳ್ಳೋಕೆ ಸಿದ್ಧವಿಲ್ಲ" ಎಂದು ಒಂದು ಪುಟ್ಟ ಪಂಚಲೋಹದ ವಿಗ್ರಹ, ಅಕ್ಷತೆಕಾಳನ್ನು ಅವಳ ಕೈಯಲ್ಲಿಟ್ಟು ಕಳಿಸಿದ್ದರು. ಅಂದೇ ಅವರನ್ನು ಕಡೆಯದಾಗಿ ನೋಡಿದ್ದು.

ವಿವಾಹದ ಐದನೇ ವಾರ್ಷಿಕೋತ್ಸವದ ಅಂಚಿನಲ್ಲಿದ್ದರು. ಮತ್ತೆಂದೂ ಅವರುಗಳನ್ನು ನೋಡಿರಲಿಲ್ಲ. ನೆನಪುಗಳನ್ನ ಕಣ್ಣೀರಿನಲ್ಲಿ ತೋಯಿಸಬೇಕಿತ್ತು. ಒಂದು ಸೈಟಿನ ಕನಸಿತ್ತು. ಅಂದು ಇಂದಿಗೆ ನನಸಾಗಿತ್ತು. ಸೈಟು ರಿಜಿಸ್ಟರ್ ಆಗಿದ್ದು ಕೃತಿಕಾ ಹೆಸರಿಗೆ. ಉಳಿದ ಸಾಲದ ಮೊತ್ತವನ್ನು ಅವಳ ಸ್ಯಾಲರಿಯಲ್ಲಿ ಕಟ್ ಆಗಬೇಕಿತ್ತು. ಅದರಿಂದ ಖರ್ಚುಗಳಿಗೆ ಕಡಿವಾಣ ಹಾಕಬೇಕಿತ್ತು. ಮುಂದೆ ಸುಂದರ ಮನೆಯ ಕನಸು ಅವರದು. ಕೆಲವೊಮ್ಮೆ ಭಾಸ್ಕರ ಒಗಟಾಗಿ ಮಾತಾಡುತ್ತಿದ್ದ.

ಕೃತಿಕಾ ಮೂವರಿಗೂ ಕಾಫೀ ಹಿಡಿದು ಬಂದಾಗ ಅಮ್ಮನ ಪಕ್ಕ ಕೂತ ಭಾಸ್ಕರ್ ತಾವು ಕೊಂಡ ಸೈಟಿನ ಬಗ್ಗೆ ಹೇಳುತ್ತಿದ್ದರು.

"ಅತ್ಯಂತ ಚೆಂದದ ಮನೆ. ಸುತ್ತಲೂ ಗಾರ್ಡನ್. ನಾನು ಕೃತಿಕಾ ಈಗಾಗ್ಲೇ ಕಟ್ಟಬಹುದಾದ ಮನೆಯ ಬಗ್ಗೆ ಕನಸು ಕಂಡಿದ್ದೀವಿ."

ಅವಳು ಕೂಡ ಬಂದು ಜಾಯಿನ್ ಆದಳು. ಶೇಷಮ್ಮ ಕಡೆಯಲ್ಲಿ ಬಂದು ಮಾತಾಡಿ ಎಚ್ಚರಿಸಿದಳು.

"ಸೈಟು ಕೊಳ್ಳೋದು ಸಂತೋಷದ ವಿಚಾರನೇ. ಎರ್ಡು ಕಡೆಯವರನ್ನ ಬಿಟ್ಟು... ನಮ್ಮ ಪ್ರೀತಿ ಶಾಶ್ವತ ಅಂದ್ಕೊಂಡ್ ಹೊರ್ಗೇ ಬಂದು ಮದ್ವೆಯಾದ್ರಿ, ಸೈಟು ಆಯ್ತು, ಆಮೇಲೆ ಮನೆ. ಆಮೇಲೆ... ನಿಮ್ಮ ಪ್ರೀತಿಗೆ ಆಧಾರವಾಗಿ ಒಂದ್ಮಗು ಬೇಡ್ವಾ? ಈಗಾಗಲೇ ಒಂದೆರಡು ಮಕ್ಳು ಆಗಬೇಕಿತ್ತು. ನಾಜೂಕಿನ ಕಾಲ... ಹೋಗ್ಲೀ ಒಂದ್ಮಗು ಬೇಡ್ವಾ? ನಿಮ್ಮ ಕನಸಿನ ಮನೆಯಲ್ಲಿ ಆಡೋಕೆ ಒಂದ್ಮಗು ಬೇಡ್ವಾ? ಮೊದ್ಲು ಆ ಬಗ್ಗೆ ಯೋಚ್ಸಿ. ಹೆಣ್ಣಿಗೆ ತಾಯ್ತನ ಮುಖ್ಯ. ಮನೆ ನಿಧಾನವಾಗಿ ಕಟ್ಟಬಹ್ದು. ಮೊದ್ಲು ಮಗುವಿನ ಬಗ್ಗೆ ಯೋಚ್ಸಿ" ಅವರು ಸಹಜವಾಗಿ ಹೇಳಿದರು, ದೊಡ್ಡ ಬಾಂಬ್ ಆಗಿ ಸಿಡಿಯಿತು. ಅವರಿಬ್ಬರು ಅದು ಸಿಡಿದ ರಭಸಕ್ಕೆ, ಚೂರುಗಳಾದ ರೀತಿಗೆ ಬೆಚ್ಚಿಬಿದ್ದರು. 'ಮಗು' ಆ ಪದವೇ ಆಪ್ಯಾಯಮಾನವೆನಿಸಿತು. ಕೃತಿಕಾಳಲ್ಲಿನ ತಾಯ್ತನ ಜಾಗೃತವಾಯಿತು. ಹೌದು ತಮಗೆ ಬೇಕಾಗಿರುವುದು ಮಗು. ಅಂದು ಪ್ರೇಮಕ್ಕಾಗಿ ಸರ್ವ ತ್ಯಾಗಕ್ಕೂ ರೆಡಿಯಾದ ಹೆಣ್ಣಲ್ಲು ತಾಯ್ತನದ ಹಂಬಲಿಕೆ ಮೂಡಿ ಮೊಗ್ಗಾಗಿ ನಂತರ ಹೂವಾದ ರಭಸಕ್ಕೆ ಬೆಚ್ಚುವಂತಾಯಿತು. ಆ ಬಗ್ಗೆ ಯೋಚಿಸಬೇಕಾಗಿತ್ತು ಎಂದುಕೊಂಡಳು.

ಮಾತಾಡದೆ ಹೊರಗೆ ಬಂದಳು. ಕುಡಿಯೊಡೆದ ತಾಯ್ತನದ ಹಂಬಲ ಗಂಟೆಗಳಲ್ಲಿಯೆ ಮರವಾಯಿತು. ಅಲ್ಲಿ ಅರಳಿದ್ದು ಹಸುಗೂಸಿನ ಹೂ ಅದೆಂಥ ಆಪ್ಯಾಯಮಾನ. ದಾಂಪತ್ಯಕ್ಕೆ ಸಂತಾನವೇ ಆಯಸ್ಸು.

ರೂಮಿಗೆ ಬಂದ ಭಾಸ್ಕರನ ಎದೆಯ ಮೇಲೆ ತಲೆ ಇಟ್ಟು "ಹೌದು, ನಮ್ಗೇ ಮಗು ಬೇಕು. ಅದಕ್ಕಾಗಿ ತ್ಯಾಗಗಳಿಗೆ ರೆಡಿ" ಬಿಸಿಯಪ್ಪುಗೆಯಲ್ಲಿ ನುಡಿದಾಗ ಭಾಸ್ಕರ ಹ್ಲೂಗುಟ್ಟಿದ. ತಕ್ಷಣಕ್ಕೆ ಮಗುವಾದರೆ, ಎದುರಾಗುವ ಸಮಸ್ಯೆಗಳ ಬಗ್ಗೆ ಯೋಚಿಸುತ್ತಿದ್ದ. ಸೈಟ್ ಸಲುವಾಗಿ ಬ್ಯಾಂಕ್‌ನಲ್ಲಿ ಲೋನ್ ತೆಗೆದಿದ್ದರು. ಆ ಲೋನ್‌ನ ತನ್ನ ಸಂಬಳದಲ್ಲಿ ಕೃತಿಕಾ ಕ್ಲಿಯರ್ ಮಾಡುವ ಬಗ್ಗೆ ಈಗಾಗಲೇ ಇಬ್ಬರಲ್ಲಿ ಒಡಂಬಡಿಕೆಯಾಗಿತ್ತು. ಮುಂದೆ?

ಬಸುರಿಯಾದರೇ, ಕೃತಿಕಾ ಕೆಲಸ ಬಿಡಬೇಕಾಗಬಹುದು. ಆಮೇಲೆ...? ಭಾಸ್ಕರ ತಲೆ ಕೆಡಿಸಿಕೊಂಡ. ಸಮಸ್ಯೆ ಬೃಹದಾಕಾರವಾಗಿ ಬೆಳೆದಂತಾಯಿತು.

ಮರುದಿನ ಯೋಚಿಸಿಯೇ ಮಡದಿಯ ಮುಂದೆ ಈ ವಿಚಾರ ಇಟ್ಟಾಗ ತಳ್ಳಿ ಹಾಕಿದಳು. "ನೋ... ನೋ... ಈಗಾಗಲೇ ನನ್ನ ಮಡಿಲಲ್ಲಿ ಒಂದು ಮಗುವಿರಬೇಕಾಗಿತ್ತು." ಅತ್ತೆ ಎಚ್ಚರಿಸಿದ್ದು ಒಳ್ಳೆಯದಾಯ್ತು. ಡೋಂಟ್ ವರೀ... ಆರೇಳು... ಎಂಟು ತಿಂಗಳವರ್ಗೂ ಕೆಲ್ಸ ಮಾಡ್ಬಹ್ದು. "ಆಮೇಲೆ ಮೆಟರ್ನಿಟಿ ಲೀವ್ ಸಿಗುತ್ತೆ. ಮ್ಯಾನೇಜ್ ಮಾಡ್ಬಹ್ದು" ಎಂದಳು ಆಸೆಯ ಕಣ್ಣುಗಳಿಂದ. ಯೋಚಿಸಬೇಕೆನಿಸಿತು ಭಾಸ್ಕರ್‌ಗೆ. ಒಪ್ಪಿಕೊಳ್ಳುವ ಅನಿವಾರ್ಯತೆ ಇತ್ತು.

'ಮಗು' ಎನ್ನುವುದೇ ಒಂದು ಅದ್ಭುತ ಕನಸು ಎನಿಸಿತು. ಅದನ್ನು ಸ್ವಾಗತಿಸಲು ಅವಳ ಮೈ ಮನಸುಗಳು ಅರಳಿತು. ತಾಯ್ತನ ಎನ್ನುವುದು ಹೆಮ್ಮೆಯ ವಿಷಯ. ಅಷ್ಟೇ ಸಹಜ ಕೂಡ. ಹೆಣ್ತನದ ಅಪೂರ್ವ ಘಟ್ಟ. ಈ ವಿಷಯದ ಪ್ರಸ್ತಾಪವಾದನಂತರ ಮುದ್ದಾದ ಮಗುವಿನ ಎಷ್ಟೋ ಚಿತ್ರ ಶೇಖರಿಸಿ ತನ್ನ ರೂಮಿನ ತುಂಬ ಹರಡಿದ್ದು ಮಾತ್ರವಲ್ಲ, ಒಂದು ಜಗತ್ತು ಸೃಷ್ಟಿಸಿದ್ದಕ್ಕೆ ಭಾಸ್ಕರನ ಕಸಿವಿಸಿ.

"ನಿನ್ನ ಜಗತ್ತು ಈಗ ತುಂಬ ಸುಂದರ. ಅದರಲ್ಲಿ ಬರೀ ತಾಯ್ತನದ ಕನಸು. ಮಗು ನಿನ್ನಂಗೆ ಮುದ್ದು ಮುದ್ದಾಗಿರಲೀ" ಬಿಂದು ಹಾಸ್ಯ ಮಾಡೋಳು. ಆಗ ಅವಳ ಕದಪುಗಳು ರಂಗೇರುತ್ತಿತ್ತು. "ಬಾನಿ, ನಮ್ಗೆ ಗಂಡು ಮಗು ಬೇಕಾ, ಹೆಣ್ಣು ಮಗುನಾ?" ಭಾಸ್ಕರ್‌ನಲ್ಲಿ ಕೇಳಿದಾಗ "ನಿನ್ನಂಥ... ಹೆಣ್ಣು!" ಅಂದಾಗ ಅವನೆದೆಯಲ್ಲಿ ಮುಖ ಮರೆಸಿಕೊಂಡಿದ್ದಳು. ಹೆಣ್ಣು ಮಗು ಅವಳಿಗೂ ಇಷ್ಟವೇ!

ಆದರೆ ಕಾದಿದ್ದೇ ಬಂತು. ನಿರ್ಣಯಕ್ಕೆ ಬಂದು ವರ್ಷಗಳು ಉರುಳಿದರೂ, ಆ ಸೂಚನೆ ಕಾಣದಿದ್ದಾಗ ಕೃತಿಕಾ ದಿಕ್ಕೆಟ್ಟಳು. ಆಗ ಶುರುವಾಯಿತು ನರ್ಸಿಂಗ್ ಹೋಂಗಳಿಗೆ. ಸಾಕಷ್ಟು ಪರೀಕ್ಷೆಗಳ ನಂತರವು ತಾಯಾಗಲು ಕೃತಿಕಾ ಸಮರ್ಥಳಿದ್ದಳು. ಆದರೆ ಭಾಸ್ಕರ್‌ನಲ್ಲಿ ದೋಷವಿತ್ತು. ಸಾಕಷ್ಟು ಚಿಕಿತ್ಸೆ, ಔಷಧೋಪಚಾರ ಅಲೋಪತಿಯಿಂದ ಹಿಡಿದು ಹೋಮಿಯೋಪತಿ, ಆಯುರ್ವೇದ ಎಲ್ಲಾ ಆಯಿತು. ಯಾವುದೂ ಪ್ರಯೋಜನಕ್ಕೆ ಬರಲಿಲ್ಲ. ಭೂಮಿಗೆ ಕುಸಿದಳು ಕೃತಿಕಾ.

ಭಾಸ್ಕರ್ ತಂದೆಯಾಗಲು ಸಾಧ್ಯವಿರಲಿಲ್ಲ.

ಆದರೆ ಕೃತಿಕಾ ತಾಯ್ತನದ ಸುಖ ಪಡೆಯಬಹುದಿತ್ತು. ಅವಳ ಒಡಲು ತಾಯ್ತನಕ್ಕಾಗಿ ಹಂಬಲಿಸುತ್ತಿತ್ತು. ಬೇರೆ ಪುರುಷನ ವೀರ್ಯಾಣುವಿನಿಂದ ಅವಳು ಮಗುವನ್ನು ಪಡೆಯಬಹುದು. ಆದರೆ ಅವಳ ಮನ ಒಪಲಿಲ್ಲ.

ಆದರೆ ಭಾಸ್ಕರ್ ಅವಳ ಮನ ಒಲಿಸುವ ಪ್ರಯತ್ನ ಮಾಡಿದ.

ಡಾಕ್ಟರರ ಸಲಹೆಯನ್ನು ಕೃತಿಕಾ ಮುಂದಿಟ್ಟ "ನಿನ್ನಲ್ಲಿ ಯಾವ್ದೇ ದೋಷವಿಲ್ಲ. ಮಗುವನ್ನ ಪಡೆಯಲು ಸಮರ್ಥೆ. ಅಂಥ ಪ್ರಯತ್ನ ಮಾಡೋದ್ರಿಂದ... ತಪ್ಪೇನಿಲ್ಲ"

ಅಂದಾಗ ಸಾರಸಗಟಾಗಿ ನಿರಾಕರಿಸಿದಳು. "ನೋ, ಯಾರ್ದೋ ಮಗುವನ್ನು ನನ್ನ ಒಡಲಿಲ್ಲ ತುಂಬಿಕೊಳ್ಳಲಾರೆ. ಅಂಥ ಪ್ರಸ್ತಾಪ ಬೇಡ. ಈ ವಿಚಾರನ ಕೈಬಿಡು" ಎಂದಳು. ಡಾಕ್ಟರ್‌ಗಳು ತಿಳಿಹೇಳಲು ಪ್ರಯತ್ನಿಸಿ ಸೋತರು. "ನೋ ಡಾಕ್ಟರೇ, ನಂಗೆ ಅಂಥ ಮಗು ಬೇಡ. ನಾನು ಪ್ರೀತಿಸಿದ ವ್ಯಕ್ತಿಯ ಮಗುವೇ... ಬೇಕು" ಇಂಥ ಹಟದಿಂದ ಅವಳನ್ನು ಭಾಸ್ಕರ್ ಅಲುಗಾಡಿಸಲಾಗಲಿಲ್ಲ. 'ಹಟಕ್ಕೆ ಅರ್ಥವಿತ್ತು. ಪ್ರೇಮಕ್ಕೆ... ಅವಳು ಕೊಟ್ಟ ಅರ್ಥ ಅಮೂಲ್ಯವಾಗಿತ್ತು.' ಆದರೆ ಭಾಸ್ಕರನಿಗೆ ತಲೆ ಕೆಟ್ಟಂತಾಯಿತು.

ಒಮ್ಮೆಯಂತು ಭಾಸ್ಕರ್ ರೇಗಾಡಿಬಿಟ್ಟ.

"ನೀನು ಯಾವ ಕಾಲದಲ್ಲಿ ಇದ್ದೀಯಾ? ಮಹಾಭಾರತದಲ್ಲಿಯೇ ಪಾಂಡವರು ಅನ್ನಿಸ್ಕೊಂಡೋರು ಪಾಂಡುವಿನ ಮಕ್ಳು ಅಲ್ಲ. ಅಂಥದ್ದರಲ್ಲಿ..." ಪೂರ್ತಿ ಮಾಡದಂತೆ ತಡೆದಳು. "ಅಲ್ಲಿ ಮಕ್ಕಳ ಅಗತ್ಯಕ್ಕೆ ಒಂದು ಸ್ಪಷ್ಟ ಕಾರಣವಿತ್ತು. ಈಗ ಅಂಥ ರೀತಿಯ ದೊಡ್ಡ ಕಾರಣವಿಲ್ಲ. ಇಲ್ಲಿ ದುಷ್ಟ ನಿಗ್ರಹ... ಶಿಷ್ಟ ಪರಿಪಾಲನೆ ಅಂಥದೇನಿಲ್ಲ. ನಂಗೆ... ಬೇಡ! ತಾಯಿಯಾಗದಿದ್ರೂ... ಚಿಂತೆ ಇಲ್ಲ. ನೀವು ಹ್ಞೂ ಅಂದರೇ, ಒಂದ್ಮಗುನ ತಂದು ಸಾಕಿಕೊಳ್ಳೋಣ. ಅದನ್ನೇ ಕೂಸು ಎಂದು ಪ್ರೇಮದಿಂದ ಬೆಳೆಸಿದರಾಯ್ತು. ನಮ್ಮ ಸಾಮ್ರಾಜ್ಯಕ್ಕೆ ಅವನೇ ಉತ್ತರಾಧಿಕಾರಿ" ಎಂದು ನಗುತ್ತ ತಮಾಷೆಯಲ್ಲಿ ಆ ಪ್ರಸಕ್ತಿಯನ್ನು ಮುಗಿಸಿದಾಯಿತು. ಅದನ್ನು ಗುಟ್ಟಾಗಿಯೇ ಇಟ್ಟಳು.

ಆದರೆ ಶೇಷಮ್ಮ ಬೇರೆ ಯಾರನ್ನಾದರೂ ತಂದು ಪ್ರತಿಷ್ಠಾಪಿಸುವ ಮುನ್ನ ಶಶಾಂಕ ಆ ಮನೆಗೆ ಬಂದಾಗಿತ್ತು. ಅವನು ಸಣ್ಣ ಮಗುವಲ್ಲ ಒಂಬತ್ತು, ಹತ್ತರ ನಡುವಿನ ಪೋರ. ತಾಯಿ ಇಲ್ಲದ ದೊಡ್ಡ ಕುಟುಂಬದ ಅಸಹಾಯಕ ಹುಡುಗ. ಕನಿಕರದಿಂದ ತಂದವ ಮಗನಾಗಿದ್ದ.

"ಚಿಕ್ಕ ಮಗುವಾದರೇ, ಅನುಭವವಿಲ್ಲದ ನಂಗೆ ಪಾಲನೆ ಕಷ್ಟವಾಗ್ಬಹ್ದು. ಹೊರೆಯೆನಿಸೋ ಆ ಕುಟುಂಬಕ್ಕೆ ಒಂದು ಉಪಕಾರ. ನಮ್ಗೇ ಮುಂದಿನ ಜೀವನಕ್ಕೆ ಒಂದು ಕಮಿಟ್‌ಮೆಂಟ್..." ಭಾಸ್ಕರ ತೀರಾ ಪ್ರಸನ್ನಗೊಳ್ಳದಿದ್ದರೂ, ಹ್ಞೂಗುಟ್ಟಿದ. ಸಮಸ್ಯೆ ಅವನಲ್ಲಿ ಇತ್ತು. ಆಕ್ಷೇಪಿಸುವಂತಿರಲಿಲ್ಲ. ಎಂದೂ ಆ ವಿಚಾರವನ್ನೆತ್ತಿ ಅವನನ್ನು ನೋಯಿಸಲಿಲ್ಲ.

ಪುಟ್ಟ ಹುಡುಗ ಶಶಾಂಕ, ಪರಿಸ್ಥಿತಿಯನ್ನು ಅರಿತುಕೊಂಡ ಬುದ್ಧಿವಂತ. ಬಹಳ ಬೇಗ ಒಗ್ಗಿಕೊಂಡ. ಅವನ ಪೋಷಣೆ ಇವರಿಗೆ ರಿಸ್ಕ್ ಆಗಲಿಲ್ಲ. ಹೆತ್ತವರೆಂದೇ ತಿಳಿದು ಒಗ್ಗಿಕೊಂಡ. ಆರಾಮಾಗಿ ಬೆಳೆದ.

ಆ ರೀತಿ ಬಂದುನಿಂತ ಶಶಾಂಕ್ ಸಿವಿಲ್ ಇಂಜಿನಿಯರಿಂಗ್ ಪೂರೈಸಿ ಒಬ್ಬ ಬಿಲ್ಡರ್ ಬಳಿ ಕೆಲಸಕ್ಕೆ ಸೇರಿಕೊಂಡ. ಬೇಗ ಎನಿಸಿದರು ಮುಗ್ಧ ಮನಸ್ಸಿನ, ಆಸೆಗಳಲ್ಲೇ ತೇಲುವ ಅರುಣ ಸಂಗಾತಿಯಾಗಿ ಬಂದವಳು ಈ ಮನೆಗೆ ಕಲರವ ತುಂಬಿದ್ದಳು.

ಶೂನ್ಯವೆನಿಸಲಿಲ್ಲ.

* * *

ಬಿಂದು ಜ್ವರಾಂತ ರಾತ್ರಿ ಮೆಸೇಜ್ ಕಳಿಸಿದ್ದರಿಂದ ಬೆಳಿಗ್ಗೆ... ಬೆಳಿಗ್ಗೆಯೇ ಸ್ನಾನ ಮುಗಿಸಿದ ಕೃತಿಕಾ "ಬಿಂದುಗೆ ಜ್ವರವಂತೆ. ನಾನು ಅಲ್ಲಿಗೆ ಹೋಗಿ ಅಲ್ಲಿಂದಾಗೆ ಹೋಗ್ತೀನಿ. ಅಲ್ಲಿಗೆ ಹೋದ್ಮೇಲೆ ಕಾಲ್ ಮಾಡಿ ತಿಳಿಸ್ತೀನಿ. ಅರುಣ ಇದ್ದರೆ, ಬ್ರೇಕ್‌ಫಾಸ್ಟ್ ಮುಗ್ಸಿಕೊಂಡ್ಹೋಗಿ. ಶಶಿಗೆ ಕೂಡ ಹೇಳಿದ್ದೀನಿ" ಭಾಸ್ಕರ್‌ಗೆ ತಿಳಿಸಿ ಹೊರಟಾಗ "ನಂಗೆ ಬ್ರೇಕ್‌ಫಾಸ್ಟ್ ಬೇಡ. ಆಫೀಸ್‌ಗೆ ಏನಾದ್ರೂ ತರಿಸ್ಕೋತೀನಿ. ನೀನ್ಯಾಕೆ ಕೆಲ್ಸಕ್ಕೆ ರಿಸೈನ್ ಮಾಡಿ ಮನೆಯಲ್ಲಿ ಇರ್‍ಬಾರ್ದು?" ಅಂದಾಗ ಅವನ ಕ್ರಾಪ್ ಕೆದರಿ "ಮನೆಯಲ್ಲಿದ್ದು ಏನ್ಮಾಡ್ಲೀಲಿ.? ನಿನ್ನ ಆಫೀಸ್‌ಗೆ ಜಾಯಿನ್ ಆಗೋಣಾಂದರೆ ಅಷ್ಟು ಸಂಬಳ ಸಿಗೋಲ್ಲ. ಇರಲೀ... ಆ ವಿಷ್ಯ" ಎಂದು ಅವಳು ಬಾಲ್ಕನಿಗೆ ಇಳಿದಾಗ ಓಡಿಬಂದ ಅರುಣ "ಅಕ್ಕ, ನೀವು ಎಷ್ಟೊತ್ತಿಗೆ ಬರ್ತಿರಾ?" ಕೇಳಿದಳು.

ಮುಂದಕ್ಕೆ ಹೆಜ್ಜೆ ಇಟ್ಟವಳು ನಿಂತು "ಯಾಕೆ, ನಾನು ಬಿಂದು ಮನೆಯಿಂದ್ಲೇ, ಆಫೀಸ್‌ಗೆ ಹೋಗ್ತೀನಿ. ಸಂಜೆ ಮಾಮೂಲ್ ಟೈಮ್‌ಗೆ" ಎಂದು ಹೇಳಿಯೇಹೊರಟಿದ್ದು. ಬಿಂದು ಏಕೈಕ ಆತ್ಮೀಯ ಗೆಳತಿ.

ಬಿಂದು ಮನೆಯ ಮುಂದೆ ಕಾರು ನಿಲ್ಲಿಸುವ ವೇಳೆಗೆ, ಇವಳ ಕೊಲೀಗ್‌ನಿಂದ ಕಾಲ್ ಬಂತು. "ನೀವು ಲೀವಾ?" ಕೇಳಿದಳು. "ಇಲ್ಲ, ಬರ್ತೀನಿ, ಯಾಕೆ?" ಕೇಳಿದಾಗ, "ಈಗ ಭಾಸ್ಕರ್ ಕಾರಿನಲ್ಲಿ ನೋಡಿದ್ದು, ನೀನು... ಅಲ್ವಾ?" ಕೇಳಿದಳು. ತಕ್ಷಣಕ್ಕೆ ಏನಾದರೂ ಹೇಳಬೇಕಿತ್ತು "ನಮ್ಮ ಅರುಣಾಗೆ ಜ್ವರ, ಕ್ಲಿನಿಕ್‌ಗೆ ಕರ್ಕೊಂಡ್ ಹೋಗ್ತಾ ಇದ್ದಾರೆ. ನಾನು... ಬರ್ತೀನಿ" ಕಾಲ್‌ಕಟ್ ಮಾಡಿದ ಕೃತಿಕಾಗೆ ಒಂದು ರೀತಿಯ ಆಂದೋಳನ, ಬದಲಾದ ಜೀವನಶೈಲಿಯಲ್ಲಿ ಹೆಣ್ಣು, ಗಂಡು ಬೆರೆತು ಕೆಲಸ ಮಾಡಬೇಕಾಗಿದೆ. ಆದ್ದರಿಂದ ಒಟ್ಟೊಟ್ಟಿಗೆ ತಿರುಗುವುದು ಅನಿವಾರ್ಯ. ಅದೊಂದು ಅಪರಾಧವಲ್ಲ. ಆದರೆ ಇಲ್ಲಿ ಅರುಣ, ಭಾಸ್ಕರ್ ತನ್ನಿಂದ ಮುಚ್ಚಿಡುವ ಪ್ರಯತ್ನ ಯಾಕೆ ಮಾಡುತ್ತಿದ್ದಾರೆ. ಯಾಕೆ? ಪ್ರಶ್ನೆಗೆ ಉತ್ತರವಿಲ್ಲ.

ಕಾರನ್ನು ಹಿಂದಕ್ಕೆ ತಗೊಂಡು ಕೃತಿಕಾ ಮನೆ ಮುಂದು ನಿಲ್ಲಿಸಿದಾಗ ಗೇಟಿಗೆ ಬೀಗವೇನು ಇರಲಿಲ್ಲ. ಹತ್ತಾರು ಕನಸುಗಳ ಸಾಕಾರ ಈ ಬಂಗ್ಲೆ! ಬಹು ಎಚ್ಚರದಿಂದ ಆಹ್ಲಾದ ನೀಡುವಂತೆ ಕಟ್ಟಿಸುವಾಗಿನ ಪರಿಶ್ರಮವಷ್ಟೆ? ಎಷ್ಟೋ ಸಲ ಭಾಸ್ಕರ್ "ಪ್ಲೀಸ್, ಈ ವಿಷ್ಯ ಇಲ್ಲಿಗೆ ಬಿಡೋಣ. ಈಗ ಯಾವ ಸ್ಟೇಜ್‌ನಲ್ಲಿದೆಯೋ ಆ ಸ್ಟೇಜ್‌ನಲ್ಲಿಯೇ ಮಾರಿಬಿಡೋಣ. ಆರಾಮಾಗಿ ಪ್ಲಾಟ್, ಇಲ್ಲ ಇಂಡಿಪೆಂಡೆಂಟ್ ವಿಲ್ಲಾನೆ ಖರೀದಿಸೋಣ" ಅದಕ್ಕೆ ತಲೆಯಾಡಿಸಿ ಬಿಟ್ಟಿದ್ದಳು. ಪರಿಶ್ರಮದಿಂದ ಕನಸುಗಳು ನನಸಾಗಿತ್ತು.

ಗೇಟು ತೆರೆದುಕೊಂಡು ಹೋದ ಕೃತಿಕಾ ನಿಂತಿದ್ದು ತನ್ಮಯತೆಯಿಂದ. ಗಿಡ, ಹೂ, ಬಳ್ಳಿಯೆಂದರೆ ಪ್ರಾಣ. "ಸೈಟು ದೊಡ್ಡದು. ಒಂದು ನಾಲ್ಕು ಮನೆ ಕಟ್ಟಿಸಿ ಬಾಡ್ಗಿಗೆ ಕೊಡಿ. ಒಳ್ಳೆ ಅರ್ನಿಂಗ್" ಕೆಲವರ ಬುದ್ಧಿವಾದ. ಅದನ್ನೆಲ್ಲ ಕೃತಿಕಾ ತಳ್ಳಿ ಹಾಕಿ "ಹಣ ಎಲ್ಲನು ಕೊಡೋಲ್ಲ. ಅಗತ್ಯಕ್ಕಿಂತ ಹೆಚ್ಚು ಹಣ ತಾನೇ, ಯಾಕೆ ಬೇಕು?" ಇವಳ ಮಾತುಗಳಿಗೆ ಕೆಲವರಾದರೂ ವ್ಯವಹಾರ ಜ್ಞಾನ ಇಲ್ಲವೆಂದುಕೊಂಡಿದ್ದಂತೂ ನಿಜ.

ಕೊಲೀಗ್ ಹೇಳಿದ್ದು ಸುಳ್ಳು ಇರಬಹುದಾ? ಪ್ರಶ್ನಿಸಿದರೆ ಏನು ಹೇಳುವುದು. ಮುಜುಗರದಿಂದ ಬಾಗಿಲ ಮುಂದೆ ನಿಂತಳು. ಲಾಕ್ ಆಗಿತ್ತು. ಅಂದರೆ ಮನೆಯಲ್ಲಿ ಯಾರೂ ಇಲ್ಲ! ಶಶಾಂಕ್ ಹೊರಟಿದ್ದ. ಆದರೆ ಇವಳು ಭಾಸ್ಕರ್ ಬ್ರೇಕ್‌ಫಾಸ್ಟ್ ಮುಗಿದಿರಲಿಲ್ಲ. ಇಷ್ಟು... ಬೇಗ... ಟೈಂ ನೋಡಿಕೊಂಡು ಲಾಕ್ ಓಪನ್ ಮಾಡಿದಳು. ಯಾರೂ ಇರಲಿಲ್ಲ. ಎಲ್ಲೆಡೆ ಅಸ್ತವ್ಯಸ್ತ. ಕೆಲಸದ ಸುವರ್ಣಮ್ಮ ಇನ್ನೂ ಬಂದಿರಲಿಲ್ಲ. ಆದರೆ, ಅಂದರೆ ಭಾಸ್ಕರ್ ಅರುಣನ ಹೊರಗೆ ಕರೆದೊಯ್ದಿರಬೇಕು. ತಾನು ಹೊರಟಾಗ ಇಬ್ಬರು ಸುಳಿವು ಬಿಟ್ಟುಕೊಟ್ಟಿರಲಿಲ್ಲ. ತಲೆ 'ಧೀಂ' ಎಂದಿತು. ಒಂದು ಕಡೆ ಕೂತಿದ್ದು. ಬಿಂದು ಜ್ವರದ ಸಂಗತಿ, ಆಫೀಸ್‌ಗೆ ಹೋಗಬೇಕಾದ ಎಲ್ಲಾ ವಿಚಾರ ಮರೆತು ಹೋಯಿತು. ಇದೇನಾಗುತ್ತಿದೆ?

"ಅಯ್ಯೋ, ಭಾವ ಬಾಗ್ಲು ತೆಗೆದಿದೆ" ಅರುಣಳ ದನಿ ಕೇಳಿಯೇ ಎಚ್ಚೆತ್ತಿದ್ದು. ಗಾಬರಿಪಡುವ ಅಗತ್ಯವೇನು ಇರಲಿಲ್ಲ. ಇಬ್ಬರು ಒಳಗೆ ಬಂದವರು ಕೃತಿಕಾನ ನೋಡಿ ದಿಗ್ಭ್ರಾಂತರಾದರು. ಬೆವರಿಡಿದ ಮುಖವನ್ನೊರೆಸಿಕೊಳ್ಳಲು ಕರ್ಚೀಫ್ ಬೇಕಾಯಿತು. "ಅರೇ, ನೀನು ಯಾವಾಗ್ಬಂದೇ? ನಂಗೂ ಬಿಂದು ಮನೆಗೆ ಬರೋ ಮನಸ್ಸಿತ್ತು" ಬಹಳ ಪ್ರಯತ್ನಪಟ್ಟು ಭಾಸ್ಕರ್ ಇಂಥ ಡೈಲಾಗೊಡೆದರು. ನಿಧಾನವಾಗಿ ಮೇಲೆದ್ದ ಕೃತಿಕಾ "ಅವ್ಳಿಗೂ ಇಲ್ಲಿಂದಲೇ ಬ್ರೇಕ್‌ಫಾಸ್ಟ್ ಒಯ್ಯೋ ಮನಸ್ಸಿತ್ತು. ಅದಕ್ಕೆ... ಬಂದೆ" ಎಂದು ಕಿಚನ್‌ಗೆ ಹೋದಳು. ಚಪಾತಿ, ಪಲ್ಯಗಳನ್ನು ಬಾಕ್ಸ್‌ಗಳಿಗೆ ಹಾಕಿಕೊಂಡು ಹೊರಗೆ ಬಂದ ಕೃತಿಕಾ ನೇರವಾಗಿ ಭಾಸ್ಕರ್‌ನ ನೋಡಿದಳು. ಒಳಗೆ ಅಪರಾಧ ಭಾವದ ಜೊತೆ ಹೆದರಿಕೆ ಇದ್ದರೂ ಮೇಲ್ನೋಟಕ್ಕೆ ಅದನ್ನೆಲ್ಲ ಮುಚ್ಚಿಟ್ಟಂಗೆ ಕಂಡಿತು. ಕೋಪ, ಬೇಸರ, ಅಸಹ್ಯ ಹರಿದಾಡಿ ಮೂಡಿದ್ದು ಸಹಾನುಭೂತಿ, ಸ್ವಲ್ಪ ಸಹನೆಗೆಟ್ಟರೂ ದುರಂತವೆ.

"ನಿಮ್ದು ಬ್ರೇಕ್‌ಫಾಸ್ಟ್ ಆಯ್ತಾ?" ಸಹಜವಾಗಿ ವಿಚಾರಿಸುವ ಪ್ರಯತ್ನ. "ಆಯ್ತು... ಆಯ್ತು... ನಾನ್ಬರ್ಲಾ ಬಿಂದು ಮನೆಗೆ?" ವಿಚಾರಿಸುವಲ್ಲಿಯೇ ಹೆದರಿದ. ಈಗ ಒಂಟಿಯಾಗಿ ಜೊತೆಯಾದರೇ, ಏನಾದರೂ ಪ್ರಶ್ನಿಸಬಹುದು. ಆಗ ತನ್ನ... ಉತ್ತರ "ನೋ, ಹೇಗೋ... ನೀನು ಹೋಗ್ತಿಯಲ್ಲ. ಕಾಲ್ ಮಾಡು." ಅವಸರವಸರವಾಗಿ ಹೊರಟ ಭಾಸ್ಕರನನ್ನ ನೋಡಿದಳು. ಏನಾಗಿದೆ? ಯೋಚಿಸಲಾರದೆ ಕಂಗೆಟ್ಟಳು.

ರೂಮಿಗೆ ಹೋದ ಅರುಣ ಎದೆ ಢವಗುಟ್ಟುತ್ತಿತ್ತು. ಹತ್ತಿರದ ರೆಸ್ಟೋರೆಂಟ್‌ಗೆ ಹೋಗಿ ತಿಂಡಿ ತಿಂದು ಬರುವಾಗ ಎಲ್ಲಾ ರೀತಿಯ ಚಾಕಲೇಟ್ ಬಾರ್‌ಗಳನ್ನು ಕೊಂಡು ಪ್ಯಾಕ್ ಮಾಡಿಸಿಕೊಂಡಿದ್ದಳು. ಅವಳಲ್ಲಿ ದೊಡ್ಡ ಚಾಕಲೇಟ್‌ನ ರಾಶಿಯೆ ಇತ್ತು. ಆದರೂ ಎಲ್ಲಾದರೂ ನೋಡಿದರೇ, ಮನಸ್ಸು ಅತ್ತ ಹರಿದಾಡುತ್ತಿತ್ತು. ಆಸೆಯ ಹುಡುಗಿ!

ಆದರೆ ಶಶಾಂಕ್ ಇಂಥ ಆಸೆಗೆ ಬ್ರೇಕ್ ಹಾಕುತ್ತಿದ್ದ. "ಸುಮಾರು ಚಾಕಲೇಟ್‌ನ ಇಟ್ಕೊಂಡಿದ್ದೀಯ. ಯಾವ್ದೂ ಬೇಡಾನ್ನೋ ಜಾಯಮಾನವೇ... ಅಲ್ಲ. ಪ್ಲೀಸ್ ಅಕ್ಕ

ಇವ್ಳಿಗೆ ಒಂದಿಷ್ಟು ಬುದ್ಧಿ ಹೇಳು. ನಂಗಿಂತ ಹೆಚ್ಚಿನ ಶ್ರೀಮಂತ ಸಿಕ್ಕಿ ಇವಳ ಬೇಕುಗಳ್ನ ಪೂರೈಸುವವ ಸಿಕ್ಕರೆ ಮುಗ್ದೇ ಹೋಯ್ತು. ಇವಳಲ್ಲಿ ಒಂದಿಷ್ಟು ಬದಲಾವಣೆ ತರ್ಬೇಕು." ದೂರು ಸಲ್ಲಿಸುತ್ತಿದ್ದ ಕೃತಿಕಾಗೆ. ಅವನು ಈ ಮನೆಗೆ ಬಂದಾಗಿನಿಂದ ಕೃತಿಕಾ ಮತ್ತು ಭಾಸ್ಕರನನ್ನು ಅಕ್ಕ, ಭಾವ ಎಂದೇ ಕರೆಯುತ್ತಿದ್ದ. ಅರುಣ ಬಂದ ಮೇಲೆ ಅದನ್ನೇ ಮುಂದುವರಿಸಿದ್ದಳು. ಅದಕ್ಕೆ ಯಾವುದೇ ಆಕ್ಷೇಪಣೆಗಳು ಇರಲಿಲ್ಲ.

"ಅರುಣ..." ದನಿ ಕೇಳಿದಕೂಡಲೇ ಮೇಲೆದ್ದಳು. ಆ ವೇಳೆಗೆ ಕೃತಿಕಾ ರೂಮು ಒಳಗೆ ಬಂದಾಗಿತ್ತು. "ಕೂತ್ಕೋ..." ಅಂದು ತಾನೇ ಅವಳೆದುರು ಕೂತು ಕೆನ್ನೆ ಸವರಿ "ಇಷ್ಟೊಂದು ಚಾಕಲೇಟ್ ತಿಂತೀಯಾ? ಶಶಿ ಕೊಡಿಸಿದ್ನಾ? ಭಾವ ಕೊಡಿಸಿದ್ರ? ನೀನೇ ಕೊಡ್ಕೊಂಡ್ ಬಂದ್ಯಾ?" ಮೆಲ್ಲಗೆ ಕೇಳಿದಳು. ಬೇರೊಂದು ಹಂತ ತಲುಪುವುದು ಕೃತಿಕಾಗೆ ಬೇಡವಾಗಿತ್ತು. ಅವಳ ತಲೆ ತಗ್ಗಿತೇ ವಿನಹ ಉತ್ತರಿಸಲಿಲ್ಲ. ಅವಳಿಗೆ ಉತ್ತರ ಕೂಡ ಬೇಕಿರಲಿಲ್ಲ. ಸರಳವಾದ ಭಾಷೆಯಲ್ಲಿ ಅವಳಿಗೆ ಹೇಳಿದಳು. ಹ್ಞೂಗುಟ್ಟಿದ್ದು ಅಷ್ಟೆ. ಎಷ್ಟು ಅವಳ ತಲೆಗೆ ಹೋಯಿತೋ ಗೊತ್ತಿಲ್ಲ?

ಆಫೀಸ್‌ಗೆ ಇನ್‌ಫಾರ್ಮೇಷನ್ ಕೊಟ್ಟು ಬಿಂದು ಮನೆಗೆ ಬಂದಾಗ ಕೆಲಸದವಳನ್ನು ಎದುರಿಗೆ ಕೂಡಿಸಿಕೊಂಡು ಸೋತವಳಂತೆ ಕೂತಿದ್ದಳು. ಮುಖ ಬಾಡಿತ್ತು. ಒಂಟಿತನವನ್ನು ಅಪ್ಪಿಕೊಂಡವಳು.

"ನಿಮ್ಮ ಸ್ನೇಹಿತರು ಬಂದ್ರು, ನಾನ್ಹೋಗ್ತೀನಿ" ಅಂದು ಕೆಲಸದವಳು ಬಿಡುಗಡೆಯ ನಿಟ್ಟುಸಿರು ಬಿಟ್ಟುಹೋದಳು. "ಬಂದವಳು, ಮತ್ಯಾಕೆ ಹೋದೆ?" ಕೇಳಿದಳು ಹಟದ ಮಗುವಿನಂತೆ.

"ಅದೆಲ್ಲ ಆಮೇಲೆ ಹೇಳ್ತೀನಿ. ಸದ್ಯಕ್ಕೆ ಏನಾದ್ರೂ... ತಿಂದ್ಯಾ?" ಹಣೆ, ಕೈ, ಕತ್ತು ಮುಟ್ಟಿ ನೋಡಿದವಳು. "ಜ್ವರ ಇದೇ ಕಣೆ, ಇಲ್ಲಿ ಯಾಕೆ ಉಳಿಕೊಂಡೇ? ಅಲ್ಲಿಗೆ ನೇರವಾಗಿ ಬರಬೇಕಾಗಿತ್ತಲ್ಲ" ಗದರಿಸಿಯೇ ತಿಂಡಿ ಮಾತ್ರೆ ಕೊಟ್ಟು ಮಲಗಿಸಿದನಂತರ "ಡಾಕ್ಟ್ರು ಹತ್ರ ಹೋಗಿದ್ದಾ?" ಇಲ್ಲವೆಂದು ತಲೆಯಾಡಿಸಿ "ಕಾಮನ್ ಫಿವರ್, ಹೋದ ಕೂಡಲೇ ನೂರೆಂಟು ಟೆಸ್ಟ್‌ಗಳು. ಆ ವೇಳೆಗೆ ನಂಗೇನೋ ಆಗಿದೆ ಅನ್ನೋ ಅನುಮಾನ ಶುರುವಾಗುತ್ತೆ. ಇಂದು... ನಾಳೆ... ನೋಡ್ಕೊಂಡ್ ಆಮೇಲಿನದು ಮುಂದಿದ್ದು. ನಿಂಗೆ ತೊಂದರೆ ಆಯಿತೇನೋ" ಅಂದಾಗ ಸಲುಗೆಯಿಂದ ಕೈಯೆತ್ತಿ "ಷಟಪ್ ಏನೇನೋ ಮಾತಾಡ್ಬೇಡ. ಸುಮ್ನೇ ರೆಸ್ಟ್ ತಗೋ" ಎಂದವಳು ಅಲ್ಲಿಯೇ ಇದ್ದ ಮ್ಯಾಗಜಿನ್‌ನ ಹಿಡಿದು ಕೂತಳು. ಮಹಿಳಾಪರ ಧ್ವನಿಯೆತ್ತಿದ್ದ ಕಾಲೇಜಿನಲ್ಲಿ ಕಲಿಯುವ ಒಬ್ಬ ಮುಗ್ಧ ಹುಡುಗಿ ಬರೆದುಕೊಂಡ ಪುಟ್ಟ ಲೇಖನ. "ನಮ್ಮ ಸಮಾಜದಲ್ಲಿ ಹುಡುಗರಿಗೊಂದು ನಿಯಮ ಹುಡುಗಿಯರಿಗೊಂದು ನಿಯಮ ಯಾಕೆ? ಕಾಲೇಜು ಮುಗಿದಕೂಡಲೇ ಮನೆಗೆ ಬಾ. ಶಾರ್ಟ್ ಬೇಡವೇ ಬೇಡ. ಡ್ರಿಂಕ್ಸ್ ಪಾರ್ಟಿ ಅಂಥದ್ದು ಬೇಡವೇ ಬೇಡ" ಹೆಣ್ಣುಮಕ್ಕಳು ಮನೆಯಲ್ಲಿರುವಾಗ ಇಂಥ ನಿಯಮಗಳನ್ನು ಅನೂಚಾನವಾಗಿ ಏರುತ್ತ ಬಂದಿದ್ದರು.

"ಏಯ್ ಕೃತಿ... ಕೂತ್ಕೋತೀನಿ" ಬಿಂದು ಎದ್ದು ಅರೆ ಮಲಗಿದಂತೆ ಕೂತಾಗ ಹಿಂದಕ್ಕೆ ದಿಂಬು ಇಟ್ಟು "ಇಂಥ ಸಮಯದಲ್ಲಾದ್ರೂ ಒಬ್ರ ಅಗತ್ಯವಿರುತ್ತೆ. ಈಗ್ಲೂ, ನೀನು ಮದ್ವೆ ಆಗ್ಬಹ್ದು" ಇಂಥ ಸಲಹೆ ಮೊದಲ ಸಲ ಕೊಟ್ಟಿದ್ದಲ್ಲ. ಯಾಕೋ ಬಿಂದು ಅತ್ತ ಮನಸ್ಸು ಮಾಡಿರಲಿಲ್ಲ. "ಬೇಡಾಂತ ಅನ್ನಿಸಿದೆ. ಒಂಟಿಯಾಗಿದ್ದು ಅಭ್ಯಾಸವಾಗಿದೆ. ಮತ್ತೆ ನಂಟಿನ ಬಂಧ ಬೇಡ" ನಿರಾಶೆಯಿಂದ ನುಡಿದಿದ್ದಲ್ಲ, ಅಲ್ಲಿ ನಿಶ್ಚಿಂತೆಯ ಭಾವವಿತ್ತು. ಕೃತಿಕಾ ಮತ್ತೆ ಆ ವಿಚಾರ ಪ್ರಸ್ತಾಪಿಸಲಿಲ್ಲ. ಆದರೆ ಬಿಂದು "ನಂಗೆ ವಿವೇಕ್‌ನ ಒಮ್ಮೆ ನೋಡ್ಬೇಕೂಂತ ಅನ್ನಿಸಿದೆ. ಆ ಮನುಷ್ಯ ಪತ್ರ ಬರೆದ. ಫೋನ್ ಮಾಡಿ ತಿಳಿಸ್ದಾ. ನೀವು ಯಾಕೆ ಹರಕೆ ಕುರಿಯಾಗೋದು ನಂಗಿಷ್ಟವಿಲ್ಲ. ವಿವಾಹನ ನಿರಾಕರಿಸಿ ನಂಗೆ ಸಾಂಸಾರಿಕ ಜೀವ್ನದಲ್ಲಿ ಆಸಕ್ತಿ ಇಲ್ಲಾಂತ ಒತ್ತಿ... ಒತ್ತಿ ಹೇಳಿದ್ರು. ತಮ್ಗೇ ಇರೋ ಒತ್ತಡ ತಿಳಿಸಿದ್ರು. ಆದರೆ... ನಂಗೆ ವಿವೇಕ್ ಇಷ್ಟವಾಗಿದ್ದರು. ಜೊತೆಗೆ ಇಡೀ ಕುಟುಂಬದ ಸಪೋರ್ಟ್ ವಿವಾಹದ ಕಡೆಗಿತ್ತು. ಆದರೆ ಆಗಿದ್ದೇನು? ವಿವೇಕ್ ನನ್ನತ್ತ ಒಮ್ಮೆ ಕೂಡ ನೋಡಲಿಲ್ಲ. ಆದರೆ ಅಂದಿನ ರಾತ್ರಿ ಕುತ್ತಿಗೆಯಲ್ಲಿದ್ದ ಚಿನ್ನದ ಚೈನ್, ಕೈಯಲ್ಲಿನ ಕಡಗ, ಬೆರಳುಗಳಲ್ಲಿನ ವಜ್ರ, ಪಚ್ಚೆಯ ಉಂಗುರ ತೆಗೆದಿಟ್ಟು ಕೈಜೋಡಿಸಿದರು. ದಯವಿಟ್ಟು ಕ್ಷಮ್ಸಿ, ನನ್ನ ವಿಚಾರಗಳು, ಕನಸುಗಳು ಬೇರೆ ಇದೆ. ಸಂಸಾರ ಜೀವನಕ್ಕೆ ಒಗ್ಗಿಕೊಳ್ಳಲಾರೆ. ದಯವಿಟ್ಟು ನನ್ನ ಬಿಡುಗಡೆ ಮಾಡೊಂದ್ರು. ನಾನು ಆಗ ಏನು ಹೇಳುವ ಸ್ಥಿತಿಯಲ್ಲಿ ಇರಲಿಲ್ಲ. ದಯವಿಟ್ಟು ಕ್ಷಮ್ಸಿ... ಬಿಂದು ಎಂದು ಹೇಳಿ ರೂಮಿನಿಂದ ಹೊರಹೋದವರನ್ನು ಇಂದಿಗೂ ನೋಡಲಿಲ್ಲ. ನಂಗೆ ಮೋಸ ಆಗಿದ್ದು ವಿವೇಕ್‌ನಿಂದ ಅಲ್ಲ. ಇಲ್ಲಿ ಅವರುಗಳ ಸ್ವಾರ್ಥ ಇತ್ತು. ಅದಕ್ಕೆ ಇಬ್ಬರಿಂದ ದೂರ ಉಳಿದೆ. ಕಷ್ಟಸುಖಕ್ಕೆ ಸ್ನೇಹಕ್ಕೆ ನಿಂತವಳು ನಿನ್ನೊಬ್ಬಳೆ. ಇದು ಹಳೇ ವಿಷಯವೇ. ಈಚೀಚೆಗೆ ವಿವೇಕ್‌ನ ಒಮ್ಮೆ ನೋಡ್ಬೇಕೆನಿಸಿದೆ. ಮುಖದಲ್ಲಿ ಸೌಮ್ಯ ಬೆರೆತ ಒರಟುತನ. ಎತ್ತರಕ್ಕೆ ಅನುಗುಣವಾಗಿ ಮೈಕಟ್ಟು, ಯಾವ ಕನಸುಗಣ್ಣಿನ ಹುಡುಗಿಗಾದರೂ ಒಮ್ಮೆ, ಕೆಲವು ಕ್ಷಣಗಳಾದರೂ ಅವನೆದೆಗೆ ಒರಗಬೇಕೆನಿಸುತ್ತೆ. ಯಾಕೋ, ಪದೇ... ಪದೇ.. ನೆನಪು. ಆ ವ್ಯಕ್ತಿ ಎಲ್ಲಿಗೆ ಹೋದನೋ, ಯಾರಿಗೂ ಗೊತ್ತಿಲ್ಲ." ನೆನಪಿನ ಬುತ್ತಿಯನ್ನು ಬಿಚ್ಚಿದಾಗ, ಕೃತಿಕಾ "ಸಾಕು, ಅದ್ರಿಂದ ಹೊರ್ಗೇ ಬಾ. ಬಹುಶಃ ವಿವೇಕ್‌ನ ಭೇಟಿಯಾಗೋ ಸಾಧ್ಯತೆ ಕಡಿಮೆಯೇ. ಸನ್ಯಾಸತ್ವವನ್ನು ಹಣೆಗೆ ಅಂಟಿಸ್ಕೊಂಡೇ ಹುಟ್ಟಿರಬೇಕು. ಅದೆಲ್ಲ ಬಿಡು, ಆಫೀಸ್‌ಗೆ ರಜ ಹಾಕಿದ್ದೀಯ. ನಾಲ್ಕು ದಿನ ಅಲ್ಲಿಗೆ ಬಂದ್ಬಿಡು. ಅರುಣ ಚೆನ್ನಾಗಿ ಅಡ್ಗೇ ಮಾಡ್ತಾಳೆ. ಉಪಚಾರದಲ್ಲೂ ಎತ್ತಿದ ಕೈ" ಮಾತು ಅರುಣಳ ಕಡೆ ತಿರುಗಿತು. ಯಾಕೋ ಒಂದು ರೀತಿಯ ಆತಂಕ ಕೂಡ ಅವಳ ಬಗ್ಗೆ.

"ಓಕೆ, ಅಪ್ಪನ ಹಿಡಿತದಲ್ಲಿ ಬೆಳೆದವಳು. ಬೇರೆ ಯಾವ ವಿಚಾರದಲ್ಲಿ ಆಸಕ್ತಿ ಇದ್ಯೋ ಗೊತ್ತಿಲ್ಲ. ಅಗತ್ಯಕ್ಕಿಂತ ಸ್ವಲ್ಪ ಹೆಚ್ಚಿನ ಆಸೆಬುರುಕತನವಿರೋ ಹುಡ್ಗೀ. ಮುಗ್ಧತೆ ಅನ್ನೋ ಹೆಸರಿನಲ್ಲಿ ಏರುಪೇರಾಗಬಾರದು." ಇಂಥ ಮಾತುಗಳನ್ನು ಬಿಂದು ಬಾಯಿಂದ ಕೇಳಿದಾಗ ಬೆಚ್ಚಿಬೀಳುವಂತಾಯಿತು. "ನೀನು ಮಲಕ್ಕೋ, ನಾನು ಏನಾದ್ರೂ ಓದ್ತೀನಿ" ಎಂದು ಬಿಂದುನ ಮಲಗಿಸಿ ಪೇಪರ್ ಹಿಡಿದು ಕೂತ ಕೃತಿಯ ಮಿದುಳಿನಲ್ಲಿ ನಾನಾ

ವಿಚಾರಗಳು ಓಡತೊಡಗಿತು.

ಆದರೆ ಸಂಜೆ ಬಂದ ಶಶಾಂಕ್ "ಒಮ್ಮೆ ಡಾಕ್ಟ್ರ ಹತ್ರ ಹೋಗಿ ಅಲ್ಲಿಂದ ನೇರವಾಗಿ ಮನೆಗೆ ಹೋಗೋಣ" ಎಂದು ಬಲವಂತದಿಂದ ಕರೆದೊಯ್ದು "ಪೂರ್ತಿ ಚೇತರಿಸ್ಕೊಳ್ಳೋವರ್ಗೂ ಇಲ್ಲೇ ಇರ್ಬೇಕು" ತಾಕೀತು ಮಾಡಿದ. ಕೃತಿಕಾಳಲ್ಲಿ ಎಷ್ಟು ಸ್ನೇಹ, ಸಲುಗೆಯೋ, ಬಿಂದುಳಲ್ಲಿ ಕೂಡ ಅಷ್ಟೇ. 'ಅಕ್ಕ' ಎಂದೇ ಬಿಂದುನ ಸಂಬೋಧಿಸುತ್ತಿದ್ದುದ್ದು ಕೂಡ.

ಭಾಸ್ಕರ ಇಂದು ಬಂದಾಗ ಲೇಟಾಗಿತ್ತು. ಯಾಕೋ ಏನೋ ಕೃತಿಯನ್ನು ಫೇಸ್ ಮಾಡಲು ಅವನ ಮಗ ಹಿಂಜರಿಯುತ್ತಿದ್ದ. ಮನೆಯಲ್ಲಿ ಬ್ರೇಕ್‌ಫಾಸ್ಟ್ ರೆಡಿಯಾಗಿದ್ದರೂ ಅರುಣನ ರೆಸ್ಟೋರೆಂಟ್‌ಗೆ ಕರೆದುಕೊಂಡು ಹೋಗಿದ್ದು ಯಾಕೆ? ಅಕಸ್ಮಾತ್ ಹೋದರೂ ಅವಳಿಂದ ಮುಚ್ಚಿಡುವ ಪ್ರಯತ್ನವೇಕೆ? ಕಂತೆ... ಕಂತೆ... ಚಾಕಲೇಟ್ ಬಾರ್‌ಗಳ ಖರೀದಿ! ಅವಳೇನು ಪುಟ್ಟ ಮಗುನಾ? ಹತ್ತೊಂಬತ್ತು ತುಂಬಿ ಇಪ್ಪತ್ತರ ಆಸುಪಾಸು. ಕಲಿಕೆ ಇಷ್ಟಪಟ್ಟಿದ್ದರೇ ಡಿಗ್ರಿ ಮುಗಿಸಬಹುದಿತ್ತು.

"ಹೇಗಿದೆ, ತುಂಬ... ಬಿಜಿನಾ?" ಕೇಳಿದಳು ಮಾಮೂಲಾಗಿ. "ಮಾಮೂಲ್... ಅಷ್ಟೆ ಒಂದಿಷ್ಟು ಯಾವ್ದೇ ವೃತ್ತಿಯಲ್ಲಿ ಫೇಮಸ್ ಆದ್ರೂ... ತುಂಬಾ ಕಷ್ಟನೇ. ಕಾಂಪಿಟೇಷನ್ ಜೊತೆ ಶತ್ರುಗಳು ಹುಟ್ಟಿಕೋತಾರೆ." ಜನರಲ್ಲಾಗಿ ಹೇಳುವ ಪ್ರಯತ್ನ "ಹೊರ್‍ಗಿನ ಶತ್ರುಗಳ್ನ ಎದುರಿಸುವ ತಯಾರಿ ನಡದೇ ಇರುತ್ತೆ. ಆದರೆ ನಮ್ಮೊಳಗೆ... ಮನಸ್ಸಿನೊಳಗೆ... ಮನೆಯೊಳಗೆ ತಾನಾಗಿ ಶತ್ರುಗಳ್ನ ಹುಟ್ಟು ಹಾಕ್ಕೋಬಾರ್ದು. ಆಗ ಕಷ್ಟವಾಗುತ್ತೆ" ಸ್ವಲ್ಪ ಗಂಭೀರವಾಗಿಯೇ ಹೇಳಿದಳು. ಷಾಕಾದ. ಆದರೂ ಅದನ್ನು ತೋರ್ಪಡಿಸಿಕೊಳ್ಳದೇ "ಬಿಡು, ಆ ವಿಷ್ಯನ? ಬಿಂದು ತುಂಬಾ ಟಯರ್ಡ್ ಅನ್ನಿಸ್ತು. ಏನಾದ್ರೂ ಕಾಂಪ್ಲಿಕೇಟೇಡಾ?" ಕೇಳಿದ. ವಿಷಯ ಮರೆಸುತ್ತ. ಅದು ಅವಳಿಗೆ ಅರ್ಥವಾಯಿತು.

"ನೋ... ನೋ... ಕಾಮನ್ ಫಿವರ್. ಶಶಿ ಬಲವಂತವಾಗಿ ಕರ್ಕೊಂಡ್ ಬಂದ. ಬೇಗ ಫ್ರೆಷ್ ಆಗಿಬಂದ್ಬಿಡಿ. ಊಟಕ್ಕೆ ರೆಡಿಮಾಡ್ತೀನಿ" ಎಂದು ಹೋದಳು. ಭಾಸ್ಕರ ಎಂದಿನಂತೆ ರೊಮ್ಯಾಂಟಿಕ್ ಮೂಡ್‌ಗೆ ಹೋಗಲಿಲ್ಲ. ಅದಕ್ಕೆ ಸ್ಪಂದಿಸುವ ಸ್ಥಿತಿಯಲ್ಲಿ ಕೃತಿಕಾ ಇರಲಿಲ್ಲ. ಇಬ್ಬರ ಮಧ್ವೆ ಅದ್ಭುತವಾದ ಅನ್ಯೋನ್ಯತೆ.

ಬಿಂದುಗೆ ಮಾತ್ರೆ ಹಾಲು ಕೊಟ್ರು ಬಂದು ಬಡಿಸಲು ಶುರು ಮಾಡಿದ ಕೃತಿಕಾ "ನೀ... ಕೂತ್ಕೋ... ಅರುಣ. ಮತ್ತೇನು ಕಿಚನ್‌ನಿಂದ ತರೋದಿಲ್ಲ" ತಾನು ಕೂತಳು. ಕೆಲವೊಮ್ಮೆ ಶಶಾಂಕ್ ಸೈಲೆಂಟ್. ಕೆಲವೊಮ್ಮೆ ಹರಟುತ್ತಿದ್ದ "ಅಕ್ಕ, ಅದೇ... ಹೊಸಕೆರೆ ಜನ ಆಫೀಸ್ ಹತ್ರ ಬಂದಿದ್ರು" ಅಂದ ಇರುಸುಮುರಿಸಿನಿಂದ.

ಕೃತಿಕಾಗೆ ಕೋಪ ಬಂತು. "ಏಯ್, ಈ ತರಹ ಸಂಬೋಧನೆ ಬೇಡಾಂತ ಎಷ್ಟು ಸಲ ಹೇಳಿದ್ದೀನಿ. ಅವರು ನಿನ್ನ ತಂದೆ" ಗದರಿಸಿಕೊಂಡಳು. "ಸಾರಿ... ಸಾರಿ... ಪ್ರೀತಿ, ಮಮತೆ, ಗೌರವ ಮನಸ್ಸಿನಾಳದಿಂದ ಬರ್ಬೇಕು. ಹೋಗ್ಲಿಬಿಡು... ಒಂದಿಷ್ಟು ಹಣದ ಸಹಾಯ ಬೇಕೂಂದ್ರು, ಒಂದು ಲಿಮಿಟ್ ಬೇಡ್ವಾ, ಅಕ್ಕ?" ಎಂದು ಕೊಸರಿಕೊಳ್ಳುತ್ತ

ತಟ್ಟೆಗೆ ಕೋಸಂಬರಿ ಬಡಿಸಿಕೊಳ್ಳುತ್ತ "ಈಗ್ಬೇಡ, ಆಮೇಲೆ ಮಾತಾಡೋಣ" ಎಂದು ಊಟ ಮಾಡತೊಡಗಿದ. ಭಾಸ್ಕರ್ ಕೂಡ ತುಂಬು ಅಕ್ಕರೆಯನ್ನೇ ತೋರುತ್ತಿದ್ದರು ಅವನ ಬಗೆಗೆ. ಆದರೆ ಇತ್ತೀಚೆಗೆ ಶಶಾಂಕ್ ಬಗ್ಗೆ ಅಸಹನೆ ಉಕ್ಕುತ್ತಿತ್ತು. ಸಿಡುಕಬೇಕೆನಿಸುತ್ತಿತ್ತು. ಯಾಕೆ? ಊಟ ಮುಗಿಸಿ ಎದ್ದು ಹೋಗುವಾಗ "ಇದು, ರಿಫೀಟ್ ಆಗೋಕೆ ಬಿಡ್ಬೇಡ. ಆಮೇಲೆ ಹುಟ್ಟಿದ ತಪ್ಪಿಗೆ ಸಂಪಾದನೆ ಶುರು ಮಾಡಿದ್ಮೇಲೆ ತಿಂಗ್ಳು, ತಿಂಗ್ಳು ದಂಡ ತೆರುತ್ತ ಇದ್ದೀ. ಅಂಥದ್ದರಲ್ಲಿ ಮತ್ತೆ... ಮತ್ತೆ ತಾಪತ್ರಯಗಳ್ನ ಹೇಳ್ಕೊಂಡ್ ಬರೋದ್ಬೇಡಾಂತ ಮುಲಾಜಿಲ್ಲದೆ ಹೇಳು" ಎಂದೇ ಸಿಂಕ್‌ನಲ್ಲಿ ಕೈತೊಳೆದು ಒದ್ದೆ ಕೈಯೊರೆಸುತ್ತ ಹೋಗಿದ್ದು. ಇಂದಿನ ಮಾತುಗಳು ಕೃತಿಕಾಗೆ ಒರಟಾಯಿತೆನಿಸಿತು.

ತಕ್ಷಣ ಶಶಾಂಕ್ ಕೃತಿಕಾಳತ್ತ ನೋಡಿದ. ಅವನಿಗೂ ಕೂಡ ಮಾತುಗಳು ಕಟುವೆನಿಸಿತು. ಈ ಮನೆಗೆ ಮಗನಾಗಿ ಬಂದಾಗ ಒಂಬತ್ತು, ಹತ್ತರ ವಯಸ್ಸಿನಲ್ಲಿದ್ದ ಹುಡುಗ ಭಾಸ್ಕರ್ ಕೂಡ ಅವನನ್ನ ಸಲಹುದರ ಜೊತೆಗೆ ತಂದೆಯ ಪ್ರೀತಿ ಕೊಟ್ಟಿದ್ದರು. ಬಹುಶಃ ಎಂದೂ ನೋವು ಮಾಡಿದವರೇ ಅಲ್ಲ.

"ಎಲ್ಲೋ ಬೇಜಾರಾಗಿದ್ದಾರೆ, ಬಿಡು. ವಾಸ್ತವತೆಯನ್ನು ಬಿಡಿಸಿ ಹೇಳಿದ್ದಾರೆ. ಬಹುಶಃ ನವಿರಾಗಿ ಹೇಳಿದ್ದರೇ ನಿಂಗೆ ಹರ್ಟ್ ಎನ್ನಿಸುತ್ತಿರಲಿಲ್ಲ. ಹೋಗ್ಲೀ... ಬಿಡು" ಎಂದು ಸಮಾಧಾನದ ಮಾತುಗಳನ್ನಾಡಿ ಎದ್ದುಹೋದ ಕೃತಿಕಾ ಸುಮ್ಮನಾಗಲಿಲ್ಲ. ಆಮೇಲೆ "ಆ ರೀತಿ ಹೇಳ್ಬಾರ್ದಿತ್ತು. ಈಗ ಅವ್ನು ಗೃಹಸ್ಥ. ಅರುಣ ಎದುರಿಗೆ ಆ ರೀತಿ ಹೇಳ್ಬಾರ್ದಿತ್ತು" ನೇರವಾಗಿಯೇ ಹೇಳಿದ್ದು.

ಭಾಸ್ಕರ್‌ಗೆ ತನ್ನನ್ನು ಸಮರ್ಥಿಸಿಕೊಳ್ಳುವುದು ಅನಿವಾರ್ಯವಾಗಿತ್ತು. "ಏನಾಯ್ತು, ಅರುಣ ಇದ್ದರೇ! ಆ ರೀತಿ ಹೇಳದಿದ್ದರೇ ಅವ್ನಿಗೆ ಅರ್ಥವಾಗೋಲ್ಲ ಬಿಡು. ಅವನೇನು ಸಣ್ಣ ಹುಡ್ಗನೇನು? ಒಂದಿಷ್ಟು ಜವಾಬ್ದಾರಿಯಿಂದ ವರ್ತಿಸ್ಲೀ" ಅದೇ ಧಾಟಿಯ ಮಾತುಗಳು ಕೃತಿಕಾಗೆ ಇಷ್ಟವಾಗಲಿಲ್ಲ. ಆದರೆ ವಾದ ಮಾಡುವ ಮೂಡ್‌ನಲ್ಲಿ ಇರಲಿಲ್ಲ. ಆದರೂ ಅದಕ್ಕೊಂದು ವಿರಾಮ ಸೂಚಿಸಬೇಕಿತ್ತು. "ನಿಮ್ಮ ಪ್ರಕಾರನೆ ಹುಡ್ಗನಲ್ಲ. ಬೇಜವಾಬ್ದಾರಿಯವನಲ್ಲ. ಅದರಿಂದ ನೀವು ಮಾತಾಡಿದ್ದು ನಂಗೆ ತಪ್ಪೆನಿಸಿತು" ಸ್ಪಷ್ಟವಾಗಿ ಹೇಳಿಯೇ ಮಲಗಿದ್ದು.

ಇಂದು ಬೆಳಗಿನ ಪ್ರಕರಣದಿಂದ ಷಾಕಾಗಿತ್ತು. ಬಿಂದು ಕೂಡ ನೇರವಾಗಿ ಎಚ್ಚರಿಸದಿದ್ದರೂ ಅರುಣಳ ಕಣ್ಣುಗಳಲ್ಲಿ ಮಿನುಗುವ ಆಸೆಯನ್ನು ತನ್ನದೇ ಆದ ರೀತಿಯಲ್ಲಿ ಎಚ್ಚರಿಸಿದ್ದಳು. ಆ ಬಗ್ಗೆ ಯೋಚಿಸುವಂತಾಗಿತ್ತು. ಜೊತೆಗೆ ಜುಮುಕಿ, ಸರ ಖರೀದಿಸಿದ್ದು ಹಳದಿಯ ಚೂಡಿದಾರ್ ಪ್ರತಿಯೊಂದು ಬಿಂದು ಅವಳ ಕಣ್ಮುಂದೆ ಸಾಲಾಗಿ ನಿಂತು ಏನೋ ನಡೆಯುತ್ತಿದೆಯೆನಿಸಿ ನಿದ್ರಿಸಲಾರದೆ ಎದ್ದು ಕೂತಳು. ಭಾಸ್ಕರನ ಹೊರಳಾಟದಿಂದಲೇ ಇನ್ನು ನಿದ್ರಿಸಿಲ್ಲವೆನಿಸಿತು.

"ನಿದ್ದೆ... ಬಂದಿಲ್ವಾ? ಏನಾದ್ರೂ... ಪ್ರಾಬ್ಲಮಾ?" ಕೇಳಿದಳು. ಗಂಡನ ಭುಜದ ಮೇಲೆ ಕೈಇಟ್ಟು "ಹೇಗೆ ಬರುತ್ತೆ ಹೇಳು? ನೀನು ಸದಾ ಶಶಿ ಪರ ನಿಲ್ತೀಯಾ" ಎಂದು

ಭಾಸ್ಕರ ಎದ್ದು ಕೂತ. "ಅಂದರೆ ನಿಮ್ಮ ಮಾತಿನ ಅರ್ಥವೇನು? ನಾನು ಅವನನ್ನು ಹಡೆದು ಹೆತ್ತು ಹೊತ್ತು ಸಾಕಲಿಲ್ಲ. ಆದರೂ ಅವನ ಬೇಕು... ಬೇಡಗಳ್ನ ಗಮನಿಸಿದ್ದೀನಿ. ನಾವು ಹೆತ್ತವರಲ್ಲದಿದ್ದರೂ, ಅವ್ನು ನಮ್ಮನ್ನು ಹೆತ್ತವರ ಸ್ಥಾನದಲ್ಲಿ ಕೂಡಿಸಿದ್ದಾನೆ. ಆದ್ರಿಂದ... ಆ ಸ್ಥಾನಕ್ಕೆ ಅನುಗುಣವಾಗಿಯೇ ಮಾತಾಡ್ಬೇಕು. ಆ ಸ್ಥಾನಕ್ಕೆ ಅದರದೇ ಆದ ಬೆಲೆ ಇದೆ. ನೀವು ಹೇಳಿದ್ದು ತಪ್ಪಲ್ಲ ಸ್ವಲ್ಪ ಒರಟಾಯಿತೆಂದು ಹೇಳಿದಷ್ಟೆ. ಈಗ ಮಲ್ಗಿಕೊಳ್ಳಿ. ಫ್ಯಾಮಿಲಿ ವಿಚಾರಗಳ ಬಗ್ಗೆ ಅಗತ್ಯವಾದಷ್ಟು ಮಾತ್ರ ತಲೆಕೆಡಿಸ್ಕೋಬೇಕು. ಇಲ್ಲದಿದ್ದರೇ ಪ್ರೊಫೆಷನ್‌ನ ನಿಭಾಯಿಸಲು ಕಷ್ಟವಾಗುತ್ತೆ. ಮಲ್ಗೀ... ಮಲ್ಗೀ... ನಾನ್ಹೋಗಿ ಬಿಂದುನ ನೋಡ್ಬರ್ತೀನಿ" ಎಂದು ಎದ್ದು ಹೊರಗೆ ಬಂದಳು.

ಬಾಲ್ಕನಿಯ ಬಾಗಿಲು ತೆಗೆದಿತ್ತು. ಶಶಾಂಕ್ ಅಡ್ಡಾಡುವುದು ಕಾಣಿಸಿತು. ಅವಳಿಗೆ ಅರ್ಥವಾಯಿತು. ಅವನು ಕೂತ. ಮೆಲ್ಲಗೆ ಇಣಕಿದವಳು "ಶಶಿ..." ಕರೆದ ಕೂಡಲೆ ಛೇರ್‌ನ ಮೇಲೆ ಕೂತು ಕಣ್ಮುಚ್ಚಿದವನು ತಟ್ಟನೆ ಕಣ್ತೆರೆದು ಚಾಚಿದ್ದ ಕಾಲುಗಳನ್ನು ಎಳೆದುಕೊಂಡು ಎದ್ದು ನಿಂತ "ಅಕ್ಕ, ನಿಂಗೆ ನಿದ್ದೆ ಬರಲಿಲ್ಲವಾ?" ಕೇಳಿದ ಗಾಬರಿಯಿಂದ. "ಅಂಥದೇನಿಲ್ಲ, ಬಿಂದುನ ನೋಡೋಣಾಂತ ಬಂದೆ. ಆದರೆ ಬಾಲ್ಕನಿ ಬಾಗ್ಲು ತೆಗೆದಿತ್ತಲ್ವಾ, ಅದಕ್ಕೆ ಇತ್ತ ಬಂದೆ. ನಿಮ್ಮ ಭಾವನ ಮಾತು ಸ್ವಲ್ಪ ಖಾರವಾಗಿತ್ತು." ಪ್ರಸ್ತಾಪಿಸಿದರು. ಅವನು ತಳ್ಳಿ ಹಾಕಿದ.

"ನೋ... ನೋ.... ಅದೇ ಶಾಮಣ್ಣಾ... ಅರುಣ ಅಪ್ಪ, ನನ್ನ ಮಾವ, ಬಂದಾಗಲೆಲ್ಲ ಇವಳನ್ನ ಹೊರ್ಗೇ ಕರ್ಕೊಂಡ್ ಹೋಗ್ತಾರ? ನಾನು ಅನಗತ್ಯವಾಗಿ ಶಾಪಿಂಗ್ ಮಾಡಿಸೋಲ್ಲ. ಡ್ರೆಸ್‌ಗಳು, ಬಳೆ, ಪರ್‌ಫ್ಯೂಮ್ ಜೊತೆ... ಜುಮುಕಿ ಇದೆಲ್ಲ ಯಾರು ಕೊಡಿಸ್ಬೇಕು? ಕೇಳಿದಾಗಲೆಲ್ಲ ಒಂದೊಂದು ಸಲ... ಒಂದೊಂದು ಹೇಳ್ತಾಳೆ. ನಿನ್ನ, ಭಾವನ ಸ್ವಭಾವ ಗೊತ್ತು. ಆದರೆ ಇದೆಲ್ಲ ಎಲ್ಲಿಂದ ಬಂದು ಸೇರ್ತಾ ಇದೆ?" ಉದ್ದೇಶದಿಂದ ನುಡಿದ. ಅಪಾಯದ ಸೂಚನೆಯೆನಿಸಿತು. ಅವಳೆದೆ ಢವಗುಟ್ಟಿತು.

"ಪ್ಲೀಸ್, ಸಮಾಧಾನ ಮಾಡ್ಕೋ. ನಾನು ವಿಚಾರಿಸ್ತೀನಿ. ಶಾಮಣ್ಣ ಬಂದಾಗ ಕೊಡಿಸದಿದ್ರೂ... ಹಣ ಕೊಟ್ಟು ಹೋಗ್ಬಹ್ದು. ಎದುರಿನ ಪ್ಲಾಟ್‌ಗೆ ಒಂದು ಹೊಸ ಜೋಡಿ ಬಂದಿದೆ. ಫ್ರೆಂಡ್ ಶಿಪ್ ಮಾಡಿಕೊಂಡು ಆಗಾಗ ಹೊರ್ಗೇ ಹೋಗಬಹುದೇನೋ? ಅಷ್ಟೇ ಇರುತ್ತೆ. ನಾನು ವಿಚಾರಿಸ್ತೀನಿ. ನೀನ್ಹೋಗಿ ಮಲಗು" ಕಳಿಸಿ ಬಾಲ್ಕನಿಯಲ್ಲಿ ಕೂತಳು ಕೃತಿಕಾ. ಬೆಳಿಗ್ಗೆ ಚಾನಲ್‌ನಲ್ಲಿ ಬಿತ್ತರವಾದ ವಕೀಲರಾದ ಅಮಿತ್‌ರ ಶೌಟೌಟ್ ಪ್ರಕರಣ.

ಕೃತಿಕಾ ಎರಡು ಕೈಯಲ್ಲೂ ತಲೆ ಹಿಡಿದುಕೊಂಡು ಕೂತಳು. ದುರಂತದತ್ತ ವಾಲುತ್ತಿದ್ದೇಯೆ... ಸಂಸಾರ? ಬಹಳ ಹೊತ್ತು ಯೋಚಿಸಿಯೇ ಒಂದು ತೀರ್ಮಾನಕ್ಕೆ ಬಂದಿದ್ದು. ರೂಮಿಗೆ ಹೋಗುವ ಮುನ್ನ ಬಿಂದು ಮಲಗಿದ್ದ ರೂಮಿಗೆ ಬಂದದ್ದು. ಆರಾಮಾಗಿ ನಿದ್ರಿಸುತ್ತಿದ್ದ ಅವಳ ಹಣೆ, ಕತ್ತು ಮುಟ್ಟಿ ನೋಡಿ ಹೊರಗೆ ಬಂದಳು. ಜ್ವರ ಕಮ್ಮಿಯಾಗಿತ್ತು. ಮನದ ಗೊಂದಲ ಕಡಿಮೆಯಾಗಲಿಲ್ಲ.

ರೂಮಿಗೆ ಬಂದಾಗ ಭಾಸ್ಕರ್ ಲ್ಯಾಪ್‌ಟಾಪ್ ತೆಗೆದಿಟ್ಟುಕೊಂಡು ಕೂತಿದ್ದರು. "ಯಾಕೆ, ನಿದ್ದೆ ಬರಲಿಲ್ವಾ?" ಕೇಳಿದಳು. ಲ್ಯಾಪ್‌ಟಾಪ್ ಆಫ್ ಮಾಡಿ ಮೇಲೆದ್ದ "ನೀನು ಇಲ್ದೇ ನಂಗೆ ಹೇಗೆ ನಿದ್ದೆ ಬರುತ್ತೆ?" ದನಿಯಲ್ಲಿ ಪ್ರೇಮಜಲ ಸಿಂಪಡಿಸುವ ಪ್ರಯತ್ನದಲ್ಲೇನು ಸಫಲರಾಗಲಿಲ್ಲ. ಶಶಿ ಕೂಡ ನಿದ್ದೆ ಮಾಡದೆ ಬಾಲ್ಕನಿಯಲ್ಲಿ ಹೋಗಿ ಅಡ್ಡಾಡುತ್ತಿದ್ದ. ಅವನಿಗೆ ಬೇಜಾರಾಗಿದೆ. "ಸ್ವಲ್ಪ ಸೂಕ್ಷ್ಮವಾಗಿಯೆ ಪ್ರಸ್ತಾಪಿಸಿದ್ದು, ಆ ಪ್ರಸ್ತಾಪ ಒಂದಿಷ್ಟು ಮನವನ್ನು ಕೆದಕಿರಬೇಕು." ಯಾಕೆಂದರೆ, ನಾಲ್ಕು ಬುದ್ಧಿ ಮಾತು ಹೇಳಿದ್ದು... ತಪ್ಪಾ? ಎಂದೋ ಅವನನ್ನು ಕೊಟ್ಟು ಕೈ ತೊಳ್ದುಕೊಂಡಿದ್ದಾರೆ, ಮತ್ತೆ.... ಮತ್ತೆ... ಯಾಕ್ಬಂದ್ ಕಾಡಬೇಕು? "ಅದೇ ಧಾಟಿ. ತಮ್ಮನ್ನು ತಾವು ಸಮರ್ಥಿಸಿಕೊಳ್ಳೋ ರೀತಿ" ಬಿಡಿ ಆ ವಿಚಾರ! ಅದು ಸಂಬಂಧಗಳಿಗೆ ಸಂಬಂಧಿಸಿದ್ದು. ಅವನದು ಬೇರೊಂದು ಪ್ರಶ್ನೆ, ಅರುಣ ತುಂಬಿಕೊಂಡಿರೋ, ವಸ್ತುಗಳ ಮೇಲೆ ಅವನ ಆಕ್ರೋಶ. ಮತ್ತೇನಾದ್ರೂ ಅವುಗಳ ಜೊತೆಗೆ ಸೇರ್ಪಡೆಯಾದರೆ, ಬೆಂಕಿಗೆ ಹಾಕ್ತೀನೀಂತ ಹಾರಾಡಿದ್ದಾನೆ. ಹಾಗೇ ಮಾಡೋಕೆ ಇಂದು.... ಮುಂದು ನೋಡೋಲ್ಲ" ಅದು ಮುಂದುವರಿಯುವುದು ಬೇಡವೆಂದೇ ಈ ವಿಚಾರ ತಿಳಿಸಿದ್ದು.

ಒಂದುಕ್ಷಣ ಭಾಸ್ಕರ್ ತಲೆ ಬಿಸಿಯಾಯಿತು. ಅವಳು ಕೇಳಿದ್ದನ್ನೆಲ್ಲ ಕೊಡಿಸಿದ್ದರು. ಅದಕ್ಕೆ ಸ್ಪಷ್ಟವಾದ ಕಾರಣ ಕೇಳಿದರೇ ಅವರೇನು ಹೇಳಲಾರರು. ಉದ್ದೇಶ ಸ್ಪಷ್ಟಪಡಿಸುವುದು ಸಾಧ್ಯವಿರಲಿಲ್ಲ.

"ಟು ಮಚ್ ಅನ್ನಿಸೋಲ್ವಾ? ತನಗೆ ಬೇಕೆನಿಸಿದ್ದನ್ನು ತೆಗೆದುಕೊಳ್ಳೋ ಸ್ವತಂತ್ರವಿಲ್ವಾ?" ಕೇಳಿದರು ತಟ್ಟನೆ. ಕೃತಿಕಾ ಒಮ್ಮೆ ಗಂಡನತ್ತ ನೋಟ ಹರಿಸಿ "ಯಾರು ಇಲ್ಲಾಂದ್ರು? ವೆಹಿಕಲ್ ನಮ್ದು, ರೋಡು ಟ್ಯಾಕ್ಸ್ ಕಟ್ಟುತೀವಿ. ಹಾಗಂತ ಕಾನೂನು ಅತಿಕ್ರಮಿಸಿ ವೆಹಿಕಲ್‌ನ ಓಡಿಸೋಕೆ ಆಗುತ್ತ? ಆದಾಯ ಮೀರಿ ಆಸ್ತಿಗಳಿಕೆ ಅಪರಾಧವೆಂದು ನಿಮ್ಗೇ ಗೊತ್ತಿಲ್ಲದೇನಿಲ್ಲ. ಅಂಥ ಸಂದರ್ಭಗಳಲ್ಲಿ ಅಧಿಕಾರಿಗಳು ಮೂಲ ಹುಡುಕಿ ಅಪರಾಧ ಸಾಬೀತಾದರೆ ಶಿಕ್ಷೆ ಆಗ್ಬೇಕಾಗುತ್ತೆ. ಅದಾಗ್ಬಾರದಲ್ಲ "ಸೂಕ್ಷ್ಮವಾಗಿ ವಿಶ್ಲೇಷಿಸಿದ ಮಡದಿಯ ಕಣ್ಣುಗಳನ್ನು ದಿಟ್ಟಿಸಲಾರದೆ ಹೋದರು. ಮೂಲ ಹುಡುಕಿದರೆ ಸತ್ಯ ಖಂಡಿತ ಬಯಲಾಗುತ್ತೆ. ಅರುಣ ಬಾಯಿ ಬಿಟ್ಟರೆ ತಾವು ಅಪರಾಧಿ ಸ್ಥಾನದಲ್ಲಿ ನಿಲ್ಲಬೇಕಾಗುತ್ತೆ. ಆಗ ತಮ್ಮನ್ನು ತಾವು ಹೇಗೆ ಸಮರ್ಥಿಸಿಕೊಳ್ಳುವುದು? ಬಾಲ್ಕನಿಯಲ್ಲಿ ಹೋಗಿ ಕೂತು, ಇಂದು ಹತ್ತಾರು ಸಿಗರೇಟುಗಳನ್ನು ಸುಟ್ಟರು. ಸಿಗರೇಟು ಹವ್ಯಾಸವಾಗಿರಲಿಲ್ಲ. ಅಪರೂಪಕ್ಕೆ, ಅಂದು ಹೆಂಡತಿಯ ಕ್ಷಮೆ ಕೇಳಿದ್ದುಂಟು. ಇಂದು, ಟೆನ್‌ಷನ್ ತಡೆಯಲಾರದೆ ಹೋಗಿದ್ದರು. ಅಪರಾಧದ ಭಾವ ನೂರೆಂಟು ರೀತಿಯಲ್ಲಿ ತಮ್ಮನ್ನ ತಾವು ಸಮರ್ಥಿಸಿಕೊಂಡರು. ಯಾಕೆ? ಯಾಕೆ? ವಿಶ್ಲೇಷಿಸಿಕೊಳ್ಳಲಾರದೆ ಹೋದರು.

ರಾತ್ರಿ ಇಡೀ ನಿದ್ದೆ ಇಲ್ಲದೆ ಒದ್ದಾಡಿದರು.

ಮಾಮೂಲಾಗಿ ಆರು ಗಂಟೆಗೆ ಎದ್ದ ಕೃತಿಕಾ ಬಂದಿದ್ದು ಬಿಂದು ಮಲಗಿದ್ದ

ರೂಮಿಗೆ. ಜ್ವರ ಬಿಟ್ಟಿತ್ತು. ಮುಖದಲ್ಲಿ ಸುಸ್ತು ಇತ್ತು. ಪಕ್ಕದಲ್ಲಿ ಕೂತು ಹಣೆಯ ಮೇಲೆ ಕೈಯಿಟ್ಟಾಗ ಬಿಂದು ಕೈ ಹಿಡಿದುಕೊಂಡು ನಿಧಾನವಾಗಿ ಕಣ್ತೆರೆದಳು.

"ಬಾಯಾರಿಕೆಯೆನಿಸುತ್ತೆ" ಅಂದಳು ಮೆಲ್ಲಗೆ.

"ಜ್ವರ ಬಿಟ್ಟಿದೆ" ಹೂಜಿಯಲ್ಲಿದ್ದ ನೀರು ಬಗ್ಗಿಸಿ ತಾನೇ ಕೈಯಾಸರೆ ನೀಡಿ ಎಬ್ಬಿಸಿ "ಸ್ವಲ್ಪ ಕುಡಿದು ಸುಧಾರಿಸ್ಕೋ, ಕಾಫಿ ಹಿಡಿದು ಬರ್ತೀನಿ" ಆಸರೆಗೆ ದಿಂಬನ್ನ ಇಟ್ಟು ಹೊರಗೆ ಬರುವ ವೇಳೆಗೆ ರೂಮಿನಿಂದ ಬಂದ ಅರುಣ ಕಿರುನಗೆ ಬೀರಿ "ಗುಡ್ ಮಾರ್ನಿಂಗ್ ಅಕ್ಕ..." ಅಂದಳು. ಇದು ಅವಳಿಗೆ ಶಶಾಂಕ್ ಕಲಿಸಿದ ಮೊದಲ ಪಾಠ. ಅದನ್ನು ಮಾತ್ರ ತಪ್ಪದೆ ಒಪ್ಪಿಸುತ್ತಿದ್ದಳು. "ಗುಡ್... ಮಾರ್ನಿಂಗ್... ಶಶಿ ಎದ್ದಿದ್ದಾನೆ?" ಅನ್ನುತ್ತಲೆ ಕಿಚನ್‌ಗೆ ಹೋದಳು ಕೃತಿಕಾ. ಅರುಣ ಸ್ನಾನದ ನಂತರವೆ ಕಿಚನ್ ಪ್ರವೇಶ. ಅವಳಿಗೆ ಬೇಡ ಕಾಫೀ ಅಂಥ ಅಭ್ಯಾಸವಿರಲಿಲ್ಲ.

ಕಾಫಿ ಬೆರೆಸಿ ಮೊದಲು ಒಯ್ದು ಕೊಟ್ಟಿದ್ದು ಭಾಸ್ಕರ್‌ಗೆ "ಗುಡ್... ಮಾರ್ನಿಂಗ್ ಸರ್, ಬಿಂದುಗೆ ಕಾಫಿ ಕೊಟ್ಟು ಬರ್ತೀನಿ" ಅಂದು ಹೊರಹೋದಳು. ಪ್ರತಿ ದಿನ ರೂಮಿಗೆ ಬಂದಾಗ ಭಾಸ್ಕರ್ ತೋಳುಗಳಿಂದ ಬಿಡಿಸಿಕೊಂಡೇ ಹೊರಹೋಗಬೇಕಿತ್ತು. ಇಂದು ಆ ಸ್ಥಿತಿಯಲ್ಲಿ ಇಬ್ಬರು ಇರಲಿಲ್ಲ. ವಿಷಯ ಒಂದೇ ಆದರೂ... ಚಿಂತನೆ ಮಾತ್ರ ಬೇರೆ ರೀತಿಯಲ್ಲಿ. ಕಾಫೀ ಕುಡಿದ ಬಿಂದು "ಅಲ್ಲೇ ಇರ್ತಾ ಇದ್ದೆ. ಬಲವಂತವಾಗಿ ಎಳ್ಕೊಂಡ್ ಬಂದು ಕೂಡಿ ಹಾಕಿದೆ. ಐಯಾಮ್ ಲಕ್ಕಿ ಕಣೆ, ಎಲ್ಲಾ ಬರಿದು ಅಂತಾರೆ. ಆದರೆ ನನ್ನ ನೋಡಿ ಬೇರೆಯವ್ರು ಹೊಟ್ಟೆಕಿಚ್ಚು ಪಟ್ಕೋಬೇಕು. ನಿನ್ನಂಥ ಫ್ರೆಂಡ್ ಎಲ್ಲರಿಗೂ ಇರೋಲ್ಲ" ಅವಳ ಕಣ್ತುಂಬಿದ ಕಂಬನಿ ಕೆನ್ನೆಯ ಮೇಲೆ ಇಳಿದಾಗ ಬಗ್ಗಿ ಬೆರಳಿನಿಂದ ತೊಡೆದು "ನೋಡ್ತೋಣ, ನಿನ್ನ ಅದೃಷ್ಟದ ತೂಕನ ತಕ್ಕಡಿಗೆ ಹಾಕು ತೂಗಿನೋಡ್ತೀನಿ. ಊರಿಂದ ಯಾರನ್ನಾದ್ರು ಕರ್ಸಿಕೋತೀಯೆ?" ಕೇಳಿದಳು. ಅದು ಅವಳಿಗೂ ಗೊತ್ತು. ಇಂಥ ಸಂದರ್ಭಗಳಲ್ಲಿ ಹಟ ಮಾಡಬಾರದೆಂದು ಅವಳ ಅಭಿಪ್ರಾಯ.

"ನೊ" ಬೇಡಪ್ಪ, ಬೇಡ... ಯಾರ ಸಹವಾಸನು ಬೇಡ. ಅಂದು.. ಅಂದು... ಹುಚ್ಚಿಡಿದು ಬಿಡುಸ್ತಾರೆ. ಯಾಕೆ... ಬೇಕು? ಆರಾಮಾಗಿದ್ದೀನಿ. ಬಂಧು, ಬಳಗ ಬೇಡವೇ... ಬೇಡ. ಸಹಾನುಭೂತಿ ಸೂಚಿಸೋದರ ಜೊತೆಗೆ... ಬುದ್ಧಿ ಇಲ್ಲ. ಕಟ್ಟಿಕೊಂಡವ್ನ ಕಟ್ಟಿ ಹಾಕೋಕೇ ಗೊತ್ತಿಲ್ಲ. ಇಂಥ ಮಾತುಗಳು ಶುರುವಾಗುತ್ತೆ. ಅದೆಲ್ಲ... ಬೇಡ. ಖಡಾಖಂಡಿತವಾಗಿ ಬಿಂದು ತಳ್ಳಿ ಹಾಕಿದಳು. ಅದು ನಿರೀಕ್ಷಿತವೇ.

ತುಂಬ ಬಲವಂತದಿಂದ ನಾಲ್ಕು ದಿವಸ ಬಿಂದುನ ಅಲ್ಲೇ ಇರಿಸಿಕೊಂಡಳು. ಅದು ಒಳ್ಳೆಯದೇ ಆಯಿತು, ಆದರೆ ಬಿಂದುನ ಬಿಟ್ಟು ಬರೋವಾಗ ಒಂದಿಷ್ಟು ಹೇಳಿದಳು.

"ಅರುಣನ ತಿದ್ದೋ ಅಗತ್ಯವಿದೆ. ಒಳ್ಳೆಯವಳು, ಮುಗ್ಧೆ. ಆದರೆ ಸದಾ ಅವಳ ಕಣ್ಣುಗಳಲ್ಲಿ ಆಸೆಯ ಮಿಂಚು ಇರುತ್ತೆ. ಅದ್ನ ಬೇರೆಯವ್ರು ದುರುಪಯೋಗಪಡ್ಸಿಕೊಂಡರೆ, ಅನಾಹುತವಾಗುತ್ತೆ. ಶಶಿ ತುಂಬ ಒಳ್ಳೆ ಹುಡ್ಗ. ಅವ್ನಿಗೆ ಮದ್ವೆ ಮಾಡೋ ವಿಚಾರದಲ್ಲಿ

ದುಡುಕಿದೆಯೇನೋ"

ಕೇಳಿಕೊಂಡು ಹಿಂದಿರುಗಿದಳಷ್ಟೆ. ಆದರೆ ಪ್ರಶ್ನಿಸಲು ಹೋಗಲಿಲ್ಲ. ಮನೆಯಲ್ಲಿ ಇರೋವಾಗಲೇ ಕನಿಷ್ಟ ಮೂರು ಸಲವಾದರು ಲಿಫ್‌ಸ್ಟಿಕ್‌ನ ಬಣ್ಣ ಬದಲಾಯಿಸುವುದು ಕೃತಿಕಾ ಗಮನಕ್ಕೆ ಬಂದಿತ್ತು.

* * *

ಮಧ್ಯಾಹ್ನ ಕೃತಿಕಾ ಆಫೀಸ್‌ನಿಂದ ಹಿಂದಿರುಗಿದಾಗ ಬಾಗಿಲಿಗೆ ಬೀಗ. ಅರುಣಗೆ ಇಲ್ಲಿ ನೆಂಟರು, ತೀರಾ ಪರಿಚಯದವರು, ಸ್ನೇಹಿತರು ಅಂಥವರೇನು ಇರಲಿಲ್ಲ. ಎಲ್ಲಿ ಹೋಗಿರಬೇಕು? ಒಂದಿಷ್ಟು ಗಾಬರಿಯಿಂದ ಶಶಿಗೆ ಕಾಲ್ ಮಾಡಿದಳು.

"ಅದೃಷ್ಟ, ಈ ವೇಳೆಯಲ್ಲಿ ನಿನ್ನಿಂದ ಕಾಲ್. ಏನು ವಿಶೇಷ?" ಕೇಳಿದ. ತಕ್ಷಣಕ್ಕೆ ಏನೋ ಒಂದು ಹೇಳಬೇಕಿತ್ತು. "ಏನಿಲ್ಲ ಜೊತೆಯಲ್ಲಿ ಊಟ ಮಾಡೋಣಾಂತ ಅನ್ನಿಸ್ತು ಅಷ್ಟೆ" ಎಂದರು. "ಸಾರಿ ಅಕ್ಕ, ಈಗಾಗ್ಲೇ ಲಂಚ್ ಬಂದಿದೆ. ಸೈಟ್ ಹತ್ರ ಕಾಂಕ್ರಿಟ್ ಕೆಲ್ಸ ನಡೀತಾ ಇದೆ. ಕೂಲೀಗ್ಸ್ ಇಲ್ಲೇ ಇದ್ದಾರೆ. ಸಾರಿ..." ಅಂದ. ಓ.ಕೇ... ಎಂದು ಹ್ಯಾಂಡ್‌ಬ್ಯಾಗ್‌ನಲ್ಲಿದ್ದ ಕೀಯಿಂದ ಲಾಕ್ ಓಪನ್ ಮಾಡಿ ಒಳಗೆ ಹೋದಾಗ ನಿರ್ಜನವೆನಿಸಿತು. "ಕೆಲ್ಸದ ಸುವರ್ಣಮ್ಮ ಇಲ್ಲದಾಗ ಒಬ್ಬೇ ಬೋರ್ ಅನಿಸಿದರೆ, ಯಾವುದಾದ್ರೂ ಹಾಡು ಗುನುಗು. ಇಲ್ಲ ಪೇಪರ್ ತೆಗ್ದು ಹೆಡ್‌ಲೈನ್ಸ್ ನೋಡು. ನಮ್ಗೇ ಸಾಮಾನ್ಯ ಜ್ಞಾನವಾದ್ರೂ ಅನಿವಾರ್ಯ" ಎಂದು ಹೇಳಿ ಸೋತಿದ್ದಳು.

ನಿಧಾನವಾಗಿ ಭಾಸ್ಕರ್ ಆಫೀಸ್ ಲ್ಯಾಂಡ್‌ಲೈನ್‌ಗೆ ಕಾಲ್ ಮಾಡಿದಾಗ "ಸರ್ ಇಲ್ಲ, ಹೊರ್ಗಡೆ ಹೋದ್ರು" ಅಂದಾಗ ಕಾಲ್ ಕಟ್ ಮಾಡಿ ದೊಪ್ಪನೆ ಸೋಫಾ ಮೇಲೆ ಕುಕ್ಕರಿಸಿದ ಕೃತಿಕಾ ಮುಖದ ಬೆವರನ್ನು ತೊಡೆದುಕೊಂಡಳು. ಅರುಣ ಒಬ್ಬಳೇ ಎಲ್ಲೂ ಹೋಗಿರಲಾರಳು. ಅಂದರೆ ಭಾಸ್ಕರ್ ಬಂದು ಅವಳನ್ನು ಕರೆದೊಯ್ದಿದ್ದಾರೆ. ತೀವ್ರವಾಗಿ ಆಘಾತಗೊಂಡಳು. ತಾನು ಹತ್ತಿರುವ ದೋಣಿ ಮಾತ್ರವಲ್ಲ, ಶಶಾಂಕ್ ದಾಂಪತ್ಯ ದೋಣಿ ಕೂಡ ಮುಳುಗುತ್ತಿದೆಯೆನಿಸಿದಾಗ ಘಟಸ್ಫೋಟವಾಯಿತು.

ಬಹುಶಃ ಎಷ್ಟೊತ್ತು ಹಾಗೇ ಕೂತಿದ್ದಳೋ ಕೃತಿಕಾ, ಆದರೆ ಅರುಣ ದನಿ ಕೇಳಿಯೇ ಎಚ್ಚೆತ್ತಿದ್ದು "ಭಾವ, ಅಕ್ಕ... ಬಂದಿದ್ದಾರೆ" ಎನ್ನುತ್ತ ತಂದಿದ್ದ ಬ್ಯಾಗ್‌ಗಳನ್ನು ಒಯ್ದು ರೂಮಿನಲ್ಲಿ ಮಂಚದ ಕೆಳಗಿಟ್ಟು ಬಂದು ನಿಂತಿದ್ದು ಬೆಪ್ಪುಬೆಪ್ಪಾಗಿ.

ತುಸು ತಡೆದು ಭಾಸ್ಕರ್ ಒಳಗೆ ಬಂದವ ಪ್ರಶ್ನೆ ಮೂಡುವ ಮುನ್ನ "ಅರುಣಾಗೆ ಹಲ್ಲು ನೋವಂತೆ. ಡಾಕ್ಟ್ರು ಹತ್ರ ಕರ್ಕೊಂಡ್ಹೋಗಿದ್ದೆ. ಬರ್ತೀನಿ... ಡಿಯರ್" ಹೊರಟವ ಕಣ್ಣುಗಳಲ್ಲಿ ತುಂಬಿಕೊಳ್ಳುವಂಥ ನೋಟ ಹರಿಸಿ ಕೈಯಾಡಿಸಿ ಹೊರಟ. ಇಂಥದೊಂದು ನೋಟವನ್ನು ಭಾಸ್ಕರ್ ಪ್ರಬಲ ಹಸ್ತ ಮಾಡಿಕೊಂಡವ. ಇದು ಕೃತಿಕಾಗೆ ಇಷ್ಟವೇ! ಆದರೆ ಈಚೆಗೆ ಅದರಲ್ಲೇನೋ ಕುಟಿಲತೆ ಅಡಗಿದೆಯೆನಿಸುತ್ತಿತ್ತು.

ಅರುಣಗೆ ಸುಳ್ಳು ಹೇಳುವುದಕ್ಕೆ, ಸಮರ್ಥಿಸಿಕೊಳ್ಳಲು ಪುಟ್ಟ ಸೂಚನೆ ಕೊಟ್ಟಿದ್ದರು.

ಅದನ್ನು ಭಾಸ್ಕರ್ ಸ್ವತಃ ಹೇಳಿದ್ದರಿಂದ ಅವಳಿಗೆ ನಿರಾಳವಾಯಿತು.

ಆತುರಪಟ್ಟು ಅರುಣನ ಪ್ರಶ್ನಿಸಲು ಹೋಗದಿದ್ದರೂ ಇದು ಮುಂದುವರಿಯುವುದರಿಂದ ಆಗುವ ಅನಾಹುತದ ಲೆಕ್ಕ ಹಾಕಿದಳು ಕೃತಿಕಾ. ಇಲ್ಲಿ ಪ್ರಾಮಾಣಿಕತೆ ಭಾವಕ್ಕಿಂತ ನಡತೆ ಮುಖ್ಯವಾಗುತ್ತದೆ. ತೀರಾ ವಿರೋಧಾಭಾಸಗಳಿಂದ ಎಷ್ಟೋ ಸಂಸಾರಗಳು ದುರಂತವನ್ನು ಕಂಡಿವೆ. ಇದು ಇಲ್ಲಿ ಆಗಬಾರದು. ದುರಂತ ಚಿತ್ರ ಕಣ್ಮುಂದೆ ನಿಂತಿತು.

ಬಹಳ ಯೋಚಿಸಿಯೆ ಒಂದು ತೀರ್ಮಾನಕ್ಕೆ ಬಂದು ಹಂತಹಂತವಾಗಿ ಅರುಣನ ತಿದ್ದಬೇಕೆನಿಸಿತು. ನೇರವಾಗಿ ಅಡುಗೆ ಮನೆಗೆ ಬಂದಾಗ ಬಟಾಣಿ ಬಿಡಿಸುತ್ತಿದ್ದವಳು ತಟ್ಟನೆ ತಲೆಯೆತ್ತಿದಳು. ಗಾಬರಿ ಕಣ್ಣುಗಳಲ್ಲಿ ಇತ್ತು.

"ಅರುಣ, ಈಗ ಹೇಗಿದೆ ಹಲ್ಲುನೋವು?" ಕೇಳಿದರು ಅಕ್ಕರೆಯಿಂದಲೇ. ಮಕ್ಕಳಿಲ್ಲವೆನ್ನುವ ಕೊರಗನ್ನು ಶಶಾಂಕ್ ಮತ್ತು ಅರುಣಳಲ್ಲಿ ತುಂಬಿಕೊಳ್ಳುತ್ತಿದ್ದಳು. "ಈಗೇನು ಇಲ್ಲ, ಸ್ವಲ್ಪ ಕಮ್ಮೀ ಆಗಿದೆ. ಕಾಫೀ ಮಾಡಿಕೊಡ್ಲಾ? ಅವಳಿನ್ನು ಗಲಿಬಿಲಿಯಿಂದ ಮುಕ್ತವಾಗಿರಲಿಲ್ಲ" ಅದೇನು ಬೇಡ. "ನೀನು ಹೊರ್ಗಡೆ ಹೋಗೋ ಮುನ್ನ ಒಂದ್ಮಾತು ತಿಳಿಸ್ಬೇಕು. ಬೀಗ ನೋಡಿದ ಕೂಡ್ಲೇ ಗಾಬರಿ ಆಯ್ತಲ್ಲ. ಅದಕ್ಕೆ ನಿಂಗೆ ಒಂಟೊಂಟಿಯಾಗಿ ಓಡಾಡಿ ಅಭ್ಯಾಸವಿಲ್ಲ. ಶಶಿಗೆ ಹೇಳಿದ್ಯಾ?" ಕೇಳಿದಳು. "ಇಲ್ಲ... ಇಲ್ಲ... ಬಯ್ತಾರೆ" ಅಂದೇಬಿಟ್ಟಳು. ಬಹುಶಃ ಇದೆಲ್ಲಿ ಶಶಾಂಕನ ಅರಿವಿಗೂ ಬಂದಿದ್ಯಾ? ಎದೆಯಲ್ಲಿ ಉಸಿರಿಡಿದಂತಾಯಿತು. ನಿಧಾನವಾಗಿ ಉಸಿರೆಳೆದುಕೊಂಡು ಚೇತರಿಸಿಕೊಳ್ಳಬೇಕಾಯಿತು. ಅಂದರೆ... ಶಶಿ... ಚಿಂತಿಸಲಾರದೆ ಹೋಗಿದ್ದು ಗಾಬರಿಯಿಂದ.

"ಮುಂದೆ ಹೀಗೆ ಆಗೋದ್ಬೇಡ. ಶಶಿಗೆ ಸ್ವಲ್ಪ ಕೋಪ ಜಾಸ್ತಿ. ಅದಕ್ಕೆ ಅವಕಾಶ ಕೊಡ್ಬೇಡ. ನಾನು ಕಿಚನ್ ಕೆಲ್ಸ ನೋಡ್ತೀನಿ. ನಿನ್ನ ರೂಮು ಕ್ಲೀನ್ ಮಾಡ್ಕೋ ಹೋಗ್" ಕಳಿಸಿ ಅಲ್ಲಿನ ಕೆಲಸ ಮುಗಿಸಿ ಬರುವ ವೇಳೆಗೆ ಕೆಲಸದ ಸುವರ್ಣಮ್ಮ ಬಂದವಳು ಒಂದು ಕಡೆ ಕೂತಳು. ನಂಬುಗೆಯ ಹೆಣ್ಣು.

"ಆ ಮೂಲೆಯಿಂದ ಈ ಮೂಲೆಗೆ ಬರೋವೇಳೆಗೆ ಸಾಕು... ಸಾಕಾಯ್ತು. ಇರೋಕೆ ಜಾಗ ಕೊಟ್ಟಿದ್ದಾರೆಂತ ಪುಗಸಟ್ಟೇ ಎಷ್ಟೊಂದು ಕೆಲ್ಸ ಮಾಡುಸ್ತಾರೆ. ನಂಗೊಂದು ಚೂರು ಜಾಗ ಕೊಟ್ಟರೆ ಇಲ್ಲೇ ಇದ್ದು ಬಿಡ್ತಾ ಇದ್ದೆ. ಅವ್ನು ಬರೋದು ಎರ್ಡು ಮೂರು ವರ್ಷವಾಗುತ್ತೆ. ಒಂಟಿ ಹೆಂಗ್ಸು... ಹೆಂಗೇ ಇರ್ಲೀ? ಅದಕ್ಕೆ ಮನೆ ಖಾಲಿ ಮಾಡ್ದೇ. ನೀವು ತಿಂದಿದ್ದರಲ್ಲಿ ಮಿಕ್ಕಿದ್ದು ನಂಗೂ ಎರ್ಡು ತುತ್ತು ಹಾಕ್ಬಿಡಿ. ನನ್ನ ಊಟ, ತಿಂಡಿ ಖರ್ಚು ಸಂಬಳದಲ್ಲಿ ಇಟ್ಕೊಳ್ಳಿ. ಯಜಮಾನರಂತು ಆಗೋದೇ ಇಲ್ಲಾಂದ್ರು. ನೀವು ಮನಸ್ಸು ಮಾಡಿ ಇಟ್ಕೊಳ್ಳಿ. ಹೇಗೋ ಅವ್ನು ಬರೋವರ್ಗೂ ಇದ್ಹೋಗ್ತೀನಿ" ಒಂದೇಸಮ ಬಡಬಡಿಸಿದಳು. ಯಾಕೋ ಸಹಾನುಭೂತಿಯಿಂದ "ಸರಿ, ಇಲ್ಲೇ ಇದ್ಕೋ,. ಹಿಂದಿನ ರೂಮಿನಲ್ಲಿ ನಿನ್ನ ಸಾಮಾನು, ಸರಂಜಾಮು ತಂದು ಹಾಕ್ಕೋ. ಒಂದಿಷ್ಟು ಮಾತು ಕಮ್ಮೀ ಮಾಡ್ಕೋ" ಅಂದಕೂಡಲೇ ಎದ್ದು ಬಂದು ಕೃತಿಕಾ ಕಾಲುಗಳನ್ನೇ ಮುಟ್ಟಿ

ನಮಸ್ಕಾರ ಮಾಡಿ "ನೀವು ಹೇಳ್ದಂಗೆ ಕೇಳ್ಕೊಂಡ್ ಬಿದ್ದಿರುತೀನಿ. ಹೆಣ್ಣು ಜೀವಕ್ಕೆ ಸೆಕ್ಯೂರಿಟಿ ಬೇಕು. ಟಿವಿನಲ್ಲಿ ಬರೋದು ನೋಡಿದ್ರೆ ತುಂಬ ಭಯವಾಗುತ್ತೆ. ಕಾಲ ತೀರಾ ಕೆಟ್ಟುಹೋಗಿದೆ. ಇಲ್ಲಿ ವಯಸ್ಸಿನ ಲೆಕ್ಕವಿಲ್ಲ, ಮಗು, ಆಂಟೀ, ಅಜ್ಜಿ ಅನ್ನೋ ಪರಿಜ್ಞಾನವಿಲ್ಲ. ತೀರಾ ಭಯವಾಗುತ್ತೆ. ನನ್ಗಂಡ ವಾಪ್ಸು ಬರೋವರ್ಗೂ ನಿಮ್ಮ ನೆರಳಿನಲ್ಲಿ ಇದ್ದು ಬಿಡ್ತೀನಿ" ಕೃತಜ್ಞತೆ ಸೂಚಿಸಿದಳು. ಭರವಸೆ ಕೊಟ್ಟಾಗಿತ್ತು. ಇಲ್ಲಿ ಹಿಂದೆಗೆಯುವ ಪ್ರಶ್ನೆಯೇ ಇಲ್ಲ.

"ಸಾಕು ಬಿಡು, ಅಂಥದೇನಿಲ್ಲ, ಆ ರೂಮಿನ ಅಚ್ಚುಕಟ್ಟು ಮಾಡ್ಕೊಂಡ್, ನಿನ್ ಸಾಮಾನು ತಂದಿಟ್ಕೋ" ಹೇಳಿಯೇ ಎದ್ದು ಹೋದವಳು ಅರುಣನ ಕರೆದು "ನಾಳೆಯಿಂದ ಒಂದಿಷ್ಟು ತಿಂಡಿ, ಅಡ್ಗೇ ಹೆಚ್ಚಿಗೆ ಮಾಡು. ಸುವರ್ಣಮ್ಮ ಅವ್ಳ ಗಂಡ ಹಿಂದಿರುಗೋವರೆಗೂ ಇಲ್ಲೇ.. ಇರ್ತಾಳೆ" ಅವಳಿಗೆ ಮಾಹಿತಿ ಕೊಟ್ಟಾಗಿತ್ತು.

"ಭಾವ ಬೇಡಾಂದ್ರು" ಅರುಣ ಮೆಲ್ಲಗೆ ಉಸುರಿದಳು. "ಹೊರ್ಗಡೆಯ ಜಗತ್ತಿಗೆ ತುಂಬ ಹೆದರ್ತಾಳೆ. ಹಿಂದಿನ ರೂಮು ಖಾಲಿಯಾಗಿಯೇ ಇದೆ. ನಿಂಗೂ ಹೆಲ್ಪ್ ಆಗುತ್ತೆ" ಅಂದಳಷ್ಟೆ. ಅದನ್ನ ಹೇಳಿದಾಗಲು ಅರುಣಳ ಮಾತುಗಳಲ್ಲಿ ಯಾವುದೇ ದುರುದ್ದೇಶವಿದ್ದಂಗೆ ಕಾಣಲಿಲ್ಲ. ಸಮಸ್ಯೆಯಾಗಿರೋದು ಅಲ್ಲೆ.

ಅದು ಶಶಿಗೂ ಇಷ್ಟವಾಯಿತು. "ಒಳ್ಳೆಯದಾಯ್ತು. ಅಕ್ಕ. ಅರುಣಗೆ ತಿಳಿವಳಿಕೆ ತೀರಾ ಕಡ್ಮೆ. ಸುವರ್ಣಮ್ಮ ಇದ್ದರೇ ಒಂದಿಷ್ಟು ಧೈರ್ಯ ಅಕ್ಕ, ಇನ್ನೊಂದ್ವಿಷ್ಯ... ಆ ಅರುಣ ಅಪ್ಪ ಶಾಮಣ್ಣ ಮಾವ ಇವಳಿಗೆ ಬಂದಾಗಲೆಲ್ಲ ಅಷ್ಟಿಷ್ಟು ಹಣ ಯಾಕೆ ಕೊಟ್ಟು ಹೋಗ್ತಾರೆ? ಆಸ್ತಿ ಇರ್ಬಹ್ದು. ಆ ಮನುಷ್ಯನ ಹತ್ರ ಕ್ಯಾಷ್ ಇಲ್ಲ. ಅವಳು ಹಾಕ್ಕೊಂಡಿದ್ದ ಜುಮುಕಿ ಚಿನ್ನದ್ದೆ. ನೀನು ಕೊಡ್ಸಿದ್ದು.. ತಾನೇ? ನನ್ನಿಂದ ಮುಚ್ಚಿಟ್ಟಿದ್ದೀ. ಹೇಳೋಲ್ಲಾ ಅಂದ್ಲು." ಪ್ರಹಾರ ಮಾಡಿದಂತಾಯಿತು ಒಮ್ಮೆಲೆ. ಇಲ್ಲಿಗೆ ಬಂದು ನಿಂತಿದ್ದು ಸರಿಯಲ್ಲವೆನಿಸಿತು. "ಸಾರಿ ಬಿಡು, ಮತ್ತೆ ಏನಾದ್ರೂ ಕೊಡಿಸೋವಾಗ ನಿನ್ನ ಪರ್ಮಿಷನ್ ತಗೋತೀನಿ" ನಗೆಯಲ್ಲಿ ತೇಲಿಸಿದಳು.

ಆಮೇಲೆ ಅವನನ್ನು ಓಲೈಸಿ "ನಾನು ಶಾಮಣ್ಣನವ್ರ ಹತ್ರ ಮಾತಾಡ್ತೀನಿ. ಅವಳ್ಮೇಲೆ ಜೋರು ಮಾಡೋದ್ಬೇಡ" ಶಶಾಂಕ್ ದೀರ್ಘವಾದ ಉಸಿರು ದಬ್ಬಿ "ನಾನ್ಯಾಕೆ ಜೋರು ಮಾಡ್ಲಿ? ಎಲ್ಲಾ ಸರಿ, ಅದೇನು ಆಸೆಬುರುಕತನ? ಏನೇ ಕೊಡ್ಸು ಬೇಡಾನ್ನೊಲ್ಲ," ಇಂಥದೊಂದು ಸಣ್ಣ ಆಪಾದನೆ ಮಾಡಿದ. "ಚಿಕ್ಕು ಬಿಡು" ಸಮಾಧಾನಿಸಿದರು. ಆದರೆ... ಇದು ಬೇರೆ ಬೇರೆ ಅನಾಹುತಗಳಿಗೆ ದಾರಿ ಮಾಡಿಕೊಡಬಹುದೆನ್ನುವ ಭಯ.

ಸುವರ್ಣಮ್ಮ ಇಲ್ಲೇ ಬಂದು ಉಳಿದ ನಾಲ್ಕು ದಿನಗಳ ನಂತರ ಭಾಸ್ಕರ ಪ್ರಸ್ತಾಪಿಸಿದ. "ಅದೇನು ಸುವರ್ಣಮ್ಮ ಇಲ್ಲೇ ಇದ್ದಾಳೆ?" ಬೀರುನ ತೆಗೆದಿಟ್ಟುಕೊಂಡು ಏನೋ ಹುಡುಕುತ್ತಿದ್ದ ಕೃತಿಕಾ ಹಿಂದಕ್ಕೆ ತಿರುಗಿ "ಅವ್ಳು ಗಂಡ ದುಬೈಗೆ ಹೋಗಿದ್ದಾನೆ. ಒಂಟಿ ಹೆಂಗ್ಸು. ಹೊರ್ಗೆ ಇರೋದಿಕ್ಕೆ ಭಯಪಡ್ತಾಳೆ. ಹಿಂದಿನ ರೂಮು ಖಾಲಿಯಾಗಿತ್ತಲ್ಲ.

ಇರೂಂತ ಹೇಳ್ದೇ" ಆರಾಮಾಗಿ ಹೇಳಿದಳು ಕೃತಿಕಾ. ಆದರೆ ಅಪರಾಧಭಾವದಿಂದ ನರಳುತ್ತಿದ್ದ ಭಾಸ್ಕರ, ಸುವರ್ಣಮ್ಮನನ್ನ ಮನೆಯಲ್ಲಿ ಇರಿಸಿಕೊಳ್ಳೋಕೆ ಬೇರೇ ಏನಾದರೂ ಕಾರಣವಿದೆಯಾ ಎನ್ನುವ ಚಿಂತನೆ ಮನದಲ್ಲಿ ಮೂಡಿದ್ದಂತೂ ನಿಜ. "ಇದು ಬೇಡವಾಗಿತ್ತು, ಬೇರೊಬ್ಬರ ಜವಾಬ್ದಾರಿ ಈ ಕಾಲದಲ್ಲಿ ಅಪಾಯ. ಯಾರಾದ್ರೂ ನೆಂಟರ ಮನೆಯಲ್ಲಿ ಇದ್ಕೊಳ್ಳಿ, ಅದು ಅವಳ ಹಣೆಬರಹ. ನೀನ್ಯಾಕೆ ಇದನ್ನೆಲ್ಲ ತಲೆಯ ಮೇಲೆ ಹಾಕ್ಕೋತೀಯ?" ಗೊಣಗಿದರು. ಕೃತಿಕಾಗೆ ಮಾತು ಬೇಡವೆನಿಸಿತು. ಈಗಾಗಲೇ 'ಇರೂಂತ' ಹೇಳಿದ್ದಾಗಿತ್ತು. ಅದನ್ನು ಬದಲಾಯಿಸುವುದು ಸಾಧ್ಯವಿರಲಿಲ್ಲ. "ಕೆಲವೊಮ್ಮೆ ಅನಿವಾರ್ಯ. ಸಂಬಳಕ್ಕೆ ಅನ್ನೋದು ಬಿಟ್ಟು ಕೆಲ್ಸ ಮಾಡೋಳು. ಕೆಲವೊಮ್ಮೆ ವಾಚ್‌ಮನ್ ಕೆಲ್ಸವು, ಅವಳದೇ. ಸೀರಿಯಸ್ ಮ್ಯಾಟರ್ ಅಲ್ಲ ಬಿಡೀ" ಆರಾಮಾಗಿ ತಳ್ಳಿ ಹಾಕಿ ಹೊರಗೆ ಬಂದಳು. ಇತ್ತೀಚೆಗೆ ತಮ್ಮಲ್ಲಿ ಸಾಮರಸ್ಯ ಕಮ್ಮಿಯಾಗಿದೆ. ತಮಾಷೆ, ನಗು ಎಲ್ಲಾ ಎಲ್ಲಾ ಮಾಯವಾಗಿದೆ? ಪದೇಪದೇ ಇಂಥ ಭಾವ ಮೂಡುತ್ತಿತ್ತು.

ಭಾಸ್ಕರ್ ಕೂಡ ತಡಬಡಿಸುತ್ತಿದ್ದರು. ಆದರೆ ಬಾಯಿಬಿಟ್ಟು ಏನೂ ಹೇಳಲಾರದ ಸ್ಥಿತಿ. ಅಂದು ಇದ್ದಕ್ಕಿದ್ದಂತೆ ಭಾಸ್ಕರ್ ಒಂದು ವಿಷಯ ಅವಳ ಮುಂದಿಟ್ಟರು.

"ಡಿಯರ್, ಸ್ವೀಟ್ ಹಾರ್ಟ್... ಒಂದು ಯೋಜನೆ ಹಾಕ್ಕೊಂಡಿದ್ದೀನಿ. ನಿಮ್ಮ ಕೋಆಪರೇಷನ್ ಬೇಕು. ನನ್ನ ಫ್ರೆಂಡ್ ಒಬ್ರು ಒಂದು ಪ್ಲಾಟ್ ಪರ್ಚೇಸ್ ಮಾಡ್ತಾ ಇದ್ದಾರೆ. ನಂಗೂ ಅಂಥ ಯೋಚ್ನೆ ಇದೆ. ವಂಡರ್‌ಫುಲ್... ನೋಡ್ಬಂದೇ ಪ್ಲಾಟ್‌ನ. ಒಂದಿಷ್ಟು ಜಿಪುಣರಾಗೋಣ."

ಅಚ್ಚರಿಯಿಂದ ಭಾಸ್ಕರ್ ಅತ್ತ ನೋಡಿದಳು.

"ಪ್ಲಾಟ್, ನಮ್ಗೇ ಅದರ ಅಗತ್ಯವೇನಿದೆ? ತುಂಬ ಇಷ್ಟಪಟ್ಟು ಕಟ್ಟಿಸ್ಕೊಂಡ ಮನೆ. ಆಗ ಜಿಪುಣತನದ ಜೊತೆ ಸಾಕಷ್ಟು ಪರಿಶ್ರಮ ಕೂಡ ಪಟ್ಟಿದ್ದೀವಿ. ಭಾವನಾತ್ಮಕವಾದ ಸಂಬಂಧ ಬೆಳೆದಿದೆ ಮನೆಯೊಂದಿಗೆ. ಅಂಥದ್ದರಲ್ಲಿ ಮತ್ತೆ ರಿಸ್ಕ್! ಬೇಡ..."

"ನೋ, ಕೃತಿ... ಆ ಪ್ಲಾಟ್ ನೋಡಿದರೇ ಸುಸ್ತಾಗಿಬಿಡ್ತೀಯಾ! ಅದ್ಭುತವಾಗಿದೆ. ಸಮಾಜದಲ್ಲಿ ನಮ್ಮ ಸ್ಟೇಟಸ್ ಹೆಚ್ಚಬೇಕಾದರೆ, ಹಣ, ಆಸ್ತಿ, ಎಲ್ಲಾ ಬೇಕಾಗುತ್ತೆ. ಆಫೀಸ್ ಕೂಡ ಡೆವಲಪ್ ಆಗಿದೆ. ಇನ್‌ಕಮ್ ಚೆನ್ನಾಗಿದೆ. ಈ ಸ್ಥಿತಿಯಲ್ಲಿರೋವಾಗ್ಲೇ ಒಂದಷ್ಟು ಆಸ್ತಿ ಮಾಡ್ಕೋಬೇಕು" ಕನಸುಗಳನ್ನು ಹರಡತೊಡಗಿದಾಗ ಕೃತಿ ಸುಮ್ಮನೆ ಕೂತು ಕೇಳಿದಳು. ಪ್ಲಾಟ್ ಪರ್ಚೇಸ್ ನಂತರ ಹಲವಾರು ಯೋಜನೆಗಳನ್ನು ಅವಳ ಮುಂದಿಟ್ಟ, ಗದ್ದಕ್ಕೆ ಕೈಯಾನಿಸಿ ಕೇಳಿದಳು. "ಆಯ್ತು, ಪ್ಲಾಟ್... ನಂತರ ಒಂದೆರಡು ಸೈಟುಗಳು... ಒಂದಿಷ್ಟು ಸೆಕ್ಯೂರಿಟಿಗಾಗಿ ತೆಗೆದಿಡೋದು... ಚಿನ್ನ ಕೊಳ್ಳುವ ಪ್ಲಾನ್... ಆಮೇಲೆ?" ಸೀರಿಯಸ್ಸಾಗಿಯೇ ಕೇಳಿದ್ದು.

"ನಾವಿಬ್ರೂ ಆರಾಮಾಗಿರೋದು" ಥಟ್ಟನೆ ಹೇಳಿದ.

"ಅಷ್ಟಕ್ಕೆ ಇಷ್ಟೆಲ್ಲ ಗಳಿಕೆ, ಶ್ರಮ, ತಾಪತ್ರಯ ಬೇಕಾ? ಲೋನ್ ಅಮೌಂಟ್

ತೀರಿದ ಕೂಡ್ಲೇ ನಾನು ಬೇಕಾದರೆ ಕೆಲ್ಸ ಬಿಡ್ತೀನಿ. ಮತ್ತಷ್ಟು ಆರಾಮಾಗಿರಬಹುದು. ಈಗ ಇರೋದರಲ್ಲಿಯೇ ನಾವು ಸಂತೋಷವಾಗಿ, ಆರಾಮಾಗಿದ್ದೀವಿ, ಅಷ್ಟು ಸಾಕು. ಯಾವ್ದೇ ಪ್ಲಾಟ್ ಬೇಡ" ನಿಶ್ಚಿಂತೆಯಿಂದ ನುಡಿದಳು.

ಮೊದಲು ಭಾಸ್ಕರ್ ತಬ್ಬಿಬ್ಬಾದ. ಹೇಗಾದರೂ ತನ್ನದನ್ನ ಸಮರ್ಥಿಸಿಕೊಳ್ಳಬೇಕೆನಿಸಿತು. "ಹೊರ್ಗಿನ ಜಗತ್ತಿಗೆ ಶ್ರೀಮಂತಿಕೆ ಸ್ಟೇಟಸ್ ಬೇಕು!" ಕೃತಿಕಾ ಎದ್ದು ಬಂದು "ಜಗತ್ತಿಗೆ ತಾನೇ ಶ್ರೀಮಂತಿಕೆ, ಸ್ಟೇಟಸ್ ಬೇಕಾಗಿರೋದು, ನಮಗಲ್ಲ. ಈಗ ಸಂತೋಷವಾಗಿದ್ದೀವಿ, ಆರಾಮಾಗಿದ್ದೀವಿ" ಹೇಳಿ ಹೊರಗೆ ಹೋದಳು. ಆಸೆಯ ನಾಗಾಲೋಟ ಕೃತಿಕಾಗೆ ಇಷ್ಟವಿಲ್ಲ.

ಸುವರ್ಣಮ್ಮ ಇಲ್ಲೇ ಉಳಿದ ಮೇಲೆ ಭಾಸ್ಕರ್, ಅರುಣಳ ಹೊರಗಿನ ಓಡಾಟಕ್ಕೆ ಬ್ರೇಕ್ ಬಿತ್ತು. ಒಂದು ರೀತಿಯಲ್ಲಿ ಇಬ್ಬರು ಮುಜುಗರ ಅನುಭವಿಸಿದರು. ಇಕ್ಕಟ್ಟಿನ ಸ್ಥಿತಿ.

ಅಂದು ಭಾಸ್ಕರ್ ಕಿಚನ್‌ಗೆ ಬಂದಾಗ "ಭಾವ, ನಂಗೆ ರೆಸ್ಟೋರೆಂಟ್‌ನಲ್ಲಿ ಊಟ ಮಾಡಬೇಕೆನಿಸಿದೆ" ಇಂಥದೊಂದು ಬೇಡಿಕೆ ಮುಂದಿಟ್ಟಾಗ, ಕೆನ್ನೆ ಸವರಲು ಮುಂದಾದ ಕೈ ಹಿಂಜರಿಯಿತು. "ಓಕೆ, ಒಂದರ ಸುಮಾರಿಗೆ ರೆಡಿಯಾಗಿರು" ಅಂದರು. "ನೀವು ಅಕ್ಕನಿಗೆ ಹೇಳ್ಬೇಡಾಂತ ಹೇಳಿದ್ದೀರಲ್ಲ, ಸುವರ್ಣಮ್ಮನಿಗೆ ಹೇಳಿ ಬರಬೇಕಾಗುತ್ತೆ" ಇಂಥ ಮಾತಿಗೆ ಅಡ್ಡಡ್ಡ ತಲೆಯಾಡಿಸಿದ. "ಬೇಡ, ಇನ್ನೊಮ್ಮೆ ಹೋಗೋಣ" ಹೊರಗೆ ನಡೆದ. ಇನ್ನೊಂದು ಮನೆಯ ಕೆಲಸವನ್ನು ಕೂಡ ಬಿಟ್ಟ ಸುವರ್ಣಮ್ಮ ಇಲ್ಲೇ ಇರುತ್ತಿದ್ದಳು. ಮುಂದಿನ ಗಾರ್ಡನ್ ಜವಾಬ್ದಾರಿಯಿಂದ ಹಿಡಿದು ಹಾಲು, ತರಕ್ಕಾರಿ ತರೋ ಎಲ್ಲಾ ಕೆಲಸಗಳನ್ನು ಅವಳೇ ವಹಿಸಿಕೊಂಡಿದ್ದು. ಮನೆಯವರಿಗೆ ಸಹಾಯವೇ ಎಲ್ಲೋ ತಮ್ಮ ಸ್ವತಂತ್ರಕ್ಕೆ ಕೊಕ್ಕೆ ಬಿದ್ದಿದೆಯೆನಿಸಿದ್ದು ಭಾಸ್ಕರ್‌ಗೆ ಮಾತ್ರ. ಅದನ್ನ ವ್ಯಕ್ತಪಡಿಸಲಾರದೆ ಚಡಪಡಿಸುವುದರ ಜೊತೆಗೆ ಆಗಾಗ ಅವಳ ಕೆಲಸಗಳಲ್ಲಿ ತಪ್ಪುಗಳನ್ನು ಕಂಡುಹಿಡಿದು ನೇರವಾಗಿಯೇ ರೇಗಾಡುತ್ತಿದ್ದುದ್ದು. ಅಂದು ಕೃತಿಕಾ ಮನೆಗೆ ಬಂದಾಗ ತೋಡಿಕೊಂಡಳು ಸುವರ್ಣಮ್ಮ.

"ಅಯ್ಯೊ, ಅಮ್ಮ. ಯಜಮಾನರಿಗೆ ನಾನು ಇಲ್ಲಿರೋದು ಇಷ್ಟವಾಗ್ತ ಇಲ್ಲ. ಹೆಚ್ಚು ಕಡ್ಮೇ ನಾಲ್ಕು ವರ್ಷದಿಂದ ಇದ್ದೀನಿ. ಶಶಾಂಕಣ್ಣ ಮದ್ವೆ ಕೆಲ್ಸಗಳನ್ನೆಲ್ಲ ಮಾಡಿದ್ದು ನಾನೇ. ಎಷ್ಟೊಂದು ಹೊಗಳೋರು. ಈಗ ಸಣ್ಣ ಸಣ್ಣ ತಪ್ಪುಗಳ್ನ ಹಿಡಿದು ರೇಗ್ತಾರೆ. ಬೇಡಾಂದ್ರೆ ಹೋಗ್ಬಿಡ್ತೀನಿ." ಕಣ್ಣು ಮೂಗೋರೆಸೋಕೆ ಶುರು ಮಾಡಿದಾಗ ಬಂದ ಬೇಸರ, ಕೋಪನ ಅದುಮಿಟ್ಟು ಹಾಗೇನಿಲ್ಲ, "ಆಫೀಸ್‌ನಲ್ಲಿ ವರ್ಕ್‌ಲೋಡು ಜಾಸ್ತಿ. ಆ ಟೆನ್‌ಷನ್‌ಗಳಲ್ಲಿ ರೇಗಾಡಿರಬೇಕು. ನಾನು ಮಾತಾಡ್ತೀನಿ. ನಿನ್ಗಂಡ, ಬರೋವರ್ಗೂ ತೆಪ್ಪಗೆ ಇಲ್ಲಿದ್ದು ಬಿಡು. ಈಗ ಇದೆಲ್ಲ ಸಾಕು. ಹೋಗಿ ಮುಖ ತೊಳ್ಕೋ" ಗದರಿಯೆ ಕಳಿಸಿದ್ದು. ಅರ್ಥವಾಗಿತ್ತು ಕೃತಿಕಾಗೆ.

ರಾತ್ರಿ ಅತ್ಯಂತ ಸ್ಪಷ್ಟವಾಗಿ ಹೇಳಿದಳು.

"ಸುವರ್ಣಮ್ಮ ಇರೋಲ್ಲಾಂತ ಹೊರಟಿದ್ಲು, ನಾನೇ ತಡೆದು ನಿಲ್ಸಿಕೊಂಡೇ. ಅವ್ರು ಸಣ್ಣಪುಟ್ಟ ತಪ್ಪುಗಳ್ನ ಮಾಡ್ಬಹುದ್ದು. ಮಾನವೀಯತೆ ಮುಖ್ಯವಾಗುತ್ತೆ. ಅವಳೇನು ಕೆಟ್ಟ ಹೆಂಗಸಲ್ಲ."

ಭಾಸ್ಕರ್‌ಗೆ ತುಟಿ ತೆರೆಯಲಾಗಲಿಲ್ಲ. ಅರುಣ ಜೊತೆ ಮಾತಾಡಬೇಕೆಂದು ಬಯಸಿದರೂ ಸಾಧ್ಯವಾಗುತ್ತಿರಲಿಲ್ಲ. ಸುವರ್ಣಮ್ಮ 'ಸರ್ಪಗಾವಲು' ಇದು ಭಾಸ್ಕರ್‌ಗೆ ಅನ್ನಿಸಿದ್ದು. ಅವಳಿಗಾಗಿ ಖರೀದಿಸಿ ತಂದ ಚಾಕಲೇಟುಗಳನ್ನು ಕೊಡಲಾಗಿರಲಿಲ್ಲ. ವಸ್ತುಗಳಾದರೆ ಕಂಡರೆ ಸುಟ್ಟು ಹಾಕುತ್ತೀನೀಂತ ಶಶಾಂಕ್ ಬೆದರಿಕೆ ಹಾಕಿದ್ದ. ಆದರೆ ಇವು ಬಾಯಲ್ಲಿ ಕರಗಿ ಹೋಗುತ್ತದೆಯೆಂದು ತಿಳಿದೇ ತಂದಿದ್ದು. ಆದರೆ ಕೊಡಲಾಗಿರಲಿಲ್ಲ. ಅರುಣಳಲ್ಲಿ ಮಾತನಾಡಬೇಕೆನಿಸುತ್ತಿತ್ತು. ಕರೆದೊಯ್ದು ಸುತ್ತಾಡಬೇಕೆನಿಸುತ್ತಿತ್ತು. ಆಗಾಗ ಅವಳ ಗಲ್ಲ ಸವರಬೇಕೆನಿಸುತ್ತಿತ್ತು. ಇದೆಲ್ಲಿಯದು? ಎಷ್ಟೋ ಸಲ ತನ್ನನ್ನು ತಾನೇ ಪ್ರಶ್ನಿಸಿಕೊಳ್ಳುತ್ತಿದ್ದ, ಮರುಗಳಿಗೆ ಆರಾಮಾಗಿ ಮರೆಯುತ್ತಿದ್ದ.

ಒರಟಾಗಿ ಮೂವ್ ಮಾಡಿದರೆ ಅತಿರೇಕವೆನಿಸಬಹುದು. ಕೃತಿಕಾನ ಒಲಿಸಿಕೊಂಡೇ ಸುವರ್ಣಮ್ಮನನ್ನು ಹೊರಹಾಕಬೇಕೆನಿಸಿತು.

"ಇಲ್ಲಿ ಕುತ್ಕೋ, ನಿನ್ನ ಸನಿಹಕ್ಕೆ ಹಾತೊರೆಯುವಂತಾಗಿದೆ. ಸ್ವಲ್ಪ ಗಮನವಿಟ್ಟು ಕೇಳು. ತಿಂಗಳಿಗೆ ಒಬ್ಬರ ಊಟ, ತಿಂಡಿ ಪ್ರತಿಯೊಂದನ್ನು ಲೆಕ್ಕ ಹಾಕಿದರೆ, ಎಷ್ಟು ಬರಬಹುದು?" ಕೇಳಿದಕ್ಕೆ ಕೃತಿಕಾ ಜೋರಾಗಿ ನಕ್ಕಳು. "ಈಗ ಬೇರೇನಾದ್ರೂ ಪ್ಲಾನ್ ಮಾಡಿದ್ದೀರಾ? ಆಫೀಸ್ ಮುಚ್ಚಿ ಪಿ.ಜಿ. ನಡ್ಸೋ ಯೋಚ್ನೆ ಇದ್ಯಾ? ಮನೆ ಲೆಕ್ಕದಲ್ಲಿ ನಾನು ಡಲ್" ಅವಳಿಗೆ ಇನ್ನು ನಗು ತಡೆಯಲಾಗಲಿಲ್ಲ. ಎರಡು ಕುಟುಂಬಗಳನ್ನು ವಿರೋಧಿಸಿ ವಿವಾಹವಾದಾಗಿನ ದಿನಗಳು ನೆನಪಿಸಿಕೊಂಡಳು. ಲೆಕ್ಕದಿಂದಲೇ ಶುರು ಮಾಡಿದ್ದು. ಅಲ್ಲಿ ಪ್ರೀತಿ ಎಲ್ಲವನ್ನು ಮರೆಸಿತ್ತು. ಈಗ ಲೆಕ್ಕ ಬೇಡವೆನಿಸಿತ್ತು.

"ಅಯ್ಯೋ ಕೃತಿ, ಈಗ್ಲೂ ಅಷ್ಟೇ ನಾವು ಸ್ವಲ್ಪ ಬುದ್ಧಿವಂತಿಕೆಯಿಂದ ವರ್ತಿಸಬೇಕು. ಆದಾಯ ಚೆನ್ನಾಗಿದೆ. ನಿಂದು ಸಾಫ್ಟ್‌ವೇರ್ ಕಂಪನಿ. ಹೊಸಬರನ್ನು ಕಮ್ಮಿ ಸಂಬಳದಲ್ಲಿ ನೇಮ್ಸಿಕೊಳ್ಳೋ ಪ್ಲಾನ್ ಮಾಡಿ ನಿನ್ನ ಕೆಲ್ಸದಿಂದ ತೆಗೆದರೇ..." ಭಾಸ್ಕರನ ಮಾತಿಗೆ ಅವಳ ಕಣ್ಣುಗಳು ಕಿರಿದಾಗಿ ಹುಬ್ಬುಗಳು ಬೆಸೆದುಕೊಂಡವು. "ಬೈ... ವಾಟ್... ತೆಗೀಲಿ. ಈಗ ಇದೆಲ್ಲ ಮಾಮೂಲು. ನಾನೇ ಲಾಂಗ್ ಸ್ಟಾಡಿಂಗ್. ಮನೆ ಮೇಲೆ ಲೋನ್ ಇರೋದ್ರಿಂದ ಬೇರೆ ಎಲ್ಲಾದ್ರೂ ಕೆಲ್ಸಕ್ಕೆ ಟ್ರೇ ಮಾಡಬೇಕಾಗುತ್ತೆ. ಇಲ್ಲ, ಆರಾಮಾಗಿ ಆಫೀಸ್‌ಗೆ ಬರ್ತೀನಿ. ಈಗಾಗಲೇ ನಾಲ್ಕು ಜನ ಅಸಿಸ್ಟೆಂಟ್ ಇದ್ದಾರೆ. ದೊಡ್ಡ.... ದೊಡ್ಡ... ಕಂಪನಿಯ ಅಕೌಂಟ್ ಫೈಲ್‌ಗಳು ನಿಮ್ಮ ಆಫೀಸ್‌ನಲ್ಲಿದೆ. ನಾನು ಬಂದರೇ ಕೆಲ್ಸ ಇರುತ್ತೆ. ನಂಗೂ ಸಂಬಳ ಫಿಕ್ಸ್ ಮಾಡಿ ಲೋನ್ ತೀರೋವರ್ಗೂ. ಆಮೇಲೆ ಬರೀ ಗೃಹಿಣಿಯಾಗಿ ಮನೆಯಲ್ಲಿ ಇದ್ದು ಬಿಡ್ತೀನಿ" ಬಹಳ ಸರಳವಾಗಿಯೇ ಹೇಳಿದಳು. ದೀರ್ಘವಾಗಿ ಅವಳನ್ನೆ ನೋಡಿದ "ಅಷ್ಟಕ್ಕೆ ತೃಪ್ತಿಯಾ? ನಾವು ವಿವಾಹದ ನಂತರ ಒಮ್ಮೆ ಕೂತು ಯೋಚಿಸಿದ್ದಿ. ನಮ್ದೇ ಆದ ಮಕ್ಳು ಒಂದು ನಾಲ್ಕಾದರೂ ಇರಬೇಕೂಂತ"

ಅಂದಕೂಡಲೇ ಕೃತಿಕಾ ತಲೆ ತಗ್ಗಿತು. ಕಣ್ಣಲ್ಲಿ ಕಂಬನಿ ತುಂಬಿಕೊಂಡರು "ಅವೆಲ್ಲ ಜವಾಬ್ದಾರಿ ಇಲ್ದೇ ಆಡಿದ ಮಾತುಗಳು. ನಾಲ್ಕು ಮಕ್ಳುನ ಈಗ ಹೆಣ್ಣು ಹೆರೋಕು ತಯಾರಿಲ್ಲ, ಯಾವ ಗಂಡು ಸಾಕೋಕು ತಯಾರಿಲ್ಲ. ಈಗ ಆ ಮಾತುಗಳು ಬೇಡ" ಎಂದು ಹೊರಗೆ ಹೋದಳು. 'ತಾಯಿ' ಅನ್ನುವ ಪದ ಕನಸೇ.

ಭಾಸ್ಕರ್‌ಗೆ ತನ್ನ ಮಾತಿನ ಜಾಡು ತಪ್ಪಿತು ಅನಿಸಿತು. ಸುವರ್ಣಮ್ಮ ಇಲ್ಲಿರೋದರಿಂದ ಆಗುವ ಖರ್ಚುವೆಚ್ಚದ ಬಗ್ಗೆ ಮಾತಾಡಬೇಕೆಂದುಕೊಂಡಿದ್ದೆ. ಆದರೆ ಅದು ಪ್ರಯೋಜನವಾಗಲಿಲ್ಲ.

ಸಂಜೆ ಸ್ವಲ್ಪ ಬೇಗನೇ ಬಂದಿದ್ದ ಶಶಾಂಕ್ ದಣಿದಿದ್ದ. ಬಂದಕೂಡಲೇ ಬಾಲ್ಕನಿಯಲ್ಲಿ ಕೂತಿದ್ದ ಕೃತಿಯ ಮುಂದೆ ಕೂತ. ಸ್ವಲ್ಪ ಅನ್ಯಮನಸ್ಕನಾಗಿದ್ದಂತೆ ಕಂಡ.

"ಯಾಕೋ, ಶಶಿ ಒಂದು ತರಹ ಇದ್ದೀ?" ಕೇಳಿದಳು.

"ಇವತ್ತು ಸೈಟು ಹತ್ರ ಅಪ್ಪ ಬಂದಿದ್ರು. ತೊರ್ಕೊಂಡೇ ಎಷ್ಟೋ ವರ್ಷಗಳು ಆಯ್ತು. ಅಲ್ಲಿ ಹುಟ್ಟಿದ ತಪ್ಪಿಗೆ ದಕ್ಷಿಣೆ ಸಲ್ಲಿಸ್ತಾ ಇದ್ದೀನಿ. ಮತ್ತೆ ನೂರೆಂಟು ತಾಪತ್ರಯ ಹೇಳ್ಕೊಂಡ್ ಬಂದಿದ್ರು. ರೇಗಿ... ಕಳಿಸ್ದೇ. ಭಾವ ಎಚ್ಚರಿಸಿದ್ದು ಒಳ್ಳೆಯದೇ ಆಯ್ತು. ನಾನು ಮನೇಗೇಂತ...." ಶುರು ಮಾಡಿದಕೂಡಲೆ ತಡೆದಳು ಕೃತಿಕಾ "ಏನೇನೋ ಮಾತಾಡ್ಬೇಡ. ಇಲ್ಲಿ ಅಂಥ ತಾಪತ್ರಯವೇನಿಲ್ಲ. ಅಲ್ಲಿ ಬಡತನ ಇದೆ. ಇಲ್ಲದಿದ್ರೆ... ತಮ್ಮ ಸಂತಾನವನ್ನು ಯಾರಿಗಾದ್ರೂ ಕೊಡ್ತಾ ಇದ್ರಾ? ತಾಪತ್ರಯ ಮಾಮೂಲೇ! ದೊಡ್ಡ ಸಂಸಾರ. ಉಪಾಯವಾಗಿ ಮ್ಯಾನೇಜ್ ಮಾಡ್ಕೋಬೇಕು. ಆ ಸಲ ಬಂದರೇ ನನ್ನ ನೋಡೋಕೆ ಹೇಳು. ನಾನು ಮಾತಾಡ್ತೀನಿ. ಸುಮ್ನೇ ತಲೆ ಕೆಡಿಸ್ಕೋಬೇಡ. ಫ್ರೆಷಾಗಿ ಬಾ ಹೋಗು, ಕೂತು ಮಾತಾಡೋಣ. ಮಾತಾಡೋಕೆ ಸಾಕಷ್ಟು ವಿಷ್ಯಗಳು ಇದೆ." ನಗುತ್ತ ಶಶಾಂಕ್‌ನ ಕಳಿಸಿದ ಕೃತಿಕಾ ಪೇಪರ್ ಮೇಲೆ ಕಣ್ಣಾಡಿಸಿದರು. ತುಸು ಮಬ್ಬಾಗಿ ಕಾಣಿಸಿತು. ವಯಸ್ಸಿನ ಲೆಕ್ಕ ಮುಗುಳ್ನಗೆ ಬೀರಿದರು. ಭಾಸ್ಕರ ಮೊದಲ ಪರಿಚಯ ನಂತರದ ಸ್ನೇಹ, ಅದು ಪ್ರೇಮದ ಮಜಲು ಮುಟ್ಟಿದಾಗ ಜಗತ್ತೆಲ್ಲ ಭಾಸ್ಕರ್ ಮಯವಾಗಿ ಕಂಡಿತ್ತು. ಆ ಕ್ಷಣಗಳ ನೆನಪು ಮೈಮರೆಸಿದ್ದರು. ಮಿಕ್ಕಿದೆಲ್ಲ ಶೂನ್ಯವಾಗಿದ್ದು ಹೇಗೆ? ವಿಚಿತ್ರವೆನಿಸಿತು ಕೂಡ.

ಆ ವೇಳೆಗೆ ಶಶಾಂಕ್ ಬಂದು ಎದುರು ಕೂತ.

"ಭಾವ ಹೇಳಿದ್ದು ಕರೆಕ್ಟ್, ನಾನೊಬ್ಬೇ ಅವರ ಮಗ ಅಲ್ಲ. ಮತ್ತೆ ನಾಲ್ಕೈದು ಸಂತಾನಕ್ಕೆ ಜನ್ಮ ಕೊಟ್ಟಿದ್ದಾರೆ. ಮನೆಯಲ್ಲಿ ಸಾಕಷ್ಟು ಜನನ ಕೂಡಿ ಹಾಕ್ಕೊಂಡಿದ್ದಾರೆ. ಇಂಥದ್ದರಲ್ಲಿ ತಾಪತ್ರಯಗಳ್ನ ತಲೆಗೆ ಕಟ್ಟೋ ಪ್ರಯತ್ನ ಯಾಕೆ?" ತೀರಾ ತಲೆ ಕೆಡಿಸಿಕೊಂಡಂಗೆ ನುಡಿದ. ಅದು ಸ್ವಾಭಾವಿಕ. ಅವನಪ್ಪ ತೀರಾ ಜವಾಬ್ದಾರಿ ಇಲ್ಲದ ಮನುಷ್ಯ. ಹತ್ತರ ಶಶಾಂಕ್‌ನ ಬರೀ ಹತ್ತು ಸಾವಿರ ತಗೊಂಡು ಅವರ ಹಿಂದೆ ಕಳಿಸಿದ್ದೆ. ಅವೆಲ್ಲ ಆಕಸ್ಮಿಕಗಳ ಸರಮಾಲೆ. ಮಗನೆಂದೇ ಸ್ವೀಕರಿಸಿ ಶಶಾಂಕ್‌ನ ಸಾಕಿದ್ದಳು. ಕೃತಿಕಾ "ಈಗ... ಏನಂತೆ?" ಕೇಳಿದಳು ಸಮಾಧಾನವಾಗಿಯೇ.

"ಮಗ್ಳಿಗೆ ಮದ್ವೆ ಮಾಡ್ತಾ ಇದ್ದಾರಂತೆ. ಸಾವಿರವಲ್ಲ. ಲಕ್ಷಕ್ಕೆ ಬೇಡಿಕೆ ಇಟ್ಟಿದ್ದಾರೆ. ಎಲ್ಲಿಂದ ತರೋದು? ಒಮ್ಮೆ ಕೊಟ್ಟರೇ ಮುಗ್ದು ಹೋಗೋದಂತೂ ಅಲ್ಲ." ಸಿಡಿಮಿಡಿ ಗುಟ್ಟಿದೆ. ಶಶಾಂಕ್‌ನ ಕರೆದುಕೊಂಡು ಬಂದನಂತರ ಅತ್ತ ತಲೆ ಹಾಕಿದ್ದಿಲ್ಲ. ಅವರು ಕೂಡ ಶಶಾಂಕ್ ಕೆಲಸಕ್ಕೆ ಜಾಯಿನ್ ಆಗುವ ಮುನ್ನ ಇಲ್ಲಿಗೆ ಬಂದಿದ್ದಿಲ್ಲ. ಈಗ...
"ಶಶಿ ನಾನು ಅವರೊಂದಿಗೆ ಮಾತಾಡ್ತೀನಿ. ಆ ಕುಟುಂಬದಲ್ಲಿ ಹುಟ್ಟಿದ್ದೀಯಾ. ಒಂಬತ್ತು ವರ್ಷ ನಿನ್ನ ಸಾಕಿದ್ದಾರೆ. ತೀರಾ ನೆಗ್ಲೆಕ್ಟ್ ಮಾಡೋದು ಬೇಡ" ಇಂಥದೊಂದು ಸಮಾಧಾನದ ಮಾತಾಡಿದಳು ಕೃತಿಕಾ. ಮೊದಲು ಮೃದುವಾಗಿದ್ದ ಭಾಸ್ಕರ್ ಶಶಾಂಕ್ ಫ್ಯಾಮಿಲಿಯೆಂದರೆ ಉರಿದುಬೀಳುತ್ತಿದ್ದ. ಇಂಥ ಸಂದರ್ಭದಲ್ಲಿ ಮ್ಯಾನೇಜ್ ಮಾಡೋದು ಕಷ್ಟವೆನಿಸಿತು. ಶಶಾಂಕ್ ತೀರಾ ಅನ್ಯಮನಸ್ಕನಾದ.

ರಾತ್ರಿ ಬಾಲ್ಕನಿಯಲ್ಲಿ ಅಡ್ಡಾಡುವಾಗ ಭಾಸ್ಕರನೊಂದಿಗೆ "ಅರುಣ ಈಚೆಗೆ ಅಡ್ಗೇ, ತಿಂಡಿ ಚೆನ್ನಾಗಿ ಮಾಡ್ತಾಳೆ" ಅಂದೇ ಪ್ರಾರಂಭಿಸಿದ್ದು. ಭಾಸ್ಕರ್ ಅದಕ್ಕೆ ಪತಿಕ್ರಿಯಿಸಲಿಲ್ಲ. "ಇವತ್ತು ಶಶಾಂಕ್ ಅಪ್ಪ ಫೋನ್ ಮಾಡಿದ್ದ. ತೀರಾ ಕೆಟ್ಟ ಜನ. ಮಗಳ ಮದ್ವೆ ಮಾಡ್ತಾ ಇದ್ದೀವಿ. ಒಂದಿಷ್ಟು ಹಣದ ಅಗತ್ಯ ಇದೇಂದ್ರು. ಜೊತೆಗೆ ದುಡಿಯೋ ಮಗ ನಮ್ಮ ಜೊತೆಯಲ್ಲಿದ್ದರೇ ಅನ್ಕೂಲವಾಗ್ತ ಇತ್ತು ಅನ್ನೋದ್ನ ಡೈರೆಕ್ಟಾಗಿ ಹೇಳದಿದ್ರೂ ಅದೇ ಅರ್ಥ ಬರುವಂತೆ ಮಾತಾಡಿದ್ರು. ಪೊಲೀಸ್‌ಗೆ ಕಂಪ್ಲೆಂಟ್ ಕೊಡ್ಬೋಣಾಂತ ಅನ್ನಿಸ್ತು." ಸಿಡಿಮಿಡಿಗುಟ್ಟಿದರು. ಅದು ಸಹಜವೇ! ಆದರೆ ಯೋಚಿಸಬೇಕಿತ್ತು. ಕೃತಿಕಾ ಒಂದು ಸಲಹೆ ಕೊಟ್ಟಳು.

"ಬೇಡ, ಇದಕ್ಕೆಲ್ಲ ಪೊಲೀಸ್‌ವರ್‍ಗೂ ಹೋಗೋದ್ಬೇಡ. ಒಮ್ಮೆ ಕರ್ಸೀ ಮಾತಾಡಿ... ದತ್ತು ಪತ್ರ ಮಾಡ್ಸಿ ಸಹಿ ಹಾಕ್ಸಿಕೊಂಡ್ ಬಿಡೋಣ. ಶಾಸ್ತ್ರೋಕ್ತವಾಗಿ ಕೂಡ ದೇವರ ಸನ್ನಿಧಿಯಲ್ಲಿ ದತ್ತು ಸ್ವೀಕಾರ ಮಾಡಿಬಿಡೋಣ" ಇಂಥದೊಂದು ವಿಷಯ ಮುಂದಿಟ್ಟಾಗ ತಡಬಡಿಸಿದರು. ಹಿಂಜರಿಕೆ ಮನದಲ್ಲಿ "ಇದು ಅವ್ನ ಸೆಕ್ಯೂರಿಟಿಗೆ ನೀನು ಮಾಡ್ತಾ ಇರೋದು. ಹೆಣ್ಣಿಗೆ ತಾಯ್ತನ ಮುಖ್ಯ. ಆ ಬಗ್ಗೆ ಅವಳದು ಹತ್ತಾರು ಕನಸುಗಳು ಇರುತ್ತೆ. ಒಮ್ಮೆ ವಂಚಿತಳಾದರೇ ಮುಂದೆ ಕಾಡುತ್ತೆ. ಶಶಾಂಕ್ ಇಲ್ಲಿಗೆ ಬಂದಾಗ ಮಗುವಿನ ಮುಗ್ಧತೆ, ಬಾಲ್ಯ ಕಳೆದುಕೊಂಡಿದ್ದ. ಆದ್ರೂ... ಶಶಿ ನಮ್ಮ ಮಗನಲ್ಲ. ಭೂಮಿಗೆ ಬಂದ ಗಳಿಗೆಯ ಸಂಭ್ರಮ ನಾವು ಅನುಭವಿಸಿಲ್ಲ. ಎತ್ತಿ ಮುದ್ದಾಡಿಲ್ಲ. ಈಗ ನಿಂಗೆ ನಲ್ವತ್ತು ಮೂರು ತಾಯ್ತನ ಹೊರಬಲ್ಲೆ, ಹೆರಬಲ್ಲೆ. ಸ್ವಲ್ಪ ಯೋಚ್ನೇ ಮಾಡು. ನಮ್ದೇ ಅಂತ ಒಂದ್ಮಗು ಇರಲೀ" ಇಷ್ಟು ಹೇಳಿ ಭಾಸ್ಕರ ಹೊರಗೆ ಹೋದ ವಿಮನಸ್ಕನಾಗಿ. ಆ ಬಗ್ಗೆ ಹಿಂದೆಯೆ ಒಂದು ನಿರ್ಣಯಕ್ಕೆ ಬಂದಾಗಿತ್ತು. ಅಂಥದ್ದರಲ್ಲಿ ಮತ್ತೆ ಈ ಪ್ರಸ್ತಾಪ. ಕಾರಣ ಹುಡುಕಲಾಗಲಿಲ್ಲ. ಅದಕ್ಕೆ ನೇರವಾಗಿ ಭಾಸ್ಕರನನ್ನೇ ಪ್ರಶ್ನಿಸಬೇಕಿತ್ತು. ಆದರೆ ಬೇಡವೆನಿಸಿತು ಕೃತಿಕಾಗೆ.

ಈಗ ಶಶಾಂಕ್‌ಗೆ ಇಪ್ಪತ್ನಾಲ್ಕು ವರ್ಷ. ಅಂದರೆ ಈ ಮನೆಗೆ ಬಂದು ಹದಿನಾಲ್ಕು ವರ್ಷವಾಗಿತ್ತು. ಎಲ್ಲಾ ಟೆಸ್ಟ್, ಪೂಜೆ, ಪುರಸ್ಕಾರದ ಔಷಧೋಪಚಾರದ ನಂತರವೇ ಮಕ್ಕಳೇ ಬೇಡವೆಂಬ ನಿರ್ಧಾರಕ್ಕೆ ಬಂದಿದ್ದು. ಆ ಬದ್ಧತೆಗೆ ಒಗ್ಗಿಕೊಂಡಿದ್ದರು, ತಾಯ್ತನದ

ಹಂಬಲಿಕೆಯ ಕೊರಗೊಂದು ಕಾಡುತ್ತಿದ್ದುದ್ದು ಸುಳ್ಳಲ್ಲ. ಎಳೆಯ ಮಗುವಿನ ಮೃದು ಕೈಸ್ಪರ್ಶಕ್ಕೆ ಪುಳಕಿತಳಾಗಬೇಕೆಂಬ ಆಕಾಂಕ್ಷೆ ಪ್ರತಿ ಹೆಣ್ಣಿನಲ್ಲಿರುತ್ತೆ. ಅಂಥ ಹಂಬಲಿಕೆ ಅವಳಲ್ಲೂ ಇತ್ತು. ಆದರೆ ಮನ ಒಪ್ಪದಕ್ಕೆ ಹಂಬಲಿಸೋಲ್ಲ.

ಮತ್ತೆರಡು ದಿನ ಬಿಟ್ಟು ಇಂಥದ್ದೇ ಒಂದು ಪ್ರಸ್ತಾಪ ಅವಳ ಮುಂದಿಟ್ಟ "ಯೋಚ್ಸು ಕೃತಿಕಾ, ನಾವು ಮಗು ಪಡೆಯೋದು ಈಗ್ಲೂ ಹಾಸ್ಯಾಸ್ಪದವಲ್ಲ. ನೀನೊಬ್ಳು ಮನಸ್ಸು ಮಾಡಿದರೇ, ಮಗುನ ಪಡೀಬಹ್ದು. ಶಶಿನ ನಾವು ಸಾಕಿರಬಹುದು. ಆದರೆ ನಮ್ಮ ಸ್ವಂತದ್ದಲ್ಲ ಎನ್ನುವ ಭಾವ ನಮ್ಮಲ್ಲಿ ಇದ್ದೇ ಇರುತ್ತೆ." ಅವಳೇನು ಮಾತಾಡಲಿಲ್ಲ. ಈ ಪ್ರಸ್ತಾಪಕ್ಕೆ ಕಾರಣವೇನು. "ಮೊದ್ಲು ಶಶಿ ಅಪ್ಪನ್ನ ಕರ್ಸ್ಕೊಂಡು ಮಾತಾಡೋಣ. ಅವ್ನು ತುಂಬ ತಲೆ ಕೆಡ್ಸಿಕೊಂಡಿದ್ದಾನೆ. ಆಮೇಲೆ ಯೋಚ್ಸೋಣ" ಆ ವಿಚಾರಕ್ಕೆ ಅಲ್ಲಿಗೆ ಫುಲ್‌ಸ್ಟಾಪ್ ಇಟ್ಟಳು. ಈ ಪ್ರಸ್ತಾಪ ಬೇಡವಾಗಿತ್ತು.

ಆದರೆ ಭಾಸ್ಕರ ಖಡಾಖಂಡಿತವಾಗಿ ಒಂದು ಮಾತು ಹೇಳಿದ. "ನಾನು ಈ ವಿಚಾರದಲ್ಲಿ ಎಂಟ್ರಿ ಕೊಡೋಲ್ಲ. ಅವ್ರುಗಳ್ನ ಮನೆ ಹತ್ರ ಕರ್ಸ್ಕೊಂಡು ಮಾತಾಡೋದು ಬೇಡ. ಬಡತನದಲ್ಲಿರೋ ಜನ ಈ ಬಂಗ್ಲೆ ನೋಡಿದ ಕೂಡ್ಲೆ, ಬಾಯಿ ಬಿಡಬಹುದು. ಅವ್ರುಗಳು ಇಲ್ಲಿಗೆ ಬರಕೂಡದು" ದೃಢವಾಗಿತ್ತು ಅವನ ಸ್ವರ. ಬಹಳ ಬದಲಾವಣೆ ಕಂಡಳು ಭಾಸ್ಕರ್ ಸ್ವಭಾವದಲ್ಲಿ.

ಈ ವಿಚಾರದಲ್ಲಿ ವಾದವಿವಾದ ಕೃತಿಕಾಗೆ ಬೇಕಿರಲಿಲ್ಲ.

"ಓಕೆ, ಬಾಸ್... ನಾನು ಬಿಂದು ಮನೆಗೆ ಕರ್ಸ್ಕೊಂಡು ಮಾತಾಡ್ತೀನಿ. ತಿಂಗಳಿಗೆ ಒಂದಿಷ್ಟು ಕಳ್ಸೀ ಕೊಡ್ತಾ ಇದ್ದಾನೆ. ಅದರಲ್ಲೇ ತೃಪ್ತಿಪಟ್ಟುಕೊಳ್ಳಿ. ಇನ್ನೊಂದು ಬಾನಿ... ಅವ್ನ ಮೇಲೆ ಪೂರ್ತಿ ರೇಟ್ಸ್ ಬೇಕೂಂದರೇ ಲೀಗಲ್ಲಾಗಿ ಒಂದು ಸಂಬಂಧ ಅಂತ ಬೇಕು. ಹೇಗೂ, ಮಗನೇ ತಾನೇ, ದತ್ತು ಸ್ವೀಕಾರ ಮಾಡಿಬಿಡೋಣ."

ಅದಕ್ಕೆ ಭಾಸ್ಕರ ಉತ್ತರಿಸಲಿಲ್ಲ. ಅವನ ಮನದಲ್ಲಿ ಒಂದು ರೀತಿಯ ಆಂದೋಲನ. ಆಗಾಗ ಫೋನ್ ಮಾಡಿ ಮಗನ ಕಷ್ಟ, ಸುಖ ವಿಚಾರಿಸುತ್ತಿದ್ದ ಶೇಷಮ್ಮ ಒಂದಿಷ್ಟೂ ಮನಸ್ಸು ಕೆಡಿಸಿದ್ದರು. ಭವ್ಯವಾಗಿ ಕಟ್ಟಿಸಿದ್ದ 'ನಿನ್ನೊಲುಮೆ' ಬಂಗ್ಲೆ ಶಶಾಂಕ್‌ನ ಪಾಲಾಗುವುದು ಇಷ್ಟವಿರಲಿಲ್ಲ. ಭಾಸ್ಕರನಿಗೆ ಮಕ್ಕಳಿಲ್ಲದಿದ್ದರೇನು, ಅವನ ಅಣ್ಣ ತಮ್ಮಂದಿರಿಗೆ ಸಾಕಷ್ಟು ಮಕ್ಕಳು ಇದ್ದರು. ಇಷ್ಟಪಟ್ಟರೇ ದತ್ತು ಸ್ವೀಕರಿಸಲಿ ಎನ್ನುವ ಹಂಬಲ ಆಕೆಯದು. ಜೊತೆಗೆ ಇನ್ನೊಂದು ಆಸೆ.

ಇಬ್ಬರು ಮೌನ ವಹಿಸಿದರು.

ಎರಡು ದಿನದ ನಂತರ ಭಾಸ್ಕರ್ ಆಫೀಸ್‌ಗೆ ಹೊರಟಾಗ ಕಾರಿನವರೆಗೂ ಜೊತೆಯಲ್ಲಿ ಬಂದ ಕೃತಿಕಾ "ಇವತ್ತು ರಜ ಹಾಕಿದ್ದೀನಿ. ಮನೆಗೆ ಲಂಚ್‌ಗೆ ಬನ್ನಿ. ಶಶಿಗೂ ಬರೋದಿಕ್ಕೆ ಹೇಳಿದ್ದೀನಿ. ಎಲ್ಲ ಒಟ್ಟಿಗೆ ಊಟ ಮಾಡೋಣ. ನಿಮ್ಗೇ ಬೇಕಾದ ಐಟಂಗಳ್ನ ಕೃತಿಕಾನೇ ಮಾಡ್ತಾಳೆ. ಬರ್ತೀರಾ ತಾನೇ...?" ಪ್ರೀತಿಯಿಂದ ಕರೆದಳು.

ಕರಗಿ ಕೆಲವು ಕ್ಷಣ ನೀರಾದ. ಇಂಥ ಸಮಯಗಳನ್ನು ಮನಃಪೂರ್ವಕವಾಗಿ ಅನುಭವಿಸಿದ್ದರು.

"ಸಾರಿ, ಇವತ್ತೊಂದು ಮೀಟಿಂಗ್ ಇದೆ. ಒಂದ್ಮಾತು ನಂಗೆ ಸುವರ್ಣಮ್ಮ ನಮ್ಮಲ್ಲಿ ಇರೋದು ನಂಗಿಷ್ಟವಿಲ್ಲ. ಸಣ್ಣಪುಟ್ಟ ಮನೆ ಮಾಡ್ಕೊಳ್ಳಿ. ಅದಕ್ಕೆ ಬೇಕಾದ ಸಣ್ಣಪುಟ್ಟ ಸಹಾಯ ಮಾಡೋಣ. ಅವ್ಳಿಗೆ ಬಾಯಿ ಜಾಸ್ತಿಯಾಗಿದೆ. ಶಶಿ ಕೂಡ ತೀರಾ ಸಲುಗೆ ಕೊಟ್ಟಿದ್ದಾನೆ. ಇನ್ನ ಅರುಣ ಕೇಳಲೇ ಬೇಡ. ಅವ್ಳ ಜತೆ ಕೂತು ಗೋರಂಟಿ ಹಾಕಿಸ್ಕೋತಾಳೆ." ಒಂದು ಆಪಾದನೆ ಪಟ್ಟಿಯನ್ನು ಹೆಂಡತಿಯ ಮುಂದಿಟ್ಟರು. ಇದು ಯಾವುದು ತಪ್ಪು ಎನಿಸಲಿಲ್ಲ. ಇಲ್ಲಿ ಪೂರ್ತಿಯಾಗಿ ನಿಂತ ಮೇಲೆ ಬಟ್ಟೆಗಳು ಡ್ರೈಕ್ಲೀನ್‌ಗೆ ಹೋಗೋದು ನಿಂತುಹೋಗಿತ್ತು." ಪಾಪ, ಆ ಪಾಪದ ಹೆಣ್ಣು ಮೇಲೆ ಆರೋಪಪಟ್ಟಿ, ಅವ್ಳು ಇಲ್ಲಿ ನಿಂತ್ಮೇಲೆ, ಎಷ್ಟೊಂದು ಆರಾಮೆನಿಸಿದೆ. ನಿಮ್ಮ ಎಲ್ಲಾ ಬಟ್ಟೆಗಳ್ನ ಐರೆನ್ ತಿಕ್ಕೋಳು ಅವ್ಳೇ. ಶಶಿ ನಾಲ್ಕು ಮಾತು ಹೆಚ್ಚಿಗೆ ಆಡ್ತಾನೆ ಅವಳಲ್ಲಿ ಅದರಲ್ಲಿ ತಪ್ಪೇನಿದೆ? ನಿನ್ನ ಗಂಡ ಬರೋವರ್ಗೂ ಇಲ್ಲೇ ಇರೂಂತ ಹೇಳಿದ್ದಿನಿ. ಅವ್ಳ ಗಂಡ ಫೋನ್ ಮಾಡಿದಾಗ ಅದ್ನೇ ಹೇಳಿದ್ದೀನಿ. ಒಂಟಿಯಾಗಿ ಹೊರ್ಗೇ ಹಾಕೋಕ್ಕಾಗೋಲ್ಲ." ಅಂದೇ ಬಿಟ್ಟಳು. ಕೆಲವಕ್ಕೆ ಕಾಂಪ್ರಮೈಸ್ ಸಾಧ್ಯವಿಲ್ಲ.

ಭಾಸ್ಕರ್ ಸಿಟ್ಟಿನಿಂದ ಕೆಂಡಾಮಂಡಲವಾದ.

"ಹೌದು, 'ನಿನ್ನೊಲುಮೆ'... ನಿಂದು, ಸೈಟು ಖರೀದಿಸಿದ್ದು ನಿನ್ನ ಹೆಸರಿನಲ್ಲಿ. ನಿನ್ನ ಅರ್ನಿಂಗ್ ಎಲ್ಲಾ ಇದಕ್ಕೆ ಸುರಿದಿದ್ದಿ. ಲೋನ್ ಕೂಡ ನೀನೇ ಕಟ್ಟುತ್ತಾ ಇದ್ದೀ. ಎಲ್ಲಾ ಸ್ವತಂತ್ರ ನಿಂಗಿರೋದ್ರಿಂದ ಸ್ವತಂತ್ರವಾಗಿ ನಿರ್ಣಯಗಳ್ನ ತಗೋಬಹ್ದು." ಒದರಿ ಹೊರಹೋದ. ಅವಳ ಕಣ್ಣಲ್ಲಿ ಕಂಬನಿ ತುಂಬಿತು. ಒಮ್ಮೆಯಾದರೂ ಅಂಥ ಭಾವದಿಂದ ವರ್ತಿಸಿದ್ದುಂಟ? ಕಂಬನಿ ಕೆನ್ನೆಯ ಮೆಲೆ ಇಳಿಯಿತು. ರೂಮಿನ ಬಾಗಿಲು ಹಾಕಿಕೊಂಡು ಅತ್ತು ಸಮಾಧಾನ ಮಾಡಿಕೊಂಡಳು. ಕೆಟ್ಟ ಹಟ ವಿಜೃಂಭಿಸಿದರು. ಮರುಕ್ಷಣ ಮನವನ್ನು ಬಲವಂತದಿಂದ ಹತ್ತಿಕ್ಕುವ ಪ್ರಯತ್ನ ಮಾಡಿದ್ದು.

ದಾಂಪತ್ಯದಲ್ಲಿ ಇಂಥ ಸಣ್ಣಪುಟ್ಟ ವಿರಸಗಳು ಸಾಮಾನ್ಯ ಅದನ್ನ ಎತ್ತರಕ್ಕೆ ಕರೆದೊಯ್ಯಬಾರದಷ್ಟೆ. ದಾಂಪತ್ಯದ ಸೊಗಸು ಅನಿವಾರ್ಯವೆನಿಸಿದರೆ, ಇಬ್ಬರಿಗೂ ಸಹನೆ ಅಗತ್ಯವಿತ್ತು.

ಬಿಂದು ಮನೆಗೆ ಶಶಾಂಕ್, ಕೃತಿಕಾ ಹೋದಾಗ ಬಾಗಿಲಲ್ಲೇ ಎದುರುಗೊಂಡು ಒಳಗೆ ಕರೆದೊಯ್ದಳು. "ಅದೇ ಶಶಾಂಕ್ ಅಪ್ಪ ಫೋನ್ ಮಾಡಿದ್ರು, ಬಹುಶಃ ಒಂದ್ಗಂಟೆಯೊಳ್ಗೇ ಬಂದು ತಲುಪಬಹುದು. ನಿಮಗೋಸ್ಕರ ಏನೇನೋ ಮಾಡಿದ್ದೀನಿ. ಪ್ರತಿಯೊಂದನ್ನು ಟೇಸ್ಟ್ ಮಾಡಿ ಹೇಳ್ಬೇಕು" ಖುಷಿಖುಷಿಯಿಂದ ಕರೆದೊಯ್ದಳು. ಶಶಾಂಕ್‌ನ ಕಂಡರೂ ಅಕ್ಕರೆಯೇ.

ಅತ್ತಿತ್ತ ನೋಟ ಹರಿಸಿ ಹೊರಗಿಸಿ ಡ್ರಾಯಿಂಗ್ ರೂಂಗೆ ಹೋಗಿ ಕೂತ. ಅವನಿಗೆ ತಲೆ ಕೆಟ್ಟಂತಾಗಿತ್ತು. ಬೆಳಿಗ್ಗೆ... ಬೆಳಿಗ್ಗೆ ಮೇಲಿನ ಟೆರೆಸ್‌ಗೆ ಕರೆದೊಯ್ದು ಗುಡುಗಿದ್ದರು

ಭಾಸ್ಕರ್. ಮೊನ್ನೆ ಧ್ವನಿಯೆತ್ತರಿಸಿ ರೇಗಿದ್ದು ಬಿಟ್ಟರೆ ಹಿಂದೆ ನೇರವಾಗಿ ಕೋಪ ಪ್ರದರ್ಶಿಸಿದ್ದು ಇಂದೇ. ಅದು ಅವನನ್ನ ದಿಕ್ಕೆಡಿಸಿತ್ತು.

"ಸರ್ಯಾಗಿ ಬುದ್ಧಿ ಹೇಳು. ತಂದೆ ಅನ್ನಿಸಿಕೊಂಡದ್ದು ಬಿಟ್ಟರೇ, ಮಗಾಂತ ಏನು ಮಾಡಿದ್ದಾನೆ? ನನ್ನ ಜೀವನದಲ್ಲಿ ಬರಬೇಡೀಂತ ಸ್ವಲ್ಪ ಜೋರಾಗಿ ಹೇಳು" ಒಂದು ರೀತಿಯ ಗರ್ಜನೆ. ಅವರ ಮಾತುಗಳಿಗೆ ಬೆಚ್ಚಿದ್ದ.

ಅವರ ಮಾತುಗಳಿಗೆ ಮೌನವಾಗಿ ತಲೆದೂಗಿದ್ದರು, ಒಳಮನಸ್ಸು ತರ್ಕಿಸಿತ್ತು. ಭಾಸ್ಕರ್‌ರಲ್ಲಿ ಬದಲಾವಣೆ ಬಂದಿದೆ. ಅತ್ಯಂತ ನಯವಾಗಿ, ಗೆಳೆಯನಂತೆ ಹೆಗಲ ಮೇಲೆ ಕೈಹಾಕಿ ಪ್ರೀತಿ ತೋರುತ್ತಿದ್ದವರಿಗೆ ಏನಾಗಿದೆ? ಆಗಾಗ ಆಸ್ತಿ ಖರೀದಿಸುವ ಬಗ್ಗೆ ಮಾತಾಡುವ ಅವರಿಗೆ ಆ ಕಡೆ ಗಮನ ಹೋಗಿರಬಹುದು. ಅದಕ್ಕೆ ಈ ಹಾರಾಟ. ಅದೇನು ತಪ್ಪಲ್ಲವೆನಿಸಿತು. ಎಳೆತನದಲ್ಲಿ ಪಟ್ಟ ಕಷ್ಟಗಳು ಸಾಲಾಗಿ ಬಂದು ನಿಲ್ಲುತ್ತಿದ್ದವು. ಹೊಟ್ಟೆ ತುಂಬ ಊಟಕ್ಕಾಗಿ ಹಂಬಲಿಸಿದ್ದುಂಟು. ಅದನ್ನೆಲ್ಲ ನಂತರ ತುಂಬಿಕೊಟ್ಟಿದ್ದೆ ಭಾಸ್ಕರ್ ಮತ್ತು ಕೃತಿಕಾ. ಅವರುಗಳು ಹೆತ್ತವರಿಗಿಂತ ಹೆಚ್ಚು ಎನ್ನುವ ಭಾವ. 'ಅಕ್ಕ' ಎಂದರೂ ಕೃತಿಕಾಳಲ್ಲಿ ಅಮ್ಮನನ್ನು ಕಾಣುತ್ತಿದ್ದ. ಅದರಲ್ಲಿ ಅನುಮಾನವೇ ಇರಲಿಲ್ಲ.

"ಶಶಿ..." ಎಂದು ಬಂದ ಕೃತಿಕಾ ಅವನ ಪಕ್ಕ ಕೂತು "ಯಾಕೆ, ಇಷ್ಟೊಂದು ಅಪ್‌ಸೆಟ್ ಆಗಿದ್ದೀ?" ಅಂದ ಕೂಡಲೇ ಕೆಳಗಿಳಿದು ಅವರ ಕಾಲು ಹಿಡಿದು "ಪ್ಲೀಸ್, ಅಕ್ಕ... ಅವ್ರಿಂದ ನನ್ನ ಪಾರು ಮಾಡು. ಅತ್ತಲಿನ ದನಿಗೇನೇ ಬೆಚ್ಚಿ ಬೀಳ್ತೀನಿ. ದಿಕ್ಕೆಟ್ಟು, ಅಸಹನೀಯ ಬಾಲ್ಯ ನಿನ್ನ ಕಣ್ಮುಂದೆ ಬಂದು ನಿಲ್ಲುತ್ತೆ. ಹೆದರಿ ಓಡೋಹಂಗೆ ಆಗುತ್ತೆ. ಅವ್ರು ನನ್ನ ಪೀಡಿಸೋಕೆ ಶುರು ಮಾಡಿದರೇ, ನಾನು ಎಲ್ಲರ ಕಣ್ಮರೆಯಾಗಿ ದೂರ ಓಡಿಬಿಡ್ತೀನಿ." ತೊಡೆಯ ಮೇಲೆ ತಲೆ ಇಟ್ಟು ಕಣ್ಣೀರು ಸುರಿಸತೊಡಗಿದಾಗ, ದ್ರವಿಸಿಹೋದಳು ಕೃತಿಕಾ. ಅವಳ ಬಾಯಿಂದ ಮಾತುಗಳೇ ಹೊರಡಲಿಲ್ಲ. ಕೈ ಅವನ ಕ್ರಾಪ್‌ನಲ್ಲಾಡುತ್ತಿತ್ತು. ಅಂತಹ ಒಂದು ಸ್ಥಿತಿಯಲ್ಲೇ ಅವನನ್ನು ಕರೆ ತಂದಿದ್ದು, ತುಂಬು ಅಕ್ಕರೆಯೇ. ಮಗನಂತೆ ಜೋಪಾನ ಮಾಡಿದ್ದುಂಟು.

"ಪ್ಲೀಸ್, ಶಶಿ... ಸ್ವಲ್ಪ ಚೇತರಿಸ್ಕೋ. ಎಲ್ಲಾ ಸರ್ಯೋಗುತ್ತೆ. ಎದ್ಹೋಗಿ ಮುಖ ತೊಳ್ಕೊಂಡ್ ಪ್ರೆಷ್‌ಅಫ್ ಆಗು" ಅವನನ್ನು ಎಬ್ಬಿಸಿ ಕಳುಹಿಸುವ ವೇಳೆಗೆ ಜ್ಯೂಸ್ ಹಿಡಿದು ಬಂದ ಬಿಂದುಗೆ ಅರ್ಥವಾಗಿತ್ತು. "ಅವ್ರಿಂದ ಅವ್ನಿಗೆ ಬಿಡುಗಡೆ ಬೇಕು. ಕನಿಷ್ಟ ಒಮ್ಮೆ ಕೂಡ ಬಂದು ನೋಡದ ಜನ... ಸಂಬಳ ತರೋಕೆ ಶುರು ಮಾಡಿದ್ಮೇಲೆ ಹಿಂದೆ ಬಿದ್ದಿದ್ದಾರೆ. ಎಷ್ಟೊಂದು ಸ್ವಾರ್ಥ ನೋಡು. ಹೇಗೂ, ನೀನು ಕರ್ಕೊಂಡ್ ಬಂದು ಹದಿನಾಲ್ಕು ವರ್ಷನೆ ಆಯ್ತು. ಇನ್ನೆಲ್ಲಿಯ ಸಂಬಂಧ? ಆ ಜನಕ್ಕೆ ಬುದ್ಧಿ ಕಲೀಸ್ಬೇಕು. ಒಂದು ತರಹ ಫೈನಲ್ ಸೆಟಲ್‌ಮೆಂಟ್ ಮಾಡ್ಕೋಬೇಕು. ಇಲ್ಲದಿದ್ದರೇ, ಇದು ಹೀಗೇ ಮುಂದುವರಿದರೇ ಸಮಸ್ಯೆಯಾಗುತ್ತೆ. ಇಲ್ಲಿ ಮಾತಾಡೋದು ಒಳ್ಳೆಯದು. ಭಾಸ್ಕರ್‌ನ ಕರ್ಕೊಂಡ್ ಬರ್ಬೇಕಿತ್ತು. "ಕೂತು" ಮೊದ್ಲು... ಕುಡೀ. "ಹೆತ್ತವರು ನಿರಂತರವಾಗಿ ಮಕ್ಕಳ್ನ ಬೆಳೆಸೋವಾಗ ಸೋಲೋದು ನಿರಂತರ ಸಮಸ್ಯೆಗಳಿಂದಲೇ, ಕುಡ್ದು ಸುಧಾರಿಸ್ಕೋ.

ನೀನೇನು ಫ್ರೆಷ್‌ಅಫ್ ಆಗ್ಬೇಕಿಲ್ಲ. ನೀನು ಸದಾ ಫ್ರೆಷಾಗಿಯೇ ಇರ್ತೀಯಾ. ಭಾಸ್ಕರ್ ಲಕ್ಕೀ..." ಛೇಡಿಸಿಯೆ ತಲೆ ಸವರಿ ಎದ್ದು ಹೋಗಿದ್ದು. ಬಿಂದು ಮತ್ತು ಅವಳ ಸ್ನೇಹಕ್ಕೆ ಹೆಚ್ಚುಕಡಿಮೆ ದಶಕಗಳೇ ಆಗಿತ್ತು. ಅವರಿಬ್ಬರು ಕಾಲೇಜು ಸಹಪಾಠಿಗಳು. ಅಂದಿಗೂ ಇಂದಿಗೂ ಒಂದೇ... ಶಶಾಂಕ್ ಹೊರಗೆ ಹೋಗಿ ಆಗಿತ್ತು. ಹಿಂದೆ ಇವನ ಹೆತ್ತವರ ಬಗ್ಗೆ ಸಹಾನುಭೂತಿಯ ಮಾತಾಡುತ್ತಿದ್ದ ಭಾಸ್ಕರ ಸಿಡಿದು ಬೀಳುತ್ತಿದ್ದುದ್ದು ಮಾತ್ರ ತೀರಾ ಸಹಜವೆನಿಸುತ್ತಿರಲಿಲ್ಲ.

ಜ್ಯೂಸ್ ಕುಡಿದು ಹೊರಬಂದ ಕೃತಿಕಾ ಕಿಚನ್‌ಗೆ ಹೋದಾಗ ಕೆಲಸದ ಹುಡುಗಿಗೆ ಏನೋ ಹೇಳುತ್ತಿದ್ದ ಬಿಂದು "ಭಾಸ್ಕರ್ ಬರ್ತಾರೇ ತಾನೆ? ಆ ಮಹಾಶಯನಿಗೆ ಇಷ್ಟಾಂತ ಪೂರಿ, ಹಲ್ವಾ ಮಾಡಿಸ್ತಾ ಇದ್ದೀನಿ" ಅಂದು "ಏನೀ ಥಿಂಗ್... ರಾಂಗ್! ಪಲಾಯನವಾದ ಗಂಡಸರ ಜನ್ಮಸಿದ್ಧ ಹಕ್ಕು" ಎಂದು ರೆಟ್ಟೆ ಹಿಡಿದು ರೂಮಿಗೆ ಕರೆದುಕೊಂಡು ಬಂದು "ಭಾಸ್ಕರ್... ಬರೋಲ್ವಾ?" ಕೇಳಿದಳು ಕೂಡುತ್ತ.

ಕೃತಿಕಾ ಭಾರವಾದ ಉಸಿರು ದಬ್ಬಿ "ಏನೋ ಬಿಜಿ ಅಂದ್ರು. ನಾನು ಸುಮ್ಮನಾದೆ. ನೀನಿದ್ದೀಯಲ್ಲ ಅಷ್ಟು ಸಾಕು. ನಂಗೆ ಎಲ್ಲಕ್ಕಿಂತ ಶಶಿ ಹೆಚ್ಚು ತಲೆ ಕೆಡಿಸ್ಕೊಂಡಿದ್ದಾನೆ. ಕೆಲಸಕ್ಕೆ ಸೇರಿರೋದು ಹೊಸ್ದು. ಹಿಂದೆಯೇ ಮದ್ವೆ, ಸ್ವಂತ ಖರ್ಚುಗಳು ಇರುತ್ತೆ. ಅಂಥ ದೊಡ್ಡ ರೀತಿಯ ಸಂಬಳವಲ್ಲ. ಅವ್ನು ಸ್ವಂತಕ್ಕಿಂತ ಲೋನ್ ಮೇಲೆ ಕಾರು ಕೊಂಡಿದ್ದಾನೆ. ಮನೆಗೆಂತ ಖರ್ಚು ಮಾಡುವ ಅವಶ್ಯಕತೆ ಇಲ್ಲದಿದ್ರೂ... ಅಷ್ಟಿಷ್ಟು ಅರುಣ ಖರ್ಚಿಗೆ ಹಣ ಒದಗಿಸಬೇಕಾಗುತ್ತೆ. ಅಷ್ಟಿಷ್ಟು ಹಣನ ಅವ್ನ ಹೆತ್ತವರಿಗೆ ಕಳಿಸ್ತಾ ಇದ್ದಾನೆ. ಈಗ ಮಗ್ಳು ಮದ್ವೇಂತ ಲಕ್ಷಕ್ಕೆ ಬೇಡಿಕೆ ಇಟ್ಟಿದ್ದಾರಂತೆ. ಈಗ ಹೇಗೋ ಮ್ಯಾನೇಜ್ ಮಾಡ್ಬಹುದ್ದು. ಇದೇ ಮುಂದುವರಿದರೇ, ಗತಿಯೇನು?" ಸಮಸ್ಯೆಯನ್ನು ಗೆಳತಿಯ ಮುಂದಿಟ್ಟಳು.

ಬಿಂದು ಇದನ್ನೆಲ್ಲ ಊಹಿಸಿದ್ದಳು. ಅದಕ್ಕೆ ತಯಾರಾಗಿ ಒಂದಿಷ್ಟು ಕಾಗದ ಪತ್ರಗಳನ್ನು ತಯಾರಿಸಿದ್ದಳು. ಅವಳದು ಗೌರ್ನಮೆಂಟ್ ಕೆಲಸ. ಕೋರ್ಟಿನಲ್ಲಿ ಅವಳ ಕೆಲಸ. ಪ್ರತಿದಿನ ಸಮಸ್ಯೆಗಳನ್ನು ನೋಡುತ್ತಿದ್ದಳು. ಕಾನೂನಿನ ಅರಿವಿತ್ತು ಕೂಡ. ಕೃತಿಕಾ ಗೊಂದಲದಲ್ಲಿ ಬೀಳುವುದು ಬೇಡವಾಗಿತ್ತು. ಒಳ್ಳೆಯ ಸ್ನೇಹಕ್ಕೆ ಈ ರೀತಿಯ ಆತಂಕ ಸಹಜ.

"ಅವ್ರುಗಳು ಬರಲೀ. ಶಶಾಂಕ್‌ನ ಕರೆ ತರುವಾಗ ಭಾಸ್ಕರ್ ಜೊತೆಯಲ್ಲಿದ್ದ. ಈಗ್ಲೂ ಇರೋದು ಒಳ್ಳೆಯದು. ಆಮೇಲೆ ಪ್ರತಿಯೊಂದನ್ನು ನಿನ್ನ ತಲೆಗೆ ಕಟ್ಕೋದು ಬೇಡ" ಇಂಥ ಒಂದು ಸಲಹೆಯನ್ನಿತ್ತಳು. ಅದು ಕೃತಿಕಾಗೂ ಸರಿಯೆನಿಸಿತು. ಕಾಲ್ ಮಾಡಿದಾಗ "ಸಾರಿ ಕೃತಿಕಾ, ನಾನು ಮೀಟಿಂಗ್‌ನಲ್ಲಿ ಇದ್ದೀನಿ" ಕಾಲ್ ಕಟ್ ಮಾಡಿದ. ಖಂಡಿತ ಭಾಸ್ಕರ ಬರಲಾರ.

"ಮೀಟಿಂಗ್‌ನಲ್ಲಿ ಇದ್ದೀನೀಂತ ಅಂದ್ರು ತಾನೇ? ವಿವಾಹದ ಮುನ್ನಿನ ದಿನಗಳಲ್ಲಿ... ಅಬ್ಬಬ್ಬ ಅದೇನು ಆತುರ, ಕಾತುರ ಪ್ರೇಮ ಪ್ರಲಾಪ. ಎಲ್ಲಿದ್ರೂ ಹಾರಿ ಬರುವ ಭರಾಟೆ.

ನಿನ್ನ ಸ್ಥಿತಿಯಲ್ಲಿ ಯಾರಿದ್ದರೂ ತೂರಕೊಂಡು ಹೋಗ್ಬಿಡ್ಬೇಕಿತ್ತು." ತಮಾಷೆ ಮಾಡಿದ ಬಿಂದು ಅವಳ ಮುಂದೆ ಪಟ್ಟಾಗಿ ಕೂತು ಒಂದು ವಿಷಯ ಮುಂದಿಟ್ಟರು. "ಶಶಿ ನಮ್ಮಂದೆ ಎಲ್ಲಾ ಹೇಳಿಕೊಂಡಿದ್ದಾನೆ. ಒಂದು ರೀತಿ ಫೈನಲ್ ಸೆಟಲ್‌ಮೆಂಟ್ ಮಾಡ್ಕೊಂಡ್ ಬಿಡೋಣಾಂತ. ಅದಕ್ಕೆ ನೀನು ಒಪ್ಕೋಬೇಕು. ಭಾಸ್ಕರ ಕೂಡ. ಶಶಿ ವಿಚಾರದಲ್ಲಿ ಬದಲಾಗಿದ್ದಾನೆ. ಅದು ಮುಂದುವರಿಯೋದು ಬೇಡ."

ಆಮೇಲೆ ಇಬ್ಬರು ಕೂತು ಅರ್ಧಗಂಟೆ ಮಾತಾಡಿದರು. ಆ ವೇಳೆಗೆ ಶಶಾಂಕ್‌ನ ತಂದೆಯ ಜೊತೆ ಬಿಂದು ನಾಲ್ಕು ಮಂದಿ ಸಂಬಂಧಿಗಳು ಬಂದರು. ಅವರನ್ನು ನೋಡಿದರೆ ಅಂತಹ ಉತ್ತಮ ಸ್ಥಿತಿಯಲ್ಲಿ ಇದ್ದಾರೇಂತ ಅನ್ನಿಸಲಿಲ್ಲ. ಕನಿಕರವೆನಿಸಿತು.

ಅಲ್ಲೇ ಊಟ, ಉಪಚಾರದ ನಂತರ ಡ್ರಾಯಿಂಗ್ ರೂಮಿನಲ್ಲಿ ಕೂಡಿಸಿದ ನಂತರ ಶಶಾಂಕ್ ಮತ್ತು ಕೃತಿಕಾನ ರೂಮಿಗೆ ಕರೆದೊಯ್ದು ಬಿಂದು ನೇರವಾಗಿ ಶಶಾಂಕ್‌ನ ಕೇಳಿದಳು.

"ಶಶಿ, ನಿನ್ನ ಹೆತ್ತರವ ಸಂಬಂಧನ ಪೂರ್ತಿಯಾಗಿ ತೊಡೆದುಕೊಳ್ತೀಯಾ?" ಅವನು ಬಿಂದು ಕಾಲುಗಳ ಬಳಿ ಕುಸಿದು "ಪ್ಲೀಸ್, ಆಂಟೀ ಅಷ್ಟು ಮಾಡಿ, ನನ್ನ ಹೆತ್ತವರು, ಸಾಕಿದವ್ರು ಎಲ್ಲಾ ಕೃತಿಕಾ, ಭಾಸ್ಕರ್. ನಂಗೆ ಹಿಂದಿನ ಜನ್ಮದ ನೆನಪೇ ಬೇಡ. ನಾನು ಈಗ ಜನ್ಮಕ್ಕೆ ಮಾತ್ರ ಫಿಕ್ಸ್ ಆಗಿದ್ದೀನಿ. ಅವ್ರಿಂದ ನಂಗೆ ಬಿಡುಗಡೆ ಕೊಡ್ಸಿ" ಕಣ್ಣೀರು ಸುರಿಸಿದಾಗ ಬಿಂದು ಎಬ್ಬಿಸಿದವಳು "ಅರ್ಧಗಂಟೆ ಸಮಯ ತಗೊಂಡ್ ಯೋಚ್ಸಿ ಹೇಳು ಶಶಿ. ಆಮೇಲೆ ಜೀವನ ಪೂರ್ತಿ ನಿಂಗೆ ಕೊರಗಾಗ್ಬಾರ್ದು. ಒಂದಿಷ್ಟು ಕೃತಿಕಾ, ಭಾಸ್ಕರ್ ಹತ್ರ ಮಾತಾಡ್ತೀನಿ" ಅವನನ್ನ ಒಂಟಿಯಾಗಿ ಬಿಟ್ಟು ಹೊರಗೆ ಹೋದಳು ಬಿಂದು.

ಕೃತಿಕಾ ಬಂದವರ ಮುಂದೆ ಕೂತು ಮಾತಾಡುತ್ತಿದ್ದಳು ಲವಲವಿಕೆಯಿಂದಲ್ಲ. ಅವಳು ಮೂರು ಸಮಸ್ಯೆಗಳನ್ನು ಒಟ್ಟಿಗೆ ಫೇಸ್ ಮಾಡಬೇಕು. ಮೊದಲನೆಯದಾಗಿ ಶಶಾಂಕ್ ಮೇಲಿನ ಭಾಸ್ಕರ ಸಿಡಿಮಿಡಿ. ತಿಂಗಳು... ತಿಂಗಳು ಶಶಾಂಕ್ ಹೆತ್ತವರಿಗೆ ಹಣ ಕೊಡುವುದು ಈಚೆಗೆ ಸೈರಣೆಯಾಗುತ್ತಿರಲಿಲ್ಲ. ಕನಿಷ್ಠ ಸಹಾನುಭೂತಿ ಕೂಡ ವ್ಯಕ್ತವಾಗುತ್ತಿರಲಿಲ್ಲ. ಇನ್ನೊಂದು ತೀರಾ ಪ್ರಮುಖವಾದದ್ದು ಅರುಣಾಗೆ ಕರೆದೊಯ್ದು ಜುಮುಕಿ, ಸರ, ಡ್ರೆಸ್‌ನ ಜೊತೆ ವಿವಿಧ ರೀತಿಯ ಕಾಸ್ಮೆಟಿಕ್ಸ್, ಚಾಕಲೇಟುಗಳ ದೊಡ್ಡ ಸಂಗ್ರಹವೇ ಅವಳ ರೂಮಿನ ಕಪಾಟಿನಲ್ಲಿತ್ತು. ಅದೆಲ್ಲ ಕೊಡಿಸಿರೋದು ಭಾಸ್ಕರ್ ಎಂದು ಡೆಫ್‌ನೆಟ್ ಆಗಿತ್ತು. ಜುಮುಕಿ, ಸರದ ಬಿಲ್‌ಗಳನ್ನು ಸ್ವತಃ ನೋಡಿದ್ದಳು. ಅದರಿಂದ ಇವು ಮೂರರಲ್ಲಿ ಒಂದಕ್ಕೊಂದು ಲಿಂಕ್ ಇದೆಯಾ? ಒಂದು ರೀತಿಯಲ್ಲಿ ಸಂದಿಗ್ಧದಲ್ಲಿ ಇದ್ದಳು. ಪ್ರಶ್ನಿಸಲಾರದ ಸ್ಥಿತಿ.

ಕೃತಿಕಾನ ತನ್ನ ಬೆಡ್‌ರೂಂಗೆ ಕರೆದೊಯ್ದ ಬಿಂದು ಎಲ್ಲ ಬಿಡಿಸಿಟ್ಟಳು. "ನಾನು ದತ್ತು ಪೇಪರ್ ಜೊತೆ ಮಿಕ್ಕ ಎರಡು ಪೇಪರ್‌ಗಳನ್ನು ರೆಡಿಮಾಡಿ ಇಟ್ಟಿದ್ದೀನಿ. ವ್ಯವಹಾರ ಅನ್ನೋ ರೀತಿ ತೀರ್ಮಾನ ಮಾಡಿಬಿಡೋಣ. ನಿನ್ನ ಅಭಿಪ್ರಾಯವೇನು?" ಕೇಳಿದಳು.

ಕೃತಿಕಾಗೆ ಏನು ಹೇಳಬೇಕೆಂದು ತೋಚಲಿಲ್ಲ. "ಏನು ಗೊತ್ತಾಗ್ತಾ ಇಲ್ಲ ಬಿಂದು. ನಾನು ಇಷ್ಟೆಲ್ಲ ಯೋಚಿಸಲೇ ಇಲ್ಲ" ಅಂದಿದ್ದು ಗಲಿಬಿಲಿಯಿಂದ. ಹೆತ್ತಿಲ್ಲದಿದ್ದರೂ ಶಶಾಂಕ್ ಮೇಲಿನ ಮಮತೆ ಕಡಿಮೆಯದಲ್ಲ.

"ಭಾಸ್ಕರ್ ಏನು ಹೇಳಬಹುದ್ದು?" ಪ್ರಶ್ನೆಗೆ ತಲೆಯಾಡಿಸಿ "ಒಪ್ಪಿಕೊಳ್ಳಲೇಬೇಕು. ಮಗನೆಂದೇ ಸಲವಿದ್ದು" ಒಪ್ಪಿಸುವ ಛಲವಿತ್ತು. ಆಮೇಲೆ ಒಂದೆರಡು ಸಲ ಭಾಸ್ಕರ್‌ಗೆ ಕಾಲ್ ಮಾಡಿದರು ಸಿಗಲಿಲ್ಲ. ಆಮೇಲೆ ಬಿಂದು, ಶಶಾಂಕ್ ಮತ್ತು ಕೃತಿಕಾನ ಜೊತೆಯಲ್ಲಿ ಕೂಡಿಸಿಕೊಂಡೇ ಮಾತಾಡಿದಳು ಬಿಂದು.

"ಶಶಾಂಕ್, ನಿಮ್ಮ ಮಗ್ನೇ ಇರ್ಬಹ್ದು. ಅವ್ನಿಗೆ ನೀವೇನು ಮಾಡಿದ್ದೀಲ್ಲ. ಈಗ ಅವ್ನ ಸಂಪಾದನೆಗೆ ಮುಗಿಬಿದ್ದಿರೋದು ಸರಿಯಲ್ಲ. ಕೆಲ್ಸಕ್ಕೆ ಸೇರಿದಾಗಿನಿಂದ ಕೊಟ್ಟಿದ್ದಾನೆ. ಈಗ ಮದ್ವೆ, ಮುಂಜಿ, ಕಾಯಿಲೆ ಕಸಾಲೆಯೆಂದು ತಾಪತ್ರಯಗಳ್ನ ಮುಂದಿಟ್ಕೊಂಡ್... ಬಂದರೇ ಏನ್ಮಾಡೋದು? ನಿಮ್ಮಿಂದ ಬಂದು ವರ್ಷಗಳೇ ಉರುಳಿಹೋಗಿವೆ. ಈಗ ಅವ್ನು ಭಾಸ್ಕರ್, ಕೃತಿಕಾ ಮಗ. ಅವ್ನ ಅಸ್ತಿತ್ವ ಅಲ್ಲೇ." ಬಿಂದು ವಾದ.

ಸಾಕಷ್ಟು ಚರ್ಚೆಗಳ ನಂತರ ಒಂದಿಷ್ಟು ಒಟ್ಟಿಗೆ ಅಮೌಂಟ್ ಕೊಟ್ಟರೇ ಶಶಾಂಕ್‌ನ ಬದುಕಿನಲ್ಲಿ ತಾವು ಬರುವುದಿಲ್ಲವೆಂದು ಟೋಟಲ್ ಇಪ್ಪತ್ತು ಲಕ್ಷಕ್ಕೆ ಬೇಡಿಕೆ ಇಟ್ಟಾಗ ಶಶಾಂಕ್ ಮೇಲೆದ್ದ ಕೋಪದಿಂದ.

"ಗೆಟ್‌ಔಟ್, ನಿಮ್ಮಗಳ ಮೇಲಿದ್ದ ಅಲ್ಪಸ್ವಲ್ಪ ಪ್ರೀತಿ ಕೂಡ ಸತ್ತು ಹೋಯ್ತು. ಏನು ಕೊಡೋಲ್ಲ. ದಯವಿಟ್ಟು ಹೋಗ್ಬಿಡಿ. ನಿಮ್ಮ ಮಗ ಎಂದೋ ಸತ್ತು ಹೋಗಿದ್ದಾನೆ" ಅರ್ಭಟಿಸಿದ. ಅವರುಗಳು ಬೆದರಿದರು. ಹಣ ಅವರಿಗೆ ಅನಿವಾರ್ಯವಾಗಿತ್ತು.

"ನಾನು ಅವ್ನ ಜನ್ಮಕ್ಕೆ ಕಾರಣವಾದ ತಂದೆ. ಇವ್ನಿಗೆ ಒಳ್ಳೆಯದಾಗುತ್ತಾ?" ಶಾಪಕ್ಕೆ ನಿಂತಾಗ ಬಿಂದು, ಕೃತಿಕಾ ಸೇರಿ ಸಮಾಧಾನಿಸಿದರು. ಹತ್ತು ಲಕ್ಷಕ್ಕೆ ವ್ಯವಹಾರ ಕುದುರಿಸಿ ದತ್ತು ಪತ್ರಕ್ಕೆ ಮಾತ್ರವಲ್ಲ, ಸಾಕಷ್ಟು ಪತ್ರಗಳಿಗೆ ಸಹಿ ಹಾಕಿಸಿಕೊಂಡು ಐದು ಲಕ್ಷದ ಚೆಕ್‌ನ ಕೃತಿಕಾ ಕೈಯಿಂದ ಕೂಡಿಸಿ "ಇನ್ನ ಐದು ಲಕ್ಷ ಕೊಡೋಕೆ ಒಂದಿಷ್ಟು ಸಮಯ ಕೊಡಿ" ಅಂದಾಗ ಆ ಜನ ಬಿಲ್‌ಕುಲ್ ಒಪಲಿಲ್ಲ. ದಗಲುಬಾಜಿತನ ಕಾಣಿಸಿತು.

ಕೃತಿಕಾ ಬಿಂದುನ ರೂಮಿಗೆ ಕರೆದೊಯ್ದು "ನನ್ನ ಆಕೌಂಟ್‌ನಲ್ಲಿ ಲಕ್ಷಗಳು ಇಲ್ಲ. ಒಂದಿಷ್ಟು ಹಣ ಖರ್ಚಿಗೆ ಉಳ್ಸಿಕೊಂಡು ಮಿಕ್ಕದನ್ನು ಮನೆ ಲೋನ್‌ಗೆ ಕಟ್ಟೀನಿ. ಕನಸು ಎನ್ನುವಂತೆ ಮನೆಗೆ ಅಗತ್ಯಕ್ಕಿಂತ ಜಾಸ್ತಿನೇ ಖರ್ಚಾಗಿದೆ. ಇನ್‌ಡೋರ್-ಡೆಕೋರೇಷನ್‌ಗೆ ಸಾಕಷ್ಟು ಸುರಿದಿದ್ದೀವಿ. ನನ್ನ ಅತ್ತೆ ಶೇಷಮ್ಮ ಬಾಕಿ ವಸೂಲ್ ಎನ್ನುವಂತೆ ಆಗಾಗ ತಾಪತ್ರಯಗಳ್ನ ಹೇಳ್ಕೊಂಡ್ ಹಣಕ್ಕೆ ಬರ್ತಾಳೆ. ಇನ್ನ ಕೆಲವು ಖರ್ಚುಗಳು ಶಶಿಗೆ ಇರುತ್ತೆ. ಇನ್ನ ಭಾಸ್ಕರ್..." ಅಂದು ನಿಲ್ಲಿಸಿದಳು. ಬಂಗಾರದ ಜುಮುಕಿ, ಸರ ಜೊತೆಗೆ ಡ್ರೆಸ್‌ಗಳ ಸಾಲಾಗಿ ಬಂದು ಎದರು ನಿಂತು ಅಣಕಿಸಿತು. ಗಂಡನಾಗಿ ಅವಳಿಗೂ ಕೆಲವು ಗಿಫ್ಟ್‌ಗಳನ್ನು ಕೊಟ್ಟಿರಬಹುದು. ಇಲ್ಲಿ ಸಹನೆ ಅಗತ್ಯವಿತ್ತು. ದೀರ್ಘವಾಗಿ ಉಸಿರೆಳೆದು ದಬ್ಬಿದಳು. ಕ್ಲಿಷ್ಟವೆನಿಸಿತು.

"ಹೇಗಾದ್ರೂ ಹೊಂದಿಸಿ ಕೊಡೋಣ. ಡೇಟ್ ಹಾಕಿ ಚೆಕ್ ಕೊಡ್ತೀನಿ. ಆಮೇಲೆ ಅಕೌಂಟ್‌ಗೆ ಹಣ ಬರ್ತಿ ಮಾಡ್ತೀನಿ. ಇಷ್ಟಕ್ಕೆ ಅವ್ರನ್ನ ಒಪ್ಸು. ಮಗ, ಸೊಸೆಯನ್ನು ಬೇಕಾದರೆ, ಬಂದು ನೋಡಿಕೊಂಡ್ಹೋಗ್ಲಿ. ಆದರೆ ತಮ್ಮ ಆರ್ಥಿಕ ಸ್ಥಿತಿಗಳನ್ನು ಹೇಳ್ಕೊಂಡ್ ಅವ್ರಿಗೆ ತೊಂದರೆ ಕೊಡೋದ್ಬೇಡ" ದೃಢವಾಗಿತ್ತು ಕೃತಿಕಾ ದನಿ.

ಕೃತಿಕಾ ಮಾತುಗಳನ್ನು ಹ್ಲೂಗುಟ್ಟಿ ಬಿಂದು ಹೊರಗೆ ಹೋಗಿ ಅವರನ್ನು ಒಪ್ಪಿಸಿ ಬಂದು ಅವಳೆದುರು ಕುಸಿದಂತೆ ಕೂತಳು.

"ಮತ್ತೆಂದು ಅವ್ರುಗಳು ಬರೋದಿಲ್ಲ ಬಿಡು. ಈಗ ನಿನ್ನೊತೆ ಭಾಸ್ಕರ್ ನಿಲ್ಲಬೇಕಿತ್ತು. ಬಿಜಿಯ ನೆಪ ಹೇಳಿ ಪಲಾಯನವಾದ– ಅದೆಲ್ಲ ಬಿಡು, ಶಶಿ ಸೈಟು ಹತ್ರ ಹೋಗ್ಬೇಕೂಂದ. ಹೊರ್ಗೇ ಬಾ, ತೀರಾ ಸೋತಂಗೆ ಕೂತಿದ್ದಾನೆ" ಬಿಂದು ಕೃತಿಕಾನ ಮುಂದಿನ ರೂಮಿಗೆ ಕರೆದೊಯ್ದಾಗ ಶಶಾಂಕ್ ಅವಳ ಕಾಲುಗಳ ಮೇಲೆ ಬಿದ್ದು ಕಣ್ಣೀರು ಸುರಿಸಿದ. "ಅಕ್ಕಾ, ನನ್ನ ಕ್ಷಮ್ಸಿ ಬಿಡು. ಅವ್ರ ಬದ್ಲು ನಾನು ನಿನ್ನ ಹೊಟ್ಟೆಯಲ್ಲಿ ಹುಟ್ಟಿದ್ದರೆ ಇಷ್ಟೆಲ್ಲ ತಾಪತ್ರಯಗಳು ಇರ್‍ತಾ ಇರ್ಲಿಲ್ಲ" ಎಬ್ಬಿಸಿ ಅಪ್ಪಿಕೊಂಡು ಕಣ್ಣೀರು ಸುರಿಸಿದಳು ಕೃತಿಕಾ. "ಹೊಟ್ಟೆಯಲ್ಲೇ ಹುಟ್ಟಬೇಕಿಲ್ಲ. ನೀನು ನಂಗೆ ಮಗನೇ" ಸಂತೈಸಿದಳು.

ಅವನು ಅಲ್ಲೇ ಊಟ ಮುಗಿಸಿ ಹೊರಟ. ಕೆಲಸದ ಹುಡುಗಿಯನ್ನು ಕಳುಹಿಸಿದ ಮೇಲೆ ಉಳಿದಿದ್ದು ಬಿಂದು ಮತ್ತು ಕೃತಿಕಾ. ಇಬ್ಬರು ಕಾಲೇಜು ಸಹಪಾಠಿಗಳು. ಅಷ್ಟಿಷ್ಟು ಇಬ್ಬರಿಗೂ ಪರಸ್ಪರ ಹಿನ್ನೆಲೆಗಳ ಅರಿವಿತ್ತು. ಹಾಗೆಂದು ಪೂರ್ತಿಯಲ್ಲ. ಎಷ್ಟೋ ವಿಷಯಗಳು, ವಿಚಾರಗಳು ಗೌಪ್ಯವಾಗಿ ಉಳಿದುಹೋಗುತ್ತೆ. ಇದು ಎಲ್ಲರ ಬದುಕಿಗೂ ಅನ್ವಯ. ಸಂದೀಪ್‌ನ ಬಗ್ಗೆ ವಿಚಾರಿಸಿದಳು.

ಜ್ಯೂಸ್ ಹಿಡಿದು ಬಂದ ಬಿಂದು "ಆಗಾ ನೀನು, ಕೆಲವೊಮ್ಮೆ ದಿನಕ್ಕೊಮ್ಮೆ ಕೂಡ ಭೇಟಿಯಾಗ್ತೀವಿ. ಮಾತಾಡ್ತೀವಿ. ಸುತ್ತಾಡುತೀವಿ, ಕಾಲ ಕಳೀತೀವಿ. ಆದರೆ ಮನಸ್ಸು ಬಿಚ್ಚಿ ಮಾತಾಡೇ ಇಲ್ಲಾಂತ ಅನ್ನಿಸುತ್ತೆ" ಎನ್ನುತ್ತ ಕೃತಿಕಾ ಎದುರು ಕೂರುವ ವೇಳೆಗೆ ಭಾಸ್ಕರ್‌ನಿಂದ ಕಾಲ್ ಬಂತು. "ಸ್ವಲ್ಪ ಅಡ್ವೊಕೇಟ್ ಸಂದೀಪನ ಬಗ್ಗೆ ಬಿಂದುವಿನಲ್ಲಿ ಮಾತಾಡು. ಅವ್ಳು ತೀರಾ ಇಂಟರೆಸ್ಟಾಗಿದ್ದರೆ, ಮದ್ವೆ ಮಾಡಿಕೊಂಡರೇ, ಒಂಟಿತನದಿಂದ ಪಾರಾಗ್ತಾಳೆ" ಅಂದು ಕಾಲ್‌ಕಟ್ ಮಾಡಿದನೇ ವಿನಃ ಇಲ್ಲಿನ ವಿಷಯ ಪ್ರಶ್ನಿಸಲು ಹೋಗಲಿಲ್ಲ. ಮಡದಿಯ ಪ್ರತಿಕ್ರಿಯೆಗೂ ಕಾಯಲಿಲ್ಲ.

"ತಗೋ, ಕುಡೀ, ಸಂದೀಪನ ವಿಚಾರ ತಾನೇ?" ಹಣ್ಣಿನ ಗ್ಲಾಸ್‌ನ ಕೃತಿಕಾಗೆ ಕೊಟ್ಟವಳು ನಿಧಾನವಾಗಿ ಕುಡಿಯತೊಡಗಿದಳು. ಮೊದಮೊದಲು ಅಲ್ಪಸ್ವಲ್ಪ ಅಂಥಹ ಅಂತಹ ಆಸಕ್ತಿ ಇದ್ದಿದ್ದು ನಿಜವೇ. ಈಗ ಅಂಥ ಭ್ರಮೆಯಿಂದ ಕಳಚಿಕೊಂಡಿದ್ದು ನಿಜವೇ. ಇಂದು ಆ ವಿಷಯ ತೀರ್ಮಾನ ಮಾಡಿಬಿಡಬೇಕೆನಿಸಿತು ಕೃತಿಕಾಗೆ. ಕುಡಿದಿಟ್ಟ ನಂತರವೇ ಪ್ರಾರಂಭಿಸಿದ್ದು "ಬಿಂದು..." ಎಂದ ಕೂಡಲೇ ತಡೆದು "ಮೊದಲು ಶಶಿ ವಿಚಾರ ಮುಗಿಸಿಬಿಡೋಣ. ಇನ್ನ ಅವ್ರುಗಳು ಅವ್ನ ಜೀವನದಲ್ಲಿ ಬರೋದಿಲ್ಲ. ನಿರಾತಂಕವಾಗಿ ನಿಮ್ಮ ಮಗನೇ ಆಗಿರ್ತಾನೆ. ಮೊದ್ಲು ಮಮತೆಯ ಸುರಿಮಳೆ ಹರಿಸುತ್ತಿದ್ದ

ಭಾಸ್ಕರನ ಸಿಡುಕುವಿಕೆಗೆ ಕಾರಣವೇನು?" ಕೇಳಿದಳು. ತೀಕ್ಷ್ಣವಾಗಿತ್ತು ಅವಳ ಸ್ವರ.

ಆ ಪ್ರಶ್ನೆ ಕೃತಿಕಾಳಲ್ಲಿ ಮೂಡುತ್ತಿತ್ತು. ಆದರೆ ಅದಕ್ಕೆ ಇಂಥದ್ದೇ ಕಾರಣ, ಇವರೇ ಕಾರಣವೆಂದು ಬೆಟ್ಟು ಮಾಡಲು ಅಂಜುತ್ತಿದ್ದಳು. ಮೊದಲು ಅವಳನ್ನ ಕಾಡುತ್ತಿದ್ದದ್ದು ನೈತಿಕತೆ, ಪಾಪಪ್ರಜ್ಞೆ, ಅದು ತಲೆಯೆತ್ತಿದ ಕೂಡಲೇ 'ನಿನ್ನೊಲುಮೆ' ಛಿದ್ರವಾಗಿ ಬಿಡುತ್ತಿತ್ತು. ಅರಿವಾಗದಂತೆ ಮುಗ್ಧ ಹುಡುಗಿ ಆ ಸುನಾಮಿಯಲ್ಲಿ ಮುಳುಗಿ ಹೋಗುತ್ತಿದ್ದಳು. ಇಂಥ ವಿಚಾರಗಳು ಆರೋಗ್ಯವಾದ ಸಮಾಜಕ್ಕೆ ಮಾರಕವೇ. ಹೇಗೆ ಈ ಸುಳಿಯಿಂದ ಅರುಣನ ಪಾರು ಮಾಡುವುದು?

"ಗೊತ್ತಾಗೋಲ್ಲ... ಬಿಂದು! ದೊಡ್ಡ ರೀತಿಯ ಫೈನಾನ್ಸಿಯಲ್ ತೊಂದರೆ ಇಲ್ಲ. ನಾನು ಯಾವ್ದೇ ರೀತಿಯಲ್ಲಿ ಗಂಡನನ್ನು ಕಾಡುವ ಹೆಂಡ್ತಿಯಲ್ಲ. ಇನ್ನೇಲ್ಲಿದೇ... ಸಮಸ್ಯೆ? ಕೆಲ್ಸದ ಒತ್ತಡವಿರಬಹ್ದು. ವಯಸ್ಸು ಏರಿದಂತೆ ಯೌವನದ ಹುರುಪು, ಉತ್ಸಾಹ ಕಡ್ಮೇ ಆಗೋದು ಸಹಜ. ಆ ಸ್ಥಿತಿ ಇರಬಹುದು ಬಾನಿದು" ಎಂದು ಕೃತಿಕಾ ನಕ್ಕಾಗ ಬಿಂದುವಿನ ನಗು ಕೂಡ ಸೇರಿತು. ಆಮೇಲೆ ವಿಷಯಾಂತರವಾಯಿತು. ಅಲ್ಲೇ ಎಳೆದಾಡುವುದು ಇಬ್ಬರಿಗೂ ಬೇಕಿರಲಿಲ್ಲ.

"ಬಿಂದು ಒಂಟಿತನ ಕಷ್ಟವೆಂದು ಈಗಾಗ್ಲೇ ನಿನ್ನ ಅರಿವಿಗೆ ಬಂದಿದೆ. ಚೆಲುವೆ, ವಿದ್ಯೆ ಎಲ್ಲಾ ನಿನ್ನಲ್ಲಿದೆ. ನಿರಾಕರಿಸ್ಕೊಂಡೆ... ಬಂದಿದ್ದೀ! ಈಗ್ಲೂ ಅಡ್ವೊಕೇಟ್ ಸಂದೀಪ್ ನಿನ್ನ ಮದ್ವೆ ಆಗೋಕೆ ಮುಂದು ಬಂದಿದ್ದಾರೆ. ಪ್ರಪೋಸ್ ಮಾಡ್ದಾಗ ನಿರಾಕರಿಸಿದೆಯಂತೆ. ಒಂದ್ಸಲ ಯೋಚ್ನೇ ಮಾಡಿ ನೋಡು." ಇದನ್ನು ಸುಮಾರು ಸಲ ಹೇಳಿದ್ದಳು. ಮತ್ತದೇ!

ಕೃತಿಕಾ ಮಾತುಕೇಳಿ ಮೌನವಾಗಿದ್ದ ಬಿಂದು ಗ್ಲಾಸ್‌ಗಳ ಒಯ್ದು ಇಟ್ಟು ಬಂದವಳು "ಉಸಿರುಕಟ್ಟುತ್ತೆ ಕೆಲವು ವಿಷ್ಯಗಳ್ನ ಮಾತಾಡೋಕೆ. ಬಾಲ್ಕನಿಗೆ ಬಾ, ಕೂತು ಮಾತಾಡೋಣ. ನಂಗೆ ಇರೋ ಫ್ರೆಂಡ್ ನೀನೊಬ್ಳೇ. ನಿಂಗೆ ಕೂಡ ಹೇಳದ ಎಷ್ಟೋ ವಿಷ್ಯಗಳು ನನ್ನಲ್ಲಿದೆ" ಎಂದು ರೂಮಿನಿಂದ ಹೊರಗೆ ಕರೆದೊಯ್ದಳು.

"ವಿವಾಹಕ್ಕೆ ಮುನ್ನವೇ ವಿವೇಕ್ ನನ್ನ ಭೇಟಿ ಮಾಡಿ ಅವ್ರ ಜೀವ್ನದ ಉದ್ದೇಶ ತಿಳ್ಸಿದ್ರು, ನಾನು ಮುಚ್ಚಿಟ್ಟೆ. ಅದಕ್ಕೆ ನನ್ನದೇ ಆದ ಒಂದೆರಡು ಕಾರಣಗಳು ಇವೆ. ಆ ಮನುಷ್ಯ ತುಂಬ ಸ್ಫುರದ್ರೂಪಿ, ಎತ್ತರದ ದೃಢ ವ್ಯಕ್ತಿತ್ವ, ಮುಖದಲ್ಲಿ ಗಾಂಭೀರ್ಯ ಬೆರೆತ ಪುರುಷತ್ವ, ಹಿರಿಯರು ನಿರ್ಧರಿಸಿದ ಸಂಬಂಧ, ಜೊತೆಗೆ ನನ್ನಕ್ಕ ಎಷ್ಟೋ ಸಲ ಹೇಳಿದ್ಲು. ವಿವಾಹದನಂತರ ಗಂಡು ಪೂರ್ತಾ ಬದಲಾಗ್ತಾನೆ! ಅರ್ಥ ಮಾಡಿಕೊಳ್ಳುವ ಪ್ರಯತ್ನ ಮಾಡ್ಲಿಲ್ಲ. ಬಯಕೆ, ಆಸೆ, ಕನಸುಗಳು... ನಿರಾಕರಿಸಲು ಬಿಡಲಿಲ್ಲ." ಅಂದಳು ನಿಧಾನವಾಗಿ.

ಕೃತಿಕಾ ಬೆಚ್ಚಿಬಿದ್ದಳು. ಬಿಂದುವಿನೊಂದಿಗೆ ವಿವಾಹದನಂತರ ಒಂದು ತಿಂಗಳಿಗೆ ಮಾಯವಾದ ವಿವೇಕ್ ಮತ್ತೆ ಕಾಣಿಸಿಕೊಳ್ಳಲಿಲ್ಲ. ರೂಮರ್‌ಗಳು, ಪುಕಾರ್‌ಗಳಷ್ಟೆ. ಹುಡುಕಾಟದ ಜೊತೆ ಪೊಲೀಸ್‌ಗೂ ಕೂಡ ಮೊರೆ ಹೋಗಿ ಸುಮ್ಮನಾಗಿದ್ದರು.

ವರ್ಷಗಳಷ್ಟು ಕಾಲ ಕಾದಿದಷ್ಟೆ. ಬಹುಶಃ ವಿವೇಕ್ ಕುಟುಂಬಕ್ಕೆ ಗೊತ್ತಿತ್ತೇನೋ ಸುಮ್ಮನಾಗಿಬಿಟ್ಟರು.

"ಅದೇನು ತಪ್ಪೂಂತ ಅನ್ನಿಸೋಲ್ಲ. ಆದ್ರೂ ಯೋಚ್ಸಬೇಕಿತ್ತು. ಬೇರೆಯವ್ರ ಅಂದರೆ ನಿನ್ನ ತವರಿಗೆ ತಿಳ್ಸಿ ಅವ್ರ ಅಭಿಪ್ರಾಯ ಕೇಳಿದ್ದರೇ ಖಂಡಿತ ಮದ್ವೆ ನಡೀತಾ ಇರ್ಲಿಲ್ಲ. ಇಂದು ಈ ಸ್ಥಿತಿನ ಫೇಸ್ ಮಾಡೋ ಅಗತ್ಯವಿರ್ಲಿಲ್ಲಾಂತ ಅನ್ನಿಸೋಲ್ವಾ?" ಕೇಳಿದಳು ಕೃತಿಕಾ ವಿಷಾದದಿಂದ. ಈ ಸತ್ಯವನ್ನು ಇವಳಿಂದಲೂ ಮುಚ್ಚಿಟ್ಟಿದ್ದಳು.

ಬಿಂದು ಮ್ಲಾನವದನಳಾದಳು.

"ಮನೆಯಲ್ಲಿ ಅಂಥ ಪರಿಸ್ಥಿತಿ ಇರ್ಲಿಲ್ಲ. ನನ್ನಣ್ಣ ಪ್ರೇಮಿಸಿದ ಒಂದು ಹುಡ್ಗೀ ಜೊತೆ ವಿವಾಹವಾಗಿ ವಿದೇಶಕ್ಕೆ ಹಾರೋ ಸಂಭ್ರಮದಲ್ಲಿದ್ದ. ಇದ್ದ ಮೂರು ಹೆಣ್ಣು ಮಕ್ಕಳಲ್ಲಿ ಒಬ್ಳು ಲವ್ ಅಪ್‌ಸೆಟ್ ಅಂತ ಪಾಯ್ಸನ್ ಕುಡಿದಿದ್ಲು. ಇನ್ನೊಬ್ಳು ಕೂಡ ಲವ್‌ನಲ್ಲಿ ಬಿದ್ದು ಒದ್ದಾಡ್ತ ಇದ್ಲು. ಆ ಸ್ಥಿತಿಯಲ್ಲಿ ನನ್ಮದ್ವೇನೆ ತೃಪ್ತಿ, ಸಮಾಧಾನ ಕೊಡೋಂಥದ್ದು. ಅದಕ್ಕೆ ಕಲ್ಲು ಹಾಕೋ ಮನಸ್ಸು ಬರ್ಲಿಲ್ಲ. ಈ ಎರಡು ಕಾರಣಗಳು ನನ್ನ ಹಸೆಮಣೆಗೆ ಕಳಿಸಿದ್ದು. ವಿವೇಕ್ ತನ್ನ ನಿಲುವಿಗೆ ಬದ್ಧನಾಗಿದ್ದ. ಹೊರಡುವ ಮುನ್ನ ಕ್ಷಮೆ ಕೇಳಿದ. ಕೆಲವು ಪತ್ರಗಳಿಗೆ ಸಹಿ ಹಾಕಿಕೊಟ್ಟ. ಅಂದಿನ ಸ್ಥಿತಿ ದಿಕ್ಕೆಂಟ್ಟಾಗಿತ್ತು" ಬಿಂದು ಜೋರಾಗಿ ಅತ್ತಳು. ಒಂದೊಂದು ಸಂದರ್ಭದಲ್ಲಿ ಕಣ್ಣೀರು ಕಂಡಿದ್ದಳಷ್ಟೆ. ಇಂಥ ಬರಪೂರ ಅಳುವನ್ನು ಕಂಡಿರಲಿಲ್ಲ ಕೃತಿಕಾ. ಕಣ್ಣೀರು ಪ್ರವಾಹವಾಗಿತ್ತು.

ಇಬ್ಬರು ಸೋದರಿಯರ ಪ್ರೇಮಕ್ಕೆ ಇವಳು ಬಲಿಯಾ?

ಅರ್ಧಗಂಟೆಯ ನಂತರ ಸಮಾಧಾನವಾದ ಬಿಂದು ಎದ್ದು ಹೊರಬಂದವಳು "ಸಾರಿ ಕಣೇ, ಸಂಬಂಧಿಕರ ವರ್ತನೆಯಿಂದ ತುಂಬ ನೊಂದಿದ್ದೀನಿ. ಅದಕ್ಕೆ ಎಲ್ಲರಿಂದ ದೂರವಾಗಿ ಒಂಟಿಯಾದೆ. ಇದೇ ಇಷ್ಟವಾಗಿಬಿಟ್ಟಿದೆ. ನಂಗೆ ವಿವೇಕ್ ಬಗ್ಗೆ ಪ್ರೇಮ ಮಾತ್ರವಲ್ಲ ಅಪಾರವಾದ ಗೌರವ ಅಭಿಮಾನಗಳು ಕೂಡ. ನನ್ನ, ಅವ್ರ ಮಧ್ಯೆ ಯಾವ್ದೇ ಸಂಬಂಧವಿಲ್ಲದಿದ್ರೂ... ಶಾಸ್ತ್ರೋಕ್ತವಾಗಿ ನನ್ನ ಕುತ್ತಿಗೆಗೆ ಮಾಂಗಲ್ಯ ಕಟ್ಟಿದ್ದಾರೆ. ನಮ್ಮ ನಡ್ವೇ ಕಾನೂನುರೀತ್ಯ ಕೂಡ ಡೈವೋರ್ಸ್ ಆಗಿಲ್ಲ. ಆದ್ರಿಂದ ನಾನು ಅವ್ರ ಹೆಂಡತಿಯೆ. ಆ ಗೌರವ ನಂಗೆ ಸಾಕು. ಶ್ರೀಮತಿ ಬಿಂದು ವಿವೇಕ್, ಇದಕ್ಕೆ ಯಾರ ಆಕ್ಷೇಪಣೆಯೂ ಇಲ್ಲ" ಅವಳ ನಿರ್ಧಾರ ಪ್ರಕಟಿಸಿದಳು. ತುಂಬು ಗೌರವದಿಂದ ಗೆಳತಿಯನ್ನು ನೋಡಿ ಅಪ್ಪಿಕೊಂಡಳು. "ಯು ಆರ್ ಗ್ರೇಟ್... ಬಿಂದು. ಐ ಫ್ರೌಡ್ ಆಫ್ ಯು" ಎಂದಳು. ಗಂಟಲುಬ್ಬಿ ಬಂತು. ಇಂದು ಮನಬಿಚ್ಚಿ ವಿವಾಹದನಂತರ ಮೂವತ್ತು ದಿನಗಳು ಇದ್ದ ವಿವೇಕ್ ನಡೆ, ನುಡಿ, ಸಂಸ್ಕಾರವಂತ ಗುಣದ ಬಗ್ಗೆ ಹೇಳಿದಳು. ಅದರಲ್ಲಿ ಗೌರವಭಾವವಿತ್ತು.

"ಬಹುಶಃ ನಂಗೆ ವರ್ಷಗಳ ಮೇಲೆ ಅರಿವಿಗೆ ಬಂತು. ಪುರಾಣಗ್ರಂಥಗಳಿಗಿಂತ ಅವ್ರು ಸ್ವಾಮಿ ವಿವೇಕಾನಂದರನ್ನು ಹೆಚ್ಚಿಗೆ ಓದಿಕೊಂಡಿದ್ದರು. ಗುರುವೆಂದು ಸ್ವೀಕರಿಸಿದ್ದರು ಕೂಡ. ಅವ್ರು ತಮ್ಮ ಹಳೆಯ ಡೈರಿಯಲ್ಲಿ ಮಹಾಭಾರತದ ಒಂದು ಮಾತನ್ನು ಬರೆದಿಟ್ಟಿದ್ದರು"

ಎಂದು ಹೇಳಿ ಎದ್ದು ಹೋದ ಬಿಂದು ಒಂದು ಹಳೆಯ ಡೈರಿಯನ್ನಿಡಿದು ಬಂದು ಪುಟಗಳನ್ನು ಮುಗುಚಿ ಅವಳ ಕೈಗೆ ಕೊಟ್ಟಳು.

ಮುಹೂರ್ತಂ ಜ್ವಲಿತಂ ಶ್ರೇಯೋ

ನತು ಭೂಮಾಯಿತಂ ಚಿರಂ

ಅದರ ಅರ್ಥ ಇಷ್ಟೆ. "ನೂರಾರು ವರ್ಷ ಹೊಗೆಯಾಡುತ್ತ ಬಿದ್ದಿರುವುದಕ್ಕಿಂತ ಅಲ್ಪಕಾಲ ಬದುಕಿದರೂ ಪ್ರಜ್ವಲಿಸಿ ಬದುಕುವುದು ಶ್ರೇಯಸ್ಕರ. ಇಂಥ ಹಲವಾರು ಉದಾರ ಗುಣಗಳು ಅವರಲ್ಲಿ ಇತ್ತು. ತುಂಬು ಸಹಾನುಭೂತಿ ಇತ್ತು. ವಿಷ್ಯ ತಿಳಿದು ಕೂಡ ನಿರಾಕರಿಸದೇ ವಿವಾಹವಾಗಿದ್ದಕ್ಕೆ ಕೋಪ ಕೂಡ."

ನಿಜವಾಗಿಯೂ ಕೃತಿಕಾಗೆ ಕೋಪ ಬಂತು. "ಆಯ್ತು ನಿನ್ನಿಂದ ತಪ್ಪಾಯ್ತು. ವಿವೇಕ್ ಗಂಡು. ಸ್ಪಷ್ಟವಾಗಿ ವಿವಾಹವನ್ನು ನಿರಾಕರಿಸಬಹುದಿತ್ತು. ತಪ್ಪು ಅವರದೇ. ತಾಳಿ ಕಟ್ಟಿ ಅರಾಮಾಗಿ ಬಿಟ್ಟು ಹೋದ ಮನುಷ್ಯ ಪಲಾಯನವಾದಿ." ಗರಂ ಆಗಿಯೆ ಹೇಳಿದ್ದು ಕೃತಿಕಾ.

"ಬಿ ಕಾಮ್, ಅದ್ನ ನಮ್ಮುಂದೆ ಹೇಳಿದ್ದರು. ವಿವಾಹವಾಗದ ಹೊರತು ಅವ್ರಿಗೆ ಮನೆಯವರಿಂದ ಬಿಡುಗಡೆ ಸಾಧ್ಯವಿರಲಿಲ್ಲ. ನಾನು ನಿರಾಕರಿಸಿದ್ದರೆ ಕೊಟ್ಟ ಸಮಯ ಮುಗಿಯಿತೆಂದು ಕೈತೊಳ್ದುಕೊಂಡು ಹೊರಟು ಬಿಡ್ತಾ ಇದ್ರು. ಅದೆಲ್ಲ ಮುಗಿದ ಕತೆ. ಆದರೆ ಒಂದೇ ಒಂದು ಸಲ ವಿವೇಕ್‌ನ ಭೇಟಿಯಾಗೋ ಆಸೆ ಇದೆ. ಅದು ಬರೀ ಆಸೆಯಾಗಿ ಉಳಿಯಬಾರ್ದು" ಎಂದು ಭಾರವಾದ ಉಸಿರು ದಬ್ಬಿದಳು ಬಿಂದು. ನಿಬ್ಬೆರಗಾದಳು ಕೃತಿಕಾ.

ಬಂಧುಗಳಿಂದ ಸಾಕಷ್ಟು ಕಿರುಕುಳ, ನೋವು, ಅವಮಾನಗಳನ್ನು ಅನುಭವಿಸಿದ್ದರಿಂದ ಈಗ ಹೆಚ್ಚುಕಡಿಮೆ ಒಂಟಿಯಾಗಿ ವಾಸ. ಕೆಲಸಕ್ಕೆ ಒಂದು ಹುಡುಗಿ ಇದ್ದಳು. ಕಷ್ಟ, ಸುಖ ಹೇಳಿಕೊಳ್ಳಲು, ಸಲಹೆ, ಸಹಾಯ ಸಹಕಾರ ಪಡೆದುಕೊಳ್ಳಲು ಕೃತಿಕಾ ಕುಟುಂಬ. ಶಶಾಂಕ್ ಕೂಡ ಅಕ್ಕನೆನ್ನುತ್ತಿದ್ದ ಒಮ್ಮೆ ಕಾಲ್ ಮಾಡಿದರೆ ದೌಡಾಯಿಸುತ್ತಿದ್ದ. ಇನ್ನು ಅವನ ಮಡದಿ ಅರುಣ ಎಂದರೆ ಇಷ್ಟವೇ. ಇಷ್ಟಲ್ಲದೆ.... ಇನ್ನಷ್ಟು ಉತ್ತಮ ಕೆಲಸಗಳನ್ನು ಹಮ್ಮಿಕೊಂಡಿದ್ದು, ಎಷ್ಟೇ ಕಾಡುವಿಕೆ ಇದ್ದರೂ ಸಂತೃಪ್ತಿ!

ಸಂಜೆ ಕಾಫೀ ಜೊತೆ ಬಿಸಿಬಿಸಿ ಬೋಂಡ ರೆಡಿಯಾಗುವ ವೇಳೆಗೆ ಶಶಾಂಕ್ ಕೂಡ ಬಂದ. ಒಂದಿಷ್ಟು ನೋವು, ವೇದನೆ ಇದ್ದರೂ ಜಾಲಿತನ ಪ್ರದರ್ಶಿಸಿದ. ಕೃತಿಕಾ ಕನಿಷ್ಟ ನೋವು ಅನುಭವಿಸುವುದು ಅವನಿಗಿಷ್ಟವಿಲ್ಲ.

"ಎಂಥ ಬೋಂಡ, ಬಜ್ಜಿ ಘಮಲು. ಅಕ್ಕ ಅದೇನು ರುಚಿ ಇದೆ ನಿನ್ನ ಅಡ್ಗೇಯಲ್ಲಿ. ನಾನಂತು ಕೈತೊಳ್ದು ಬಂದ್ಬಿಟ್ತೀನಿ." ಬಂದು ಕಿಚನ್‌ನಲ್ಲಿ ಇಣಕಿದ. "ನಂಗೆ ಗೊತ್ತಿತ್ತು ನಮ್ಮ ದೇವರ ಸತ್ಯ. ಪ್ರೆಷ್ ಆಗಿ ಬಂದ್ಬಿಡು. ನಾನೆಲ್ಲ ಡೈನಿಂಗ್ ಟೇಬಲ್‌ಗೆ ಸರ್ವೆ ಮಾಡ್ಬಿಡ್ತೀನಿ" ಎಂದು ನಗುತ್ತಲೇ ಡಿಕಾಷನ್ ಹಾರ್ಟ್ ಜಾಗ್‌ನ ಡೈನಿಂಗ್ ಟೇಬಲ್

ಮೇಲಿಟ್ಟು ಬರುವ ವೇಳೆಗೆ "ಅಕ್ಕ..." ಎಂದು ಕೃತಿಯನ್ನು ತಬ್ಬಿ ಕಣ್ಣೀರು ಸುರಿಸುತ್ತಿದ್ದವನನ್ನು ಬಿಂದು ಗದರಿದಳು. "ನಾವು ಮೊಮ್ಮಗುವಿಗಾಗಿ ಎದುರು ನೋಡ್ತಾ ಇದ್ದರೇ, ನೀನೇ ಮಗುವಾದರೆ ಹೇಗೆ? ಬೋಂಡ, ಬಜ್ಜಿ ತಣ್ಣಗಾಗಿ ಬಿಡುತ್ತೆ. ಮೊದ್ಲು ಹೋಗು" ಬೆನ್ನು ತಟ್ಟಿದಳು.

ಕೃತಿಕಾ ಕಣ್ಣೊರೆಸಿಕೊಂಡು ಬಂದು ಡೈನಿಂಗ್ ಟೇಬಲ್ ಮುಂದೆ ಕೂತಳು. ಈಗ ಅವಳಿಗೆ ಹಣದ ಅಗತ್ಯವಿತ್ತು. ಬಿಂದು ಹತ್ತರ ಕೂಡ ದೊಡ್ಡದಾಗಿ ಸೇವಿಂಗ್ಸ್ ಇಲ್ಲವೆಂದು ಗೊತ್ತಿತ್ತು. ಹಣದ ವಿಚಾರದಲ್ಲಿ ಭಾಸ್ಕರ್‌ದು ತುಂಬ ಎಚ್ಚರದ ಸ್ವಭಾವ. ಇವಳಷ್ಟು ಧಾರಾಳವಲ್ಲ. ಹೆಚ್ಚುಕಡಿಮೆ ಶಶಾಂಕ್ ವಿವಾಹ ಖರ್ಚು ಇವಳದೇ. ಆದರೆ ಈಗ ಧಾರಾಳವಾಗಿರೋದು ಅವಳಿಗೆ ಗೊತ್ತಿರುವಂತೆ ಅರುಣಳಿಗೆ ಮಾತ್ರ. ಒಂದು ಹಳದಿ ಡ್ರೆಸ್‌ಗೆ ಏಳು ಸಾವಿರದ ಒಂಬೈನೂರ. ಸದ್ಯಕ್ಕೆ ಇಂಥ ಅದ್ದೂರಿತನದ ಅಗತ್ಯವಿರಲಿಲ್ಲ. ಅವಳ ಬಳಿ ಸಾಕಷ್ಟು ಇತ್ತು. ಅಗತ್ಯಕ್ಕಿಂತ ಹೆಚ್ಚಿಗೆ ಕೃತಿಕಾ ಬೇಕು ಬೇಕಾದ್ದನ್ನೆಲ್ಲ ಕೊಡಿಸಿದ್ದಳು. ಅದೆಲ್ಲ ಭಾಸ್ಕರ್‌ಗೆ ಗೊತ್ತಿತ್ತು. ಆದರೂ ಈಗ ಧಾರಾಳವಾಗಿದ್ದ ಅರುಣಳಿಗೆ ಕೊಡಿಸುವಿಕೆಯಲ್ಲಿ.

ಮೂವರು ಕೂತು ಹರಟುತ್ತ ಬೋಂಡ, ಬಜ್ಜಿ ಖಾಲಿ ಮಾಡುವುದರ ಜೊತೆ ಒಂದು ಫ್ಲಾಸ್ಕ್ ಕಾಫೀನು ಖಾಲಿ ಆಯಿತು. ಆ ಸಮಯದಲ್ಲಿ ಹರಟಿದ್ದು ಹತ್ತಾರು ವಿಷಯ, ಹೆಚ್ಚಿನದು ಪ್ರಧಾನ ಮಂತ್ರಿ ಮೋದಿ ನೋಟು ಬ್ಯಾನ್ ಮಾಡಿದ್ದರ ಹಿಂದಿನ, ಮುಂದಿನ ವಿಶ್ಲೇಷಣೆ.

"ಅಕ್ಕ, ಹೋಗೋಣ. ಭಾವ ಬಂದಿದ್ದರೆ ಹಾರಾಡಿಬಿಡ್ತಾರೆ" ಎಂದು ಮೇಲೆದ್ದ. "ನೋ ಛಾನ್ಸ್ ಈ ಸಮಯದಲ್ಲಿ ಬರೋದಿಲ್ಲ ಬಿಡು" ಕೃತಿಕಾ ಅಂದಿದ್ದಕ್ಕೆ "ಅಯ್ಯೋ, ನಾನೇ ಎರಡು ಸಲ ಬೇಗ ಬಂದಾಗ ಭಾವ ಮನೆಯಲ್ಲೆ ಇದ್ರು" ಶಶಾಂಕ್ ಹೇಳಿದ. ಕೂಡಲೆ ಬೆಚ್ಚಿಬಿದ್ದಳು. ಅದರ ಸುಳಿವೇ ಅವಳಿಗೆ ಇರಲಿಲ್ಲ. ಬಂದ ಕಾರಣ "ಒಂದ್ಸಲ ಬಿ.ಪಿ. ಚೆಕ್ ಮಾಡ್ಸಬೇಕು. ಸಣ್ಣ ಸಣ್ಣದಕ್ಕೂ ಟೆನ್‌ಷನ್ ಮಾಡಿಕೋತಾರೆ. ಆಗ ರಿಲ್ಯಾಕ್ಸ್ ಮಾಡಿಕೊಳ್ಳೋಕೆ ಮನೆಗೆ ಬಂದ್ಬಿಡೀಂತ ಹೇಳಿದ್ದೀನಿ." ತೋಚಿದ್ದು ಹೇಳಿದ್ದಷ್ಟೇ ಕೃತಿಕಾ. ಜೊತೆಗೆ ಶಶಾಂಕ್ ಮುಖದ ಪ್ರತಿಕ್ರಿಯೆಯನ್ನು ಗಮನಿಸಿದಳು. ಮಾಮೂಲಾಗಿದ್ದ, ಭಾವನೆಗಳ ತಾಕಲಾಟವಿರಲಿಲ್ಲ. ಅವಳಿಗೆ ಒಂದು ರೀತಿಯ ಕಸಿವಿಸಿ. ಇದೆಲ್ಲ ಅವಳಿಗೆ ಗೊತ್ತಿರಲಿಲ್ಲ.

"ನಂಗೇನು ಟೆನ್‌ಷನ್ ಆಗಿದ್ದಾರೇಂತ ಅನ್ನಿಸಲಿಲ್ಲ. ಆರಾಮಾಗಿ ಜೋಕ್ಸ್ ಕಟ್ ಮಾಡುತ್ತ ಕೂತಿದ್ದರು. ಅರುಣ ಅಂತು ನಕ್ಕೂ... ನಕ್ಕು ಸಾಕಾಗಿದ್ದಳು. ನಂಗೆ ಈಗ್ಲೂ ಭಾವನ ಮುಂದೆ ಮಾತಾಡೋಕೆ ಹಿಂಜರಿತೀನಿ, ಆದರೆ ಅರುಣನೇ... ವಾಸಿ. ಎಷ್ಟೊಂದು ಮಾತಾಡ್ತಾಳೆ." ಮಾತಿನ ಭರದಲ್ಲಿ ಹೇಳಿದ. ಅವನ ನುಡಿಗಳಲ್ಲಿ ಸಹಜತೆ ಇತ್ತು. ಆದರೆ ಕೃತಿಕಾ ಎದೆಬಡಿತ ಜೋರಾಯಿತು. ಅದೇನು ತಪ್ಪೆನಿಸುತ್ತಿರಲಿಲ್ಲ. ಆದರೆ ಭಾಸ್ಕರನ ಕದ್ದುಮುಚ್ಚಾಟ ಹೆದರಿಸುತ್ತಿತ್ತು.

ಶಶಾಂಕ್ ಮತ್ತು ಕೃತಿಕಾ ಮನೆಗೆ ಬಂದಾಗ ಗಿಡಗಳಲ್ಲಿ ಕೈಯಾಡಿಸುತ್ತಿದ್ದ ಸುವರ್ಣಮ್ಮ ಮುಖದ ಬೆವರನ್ನು ತೊಡೆದುಕೊಂಡು "ಬಂದ್ರಾ, ಅಮ್ಮ..." ಅಂದವಳು ಪಕ್ಕಕ್ಕೆ ಸರಿದು ಅವರ ಹಿಂದೆನೇ ಹೋದವಳು "ಅಮ್ಮ, ನಂಗೆ ಒಂದಿಷ್ಟು ಊಟ ಹಾಕ್ಬಿಡಿ. ತೀರಾ ಹಸಿದುಕೊಂಡು ಬಿಟ್ಟಿದ್ದೀನಿ" ನೀರನ್ನು ಗಟಗಟ ಕುಡಿದಾಗ ಕೃತಿಕಾ ಅವಳತ್ತ ನೋಟ ಹರಿಸಿ ವಾಚ್ ಕಡೆ ನೋಡಿ "ಯಾಕೆ ಇಷ್ಟೊತ್ತಾದ್ರೂ... ಊಟ ಮಾಡಿಲ್ವ?" ಕೇಳಿದಳು. ಅವಳು ಮುಖ ಒಂದು ತರಹ ಮಾಡಿಕೊಂಡು "ನೀವು ಹೋದಾಗ್ನಿಂದ ಮೊಬೈಲ್‌ನಲ್ಲಿ ಮಾತಾಡ್ತಾ ಇದ್ದಾರೆ ಅರುಣಮ್ಮ. ಅಡ್ಗೇ... ಆಗಿಲ್ಲ. ಮುಖ ತೋರಿಸಿದಾಗಲೆಲ್ಲ ಸುಮ್ಮನಿರುವಂತೆ ಸನ್ನೆ ಮಾಡುತ್ತಿದ್ದರು." ಕೇಳಿದಕೂಡಲೇ ಅವನ ನಖಶಿಖಾಂತ ಉರಿದುಹೋಯಿತು. "ಏನಾಗಿದೆ, ಇವ್ಳಿಗೆ? ಕನಿಷ್ಟ ಅಡ್ಗೇ ಮಾಡಲಾರದಕ್ಕೂ ಸೋಮಾರಿತನ. ಮೊಬೈಲ್ ಹಿಡಿದು ಕೂಡೋಕೆ ಎಷ್ಟು ಜನ ಫ್ರೆಂಡ್ಸ್ ಇದ್ದಾರೆ?" ಎಂದು ರೋಷದಿಂದ ಹೊರಟವನನ್ನು ತಡೆದರು, ಆಮೇಲೆ ಸ್ವಲ್ಪ ದಂಡಿಸುವುದು ಅನಿವಾರ್ಯವೆನಿಸಿತು. "ಒಂದಿಷ್ಟು ಬುದ್ಧಿ ಹೇಳು. ತೀರಾ ಕೋಪ ಬೇಡ. ನಾವು ಅಂದುಕೊಂಡಿದ್ದಕ್ಕಿಂತ ಮುಗ್ಧೆ!" ರೂಮಿಗೆ ಹೋದದು ತೀರಾ ಅಪ್‌ಸೆಟ್! ಇದೆಲ್ಲ ಏನು? ಅರ್ಥೈಸಿಕೊಳ್ಳಲಾರದಂಥ ಚಡಪಡಿಕೆ.

ಇವನು ಬಂದಿದ್ದನ್ನು ನೋಡಿ ಮೊಬೈಲ್ ಆಫ್‌ಮಾಡಿ ನೇರವಾಗಿ ಹಾಕಿದ್ದು ಅಕ್ಕಿ ಡಬ್ಬಿಗೆ. ಇದು ಪರ್ಸನಲ್! "ಈ ಮೊಬೈಲ್ ನಂಬರ್ ಯಾರ್ಗೂ ಕೊಡ್ಬೇಡ. ಯಾರ ಎದುರಿನಲ್ಲೂ ಇದರಲ್ಲಿ ಮಾತಾಡಬೇಡ. ಈ ಮೊಬೈಲ್ ಯಾರ್ಗೂ ಸಿಗಬಾರದು" ಎಚ್ಚರಿಸಿದ್ದ ಭಾಸ್ಕರ್. ಅದರಿಂದಲೇ ಅದನ್ನು ಬಚ್ಚಿಡುತ್ತಿದ್ದಳು. ಹೇಳಿದಷ್ಟು ಮಾಡುವಂಥ ಜಾಣೆ.

ಸ್ಯಾರಿ ಬದಲಾಯಿಸಿ ಮ್ಯಾಕ್ಸಿ ಕೊಟ್ಟು ನೇರವಾಗಿ ಕಿಚನ್‌ಗೆ ಹೋದಳು ಕೃತಿಕಾ. ಬೆಳಗಿನ ತಿಂಡಿ ಮಾತ್ರ ಇತ್ತು. ಅಡಿಗೆ ಮಾಡಿದ ಸುಳಿವು ಇರಲಿಲ್ಲ. ಸುವರ್ಣಮ್ಮ ತರಕಾರಿ ಹೆಚ್ಚಿಕೊಡುವುದು. ಸ್ಟೋವ್, ಕಿಚನ್, ಸಿಂಕ್ ಎಲ್ಲಾ ಕ್ಲೀನ್ ಮಾಡಿಕೊಡೋಳು. ಕೆಲವೊಮ್ಮೆ ಚಪಾತಿ ಹಿಟ್ಟು ಕಲೆಸಿಕೊಡೋದು, ಮಿಕ್ಸಿಗೆ ಹಾಕೋದು ಇಂಥದ್ದೆಲ್ಲ ಹೇಳಿದರೆ ಮಾಡಿಕೊಡೋಳು ಅಷ್ಟೆ. ತಾನಾಗಿ ಸ್ವತಂತ್ರ ವಹಿಸೋಲ್ಲ. ಹೇಳಬೇಕಷ್ಟೆ. ಊಟ, ತಿಂಡಿ ಕೊಡಬೇಕು.

ಮಾಡಿಟ್ಟಿದ್ದ ಚಪಾತಿ, ಇಡ್ಲಿ ಬಿಸಿ ಮಾಡಿ ತಟ್ಟೆಗೆ ಹಾಕಿ ಚಟ್ನಿ, ಪಲ್ಯ ಅಂಥದ್ದು ತಟ್ಟೆಗೆ ಹಾಕಿ ಸುವರ್ಣಮ್ಮನ ಕೂಗಿ ಕೊಟ್ಟು "ಅಲ್ಲ ಕಣೇ, ಸುವರ್ಣಮ್ಮ, ಈಗಾಗಲೇ ಏಳು ಗಂಟೆಯಾಗಿದೆ. ಅರುಣನ ಕೇಳಿ ಊಟ ಇಸಿಕೊಳ್ಳೋಕೆ ಆಗಲಿಲ್ವಾ? ಇಷ್ಟು ಸಂಕೋಚವಾದರೆ ಉಪವಾಸ ಬೀಳಬೇಕಾಗುತ್ತೆ" ಗದರಿಕೊಂಡೇ ಕೊಟ್ಟಿದ್ದು.

ರೂಮಿನಲ್ಲಿ ಅವನ ಮತ್ತು ಅರುಣಳ ನಡುವೆ ಬಿರುಸಿನ ಚರ್ಚೆಯಾಗುತ್ತಿತ್ತು. ಹೌದು, ಅವಳು ಸತ್ಯ ಹೇಳಲಾರದೆ ತಡಬಡಿಸುತ್ತಿದ್ದಳು. ಯಾವ ಕಾರಣಕ್ಕೂ ಸತ್ಯ ಬಿಚ್ಚಿಡುವಂತಿರಲಿಲ್ಲ. ಭಾಸ್ಕರ್ ಎಚ್ಚರಿಸಿದ್ದ. ಬರೀ ಜೋಕ್‌ಗಳನ್ನು ಹೇಳಿ... ಹೇಳಿ

ಮೊಬೈಲ್‌ನಲ್ಲಿ ನಗಿಸುತ್ತಿದ್ದ. ಅವಳ ಚೆಲುವು, ಮುಗ್ಧತನವನ್ನು ಹೊಗಳುತ್ತಿದ್ದ. ಇದು ಯಾರಿಗಾದರೂ ಹಿತವೇ, ಅಂಥದ್ದರಲ್ಲಿ ಅದು ಅರುಣಾಗೆ ಹಿತವೆನಿಸುವುದು ದೊಡ್ಡ ವಿಷಯವೇನು ಅಲ್ಲ. ಅದು ಬಿಟ್ಟು ಬೇರೆ ಯೋಚನೆಗಳು ಅವಳಲ್ಲಿ ಇರಲಾರದು!

ಕಾವೇರುವುದು ಕೃತಿಕಾಗೆ ಬೇಕಿರಲಿಲ್ಲ. ಕಾಫೀ ಬೆರೆಸಿಕೊಂಡು "ಮೆ ಐ ಕಸ್ ಇನ್..." ಎಂದೇ ಒಳಗೆಹೋಗಿದ್ದು. ಅವಳು ಕಣ್ಣುಗಳಲ್ಲಿ ಕಂಬನಿಯೇನೂ ಇರಲಿಲ್ಲ. ಆದರೆ ಭಯದ ಜೊತೆ ಚಡಪಡಿಕೆ ಇತ್ತು. "ಶಶಿ, ಅರುಣ ಕಾಫಿ ತಗೊಳ್ಳಿ, ಆಮೇಲೆ ಎನ್‌ಕ್ವೇರಿ ಮುಂದುವರಿಯಲಿ" ನಗುತಲೇ ಇಬ್ಬರಿಗೂ ಕಾಫೀ ಕೊಟ್ಟು ತಾನು ಕುಡಿಯುತ್ತ ಕೂತಳು.

"ಹೆಚ್ಚುಕಡ್ಮೇ ನಾವಿಬ್ರು ಒಂದೇ ಸಮಯಕ್ಕೆ ಮನೆ ಬಿಟ್ಟಿದ್ದು. ಹೊರ್ಗಿನ ಕೆಲ್ಸ ಸುವರ್ಣದ್ದು, ಕಿಚನ್ ಕೆಲ್ಸ ಇವಳದು. ಅಂಥ ಫ್ರೆಂಡ್ಸ್ ಸರ್ಕಲ್ ಇಲ್ಲ. ಇವಳಪ್ಪ ಶಾಮಣ್ಣ ಫೋನ್ ಮಾಡೋದು ತಿಂಗಳಿಗೆ ನಾಲ್ಕು ಸಲ. ಅದ್ಬಿಟ್ಟು ಇವ್ಳಿಗೆ ಯಾರು ಫೋನ್ ಮಾಡ್ತಾರೆ? ಕನಿಷ್ಟ ಅಡ್ಗೇ ಮಾಡಿಲ್ಲ. ಆ ಪಾಪದ ಹೆಣ್ಣು ಸುವರ್ಣಮ್ಮನ್ನ ಉಪವಾಸ ಹಾಕಿದ್ದಾಳೆ. ಇವಳ್ನ ಸ್ವಲ್ಪ ರಿಪೇರಿ ಮಾಡ್ಬೇಕು" ಕಾಫಿ ಕುಡಿಯುತ್ತಲೇ ಗುರಾಯಿಸಿದ. ಮಡದಿಯನ್ನು ಹದ್ದುಬಸ್ತಿನಲ್ಲಿ ಇಡಬಲ್ಲ!

ಯಾವುದೇ ಕಾರಣಕ್ಕೂ ಶಶಾಂಕ್ ಮತ್ತು ಅರುಣಳ ದಾಂಪತ್ಯದಲ್ಲಿ ಬಿರುಕು ಮೂಡಬಾರದು. ಅವರ ಬದುಕು ಅತ್ಯಂತ ಸುಂದರವಾಗಿ ಇರಬೇಕು, ಅವಳ ತಾಯ್ತನದ ಹಾರೈಕೆ. ಅದಕ್ಕೆ ಒಂದಿಷ್ಟು ಎಚ್ಚರಿಕೆಯ ಜೊತೆ, ತಾಳ್ಮೆ ಕೂಡ ಅಗತ್ಯವೆನಿಸಿತ್ತು.

ರೇಗಿ ಅವನನ್ನು ಹೊರಗೆ ಕಳುಹಿಸಿದ ಕೃತಿಕಾ ಅರುಣ ಕೈಹಿಡಿದು "ಬೆಳಿಗ್ಗೆಯಿಂದ ನೀನೇನು ಮಾಡ್ತಾ ಇದ್ದೇಂತ ನಾನು ಕೇಳೋಲ್ಲ. ಬರಾಬರೀ ಕಿಚನ್ ಕೆಲ್ಸವೆಲ್ಲ ಹಾಗೇ ಇದೆ. ಇದು ನಿಂಗೆ ತಪ್ಪು ಅನ್ನಿಸೋಲ್ವಾ? ಹೀಗೆ ಮಾಡಿದ್ದರೇ ನಿನ್ತಂದೆ ಸುಮ್ನೇ ಇರ್ತಾ ಇದ್ದರಾ?" ಕೇಳಿದಳು ಅನುನಯಿಸುತ್ತ. ಅರುಣ ಹೆದರಿಕೆಯಿಂದ ಕೈಯಿಂದ ಬಾಯಿ ಮುಚ್ಚಿಕೊಂಡು "ಕೊಂದೇ" ಹಾಕಿಬಿಡೋದು. ಅಪ್ಪನಿಗೆ ತುಂಬಾನೆ ಕೋಪ. ನಾನು ಕಾಲೇಜಿಗೆ ಹೋಗ್ಲಿಲ್ಲಂತ ಸಿಟ್ಟಿನಿಂದ ಬೇಗ ಮದ್ವೆ ಮಾಡಿದ್ರು" ಅರುಣ ಹೇಳಿದ ರೀತಿಗೆ ನಕ್ಕು ಬಿಟ್ಟಳು ಕೃತಿಕಾ. ಕೆನ್ನೆ ತಟ್ಟಿ ಮೃದುವಾಗಿ ಎಚ್ಚರಿಸಿದ್ದು.

"ನೋಡು ಅರುಣ, ಇವತ್ತು ಬೆಳಿಗ್ಗೆಯಿಂದ ಬಹುಶಃ ನೀನು ಕಿಚನ್ ಕಡೆ ತಿರ್ಗು ನೋಡಿಲ್ಲ. ಅವ್ರು ತುಂಬ ತಿಂಡಿ ತಿನ್ನೋಲ್ಲ. ಒಂದ್ನಿಮ್ಷ ಕೂತು ಕೊಳ್ದೇ ಕೆಲ್ಸ ಮಾಡ್ತಾಳೆ. ಅಂಥ ಸುವರ್ಣಮ್ಮನಿಗೆ ಊಟ ಬೇಡ್ವಾ? ಇದನ್ನೆಲ್ಲ ನೀನು ಯೋಚ್ಸಬೇಕು. ಒಂದು ಟೈಮ್ ಟೇಬಲ್ ಹಾಕ್ಕೋ. ಕೆಲ್ಸ ಮುಗ್ಸಿ ಉಳಿದ ಸಮಯಾನ ನಿಂಗಾಗಿ ಉಳಿಸ್ಕೋ. ಆಗ ನಿಂಗೆ ಇಷ್ಟವಾದದ್ದು ಮಾಡ್ಕೋ. ನಾನು, ಶಶಿ ಸಾಕಷ್ಟು ಸರಳವಾದ ಕತೆ, ಕಾದಂಬರಿಗಳ್ನ ತಂದುಕೊಟ್ಟಿದ್ದೀವಿ. ನಿಂಗೆ ಕನ್ನಡಿ ಬಿಟ್ಟು ಬೇರೆ ಭಾಷೆ ಗೊತ್ತಿಲ್ಲ. ನಮ್ಮ ಕನ್ನಡದಲ್ಲೇ ಅದ್ಭುತವಾಗಿ ಸಾಹಿತ್ಯ ಇದೆ." ಸಾಕಷ್ಟು ಓದಲು ಕನ್ವಿಂಷನ್ಸ್ ಮಾಡಿದಳು. ಅರುಣ ಮುಖ ಮಂಕಾಯಿತು. "ನಂಗೆ ಓದೋದು ಇಷ್ಟವಿಲ್ಲ. ತಲೆ ನೋವು ಬರುತ್ತೆ"

ಎಂದಳು. ಇದನ್ನು ಸಾಕಷ್ಟು ಹೇಳಿದ್ದರೂ ಪದೇಪದೇ ಅಂಥ ಪ್ರಯತ್ನ ಮಾಡುವುದಕ್ಕೆ ಕಾರಣವಿತ್ತು. 'ಜ್ಞಾನದ ಬೆಳಕು ಮೂಡಲು ಪುಸ್ತಕಗಳೇ ಸಾಧನ' ಎನ್ನುವ ನಂಬಿಕೆ ಕೃತಿಕಾದು. ಓದು ಅವಳ ಎಷ್ಟೋ ಟೆನ್‌ಷನ್ ಕಡಿಮೆ ಮಾಡುತ್ತಿತ್ತು.

"ಆಯ್ತು, ನಿಂಗೆ ಇಷ್ಟವೆನಿಸಿದ್ದು ಮಾಡ್ಬಹುದು" ಎಂದು ಹೊರಗೆ ಬಂದಳು. 'ಕೆಲ್ಸದ ನಂತರ ಸಮಯ ಉಪಯೋಗಿಸ್ಕೋಬಹ್ದು' ಇಂಥ ಒಂದು ಮಾತು ಮನದಟ್ಟಾಯಿತು.

ಹೆಚ್ಚು ತಲೆ ಕೆಡಿಸಿಕೊಳ್ಳದೇ ಕಿಚ್ಚನ್‌ಗೆ ಮತ್ತೆ ಬಂದಾಗ ಮೊಬೈಲ್‌ನ ಕ್ಷೀಣವಾದ ದನಿ. ಅಚ್ಚರಿಯೆನಿಸಿತು. ಅತ್ತಿತ್ತ ಕಣ್ಣಾಯಿಸಿ ಸರಿದ ಅಕ್ಕಿ ಡಬ್ಬಿಯ ಮುಚ್ಚಳ ಸರಿಸಿದಾಗ ಅಲ್ಲಿತ್ತು ಮೊಬೈಲ್. ಇದು ಅರುಣ ಉಪಯೋಗಿಸುತ್ತಿದ್ದ ಮೊಬೈಲ್ ಕೂಡ ಅಲ್ಲ. ಹೊಸ ಸ್ಯಾಮ್‌ಸ್ಯಾಂಗ್ ಸೆಟ್. ಎತ್ತಿಕೊಂಡು ಆನ್ ಮಾಡಿ ಕಿವಿಗೆ ಹಿಡಿದಾಗ ಭಾಸ್ಕರನ ದನಿ "ಏಯ್, ಏನಾದ್ರೂ... ತಿಂದ್ಯಾ? ನಾನ್ಬಂದ್ ನಿನ್ನ ಮಧ್ಯಾಹ್ನದ ಲಂಚ್‌ಗೆ ಹೊಸ ರೆಸ್ಟೋರೆಂಟ್‌ಗೆ ಕರ್ಕೊಂಡ್ಹೋಗೋಣಾಂತ. ಸುವರ್ಣಮ್ಮನ ಕಾವಲು. ಶಶಿ ಬರೋದು ರಾತ್ರಿಗೇನೇ? ಮೊದ್ಲು ಏನಾದ್ರೂ ತಿನ್ನು. ಯಾರಾದ್ರೂ ಬಂದಿದ್ದಾರ? ಇಡ್ತೀನಿ... ಬೈ" ಕಾಲ್ ಕಟ್ ಆಯಿತು. ರೆಡ್ ಹ್ಯಾಂಡಾಗಿ ಭಾಸ್ಕರ್ ಸಿಕ್ಕಿಬಿದ್ದಿದ್ದ. ಅವಳಿಗೆ ಕೊಡೋ ಎಲ್ಲಾ ಗ್ರಿಫ್ಟ್‌ಗಳಿಗೂ ಕಾರಣ. ತಾನು ಪ್ರೇಮಿಸಿ, ಹುಚ್ಚಾಗಿ ಎಲ್ಲರನ್ನು ತೊರೆದು ವಿವಾಹವಾದ ಪುರುಷ! ಇದರ ಹಿಂದೆ... ಏನಿದೆ? ಕೆಟ್ಟದಾಗಿ ಕಲ್ಪಿಸಿಕೊಳ್ಳಲಾರದೆ ಚಡಪಡಿಸಿದಳು.

ವಿವಾಹದನಂತರ ಸಾಕಷ್ಟು ಸಮಸ್ಯೆಗಳನ್ನೆದುರಿಸಿದೆ. ಆದರೆ ಇಂದು ಆಘಾತಗೊಂಡಿದ್ದಳು. ಕಲ್ಪನೆ ಕೂಡ ಸಾಧ್ಯವಿಲ್ಲದ ಪ್ರಸಕ್ತಿ. ಇದೇನಿದು? ಅರುಣ ಈ ಮನೆಯ ಸೊಸೆ. ಬಹುಶಃ ಭಾಸ್ಕರ್ ಅರುಣಳನ್ನು ಮಗಳಿನಂತೆ ಭಾವಿಸಿರಬಹುದೇ? ಆದರೆ ಈ ಅತಿರೇಕಗಳು ಆ ರೂಪದಲಿಲ್ಲ! ಆದರೆ ಇದಕ್ಕೆ ಯಾವ ರೂಪ ಕೊಡಬಹುದು? ಇಂಥ ಕಳ್ಳಾಟಗಳು ಸ್ಪಷ್ಟರೂಪುರೇಖೆಗಳ ಬಗ್ಗೆ ಅರ್ಥೈಸಿಕೊಳ್ಳಲಾರದೆ ಹೋದಳು.

ಮೊಬೈಲ್‌ನ್ನು ಅಕ್ಕಿ ಡಬ್ಬದಿಂದ ಎತ್ತಿ ಬೇರೆಡೆ ಇಟ್ಟು ಅಡಿಗೆಗೆ ಇಟ್ಟಳು. ಆ ವೇಳೆಗೆ ಬಂದ ಅರುಣ ಸ್ವಲ್ಪ ಸಂಕೋಚದಿಂದ "ಅಕ್ಕ, ನಾನು ಅಡ್ಗೇ ಕೆಲ್ಸ ಮುಗಿಸ್ತೀನಿ. ಸಾರಿ... ನೀವ್ಹೋಗಿ ರೆಸ್ಟ್ ತಗೊಳ್ಳಿ" ಅಂದಾಗ "ಆಯ್ತು, ಸೌತೆಕಾಯಿ ತಂದು ಕೋಸಂಬರಿಗೆ ಹೆಚ್ಚಿಡು. ಅದು ಭಾಸ್ಕರ್, ಶಶಿಗೆ ಇಬ್ಬರಿಗೂ ಇಷ್ಟ" ಎಂದು ಹೊರಗೆ ಬಂದವಳು ನೇರವಾಗಿ ಬಾಲ್ಕನಿ ಇಳಿದು ಮುಂದಿನ ವಿಶಾಲವಾದ ಅತ್ಯಂತ ಸುಂದರವಾದ ಕಾಂಪೌಂಡ್‌ನಲ್ಲಿರೋ ಹೂ ತೋಟದಲ್ಲಿ ಸುತ್ತಾಡೋದೆಂದರೆ ಬಹಳ ಇಷ್ಟವಾದ ಕೆಲಸ. ಇಲ್ಲಿರೋ ಒಂದೊಂದು ಗಿಡ, ಅದರಲ್ಲಿ ಅರಳಿರೋ ಹೂಗಳೆಲ್ಲ ಭಾಸ್ಕರ, ಅವಳ ಪ್ರೀತಿಗೆ ಸಾಕ್ಷಿಯಾಗಿತ್ತು. ಆ ತೋಟದ ಒಂದೊಂದು ಗಿಡದ ಪ್ರತಿಷ್ಠಾಪನೆಯಲ್ಲಿ ತುಂಬು ಸಂಭ್ರಮ ಅನುಭವಿಸಿದ್ದು. ಅವೆಂಥ ದಿನಗಳು! ಅಬ್ಬಬ್ಬ... ಹೊಸ ಹುರುಪು... ರೋಮಾಂಚನ.

ಗೃಹಪ್ರವೇಶಕ್ಕೆ ಭಾಸ್ಕರನ ಕಡೆಯಿಂದ ಬಂದಿದ್ದು ಶೇಷಮ್ಮ ಮಾತ್ರ. ವೈಭವ,

ಸಂಭ್ರಮ, ಉತ್ಸಾಹದ ಲೆಕ್ಕ ಹಾಕದೇ "ಅದೇನೋ, ಇಷ್ಟು ದೊಡ್ಡ ಖಾಲಿ ಜಾಗವನ್ನು ಮುಂದೆ ಬಿಟ್ಟಿದ್ದೀರಾ? ಇಲ್ಲೆಲ್ಲಾದ್ರೂ ತರಕಾರಿ ಬೆಳ್ದು ಮಾರ್ಕೆಟ್‌ಗೆ ಹಾಕ್ತೀರಾ? ಅಷ್ಟನ್ನ ಮಾಡಬೇಕಾದರೆ ಆಳುಕಾಳುಗಳು ಬೇಕು. ಅದ್ರ, ಬದ್ಲು ಮುಂದೆ ಒಂದೆರಡು ರೂಮುಗಳನ್ನು ಕಟ್ಟಿ ಬಾಡ್ಗೇಗೆ ಕೊಟ್ಟು ಒಂದಿಷ್ಟು ದುಡ್ಡು ಮಾಡ್ಕೋಬಹುದಿತ್ತು" ಅಂದಾಗ ಕಣ್ಣಲ್ಲಿಯೇ ನಗುತ್ತಾ ಇವಳನ್ನೂ ತಮಾಷೆ ಮಾಡಿದ್ದ.

"ಅಂಥ ಆಸೆ ನಮಗೇನು ಇಲ್ಲ. ಅತ್ತೆ" ಸಿಂಪಲ್ಲಾಗಿ ಅಂದಾಗ ಆಕೆ ದೊಡ್ಡದಾದ ರಾಮಾಯಣ ಮಾಡಿದ್ದರು. "ಅಯ್ಯೋ, ಹಂಗಾದ್ರೇನು? ಜೀವ್ನ ಮಾಡೋಕೆ ಹಣ ಬೇಡ್ವಾ? ಪ್ರೀತಿ, ಪ್ರೇಮಾಂತ ನಿನ್ಮದ್ವೆ ಮಾಡ್ಕೊಂಡ್ಮೇಲೆ ನಮ್ಮ ಭಾಸ್ಕರ ಎಷ್ಟು ಕಷ್ಟಪಟ್ಟಿದ್ದಾನೆ, ಗೊತ್ತಾ? ಪೈಸೆ ಪೈಸೆಗೆ ಪರದಾಡಿದ್ದಾನೆ. ಅದೆಲ್ಲ ಅವ್ನಿಗೆ ಬೇಕಿತ್ತು? ಕೋಟಿ ಮನೆ ತೆಗ್ದುಕೊಟ್ಟು, ಇಪ್ಪತ್ತೈದು ಲಕ್ಷ ಕ್ಯಾಷ್ ಕೊಟ್ಟು ಮದ್ವೆ ಮಾಡೋರು. ಲಕ್ಷಣವಾಗಿ ಮದ್ವೆ ಮಾಡ್ಕೊಂಡ್ ಆರಾಮಾಗಿ ಇರಬಹುದಿತ್ತು" ಅಸಮಾಧಾನ ಹೊಗೆ ದನಿಯಲ್ಲಿತ್ತು.

"ಅಮ್ಮ ಸುಮ್ನೇ ಇರು. ನಮ್ಮಿಬ್ಬರ ಪ್ರೀತಿ ಬಗ್ಗೆ ನಿಂಗೆ ಗೊತ್ತಿಲ್ಲ. ಅವ್ಳು ಅತ್ತೆ ಮಗ್ನ ಮದ್ವೆಯಾಗಿ ಅಮೇರಿಕದಲ್ಲಿ ಸೆಟಲ್ ಆಗಬಹುದಿತ್ತು. ನಮ್ಗಿಂತ ಅವ್ಳು ಎಲ್ಲಾ ರೀತಿಯಲ್ಲೂ ಉತ್ತಮ ಸ್ಥಾನದಲ್ಲಿ ಇದ್ದೋಳು. ಸ್ವಲ್ಪ ಅನ್ಕೂಲವಾದನಂತರವೇ, ನೀನು ಈ ಕಡೆ ಮುಖ ಹಾಕಿದ್ದು. ಈ ತರಹ ಮಾತಾಡೋ ಹಾಗಿದ್ದರೇ ಬರಲೇಬೇಡ" ಸಿಡಿದೆದ್ದು ನೇರವಾಗಿಯೇ ಹೇಳಿದ್ದ. ಆಮೇಲೆ ಶೇಷಮ್ಮ ಈ ಕಡೆ ಮುಖ ಹಾಕಿರಲಿಲ್ಲ.

ಅಂದು ಭಾಸ್ಕರನ ಎದೆಯಲ್ಲಿ ಮುಖವಿರಿಸಿ ಕಣ್ಣೀರು ಸುರಿಸಿದ್ದಳು. "ನಿನ್ನೊಲುಮೆಯಿಂದಲೇ ಬಾಳು ಬೆಳಕಾಗಿರಲು, ಚಂದ್ರಮುಖಿ ನೀನೆನಲು ತಪ್ಪೇನೇ?" ಅಪ್ಪಿ ಹಾಡಿದ್ದ, ನಮ್ಮ ಮೆಚ್ಚಿನ ಕೆ.ಎಸ್. ನರಸಿಂಹಸ್ವಾಮಿಯ ಒಲುಮೆಯ ಕವನವನ್ನು.

ಅವರ ಪ್ರೀತಿಯ ಮನೆಗೆ ನಾಮಕರಣ ಮಾಡಿದ್ದು 'ನಿನ್ನೊಲುಮೆ' ಕೆಲವರು ಅಚ್ಚರಿ ವ್ಯಕ್ತಪಡಿಸಿದ್ದರು. 'ಯಾವುದಾದ್ರೂ ದೇವರ ಹೆಸರು ಇಡಬಹುದಿತ್ತು. ಇಲ್ಲ ಕೃತಿಕಾನಿಲಯ... ಅಥವಾ 'ಭಾಸ್ಕರ ವಿಲ್ಲಾ' ಎಂದು ಹೆಸರಿಸಬಹುದೆಂದಾಗ ಇಬ್ಬರು ತಳ್ಳಿ ಹಾಕಿದ್ದರು. ಅವರಿಬ್ಬರ ಒಲುಮೆಯ ಕನಸಿನ ಗೂಡು. ನಂತರ ಎಚ್ಚರಿಸಿದ್ದರು. ಅವರಲ್ಲಿ ಭಾಸ್ಕರ 'ನಿನ್ನೊಲುಮೆ'ಗೆ ಒಬ್ಬ ಪುಟ್ಟ ಮಗುವಿನ ನಗು, ಅಳು ಎಲ್ಲಾ ಬೇಕು. ಅದೇ ನಮ್ಮ ಒಲವಿನ ಸಾರ್ಥಕತೆ. ಆಮೇಲೆ ಕಾದು ನಡೆಸಿದ ಪ್ರಯತ್ನಗಳೆಷ್ಟು, ಟೆಸ್ಟ್‌ಗಳು, ಎಲ್ಲಾ ರೀತಿಯ ಟ್ರೀಟ್‌ಮೆಂಟ್. ಪ್ರಯೋಜನಕ್ಕೆ ಬರದೇ ಕೈ ಚೆಲ್ಲುವಂತಾದಾಗಲೇ ಶಶಾಂಕ್ ಕರೆ ತಂದಿದ್ದು. ಆಗ ಒಂಬತ್ತರ ಅಂಚಿನಲ್ಲಿದ್ದ. ಈಗ ಇಂಜಿನಿಯರ್ ಮುಗಿಸಿ ಕೆಲಸದಲ್ಲಿರುವ ವಿವಾಹಿತ ಯುವಕ ಶಶಾಂಕ್. ಕೆಲವೊಮ್ಮೆ ನೆನಪುಗಳು ಘಾಸಿಗೊಳಿಸುತ್ತಿತ್ತು.

"ಅಕ್ಕ, ಫ್ರೀಯಾಗಿದ್ದೀಯಲ್ಲ. ಒಂದು ರೌಂಡ್ ಬೈಕ್‌ನಲ್ಲಿ ಹೋಗ್ಬರೋಣ್ವಾ?" ಕೇಳಿದ. ಮುಗುಳ್ನಗುತ್ತ "ನಿನ್ನ ಪಾರ್ಟನರ್ ಕರ್ಕೊಂಡ್ ಹೋಗು. ಮಿಕ್ಕ ಕಿಚನ್ ಕೆಲ್ಸ ನಾನು ನೋಡ್ತೀನಿ" ಎಂದಳು ಕೃತಿಕಾ. ಸದ್ಯಕ್ಕೆ ಆದಷ್ಟು ಹಣವನ್ನು ಒಟ್ಟು ಮಾಡಿ

ಬ್ಯಾಂಕ್‌ಗೆ ಹಾಕಬೇಕಿತ್ತು. ಶಶಾಂಕ್ ಪರ್ಸ್ ತೆಗೆದು ಕೃತಿಕಾ ಮುಂದೆ ಹಿಡಿದು "ಪರ್ಸ್‌ನಲ್ಲಿ ಹೆಚ್ಚು ಹಣವಿದ್ದಾಗ ಮಾತ್ರ ಅರುಣನ ಕರ್ಕೊಂಡ್ಹೋಗ್ಬೇಕು" ಎಂದ ನಿಸ್ಸಹಾಯಕತೆ ವ್ಯಕ್ತಪಡಿಸುತ್ತ. ಇದು ಅವನ ಸ್ವಂತ ಅನುಭವ. ಆರಾಮಾದ ನಗೆ ಬೀರಿದರು ಕೃತಿಕಾ "ಮಗು ತರಹ, ಏನೇನು ಬೆಳೆದಿಲ್ಲ. ನಾವುಗಳೇ ತಿಳೀ ಹೇಳಿ ಬೆಳೆಸ್ಬೇಕು. ಹೊರ್ಗೇ ಕರ್ಕಕೊಂಡು ಹೋದಾಗ ಒಂದಿಷ್ಟು ತಿಳ್ಸೀ ಹೇಳು. ನಿನ್ಮಾತು ಬೇಗ ಅವಳ ತಲೆಗೆ ಹೋಗುತ್ತೆ." ಎಂದಾಗ ಮೌನ. ಕೆಲವೊಮ್ಮೆ ಅವಳ ತಲೆಯಲ್ಲಿ ಬುದ್ಧಿ ಇದೆಯಾಂತ ಯೋಚಿಸುತ್ತಿದ್ದ.

ಇಬ್ಬರು ಹೋಗಿ ಮೇಲಿನ ಬಾಲ್ಕನಿಯಲ್ಲಿ ಕೂತರು. ಒಂದಿಷ್ಟು ಮಾತಾಡೋದು ಇಬ್ಬರಿಗೂ ಇತ್ತು. ಶಶಾಂಕ್‌ನ ಮುಖದಲ್ಲಿ ವಿಷಾದ ಮಿನುಗಿತು.

"ಅಕ್ಕ, ನೀವು ಒಪ್ಕೋಬಾರ್ದಿತ್ತು. ನನ್ನ ಆಗ ಅವರೇನು ಮಾಡೋಕೆ ಸಾಧ್ಯವಿತ್ತು? ತಿಂಗ್ಳು... ತಿಂಗ್ಳು ಕೊಡ್ತಾ ಇದ್ದ ಹಣನ ನಿಲ್ಸೀಬಿಡ್ತಾ ಇದ್ದೆ. ಅವ್ರೇನು ಮಾಡೋಕೆ ಸಾಧ್ಯವಾಗ್ತ ಇತ್ತು? ಸ್ವಲ್ಪ ಆತುರಪಟ್ರಿ. ನಾನು ಬಿಂದು ಅಕ್ಕನಿಗೂ ಹೇಳ್ದೇ. ಅವ್ರು ನಿನ್ನ ಪರ ನಿಂತ್ರು. ನಿನ್ನ ಸ್ಯಾಲರಿಯಲ್ಲಿ ಹೆಚ್ಚಿನ ಪಾಲು ಮನೆ ಮೇಲೆ ತೆಗ್ದ ಲೋನ್‌ಗೆ ಹೋಗತಾ ಇದೆ. ನಿನ್ನ ಭಾವ... ಅವರಮ್ಮ ಆಗಾಗ ವಸೂಲಿಗೆ ಬರ್ತಾರೆ. ಸಾಕಷ್ಟು ಖರ್ಚು ಇರುತ್ತೆ" ಎಂದ ನಿಧಾನವಾಗಿ. ಇವೆಲ್ಲವು ಸತ್ಯವೇ!

"ಅನಿವಾರ್ಯವಾಗಿತ್ತು ಶಶಿ. ಬಹುಶಃ ಒಂದಿಷ್ಟು ಜೋರು ಮಾಡಿ ಹೆದರಿಸಿದ್ದರೇ, ಹೋಗಿ ಬಿಡ್ತಾ ಇದ್ದರೇನೋ. ಆದರೆ ನಮ್ಮ ಅಂತರಾತ್ಮಕ್ಕೆ ಸಮಾಧಾನ ಹೇಳಬೇಕಲ್ಲ. ನೀನು ಕೂಡ ಅದರಿಂದ ಮುಕ್ತನಾಗ್ತ ಇಲ್ಲಿಲ್ಲ. ಅವ್ರ ರಕ್ತ ನಿನ್ನಲ್ಲಿ ಹರೀತಾ ಇದೆ. ಅವ್ರುಗಳ ಕಷ್ಟಸುಖಕ್ಕೆ ಸ್ಪಂದಿಸುವುದು ಅನಿವಾರ್ಯ. ಅದಕ್ಕೆ ನೀನು ತಲೆ ಕೆಡಿಸ್ಕೋಬೇಡ." ಕೆನ್ನೆ ತಟ್ಟಿದರು. ಆಮೇಲೆ ಮಾತಾಡಿದ್ದೆಲ್ಲ ಬೇರೆ... ಬೇರೆ ವಿಷಯ. ಆದರೆ ಕಡೆಯಲ್ಲಿ "ಭಾವ, ಒಂದು ಫ್ಲಾಟ್‌ಗೆ ಅಡ್ವಾನ್ಸ್ ಕೊಟ್ಟಿದ್ದಾರಂತೆ, ಶ್ರೀನಿಧಿ ಕನ್‌ಸ್ಟ್ರಕ್ಷನ್‌ನಲ್ಲಿ ನನ್ನ ಫ್ರೆಂಡ್ ಕೆಲ್ಸ ಮಾಡ್ತಾ ಇದ್ದಾನೆ. ಅವ್ನು ಹೇಳ್ದ" ಇದು ಒಂದು ರೀತಿಯಲ್ಲಿ ಕೃತಿಕಾಗೆ ಷಾಕಿಂಗ್ ನ್ಯೂಸ್. ಇಂಥ ಪ್ರಸ್ತಾಪ ಮಾಡಿದ್ದುಂಟು. ಅವಳು ತಳ್ಳಿ ಹಾಕಿದ್ದಳು. ಆದರೆ... "ಹೇಳಿದ್ರು, ನಂಗೇನು ಬೇಕೂಂತ ಅನ್ನಿಸಲಿಲ್ಲ. ವಯಸ್ಸಿರೋವಾಗ ಬರೀ ಆಸ್ತಿಗಳು ಮಾಡೋದರಲ್ಲಿ ಕಳೆದು, ಮುಪ್ಪಿನಲ್ಲಿ... ಬಿಡು ನನ್ನ ತಲೆಗೆ ಅವೆಲ್ಲ ಬರೋಲ್ಲ. ಅತಿಯಾದ ಆಸ್ತಿಯ ಮೋಹ ಕೊಡೋದು ಬರೀ ನೋವನ್ನು. ಬರೀ ಅಡ್ವಾನ್ಸ್ ತಾನೇ ಕೊಟ್ಟಿರೋದು. ಮಾತಾಡ್ತೀನಿ ಬಿಡು" ಎಂದರು ಕೃತಿಕಾ ಅಪ್‌ಸೆಟ್ ಆಗಿದ್ದಂತೂ ನಿಜ. ಅವಳ ಪ್ರಕಾರ ಬೇಕಿರಲಿಲ್ಲ. ಭಾಸ್ಕರ್ ಆಸೆ ಹಿಂದೆ ಏನಿದೆ?

ವಾರದ ಹಿಂದೆ ಭಾಸ್ಕರ್ ಸುವರ್ಣಮ್ಮನ ಊಟದ ಹಣನ ಲೆಕ್ಕ ಹಾಕಿ "ಇದೆಲ್ಲ ಹೆಚ್ಚಾಯ್ತು. ಕನಿಷ್ಟ ಅವ್ಳ ಊಟಕ್ಕೆ ಮೂರು ಸಾವಿರವಾದ್ರೂ ಬೇಕು. ಜೊತೆಗೆ ಸಂಬಳ. ಇದೆಲ್ಲ... ಬೇಡ. ಅವಳು ಬೇರೆ ಇದ್ಕೊಳ್ಳಿ. ಇಲ್ಲದಿದ್ದರೇ ಬೇರೆ ಕೆಲ್ಸದವರನ್ನು ನೋಡಿಕೊಳ್ಳೋಣ" ಇಂಥ ಆದೇಶ ಹೊರಡಿಸಿದ್ದ. ಅದಕ್ಕೆ ಅವಳೇನು ವಿಚಲಿತರಾಗಿರಲಿಲ್ಲ.

'ನಿನ್ನೊಲುಮೆ' ಬರೀ ಮನೆಯಾಗಿರಲಿಲ್ಲ. ಅತ್ಯಂತ ಅಂದದ ದುಬಾರಿ ಬಂಗ್ಲೆಯಾಗಿತ್ತು. ಇನ್‌ಡೋರ್ ಡೆಕೋರೇಷನ್‌ಗೆ ಲಕ್ಷ ಲಕ್ಷಗಳನ್ನು ಸುರಿದಿದ್ದಕ್ಕೆ ದೊಡ್ಡ ಮಟ್ಟದಲ್ಲಿ ಸಾಲವಾಗಿತ್ತು. ಆ ಸಮಯದಲ್ಲಿ ತುಂಬ... ತುಂಬ ಸಂತೋಷದಿಂದ ಪುಟ್ಟ ಮಕ್ಕಳಂತೆ ಕುಣಿದಾಡಿದ್ದರು. ಒಬ್ಬ ವಾಚ್‌ಮನ್ ಕೂಡ ನೇಮಕ ಮಾಡಿಕೊಂಡಿದ್ದರು. ಈಗೇನು ಇರಲಿಲ್ಲ ಅಷ್ಟೆ.

ಬಂದ ಭಾಸ್ಕರ್ ಸ್ವಲ್ಪ ಬಿಗುವಿನಲ್ಲೇ ಇದ್ದ. ಶಶಾಂಕ್ ಎರಡು ಸಲ ಮಾತಾಡಿಸಲು ಹೋದರೂ ಮಾತಾಡಲಿಲ್ಲ. ಇಂದು ಬಿಂದು ಮನೆಯಲ್ಲಿ ಶಶಾಂಕ್‌ನ ಮನೆಯವರನ್ನು ಭೇಟಿ ಮಾಡಿರುವುದು ಅವನಿಗೆ ಗೊತ್ತಿತ್ತು.

"ಅಕ್ಕ, ಭಾವನಿಗೆ ಬೇಜಾರಾಗಿದೆ. ನನ್ನ ಅಕೌಂಟ್‌ನಲ್ಲಿರೋ ಅಲ್ಪಸ್ವಲ್ಪ ಕೊಡ್ತೀನಿ. ಕಾರು ಲೋನ್ ತೀರಿದರೇ, ಕೈಗೆ ಪೂರ್ತಿ ಸಂಬಳ ಬರುತ್ತೆ. ಆಗ..." ಅಂದಾಗ ಅವನ ಬಾಯಿಗೆ ಕೈ ಅಡ್ಡ ಹಿಡಿದ ಕೃತಿಕಾ "ಆ ವಿಚಾರ ಬಿಡು. ಅರೆಂಜ್... ಮಾಡೋಣ" ಅವನನ್ನು ಕಳುಹಿಸಿದರು. ನೋಯಿಸುವುದು ಬೇಡವಾಗಿತ್ತು.

ರೂಮಿಗೆ ಬಂದಾಗ ಲ್ಯಾಪ್‌ಟಾಪ್ ತೆಗೆದಿಟ್ಟುಕೊಂಡು ಕೂತಿದ್ದ ಭಾಸ್ಕರ್ ನೋಡಿ... ನೋಡದಂತೆ ನಟಿಸಿದ. ತೀರಾ ರಿಸರ್ವ್ ಆಗಿದ್ದಾಗ ಮೇಲೆ ಬಿದ್ದು ಮಾತಾಡಿಸುವ ಸ್ವಭಾವ ಕೃತಿಕಾದಲ್ಲ. ಆದರೆ ಇಂದು ಹೇಳಲೇಬೇಕಿತ್ತು. ಅಲ್ಲೇ ಕೂತಳು.

"ಇಂದು ಶಶಾಂಕ್ ಜೊತೆ ನಾಲ್ಕು ಜನ ಬಂಧುಗಳು ಬಂದಿದ್ರು ತುಂಬಾ ತೊಂದರೆಯಲ್ಲಿದ್ದಾರೆ. ಶಶಿ ತಂಗಿಗೆ ಮದ್ವೆ ಗೊತ್ತಾಗಿದೆ. ಹಣದ ಅನಿವಾರ್ಯತೆ ಇದೆ" ಅಷ್ಟು ಹೇಳಿ ಸುಮ್ಮನಾದರೂ ಭಾಸ್ಕರ್ ಪ್ರತಿಕ್ರಿಯಿಸದಿದ್ದಾಗ ನಡೆದುದ್ದನ್ನೆಲ್ಲ ಹೇಳಲೇಬೇಕಾಯಿತು. "ಬಿಂದು ನಿಮ್ಗೇ ಕಾಲ್ ಮಾಡಿದ್ಲು. ನೀವು ರಿಸೀವ್ ಮಾಡಲಿಲ್ಲ."

ಲ್ಯಾಪ್‌ಟಾಪ್ ಎತ್ತಿಟ್ಟು ಇವಳತ್ತ ತಿರುಗಿದ.

"ಇದೆಲ್ಲ ನಿಂಗೆ ಬೇಕಿರಲಿಲ್ಲ. ಅದೆಲ್ಲ, ಅವ್ರ ಹಣೆಬರಹ. ಚೆನ್ನಾಗಿ ಮುಖದ ನೀರು ಇಳ್ಸಿ ಕಳಿಸಿದ್ದರೇ ತೆಪ್ಪಗೆ ಹೋಗಿಬಿಡೋರು. ಲಕ್ಷಗಟ್ಟಲೇ ಸುರಿಯೋ ಅಗತ್ಯ ನಮ್ಗಿಲ್ಲ. ಚೆಕ್‌ಗಳು ಕಳೆದಿದೆ. ಕ್ಯಾಷ್ ಮಾಡ್ಬೇಡೀಂತ ಬ್ಯಾಂಕ್‌ಗೆ ಇನ್‌ಫಾರ್ಮ್ ಮಾಡು. ಅದೇನು ಮಾಡುತ್ತಾರೋ ನೋಡೋಣ" ಸ್ವಲ್ಪ ದನಿ ಏರಿಸಿದ. ಅಪರೂಪಕ್ಕೆ ದನಿಯೆನಿಸಿದರು ಆಮೇಲೆ 'ಸಾರಿ...' ಎನ್ನುತ್ತಿದ್ದ ಭಾಸ್ಕರ್. ಆದರೆ ಇಂದಿನ ವಿಷಯವೇ ಬೇರೆ. ಇತ್ಯರ್ಥದ ನಂತರವೇ ಚೆಕ್‌ಗಳನ್ನು ಕೊಟ್ಟಿದ್ದು. ಈಗ... ಒಂದಿಷ್ಟು ಪ್ರಾಮಾಣಿಕತೆ ಬೇಡವಾ? ಕಷ್ಟದಲ್ಲಿರೋ ಆ ಜನರಿಗೆ ಇಷ್ಟೊಂದು ದೊಡ್ಡ ಪೆಟ್ಟು ಕೊಡೋದಾ? ಕೆಲವು ವಿಷಯಗಳಲ್ಲಿ ಕಾಂಪ್ರಮೈಸ್ ಸಾಧ್ಯವಿಲ್ಲ. "ಭಾಸ್ಕರ್ ನೀವು ಬರಬೇಕಾದ ಅನಿವಾರ್ಯತೆ ಇತ್ತು. ಶಶಾಂಕ್ ಅವ್ರ ಮಗ. ಈಗ ನಮ್ಮ ಮಗನಾಗಿದ್ದಾನೆ. ಅವ್ನ ಪ್ರೀತಿ, ಪ್ರೇಮ, ಸಂಭ್ರಮದಲ್ಲಿ ಮಾತ್ರ ನಮ್ಗೇ ಪಾಲು ಇರೋಲ್ಲ. ಅವ್ನ ಎಲ್ಲಾ ಸಮಸ್ಯೆಗಳಲ್ಲು ನಮ್ಗೇ ಪಾಲು ಇದೆ. ಇಲ್ಲಾಂತ ಕೈ ತೊಳ್ದುಕೊಳ್ಳೋಕೆ ಸಾಧ್ಯವಿಲ್ಲ. ನೀವು ಹೇಳ್ದ ತರಹ ಮಾಡೋಕ್ಕಾಗೋಲ್ಲ" ಅತ್ಯಂತ ಸ್ಪಷ್ಟವಾಗಿಯೇ ಹೇಳಿ ಎದ್ದು

ಹೋಗಿದ್ದು.

"ನಿನ್ನಿಷ್ಟ... ನಿನ್ನ ರಿಸ್ಕ್" ಎಂದಿದ್ದು ಕೃತಿಕಾಗೆ ಕೇಳಿಸಿತು. ಅವಳ ಕಾಲುಗಳು ಸ್ತಬ್ಧವಾಯಿತು. ಇಬ್ಬರು ಇಷ್ಟಪಟ್ಟೇ ಶಶಾಂಕ್‌ನ ಕರೆ ತಂದಿದ್ದು. ಆದರೆ... ಬಹುಶಃ ಇಂದು ತನಗೆ ಸಂಬಂಧವಿಲ್ಲವೆನ್ನುವಂತೆ ಮಾತಾಡಿದ್ದ. ಗಂಡಹೆಂಡತಿ ಅಂದ ಮೇಲೆ ಸಣ್ಣಪುಟ್ಟ ಮಾತುಕತೆ, ವಿರಸ ಸಹಜ. ಅದು ಮುಂದಿನ ಸಾಮರಸ್ಯಕ್ಕೆ ನಾಂದಿಯಾಗುತ್ತಿತ್ತು. ಆದರೆ ಇಂದಿನ ಮಾತು ನೇರವಾಗಿ ಅವಳ ಹೃದಯಕ್ಕೆ ತಾಕಿ ನೋಯಿಸಿತು. ಬಿದ್ದ ಪೆಟ್ಟಿನ ನೋವು ಬಹಳ ದಿನದವರೆಗೆ.

ಕಣ್ಣು ತೇವಗೊಂಡಿತು. ಅರುಣಾಗೆ ಕೊಡಿಸಿದ ಚಿನ್ನದ ಜುಮುಕಿ, ಪೆಂಡೆಂಟ್ ಸರಕ್ಕೆ ನಾಲ್ಕು ಲಕ್ಷ ಕೊಟ್ಟ ಬಿಲ್‌ಗಳನ್ನು ನೋಡಿದ್ದಳು. ಅಂದರೆ ಅರುಣಾಗೆ ಅಷ್ಟೆಲ್ಲ ಕೊಡಿಸಲು ಕಾರಣವೇನು? ಅದು ಯಾವ ಸಂಬಂಧ? ಅರ್ಥಕ್ಕಾಗಿ ಹುಡುಕಾಡ ಬೇಕೆನಿಸಿತು. ಒಂದು ರೀತಿ ತಲೆ ಕೆಟ್ಟಂತಾಯಿತು.

ಎಂದಿನಂತೆ ಸಮಾಧಾನಿಸಲು ಬರಲಿಲ್ಲ ಭಾಸ್ಕರ್. ಆ ಸಂದರ್ಭದಲ್ಲಿ ಅವಳಿಗೆ ಸಾಂತ್ವನ ಬೇಕಿರಲಿಲ್ಲ. ಅರ್ಧರಾತ್ರಿ ಕಳೆದ ಮೇಲೆಯೇ ಬಂದು ಮಲಗಿದ್ದು, ಭಾಸ್ಕರ್ ಎಳೆದು ಬಾಹುಗಳಲ್ಲಿ ಬಳಸಿದಾಗ, ಸ್ವಲ್ಪ ಬಲವಂತವಾಗಿಯೇ ಕೈಗಳನ್ನ ಸರಿಸಿ "ಪ್ಲೀಸ್..." ಅಂದವಳೇ ಮಂಚದ ಕೊನೆಗೆ ಬಂದು ಮಲಗಿದಳು. ನಿಧಾನವಾಗಿ ಕಣ್ಣಿಂದ ನೀರಿಳಿಯುತ್ತಿತ್ತು. ನಂಬಿಕೆ ಕುಸಿಯುತ್ತಿತ್ತು.

"ಭಾಸ್ಕರ್‌ನ ಬಿಟ್ಟು ಕ್ಷಣ ನನಗೆ ಬದುಕೋಕ್ಕಾಗೋಲ್ಲ" ತವರನ್ನ ಧಿಕ್ಕರಿಸಿ ಹೊರಗೆ ಬಂದ ದಿನದ ನೆನಪಿತ್ತು. ಹುಟ್ಟು ಕೊಟ್ಟು ಬಾಲ್ಯದ ಜೊತೆಯಲ್ಲಿದ್ದ ಅತ್ತಾಗ ತೊಟ್ಟಿಲಲ್ಲಿ ಮಲಗಿಸಿ ಲಾಲಿ ಹಾಡಿದ ಜನರನ್ನು ಹೇಗೆ ಬಿಟ್ಟು ಬರಲು ಸಾಧ್ಯವಾಯಿತು? ಪ್ರೇಮದ ಆಕರ್ಷಣೆ ಅಷ್ಟೊಂದು ಪ್ರಬಲವೇ? ಎದ್ದು ಹೊರಗಿನ ಬಾಲ್ಕನಿಯಲ್ಲಿ ಕೂತಳು. ತಂಪಾದ ತಣ್ಣನೆಯ ಗಾಳಿ ಮೈಮನಗಳಿಗೆ ತಂಪೆರೆದಂತಾಯಿತು. ಪುಟ್ಟ ಪುಟ್ಟ ಗಿಡಗಳನ್ನು ಮುಟ್ಟಿ ನೋಡಿದಳು.

"ಹಲೋ, ಕೃತಿ ನಿದ್ದೆ ಬರಲ್ಲಿಲ್ವಾ?" ದನಿ ಬಂದತ್ತ ನೋಟ ಹರಿಸಿದಳು. ನೈಟ್ ಡ್ರೆಸ್‌ನಲ್ಲಿದ್ದ ಭಾಸ್ಕರ ಕೈಕಟ್ಟಿ ನಿಂತಿದ್ದ. "ಬರ್ಲಿಲ್ಲ, ಇಲ್ಲಿ ಹಾಯೆನಿಸಿತು. ಬಂದು ಕೂತೇ" ಸಪ್ಪಗೆ ಹೇಳಿದ್ದು. ಅವನು ಬಂದು ಅಲ್ಲೇ ಇದ್ದ ಉಯ್ಯಾಲೆಯ ಮೇಲೆ ಆಸೀನನಾದ. ಅವನ ಚಿಂತನೆ ಇದ್ದಿದ್ದು ಶಶಾಂಕ್‌ನ ಹೆತ್ತವರಿಗೆ ಹತ್ತು ಲಕ್ಷ ಕೊಡಲು ಸಿದ್ಧವಾಗಿದ್ದುದ್ದರ ಬಗ್ಗೆ. ಅವಳು ಯೋಚಿಸುತ್ತಿದ್ದುದ್ದು ಪ್ರೀತಿ, ಪ್ರೇಮ, ಒಲುಮೆ ಮತ್ತು ಅದರ ತೀವ್ರತೆಯ ಚಿಂತನ, ಮಂಥನದ ಬಗ್ಗೆ.

"ಈ ರಿಸ್ಕ್ ಬೇಕಿರ್ಲಿಲ್ಲಾಂತ ನಿಂಗೆ ಅನ್ನಿಸಿರಬೇಕು. ನೀನು ಒಪ್ಪಿಗೆ ನೀಡಿದರೇ, ಆ ಜನಕ್ಕೆ ಬುದ್ಧಿ ಕಲಿಸ್ತೀನಿ" ಎಂದ. ಸ್ವಲ್ಪ ಹಟವಿತ್ತು ಅವನ ದನಿಯಲ್ಲಿ "ಅಯ್ಯೋ, ಆ ವಿಚಾರನ ತಲೆಯಿಂದ ತೆಗ್ದು ಹಾಕ್ದೇ. ರಿಸ್ಕ್ ಇಲ್ದೇ ಬದ್ಕು ಸಾಗೋಲ್ಲ. ಪ್ರೀತಿಗೆ ಎಂಥ ಶಕ್ತಿ ಇದೆಂಥ ಯೋಚಿಸ್ತಾ ಇದ್ದೆ. ಭಾನಿ, ನಾವಿಬ್ರೂ ಬೇರೆಯಾಗೋಕೆ ಸಾಧ್ಯವೇ ಇಲ್ಲ

ಅನ್ನೋ ಮನಸ್ಥಿತಿಯಲ್ಲಿ ಇದ್ವಿ. ಅದೆಂಥ ಸುಮಧುರ ಭಾವಯಾನ" ಕನಸಿನಲ್ಲಿ ತೇಲಿದಂತೆ ಮಾತಾಡಿದಾಗ, ಆ ಮಾತುಗಳೆಲ್ಲ ಈಗ ಪ್ರಯೋಜನವಿಲ್ಲವೆನಿಸಿತು. "ಅದೆಲ್ಲ ಬಿಡು, ಹತ್ತು ಲಕ್ಷದಷ್ಟು ಅಮೌಂಟ್ ನಿನ್ನಲ್ಲಿ ಇಲ್ಲ. ಹೇಗೆ ಹೊಂದಿಸ್ತೋದು? ನಾನಂತು ಹಣ ಎಣಿಸೋ ಸ್ಥಿತಿಯಲ್ಲಿ ಇಲ್ಲ. ನಮ್ಗೇ ಒಂದು ಮೇಲ್ಮಟ್ಟದ ಬದ್ಕು ಬೇಕೆಂದರೆ ಆಸ್ತಿಪಾಸ್ತಿಗಳು ಕೂಡ ಅನಿವಾರ್ಯ. ನಾನು ಈಗಾಗ್ಲೇ ಒಂದು ಪ್ಲಾಟ್‌ಗೆ ಅಡ್ವಾನ್ಸ್ ಕೊಟ್ಟಿದ್ದೀನಿ. ಹಣದ ತೊಂದರೆ ನಂಗೂ ಇದೆ." ಒಂದು ಚಿತ್ರಣವನ್ನು ಅವಳ ಮುಂದಿಟ್ಟ. ಮನೆಯ ಮೇಲೆ ಲೋನ್ ಇತ್ತು. ಈಗ... ಪ್ಲಾಟ್...

ಪ್ಲಾಟ್ ವಿಷಯ ತಾನಾಗಿ ಹೊರಬಿದ್ದಿದ್ದರಿಂದ ಕೃತಿಕಾ "ಈಗ ನಮ್ಗೇ ಪ್ಲಾಟ್‌ನ ಅಗತ್ಯವಿದ್ಯಾ? ಮೊದಮೊದ್ಲು ಸಾಕಷ್ಟು ರಿಸ್ಕ್ ತಗೊಂಡ್ ಬದ್ಕು ಕಟ್ಟಿಕೊಂಡ್ವಿ, ನಮ್ಮದೂಂತ 'ನಿನ್ನೊಲುಮೆ' ಯಂಥ ತುಸು ಬಂಗ್ಲೆಯಂಥ ಮನೆ ಕಟ್ಟಿಕೊಂಡ್ವಿ, ಈಗ್ಯಾಕೆ.. ಪ್ಲಾಟ್? ಮತ್ತೆ ರಿಸ್ಕ್! ಆರಾಮಾಗಿ... ಸಂತೋಷವಾಗಿ ಇರೋಕೆ ದೇವರು ನಮ್ಗೇ ಸಾಕಷ್ಟು ಕೊಟ್ಟಿದ್ದಾನೆ. ಬಾನಿ, ತೀರಾ ಹಣದ ಹಿಂದೆ ಬಿದ್ದು ಆಸ್ತಿ ಪಾಸ್ತಿ ಸಂಪಾದನೆಯಲ್ಲಿ ನಮ್ಮ ಅಮೂಲ್ಯವಾದ ದಿನಗಳ್ನ ಹಾಳು ಮಾಡಿಕೊಳ್ಳೋದ್ಬೇಡ. ಮನೆಯ ಮೇಲಿನ ಲೋನ್ ತೀರಿದಕೂಡಲೇ, ಆರಾಮಾಗಿ ಜಗತ್ತನ್ನು ಸುತ್ತಿ ಬರೋಣ" ಎಂದಳು ನವಿರಾಗಿ. ಅದೊಂದು ಒಳ್ಳೆಯ ಆಸೆ ಕೂಡ.

"ನಿನ್ನ ತರಹ ನಾನು ಯೋಚಿಸೋಕೆ ಆಗೋಲ್ಲ. ಮನೆ ನಿನ್ನ ಹೆಸರಿನಲ್ಲಿದೆ. ನಂದೂ... ನನ್ನ ಸಂಪಾದನೆಂತ ನಂಗೇನು ಬೇಡ್ವಾ? ಖಂಡಿತ... ಬೇಕು. ಶಶಿ ಅಪ್ಪನಿಗೆ ಹಣ ಕೊಡೋಕೆ ನನ್ನ ಸಹಾಯ ನಿಂಗೆ ಸಿಗೋಲ್ಲ. ಬೇಕಾದರೆ ಅವ್ರನ್ನ ಹತ್ತಿಕ್ಕೋ ಪ್ರಯತ್ನಕ್ಕೆ ಬೇಕಾದರೆ ಹೆಲ್ಪ್ ಮಾಡ್ತೀನಿ" ಅಂದೇಬಿಟ್ಟ ಭಾಸ್ಕರ. ಎಷ್ಟು ಕಟುವಾಗಿತ್ತು ಮಾತುಗಳೆಂದರೆ, ಅವಳ ಹೃದಯನ ಭರ್ಜಿಯಂತೆ ಇರಿದವು. ಮನಸ್ಸು ಪೂರ್ತಿ ಘಾಸಿಗೊಂಡಿತು. ತುಟಿ ಕಚ್ಚಿ ದುಃಖವನ್ನು ನುಂಗಿದಳು. ಇಂಥ ಭಾಸ್ಕರ್‌ಗಾಗಿ ಎಲ್ಲರನ್ನು ಬಿಟ್ರು ಬಂದ್ನಾ?

ಭಾಸ್ಕರ್ ಬಿರುಸಿನಿಂದ ಒಳಗೆಹೋದ.

ಮುಖ ಮುಚ್ಚಿಕೊಂಡು ಬಿಕ್ಕಿಬಿಕ್ಕಿ ಅತ್ತಳು ಕೃತಿಕಾ. ಆ ದಿನಗಳಲ್ಲಿ 'ನೀನೇ ನನ್ನ ಜಗತ್ತು ಕೃತಿಕಾ' ಎಂದು ತೋಳುಗಳಲ್ಲಿ ಹುದುಗಿಸಿಕೊಂಡು ಪ್ರೀತಿಯ ಜಗತ್ತನ್ನು ತೆರೆದಿದ್ದ. ಇಂದು ಅವಳ ಭಾವನೆಗಳಿಗೆ ಕಲ್ಲಾಗಿದ್ದೆ. ಈ ಒಂದು ಬದಲಾವಣೆಗೆ ಅರುಣ ಕಾರಣನಾ? ಛೆ, ಎಂದು ಆ ವಿಚಾರವನ್ನು ತಳ್ಳಿ ಹಾಕಿದರು. ಅಂಥದೊಂದು ನೆರಳು ಬಂದು ಕಾಡುತ್ತಿತ್ತು. ಇದೊಂದು ರೀತಿಯ ದುರಂತ.

ಆದರೆ ಮುಕ್ತವಾಗಲು ಹೋರಾಟ ನಡೆಸಬೇಕಿತ್ತು.

* * *

ಶಶಾಂಕ್ ಬೆಳಿಗ್ಗೆ... ಬೆಳಿಗ್ಗೆಯೇ ಬಿಂದು ಫ್ಲಾಟ್‌ಗೆ ಹೋದ. ಸದ್ಯಕ್ಕೆ ಮನೆಯವರನ್ನ

ಬಿಟ್ಟರೇ ತುಂಬ ಆತ್ಮೀಯತೆ, ನಂಬಿಕೆ ಇದ್ದಿದ್ದು ಬಿಂದುವಿನಲ್ಲಿ ಮಾತ್ರ. ಅಷ್ಟೆ ಅಕ್ಕರೆ ಆ ಕಡೆಯಿಂದಲೂ ಸಿಗುತ್ತಿತ್ತು.

ಬಾಗಿಲು ತೆಗೆದಿದ್ದ ಪ್ಲಾಟ್‌ನೊಳಕ್ಕೆ ನುಗ್ಗಿದಾಗ ಮನೆಯೊರೆಸುತ್ತಿದ್ದ ಕೆಲಸದ ಹುಡುಗಿ "ಅಮ್ಮ, ಅಣ್ಣ ಬಂದಿದ್ದಾರೆ" ಎಂದು ಕೂಗಿ ಹೇಳುವ ಮುನ್ನ ಕಿಚನ್‌ನೊಳಕ್ಕೆ ನುಗ್ಗಿ ಆಗಿತ್ತು. "ಅಕ್ಕ, ಬ್ರೇಕ್‌ಫಾಸ್ಟ್‌ಗೆ ರೆಡಿಯಾಗಿ ಬಂದಿದ್ದೀನಿ. ಅರುಣ ಕಿಚನ್ ಪ್ರವೇಶಿಸಿದ ಮೇಲೆ ಹುಳಿ, ಖಾರ ಏನೇನು ಸರಿಹೋಗೋಲ್ಲ" ಎಂದು ತುಪ್ಪದಲ್ಲಿ ಹುರಿದಿಟ್ಟಿದ್ದ ಗೋಡಂಬಿಯನ್ನೇ ಬಾಯಿಗೆ ಹಾಕಿಕೊಂಡು ಅಲ್ಲೇ ಜಗುಲಿಯ ಮೇಲೆ ಕೂತ. ಬಿಂದುವಿನಲ್ಲಿ ತುಂಬು ಸ್ನೇಹ.

"ಇದೆಲ್ಲ ಸುಳ್ಳು ಬಿಡು. ಅದ್ಭುತವಾದ ಅಡ್ಗೇ ಮಾಡ್ತಾಳೆ. ಶಾಮಣ್ಣನ ಕೈಯಲ್ಲಿ ಪಳಗಿದ ಹುಡ್ಗೀ. ಮನೆ ಅಚ್ಚುಕಟ್ಟು, ಅಡ್ಗೇ ಕೆಲ್ಸಕ್ಕೆ ಪೂರ್ಣ ಪ್ರಮಾಣದ ತರಬೇತಿ ಕೊಟ್ಟಿದ್ದಾರೆ. ಇನ್ನ ಮಿಕ್ಕಿದ್ದು ನೀನು ಕಲಿಸ್ಕೋಬೇಕು" ನಕ್ಕರು. ಅವನು ನಗಲಿಲ್ಲ. ಅವನ ಮೂಡ್ ಬೇರೆಡೆ. "ಅಕ್ಕ, ಹತ್ತು ಲಕ್ಷಕ್ಕೆ ವ್ಯಾಪಾರ ಕುದುರಿ ಐದು ಲಕ್ಷಕ್ಕೆ ಚೆಕ್ ಕೊಟ್ಟಾಗಿದೆ. ಬಹುಶಃ ಅಷ್ಟು ಹಣ ಅಕ್ಕನ ಅಕೌಂಟ್‌ನಲ್ಲಿ ಇದ್ದಂಗಿಲ್ಲ. ಎರಡು ಲಕ್ಷ ಲೋನ್ ತೆಗೆದಿದ್ದೀನಿ. ಹೇಳಿದರೇ, ಬೇಜಾರು ಮಾಡ್ಕೋತಾರೆ. ನೀವು ಮ್ಯಾನೇಜ್ ಮಾಡ್ಬೇಕಷ್ಟೆ" ಬಂದಿದ್ದಕ್ಕೆ ಕಾರಣ ಕೊಟ್ಟು ಅಲ್ಲೇ ಕೂತ. ಇಂಥದ್ದು ತನ್ನ ಕರ್ತವ್ಯ ಎನ್ನುವ ಭಾವ ಅವನದು.

ಆದ ಉಪ್ಪಿಟ್ಟಿಗೆ ಗೋಡಂಬಿ ಬೆರೆಸಿ ತಟ್ಟೆಗಳಿಗೆ ಹಾಕಿಕೊಂಡು ಬಂದು ಡೈನಿಂಗ್ ಟೇಬಲ್ ಮೇಲಿಟ್ಟು "ಬಾ, ತಿನ್ನೋಣ. ನಂಗೂ ಒಬ್ಬೆ ತಿಂದು ತಿಂದು ಸಾಕಾಗಿದೆ" ಎರಡು ತಟ್ಟೆಗಳಿಗೆ ಬಡಿಸಿ ನೀರಿಟ್ಟು ಅವನ ತಟ್ಟೆಯ ಉಪ್ಪಿಟ್ಟು ಮೇಲೆ ನಾಲ್ಕು ಸ್ಪೂನ್ ತುಪ್ಪ ಹಾಕಿ, ತಾನು ಎರಡು ಸ್ಪೂನ್ ಹಾಕಿಕೊಂಡಳು.

ಸಿಂಕ್‌ನಲ್ಲಿ ಕೈತೊಳೆದು ಬಂದವ "ವಿಷ್ಯ ಏನೂಂತ ಹೇಳದಿದ್ರೂ... ಇಲ್ಲಿ ಬ್ರೇಕ್‌ಫಾಸ್ಟ್ ಅಂತ ಹೇಳಿಬಂದೆ. ಆಗಾಗ ನಾನು ಬರೋದ್ರಿಂದ... ಅವ್ರೇನು ಪ್ರಶ್ನಿಸಲಿಲ್ಲ. ಆದರೆ ಭಾವ ಮಾತ್ರ... ಗೊಣಗಿದರು. ನಿನ್ನೆಯ ವಿದ್ಯಮಾನ ಅಕ್ಕ ತಿಳಿಸಿರಬಹುದು. ಅವ್ರಿಗೆ ಭವಿಷ್ಯದ ಬಗ್ಗೆ ಕಟ್ಟೆಚ್ಚರ ಇರೋದು ಸಹಜ. ನಂಗೆ ಹಿಂದಿನದು ಗೊತ್ತಿಲ್ಲ. ಅಪ್ಪ ಬಂದು ಅಕ್ಕನ ಹತ್ರ ದುಡ್ಡು ಇಸ್ಕೊಂಡ್ ಹೋಗಿರೋದು ನನ್ನ ಗಮನಕ್ಕೆ ಬಂದಿದೆ. ಆಮೇಲೆ ಪ್ರತಿ ತಿಂಗ್ಳು ಸಂಬಳ ಬಂದಕೂಡಲೇ ಯಾರನ್ನಾದ್ರೂ ಕಳಿಸಿ ವಸೂಲು ಮಾಡಿಕೊಂಡಿದ್ದಾರೆ. ಈಗ..." ಅವನ ಡೋಲಾಯಮಾನ ಸ್ಥಿತಿ ಬಿಂದುಗೆ ಅರ್ಥವಾಯಿತು. "ಈಗ ಮೊದ್ಲು ಬ್ರೇಕ್‌ಫಾಸ್ಟ್ ಮಾಡೋಣ. ಆಮೇಲೆ... ಮಾತು" ಅಂದವರು ರಾಜಕೀಯದ ಪ್ರಸ್ತಾಪವೆತ್ತಿಕೊಂಡರು. ಸ್ವಂತ ವಿಷಯಗಳು ಬಂದಾಗ ಬರೀ ಗೋಜಲೆಂದು ಬಿಂದುಗೆ ಗೊತ್ತು. ಆಮೇಲೆ ನಗುನಗುತ್ತಾ ತಿಂದು ಮುಗಿಸಿ ಕಾಫೀ ಕುಡಿದು ಹೊರಗೆ ಬಂದು ಸಿಟ್ಟಿಂಗ್ ರೂಂನಲ್ಲಿ ಕೂತರು.

ನಾನು ಕೃತಿ ಕ್ಲೋಸ್ ಫ್ರೆಂಡ್ಸ್. ಇಂದಿಗೂ ಎಷ್ಟೋ ವಿಚಾರಗಳ್ನ ಮನಬಿಚ್ಚಿ

ನನ್ನೊಂದಿಗೆ ಹೇಳಿಕೊಂಡಿಲ್ಲ. ಭಾಸ್ಕರ್, ಕೃತಿ ಹುಚ್ಚು ಪ್ರೀತಿಗೆ ಶರಣಾಗಿ ಎಲ್ಲರನ್ನೂ ಬಿಟ್ಟು ಮದ್ವೆಯಾದದ್ದು. ಆಮೇಲು ಹಂತಹಂತವಾಗಿ ಕಷ್ಟಗಳ್ನ ಅನುಭವಿಸಿದ್ದಾರೆ. ಒಂದಷ್ಟು ಮಕ್ಳು ಆಗಲಿಲ್ಲವಲ್ಲ ಅನ್ನೋ ಕೊರಗು ಇತ್ತು. ನೀನು ಅವ್ರ ಬದ್ಕುನಲ್ಲಿ ಕಾಲಿಟ್ಟ ಮೇಲೆ ಅದೆಲ್ಲ ಮರೆತಳು. ಒಮ್ಮೆ ಕೂಡ ಮಕ್ಕಳಿಲ್ಲ ಅನ್ನೋ ಪ್ರಸ್ತಾಪ ಎತ್ತಿದವಳಲ್ಲ. ಮತ್ತೆ... ಮತ್ತೆ ಅವ್ರುಗಳು ಬಂದು ನಿನ್ನ ಕಾಡಬಾರದೂಂತಲೇ ಸೆಟಲ್‌ಮೆಂಟ್. ಒಂದು ರೀತಿಯಲ್ಲಿ ಒಳ್ಳೆಯದಾಯ್ತು. ದುಡಿಯುವ ಗಂಡ, ಹೆಂಡತಿ ಮಾತ್ರವಲ್ಲ, ಬರೀ ಮನೆಯಲ್ಲಿರೋ ಹೆಣ್ಣು ಕೂಡ ಹಣದ ಲೆಕ್ಕಾಚಾರದಲ್ಲಿ ಚುರುಕಾಗಿ ಇರ್ತಾರೆ. ಆದರೆ ಇಂದಿಗೂ ಭಾಸ್ಕರ್ ಮತ್ತು ಅವ್ನ ಆಫೀಸ್‌ನ ಆರ್ಥಿಕ ಸ್ಥಿತಿಯ ಬಗ್ಗೆ ಪ್ರಶ್ನಿಸಲು ಹೋಗಿಲ್ಲ. ಟೋಟಲೀ... ಏನೇನು ಗೊತ್ತಿಲ್ಲ. ನನ್ನ ಪ್ರಕಾರ ಭಾಸ್ಕರ್ ಬುದ್ಧಿವಂತ, ಮನೆ ಲೋನ್ ಪೂರ್ತಿ ಇವಳ ತಲೆಯ ಮೇಲೆ ಒರೆಸಿದ. ಆ ದಡ್ಡಿ ತುಟಿಕ್.. ಪಿಟಕ್ ಅನ್ನಲಿಲ್ಲ. ನಿಮ್ಮದ್ವೆಗೆ ಮತ್ತೆ ಲೋನ್ ತೆಗೆದ್ಲು. ಆ ಲೋನ್ ಕಂತುನ ಪಾವತಿ ಕೂಡ ಇವಳದೇ. ಮನೆಗೆ ಖರ್ಚು ಮಾಡುವಲ್ಲಿ ಹಿಂದುಮುಂದು ನೋಡೋಲ್ಲ. ನಾನು ಎಷ್ಟೋ ಹೇಳಿದ್ದೀನಿ. ನಿನ್ನದೂಂತ ಅಕೌಂಟ್‌ನಲ್ಲಿ ಹಣ ಇಟ್ಕೊಂತ ಹೇಳಿದ್ದೀನಿ. ಏನೇನೂ ಪ್ರಯೋಜನವಿಲ್ಲ. ವಿವಾಹಕ್ಕೆ ಮುನ್ನ ಎಷ್ಟರಮಟ್ಟಿಗೆ ಭಾಸ್ಕರನ್ನ ಪ್ರೀತಿಸಿದಳೋ, ಅಷ್ಟೇ ಪ್ರೇಮ ಇಂದಿಗೂ ಇದೇ ಎನ್ನುವುದೇ ಸಾವಿರ ಮಿಲಿಯನ್‌ಗಳ ಅಚ್ಚರಿ. ಸಮಯ ಇತ್ತೂಂತ ಮಾತಾಡಿದೆ. ನಾನು ಭಾಸ್ಕರ್ ಹತ್ರ ನೇರವಾಗೇ ಮಾತಾಡ್ತೀನಿ. ಒಂದೈದು ಲಕ್ಷ ಕೊಡೋದೇನು ಕಷ್ಟವಾಗೋಲ್ಲ. ಹಣ ನಿನ್ಹತ್ರ ಇರ್ಲೀ. ಮುಂದಿನ ತಿಂಗ್ಳು ಮ್ಯಾರೇಜ್ ಆನಿವರ್ಸರಿ... ಗಿಫ್ಟ್ ಅಂಥದೆಲ್ಲ ಇರುತ್ತೆ." ಹಾಸ್ಯ ಮಾಡಿದಾಗ ತಳ್ಳಿ ಹಾಕಿದ. "ಈ ಪ್ರೀತಿ ಪ್ರೇಮ ತೋರ್ಪಡಿಕೆ, ಆಚರಣೆ ಖರ್ಚುಗಳ ಮೂಲಕವೇ ಆಕರ್ಷಕವಾದ ಸಣ್ಣ ಪುಟ್ಟ ಗಿಫ್ಟ್‌ನಲ್ಲಿ ಮುಗಿಯುತ್ತೆ. ಪ್ಲೀಸ್, ಬಿಂದು ಅಕ್ಕ... ಈ ಎರಡು ಲಕ್ಷ ಅಕ್ಕನಿಗೆ ಕೊಡಿ. ನನ್ನಮ್ಮ ಬದುಕಿದ್ದರೂ ಇಷ್ಟೊಂದು ಅಕ್ಕರೆಯಿಂದ ನೋಡ್ಕೋತಾ ಇದ್ರೋ, ಇಲ್ವೋ... ನಾನು ಲಕ್ಕಿ" ಕಣ್ಣು ಒದ್ದೆ ಮಾಡಿಕೊಂಡ. "ತೀರಾ ಎಮೋಷನಲ್ ಆಗ್ಬೇಡ. ಕೃತಿಗೂ ಸ್ವಂತ ಮಗ ಇದ್ದರೂ, ಇಷ್ಟೊಂದು ಅಕ್ಕರೆ ತೋರ್‍ತಾ ಇದ್ರೋ, ಇಲ್ವೋ. ಅವ್ಳು ಕೂಡ ಲಕ್ಕೀ..." ಎಂದರು. ಆಮೇಲೆ ಸುಮಾರು ಹೊತ್ತು ಮಾತಾಡಿದರು.

ಅವನು ಹೊರಟಮೇಲೆ ಕೆಲಸದ ಹುಡುಗಿಗೆ ತಿಂಡಿ ಕೊಟ್ಟು ರೂಮಿಗೆ ಬಂದಳು. ಮಂಚದ ಪಕ್ಕದ ಕಾರ್ನರ್‌ನಲ್ಲಿ ಇದ್ದಿದ್ದು ವಿವೇಕ್ ಫೋಟೋ. ವಿವಾಹವಾಗಿ ಒಂದು ದಿನವೂ ಸಂಸಾರ ಮಾಡದ ಆ ವ್ಯಕ್ತಿಯ ಬಗ್ಗೆ ಪ್ರೀತಿಯೋ, ಗೌರವವೋ, ಇಲ್ಲ ದ್ವೇಷವೋ ನೋಡಿದವರು ಬೇರೆ ಬೇರೆ ರೀತಿ ಮಾತಾಡಿಕೊಂಡರು. ಮೊದ ಮೊದಲು ಆ ಬಗ್ಗೆ ತಲೆ ಕೆಡಿಸಿಕೊಳ್ಳುತ್ತಿದ್ದುದ್ದು, ಕಣ್ಣೀರು ಹಾಕುತ್ತಿದ್ದುದ್ದುಂಟು. ಈಚೆಗೆ ಅಂಥದೇನು ಇರಲಿಲ್ಲ. ಕೆಲವೊಮ್ಮೆ ರೊಮ್ಯಾಂಟಿಕ್ಕಾಗಿ 'ಹಾಯ್...' ಎಂದರು. ವರ್ಷಗಳು ಹಿಂದೆ ಫೋಟೋ ಎತ್ತಿ ಎಸೆದಿದ್ದುಂಟು. ಈಗ ಅವಳ ಚಿಂತನೆ ಬದಲಾಗಿತ್ತು.

"ಕ್ಷಮ್ಸು, ಬಿಂದು... ವಿವಾಹಕ್ಕೆ ಮುನ್ನವೇ ತಿಳಿಹೇಳಿದ್ದೆ. ನೀನು

ನಿರಾಕರಿಸಿರಬಹುದೆಂದು ತಿಳಿದಿದ್ದೆ. ಆದರೆ ಮಾಂಗಲ್ಯ ಕಟ್ಟಿಕೊಂಡೇ, ಆದರೆ ನಿನ್ನ ಸಂಗಾತಿಯಾಗಲಾರೆ. ಈ ತರಹದ ಬದ್ಧಿಕೆನಿಂದ ನಂಗೆ ಬಿಡುಗಡೆ ಬೇಕು. ನಂಗೆ... ಸಾಂಸಾರಿಕ ಜೀವನ ಬೇಡ" ಎರಡು ಕೈಗಳನ್ನು ಅಂದು ಜೋಡಿಸಿ ನುಡಿದು ಹೊರಟವನು ಮತ್ತೆಂದೂ ಕಾಣಲಿಲ್ಲ. ಒಂದು ವರ್ಷದ ನಂತರ ಒಂದು ಪತ್ರ ಬಂದಿತ್ತು. "ಮತ್ತೆ ಕ್ಷಮ್ಸಿ ಅಂತ ಕೇಳ್ತಾ ಇದ್ದೀನಿ. ನಾನು ಪತ್ನಿಯಾಗಿ ನಿನ್ನನ್ನು ಸ್ವೀಕರಿಸಲೇ ಇಲ್ಲ. ಅದರಿಂದ ಆ ವಿವಾಹಕ್ಕೆ ಅರ್ಥವಿಲ್ಲ. ವಿವಾಹವಾಗಿ ನಿನ್ನ ಮುಂದಿನ ಬದ್ಕನ್ನು ಸುಂದರಗೊಳಿಸ್ಕೋ ನನ್ನ ಶುಭಾಶೀರ್ವಾದ. ಶುಭ ಹಾರೈಕೆಗಳು ಸದಾ ನಿನ್ನ ಪಾಲಿಗೆ ಇರುತ್ತೆ. ನಿಂಗೆ ಒಳ್ಳೆಯದಾಗಲೆಂದು ನಾನು ದೇವರಲ್ಲಿ ಪ್ರಾರ್ಥಿಸುತ್ತೇನೆ." ಆ ಪತ್ರನ ಚೂರು ಮಾಡಿ ಆ ಸಮಯದಲ್ಲಿ ಎಸೆದಿದ್ದು ಉಂಟು. ನಂತರ ಕವರ್‌ಗೆ ಬೀರುವಿನಲ್ಲಿ ಎಸೆದರು ತಾನು ಪ್ಲಾಟ್ ಕೊಂಡು ಒಂಟಿಯಾಗಿ ವಾಸಿಸಲು ಶುರು ಮಾಡಿದಾಗ ಆ ಚೀಟಿಗಳನ್ನು ಅಂಟಿಸಿ ಮತ್ತೆ... ಮತ್ತೆ ಓದಿ ಕಣ್ಣೀರು ಸುರಿಸಿದರು. ಜೋಪಾನ ಮಾಡಲು ಮರೆಯಲಿಲ್ಲ. ಇಂದಿಗೂ ಅಮೂಲ್ಯವೆನಿಸಿದಂತೆ ಕಾಯ್ದಿರಿಸಿದ್ದಳು.

ಅಂದು ಜೋಪಾನ ಮಾಡಿದ್ದ ಆ ಪತ್ರವನ್ನು ತೆಗೆದು ಮತ್ತೆ ಮತ್ತೆ ಓದಿ ಕಣ್ಣೊತ್ತಿಕೊಂಡು ಆ ಲೆಟರ್‌ನ ಫ್ರೇಮ್‌ಗೆ ಹಾಕಿ ವಿವೇಕ್ ಫೋಟೋ ಫ್ರೇಂ ಪಕ್ಕದಲ್ಲಿಟ್ಟಳು.

ಎಷ್ಟೋ ಸಂಸಾರಗಳಿಗಿಂತ ನನ್ನ ದಾಂಪತ್ಯ ಜೀವನ ಚೆನ್ನಾಗಿದೆ. ನಾನು ವಿವೇಕ್‌ನ ಪ್ರೀತಿಸೋದು ಮಾತ್ರವಲ್ಲ ಆರಾಧಿಸುತ್ತೇನೆ. ಅದಕ್ಕೆ ಮೀರಿ ಗೌರವಿಸುತ್ತೇನೆ. ಇಂಥ ಭಾವ ನೆಮ್ಮದಿ ನೀಡುತ್ತಿತ್ತು.

ಎಷ್ಟೋ ಹೊತ್ತು ಬಿಂದು ಮೌನವಾಗಿ ಕೂತಳು.

* * *

ಅಂದು ಶಾಮಣ್ಣನವರು ಬಂದಾಗ ಬರೀ ಸುವರ್ಣಮ್ಮ ಮಾತ್ರ ಕಾಂಪೌಂಡ್ ಒಳಗಿನ ಕೈ ತೋಟವನ್ನು ಚೊಕ್ಕಟ ಮಾಡುತ್ತಿದ್ದವಳು ಸಂಭ್ರಮದಿಂದಲೇ ಬಂದಳು. ಅರುಣ ತಂದೆಯ ಬಗ್ಗೆ ಗೌರವವೇ.

"ಬನ್ನಿ... ಬನ್ನಿ... ನೀವುಗಳು ಬಂದು ತುಂಬ ದಿನವಾಯ್ತು" ಎಂದು "ಕೊಡಿ..." ಎಂದು ತಂದಿದ್ದ ಭಾರವಾದ ಬ್ಯಾಗನ್ನು ಇಸುಕೊಂಡು ಒಳಗೆ ಒಯ್ದಳು. ಸಂಭ್ರಮದ ಹೆಣ್ಣು ಮಗಳು.

ಬಂದ ಶಾಮಣ್ಣನವರು ಉಸ್ ಎಂದು ಕೂತರು. ಈ ಸಮಯದಲ್ಲಿ ಅರುಣ ಬಿಟ್ಟು ಮನೆಯಲ್ಲಿ ಯಾರು ಇರೋಲ್ಲವೆಂದು ಗೊತ್ತಿತ್ತು. "ಮಗಳೇ, ಅರುಣ" ಎಂದು ಕೂಗಿದರು.

ವಾಟರ್ ಜಗ್, ಗ್ಲಾಸ್ ಹಿಡಿದು ಬಂದ ಸುವರ್ಣಮ್ಮ "ಹಲ್ಲು ನೋವೂಂತ... ಯಜಮಾನ್ರು ಹಲ್ಲು ಡಾಕ್ಟ್ರು ಹತ್ರ ಕರ್ಕೊಂಡ್ ಹೋಗಿದ್ದಾರೆ" ಎಂದಳು. ಅರುಣಾಗೆ ಹಲ್ಲುಗಳ ಪ್ರಾಬ್ಲಮ್ ಇರಲಿಲ್ಲ. ಅದನ್ನು ಸುವರ್ಣಮ್ಮನ ಮುಂದೆ ಅಂದೇ ಬಿಟ್ಟರು.

"ಇವ್ಳಿಗೆ ಹಲ್ಲು ನೋವು ಎಂದಿನಿಂದ? ಅದು ಮಾರಣಾಂತಿಕ ನೋವು. ಎಷ್ಟು ದಿನದಿಂದ? ನಂಗೆ ರಾತ್ರಿ ಫೋನ್ ಮಾಡಿದಾಗ್ಲೂ ಏನು ಹೇಳಲೇ ಇಲ್ಲ."

"ನಂಗೂ ಗೊತ್ತಿಲ್ಲ, ಹೊರಟಾಗ್ಲೇ ಗೊತ್ತಾಗಿದ್ದು. ಆಫೀಸ್‌ಗೆ ಹೋಗಿದ್ದ ಯಜಮಾನ್ರು ಮತ್ತೆ ಬಂದು ಕರ್ಕೊಂಡ್ಹೋದ್ರು" ಅಷ್ಟು ಹೇಳಿದವಳು ತಿಂಡಿ ಊಟ ಎಲ್ಲಾ ಡೈನಿಂಗ್ ಟೇಬಲ್ಲು ಮೇಲೆ ಹಾಟ್ ಬಾಕ್ಸ್‌ಗೆ ಹಾಕಿಟ್ಟು ಹೋಗಿದ್ದಾರೆ. ವಿನಯದಿಂದ ನುಡಿದು ಬೇರೇನೋ ಕೆಲಸವನ್ನು ಹುಡುಕಿಕೊಂಡು ಹೋದಳು. 'ಹಲ್ಲುನೋವು' ಅಂದಾಗ ಕಣ್ಣಗಳಿಸಿದಳಷ್ಟೆ.

ಈಚೆಗೆ ಊಟ ತಿಂಡಿಯ ತಾಪತ್ರಯವಿರಲಿಲ್ಲ. ಕೃತಿಕಾ ಹೋಗೋಕೆ ಮುನ್ನ ಅವಳಿಗೆ ತಿಂಡಿ ಕೊಟ್ಟು ಮಧ್ಯಾಹ್ನ ಮೂರಕ್ಕೆ ಮುನ್ನ ಅವಳಿಗೆ ಊಟ ಕೊಡೂಂತ ಹೇಳಿಹೋಗುತ್ತಿದ್ದಳು. ಆಮೇಲೆ ಬಂದಕೂಡಲೆ ಮೊದಲು ಅವಳ ಊಟ ತಿಂಡಿಯ ಬಗ್ಗೆ ವಿಚಾರಿಸುತ್ತಿದ್ದುದ್ದು. ಅದರಿಂದ ಸುವರ್ಣಮ್ಮನಿಗೆ ನಿಶ್ಚಿಂತೆ.

ಭಾರೀ ಚುರುಕಿನ ಮನುಷ್ಯ ಶಾಮಣ್ಣ ಬರೋವರೆಗೂ ಕಾಯೋಂಥವನಲ್ಲ. ಮೊದಲು ಅರುಣನಿಂದ ಶುರು ಮಾಡಿ ಕೃತಿಕಾವರೆಗೂ ಕಾಲ್ ಮಾಡಿದರು. 'ನಾಟ್ ರೀಚಬಲ್... ಜೊತೆಗೆ ಎಂಗೇಜ್ ಸೌಂಡ್, ಬೇಸರದಿಂದ ಕೂತರು. ಆ ವೇಳೆಗೆ ಕೃತಿಕಾದಿಂದ ಕಾಲ್.

"ಹಲೋ..." ಅಂದಾಗ "ನಾನು ತಾಯಿ ಶಾಮಣ್ಣ. ಅದೇ ಅರುಣ ಅಪ್ಪ, ನಿಮ್ಮ... ಬೀಗ" ಎಲ್ಲಾ ಒಂದೇ ಏಟಿಗೆ ಒದರಿದರು. ಅದು ಅವರ ಸ್ವಭಾವ "ತುಂಬಾ, ಸಂತೋಷ. ಇದೊಂದು ದಿನ ಉಳಕೊಳ್ಳಿ. ಸಂಜೆ ನಾನು ಭಾಸ್ಕರ, ಶಶಿ ಎಲ್ಲಾ ಬರ್ತೀವಿ. ರಾತ್ರಿಯ ಊಟವನ್ನಾದ್ರೂ ಒಟ್ಟಿಗೆ ಮಾಡೋಣ" ಎಂದರು ಆತ್ಮೀಯವಾಗಿ.

"ಅದೇ, ಅರುಣಾಗೆ ಹಲ್ಲು ನೋವೂಂತ ಭಾಸ್ಕರ್ ಕ್ಲಿನಿಕ್‌ಗೆ ಕರ್ಕೊಂಡ್ಹೋಗಿದ್ದಾರಂತೆ. ಫೋನ್ ಮಾಡ್ದೇ. ಸ್ವಿಚ್ ಆಫ್ ಆಗಿತ್ತು. ಅದ್ಕೇ ನಿಮ್ಗೇ ಕಾಲ್ ಮಾಡ್ದೇ" ಎಂದರು. ಕೃತಿಕಾ ಬಾಯಿಂದ ಮಾತುಗಳು ಹೊರಡಲಿಲ್ಲ. ಹಲ್ಲು ನೋವಿನ ಸುದ್ದಿ ಹೊಸತು. ಅರುಣ ಆರಾಮಾಗಿ ಇದ್ದಳು, ಇವಳು ಹೊರಡುವಾಗ, ಶಶಿ ಜೊತೆ ಕೂತು ನಾಲ್ಕು ಚಪಾತಿ, ಅವರೆಕಾಳು ಉಸುಳಿ ತಿಂದಿದ್ದ ಅವಳಿಗೆ ಹಲ್ಲು ನೋವು ಬಂದಿದ್ದಾದರೂ ಯಾವಾಗ? ಮೊಬೈಲ್ ಹಿಡಿದ ಅವಳ ಅಂಗೈ ಬೆವರಿತು. ಸ್ವಲ್ಪ ಚೇತರಿಸಿಕೊಂಡು "ಅವ್ಳು ಸಂಕೋಚದ ಹುಡ್ಗೀ, ಹೇಳಿಲ್ಲ. ಹೇಗೂ ಡಾಕ್ಟ್ರು ಹತ್ರ ಕರ್ಕೊಂಡ್ ಹೋಗಿದ್ದಾರಲ್ಲ ಗೊತ್ತಾಗುತ್ತೆ. ನಾನ್ಬಂದ್... ಮಾತಾಡ್ತೀನಿ" ಕಾಲ್ ಕಟ್ ಮಾಡಿದರು. ಕೂತಿದ್ದು ಬೆಂಕಿಯ ಪರ್ವತದ ಮೇಲೆ.

ಆದರೆ ಶಾಮಣ್ಣ ಸುಮ್ಮನಾಗಲಿಲ್ಲ. ಒಂದತ್ತು ಸಲವಾದರೂ ಕಾಲ್ ಮಾಡಿದರು. ನಂತರವೇ ಸಿಕ್ಕಿದ್ದು "ಅದೇನು ಹಲ್ಲು ನೋವು? ರಾತ್ರಿ ಫೋನ್ ಮಾಡ್ದಾಗ ಒಂದ್ಮಾತು ಹೇಳ್ಲಿಲ್ಲ. ನಿನ್ನ ಹಲ್ಲುನೋವಿನ ವಿಚಾರ ಯಾರ್ಗೂ ಗೊತ್ತಿದ್ದಂಗಿಲ್ಲ" ಬಡಬಡಿಸಿದ ಏಟಿಗೆ ಅರುಣ ಪೂರ್ತಿ ಬೆವೆತಳು. ಸರಾಗವಾಗಿ ಸುಳ್ಳು ಹೇಳುವುದು ಕೂಡ ಬರೋಲ್ಲ.

"ಅಲ್ಲ." ಏನೋ ಹೇಳಲು ಹೊರಟಾಗ "ಏನು ಅಲ್ಲ ಬೆಲ್ಲ, ನೀನೇನು ಮಗುನಾ? ನಾನು ರಾತ್ರಿ ಬರ್ತೀನೀಂತ ಹೇಳಿದ್ದೆ ಅಲ್ವಾ" ತರಾಟೆಗೆ ತಗೊಂಡಾಗ ಅವಳ ಕಣ್ಣಲ್ಲಿ ಕಂಬನಿ ಚಿಮ್ಮಿತು. ಪಕ್ಕದಲ್ಲಿ ನಿಂತಿದ್ದ ಭಾಸ್ಕರ್ ವಿಕೋಪಕ್ಕೆ ಹೋಗುತ್ತೇಂತ ಅರಿತವನು ಮೊಬೈಲ್ ಕಿತ್ತುಕೊಂಡು "ಹಲೋ, ಶಾಮಣ್ಣನೋರೇ, ಅರುಣ ಹಲ್ಲು ನೋವುಂತ ಅಳ್ತಾ ಇದ್ದಾಳೆ. ಈ ರೀತಿ ದಬಾಯಿಸೋದಾ? ಇಡಿ!..." ಎಂದವನೇ ಅವಳತ್ತ ನೋಡಿ "ಅದೇನು ನಿಮ್ಮಪ್ಪ ಅಂದರೇ ಭೂತಾನಾ, ದೆವ್ವಾನಾ?" ಮೊಬೈಲ್ ಅವಳ ಕೈಗೆ ಕೊಟ್ಟು "ನೀನು ಶಾಪಿಂಗ್ ಮಾಡಿರೋ ವಸ್ತುಗಳ್ನ ಒಯ್ಯೋದು ಬೇಡ. ಸಮಯ ನೋಡಿ ನಾನು ಕೊಡ್ತೀನಿ" ಕಾರಿನ ಮುಂದಿನ ಡೋರ್ ತೆಗೆದು ಅವಳನ್ನು ಹತ್ತಿಸಿ ಭಾಸ್ಕರ್ ಸ್ಟೀರಿಂಗ್ ವ್ಹೀಲ್ ಮುಂದೆ ಕೂತರು. ಹಾಯಾಗಿ ಅವಳನ್ನು ಎದುರಿಗೆ ಕೂಡಿಸಿಕೊಂಡು ಅಗತ್ಯಕ್ಕಿಂತ ಹೆಚ್ಚಿಗೆ ಪರೋಟ, ಗ್ರೀನ್‌ಪೀಸ್ ತಿಂದಿದ್ದು. ಹೆಚ್ಚುಕಡಿಮೆ ಅದೆಲ್ಲ ಎದೆಯಲ್ಲಿ ಸಿಕ್ಕಿಹಾಕಿಕೊಂಡಂತಾಯಿತು. ಬಲವಂತದಿಂದ ಉಸಿರು ದಬ್ಬಿ ಕಾರು ಸ್ಟಾರ್ಟ್ ಮಾಡಿದ್ದು. ಹಾಯಾಗಿದ್ದ ಮನ ಗೊಂದಲದ ಗೂಡಾಯಿತು.

'ನಿಸ್ಸೊಲುಮೆ' ಬಾಲ್ಕನಿಯಲ್ಲಿ ಕಾರು ನಿಲ್ಲಿಸಿ ತಾನು ಮೊದಲು ಇಳಿದರು. ಅರುಣ ಏನಾದರೂ ಬಡಬಡಿಸಿ... ಹಾಗೆಂದುಕೊಂಡ ಕೂಡಲೇ ತಲೆ ಬಿಸಿಯಾಯಿತು. ಎಚ್ಚರಿಸುವುದು ಅಗತ್ಯವೆನಿಸಿತು.

"ಅರುಣ, ಧೈರ್ಯವಾಗಿರು. ಇಷ್ಟೊಂದು ಪುಕ್ಕಲಾದರೇ ಹೇಗೆ? ಮೊದ್ಲು ಒಂದಿಷ್ಟು ಸುಳ್ಳು ಹೇಳಿ ನಿನ್ನ ನೀನು ಸಮರ್ಥಿಸಿಕೊಳ್ಳೋದು ಕಲ್ತುಕೋ" ಎಂದರು ತುಸು ಜೋರಾಗಿ. ಅವಳು 'ಹ್ಞೂ' ಅನ್ನಲು ಇಲ್ಲಿ 'ಊಹ್ಞೂ' ಅನ್ನಲು ಇಲ್ಲ. ಇಳಿದಾಗ ಕೈಹಿಡಿದು "ಹಲ್ಲು ನೋವು ಡಾಕ್ಟ್ರು ಬಳಿ ಹೋಗಿದ್ವಿ, ಅವ್ರು ಸಿಗಲಿಲ್ಲ. ಮೆಡಿಕಲ್ ಸ್ಟೋರ್‌ನಲ್ಲಿ ಪೇನ್ ಕಿಲ್ಲರ್ ತಂದ್ವೀಂತ ಹೇಳು" ಎಚ್ಚರಿಸಿದನಂತರ, ತಲೆದೂಗಿ ಹೊರಟಳು.

ಶಾಮಣ್ಣ ಹಾಲ್‌ನಲ್ಲೇ ಕೂತಿದ್ದರು. ಸಾಕಷ್ಟು ಆಸ್ತಿಪಾಸ್ತಿ ಇದ್ದರೂ ಆಗಾಗ ಮಳೆ ಬಾರದೆ, ನೀರಿಲ್ಲದೇ ಫಸಲು ಕೈಕೊಟ್ಟು ಮಾಡಿದ ಕೆಲಸಕ್ಕೆ ಬಡ್ಡಿ ಕಟ್ಟಲು ಹೆಣಗಾಡುತ್ತಿದ್ದರು ಆ ಟೆನ್ಷನ್‌ನಲ್ಲಿ ತಾಳ್ಮೆ ಕಳೆದುಕೊಂಡು ಬಿಡುತ್ತಿದ್ದರು. ಮಗಳು ಅಂದರೆ ಅಕ್ಕರೆಯ ಜೊತೆ ಒಂದಿಷ್ಟು ಭಯ ಕೂಡ.

"ನಮಸ್ಕಾರ ಯಾವಾಗ್ಬಂದ್ರಿ?" ಭಾಸ್ಕರ್ ಅವರ ಎದುರಿನಲ್ಲೇ ಕೂತರು. "ನಾನು ಬರೋ ವಿಚಾರ ಅರುಣಾಗೆ ಹೇಳಿದ್ದೆ. ಒಂದಿಷ್ಟು ಬ್ಯಾಂಕ್ ಕೆಲ್ಸ ಇತ್ತು. ಹುಟ್ಟಿದಾಗಿನಿಂದ ಇವ್ಳಿಗೆ ಹಲ್ಲಿನ ಸಮಸ್ಯೆನೇ ಇರ್ಲಿಲ್ಲ. ಇದು ಹೊಸ್ದಾಗಿ ಎಲ್ಲಿ ಶುರುವಾಯ್ತು? ಅಯ್ಯೋ, ಇವಳೇನು ಎಳೆ ಮಗುನಾ? ಚಾಕಲೇಟು ತಿನ್ನೋಕೆ ಶುರು ಮಾಡಿದ್ದಾಳೆ" ಮಗಳನ್ನು ಮಮತೆ ಬೆರೆತ ನೋಟದಲ್ಲಿ ದುರುದುರು ನೋಡಿದರು. ನಾಲ್ಕು ಬಾರಿಸುವಷ್ಟು ಕೋಪ ಕೂಡ.

ಅದಕ್ಕೆ ಬದಲು ಹೇಳಿದ್ದು ಭಾಸ್ಕರ್.

"ಅದೇನು ಚಾಕಲೇಟು ತಿನ್ನೋದು ಸರ್ವೇಸಾಮಾನ್ಯ. ರಾತ್ರಿಯಿಂದ ಹಲ್ಲು

ನೋವು ಇತ್ತಂತೆ ಯಾರ್ಗೂ ಹೇಳಿಲ್ಲ. ಆಮೇಲೆ ಸಪ್ಪಗಿದ್ದಳಲ್ಲ ಅಂತ ಕೇಳ್ದೇ. ಆಮೇಲೆ... ಹೇಳಿದ್ಲು. ಅದಕ್ಕೆ ಕರ್ಕೊಂಡ್ ಹೋಗಿದ್ದೆ, ನಮ್ಮ ಫ್ಯಾಮಿಲಿ ಡಾಕ್ಟ್ರ ಹತ್ರ. ಅವ್ರು ಇರ್ಲಿಲ್ಲ. ನಿಮ್ಮ ಕಾಲ್ ಬಂತಲ್ಲ. ಅದಕ್ಕೆ ಹಿಂದಕ್ಕೆ ಬಂದ್ವಿ. ಈಗ ಮಾತ್ರೆ ತಗೋಳೋಕೆ ಹೇಳಿದ್ದೀನಿ. ಹಾಗೆ ಇದ್ದರೇ ನಾಳೆ ಕರ್ಕೊಂಡ್ ಹೋಗೋಕೆ ಶಶಿಗೆ ಹೇಳ್ತೀನಿ. ಅವನೆಷ್ಟು ಜಾಬ್‌ಗೆ ಅಂಟಿಕೊಂಡಿದ್ದಾನೆಂದರೇ, ಬೆಳಿಗ್ಗೆ ಹೊರಟರೇ... ಬರೋದು ಸಂಜೆನೇ" ಎಂದು ಹೇಳಿಹೊರಟರು. ಅವಳು ಪಿಳಿಪಿಳಿ ಕಣ್ಣುಗಳನ್ನು ಬಿಟ್ಟಳು. ನಿಜವಾಗಿಯೂ ಅವಳಿಗೆ ಹಲ್ಲು ನೋವು ಇರಲಿಲ್ಲ.

ಭಾಸ್ಕರ್‌ನ ಕಾರಿನವರೆಗೂ ಹೋಗಿ ಬೀಳ್ಕೊಟ್ಟು ಬಂದನಂತರ ಶಾಮಣ್ಣನವರು ಕೂತು "ತುಂಬ ಹಲ್ಲು ನೋವಿದ್ಯಾ" ಅದೆಂಥ ಕೆಟ್ಟ ನೋವು. ನಿಮ್ಮಮ್ಮನಿಗೆ ಮೂರೋ ನಾಲ್ಕೋ ಹುಳುಕು ಹಲ್ಲು ಇತ್ತು. ಮನೆ ವೈದ್ಯದಲ್ಲೇ ವಾಸಿ ಮಾಡಿಕೊಳ್ಳೋಳು. ಒಮ್ಮೆ ಕರ್ಕೊಂಡ್ಹೋಗಿ ಹಲ್ಲುಗಳ್ನ ಕಿತ್ತಿಸ್ಕೊಂಡ್ ಬಂದೇ. ಆಮೇಲೆ ನೀನು ಹುಟ್ಟಿದ್ದು ನೆನಪಿಸಿಕೊಂಡರು. ಆ ವ್ಯಾಖ್ಯಾನ ಅವಳಿಗೆ ಬೇಕಿರಲಿಲ್ಲ.

ಆ ವೇಳೆಗೆ ಕೃತಿಕಾದಿಂದ ಶಾಮಣ್ಣನವರಿಗೆ ಫೋನ್ ಬಂತು.

"ಬಂದ್ಲಾ, ಹೇಗಿದ್ದಾಳೆ ಈಗ?" ಕೇಳಿದಾಗ "ಬಂದಿದ್ದಾಳೇ ನೀವೇ ವಿಚಾರ್ಸಿ. ಹೆತ್ತಮ್ಮ ಇಲ್ಲದಿದ್ದರೇನು ನೀವು ಇದ್ದೀರಲ್ಲ. ನಿಮ್ಗೇ ಹೇಳೋಕೆ ಏನು ಸಂಕೋಚ?" ಎಂದು ಮೊಬೈಲ್‌ನ ಮಗಳ ಕೈಗೆ ಕೊಟ್ಟರು. "ಅರುಣ, ತುಂಬಾ ಹಲ್ಲು ನೋವಿದ್ಯಾ? ಬೆಳಿಗ್ಗೆ ಚಪಾತಿ ತಿಂದೇ. ಆ ವಿಚಾರ ಬಿಡು. ಈಗ... ಹೇಗಿದ್ದೀ?" ವಿಚಾರಿಸಿದಳು ಕೃತಿಕಾ.

"ಈಗೇನಿಲ್ಲ" ಚುಟುಕಾಗಿ ಹೇಳಿದಳು.

ಕೃತಿಕಾ ದೀರ್ಘವಾಗಿ ಉಸಿರೆಳೆದು ದಬ್ಬಿ "ಓಕೇ, ನಿಮ್ಮಪ್ಪನ ಊಟ, ತಿಂಡಿ ಬಗ್ಗೆ ಗಮನಿಸು. ಮತ್ತೆ ಮಾತ್ರೆ ತಗೊಂಡ್ ಮಲ್ಗು." ಇಷ್ಟು ಹೇಳಿ ಕಾಲ್ ಕಟ್ ಮಾಡಿದ್ದಳು. ಈ ಪ್ರಸಂಗ ಪ್ರಶ್ನೆಯಾಗಿ ಉಳಿಯಿತು.

ಬೆಳಿಗ್ಗೆ ತಿಂಡಿ, ಅಡಿಗೆ ಒಟ್ಟಿಗೆ ಆಗೋದ್ರಿಂದ, ಆ ಬಗ್ಗೆ ಯೋಚಿಸಬೇಕಿರಲಿಲ್ಲ. ಜ್ಯೂಸ್ ತಂದು ಕೊಟ್ಟಳು. ಶಾಮಣ್ಣನವರು ಮತ್ತಷ್ಟು ಹಲ್ಲುನೋವಿನ ಬಗ್ಗೆ ಮಾಹಿತಿ ಸಂಗ್ರಹಿಸಲು ಶುರು ಮಾಡಿದರು.

"ಹಲ್ಲು ಹುಳುಕು ಆಗಿದ್ಯಾ? ಇಲ್ಲ ಉಷ್ಣಕ್ಕೆ ವಸಡು ಊದಿಕೊಂಡಿದ್ಯಾ? ಹೋದ ಸಲ ಊರಿಗೆ ಬಂದಿದ್ದಾಗ ದೊಡ್ಡ ದೊಡ್ಡ ಸೈಜಿನ ಚಾಕಲೇಟು ತಂದಿದ್ದೆ. ಅದನ್ನೆಲ್ಲ ತಿನ್ನೋ ಅಭ್ಯಾಸ ಯಾವಾಗ್ನಿಂದ? ಅದೆಲ್ಲ ಒಳ್ಳೆಯದಲ್ಲ." ಆ ವಿಷಯದ ಮೇಲೆ ಪುರಾಣ ಶುರು ಮಾಡಿದಾಗ ಅವಳಿಗೆ ಹೆದರಿಕೆ ಆಯಿತು: "ಅಪ್ಪ, ಹಲ್ಲು ನೋವಾದರೆ ತಡೆದುಕೋಳೋಕೆ ಆಗೋಲ್ವಾ?" ಹೆದರಿ ಕೇಳಿದಾಗ ಶಾಮಣ್ಣನಿಗೆ ಅನುಮಾನ. ಮುಖವನ್ನು ದಿಟ್ಟಿಸಿ ನೋಡಿದರು. ಕೆನ್ನೆ ಊದಿದ ಸುಳಿವಿಲ್ಲ. ಕಣ್ಣಲ್ಲಿ ನೋವಿನಾಂಶವಿಲ್ಲ. "ನಿಜ

ಹೇಳು. ಹಲ್ಲುನೋವು ಅನ್ನೋದು ಕಳ್ಳಾಟನಾ? ಹಾಗೇನಾದ್ರೂ ಸುಳ್ಳು ಹೇಳಿದರೇ, ನಿಜ್ವಾಗಿಯೂ ವಕ್ಕರಿಸ್ಕೊಂಡ್ ಬಿಡುತ್ತೆ" ಅಂದೇ ಬಿಟ್ಟರು. ಸರಳ ಜೀವಿ. ಮುಕ್ತ ಮನಸ್ಸಿನ ವ್ಯಕ್ತಿ ಶಾಮಣ್ಣ ಮನಸ್ಸಿಗೆ ಬಂದಿದ್ದನ್ನು ಆಡಿ ಬಿಡೋರೆ. ಈಗಲೂ ಅಷ್ಟೆ.

"ಅಯ್ಯೋ, ಖಂಡಿತ ನಂಗೇ ಇಲ್ಲ" ಅಂದೇಬಿಟ್ಟಳು. ಶಾಮಣ್ಣನವರು ಸ್ತಬ್ಧರಾದರು. ಹಿಂದೆ ಸ್ಕೂಲಿಗೆ ಹೋಗೋ ಸಮಯದಲ್ಲಿ ಕೈ ನೋವು, ಕಾಲುನೋವು, ಹೊಟ್ಟೆನೋವು ಎಂದು ಹೇಳಿ ಶಾಲೆಗೆ ಹೋಗೋದನ್ನ ತಪ್ಪಿಸಿಕೊಳ್ಳುವುದನ್ನು ಕಂಡಿದ್ದರು. ಇಲ್ಲೂ ಅದೇ ಚಾಳಿ! ಇಷ್ಟವಾಗಲಿಲ್ಲ.

ಹತ್ತಿರಕ್ಕೆ ಬಂದು ತಲೆಯ ಮೇಲೊಂದು ಮೊಟಕಿ. "ಇಲ್ಲಿ ಹೇಳೋ ಅಗತ್ಯವೇನು? ಮಾಡೋಕೆ ಬಂಡಿ ಕೆಲ್ಸವಿದ್ಯಾ? ಕೃತಿಕಾ ಒಳ್ಳೆ ಹೆಣ್ಣು ಮಗ್ಳು. ಹೇಳಿದರೇ ಅರ್ಥ ಮಾಡ್ಕೋತಾಳೆ. ಇದ್ನೆ ಮುಂದುವರಿಸಬೇಡ. ಭಾಸ್ಕರ್ ಒಳ್ಳೆಯವನಾಗೋ ಹೊತ್ಗೇ ಡಾಕ್ಟ್ರು... ಹತ್ರ ಕರ್ಕೊಂಡ್ ಹೋದ. ಪುಣ್ಯಕ್ಕೆ ಡಾಕ್ಟ್ರು ಇರ್ಲಿಲ್ಲ. ಬಚಾವಾದೆ. ಇಂಥ ಪುನರಾವರ್ತನೆಗಳು ಬೇಡ. ದೊಡ್ಡದಾಗಿ ನಿಂಗೆ ಅಂಥ ಕೆಲ್ಸವೇನಿದೇ? ಸೋಮಾರಿತನ ಒಳ್ಳೆಯದಲ್ಲ. ಈ ಸೋಮಾರಿತನದಿಂದ ಕಾಲೇಜು ಮೆಟ್ಟಿಲು ಹತ್ತೋಕೆ ಆಗ್ಲಿಲ್ಲ. ಹೇಗೋ, ಹೇಳಿದ್ದೀ. ಅದು ಸುಳ್ಳು ಅಂತ ಗೊತ್ತಾಗೋದು ಬೇಡ. ಮುಂದೆ ಯಾರು ನಿನ್ನ ನಂಬೋಲ್ಲ. ಒಂದೆರಡು ದಿನ ಮಾತ್ರೆ ತಗೊಳ್ಳೊ ನಾಟ್ಕವಾಡು. ಮುಂದೆ ಇಂಥ ಸುಳ್ಳುಗಳು ಬೇಡ" ಎಚ್ಚರಿಸಿದರು. ಇದು ಅವಳದಲ್ಲ. ಭಾಸ್ಕರ ಹೊರಗೆ ಕರೆದೊಯ್ಯಲು ಇದೊಂದು ನೆವವನ್ನೊಡಿದ್ದರು. ಬಹುಶಃ ಅವಳಿಗೆ ಅರ್ಥವಾಗುತ್ತೋ ಇಲ್ಲವೋ? ಹೇಳಿದಕ್ಕೆ ಹೂಗುಟ್ಟೋಳು ಅಷ್ಟೆ.

ಇಂದು ಬರೋವಾಗ ಕಾರು ಕೆಟ್ಟಿದ್ದರಿಂದ ಮೆಕ್ಯಾನಿಕ್‌ನ ಕರೆಸಿಕೊಂಡು, ಕೀ ಕೊಟ್ಟು ಆಟೋದಲ್ಲಿ ಮನೆಗೆ ಬಂದಾಗ ಎಂಟರ ಸುಮಾರು. ಕೆಲವೊಮ್ಮೆ ಲೇಟಾಗುತ್ತಿದ್ದರಿಂದ ಗಾಬರಿಯಂಥದೇನು ಇರಲಿಲ್ಲ.

ಶಾಮಣ್ಣನವರು ಬಾಲ್ಕನಿಯಲ್ಲಿನ ಛೇರ್ ಮೇಲೆ ಕೂತಿದ್ದರು. ಕೃತಿಕಾನ ನೋಡಿ ಮೇಲೆದ್ದರು.

"ಅಯ್ಯೋ, ಕೂತ್ಕೊಳ್ಳಿ... ನೀವು ಹಿರಿಯರು" ಎಂದು ಅಲ್ಲೇ ಇದ್ದ ಛೇರ್ ಮೇಲೆ ಕೂರುವ ವೇಳೆಗೆ ಸುವರ್ಣಮ್ಮ ನೀರಿನ ಹೂಜಿ ಹಿಡಿದು ಬಂದು ಟೀಪಾಯಿ ಮೇಲಿಟ್ಟು ಹೋದಳು. ಅತ್ಯಂತ ಶ್ರದ್ಧೆಯಿಂದ ಮಾಡುತ್ತಿದ್ದಳು ಯಾವುದೇ ಕೆಲಸವನ್ನಾದರು. "ಈಗ ಸುವರ್ಣಮ್ಮ ಇಲ್ಲೇ ಇರೋದ್ರಿಂದ... ಅರುಣಾಗೆ ಕೆಲ್ಸ ಕಡ್ಮೆ. ಜೊತೆಗೆ ಒಂದಿಷ್ಟು ಅಡ್ವೈಸ್ ಸಿಗುತ್ತೆ" ಕೃತಿಕಾ ಹೇಳಿದರು. ಹ್ಞೂಗುಟ್ಟಿದರು. ಒಂದು ಅನುಮಾನ ವ್ಯಕ್ತಪಡಿಸಿದರು. "ಅವ್ಳಿಗೆ ಹೆಚ್ಚು ಊಟ, ತಿಂಡಿ ಬೇಕು. ಅದೇ ತುಂಬ ಖರ್ಚು ಬರುತ್ತೆ" ಸಂಕೋಚ ಅವರ ದನಿಯಲ್ಲಿ ಕಾಣುತ್ತಿತ್ತು. ಮೊದಲು ಅಚ್ಚರಿ, ನಂತರ ಗಾಬರಿ... ಆಮೇಲೆ ಕೃತಿಕಾ ನಕ್ಕುಬಿಟ್ಟರು "ಯಾರು... ಹೇಳಿದ್ದು?" ಕೇಳಿದಾಗ ಶಾಮಣ್ಣ ಅಪರಾಧ ಭಾವದಿಂದ "ಇಲ್ಲ, ತಾಯಿ... ತಪ್ಪು ತಿಳ್ಕೋಬೇಡಿ. ನಾನೆಂದು ತಿನ್ನೋ ಅನ್ನದ ಬಗ್ಗೆ ಯೋಚ್ನೆ

ಇಲ್ಲ. ಹೇಳಿ, ಕೇಳಿ... ಗದ್ದೆ, ತೋಟಗಳ ಮಧ್ಯೆ ಬದ್ಕನ್ನು ಸಾಗಿಸುತ್ತಿರೋ... ನಾನು ಇದರ ಪ್ರಸ್ತಾಪ ಮಾಡಲೇಬಾರ್ದಿತ್ತು. ಕ್ಷಮ್ಸಿ... ಬಿಡಿ" ಎಂದರು. ನೊಂದವರಂತೆ ಯಾರಿಂದ ಇಂಥ ಕಂಪ್ಲೆಂಟ್?

"ಹೋಗ್ಲಿ ಬಿಡಿ, ಕಷ್ಟದಲ್ಲೇ ಬಂದ ಹೆಂಗ್ಸು, ಒಂದುಕ್ಷಣ ಕೂಡದೇ ನನ್ಮನೆ ಅನ್ನೋ ರೀತಿಯಲ್ಲಿ ದುಡೀತಾಳೆ. ಅವಳಾಗಿ ಬಾಯ್ಬಿಟ್ಟು ಸಂಬಳ ಕೇಳೋಲ್ಲ. ನಾನಾಗಿ ಅವ್ಳ ಅಕೌಂಟ್‌ಗೆ ಹಣ ಹಾಕ್ತೀನಿ. ಒಂದು ರೀತಿಯಲ್ಲಿ ಹೇಳ್ಬೇಕೂಂದ್ರೆ ನನ್ನ ಅರುಣಗಿಂತ ಕಮ್ಮೀ ತಿಂತಾಳೆ. ಒಂಟಿ ಹೆಂಗ್ಸು, ಅವ್ಳ ಗಂಡ ದುಬೈಗೆ ಹೋಗಿದ್ದಾನೆ. ಅಕ್ಕ, ಅಮ್ಮ, ಅತ್ತೆ ನಾದಿನಿ ಈ ರೀತಿ ಇದ್ದಿದ್ದರೇ ಊಟ, ತಿಂಡಿ ಬಗ್ಗೆ ಯೋಚಿಸ್ತಾ ಇದ್ವಾ? ಇದ್ನ ಅರುಣ ಹೇಳಿದ್ಲಾ?" ಕೇಳಿಯೇಬಿಟ್ಟಳು ಕೃತಿಕಾ. ಶಾಮಣ್ಣನಿಗೆ ಎಲ್ಲಾದರು ಬಚ್ಚಿಟ್ಟುಕೊಂಡು ಬಿಡಬೇಕೆನ್ನುವಷ್ಟು ಸಂಕೋಚ" ಅವ್ಳಿಗೇನು ಗೊತ್ತಾಗುತ್ತೆ ಅಂದ್ಲು. ಅದ್ನ ನಿಮ್ಮುಂದೆ ಪ್ರಸ್ತಾಪಿಸಬಾರದಾಗಿತ್ತು. ಸರ್ಯಾಗಿ ಓದ್ಲಿಲ್ಲ. ತಿದ್ದಿ ಬುದ್ಧಿ ಹೇಳೋಕೆ ಅಮ್ಮ ಇರ್ಲಿಲ್ಲ. ನಿಶ್ಚಿಂತೆಯಿಂದ ನಿಮ್ಮ ಮಡಿಲಲ್ಲಿ ಹಾಕ್ಬಿಟ್ರೆ" ಎಂದಾಗ ಉದ್ವೇಗಗೊಂಡರು. ಪಶ್ಚಾತ್ತಾಪವಿತ್ತು ದನಿಯಲ್ಲಿ.

"ಅಯ್ಯೋ ಬಿಡಿ, ನಂಗೆ ಅವ್ಳು ಮಗ್ಳೇ. ತಿದ್ದೊಂಥದ್ದು ಏನಿಲ್ಲ. ಸ್ವಲ್ಪ ಇನ್ನೋಸೆಂಟ್. ಅದ್ರಿಂದ ಅಪಾಯವಾಗದಂತೆ ಜೋಪಾನ ವಹಿಸಬೇಕು" ಎಂದರು ಅರ್ಥಪೂರ್ಣವಾಗಿ. ಆಗ ಅವರ ಕಣ್ಮುಂದೆ ಬಂದು ನಿಂತಿದ್ದು ಶಶಾಂಕ್. 'ಅಕ್ಕ... ಅಕ್ಕ...' ಎನ್ನುತ್ತ ಹಿಂದೆಮುಂದೆ ಸುತ್ತುತ್ತಿದ್ದ ಬಾಲಕ ಇಂದು ಯುವಕನಾದರೂ ಅದೇ ಚಾಳಿ. "ನಮ್ಮ ಶಶಾಂಕ್ ತುಂಬ ಬುದ್ಧಿವಂತ, ಸಂಭಾಳಿಸ್ಕೊಂಡ್ ಹೋಗ್ತಾನೆ. ಇನ್ನ ನಿಮ್ಮ ವಿಷ್ಯ ಹೇಳಿ" ಎಂದು ಆ ಪ್ರಸಕ್ತಿಯನ್ನು ಅಲ್ಲಿಗೇಬಿಟ್ಟರು ಕೃತಿಕಾ.

ಎದ್ದು ರೂಮಿಗೆ ಹೋಗಿ ಬಟ್ಟೆ ಬದಲಾಯಿಸಿ ಫ್ರೆಶ್‌ಅಪ್ ಆಗಿ ಕಿಚನ್‌ಗೆ ಬಂದಾಗ ಪಲ್ಯಕ್ಕೆ ಒಗ್ಗರಣೆ ಹಾಕಿ ಕೆಳಗಿಳಿಸಿದ ಅರುಣ "ಅಕ್ಕ, ನೀವು ಬಂದಿದ್ದೇ ಗೊತ್ತಾಗ್ಲಿಲ್ಲ. ಏನು ಕೊಡ್ಲಿ ಕುಡಿಯೋಕೆ?" ಕೇಳಿದಳು. ನೀರು ಕುಡಿದಿಟ್ಟ ಕೃತಿಕಾ "ಏನು ಬೇಡ. ನಿನ್ನಪ್ಪ ಬಂದಿದ್ದಾರೆ, ಮಧ್ಯಾಹ್ನದ ಊಟಕ್ಕೆ ಏನ್ಮಾಡಿದ್ದೆ?" ಕೇಳಿದರು. ಪಾತ್ರೆಗಳನ್ನು ಸರಿಸುತ್ತ "ಒಂದು ಹುಳಿ, ಅನ್ನ ಸಾಕೂಂದ್ರು, ಹಪ್ಪಳ, ಸಂಡಿಗೆ ಕರೆದಿದ್ದೆ. ಈಗ ಗೋರಿಕಾಯಿ ಪಲ್ಯ ಮಾಡ್ದೇ. ಸೌತೆಕಾಯಿ ಇದೆ, ಕೋಸಂಬರಿ ಮಾಡ್ಲಾ" ಕೇಳಿದಳು. ಅವಳ ದನಿಯಲ್ಲಿ ಸಣ್ಣಗೆ ಕಂಪನವಿದ್ದಿದ್ದು ಅರಿವಾಯಿತು.

"ಹೇಗಿದೆ, ಹಲ್ಲುನೋವು?" ಕೇಳಿದರು.

"ಸ್ವಲ್ಪ ಇದೆ. ಮಾತ್ರೆ ತೆಗೊಂಡಿದ್ದರಿಂದ ಕಮ್ಮೀ ಆಗಿದೆ. ಡಾಕ್ಟ್ರು... ಇರ್ಲಿಲ್ಲ. ಅಪ್ಪ ಫೋನ್ ಮಾಡಿದ್ರು, ಬಂದ್ಬಿಟ್ಟೆ" ಎಂದಳು ಮೆಲ್ಲಗೆ. ಆ ವೇಳೆಗೆ ಮೊಬೈಲ್ ಸದ್ದು ಮಾಡಿತು. "ಹಲೋ, ಶಶಿ..." ಶಶಾಂಕ್‌ನಿಂದ ಕಾಲ್ "ಬರ್‍ತಾ ಇದ್ದೀನಿ, ಅಕ್ಕ, ಏನಾದ್ರೂ... ತರ್ಬೇಕಾ? ಅದೇ ಅರುಣ ಅಪ್ಪ ಶಾಮಣ್ಣ ಬಂದಿದ್ದಾನಂತಲ್ಲ..." ಜೋರಾಗಿ ನಕ್ಕ. "ಯೂ ನಾಟಿ, ಶುದ್ಧ ತರಲೆ ಕಣೋ!. ನೀನು ಹುಡ್ಗನಾಗಿದ್ದಾಗ ತೀರಾ ಡೀಸೆಂಟ್.

ಕಾಲೇಜು ಮೆಟ್ಟಿಲು ಹತ್ತೀದ್ಮೇಲೆ ತರಲೆ ಆಗಿದ್ದು. ಏನು ಬೇಡ, ನೇರವಾಗಿ ಮನೆಗ್ಬಾ. ಅರುಣಾಗೆ... ಕೊಡ್ಲಾ?" ಕೇಳಿದರು. "ಅಯ್ಯೋ ಬೇಡ... ಬಂದ್ಮೇಲೆ ಸಾಕಷ್ಟು ಮಾತು ಇದ್ದೇ ಇರುತ್ತೆ. ಕಟ್... ಮಾಡ್ಲಾ ಕಾಲ್? ಬಂದಿದ್ದಾರ, ಭಾವ? ಈಚೆಗೆ ಸಿಡುಕೋದು ಜಾಸ್ತಿ ಮಾಡಿಕೊಂಡಿದ್ದಾರೆ" ಹೇಳಿದ ಮೇಲೆ ಕಾಲ್‌ಕಟ್ ಆಗಿದ್ದು. ಅದು ಖಂಡಿತ ನಿಜವೇ! 'ಒಂದಿಷ್ಟು ಬಿ.ಪಿ. ಚೆಕ್ ಮಾಡ್ಸಬೇಕು' ಅವನೇ ಸಲಹೆ ಕೊಟ್ಟಿದ್ದ.

ಭಾಸ್ಕರ್ ಬಂದಿದ್ದು ಹತ್ತರ ಸುಮಾರಿಗೆ. ಎಲ್ಲರೂ ಒಟ್ಟಿಗೆ ಊಟಕ್ಕೆ ಕೂತರು. ಅದಕ್ಕೆ ಮುನ್ನ ಅರುಣ ಹಲ್ಲು ಬಗ್ಗೆ ತಿಳಿಸಿ ನಾಳಿನ ಅಪಾಯಿಂಟ್ ಬಗ್ಗೆ ವಿಚಾರಿಸಲು ಡೆಂಟಲ್ ಡಾಕ್ಟರ್‌ಗೆ ಫೋನ್ ಮಾಡಿದಾಗ ಅವರು ನಿಜಸ್ಥಿತಿ ಬಾಯಿಬಿಟ್ಟರು.

"ನಾಳೆಯೊಂದು ದಿನ ರಜ ಬೇಕು, ಮೇಡಮ್. ಇವತ್ತಂತು ತುಂಬ ಪೇಷಂಟ್‌ಗಳಿಗೆ ಅಪಾಯಿಂಟ್‌ಮೆಂಟ್ ಕೊಟ್ಟು ಬಿಟ್ಟಿದ್ದೆ. ಅವಧಿಗಿಂತ ಜಾಸ್ತಿ ಸಮಯ ಕೆಲ್ಸ ಮಾಡಬೇಕಾಯ್ತು" ಎಂದೇ ಮಾತು ಶುರುಮಾಡಿದ್ದು. ಅಂದರೆ ಭಾಸ್ಕರ್, ಅರುಣ... ಚಿಂತನೆ ಬೇಡವೆನಿಸಿದ್ದರಿಂದ ಲವಲವಿಕೆ ತುಂಬಿಕೊಳ್ಳಲು ಸಾಧ್ಯವಾಗಲಿಲ್ಲ ಕೃತಿಕಾಗೆ.

ಆದರೆ ಊಟದ ಮಧ್ಯೆ ಹೆಚ್ಚು ಮಾತಾಡಿದ್ದು ಭಾಸ್ಕರ್. ಶಾಮಣ್ಣನವರಿಗೆ ಒಂದು ಸಲಹೆ ಕೊಟ್ಟ. "ಸುಮ್ನೆ ಯಾಕೆ ರಿಸ್ಕ ತಗೋತೀರಾ! ಆರಾಮಾಗಿ ಜಮೀನು ಮಾರಿ ಬ್ಯಾಂಕ್‌ಗಳಲ್ಲಿನ ಸಾಲ ತೀರಿಸಿ ಒಂದು ಪ್ಲಾಟ್ ತಗೊಂಡ್ ಜುಮ್ ಅಂತ ಇದ್ಬಿಡಿ" ಆ ಮನುಷ್ಯ ಮಾತೇ ಆಡಲಿಲ್ಲ. ಮುಖದ ಗೆಲುವು ಅಳಿಸಿಹೋಯಿತು.

ಹೊರಗೆ ಬಂದು ಬಾಲ್ಕನಿಯಲ್ಲಿ ಕೂತನಂತರ ಶಾಮಣ್ಣನವರು ತಮ್ಮ ನಿರ್ಧಾರ ತಿಳಿಸಿದರು. "ಅಂಥ ಪ್ರಸಂಗ ನಾನು ಬದುಕಿರೋವರ್ಗೂ ಬರೋಲ್ಲ. ಅದೆಲ್ಲ ಆಸ್ತಿ ಅನ್ನೋ ಲೆಕ್ಕಾಚಾರವಲ್ಲ ನಂದು. ಅದು ನನ್ನ ಪ್ರಾಣ, ಜೀವ. ನನ್ನ ತಾಯಿ. ಅವಳ್ನ ಬಿಟ್ಟು ಬದ್ಕೋ ಚೈತನ್ಯ ನಂಗಿಲ್ಲ. ನಮ್ಮ ಹಿಂದಿನ ಕೆಲವು ರಾಜಮಹಾರಾಜರು ಬೇರೆಯವ್ರು ಒಡ್ಡಿದ ಪ್ರಲೋಭನೆಗೆ ವಶವಾಗ್ದೇ, ನಮ್ಗೇ ಆದರ್ಶವಾಗಿ ಉಳಿದ್ರು, ಹುತಾತ್ಮರಾದ್ರು. ಅವ್ರ ಇತಿಹಾಸದಲ್ಲಿ ಉಳಿದ ಜನ, ನಂತರದ್ದು ನಂಗೆ ಗೊತ್ತಿಲ್ಲ. ಕಷ್ಟಪಟ್ಟು ಬ್ಯಾಂಕ್‌ನ ಸಾಲ ಕಟ್ತೀನಿ. ಸ್ವಲ್ಪ... ಸ್ವಲ್ಪ ತೀರಿದಂತೆ ನನ್ನ ಉತ್ಸಾಹ ಹೆಚ್ಚಾಗುತ್ತೆ. ಅದಕ್ಕಾಗಿಯಾದ್ರೂ ಇನ್ನಷ್ಟು ದಿನ ಬದ್ಕಬೇಕೆಂಬ ಛಲ ಮೂಡುತ್ತೆ. ಮನುಷ್ಯ ಜನ್ಮ ಬರೋದು ಅಪರೂಪ ಅಂತಾರೆ. ಲೌಕಿಕಕ್ಕಿಂತ ಅಂತರಾತ್ಮದ ತೃಪ್ತಿ ಶಾಶ್ವತ" ಹೇಳುತ್ತಾ ಹೊರಟಂಗೆ ಭಾಸ್ಕರ್ ಎದ್ದು ರೂಮಿಗೆ ಹೋದರು. ಅಲ್ಲೇ ಇದ್ದ ಶಶಾಂಕ್ ಹಿಂಬಾಲಿಸಿ ಹಾಸ್ಯ ಮಾಡಿದ "ಯಾಕೆ ಭಾವ ಎದ್ಹೋದ್ರಿ? ಅಲ್ಪಸ್ವಲ್ಪ ವೇದಾಂತ ತಿಳ್ದ ಮನುಷ್ಯ. ಆದ್ರೂ... ವಿವೇಕಿ!" ಎಂದು ನಗುತ್ತ ರೂಮಿಗೆ ಹೋದವನು ಬಟ್ಟೆ ಮಡಚುತ್ತಿದ್ದ ಅರುಣಳ ಭುಜದ ಮೇಲೆ ಗದ್ದವನ್ನೂರಿ "ಎಲ್ಲಿವರ್ಗೂ ಬಂತು ನಿನ್ನ ಹಲ್ಲುನೋವು? ಅದ್ಯಾಕೆ ಚಾಕಲೇಟುಗಳ, ಗುಡ್ಡೆ ಹಾಕ್ಕೊಂಡಿದ್ದೀಯೆ? ಇಲ್ಲೇ ಹತ್ತಿರದಲ್ಲಿ ಒಂದು ಅನಾಥಾಶ್ರಮ ಇದೆ. ಜಾಸ್ತಿ ಕೊಡ್ಬೇಡ, ಒಂದೊಂದು ಕೊಟ್ಬಿಡು" ಕೆನ್ನೆ ಸವರಿ ಸಲಹೆ ಇತ್ತ. ಅವಳು ಬೆಚ್ಚಿಬಿದ್ದಳು. ಇಷ್ಟವಾದುದ್ದನ್ನು ಬಚ್ಚಿಡೋದರಲ್ಲಿ, ಎತ್ತಿಡೋದರಲ್ಲಿ

ಅವಳಿಗೆ ಅತಿಯಾದ ಆಸಕ್ತಿ.

"ಆಯ್ತು... ಆಯ್ತು... ಇನ್ಮೇಲೆ ಕೊಂಡು ಕೊಳ್ಳೋಲ್ಲ" ಅಂಥದೊಂದು ಭರವಸೆಯ ಮಾತಾಡಿದಾಗ ಮುದ್ದಾಡಿದ. ಅವನದು ಕಲ್ಮಶರಹಿತ ಮನಸ್ಸು "ಅರುಣ ಸಂಡೇ ಪೂರ್ತಿ ನಿಂದೇ. ಅಡ್ಡಾಡೋಕೆ ಪ್ಲಾನ್ ಮಾಡ್ಕೋ. ಮಾಲ್‌ಗಳ ಸುದ್ದಿ ಎತ್ತಬೇಡ. ಬೇಕು, ಬೇಡಂದರ ಮೇಲೆಲ್ಲ ನಿನ್ನ ಕಣ್ಣು. ಅನಗತ್ಯ ಖರ್ಚು ಬೇಡ. ಇನ್ನು ಮದ್ವೆಯಾಗಿ ವರ್ಷ ತುಂಬಿಲ್ಲ, ಆಗ್ಲೇ ಸಾಕಷ್ಟು ಖರ್ಚು ಮಾಡಿದ್ದೀನಿ. ಸಂಬಳದಲ್ಲಿ ಕಾರಿನ ಲೋನ್ ಕಟ್ ಆಗುತ್ತೆ. ಇನ್ನ ನನ್ನ ಓಡಾಟದ ಖರ್ಚು, ಮನೆಗೆ ಡೈರೆಕ್ಟಾಗಿ ಏನು ಖರ್ಚು ಮಾಡದಿದ್ರೂ... ಅದೂ, ಇದೂಂತ ಅಷ್ಟಿಷ್ಟು ಖರ್ಚಾಗುತ್ತೆ. ಈಗ ಮತ್ತೆ ಲೋನ್ ತೆಗೊಂಡಿದ್ದೀನಿ. ಅದು ಕಟ್ ಆಗುತ್ತೆ. ಇನ್ನಷ್ಟು ಉದಾರವಾಗುವತ್ತ ಕಣ್ಣೋ ಹಾಯಿಸ್ಬೇಕು" ಎಂದ. ಅವಳ ಪ್ರತಿಕ್ರಿಯೆ ಸೊನ್ನೆ. ಇಂಥ ವಿಚಾರಗಳಲ್ಲಿ ಆಸಕ್ತಿ ಇಲ್ಲವೋ, ಇಲ್ಲ ಬುದ್ಧಿ ಆ ಕಡೆ ಹೋಗದೋ ಗೊತ್ತಿಲ್ಲ.

ಆ ವೇಳೆಗೆ ಶಾಮಣ್ಣನ ದನಿ ಕೇಳಿ ಹೊರಗೆ ಹೋದಳು. ಹಣೆಗಟ್ಟಿಸಿಕೊಂಡ. ಆದರೆ ಅರುಣ ಎಂದರೆ ಅವನಿಗೆ ಪ್ರೀತಿಯೆ.

ಒಂದಿಷ್ಟು ಓಡಾಡಿಯೇ ಭಾಸ್ಕರ್ ರೂಮಿಗೆ ಬಂದಿದ್ದು. ಏನಾದರೂ ಮಾತಾಡಲೇ ಬೇಕಿತ್ತು. "ಇದೇನು, ಶಾಮಣ್ಣ ದಿಢೀರ್ ಪ್ರತ್ಯಕ್ಷ" ಕೇಳಿದರು. ಓದುತ್ತಿದ್ದ ಪುಸ್ತಕ ತೆಗೆದಿಟ್ಟು "ಅಯ್ಯೋ, ಅವ್ರು ಬರೋಕೆ ಕಾರಣ ಬೇಕಾ? ಮಗಳ್ನ ನೋಡ್ಬೇಕೂಂತ ಅನ್ನಿಸಿದಾಗಲೆಲ್ಲ ಬರ್ತಾರೆ. ಇಲ್ಲ ಮಗಳಿಗೆ ಹಲ್ಲುನೋವುಂತ ಕನಸು ಬಿದ್ದಿರಬೇಕು. ಅದಕ್ಕೆ ಅವ್ರ ಆಗಮನವಿರಬೇಕು." ಉದ್ವೇಗಕ್ಕೆ ಒಳಗಾಗದೆ ಸಮಾಧಾನವಾಗಿಯೆ ಉತ್ತರಿಸಿದಳು. ಕೋಪ ಒತ್ತರಿಸಿಕೊಂಡು ಬರುತ್ತಿತ್ತು. ಮುಖದ ಮುಂದೆ ಪ್ರಶ್ನಿಸಿ ಬಿಡಬೇಕೆನ್ನುವ ಭಯಂಕರ ಸಿಟ್ಟು, ಆದರೆ ತಾನು ಯೋಚಿಸುತ್ತಿರುವ ದಿಕ್ಕು ತಪ್ಪಾ ಎನ್ನುವ ಅನುಮಾನ ಕೂಡ ಕಾಡುತ್ತಿತ್ತು. 'ಬಿಕಾಮ್'... ಮನ ಎಚ್ಚರಿಸುತ್ತಿತ್ತು.

"ಅದೇ ಕೃತಿ... ಶಶಿ ಪೇರೆಂಟ್ಸ್ ವಿಷ್ಯ ಏನ್ಮಾಡ್ದೇ" ಕೇಳಿದರು ಭಾಸ್ಕರ್ "ಮತ್ತೇನಿದೆ, ಒಪ್ಪಿಕೊಂಡಷ್ಟು ಹಣ ಕೊಡ್ಬೇಕು. ಅವ್ರು ತುಂಬ ಸಮಸ್ಯೆಯಲ್ಲಿ ಇದ್ದಂಗೆ ಕಾಣ್ತಾರೆ. ಆ ಹುಡ್ಗೀ, ಅದೇ ಮದ್ವೆ ಆಗೋ ಹುಡ್ಗೀ ಶಶಿ ಅಕ್ಕ. ಒಂದು ಸಂಬಂಧ ಕೂಡಿ ಬಂದಿದೆ. ಅದಕ್ಕೆ ಅಣ್ಣನಾಗಿ ಅವ್ನ ಸಹಾಯ ಅಗತ್ಯವಾಗುತ್ತೆ" ಎಂದ ಕೂಡಲೇ ಭಾಸ್ಕರ್ ಉರಿದು ಬಿದ್ದ. "ನಮ್ಗೇ ಬುದ್ಧಿ ಕಡ್ಮೇ. ಕರ್ಕಂಡ್ ಬಂದು ಇಟ್ಕೊಂಡ್ ಬೆಳೆಸಿದ್ದು, ಓದಿಸಿದ್ದು, ಮದ್ವೆ ಮಾಡಿದ್ದು ಜೊತೆಗೆ..." ಎಂದವನನ್ನು ಕೈಯೆತ್ತಿ ತಡೆದಳು.

"ಪ್ಲೀಸ್, ಅರ್ಥ ಮಾಡ್ಕೊಳ್ಳಿ... ಭಾಸ್ಕರ್. ಅದೆಲ್ಲ ಹೆತ್ತವರ ಸ್ಥಾನದಲ್ಲಿ ನಿಂತು ಮಾಡಿದ್ದು. ಯೋಗಾ... ಯೋಗಾ... ಅವ್ನು ನಮ್ಮ ಮನೆಗೆ ಬಂದ. ಮಗನಾಗಿ ನಿಂತು ಮಕ್ಕಳಿಲ್ಲ ಅನ್ನೋ ಕೊರತೆ ತುಂಬಿದ. ಅದಕ್ಕೆ ನಾವೇನು ಮಾಡಿದರು, ಕಡಿಮೇನೇ. ನೀವು ತಲೆ ಕೆಡಿಸ್ಕೋಬೇಡಿ. ನಾನು ವ್ಯವಸ್ಥೆ ಮಾಡ್ತೀನಿ" ಮಲಗಲು ಹವಣಿಸುತ್ತಿದ್ದವಳು ಎದ್ದು ಹೋಗಿ ನೀರು ಕುಡಿದು ಛೇರ್ ಮೇಲೆ ಕೂತಳು.

"ನಿಂಗ್ಯಾಕೆ ಈ ವಿಷ್ಯದಲ್ಲಿ ಇಷ್ಟೊಂದು ಹಟ? ನಾನು ಅವ್ರು ಈ ಕಡೆ ಸುಳಿಯದಂತೆ ಬಂದೋಬಸ್ತು ಮಾಡ್ತೀನಿ. ನೀನು ತೆಪ್ಪಗೆ ಇದ್ಬಿಡು" ಎಚ್ಚರಿಸಿದರು. ಇದು ಕೃತಿಕಾಗೆ ಒಪ್ಪಿಗೆಯಾಗದ ವಿಚಾರ. ಮಾನವೀಯತೆಗೆ ಪೆಟ್ಟು ಕೊಡುವಂಥ ವಿಚಾರ "ಪ್ಲೀಸ್, ಭಾಸ್ಕರ್... ನೀವು ಬರಬೇಕಿತ್ತು, ಬರಲಿಲ್ಲ. ಶಶಿ ತಂದೆ ಬಂದಿದ್ರು. ಆ ಬಗ್ಗೆ ಬಿಂದು ಕಾಗದಪತ್ರಗಳ್ನ ರೆಡಿ ಮಾಡ್ಸಿದ್ದಾಳೆ. ಅವ್ರುಗಳ ಸಹಿ ಕೂಡ ಪಡೆದು ಆಗಿದೆ. ಹಿಂದೆಗೆಯೋ ಪ್ರಶ್ನೆ ಇಲ್ಲ" ಸ್ಪಷ್ಟವಾಗಿ ಹೇಳಿ ರೂಮಿನಿಂದ ಹೊರಗೆ ಬಂದಳು.

ಏನಾಗಿದೆ ಭಾಸ್ಕರ್‌ಗೆ? ತನಗಿಂತ ಹೆಚ್ಚಿಗೆ ಹಚ್ಚಿಕೊಂಡಿದ್ದ. ಈಗ ಯಾಕೆ ರಿವರ್ಸ್ ಆಗಿದ್ದು? ಅದರ ಹಿಂದೇ ಏನಾದರೂ ಪ್ರಲೋಭನೆ ಇದೆಯಾ? ಕೃತಿಕಾಗೆ ತಲೆ ಕೆಟ್ಟಂತಾಯಿತು. ವಿಚಿತ್ರವೆನಿಸಿತು ಕೂಡ.

ಕೃತಿಕಾ ಹೆಚ್ಚುಕಡಿಮೆ ಇಡೀ ರಾತ್ರಿ ಯೋಚಿಸುತ್ತಲೇ ಕಳೆದಳು.

* * *

ಸಂಡೇ, ಹೆಚ್ಚುಕಡಿಮೆ ಎಲ್ಲಾ ಮನೆಯಲ್ಲೇ ಇದ್ದರು. ಆಗ ತಾನೇ ಬ್ರೇಕ್‌ಫಾಸ್ಟ್ ಮುಗಿಸಿ ಭಾಸ್ಕರ್ ಹೊರಗೆ ಎದ್ದು ಹೋದರು. ಶಶಾಂಕ್ ಒಂದು ಬ್ಯಾಗ್ ತುಂಬ ತುಂಬಿಕೊಂಡು ಬಂದದ್ದನ್ನು ಡೈನಿಂಗ್ ಟೇಬಲ್ ಮೇಲೆ ಸುರಿದ. ಹೆಚ್ಚಿನದು ಎಲ್ಲಾ ಬ್ರಾಂಡ್‌ಗಳ ಚಾಕಲೇಟ್ ಬಾರುಗಳು. ಸಣ್ಣಪುಟ್ಟ ಪರ್ಸ್‌ಗಳು. ಕರ್ಚೀಫ್‌ಗಳ ದೊಡ್ಡ ರಾಶಿ.

"ಅಕ್ಕ, ಸ್ವಲ್ಪ... ನೋಡ್ತಾ! ಇದ್ರಲ್ಲಿ ನಾನು ಕೊಡಿಸಿದ್ದು ಒಂದು ಇಲ್ಲ. ಇವ್ನು ಕೊಂಡದ್ದು ಹೇಗೆ? ಶಾಮಣ್ಣ ಕೊಡ್ತೋ ಪೈಕಿ ಅಲ್ಲ ಲಿಪ್‌ಸ್ಟಿಕ್, ಸೆಂಟ್ ದೊಡ್ಡ ನಮೂನೆಗಳೇ ಇದೆ. ನಮ್ಮಪ್ಪನ ಆಣೆ ನಾನು ಕೊಡಿಸಿದ್ದಲ್ಲ. ಇವೆಲ್ಲ ಇವ್ನಿಗೆ ಹೇಗೆ ಬಂತು?" ಹಟಕ್ಕೆ ಬಿದ್ದವನಂತೆ ಕೇಳಿದಾಗ ಕೃತಿಕಾಗೆ ಏನು ಹೇಳಬೇಕೋ ಗೊತ್ತಿಲ್ಲ. ಹೆಚ್ಚುಕಡಿಮೆ ಇದೆಲ್ಲ ಭಾಸ್ಕರ್ ಕೊಡಿಸಿರಬೇಕು. ಅದನ್ನು ಒಪ್ಪಿಕೊಂಡಾರ? ದಿಕ್ಕು ತೋಚದಂತಾಯಿತು. ಹಟದಿಂದ ಒಪ್ಪಿಸುವುದು ಬೇಡವಾಗಿತ್ತು.

"ಬಿಡೋ ಶಶಿ... ನಾನು ಕೆಲವನ್ನು ಕೊಡಿಸಿರಬಹುದು. ಇನ್ನ ಶಾಮಣ್ಣ... ಭಾಸ್ಕರ್... ನೀನು... ಈಗ ನೆನಪಾಯ್ತು. ಎದುರು ಫ್ಲಾಟ್‌ಗೆ ಒಂದು ಹೊಸ ಜೋಡಿ ಬಂದಿದೆ. ಆ ಇನ್ಸ್‌ಪಿರೇಶನ್... ಏನೋ?... ಬಿಡು" ಸಮಾಧಾನಿಸುವ ಪ್ರಯತ್ನ ಮಾತ್ರ. ಭಾಸ್ಕರ್ ಬಂದು ಇಣುಕಿದವನು ಹಾಗೇ ಹಿಂದಕ್ಕೆ ಹೋದ. ಒಂದು ರೀತಿಯ ನಿರ್ಮಲತ್ವ ಇದ್ದಿದ್ದರೇ 'ತಾನೇ ಕೊಡಿಸಿದ್ದು' ಎಂದು ಹೇಳಬಹುದಿತ್ತು. ಆಗ ವಿಷಯ ನಗುವಿನಲ್ಲಿ ಮುಕ್ತಾಯವಾಗುವ ಅವಕಾಶವಿತ್ತು. ಆದರೆ ಭಾಸ್ಕರ್ ಬರಲೇ ಇಲ್ಲ. ಇನ್ನಷ್ಟು ಘಾಷಿಗೊಂಡಳು ಕೃತಿಕಾ. "ಶಶಿ... ಏನಂದ್ರೂ ಶಾಮಣ್ಣ ಅಷ್ಟಿಷ್ಟು ಕೊಟ್ಟಿರುತ್ತಾರೆ. ಅದೇ ಆ ಫ್ಲಾಟ್ ಹುಡ್ಗೀ ಜೊತೆ ಹೋಗಿ ಪರ್ಚೇಸ್ ಮಾಡಿರುತ್ತಾಳೆ" ಅಂತು ಅವನನ್ನು ಸಂತೈಸಿ, ಸಮಾಧಾನಿಸುವ ವೇಳೆಗೆ ಸಾಕು ಸಾಕಾದಳು. ಈ ವಾರ ಅವರ ಮ್ಯಾರೇಜ್ ಅನಿವರ್ಸರಿ ಇದ್ದುದ್ದರಿಂದ ಮೇಲ್ಮುಖಕ್ಕೆ ತಣ್ಣಗಾದ "ಹೋಗಿ, ಅರುಗೆ ಏನಾದ್ರೂ

ಗಿಫ್ಟ್ ಕೊಡ್ಸಿಕೊಂಡ್ಬಾ" ಎಂದು ಕಳಿಸಿ ಸುಸ್ತಾಗಿ ಕೂತಳು.

ಆಮೇಲೆ ಸುವರ್ಣಮ್ಮನ್ನ ಕರೆದು "ಆ ಎದುರಿನ ಫ್ಲಾಟ್‌ಗೆ ಬಂದಿರೋ ಹುಡ್ಗೀ... ಹೇಗೆ?" ವಿಚಾರಿಸಿದಳು. ಅಲ್ಲೂ ಅನುಮಾನ ಪರಿಹಾರವಾಗಬೇಕಿತ್ತು. "ನನ್ನ ಕರೆಯೋಕೆ ಒಂದೆರಡು ಸಲ ಬಂದಿದ್ಲು. ಒಬ್ಬ ಸರ್ವೆಂಟ್ ಬೇಕೂಂದ್ಲು. ಹೆಚ್ಚು ಇಂಗ್ಲಿಷ್ ಗೊತ್ತಿರೋ ಹೆಣ್ಣುಮಗ್ಳು. ಕೆಲ್ಸದಲ್ಲಿ ಇದ್ದಾಳಂತೆ. ಒಂದೆರಡು ಸಲ ಹೋಗಿ ಅಷ್ಟಿಷ್ಟು ಕೆಲ್ಸ ಮಾಡಿಕೊಟ್ಟೆ ಯಜಮಾನ್ರೆ. ಹೋಗೂಂದ್ರು. ಅವ್ರು ಇಟ್ಕೊಂಡರೆ ಅಲ್ಲೇ ಇರೂಂದ್ರು. ನನ್ನ ಗಂಡನಿಗೆ ನಿಮ್ಮ ಮನೆಯಲ್ಲಿ ಇದ್ದೀನಿ ಅಂದಿರೋದ್ರಿಂದ ನೆಮ್ದೀಯಾಗಿ ಇದ್ದಾರೆ. ಅಯ್ಯೋ ಸಾಕ್ಬಿಡಿ ನೀವೇನಾದ್ರೂ ಹೋಗೂಂದರೇ, ಅಲ್ಲೇ ಹೋಗಿ ಇರ್ತೀನಿ" ಅಂದಳು ಅರೆ ಮನಸ್ಸಿನಿಂದ. ಭಾಸ್ಕರ್‌ಗೆ ತಾನು ಇರೋದು ಇಷ್ಟವಿಲ್ಲವೆನ್ನುವುದು ಅವಳ ಅರಿವಿಗೆ ಬಂದಿತ್ತು. ಅದನ್ನ ಸುವರ್ಣಮ್ಮನ ಮೇಲಿನ ಅಕ್ಕರೆಯಿಂದ ಮಾತ್ರವಲ್ಲ ಅರುಣಳ ಜೊತೆ ಇನ್ನೊಬ್ಬರು ಇಲ್ಲಿರುವ ಅಗತ್ಯವಿತ್ತು. "ನಿಂಗೇನಾದ್ರೂ... ತೊಂದರೇನಾ?" ಕೋಪದಿಂದಲೇ ಕೇಳಿದ್ದು.

"ಖಂಡಿತ ಇಲ್ಲ. ಇಷ್ಟು ಅಕ್ಕರೆಯಿಂದ ನೋಡೋ ಜನ ಎಲ್ಲಿ ಸಿಕ್ತಾರೆ? ಯಾವಾಗ್ಲಾದ್ರೂ ಬಿಡುವಿದ್ದಾಗ ಕರೆದರೇ ಹೋಗಿ ಕೆಲ್ಸ ಮಾಡಿ ಕೊಟ್ಟು ಬರ್ಲಾ?" ಕೇಳಿದಳು. ಅದು ಕೂಡ ಕೃತಿಕಾಗೆ ಇಷ್ಟವಿಲ್ಲ. "ಅರುಣ ಒಬ್ಳೇ ಇರೋಕೆ ಹೆದರುತ್ತಾಳೆ. ನಾನು ಇರೋವಾಗ ಹೋಗ್ಬಾ" ಅದಕ್ಕೆ ಒಂದು ಕಾರಣವಿತ್ತು. "ಹಲ್ಲುನೋವು" ಎಂದು ಒಂದು ಸುಳ್ಳು ಕಾರಣವನ್ನಿಟ್ಟುಕೊಂಡು ಅರುಣನ ಭಾಸ್ಕರ್ ಕರೆದೊಯ್ದಿದ್ದು ತೀರಾ ತಪ್ಪೆನಿಸದಿದ್ದರೂ, ಅದನ್ನ ಮುಚ್ಚಿಟ್ಟು ಸುಳ್ಳು ಹೇಳಿದ್ದು ಮಾತ್ರ ಅಪರಾಧವೇ. ಇದೆಲ್ಲದರ ಹಿಂದೆ ಏನಿದೆ? ತಲೆ ಬಿಸಿಯಾಯಿತಷ್ಟೆ. ಏನಾಗಿದೆ ಭಾಸ್ಕರ್‌ಗೆ?

ಆಮೇಲೆ ರೂಮಿಗೆ ಬಂದಾಗ ಭಾಸ್ಕರ ಲ್ಯಾಪ್‌ಟಾಪ್ ಮುಂದಿಟ್ಟುಕೊಂಡು ಕೆಲಸ ಮಾಡುತ್ತಿದ್ದ ಸೀರಿಯಸ್ಸಾಗಿ.

"ಭಾನುವಾರ ನಮ್ಮ ಶಶಾಂಕ್ ಮ್ಯಾರೇಜ್ ಆನಿವರ್ಸರಿ ಹೇಗೆ... ಆಚರಿಸೋದು? ಏನು ಮಾಡೋದು? ಏನಾದ್ರೂ... ಗಿಫ್ಟ್ ಕೊಡ್ಬೇಕಲ್ಲ" ಎಂದು ಪ್ರಾರಂಭಿಸುತ್ತ ಮಂಚದ ಮೇಲೆ ಕೂತಳು.

ಒಂದತ್ತು ನಿಮಿಷದನಂತರ ಲ್ಯಾಪ್‌ಟಾಪ್ ಅಫ್ ಮಾಡಿ "ನೆನಪಿದ್ಯಾ, ಒಂದೈದು ವರ್ಷ ನಮ್ಮ ಮ್ಯಾರೇಜ್ ಆನಿವರ್ಸರಿ ನೆನಪಿಸಿಕೊಳ್ಳೋಕು ಪುರುಸೊತ್ತು ಇರ್ಲಿಲ್ಲ. ಬರೀ ದೇವಸ್ಥಾನಕ್ಕೆ ಹೋಗಿ ಕೈಮುಗ್ದು ಬಂದಿದ್ದು ಮಾತ್ರ ನೆನಪಿದೆ. ಅಬ್ಬ, ಅದೆಂಥ ಕಷ್ಟದ ದಿನಗಳು" ಎಂದ ನೆನಪಿನ ಆಳಕ್ಕೆ ಇಳಿಯುತ್ತ. ಕೃತಿಕಾ ಹಿಂದಕ್ಕೆ ಹೋಗಿ ಭಾವುಕಳಾಗಿದ್ದು "ಆಗ ನಮ್ಮನ್ನು ಉಳಿಸಿದ್ದು, ಬೆಳೆಸಿದ್ದು ಪ್ರೀತಿ. ಅದಕ್ಕೆ ಎಂಥ ಪವರ್ ಇತ್ತು" ಮೈಮರೆತು ನುಡಿದಳು. "ಒಂದ್ಮಾತು ಭಾಸ್ಕರ್ ಆಗ ನಾವು ಎಂಥ ಸ್ಥಿತಿಯಲ್ಲಿ ಇದ್ವಿ. ಹುಟ್ಟಿದ್ದೇ ಒಬ್ಬರಿಗಾಗಿ ಒಬ್ಬರು ಅನ್ನೋಷ್ಟು ಭಾವುಕತೆ" ಮೈ ಮರೆತಳು. ಆ ಕ್ಷಣಗಳೇ ಅದ್ಭುತ. ಪ್ರೀತಿಯೆಂದರೆ ಹಿಂದೆಂದೂ ಕಾಣಲಾಗದ ಭಾವಯಾನ. ಸುಮಧುರ

ಕನಸುಗಳ ಸುಳಿದಾಟ. ಪ್ರಕೃತಿಯ ಚಮತ್ಕಾರ.

"ಅಷ್ಟೊಂದು ಹಚ್ಚಿಕೊಂಡಿದ್ದ ಮನೆಯವರನ್ನೆಲ್ಲ ಬಿಟ್ಟು ಪೂರ್ತಿ ನಿಮ್ಮ ಧ್ಯಾನವೇ. ಇದೆಲ್ಲ ಹೇಗಾಯ್ತು? ಅಲ್ಲಿ ಕರ್ತವ್ಯಗಳು, ಜವಾಬ್ದಾರಿಗಳು ಮತ್ತು ಬರೀ ನಿಮ್ಮ ಎದೆಯಾಸರೆಗೆ ಕಾಯುವ ಪ್ರೇಮದ ಪಕ್ಷಿಯಾಗಿದೆ" ಎಂದ ಕೃತಿಯನ್ನ ಬಿಗಿಯಾಗಿ ಅಪ್ಪಿಕೊಂಡ ಭಾಸ್ಕರ. ಅವನ ಮನೆಯವರದು ವಿಪರೀತ ವಿರೋಧವಿತ್ತು. "ಅವಳ್ನ ವಿವಾಹವಾದ್ರೆ.. ಈ ಮನೆಯ ಸಂಬಂಧ ಮುಗೀತು" ಹೆತ್ತವರ ಆರ್ಭಟಕ್ಕೆ ಅವನು ಬೆಚ್ಚಲಿಲ್ಲ, ಬೆದರಲಿಲ್ಲ, ತನ್ನ ನಿರ್ಧಾರ ಬದಲಿಸಲಿಲ್ಲ. "ಸಾಧ್ಯವೇ ಇಲ್ಲ, ಕೃತಿಕಾನ ಬಿಟ್ಟು ಬದ್ಕೋ ಶಕ್ತಿ ನಂಗಿಲ್ಲ" ಎಂದು ಮನೆಯಿಂದ ಹೊರಬಂದಿದ್ದ. ಅದೆಂಥ ಗಟ್ಟಿ ನಿರ್ಧಾರ.

ನೆನಪುಗಳು ಸಿಹಿಸಿಹಿಯೆನಿಸಿತು. ಜೊತೆಗೆ ಇಬ್ಬರಲ್ಲು ಒಂದು ಪ್ರಶ್ನೆ ಮೂಡಿತು. ಬಹುಶಃ ತಾವಿಬ್ಬರು ಬೇರೆಯಾಗಿದ್ದರೇ, ಸತ್ತು ಹೋಗುತ್ತಿದ್ದೇವಾ? ಉತ್ತರ ಸಿಗುತ್ತಿರಲಿಲ್ಲ.

* * *

ಸುವರ್ಣಮ್ಮನಿಗೆ ಹುಷಾರಿಲ್ಲವೆಂದು ಸ್ವತಃ ಕೃತಿಕಾನೇ ಕ್ಲಿನಿಕ್‌ಗೆ ಕರೆದೊಯ್ದು ಕರೆ ತಂದವಳು, ಮಾತ್ರೆ ಪ್ರಿಸ್ಕ್ರಿಪ್ಸನ್ ಚೀಟಿಯನ್ನು ಅರುಣ ಕೈಗೆ ಕೊಟ್ಟು "ಸಮಯಕ್ಕೆ ಸರ್‍ಯಾಗಿ ಮಾತ್ರೆ ಕೊಡು ಅವ್ರಿಗೆ ಹೆಚ್ಚು ಕೆಲ್ಸ ಹೇಳ್ಬೇಡ. ಕುಡಿಯೋಕೆ ಬಿಸಿನೀರು ಕೊಡು. ಊಟ, ತಿಂಡಿ ಬಿಸಿಬಿಸಿಯಾಗಿ ಇರ್ಲಿ. ನಾನು ಆಫೀಸ್‌ಗೆ ಹೋಗ್ತರ್ತೀನಿ" ಹೊರಟಳು. ಕಾರು ಸ್ಟಾರ್ಟ್ ಮಾಡಿದವಳು ಹಿಂದಕ್ಕೆ ಬಂದಳು. ಹಿಂದಿನ ದಿನ "ಅಕ್ಕ, ಇನ್ಮೇಲೆ ನೀನು ಎಲ್ಲಿ ಇರ್ತೀಯಾಂತ ನಂಗೆ ಇನ್‌ಫಾರ್ಮೇಷನ್ ಸಿಕ್ಕುತ್ತೆ. ನೇರವಾಗಿ ಅಲ್ಲಿಗೆ ಬಂದ್ಬಿಡ್ತೀನಿ ಲಂಚ್‌ಗೆ" ಅಣಕಿಸಿದ್ದ. ಮೊಬೈಲ್ ಸಿಗ್ನಲ್ ಮೂಲಕ ಕಂಡುಹಿಡಿಯಬಹುದಿತ್ತು. ಹಿಂದಕ್ಕೆ ಬಂದವಳು ಆ ಮೊಬೈಲ್ ಕಬೋರ್ಡ್‌ನಲ್ಲಿರಿಸಿ ನೇರವಾಗಿ ಬಂದಿದ್ದು ಬಿಂದು ಮನೆಗೆ. ಅವಳಿಗೆ ಹಾಲಿಡೇ ಇತ್ತು. "ಮೈ ಗಾಡ್, ಇದೇನೇ ಸರ್‌ಪ್ರೈಸ್. ಸೂರ್ಯ ಏನಾದ್ರೂ ದಿಕ್ಕು ಬದಲಾಯಿಸಿದಾನ?" ಕೇಳಿದಳು ಕೂದಲನ್ನು ಗಂಟಾಗುತ್ತ.

"ಎಂಥದ್ದು! ನನ್ನ ಮೊಬೈಲ್ ಎಲ್ಲೋ ಬಿಟ್ಟಿದ್ದೀನಿ. ನಿನ್ಹತ್ರ ಒಂದ್ನಾಲ್ಕು ಮೊಬೈಲ್‌ಗಳಾದ್ರೂ... ಇದೆ. ಒಂದನ್ನ... ಕೊಡು" ಬಿಂದುವಿನಿಂದ ಪಡೆದು ಮೂರು ನಾಲ್ಕು ಸಲ ಕಾಲ್ ಮಾಡಿದಳು. "ಪಿಕ್ ಮಾಡಿದರೇ, ಎಲ್ಲಿದೇಂತ ಗೊತ್ತಾಗುತ್ತೆ. ಸದ್ಯಕ್ಕೆ ಇದ್ನ ಇಟ್ಕೋ. ಈಗ ಎಮರ್ಜನ್ಸಿ ಅಂದರೆ ಯಾರಿಗಾದ್ರೂ ಕಾಲ್ ಮಾಡ್ಬಹ್ದು. ಈಗ ಮೊಬೈಲ್‌ಗಳ್ನ ಹುಡುಕೋದು ಕಷ್ಟವಲ್ಲ. ಸಿಮ್ ತೆಗ್ದು ಎಲ್ಲಾದ್ರೂ... ಎಸೆದು ಮೊಬೈಲ್ನ ಅವ್ರು ಇಟ್ಕೊಂಡರೇ.." ಆ ವೇಳೆಗೆ ಕುಕ್ಕರ್ ಸದ್ದು ಕೇಳಿ ಒಳಗೆಹೋದಳು ಬಿಂದು.

"ಏಯ್, ಬಿಂದು.. ಬರ್ತೀನಿ ಕಣೇ?" ಹೊರಟಳು. ಸದ್ಯಕ್ಕೆ, ಅನುಮಾನದ ಸ್ವಭಾವ ಅವಳಿಗೆ ಒಗ್ಗದು. ಆ ವೇಳೆಗೆ ಎದುರಾದದ್ದು ಶಶಾಂಕ್ ಕಾರು. ಪಕ್ಕಕ್ಕೆ ನಿಲ್ಲಿಸಿ ಕೈಯಾಡಿಸುತ್ತ ಬಂದವ "ಕಾರು ಪಕ್ಕಕ್ಕೆ ಪಾರ್ಕಿಂಗ್ ಸ್ಪಾಟ್‌ನಲ್ಲಿ ನಿಲ್ಲಿಸಿ ಬರ್ತೀನಿ

ಒಂದು ಇಂಪಾರ್ಟೆಂಟ್ ವಿಷ್ಯ ಮಾತಾಡೋದಿದೆ" ಅಂದಾಗ ಕೃತಿಕಾಗೆ ಗಾಬರಿ. ದೊಡ್ಡ ಪ್ಲಾಸ್ಟಿಕ್ ಬೋಲ್‌ಗೆ ಸುರಿದಿದ್ದ ಚಾಕಲೇಟ್, ಜೊತೆ ಇತರೇ ಸೌಂದರ್ಯ ಸಾಧನಗಳನ್ನು. ಅದು ಇನ್ನು ಅವರ ಬೆಡ್‌ರೂಂ ಮಂಚದ ಕೆಳಗೆ. ಕೃತಿಕಾ ಎದೆ ಢವಗುಟ್ಟಿತು. ಎಲ್ಲಾ ದೇವರುಗಳಿಗೂ ಕೈ ಮುಗಿದುಬಿಟ್ಟಳು. ಶಶಾಂಕ್‌ನಲ್ಲಿ ಯಾವ ರೀತಿಯ ಅನುಮಾನದ ಬೀಜ ಮೊಳಕೆಯೊಡೆದಿರಬಹುದು? ಸುಸ್ತಾದವಳಂತೆ ಪೂರ್ತಿ ಕಾರು ಸೀಟಿನ ಹಿಂಭಾಗಕ್ಕೆ ಒರಗಿದಳು. 'ಒಲವೆ ಜೀವನ ಸಾಕ್ಷಾತ್ಕಾರ' ಎಂದು ಹಾಡುತ್ತ ಒಲವಿನ ಬೆನ್ನತ್ತಿ ಭಾಸ್ಕರನನ್ನು ವಿವಾಹವಾಗಿದ್ದಳು. 'ಒಲವು ಅಂದರೇನು? ಆ ವೇಳೆಗೆ ಬಂದ ಶಶಾಂಕ್ "ಸಾರಿ... ಅಕ್ಕ, ನೀವು ಸ್ವಲ್ಪ ಜರುಗಿಕೊಳ್ಳಿ" ಎಂದು ಡ್ರೈವರ್ ಸೀಟು ಮುಂದೆ ತಾನು ಕೂತ. ಸೀದಾ ಬಿಂದು ಮನೆ ಕಾಂಪೌಂಡ್‌ನಲ್ಲಿ ಕಾರು ನಿಂತಿತು." "ಡೋಂಟ್ ವರೀ, ಸ್ವತಃ ಹೋಗಿ ನಿಮ್ಮ ಆಫೀಸ್ ಸಿಇಓನ ಭೇಟಿ ಮಾಡಿ ಲೀವ್‌ಲೆಟರ್ ಕೊಟ್ಟು ಬಂದಿದ್ದೀನಿ. ಇವತ್ತೆಲ್ಲ ಫ್ರೀ... ಬಿಂದು ಅಕ್ಕನಿಗೂ ಹೇಳಿದ್ದೀನಿ" ಖುಷಿ ಖುಷಿಯಿಂದ ನುಡಿದ. ಯಾಕೆಂತ ಮಾತ್ರ ಅರ್ಥವಾಗಲಿಲ್ಲ ಕೃತಿಕಾಗೆ.

ತಾನು ಮೊದಲು ಇಳಿದು "ಅವ್ರು ರೆಡಿ ಇದ್ದಾರೇನೋ ನೋಡ್ಕೊಂಡ್... ಬಂದ್ಬಿಡ್ತೀನಿ" ಕ್ರಾಪ್‌ನ ಹಿಂದಕ್ಕೆ ತಳ್ಳುತ್ತ ಹೋದ. ಎಷ್ಟು ಮೊದ್ದಾಗಿ ಕಾಣುತ್ತಿದ್ದವನು ಸೊಂಪಾಗಿ ಬೆಳೆದಿದ್ದ. ಅಲ್ಲಿ ಕಳೆದುಕೊಂಡಿದ್ದು ಧಾರಾಳವಾಗಿ ಇಲ್ಲಿ ಸಿಕ್ಕಿತ್ತು. ಮಮತೆಯ ಹೊನಲನ್ನೆ ಹರಿಸಿದ್ದರು ಅವನ ಪೋಷಣೆಯಲ್ಲಿ ಭಾಸ್ಕರ್ ಮತ್ತು ಕೃತಿಕಾ. ಆದರೆ ಇತ್ತೀಚೆಗೆ ಅವನ ಬಗ್ಗೆ ಭಾಸ್ಕರ್ ಬದಲಾಗಿದ್ದ! ಅವನಾಗಿ ಹೇಳಿದ ಹೊರತು ಊಹಿಸಲಾಗದು.

ರೆಡಿಯಾಗಿಯೆ ಇದ್ದ ಬಿಂದು "ಏಯ್..." ಎಂದು ಅಣಕಿಸುತ್ತ ಬಂದು ಕೂತು "ನನ್ನಲ್ಲಿ ಕನ್‌ಫ್ಯೂಷನ್ ಇತ್ತು. ಹೇಳ್ದಂಗೆ ಬಂದಿದ್ದಾನೆ ಶಶಿ. ಒಂದು ಸಣ್ಣ ಶಾಪಿಂಗ್ ಕಾರ್ಯಕ್ರಮ" ಬಂದು ಹಿಂದಿನ ಸೀಟಿನಲ್ಲಿ ಕೂತ ಬಿಂದು ಕೃತಿಕಾ ಕೆನ್ನೆ ತಟ್ಟಿದಳು. ಸ್ನೇಹ ವರ್ಷ... ವರ್ಷದಿಂದ ಹರಿದುಬಂದಿತ್ತು. ಬಹುಶಃ ದೊಡ್ಡ ರೀತಿಯ ಸ್ವಾರ್ಥವಿರಲಿಲ್ಲ.

ಒಂದು ಸ್ಯಾರಿ ಸೆಂಟರ್ ಮುಂದೆ ಕಾರು ಪಾರ್ಕ್ ಮಾಡಿ "ಇಳ್ದು... ಬನ್ನಿ" ಕರೆದಾಗ, "ಮ್ಯಾರೇಜ್ ಆನಿವರ್ಸರಿ ನಿಂದು. ಅರುಣನ ಕರ್ಕೊಂಡ್ ಬರ್ಬೇಕಿತ್ತು. ಅದ್ಬಿಟ್ಟು..." ರಾಗ ಎಳೆದಾಗ "ಪ್ಲೀಸ್, ಇಳಿಯಕ್ಕ... ಗಿಫ್ಟ್ ಸರ್‌ಪ್ರೈಸ್ ಆಗಿ ಇರ್ಬೇಕು. ಪ್ಲೀಸ್..." ಕಣ್ಣು ಕಿರಿದು ಮಾಡಿ ರಿಕ್ವೆಸ್ಟ್ ಮಾಡಿಕೊಂಡಾಗ ಕೃತಿಕಾ ಗೊಣಗಿಕೊಂಡೇ ಇಳಿದಿದ್ದು. ಆದರೂ ಹಿತವೆನಿಸಿತು ಅವಳಿಗೆ.

ಮೂರು ಜನ ಸ್ಯಾರಿ ಸೆಂಟರ್ ಹೊಕ್ಕರು. ರೇಂಜ್, ಬಣ್ಣ ಪ್ರತಿಯೊಂದರ ಆಯ್ಕೆ ಅವನದೇ ಆಗಿತ್ತು. ಸಣ್ಣ ಪುಟ್ಟ ಸಲಹೆಗಳಷ್ಟು ಇವರದು. ಬಿಲ್ ಕೂಡ ಅವನದೇ. ಮೆಟ್ಟಿಲು ಇಳಿಯುತ್ತಿದ್ದವನು ಒಂದುಕ್ಷಣ ನಿಂತು "ಅಕ್ಕ, ಸುವರ್ಣಮ್ಮನಿಗೂ ಒಂದು ಸೀರೆ" ಅಂದ. "ನಿಂಗೆ ಎಲ್ಲಾದ್ರೂ ಲಾಟರಿ ಹೊಡೀತಾ?" ಹಾಸ್ಯ ಮಾಡಿದಳು ಕೃತಿಕಾ, ಕೊಂಡ ಸೀರೆಗಳನ್ನು ಲೆಕ್ಕ ಹಾಕುತ್ತ.

ಮೂವರು ಹಿಂದಕ್ಕೆ ಹೋದರು. ಅವಳಿಗೂ ಒಂದು ಕಡಿಮೆ ಬೆಲೆಯ ರೇಶಿಮೆ

ಸೀರೆಯನ್ನೇ ತಂದಿದ್ದು. ಆಮೇಲೆ ರೆಸ್ಟೋರೆಂಟ್‌ಗೆ ಕರೆದೊಯ್ದು ಸ್ವೀಟ್ ಕೊಡಿಸಿದನಂತರ ವಿಷಯ ತಿಳಿಸಿದ.

"ನಮ್ಮ ಕನಸ್ಟ್ರಕ್ಷನ್ ಕಂಪನಿಯಿಂದ ಬೋನಸ್ ಕೊಟ್ಟಿದ್ದಾರೆ. ನಿವ್ವಳ ಆದಾಯ ಲೆಕ್ಕ ಹಾಕಿಕೊಂಡು ಬೋನಸ್ ಕೊಟ್ಟಿದ್ದಾರೆ. ಮೊದಲ ಸಲ ಎರಡು ಲಕ್ಷ ನನ್ನ ಅಕೌಂಟ್‌ಗೆ ಜಮಾ ಆಗಿದೆ. ಐಯಾಮ್... ಹ್ಯಾಪಿ, ಇಂಥದೊಂದು ಸಣ್ಣ ಕನಸು ಕಾಣೋ ಸ್ಥಿತಿಯಲ್ಲಿ ಕೂಡ ನಾನು ಇರ್ಲಿಲ್ಲ. ಅಕ್ಕ ನನ್ನ ಬದ್ಕಿನ ದಿಕ್ಕನ್ನೇ ಬದಲಾಯಿಸಿಬಿಟ್ಟಿದ್ದಾರೆ" ಮನ ತುಂಬಿ ಹೇಳಿದ. ಅವನಿಗೆ ಸಂತೋಷವಾಗಿ ಹಾರಾಡುವಂತಾಗಿತ್ತು.

"ಅಲ್ಲಿ ಕೂಡ ಇದ್ದಿದ್ದು ಸ್ವಾರ್ಥನೆ ಬಿಡು" ಎಂದರು ಕೃತಿಕಾ.

ಆಮೇಲೆ ಕಾರು ಹತ್ತಿದಾಗ "ಅರುಣಾನ ಕರ್ಕೊಂಡ್ ಬಂದು ಅವ್ಳಿಗೆ ಇಷ್ಟವಾಗಿದ್ದು ಕೊಡ್ಸಬೇಕಿತ್ತು" ಎಂದರು ಕೃತಿಕಾ. ಮೊದಲು ನಕ್ಕಿದ್ದು ಬಿಂದು, ನಂತರ ನಕ್ಕಿದ್ದು ಶಶಾಂಕ್. "ಮೈಗಾಡ್, ಅವ್ಳಿಗೆ ಯಾವ್ದು ಇಷ್ಟ ಇಲ್ಲ. ಹೇಳು. ತೀರಾ ಮಗು ತರಹ. ಎಚ್ಚರದಿಂದ ಸಮಾಳಿಸಿ ಬುದ್ಧಿ ಹೇಳಿ ತಿದ್ದಬೇಕು. ಅದಕ್ಕೆ ಸಮಯ ಬೇಕಾಗುತ್ತೆ" ಎಂದ ಆಮೇಲೆ ಗಂಭೀರವಾಗಿ. ಅವಳ ಸ್ವಭಾವ ಅರ್ಥವಾಯಿತೇನೋ?

"ಷ್ಯೂರ್, ಅಮ್ಮನ ಎಚ್ಚರವಿಲ್ದೇ ಬೆಳೆದ ಹುಡ್ಗೀ. ಕನಿಷ್ಟ ಓದಿಗೆ ಅಂಟಿಕೊಂಡಿದ್ದರೇ, ತನ್ನ ಪಾಡಿಗೆ ತಾನು ಬೆಳೆಯೋಳು. ಮೊದ್ಲಿಗೆ ಓದೋದನ್ನ ಅಭ್ಯಾಸ ಮಾಡ್ಸಬೇಕು. ಕನಿಷ್ಟ ಕಾಮನ್‌ಸೆನ್ಸ್ ಕೂಡ ಇಲ್ಲ. ಮೋದಿ ಭಾರತದ ಪ್ರಧಾನ ಮಂತ್ರಿ ಆಗಿದ್ದಾರೆ. ಸಿದ್ದರಾಮಯ್ಯ ಕರ್ನಾಟಕದ ಮುಖ್ಯಮಂತ್ರಿ ಆಗಿದ್ದಾರೆ ಅನ್ನೋದು ಗೊತ್ತಿದೆಯೋ ಇಲ್ವೋ?" ಎಂದು ತಮ್ಮ ಅಭಿಪ್ರಾಯವನ್ನು ಸೇರಿಸಿದರು ಬಿಂದು. ಅಂತು ಶಶಿಯಿಂದ ಮೂವರು ಫ್ರೀ. ಒಂದಿಷ್ಟು ಹಣ್ಣು ಅದೂ, ಇದೂ ಖರೀದಿಸಿ ನೇರವಾಗಿ ಬಂದಿದ್ದು., 'ನಿನ್ನೊಲುಮೆ'ಗೆ.

ಸುವರ್ಣಮ್ಮ ಇಡೀ ಬಾಲ್ಕನಿಯನ್ನೊರೆಸುತ್ತಿದ್ದುದನ್ನು ನೋಡಿ ಕೃತಿಕಾ ರೇಗಿದರು. "ನಿಂಗೇನಾಗಿದೆ. ಬೆಳಿಗ್ಗೆ ಶಾಪ್‌ಗೆ ಕರ್ಕೊಂಡ್ಹೋಗಿ ಇಂಜಕ್ಷನ್ ಕೊಡ್ಸಿಕೊಂಡು ಬಂದಿದ್ದೀನಿ. ಆಗ್ಲೇ ಕೆಲ್ಸ ಹಚ್ಕೊಂಡ್ ಕೂತಿದ್ದೀ. ಇಡು, ಹೋಗ್... ಒಳ್ಗೇ" ರೇಗಿ ಒಳಗೆ ಕಳಿಸಿದಳು. ನಿಜವಾಗಿಯೂ ಅರುಣನ ಮೇಲೆ ಬೇಸರವಾಗಿತ್ತು. 'ಎಲ್ಹೋದ್ಲು, ಈ ಹುಡ್ಗೀ' ಎನ್ನುತ್ತ ಕಿಚನ್‌ಗೆ ಹೋದಾಗ ಅಲ್ಲೇ ಯಾರೊಂದಿಗೋ ಮೊಬೈಲ್‌ನಲ್ಲಿ ಮಾತಾಡುತ್ತಿದ್ದಳು ನಗುತ್ತ. ಬಂದ ಪರಿವೆಯೆ ಇರಲಿಲ್ಲ. ಬಿಂದು, ಶಶಾಂಕ್ ಹಾಲ್‌ಗೆ ಬಂದಿದ್ದರು. ಏನಾದರೂ ಎಡವಟ್ಟಾದರೇ, ಆಗಕೂಡದು "ಅರುಣ..." ಎಂದ ಏಟಿಗೆ ಬೆಚ್ಚಿ ಮೊಬೈಲ್‌ನ ಕೆಳಗೆ ಹಾಕಿದವಳು ಹೆಕ್ಕಿಕೊಂಡು "ಅಕ್ಕ, ನೀವೂ ಯಾವಾಗ್ಬಂದ್ರಿ?" ಕೇಳಿದಳು. ಸ್ವರದಲ್ಲಿನ ಕಂಪನ ಕೃತಿಕಾ ಅರಿವಿಗೆ ಬಂತು. "ಶಶಿ, ಬಂದಿದ್ದಾನೆ... ನೋಡು" ಅಷ್ಟು ಹೇಳಿ ಹಾಲ್‌ಗೆ ಹೋದರು. ಈ ಮುಂದುವರಿಕೆ ಒಳ್ಳೆಯದಲ್ಲ! ಇದು ದೊಡ್ಡ ರೀತಿಯ ಸಮಸ್ಯೆಯೆನಿಸಿತು.

"ಏನ್ಮಾಡ್ತಾ, ಇದ್ದಾಳೆ ನಿಮ್ಮ ಮುದ್ದಿನ ಸೊಸೆ?" ಶಶಾಂಕ್ ಹಾಸ್ಯ ಮಾಡಿ ಆ ಸೀರೆಗಳನ್ನು ಒಯ್ದು ಕೃತಿಕಾಳ ವಾರ್ಡ್‌ರೋಬ್‌ನಲ್ಲಿಟ್ಟು "ಕಿಚನ್‌ನಲ್ಲಿ ಏನೋ ಮಾಡ್ತಾ ಇದ್ದಾಳೆ..." ಅಷ್ಟು ಅಂದು ಬಿಂದು ಎದುರು ಕೂತಿದ್ದ. ಬರುವಾಗ ಶಶಾಂಕ್, ಬಿಂದು ಹೇಳಿದ ಮಾತುಗಳನ್ನು ಮನದಲ್ಲಿಯೆ ವಿಮರ್ಶಿಸುತ್ತಿದ್ದರು. ಯಾರನ್ನು ತಪ್ಪಿತಸ್ಥ ಸ್ಥಾನದಲ್ಲಿ ನಿಲ್ಲಿಸುವುದು? ಈ ರೀತಿಯ ಭಾಸ್ಕರ್‌ನ ನಡವಳಿಕೆಯಲ್ಲಿರೋ ಉದ್ದೇಶವೇನು? ಅನುಮಾನ ಬೆಳೆಸಿಕೊಳ್ಳುವುದಾ? ಛೆ, ಪಕ್ಕಕ್ಕೆ ತಳ್ಳಿದಳು. ನೇರವಾಗಿ ಮಾತಾಡುವುದಾ? ಪ್ರಶ್ನಿಸುವುದಾ? ಏನೆಂದು? ಹೇಗೆ, ಹೇಗೆ, ಹೇಗೆ? ವಿವಾಹದನಂತರ ಇಷ್ಟು ವರ್ಷಗಳಾದ ಮೇಲೆ 'ನಿಮ್ಮ ಸ್ವಭಾವ ಸರಿಯಲ್ಲ, ಹೋಗುತ್ತಿರುವ ದಾರಿ ಸರಿಯಲ್ಲ' ಎಂದು ಹೇಳುವುದೇ? ಎಷ್ಟೋ ಸಂಸಾರಗಳು ಹಾಳಾಗಿ ಕೋರ್ಟು ನ್ಯಾಯಾಲಯ... ಅವಳ ಕಣ್ಮುಂದೆ ಒಂದು ಭಯಂಕರ ಚಿತ್ರ ಮೂಡಿತು. ತಲೆ ಕೆಟ್ಟಂತಾಯಿತು.

ಸಮಾಜಕ್ಕೆ ಮಾರಕ! ಇದರಿಂದ ಯಾರಿಗೂ ಒಳಿತಲ್ಲ. ಈ ಮಾಯೆಯ ಆವರಣದಲ್ಲಿ ಬಂಧಿತರಾಗುವುದು ಸುಲಭ. ಅದರಿಂದ ಹೊರಬರುವುದು ಕಷ್ಟ. ಯಾವ ಹೆಣ್ಣಾದರೂ ಕೆನ್ನೆಗೆ ಬಾರಿಸಿ ಕೇಳಬೇಕಾದ್ದೆ.

ಅರುಣ ಹೊರಬಂದಳು. ಅವಳ ಮುಖದಲ್ಲಿ ಭಯದ ಛಾಯೆ. ಬಿಂದು ನಕ್ಕು "ಜಿರಲೆ, ಹಲ್ಲಿ... ಅಂಥದ್ದನ್ನು ನೋಡಿದ್ಯಾ?" ಕೇಳಿದ ಶಶಾಂಕ್ ಮಡದಿಯನ್ನು ನಗುತ್ತ "ಏನಿಲ್ಲಪ್ಪ, ಅದೇ ಸುವರ್ಣಮ್ಮನಿಗೆ ಗಂಜಿ ಮಾಡ್ತಾ ಇದ್ದೆ" ಅಂದಿದ್ದಕ್ಕೆ ಶಶಾಂಕ್ ಮುಖ ಗಂಭೀರವಾಯಿತು. "ಮೊಬೈಲ್‌ನಲ್ಲಿ ಯಾರ್ಹತ್ರನೋ ಮಾತಾಡ್ತಾ ಇದ್ದಾರೆ" ಸುವರ್ಣಮ್ಮ ಹೇಳಿದ್ದು. ಅವಳು ಸುಳ್ಳು ಹೇಳುವ ಜಾಯಮಾನದವಳಲ್ಲ.

"ಆಯ್ತು, ಹೋಗಿ ಗಂಜಿ ಮಾಡ್ಹೋಗು" ಎಂದ. ಕೃತಿಕಾ ಮೇಲೆದ್ದು "ಕಿಚನ್ ಇನ್‌ಚಾರ್ಜ್ ನಂಗಿರ್ಲಿ. ನೀನ್ಹೋಗಿ... ಶಶಿನ ನೋಡು. ಬಾ... ಬಿಂದು" ಎಂದು ರೂಮಿಗೆ ಕರೆದೊಯ್ದಳು. "ಸ್ವಲ್ಪ ರೆಸ್ಟ್ ತಗೋ? ಸ್ವಲ್ಪ ಕಿಚನ್ ಕಡೆ ಹೋಗ್ಬರ್ತಿನಿ. ಈ ಮ್ಯಾಗಜೀನ್‌ಗಳ್ನ ಓದ್ತಾ ರೆಸ್ಟ್ ತಗೋ."

ಬಿಂದು ಒಂದು ತರಹ ಮುಖ ಮಾಡಿದಳು. "ಎಲ್ಲಾ ಕೆಲ್ಸ ಸುವರ್ಣಮ್ಮ ಮಾಡ್ತಾಳೆ. ಕಿಚನ್‌ನ ಸಮಾಳಿಸೋಕೆ ಇವ್ಳಿಗೆ ಆಗೋಲ್ವಾ? ನೈಸಾಗಿ ಸ್ವಲ್ಪ ಹೇಳು. ಮೊದ್ಲಿನ ಚುರುಕುತನ ಕೂಡ ಕಾಣೋಲ್ಲ" ಕಾಮೆಂಟ್ ಮಾಡಿದಳು. "ನಿನ್ನ ಪ್ರಕಾರ ಅವ್ಳು ಇನ್ನು ಕಲಿಯೋದು ಇದೆ. ಬಂದಾಗ್ಲೆಲ್ಲ ಶಾಮಣ್ಣ ಅದ್ಕೇ ಹೇಳ್ಕೋತಾರೆ. ಇವ್ಳು ಓದುಗಾಗಿ ಅವ್ರು ಸಾಕಷ್ಟು ಶ್ರಮ ವಹಿಸಿದ್ದಾರೆ. ಬಹುಶಃ ಸ್ಕೂಲಿಗೆ ಸೇರಿಸೋವಾಗ್ಲೇ ಮನೆ ಪಾಠದ ಮೇಷ್ಟ್ರುನ ಗೊತ್ತು ಮಾಡಿರಬಹ್ದು. ಪ್ರೌಢಶಾಲೆ ಮುಗಿಸಿದ್ದೆ ಪ್ರಯಾಸ" ಎಂದು ನಗುತ್ತ ಹೊರಗೆಹೋದಳು. ಅರುಣದು ಮುಗ್ಧತನವೋ, ಸೋಮಾರಿತನವೋ ಬಿಂದುಗಂತು ಅರ್ಥವಾಗಲಿಲ್ಲ. ಅವಳಿಗೂ ಕೂಡ ಅರುಣ ಎಂದರೆ ಬೇಸರವೆ.

ಸ್ಟೌವ್ ಮೇಲೆ ಸುವರ್ಣಮ್ಮನಿಗೆ ಗಂಜಿ ಮಾಡಲು ಇಟ್ಟು ಅವಳನ್ನು ವಿಚಾರಿಸಲು ಕಿಚನ್‌ನಿಂದ ಹೊರಗೆಬಂದಾಗ... ಬಾಲ್ಕನಿಯಲ್ಲಿ ನಿಂತ ಶಶಾಂಕ್ ಅರುಣಳ

ಮೊಬೈಲ್‌ನಲ್ಲಿನ ಕಾಲ್‌ಗಳನ್ನು ಚೆಕ್ ಮಾಡುತ್ತಿದ್ದ. ಕೃತಿಕಾ ಎದೆ ಧಸಕ್ಕೆಂದಿತು. ಮೈ ನಿತ್ರಾಣವೆನಿಸಿತು. ಭಯದ ಒಂದು ಝಲಕ್ ತಟ್ಟನೆ ಹರಿದು ಹಾರಿಹೋಯಿತು. ಪೂರ್ತಿಯಾಗಿ ಬೆವರಿದ್ದು.

ಭಾಸ್ಕರ್ ಬುದ್ಧಿವಂತರಾಗಿ ಕಂಡರು. ಆ ಇನ್ನೊಂದು ಮೊಬೈಲ್ ಕಿಚನ್‌ನಲ್ಲಿಯೂ ಇರಬೇಕೆಂದುಕೊಂಡರು. ಈ ಮುಂದುವರಿಕೆ ಅನಾಹುತಕ್ಕೆ ದಾರಿ ಮಾಡಿ ಕೊಡುತ್ತಿದೆಯೆನ್ನುವ ಅರಿವಾದಾಗ ಕೃತಿಕಾ ಬೆವೆತಳು. ಚೇತರಿಸಿಕೊಂಡು ಸುವರ್ಣಮ್ಮನ ರೂಮಿಗೆ ಹೋದಾಗ ಹೊದ್ದು ಮಲಗಿದ್ದಳು.

"ಜ್ವರ... ಇದ್ಯಾ?" ಅಲ್ಲೇ ಪಕ್ಕದಲ್ಲಿ ಕೂತು ಅವಳ ಹಣೆ, ಕತ್ತು ಮುಟ್ಟಿ ನೋಡಿ "ಜ್ವರ ಇದೆ, ಮಾತ್ರೆ... ತಗೊಂಡ್ಯಾ? ನೀನ್ಯಾಕೆ ಬಾಲ್ಕನಿ ಒರೆಸೋ ಕೆಲ್ಸಕ್ಕೆ ಕೈ ಹಾಕ್ದೇ" ಬೇಸರದಿಂದಲೇ ವಿಚಾರಿಸಿದರು. ಅರುಣ ಅವಳಿಗೆ ಮಾತ್ರೆ ಕೊಟ್ಟಿರಲಿಲ್ಲ. ಏನಾಗಿದೆ ಇವಳಿಗೆ? ಯಾವ ಮಾಯೆ, ಮಂಪರು ಸುತ್ತಿಕೊಂಡಿದೆ? ಮನೆಯ ಎಲ್ಲಾ ಕೆಲ್ಸಗಳಲ್ಲಿ ಚುರುಕಾಗಿದ್ದಳು, ಈಗ... ತಲೆ ಕೆಟ್ಟಂತಾಯಿತು. ಸ್ವಲ್ಪ ತಾಳ್ಮೆ ಕೆಟ್ಟರೂ ಇಡೀ ಸಂಸಾರ ಛಿದ್ರ-ಛಿದ್ರವಾಗುತ್ತದೆಯೆನ್ನುವುದು ಅರಿವಿನಲ್ಲಿತ್ತು. ಒಂದು ದುರಂತದ ಛಾಯೆ ಹಾದುಹೋಯಿತು.

ಕೃತಿಕಾ ಅರುಣ ಕೈಗೆ ಕೊಟ್ಟು ಹೋಗಿದ್ದ ಮಾತ್ರೆಗಳು ಡೈನಿಂಗ್ ಟೇಬಲ್ ಮೇಲೆ ಬಿದ್ದಿತ್ತು. ತಾನೇ ಮಾತ್ರೆ, ನೀರು ಒಯ್ದು ಕೊಟ್ಟು ಬಂದವಳು ಮೊದಲು ಮೊಬೈಲ್‌ನ ಕಲಾಶ್ ಮಾಡಿದಳು. ಯಾವುದೇ ಎಡವಟ್ಟು ಆಗಬಾರದು. ಹತ್ತು ನಿಮಿಷ ಹುಡುಕಿದ ನಂತರ ಹಪ್ಪಳ ಡಬ್ಬಿಯಲ್ಲಿ ಪವಡಿಸಿದ್ದನ್ನು ತೆಗೆದು ಕ್ಷಣ ಯೋಚಿಸಿ ಒಂದು ನಿರ್ಧಾರಕ್ಕೆ ಬಂದು ಸಿಮ್ ತೆಗೆದು ಮತ್ತೆ ಹಾಕಿ ಚೆಕ್ ಮಾಡಿದಳು. ಬರೀ ಮೂರು ನಂಬರ್‌ಗಳಿಂದ ಬಂದ ಸಾಲಾಗಿ ನಿಂತ ಕಾಲ್‌ಗಳು. ಇದು ಪರಿಚಯಸ್ಥರದಲ್ಲ, ಭಾಸ್ಕರ್‌ದು. ಶಶಾಂಕ್ ಶಾಮಣ್ಣನದು ಕೂಡ ಅಲ್ಲ. ಯಾರದು? ಭಾಸ್ಕರ್‌ನ ಇನ್ನೊಂದು ನಂಬರ್?

ಕೃತಿಕಾ ಪೂರ್ತಿಯಾಗಿ ಬೆವೆತಳು.

ಮೊಬೈಲ್‌ನ ಒಯ್ದು ತನ್ನ ಬೀರುವಿನಲ್ಲಿಟ್ಟು ಸ್ವಿಚ್ ಆಫ್, ಮಾಡಿ ಬಂದು ಬಿಂದುವಿನ ಮುಂದೆ ಕೂತಳು. ಯಾವುದೇ ಲೇಖನ ಓದುವಲ್ಲಿ ತಲ್ಲೀನಳಾಗಿದ್ದ ಅವಳು ಅದರಿಂದ ಹೊರಬಂದು ಉಸುರಿದಳು.

‚ದು ಕೊಡೋ ತೃಪ್ತಿ ಬೇರೆ ಯಾವುದರಿಂದ್ಲೂ ಸಿಗೋಲ್ಲ, ಕಣೇ ಕೃತಿ. ರೇಡಿಯೋ, ಟಿ.ವಿ., ಮೊಬೈಲ್, ಇಂಟರ್‌ನೆಟ್‌ಗಳು ಸ್ಪರ್ಧೆಗೆ ಇಳಿದರೂ, ಆಹಾ... ಪುಸ್ತಕಗಳು ಇಷ್ಟವೆನಿಸುವಷ್ಟು ಬೇರೆ ಯಾವ್ದೂ ಇಷ್ಟವಾಗೋಲ್ಲ. ನಾನು ಹೆಚ್ಚೆಚ್ಚು ಓದಿದ್ದೇ ಕಾದಂಬರಿಗಳನ್ನೇ. ಒಂದು ದೊಡ್ಡ ಪಟ್ಟಿಯಿದೆ" ಎಂದು ಪತ್ರಿಕೆಯನ್ನು ಮಡಚಿ ಟೀಪಾಯಿ ಮೇಲೆ ಹಾಕಿದಳು.

"ಕಿಚನ್‌ಗೆ ಬಾ. ಅಲ್ಲೇ ಒಂದಿಷ್ಟು ಅಡ್ಗೇ ಕೆಲ್ಸ ಮುಗ್ಸಿಬಿಡೋಣ. ಆ ಸುವರ್ಣಮ್ಮನಿಗೆ

ಒಂದಿಷ್ಟು ಬಿಸಿ ಅನ್ನ, ರಸ ಮಾಡಿಕೊಡ್ತೀನಿ. ಗಂಜಿ ಕುಡಿಯೋಲ್ಲ. ಅವಳು" ಎಂದು ಬಿಂದುನ ಕಿಚನ್‌ಗೆ ಕರೆದೊಯ್ದಳು. ಕೃತಿಕಾ ಸೋಮಾರಿಯಲ್ಲ. ಕೆಲಸದಲ್ಲಿ ಸ್ಟೇಟಸ್ ಗೊತ್ತೆ ಇಲ್ಲ. ಮುನಿಸಿಪಾಲಿಟಿ ಕೆಲಸದವರು ಚಕ್ಕರ್ ಕೊಟ್ಟ ದಿನ ಮನೆ ಮುಂದಿನ ಅರ್ಧರೋಡು ಕಸ ಬಳೆದು ಗುಡ್ಡ ಮಾಡಿ ಬಿಡೋಳು. ಅದಕ್ಕಾಗಿ ಭಾಸ್ಕರ್ ಮತ್ತು ಅವಳಿಗೆ ಜಗಳವಾದದ್ದುಂಟು.

ಸ್ನೇಹಿತೆ ಹಿಂದೆ ಬಂದ ಬಿಂದು "ಈಚೆಗೆ ಅರುಣ ಸೋಮಾರಿಯಾಗಿದ್ದಾಳೇಂತ ಅನಿಸಿದೆ. ಫೇಸ್ ಬುಕ್... ಫ್ರೆಂಡ್ಸ್... ವಾಟ್ಸಪ್..." ಅಂದಾಗ ಕೃತಿಕಾ ತಳ್ಳಿ ಹಾಕಿ "ಇಲ್ಲ, ಅಂಥದೇನಿಲ್ಲ ಮೊಬೈಲ್‌ನಲ್ಲಿ ಮಾತಾಡೋದೊಂದರೇ, ಅವ್ಳಿಗೆ ಇಷ್ಟ. ಇನ್ನೇನಿಲ್ಲ. ಅದಕ್ಕೆ ಭಾಸ್ಕರ್ ಸುವರ್ಣಮ್ಮನ್ನ ಕಳಿಸಿಬಿಡು, ಅರುಣ ಚುರುಕ್ ಆಗ್ತಾಳೇಂತ ಅಂತಾರೆ. ಇಷ್ಟು ದೊಡ್ಡ ಮನೆ ಕೆಲ್ಸ... ಅವಳೊಬ್ಬಳಿಂದ ಸಾಧ್ಯವಿಲ್ಲ. ನಂಗೆ ಸುವರ್ಣಮ್ಮನ್ನ ಕಳಿಸೋ ಇಷ್ಟವಿಲ್ಲ" ಎನ್ನುತ್ತ ಸ್ವಲ್ಪ ಮೆಣಸಿನ ರಸ ಮಾಡಿ ಇದ್ದ ಅನ್ನವನ್ನು ಬಿಸಿ ಮಾಡಿ "ಅವ್ಳಿಗೆ, ಊಟಕ್ಕೆ ಕೊಟ್ಟು ಬರ್ತಿನಿ. ಹೇಗೂ, ಫ್ರೀಯಾಗಿ ಸಿಕ್ಕಿದ್ದೀ. ರಾತ್ರಿ ಡಿನ್ನರ್ ಇಲ್ಲೆ. ಸಂಜೆ ಟೀ ಜೊತೆ ಖಾರವಾಗಿ ಏನಾದ್ರೂ ಮಾಡ್ತೀನಿ" ಎಂದು ಖುಷಿ ಖುಷಿಯಾಗಿ ಹೇಳಿದಳು. ತುಂಬು ಕುಟುಂಬದಲ್ಲಿ ಹುಟ್ಟಿ ಬೆಳೆದವಳು. ಪ್ರೀತಿಗಾಗಿ ಹೊರಬಂದ ಮೇಲೆ ಭಾಸ್ಕರ್ ಸಮಸ್ತ ಆಗಿದ್ದ. ಆದರೆ ಬಿಂದುವಿನಲ್ಲಿನ ಸ್ನೇಹವೆನ್ನುವ ಹಿತ ಭಾವ ಇಷ್ಟ. ಸ್ನೇಹಕ್ಕೆ ಅದರದೇ ಆದ ರುಚಿ.

"ಮೊದ್ಲು ಸುವರ್ಣಮ್ಮನ ಊಟದ ಕೆಲಸ ಮುಗ್ಸು" ಎಂದು ಬಿಂದು ಹೊರಬರುವ ವೇಳೆಗೆ ಶಶಾಂಕ್‌ನಿಂದ ಛೀಮಾರಿ ಹಾಕಿಸಿಕೊಂಡು ಬಂದ ಅರುಣ ಕಣ್ಣು ಮೂಗು ಕೆಂಪಗೆ ಮಾಡಿಕೊಂಡು ಬಂದು "ಅಕ್ಕ ಸಾರಿ, ಅವ್ರು ಕೋಪ ಮಾಡ್ಕೊಂಡಿದ್ದಾರೆ" ಎಂದವಳ ಭುಜ ತಟ್ಟಿ "ಎಷ್ಟೊತ್ತು. ಶಶಿ ಪ್ರೀತಿಗೆ ಇನ್ನೊಂದು ರೂಪ. ಮುಖ ತೊಳ್ಕೊಂಡ್ ಫ್ರೆಷ್ ಆಗು. ಜ್ವರ ಇರೋ ಸುವರ್ಣಮ್ಮನ ಕೈಯಲ್ಲಿ ಕೆಲ್ಸ ಮಾಡಿಸ್ತಾ ಇದ್ದೆ. ಅವ್ಳಿಗೆ ಮಾತ್ರೆ ಕೊಟ್ಟಿಲ್ಲ. ಇಂಥ ಸಿಂಪಲ್ ವಿಷ್ಯಗಳು ನಿಂಗೆ ಗೊತ್ತಾಗೋಲ್ವ, ಅರುಣ? ಸ್ವಲ್ಪ ನಿನ್ನ ಬಗ್ಗೆ, ನಿನ್ನ ಕ್ಯಾರೆಕ್ಟರ್ ಬಗ್ಗೆ ಯೋಚ್ಸೋದು ಕಲೀ. ಮೊದ್ಲು ಕನಿಷ್ಠ ಪೇಪರಾದ್ರೂ... ಓದು" ಬುದ್ಧಿ ಹೇಳಿದರು. ಅವಳ ಮದುವೆಯಲ್ಲಿ ಹೆಚ್ಚು ಓಡಾಡಿದವರು ಬಿಂದುನೆ.

ಮಿಕ್ಕ ಕೆಲಸವನ್ನು ಅರುಣಗೆ ಬಿಟ್ಟು ಒಂದಿಷ್ಟು ಸಜೆಷನ್ ಕೊಟ್ಟು ಆರಾಮಾಗಿ ರೂಮಿಗೆ ಬಂದವಳು ಸಂದೀಪ್ ಫೋನ್ ಮಾಡಿದ್ದನ್ನು ನೆನಪಿಸಿಕೊಂಡು.

"ಬಿಂದು ಸಜೆಷನ್ ಒಳ್ಳೇದೇ. ಆದರೆ ಕೊಡಬೇಕೆನಿಸಿದೆ ಒಂಟಿತನ ಬೋರ್ ಎನಿಸಿದಾಗ ಕಾಲ ಮೀರಿ ಹೋಗಿರುತ್ತೆ. ಸ್ವಲ್ಪ ಯೋಚ್ಸು, ಸಂದೀಪ್ ನಿನ್ನ ಮದ್ವೆಯಾಗೋಕೆ ಸಿದ್ಧವಾಗಿದ್ದಾನೆ. ಬಹುಶಃ ಇದು ಹಳೇ ಮಾತುಗಳೇ. ಸಾಕಷ್ಟು ಬಂಧುಗಳು ನಿಂಗೆ ಉಪದೇಶಗಳ್ನ ಮಾಡಿರಬಹುದು. ಪ್ಲೀಸ್, ಇನ್ನೊಮ್ಮೆ ಯೋಚ್ಸು ಭಾಸ್ಕರ್ ಆಫೀಸ್‌ಗೆ ಬಂದಿದ್ದರಂತೆ" ಎಂದಿದ್ದು ಕೃತಿಕಾ ಅನುಮಾನಿಸುತ್ತ ಬಿಂದು ಗಂಭೀರವಾದಳು. ಸಂದೀಪ್

ಅನುಮಾನಿಸುತಲೇ ಸ್ವತಃ ಪ್ರಪೋಸ್ ಮಾಡಿದ್ದರು. ಆದರೆ 'ಸಾರಿ...' ಎಂದು ಎದ್ದು ಬಂದಿದ್ದಳು. ಆದರೂ ಆ ಮನುಷ್ಯನೊಳಗಿನ ಆಸೆ ಸತ್ತಿರಲಿಲ್ಲ. ಭಾಸ್ಕರ್‌ನೊಂದಿಗೆ ಸ್ನೇಹ ಬೆಳೆಸಿದವನು ಆಗಾಗ ಸಣ್ಣಪುಟ್ಟ ಪ್ರಯತ್ನ ಮಾಡುತಲೇ ಇದ್ದರು.

"ಪ್ರಯೋಜನವಿಲ್ಲ. ಸಂದೀಪ್‌ನ ಮಾತ್ರವಲ್ಲ ಯಾರನ್ನು ಕೂಡ ನಾನು ವಿವೇಕ್ ಸ್ಥಾನದಲ್ಲಿ ನಿಲ್ಸೀ ನೋಡ್ತಾರೆ ಕೃತಿ. ಮೊದಮೊದಲು ಅಂಥ ಆಸೆ ಇತ್ತೇನೋ, ಈಗ ಇಲ್ಲವೇ ಇಲ್ಲ. ವಿವೇಕ್ ತಾಳಿ ಕಟ್ಟಿ ಹೋಗಿರಬಹುದು. ಅವ್ರ ಮೇಲಿನ ಕೋಪ, ಬೇಜಾರು ಎಲ್ಲಾ ಈಗ ಹೆಚ್ಚು ಕಡ್ಮೇ ಹೋಗಿದೆ. ಮಾಂಗಲ್ಯ ಕಟ್ಟಿದ ವ್ಯಕ್ತಿ. ಆ ಕ್ಷಣಗಳನ್ನು ನಾನು ಖಂಡಿತ ಗೌರವಿಸ್ತೀನಿ. ನನ್ನ ಅಭಿಪ್ರಾಯ, ಮಾತುಗಳಿಗೆ ಈಗ ಬೇರೆಯವ್ರು ನಗಬಹುದು. ಐ ಡೋಂಟ್... ಕೇರ್." ಅತ್ಯಂತ ದೃಢವಾಗಿತ್ತು ಅವಳ ವಾಯ್ಸ್. ಬಿಂದು ಅಲ್ಲಿಂದ ಒಂದಿಂಚು ಅಲುಗಾಡೋಲ್ಲ. ಇದು ಸ್ಪಷ್ಟ.

ಸಾಕಷ್ಟು ಸಲ ಅವಳ ಬಾಯಿಂದ ಇಂಥ ಮಾತುಗಳನ್ನು ಕೇಳಿದ್ದಳು. ಅದು ಎಂದಾದರೂ ಬದಲಾಗಬಹುದೆಂಬ ಸಣ್ಣ ಆಸೆ. ಅದಕ್ಕೆ ಕಾರಣ ಕೂಡ ಭಾಸ್ಕರ್ "ಅವಳೇನು ಇನ್ನೊಸೆಂಟಾ, ಈಗ ಪರ್ವಾಗಿಲ್ಲ. ಒಂದಿಷ್ಟು ವಯಸ್ಸು ಇದೆ. ಕೆಲ್ಸವಿದೆ. ಆರ್ಥಿಕವಾಗಿ ಪರದಾಡಬೇಕಿಲ್ಲ. ಒಂದು ಸಣ್ಣ ಪ್ಲಾಟ್ ಮಾಡ್ಕೊಂಡಿದ್ದಾಳೆ. ಹೆಚ್ಚು ಕಡ್ಮೇ ಬಂಧುಬಳಗವನ್ನೆಲ್ಲ ದೂರ ಮಾಡಿಕೊಂಡಿದ್ದಾಳೆ. ಆದರೆ..." ವೃದ್ಧಾಪ್ಯದ ಒಂದು ಭೀಕರ ಚಿತ್ರವನ್ನು ಕೃತಿಕಾ ಮುಂದೆ ಬಿಡಿಸಿಡುತಿದ್ದ. ಬೆಚ್ಚುವಂತಾಗುತ್ತಿತ್ತು. ಆಗ ಬಿಂದು ವಿವಾಹವಾಗುವುದು ಒಳ್ಳೆಯದೆನಿಸುತ್ತಿತ್ತು.

"ಮುಂದಿನ... ಬಿಂದು..." ಅಂದಾಗ ಅವಳೆರಡು ಕೈಗಳನ್ನು ಹಿಡಿದುಕೊಂಡು "ನಂಗೆ ಅರ್ಥವಾಯ್ತು. ಅಂಥ ಒಂದು ಸಣ್ಣ ಹೆದ್ರಿಕೆ ನಂಗೂ ಇತ್ತು. ಈಚೆಗೆ ಇಲ್ಲ. ನಾವಿಬ್ರೂ ಈಗ ಒಂದು ಪ್ಲೇಸ್‌ಗೆ ಹೋಗ್ತಾ ಇದ್ದೀವಿ. ಹೇಗೂ, ಸಮಯವಿದೆ." ಮೇಲೆದ್ದಳು. ಒಂದೆರಡು ಸಲ ಬಿಂದು ಹೇಳಿದ್ದರಿಂದ ಅವಳಿಗೂ ಆಸಕ್ತಿ ಇತ್ತು. "ಓಕೇ..." ಅಂದಳು. ಮನದಲ್ಲಿನ ಆಂದೋಲನದಿಂದ ಪಾರಾಗಬೇಕಿತ್ತು.

"ಏಯ್, ಶಶಿ... ಸ್ವಲ್ಪ ಹೊರ್ಗೇ ಹೋಗಿದ್ದು ಬರ್ತೀವಿ" ಕೃತಿಕಾ ಹೇಳಿದಾಗ "ನಾನು ಫ್ರೀಯಾಗಿದ್ದೀನಿ, ಬರ್ತೀನಿ" ಎಂದಾಗ ಅವನ ತಲೆಯ ಮೇಲೆ ಮೊಟಕಿ "ನೀನು, ಅರುಣ ಹೊರ್ಗೇ ತಿರ್ಗಾಡಿ ಬನ್ನಿ. ಪಾನಿಪೂರೀ, ಐಸ್‌ಕ್ರೀಮ್... ಎಂದರೆ ಅವ್ಳಿಗೆ ಪಂಚಪ್ರಾಣ" ಹಂಗಿಸಿ ಇಬ್ಬರು ಹೊರಟಿದ್ದು. ಹತ್ತು ಕಿಲೋಮೀಟರ್‌ಗಿಂತ ಆಚೆಹೋದ ಕಾರು ಹೆದ್ದಾರಿಯಿಂದ ಪಕ್ಕಕ್ಕೆ ತಿರುಗಿಕೊಂಡು ಮೂರು ಕಿಲೋಮೀಟರ್ ಕ್ರಮಿಸಿದನಂತರ ಎತ್ತರದ ಗೋಡೆ ಮತ್ತು ಗೇಟು ಇದ್ದ ಕಡೆ ನಿಂತಿತು.

ಸೆಕ್ಯೂರಿಟಿಯವರು ವಿಚಾರಿಸಿದ ನಂತರ ಕಾರನ್ನು ಒಳಗೆ ಬಿಟ್ಟರು. ವಿಶಾಲವಾದ ರಸ್ತೆ, ಅತ್ತಿತ್ತ ಗಿಡಮರಗಳನ್ನು ಬೆಳೆಸುವುದರ ಜೊತೆಗೆ ಅಲ್ಲಲ್ಲಿ ಬೆಂಚುಗಳ ಜೋಡಣೆ ಇತ್ತು. ಆಗ ಸಮಯ ಆರು ಗಂಟೆ.

ಬಾಲ್ಕನಿಯಲ್ಲಿ ಕಾರು ನಿಲ್ಲಿಸಿ ಇಳಿದರು. ಎಲ್ಲೆಡೆ ಶ್ರೀಮಂತಿಕೆಯ ವಾತಾವರಣವಿತ್ತು.

ವಿಶಾಲವಾದ ಪ್ರಾಂಗಣ ಎದುರಿಗೆ ಸಿಕ್ಕವರೆಲ್ಲ ಬಿಂದುನ ಮಾತಾಡಿಸಿದರು.

ಒಂದು ಲಕ್ಷುರಿ ಸೂಟುಗೆ ಕರೆದೊಯ್ದರು ಬಿಂದು. ಹಾಲ್‌ನಲ್ಲಿ ಸೋಫಾ ವ್ಯವಸ್ಥೆ ಇತ್ತು. ಒಂದು ಕಡೆ ಪೂಜಾಗೃಹದ ವ್ಯವಸ್ಥೆ. ಏಸಿಯ ತಣ್ಣನೆಯ ವಾತಾವರಣ.

"ಕೂತ್ಕೋ... ಕೃತಿಕಾ" ಎಂದು ರೂಮಿನೊಳಗೆ ಹೋಗಿ ಒಬ್ಬ ವಯಸ್ಸಾದ ಹೆಂಗಸಿನ ಜೊತೆ ಬಂದದ್ದು ಪೂರ್ತಿ ನೆರೆತ ಕೂದಲು. ಮುಖದ ಸುಕ್ಕುಗಳು ವಯಸ್ಸನ್ನು ನೆನಪಿಸಿದರು ಚೆಂದವಿತ್ತು. ಗೌರವ ಮೂಡುವಂಥ ಮುಖಭಾವ.

"ನನ್ನ ಸೋದರತ್ತೆ ಶ್ರೀಲಕ್ಷ್ಮಿ" ಪರಿಚಯಿಸಿದಾಗ ಆಕೆ ಮುಗುಳ್ನಗೆ ಬೀರಿ ಕೈಗಳನ್ನು ಜೋಡಿಸಿದರು. "ನಮ್ಮ ಬಿಂದು ಒಬ್ಳೇ... ಒಬ್ಳು ಫ್ರೆಂಡ್ ಕೃತಿಕಾ. ಅವಳು ಬಂದಾಗ್ಲೆಲ್ಲ ನಿನ್ನದೇ ಮಾತು. ಹೇಗಿದ್ದೀ... ಮಗ್ಳೆ?" ಎರಡು ಕೈಗಳನ್ನು ಹಿಡಿದು ಆತ್ಮೀಯತೆ ಮೂಡಿಸಿದರು. ಮಾತಿನಲ್ಲಿ ತಾಯ್ತನದ ಸೊಬಗಿತ್ತು.

ಅದೊಂದು ಸೋಫಿಸ್ಟಿಕೇಟೆಡ್ ಓಲ್ಡ್‌ಏಜ್ ಹೋಮ್. ಅನಾಥರು, ಬಡವರು ಅಂಥವರಿಗೆ ಅಲ್ಲಿ ಪ್ರವೇಶವಿಲ್ಲ. ಸಿರಿವಂತ ಜನ ಆಶ್ರಯಿಸಬಹುದಾದಂಥ ತಾಣ. ಕರೆದೊಯ್ದ ಶ್ರೀಲಕ್ಷ್ಮಿ ಒಂದು ರೌಂಡ್ ಹಾಕಿಸಿಕೊಂಡು ಬಂದರು. ಪ್ರಾರ್ಥನಾ ಹಾಲ್‌ನಲ್ಲಿ 'ಯೂನಿವರ್ಸಲ್ ಗಾಡ್' ಗಣೇಶ ರಾರಾಜಿಸುತ್ತಿದ್ದ. ಹೂ, ಊದುಬತ್ತಿ, ಸುಗಂಧದ ಜೊತೆ ಸ್ವಚ್ಛ ನಿರಭ್ರ ವಾತಾವರಣ ಶಾಂತತೆಯನ್ನು ಮೂಡಿಸುತ್ತಿತ್ತು. ಅಲ್ಲೊಬ್ಬರು ಇಲ್ಲೊಬ್ಬರು ಕಣ್ಮುಚ್ಚಿ ಕೂತು ಧ್ಯಾನದಲ್ಲಿ ಮಗ್ನರಾಗಿದ್ದರು.

ಇಡೀ ಬಿಲ್ಡಿಂಗ್‌ನ ಸುತ್ತ ಇದ್ದ ವ್ಯವಸ್ಥಿತವಾದ ವಾತಾವರಣ ಮೆಚ್ಚುವಂತಿತ್ತು. ಕೆಲವರು ಬರೀ ರೂಮು ಪಡೆದುಕೊಂಡಿದ್ದರೇ, ಕೆಲವರು ಒಂದು ರೂಂ ಸೂಟು, ಎರಡು ರೂಂ ಸೂಟು ಪಡೆದುಕೊಂಡಿದ್ದರು. ಅತ್ಯಾಧುನಿಕ ವಾತಾವರಣ ನಿರ್ಮಿಸಲಾಗಿತ್ತು... ಅನುಕೂಲವಿತ್ತು. ಕಂಪ್ಯೂಟರ್ ರೂಂ ಇತ್ತು. ಅಲ್ಲಿ ಕೆಲವರು ವೀಕ್ಷಿಸುತ್ತಿದ್ದರೇ ಕೆಲವರು ಮೆಸೇಜ್‌ಗಳನ್ನು ಟೈಪ್ ಮಾಡುತ್ತಿದ್ದರು. ಎಷ್ಟು ಮಗ್ನತೆ ಅವರಲ್ಲಿ ಇತ್ತೆಂದರೇ ಅತ್ತಿತ್ತ ಗಮನವಿರಲಿಲ್ಲ.

ಆಮೇಲೆ ತಮ್ಮ ರೂಮಿಗೆ ಕರೆದೊಯ್ದರು. ಒಂದು ರೂಮು ಸೂಟು. ಎಲ್ಲಾ ಅನುಕೂಲತೆಗಳು ಇತ್ತು.

"ಈಕೆ ನನ್ನತ್ತೆ ಶ್ರೀಲಕ್ಷ್ಮಿ. ನನ್ತಂದೆಯ ಸ್ವಂತ ತಂಗಿ. ಆರು ಜನ ಅಕ್ಕತಂಗಿಯರಲ್ಲಿ ಮಧ್ಯದವರು. ಜೊತೆಗೆ ಹೋಗಿದ್ದು ಕೂಡ ದೊಡ್ಡ ಕುಟುಂಬ. ಮೂರು ಮಕ್ಕಳ ತಾಯಿ." ಸಂಕ್ಷಿಪ್ತ ಪರಿಚಯ. ಬಿಂದು ಬಗ್ಗೆ ಅವಳಿಗೆ ಗೊತ್ತಿದ್ದದ್ದು ಸ್ವಲ್ಪವೇ ಅನಿಸಿತು. ಸ್ನೇಹವಿದ್ದರೂ ಕೆದಕಿ ಕೇಳುವ ಅಭ್ಯಾಸ ಕೃತಿಕಾಳದಲ್ಲ. ಒಬ್ಬರಿಗೊಬ್ಬರು ಅರ್ಥವಾಗಿದ್ದರು. ಪರಸ್ಪರ ಕಷ್ಟಸುಖಗಳಿಗೆ ಸ್ಪಂದಿಸುತ್ತಿದ್ದರು. ಎಲ್ಲಕ್ಕಿಂತ ಮಿಗಿಲಾಗಿ ಒಬ್ಬರ ಒಳಿತನ್ನು ಮತ್ತೊಬ್ಬರು ಬಯಸುತ್ತಿದ್ದರು.

ಕೆಲವರನ್ನು ಶ್ರೀಲಕ್ಷ್ಮಿ ಪರಿಚಯಿಸಿದರು. ಆವರಣದಲ್ಲಿದ್ದ ಪ್ರತ್ಯೇಕವಾದ ಸೂಟುಗಳಲ್ಲಿ

ವಯಸ್ಸಾದ ಹಿರಿಯ ದಂಪತಿಗಳು ವಾಸವಾಗಿದ್ದರು. ಹಿರಿಯ ಪ್ರೊಫೆಸರ್ ಒಬ್ಬರು ಕೃತಿಕಾಳ ಕೈಹಿಡಿದು ಕಣ್ಣೀರು ಮಿಡಿದರು.

"ನನ್ನ ಇಬ್ಬರು ಹೆಣ್ಣು ಮಕ್ಕು ಸಿಟಿಯಲ್ಲೇ ಇದ್ದಾರೆ. ತುಂಬ ಬುದ್ಧಿವಂತ್ರು... ವಿದ್ಯಾವಂತ್ರು... ಅವ್ರ ಸೊಸೈಟಿಯಲ್ಲಿ ಅವ್ರು ಬಿಜಿ. ಆರು ತಿಂಗಳಿಗೊಮ್ಮೆ ಕೂಡ ಬಂದು ನಮ್ಮನ್ನ ನೋಡೋಲ್ಲ. ಇನ್ನೊಬ್ಬ ಆಸ್ಟ್ರೇಲಿಯದಲ್ಲಿ. ತುಂಬ... ತುಂಬ... ಬುದ್ಧಿವಂತ ಮಕ್ಕು."

ಕೃತಿಕಾ ಕಣ್ಣಲ್ಲಿ ನೀರಾಡಿತು. ಇಂಥ ತಪ್ಪುಗಳು ನಿರಂತರವಾಗಿ ನಡೆಯುತ್ತಲೇ ಬಂದಿದೆ. ಅವರುಗಳು ಕೂಡ ಅದೇ ಹಾದಿಯಲ್ಲಿ ಇದ್ದಾರೆ. ವೃದ್ಧಾಪ್ಯ ಕೂಡ ಹತ್ತಿರದಲ್ಲೇ ಕೂತು ಅಣಕಿಸುತ್ತಿದೆ. ಮತ್ತಷ್ಟು... ಮಗದಷ್ಟು ದುರ್ಭರವಾಗಬಹುದು ಅವರ ಬದುಕುಗಳು.

ನಾಲ್ಕಾರು ಜನರನ್ನು ಭೇಟಿ ಮಾಡಿ ಬಂದಾಗ ಎಲ್ಲರೂ ಕೂಡಿಯೆ ಕಾರಿನವರೆಗೂ ಬಂದರು. ಅವಳೊಂದು ನಿರ್ಧಾರಕ್ಕೆ ಬಂದವಳು ಕಾರು ಹೊರಟ ಮೇಲೆ ಬಿಂದುಗೆ ಹೇಳಿದಳು.

"ಬಿಂದು ನಮ್ಮ ಶಶಿ–ಅರುಣ ಮ್ಯಾರೇಜ್ ಆನಿವರ್ಸರಿ ಇಲ್ಯಾಕೆ ಮಾಡ್ಬಾರ್ದು?"

"ವೈನಾಟ್, ಇದಕ್ಕೆ ಶಶಿ ಅರುಣ ಒಪ್ಪಿದರು, ಭಾಸ್ಕರ್ ಒಪ್ಪೋಲ್ಲಾಂತ ಅನ್ನಿಸುತ್ತೆ. ಅವ್ರುಗಳ ವಿವಾಹದನಂತರ ನಡೀತಿರೋ ಸಮಾರಂಭ. ಬೇರೇದೇ ಅರೇಂಜ್‌ಮೆಂಟ್ಸ್ ಇರ್ಬಹ್ದು. ಮೊದ್ಲು ತಿಳ್ಕೋ ಆಮೇಲೆ ಪ್ರಸ್ತಾಪಿಸು" ಎಂದು ಬಿಂದು ನಕ್ಕಳು. ಆ ನಗೆಯ ಬಗ್ಗೆಯೇನು ತಲೆಕೆಡಿಸಿಕೊಳ್ಳಲಿಲ್ಲ ಕೃತಿಕಾ. "ನಂಗೇನು ಹಾಗೇ ಅನ್ನಿಸ್ತು. ದಟ್ಸ್... ಓಕೇ! ನನ್ಮೇಲೆ ಬಿಟ್ಟರೇ ಇದೆ ಸಜೇಷನ್ ಕೊಡೋದು. ಉತ್ತಮ ಪರಿಸರ... ಅದ್ಭುತವಾದ ಗಾರ್ಡನ್! ಸಂಸಾರ, ಸಮಾಜ, ಸಂಬಂಧಗಳಲ್ಲಿ ಪಕ್ವವಾದ ಹಿರಿಯರು. ಈಗ ಅವ್ರಿಗೆ ಬೇಕಿರೋದು ಪ್ರೀತಿ, ಆಸರೆ" ಮನ ತುಂಬಿ ಹೇಳಿದರು. ಕುಟುಂಬದವರನ್ನ ಬಿಟ್ಟು ಹೊರಬಂದ ದಿನದ ನೆನಪು ಎದುರು ಬಂದು ನಿಂತಿತು. ಯಾವ ಶಕ್ತಿ ತನ್ನನ್ನು ಆ ಮಟ್ಟಕ್ಕೆ ಒಯ್ದಿದ್ದು? ಹರೆಯದ ಪ್ರೀತಿ, ಆಗ ಒಲವಿನ ಸಾಮ್ರಾಜ್ಯದಲ್ಲಿ ಮಿಂದೇಳುವ ತವಕ, ತಲ್ಲಣ, ಬಹುಶಃ ಅದು ಒಮ್ಮೆ ಬರುವಂಥ ಸ್ಥಿತಿಯಾ? ಕೃತಿಕಾ ಚಿಂತನೆ.

"ಬಿಂದು ಒಂದು ಪ್ರಶ್ನೆ ಕೇಳ್ಲಾ? ಪ್ರೇಮಿಸಿದ ಗಂಡು, ಹೆಣ್ಣು ಯಾರದೋ ವಿರೋಧಕ್ಕೆ ಅಂಜಿ ನೂರು ಕನಸುಗಳನ್ನ ಕಟ್ಟಿ ಹತಾಶೆಯಿಂದ ಆತ್ಮಹತ್ಯೆ ಮಾಡ್ಕೋತ್ತಾರಲ್ಲ. ಬಹುಶಃ ಅವ್ರುಗಳು ಒಬ್ಬರನ್ನು ಬಿಟ್ಟು ಒಬ್ಬರು ಬದ್ಕಲಾರರ?" ಕೃತಿ ಪ್ರಶ್ನೆಗೆ ಜೋರಾಗಿ ನಕ್ಕಳು ಬಿಂದು "ಅದ್ನ ನೀನೇ ಹೇಳ್ಬೇಕು. ನಂದು ಆರೇಂಜ್ ಮ್ಯಾರೇಜ್... ವಿವಾಹಕ್ಕೆ ಮುನ್ನವೇ ವಿವೇಕ್ ನಕಾರ. ಒಂದು ತರಹ ಕತೆ ಬಿಡು. ನಿನ್ನ ಸ್ಥಿತಿ ನೆನಪಾದರೇ ಭಯ ಆಗುತ್ತೆ. ಬಹುಶಃ ಅಂಥ ಸ್ಥಿತಿಗೆ ಹೋಗುವ ಪುಕ್ಕಲು ಮನಸ್ಥಿತಿ ನಿಮ್ಮದಲ್ಲದಿದ್ದರೂ ಕಲ್ಪನೆಯ ಲೋಕದ ವಿಹಾರ. ನೀನೇ ಒಂದ್ಕಡೆ ಬರ್ದುಕೊಂಡಿದ್ದೆ. ಭಾವಗಳ ಯಾನ, ನೋವುನಲಿವುಗಳ ಪಯಣ, ಪ್ರೀತಿಯ ಚಿತ್ತಾರ, ಪ್ರೇಮದ ನಿವೇದನೆಗೆ ಪದಗಳು ಸಾಲದ ಸ್ಥಿತಿ... ಅಬ್ಬಬ್ಬ ಅದೆಷ್ಟು ಬರ್ದುಕೊಂಡಿದ್ದೆ, ಬಹಳ ವರ್ಷಗಳ ಹಿಂದೆ. ನಿನಗೆ

ಭಾಸ್ಕರ್ ಒಂದು ಪ್ರೇಮಪತ್ರ ಕಳಿಸಿದ್ದರು. 'ನಿನ್ನೊಲುಮೆ'ಯಿಂದಲೇ ಬಾಳು ಬೆಳಕಾಗಿರಲ್, ಚಂದ್ರಮುಖಿ ನೀನೇನಲು ತಪ್ಪೀನೇ, ನಿನ್ನ ಸೌಜನ್ಯವೇ ದಾರಿ ನರಳಾಗಿರಲ್ ನಿತ್ಯ ಸುಖಿ ನೀನೆನಲು ಒಪ್ಪೇನೇ॥' ಕೆ.ಎಸ್. ನರಸಿಂಹಸ್ವಾಮಿಯವರ ಕವನದ ಧಾರೆಯಲ್ಲಿ ತೇಲಿಸಿದರು ಪತ್ರವನ್ನು. ನಾನು ಕದ್ದು ಓದ್ದೇ" ನಗು ಹರಿದುಬಂತು. ಬೇರೆ ಸಮಯದಲ್ಲಾಗಿದ್ದರೆ ಹುಸಿಮುನಿಸು ತೋರುತ್ತಿದ್ದಳು ಕೃತಿಕಾ, ಆದರೆ ಈಗ ಅಂಥ ಮನಸ್ಥಿತಿ ಇರಲಿಲ್ಲ. ಅದು ಅರ್ಥವಾಯಿತು ಬಿಂದುಗೆ. ಅಂದಿನ ಅವಳ ಪ್ರೇಮ ಪುರಾಣಕ್ಕೆ ಕೆಂಪಾಗಿ ಬಿಡುತ್ತಿದ್ದವಳ ಕೆನ್ನೆ ರಂಗಾಗಲಿಲ್ಲ "ಏನೀ, ಥಿಂಗ್... ರಾಂಗ್?" ಬೆಚ್ಚಿ ಕೇಳಿದಕ್ಕೆ ನಕ್ಕುಬಿಟ್ಟಳು.

ಕೃತಿಕಾನ 'ನಿನ್ನೊಲುಮೆ' ಬಳಿ ಇಳಿಸಿ ಕೈಬೀಸಿದಾಗ "ಇಲ್ಲೇ... ಇಧ್ಬಿಡು" ಅಂದಿದ್ದಕ್ಕೆ ಬಿಂದು ನಗುತ್ತ "ಸಾರಿ ಮೇಡಮ್.. ನಾನು ಒಂಟಿ ಅನ್ನೋ ಭಾವನೆನಾ? ತಾಳಿ ಕಟ್ಟಿದ ಗಂಡ ಎಲ್ಲೆ ಇರಲಿ, ಮನೆಗೂ ಮನಸ್ಸಿಗೂ ಅವ್ನೇ ಯಜಮಾನ. ಮೈಂಡ್ ಇಟ್..." ಎಂದ ಬಿಂದು ಕಾರಿಗೆ ಚಾಲನೆ ಕೊಟ್ಟಳು.

ಕೆಲವೊಮ್ಮೆ ಅವಳು ಯಕ್ಷಪ್ರಶ್ನೆಯಾಗುತ್ತಿದ್ದಳು. ತುಂಬು ರೂಪ, ಸಂಪನ್ನೆ, ಉಳ್ಳವರ ಮನೆಯ ಹುಡುಗಿಯೆ! ಡಿಗ್ರಿ ಆಗಿತ್ತು. ಒಂದು ಗೌರ್ನಮೆಂಟ್ ಕೆಲ್ಸ ಸಿಕ್ಕಿತು. ಅಲ್ಲಿ, ಇಲ್ಲಿ ಇದ್ದು ಸಾಕಾಗಿ ತನ್ನದೇ ಒಂದು ಪ್ಲಾಟ್ ಮಾಡಿಕೊಂಡು ಒಂಟಿ ಜೀವನ ನಡೆಸುತ್ತಿದ್ದವಳಿಗೆ ಹೆಚ್ಚುಕಡಿಮೆ ಇವಳೇ ಬಂಧು.

ಸುವರ್ಣಮ್ಮ ಇವಳು ಬಂದಾಗ ಮಲಗೇ ಇದ್ದಳು. ಶಶಾಂಕ್ ತಾನೇ ಮಾತ್ರೆ ನುಂಗಿಸಿ ಕಾಫಿ ಕೊಟ್ಟಿದ್ದ. ಇಡೀ ಮನೆಯ ಕೆಲಸದ ಜೊತೆ ರಾತ್ರಿ ಅಡಿಗೆಯನ್ನು ಮಾಡಿಸಿ ಡೈನಿಂಗ್ ಟೇಬಲ್ ಮೇಲೆ ಅಚ್ಚುಕಟ್ಟಾಗಿ ಇರಿಸಿದ್ದ. ಪಟಪಟಾಂತ ಎಲ್ಲಾ ಮಾಡಿ ಮುಗಿಸಿದ್ದಳು. ಏನೋ ಕೊರತೆ, ಭಯ ಭಾಸ್ಕರ್ ಕೊಡಿಸಿದ್ದ. ಮೊಬೈಲ್ ಕಳೆದಿದ್ದು. ಮಧ್ಯೆ ಮಧ್ಯೆ ಹುಡುಕಾಡಿದಳಷ್ಟೆ. ಸಿಗಲಿಲ್ಲ.

"ಏಯ್... ಶಶೀ! ಮನೆಯಲ್ಲೇ ಇದ್ದೀ" ಕೃತಿಕಾ ಅಂದಾಗ "ಇವಳ್ನ ಸ್ವಲ್ಪ ಗೋಳೊಯ್ದುಕೊಳ್ಳಬೇಕೆನಿಸಿತು. "ಅವಳೆಡೆ ಚೇಷ್ಟೆಯ ನೋಟ ಹರಿಸಿದಾಗ ನಾಚಿ ನೀರಾದಳು. ಈ ಜೋಡಿ ಹೀಗೆಯೇ ಇರಲಿ ಎಂದು ಅವಳ ಮನ ಹಾರೈಸಿತು. ಅಲ್ಲಿ ಕರಿನೆರಳು ಇಣುಕಬಾರದು."

"ಅಕ್ಕ, ಅಡ್ಗೆ ರೆಡಿ, ಸುವರ್ಣಮ್ಮನಿಗೆ ಕಾಫಿ ಕೊಟ್ಟೆ. ಚಳಿ ಚಳಿ ಅಂತಾಳೆ" ಹೇಳಿದ್ದು ಅರುಣ. "ಅಯ್ಯೊ ಪಾಪ..." ಎಂದು ಅತ್ತ ಧಾವಿಸಿದಳು. "ಹಣೆ, ಕತ್ತು ಮುಟ್ಟಿ ನೋಡಿ ಜ್ವರ ಇದೆ, ಬಿಸಿ ನೀರು ಕುಡೀ.." ಎಂದು ಹೊರಗೆ ಬಂದವಳೇ ಡಾಕ್ಟರ್‌ಗೆ ಫೋನ್ ಮಾಡಿದಾಗ "ನೋ... ನೋ... ಅದೇ ಮಾತ್ರೆ ಕೊಡಿ. ಆಕೆ ಏನೋ ಮನಸ್ಸಿಗೆ ಹಚ್ಚಿಕೊಂಡಂಗೆ ಕಾಣ್ತಾಳೆ" ಎಂದರು. ನೇರವಾಗಿ ಕೃತಿಕಾ ಸುವರ್ಣಮ್ಮನ ರೂಮಿಗೆ ಹೋಗಿ ಅಲ್ಲೇ ಒಂದು ಸ್ಟೂಲ್ ಹಾಕೊಂಡು ಕೂತು "ಸುವರ್ಣಮ್ಮ ನಿನ್ಗಂಡನ್ನ ನೋಡ್ಬೇಕಾ? ನಿನ್ನ ದುಬೈಗೆ ಕಳ್ಸಿಬಿಡ್ಲಾ? ನಾಲ್ಕು ಕಾಸು

ಮಾಡ್ಕೊಂಡ್ ಬಂದರೆ, ಪುಟ್ಟದೊಂದು ಮನೆ ತಗೊಳ್ಳೋ ಆಸೆ ಅವನದು. ಅವನೇನು ಅಗ್ರಿಮೆಂಟ್ ರದ್ದು ಮಾಡಿ ಹಿಂದಕ್ಕೆ ಬಾ. ಅಂದರೆ... ಬಂದೇಬಿಡ್ತಾನೆ" ಸಂತೈಸುವ ದನಿಯಲ್ಲಿ ನುಡಿದಳು.

"ಅಲ್ಲೇ ಉಳೀತಾರೆ ಅನ್ನೋ ಭಯ" ಕ್ಷೀಣವಾಗಿ ನುಡಿದಳು. ಕೃತಿಕಾ ನಕ್ಕು "ಖಂಡಿತ ಇಲ್ಲ, ಆ ಪೈಕಿ ಅಲ್ಲ ನಿನ್ನ ಗಂಡ. ಇನ್ನ ಎರಡ್ವರ್ಷ... ಅಷ್ಟೇ. ಅವರ್ಗೂ ಜೀವ ಭದ್ರವಾಗಿ ಹಿಡುಕೊಂಡು ಕಾಲ ಕಳ್ದುಬಿಡು. ತರೋ ದುಡ್ಡುನಲ್ಲಿ ಎಂಥದೋ ಒಂದ್ಮನೆ ಮಾಡ್ಕೋಬಹುದ್ದು. ಆಮೇಲೆ ನಿಂಗೆ ಫೋನ್ ಮಾಡಿ ಕೊಡ್ತೀನಿ ಮಾತಾಡು" ಮೇಲೆದ್ದಾಗ, ಸುವರ್ಣಮ್ಮ ಒಂದು ಮಾತು ಹೇಳಿದಳು. "ಅಮ್ಮ, ಯಜಮಾನ್ರಿಗೆ ನಾನು ಇಲ್ಲಿ ಇರೋದು ಇಷ್ಟವಿಲ್ಲ. ಬಾಯಿಬಿಟ್ಟು ಎಷ್ಟೋ ಸಲ ಹೇಳಿದ್ದಾರೆ" ಅದನ್ನು ಹೇಳಿದಳು. ಸೀರಿಯಸ್ಸಾದಳು ಕೃತಿಕಾ.

"ನಾನು ಮಾತಾಡ್ತೀನಿ, ನಿನ್ನ ಗಂಡ ಬರೋವರ್ಗೂ ಎಲ್ಲಿಗೂ ಕಳಿಸೋಲ್ಲ" ಇಂಥದೊಂದು ಆಶ್ವಾಸನೆ ಕೊಟ್ಟೇ ಅವಳು ಹೊರಗೆ ಹೋಗಿದ್ದು. ಅದು ಅವಳಿಗೆ ಗೊತ್ತು. ಅದಕ್ಕೆ ಭಾಸ್ಕರದ್ದೇ ಆದ ಕಾರಣವಿತ್ತು. ಕಳಿಸದೆ ಇರೋದಿಕ್ಕೆ ಅವಳದೇ ಆದ ಎರಡು ಕಾರಣಗಳು ಇದ್ದವು. ಒಂದನ್ನು ಹೇಳಬಹುದು. ಎರಡನೆಯದು ಅಸ್ಪಷ್ಟ.

ರಾತ್ರಿ ಮನೆಗೆ ಬರೋವಾಗ ಭಾಸ್ಕರ್ ಬಿ.ಪಿ ಚೆಕ್ ಮಾಡಿಸಿಕೊಂಡು ಬಂದಿದ್ದ. ಆಗ ಫ್ಯಾಮಿಲಿ ಡಾಕ್ಟರ್ ಸುವರ್ಣಮ್ಮನ ಜ್ವರದ ವಿಷಯ ತಿಳಿಸಿದ್ದರು. ಸ್ವಲ್ಪ ಬಿಗುವಿನಿಂದಲೇ ಮನೆಗೆ ಬಂದಿದ್ದ.

ಊಟ ಮುಗಿದನಂತರ ಗೊಣಗಿದ "ಇನ್ನ ನಿನ್ನ ಕೆಲ್ಸದ ಸುವರ್ಣಮ್ಮನ ಸಹವಾಸ ಬೇಡ. ನೆಂಟರು ಮನೆ ಇದೇಂತ ಹೇಳಿದ್ದಳಲ್ಲ, ಅಲ್ಲಿಗೆ ಕಳ್ಸಿಬಿಡು. ಬೇಕಾದರೆ ಒಂದಿಷ್ಟು ಹಣ ಕೊಟ್ಟು ಕೈತೊಳ್ಕೋ" ಹಾಟ್‌ಬಾಕ್ಸ್‌ನ ಪಕ್ಕಕ್ಕೆ ಸರಿಸಿದ ಕೃತಿಕಾ ಅವನತ್ತ ತಿರುಗಿ "ಜ್ವರ ಇದೆ. ಈ ಸ್ಥಿತಿಯಲ್ಲಿ ಹೇಗೆ ಕಳಿಸೋದು?" ಇವಳ ಪ್ರಶ್ನೆಗೆ "ಅದೇನು ಸಮಸ್ಯೆ? ಶಶಿ ಕರ್ಕೊಂಡ್ ಹೋಗಿಬಿಟ್ಟು ಬರ್ತಾನೆ. ಇಲ್ಲ ಅವ್ರಿಗೆ... ಒಂದು ಫೋನ್ ಮಾಡು. ಕರ್ಕೊಂಡ್ ಹೋಗ್ಲೀ. ಅದಕ್ಕೆ ಒಂದಿಷ್ಟು ಹಣ ಕೊಟ್ಟರಾಯ್ತು." ಉದಾಸೀನವಾಗಿ ನುಡಿದ. ಒಂದುಕ್ಷಣ ಕೃತಿಕಾ ತಲೆ ಬಿಸಿಯಾಯಿತು. "ಕೆಲ್ಸ ಮಾಡೋವಾಗ ನಾವು ಇಟ್ಕೊಂಡ್... ಹುಷಾರ್ ತಪ್ಪಿದ ಕೂಡ್ಲೇ ಕಳಿಸೋಕಾಗುತ್ತ? ಸಂಯಮ ವಹಿಸಿದಳು. ಇದಕ್ಕೆ ಕೃತಿಕಾ ಒಪ್ಪಿಗೆ ಇಲ್ಲ.

"ನಿನ್ನ ಹಣೆ ಬರಹ! ಊರಿನೋರಿಗೆಲ್ಲ ಉಪಚಾರ ಮಾಡು. ಅನಗತ್ಯವಾಗಿ ಲಕ್ಷಾಂತರ ಸಾಲ ಮಾಡಿ ಬೀದಿಯಲ್ಲಿ ಹೋಗೋ ಜನಕ್ಕೆ ಕೊಡು. ನೀನು ಹಿಂದಿನದೆಲ್ಲ ಮರ್ತೇ" ಜೋರು ಮಾಡಿದವ ಅಲ್ಲಿ ನಿಲ್ಲದೆ ಬಾಲ್ಕನಿಗೆ ಹೋಗಿ ನಿಂತ. ಇಂದಿಗೂ ಕೃತಿಕಾನ ಡೈರೆಕ್ಟಾಗಿ ಫೇಸ್ ಮಾಡಲು ಹಿಂಜರಿಯುತ್ತಿದ್ದ. ರೂಪದಲ್ಲಿ, ಜಾತಿಯಲ್ಲಿ, ಬುದ್ಧಿಯಲ್ಲಿ, ಮಾತುಗಾರಿಕೆಯಲ್ಲಿ ಪ್ರತಿಯೊಂದರಲ್ಲೂ ತನಗಿಂತ ಕೃತಿಕಾ ಮುಂದಿದ್ದಾಳೆಂದು ಅರಿವಿಗೆ ಬಂದು ವರ್ಷಗಳೇ ಆಯಿತು. ಆಫೀಸ್ ಸ್ವಂತಕ್ಕೆ ಆದಾಗಲೇ ಕೃತಿಕಾ ಎಫಿಷಿಯನ್ಸಿ

ಅರಿವಿಗೆ ಬಂದಿತ್ತು. ಕ್ಲೈಂಟ್ಸ್ ಬಂದವರೆಲ್ಲ ಅವಳೊಂದಿಗೆ ಮಾತಾಡಲು, ಚರ್ಚಿಸಲು ಇಷ್ಟಪಡುತ್ತಿದ್ದರು. ಆಫೀಸ್ ಕೆಲಸಕ್ಕೆಂದು ಅಪಾಯಿಂಟ್ ಮಾಡಿಕೊಂಡ ಜನ ಕೂಡ ಅವಳ ಕೆಲಸದ ವೈಖರಿಯನ್ನು ಇಷ್ಟಪಡುತ್ತಿದ್ದರು. ಹೆಚ್ಚು ಗೌರವ ಕೃತಿಕಾ ಪಾಲಿಗೆ ಸಿಗುತ್ತಿರುವುದನ್ನು ಕಂಡು ವಿನಾ ಕಾರಣ ಅಸಹನೆ ತೋರುವುದು ಜಾಸ್ತಿಯಾದಾಗ ವಿವರಿಸಲು ಪ್ರಯತ್ನಿಸಿ ಸೋತು, ಸಣ್ಣಪುಟ್ಟ ಜಗಳ, ವಿರಸಗಳನ್ನು ಫೇಸ್ ಮಾಡಿದ ನಂತರವೇ ಆಫೀಸ್ ಬಿಡುವ ನಿರ್ಧಾರ ಮಾಡಿದ್ದು ಕೃತಿಕಾ. ಸಾಕಷ್ಟು ಮಾನಸಿಕ ಹಿಂಸೆ ಅನುಭವಿಸಿದ್ದಳು.

ಅದು ಅನಿರೀಕ್ಷಿತವಾದರೂ ಒಳಗೊಳಗೆ ಸಂತೋಷಪಟ್ಟಿದ್ದುಂಟು ಭಾಸ್ಕರ್. "ಯಶಸ್ವಿ ಹೆಣ್ಣಿನ ಹಿಂದೆ ಒಬ್ಬ ಅಸಹನೆಯ ಗಂಡು ಇರ್ತಾನೆ" ಇದನ್ನು ಕೊಲೀಗ್ಸ್ ಸಹನಾಮೂರ್ತಿ ಸಾಕಷ್ಟು ಸಲ ಹೇಳಿದ್ದರೂ ನಿರಾಕರಣೆಯ ಜೊತೆ ಒಪ್ಪಿಗೆಯು ಇತ್ತು. ಪ್ರೀತಿಸಿದ ಮಾತ್ರಕ್ಕೆ ಸದ್ಗುಣಸಂಪನ್ನ ಎನ್ನಲು ಸಾಧ್ಯವೇ?

ಕಂಬನಿ ಒಸರಿದಾಗ ತೊಡೆದುಕೊಂಡ ಕೃತಿಕಾ ತನ್ನ ನಿರ್ಧಾರವನ್ನು ಮನಸ್ಸಿನಲ್ಲಿಯೆ ಸಮರ್ಥಿಸಿಕೊಂಡಳು. ಸಾಕಷ್ಟು ಸಮಯದ ಮೇಲೆ ಭಾಸ್ಕರ್ ಬಂದು ಮಲಗಿದ್ದು ಸಿಗರೇಟು ವಾಸನೆ ಗಪ್ಪೆಂದು ರಾಚಿತು. ವಿವಾಹಕ್ಕೆ ಮುನ್ನ ಈ ಅಭ್ಯಾಸವಿರಲಿಲ್ಲ. ಸ್ವಲ್ಪ ಆಫೀಸ್ ಪರಿಚಯವಾದ ನಂತರ ಶ್ರೀಮಂತ ಗೆಳೆಯರ ಸ್ನೇಹ ಇಂಥದೊಂದು ಅಭ್ಯಾಸ ಗಂಟು ಬಿದ್ದಿತು. ಅದಕ್ಕಾಗಿ ಸಣ್ಣಪುಟ್ಟ ಚರ್ಚೆಗಳು ನಂತರ ರಾಜಿ 'ಸಾರಿ' ಎಂದು ಓಲೈಸುವಿಕೆಯಲ್ಲಿ ಮುಕ್ತಾಯವಾದರೂ ಸ್ಮೋಕಿಂಗ್‌ನ ವಿರೋಧಿಸುತ್ತಿದ್ದಳು. ಸ್ಮೋಕಿಂಗ್‌ನ ದ್ವೇಷಿಸುತ್ತಿದ್ದಳು.

ಭಾಸ್ಕರನ ಕೈ ಅವಳ ತೋಳಿನ ಮೇಲೆ ಬಿದ್ದಾಗ ಕೊಸರಿಕೊಂಡ ಕೃತಿಕಾ "ಭಾಸ್ಕರ್ ಸಿಗರೇಟು ವಾಸ್ನೇ ನಂಗೆ ಆಗೋಲ್ಲ. ಸ್ಮೋಕಿಂಗ್ ಮಾಡೋಲ್ಲಾಂತ ಸಾಕಷ್ಟು ಸಲ ಭರವಸೆ ಕೊಟ್ಟಿದ್ದೀರಿ. ಇಂಥ ವಿಚಾರಗಳಲ್ಲಿ ನಾನು ರಾಜಿ ಆಗೋಲ್ಲ" ಮೇಲೆದ್ದು ಬೆಡ್‌ರೂಂನಲ್ಲಿಯೇ ಇದ್ದ ಪಕ್ಕದ ರೀಡಿಂಗ್‌ರೂಂನ ಬಾಗಿಲು ತೆಗೆದುಕೊಂಡು ಹೋಗಿ ಬಾಗಿಲು ಮುಚ್ಚಿಕೊಂಡಳು. ಇದೇನು ಮೊದಲ ಸಲವಲ್ಲ, ಅಂಥ ಸಂದರ್ಭಗಳಲ್ಲಿ ಭಾಸ್ಕರ್ ಕೆನ್ನೆಗೆ ಹಾಕಿಕೊಂಡು ಕ್ಷಮೆಯಾಚಿಸಿ ಕರೆದೊಯ್ಯುತ್ತಿದ್ದ. ಇಂದು ಗಟ್ಟಿಯಾಗಿದ್ದ. ಸವಾಲ್ ಆಗಿ ಸ್ವೀಕರಿಸಬೇಕೆನಿಸಿತ್ತು ಆ ಕ್ಷಣ. ಎಲ್ಲ ಸಂಸಾರದಂತೆ ಸಣ್ಣಪುಟ್ಟದಕ್ಕೆ ಕೋಪ, ತಾಪ, ಅದೆಲ್ಲ ಇತ್ತು. ಯಾಕೋ ಏನೋ ಬಂದು ಮೊದಲನೆಯದಾಗಿ ಶಶಾಂಕ್‌ನ ಹೆತ್ತವರಿಗೆ ಹಣ ಕೊಟ್ಟಿದ್ದು. ಎರಡನೆಯದು ಸುವರ್ಣಮ್ಮನನ್ನು ಮನೆಯಲ್ಲಿ ಇರಿಸಿಕೊಂಡು ಉಪಚಾರ ಮಾಡಿದ್ದು ಅವನ ಕೋಪಕ್ಕೆ ಕಾರಣವಾಗಿತ್ತು.

ಅಲ್ಲೇ ಸೋಫಾ ಮೇಲೆ ಮಲಗಿ ನಿದ್ದೆ ಮಾಡಿದಳು. ಅರುಣಗೆ ಕೊಡಿಸಿದ್ದ ಜುಮುಕಿ, ಪೆಂಡೆಂಟ್ ಸರ ಜೊತೆ ಕೊಡಿಸಿದ ವಸ್ತುಗಳ ಪಟ್ಟಿ ಅವಳನ್ನು ಅಣಕಿಸುತ್ತಿತ್ತು. ಏನಿದೆಲ್ಲ? ಇದಕ್ಕೆ ಅರ್ಥವೇನು? ಅರ್ಥೈಸಿಕೊಳ್ಳಲಾರದೆ ಒದ್ದಾಡುತ್ತಿದ್ದಳು. ಕೆಲವಕ್ಕೆ ಉತ್ತರವಿಲ್ಲ.

ಮತ್ತೆ ಎದ್ದು ಹೋಗಿ ಸುವರ್ಣಮ್ಮನ ಟೆಂಪರೇಚರ್ ನೋಡಿ ಮಾತ್ರೆ ನುಂಗಿಸಿ, ಒಂದು ರಗ್ ತಗೊಂಡು ಹೋಗಿ ಹೊದ್ದಿಸಿ ಬಂದಳು. ನಿದ್ದೆ ಅಷ್ಟಕಷ್ಟೆ. ಇತ್ತೀಚೆಗೆ ಮುದ್ರಣಗೊಂಡ ಕೆ.ಎಸ್. ನರಸಿಂಹಸ್ವಾಮಿಯವರ ಮಲ್ಲಿಗೆಮಾಲೆಯನ್ನು ತಿರುವಿ ಹಾಕತೊಡಗಿದಳು. ಅದ್ಭುತ ಪ್ರೀತಿಯನ್ನು ತಮ್ಮ ಪದಗಳಲ್ಲಿ ಹಿಡಿದಿಟ್ಟಿದ್ದರು. ಪ್ರೀತಿ ಒಂದು ರೀತಿಯ ಮಾಯೆ. 'ನಿನ್ನೊಲುಮೆಯಿಂದಲೇ ಬಾಳು ಬೆಳಕಾಗಿರಲ್ ಚಂದ್ರಮುಖಿ ನೀನೇನಲು ತಪ್ಪೇನೇ, ನಿನ್ನ ಸೌಜನ್ಯವೇ ದಾರಿ ನೆರಳಾಗಿರಲ್ ನಿತ್ಯ ಸುಖಿ ನೀನೇನಲು ಒಪ್ಪೇನೇ' ಎಂದ ಕವಿಯ ಪದ ಬಳಕೆಯ ಅನ್ಯೋನ್ಯತೆ ಬೆರಗಾಗಬೇಕಾದ್ದೆ. ಬಹಳ ಕೆಟ್ಟದಾಗಿ ವಿವಾಹಕ್ಕೆ ಮುನ್ನ ನಂತರದ ದಿನಗಳಲ್ಲಿ ಬಹಳ ಕೆಟ್ಟ ಕೆಟ್ಟದಾಗಿ ಹಾಡಿದಿದೆ. ಆಗ ಮನ ತುಂಬಿ, ಬಾಯಿ ತುಂಬಿ ನಕ್ಕು ನಕ್ಕು ಸುಸ್ತಾಗಿದ್ದುಂಟು. ಅದೆಲ್ಲ ಏನಾಯಿತು? ಅದೆಲ್ಲ... ಮಂಪರಾ?

ಯಾವಾಗ ನಿದ್ದೆ ಬಂತೋ, ಎಚ್ಚರವಾದಾಗ ಬೆಳಕಿನ ತಣ್ಣನೆಯ ಸ್ಪರ್ಶಕ್ಕೆ ದಿಗ್ಗನೆ ಎದ್ದು ಕೂತವಳು. 'ಮೈ ಗಾಡ್...' ಅಲ್ಲೇ ಇದ್ದ ಸಿಂಕ್‌ನಲ್ಲಿ ಮುಖ ತೊಳೆದು ಟವಲಿನಿಂದೊತ್ತಿಕೊಳ್ಳುತ್ತ ಬೆಡ್‌ರೂಂನೊಳಕ್ಕೆ ಬಂದಾಗ ಭಾಸ್ಕರ ಇನ್ನೂ ನಿದ್ರಿಸುತ್ತಿದ್ದ. ಪ್ರೀತಿಯಿಂದ ಹಣೆ, ಮುಖವನ್ನು ಸವರಬೇಕೆನಿಸಿದರೂ ಹಿಂದೆಗೆಯುವಾಗ ಅವನ ಕೈ ಅವಳನ್ನ ಬಳಸಿ ಹತ್ತಿರಕ್ಕೆಳೆದುಕೊಂಡಿತು.

"ಪ್ಲೀಸ್ ಬಿಡಿ, ಎದ್ದಿದ್ದು ಲೇಟಾಗಿ" ಎಂದು ಕೊಸರಿಕೊಂಡಾಗ ಹತ್ತಿರಕ್ಕೆಳೆದುಕೊಂಡು ಚುಂಬಿಸಿಬಿಟ್ಟ. ಮಂಪರಿಗೆ ಹೋದವಳಂತೆ ಹೊರಗೆ ಬಂದಳು. ಎದುರಾಗಿದ್ದು ಶಶಾಂಕ್ "ಗುಡ್‌ಮಾರ್ನಿಂಗ್ ಅಕ್ಕ, ನಿಂಗೆ ರಾತ್ರಿಯೆಲ್ಲ ನಿದ್ದೆ ಬಂದಿರೋಲ್ಲ. ಸುವರ್ಣಮ್ಮ ಬೆವತಿದ್ದಾಳೆ. ಜ್ವರ ಕಡ್ಮೆಯಾಗಿದೆ. ಇವತ್ತು ಕಾಫೀ ರೆಡಿ ಇದೆ." ಹುಬ್ಬು ಕುಣಿಸಿದ ಒಂದು ಮೊಟಕಿ "ಸದ್ಯ ನಂಗೆ ಭಯವಾಗಿತ್ತು. ಪಾಪದ... ಹೆಂಗ್ಸು. ಅವ್ಳ ಗಂಡ ದೊಡ್ಡ ಕನಸನ್ನ ಕಟ್ಟಿಕೊಂಡು ದುಬೈಗೆ ಹೋಗಿದ್ದಾನೆ. ಇವ್ಳಿಗೇನಾದ್ರೂ ಹೆಚ್ಚು ಕಡ್ಮೆಯಾದರೆ ನಮ್ಗತಿಯೇನು?" ಕೃತಿಕಾಳ ದನಿಯಲ್ಲಿ ಭಯವಿತ್ತು.

"ಇಲ್ಬಾ..." ಕೈಹಿಡಿದು ಬಾಲ್ಕನಿಗೆ ಕರೆದೊಯ್ದು ಅತ್ತಿತ್ತ ನೋಡಿ ಪಿಸುದನಿಯಲ್ಲಿ "ಭಾವಂಗೆ ಸುವರ್ಣಮ್ಮ ಇಲ್ಲಿರೋದು ಇಷ್ಟವಿಲ್ಲ. ಈಗ ಇವ್ಳು ಮಲಗಿದ್ಮೇಲೆ ಸುತರಾಂ ಇಷ್ಟವಿಲ್ಲ. ಅವ್ಳ ನೆಂಟರ ಮನೆಗೆ ಕಳಿಸೋಕೆ ಹೇಳು. ನೀನೇ ಕರ್ಕೊಂಡ್ ಹೋಗಿ ಬಿಟ್ಬಾ ಅವಳ ನೆಂಟರ ಮನೆಗೆ ಅಂದ್ರು. ಸ್ವಲ್ಪ ಹಣನು ಕೊಡೋಣಾಂತ ಅಂದ್ರು" ಉಸುರಿದ. ಅವನ ಮುಖ ನೋಡಿದಾಗ, ಬರೀ ಗೊಂದಲದಲ್ಲಿ ಇದ್ದ. "ನಂಗೆ ಅರ್ಥವಾಗಿದೆ. ಅವ್ಳ ಗಂಡ ಫೋನ್ ಮಾಡಿ ನಾನು ಬರೋವರ್ಗೂ ನೀವೇ, ಅವ್ಳಿಗೆ ತಂದೆ, ತಾಯಿಂತ ಹೇಳಿದ್ದಾನೆ. ಒಪ್ಪಿಕೊಂಡಿದ್ದೀನಿ. ಅವ್ಳ ನೆಂಟರು ಬಗ್ಗೆ ಏನೇನು ಗೊತ್ತಿಲ್ಲ. ಅಂಥದ್ದರಲ್ಲಿ ಹುಷಾರು ತಪ್ಪಿದೇ ಅನ್ನೋ ಕಾರಣಕ್ಕೆ ಅಲ್ಲಿ ಬಿಟ್ಟು ಬರೋಕೆ, ಆಗುತ್ತಾ? ಎಲ್ಲಾ ಧರ್ಮಕ್ಕಿಂತ ಮಾನವಧರ್ಮನೇ ನಂಗೆ ಗೊತ್ತಿರೋದು. ಈಗ ಸಂಬಂಧಗಳು ಶಿಥಿಲವಾಗಿ ಹೋಗಿದೆ. ಮಕ್ಳು ಬೋರ್ಡಿಂಗ್‌ನಲ್ಲಿ, ಹೆತ್ತವರು

ವೃದ್ಧಾಶ್ರಮಗಳಲ್ಲಿ ಈ ತಪ್ಪುಗಳು ನಿರಂತರವಾಗಿ ನಡೀತಾ ಇದೆ. ಐ ಹೇಟ್... ದಿಸ್. ನಮ್ಗೇ ಸಂಬ್ಳ ಪಡೆಯೋ ಕೆಲ್ಸದವ್ರೇ ಇರಬಹುದು, ಹಾಗಂತು ಅಷ್ಟೊಂದು ನಿಷ್ಠುರವಾಗೋಕೆ ಸಾಧ್ಯನಾ? ಪ್ರೇಮ, ಪ್ರೀತಿ ಅನ್ನೋ ಮಾಯೆಯ ಸುಳಿಯಲ್ಲಿ ಸಿಕ್ಕಿ ಮಾಡಿದ ಅಪರಾಧದ ಪಟ್ಟಿ ದೊಡ್ಡದಿದೆ. ಈಗ ನಾನು ತಪ್ಪು ಮಾಡೋಕೆ ಸಿದ್ಧವಿಲ್ಲ. ಸುವರ್ಣಮ್ಮನ್ನ ನಾನು ನೋಡ್ಕೊತೀನಿ" ಅನ್ನೋ ವೇಳೆಗೆ ಅವಳ ಕಣ್ಣಿಂದ ಇಳಿದ ಕಂಬನಿ ಕೆನ್ನೆಯ ಮೇಲೆ ಹರಿದಿದ್ದನ್ನು ತೊಡೆದುಕೊಂಡು ಕಿಚನ್‌ಗೆ ಹೋದಳು.

ಹಂಡ್ರೆಡ್ ಪರ್ಸೆಂಟ್ ಶಶಾಂಕ್‌ಗೆ ಸರಿಯೆನಿಸಿತು. "ಜೈ, ಪ್ರೌಡ್ರಾಪ್ ಯು ಅಕ್ಕ. ಈ ಶಶಿ ನಿನ್ನ ಕಡೆನೆ. ಭಾವ ಏನು ಮಾಡ್ತಾರೇ ನೋಡ್ತೀನಿ ಬಿಡು" ಅಂದುಕೊಂಡು ರೂಮಿಗೆ ಹೋದ. ಕೃತಿಕಾ ಬಗ್ಗೆ ಅವನಿಗೆ ಮಮತೆ, ಅಕ್ಕರೆಯ ಜೊತೆ ಗೌರವವು ಕೂಡ. ಕರೆತಂದು ಬೇಕಾಬಿಟ್ಟಿ ಸಾಕಿರಲಿಲ್ಲ, ತುಂಬು ಅಕ್ಕರೆಯನ್ನು ಹರಿಸಿಯೇ ಬೆಳೆಸಿದ್ದು.

ಇಬ್ಬರು ಸೇರಿಯೇ ಬೆಳಗಿನ ತಿಂಡಿಗಾಗಿ ಚಪಾತಿ, ಚಟ್ನಿ, ಪಲ್ಯಗಳನ್ನು ತಯಾರಿಸಿದನಂತರ ಅದನ್ನೆಲ್ಲ ಡೈನಿಂಗ್ ಟೇಬಲ್‌ಗೆ ಸರ್ವ್ ಮಾಡಲು ತಿಳಿಸಿ ರೂಮಿಗೆ ಹೋದಾಗ ಭಾಸ್ಕರ್ ಲ್ಯಾಪ್‌ಟಾಪ್ ತೆಗೆದಿಟ್ಟುಕೊಂಡಿದ್ದವ ಹೇಳಿದ.

"ಒಂದು ಕಪ್ ಕಾಫೀ ಸಿಗುತ್ತಾ ಮೇಡಮ್"

"ಓಕೇ, ಈಗ್ಬಂದೇ! ಆಗ್ಲೇ ತಂದು ಹಿಂದಕ್ಕೆ ತಗೊಂಡ್ ಹೋದೆ. ರಾತ್ರಿ ನಿದ್ದೆ ಇಲ್ಲ. ನಿದ್ದೆಯ ಮಂಪರಿನಲ್ಲಿ ಇರ್ತಿರಾಂತ ಅಂದ್ಕೊಂಡೆ. ಬ್ರೇಕ್‌ಫಾಸ್ಟ್ ರೆಡಿಯಾಗಿದೆ" ಅನ್ನುತ್ತಲೇ ಹೋಗಿ ಕಾಫಿ ಬೆರೆಸಿಕೊಂಡು ಬಂದು ಕೊಟ್ಟು "ಒಂದು ಹೆಲ್ಪ್ ಮಾಡ್ತೀರಾ? ಸ್ವಂತ ಆಫೀಸ್ ಹೆಚ್ಚು ಕಡ್ಮೆಯಲ್ಲ. ನಿಧಾನವಾಗಿ ಹೋದ್ರೂ ನಡೆಯುತ್ತೆ. ಒಂದಿಷ್ಟು ಸುವರ್ಣಮ್ಮನ್ನ ಶಾಪ್‌ಗೆ ಕರ್ಕೊಂಡ್ಹೋಗಿ ಬರ್ತೀರಾ?" ಕೇಳಿದಕೂಡಲೆ ಕೈಗೆತ್ತಿಕೊಂಡ ಕಾಫಿ ಟೀಪಾಯಿ ಮೇಲಿಟ್ಟು "ನೋ, ಸಾಧ್ಯವಿಲ್ಲ! ಇದೆಲ್ಲ... ಬೇಕಾ? ಇದಕ್ಕೆಲ್ಲ ಸಮಯ ಇಲ್ಲ. ಮೊನ್ನೆ ವಿಚಾರಿಸಿದ್ದೀನಿ, ಸುವರ್ಣಮ್ಮನಿಗೆ ಬಂಧುಗಳ ಮನೆ ಗೊತ್ತಂತೆ. ಅವ್ಳ ಗಂಡನಿಂದ ಅಡ್ರಸ್ ಇಸ್ಕೊಂಡಿದ್ದೀನಿ, ಜೊತೆಗೆ ಶಶಿಗೆ ಹೇಳಿದ್ದೀನಿ, ಕರ್ಕೊಂಡ್ಹೋಗಿ ಬಿಟ್ಟು ಬರೋಕೆ, ನೀನು ತಲೆ ಕೆಡಿಸ್ಕೋಬೇಡ." ಕಡ್ಡಿ ಮುರಿದಂತೆ ಹೇಳಿದ. ಈ ವಿಷಯದಲ್ಲಿ ಅವಳು ಕಾಂಪ್ರಮೈಸ್ ಆಗೋಲ್ಲ, "ಹುಷಾರ್ ಆದ್ಮೇಲೆ ಯೋಚ್ಸೋಣ. ಈಗ ಸಾದ್ಯವಿಲ್ಲ. ನಾನ್ಹೋಗ್ತೀನಿ... ಬಿಡಿ" ಎಂದು ಸರ್ರೆಂದು ರೂಮು ಬಾಗಿಲು ತೆರೆದುಕೊಂಡು ಹೊರಗೆ ಹೋದಳು.

ಸುಂದರ ಕವನಗಳನ್ನು ಒಸೆದು ಒಲವಿನ ಧಾರೆಯೆರೆದ ಭಾಸ್ಕರ್ ಮನಸ್ಸು ಇಷ್ಟು ಕಠಿಣವೇ? ಆಗ ಇರೋ ಮಂಪರಿನಲ್ಲಿ ಇದನ್ನೆಲ್ಲ ಯೋಚಿಸೋಕೆ ಸಾಧ್ಯವಿತ್ತಾ? ಕೃತಿಕಾಗೆ ನಗುಬಂತು.

"ಶಶಿ..." ಎಂದು ಕೂಗಿದಕೂಡಲೆ ಹಾರಿ ಬಂದವ "ಜೀ ಹುಜೂರ್, ಅಪ್ಪಣೆ ಮಾಡಿ ಅಮ್ಮಿಜಾನ್" ನಾಟಕೀಯವಾಗಿ ನುಡಿದಾಗ ತಲೆಗೊಂದು ಮೊಟಕಿ "ಬೇಗ ತಯಾರಾಗು, ಸುವರ್ಣಮ್ಮನ್ನ ಶಾಪ್‌ಗೆ ಕರ್ಕೊಂಡ್ಹೋಗಿ ಬರ್ಬೇಕು. ಆಡಿಟ್ ನಡೀತಾ

ಇದೆ, ನಂದು ಅಕೌಂಟ್‌ಸೆಕ್ಷನ್. ಸಾಕಷ್ಟು ತಲೆ ಬಿಸಿ ಇರುತ್ತೆ. ಪ್ಲೀಸ್, ನಾನು ಬೇಗ ರೆಡಿಯಾಗಿ ಬಿಡ್ತೀನಿ" ಅವಸರಿಸಿದಳು.

ಸ್ನಾನ ಮುಗಿಸಿ ರೆಡಿಯಾಗಿ ಡೈನಿಂಗ್ ಹಾಲ್‌ಗೆ ಬರುವ ಮುನ್ನ ರೂಮಿನಲ್ಲಿ ಇಣುಕಿದಾಗ ಭಾಸ್ಕರ್ "ಕೃತಿ ನಿಮ್ದು ಮುಗ್ಸಿ, ಹೊರಡಿ. ನಾನು ಆಮೇಲೆ ತಗೋತೀನಿ" ಅಂದ. ಡೈನಿಂಗ್ ಟೇಬಲ್ ಬಳಿ ಬಂದು ತಟ್ಟನೆ ನಿಂತಿದ್ದು, ಜುಮುಕಿ, ಸರದ ಜೊತೆಗೆ ಸಾಲಾಗಿ ಬಂದು ಅಣಕಿಸಿತು. ಮೊಬೈಲ್‌ನಲ್ಲಿನ ಮಾತುಕತೆ ನಗು, ಎದೆ ಭಾರವಾಯಿತು. ಸ್ವಲ್ಪ ಎಚ್ಚರ ತಪ್ಪಿದರೂ ಛಿದ್ರವಾಗುವುದು ಎರಡು ದಾಂಪತ್ಯಗಳು. ತಾಳ್ಮೆ ಜೊತೆಗೆ ಬುದ್ಧಿವಂತಿಕೆಯು ಬೇಕೆನಿಸಿತು.

ಬಂದ ಕೃತಿಕಾ "ಶಶಿ, ಒಂದ್ಕೆಲ್ಸ ಮಾಡು. ನೀನು ಸುವರ್ಣಮ್ಮನ ಜೊತೆ ಅರುಣನು ಕರ್ಕೊಂಡ್ಹೋಗ್. ಅವ್ಳು ಹೊರ್ಗಿನ ಸಮಾಜ ನೋಡ್ಲಿ... ಬದ್ಕಿನ ಲೆಕ್ಕಾಚಾರಗಳ್ನ ತಿಳೀಲಿ. ಆಮೇಲೆ ಆಟೋದಲ್ಲಿ ಕೂಡ್ಸಿ, ಕಳ್ಸು. ಆರಾಮಾಗಿ ಮನೆಗೆ ಬರ್ತಾರೆ" ಎಂದಾಗ ಹಣೆಗಟ್ಟಿಸಿಕೊಂಡ ನಟನೆ ಮಾಡಿ "ಓಕೇ ಅಕ್ಕ ಮೇಮ್... ಸಾಬ್" ಎಂದು ಸಲ್ಯೂಟೊಡೆದ. ಈಚೆಗೆ ಹೆಚ್ಚೆಚ್ಚು ಮಾತಾಡುತ್ತಿದ್ದ.

ಕೃತಿಕಾ ನಿಶ್ಚಿಂತೆಯಿಂದ ಆಫೀಸ್‌ಗೆ ಹೋದಳು ತನ್ನ ಕಾರಿನಲ್ಲಿ. ಭಾಸ್ಕರ್ ಡೈನಿಂಗ್ ಹಾಲ್‌ಗೆ ಬಂದಾಗ ಎಲ್ಲಾ ಖಾಲಿ.. ಖಾಲಿ. ಆ ವೇಳೆಗೆ ಅವರ ಮೊಬೈಲ್ ಸದ್ದಾಯಿತು. ಆ ಕಡೆಯಿಂದ "ಭಾವ, ನಾನು ಅರುಣ ಡಾಕ್ಟ್ರ ಶಾಪ್‌ಗೆ ಹೊರಟಿದ್ದೀವಿ. ಗಡಿಬಿಡಿಯಲ್ಲಿ ಮರೆ!" ಅಷ್ಟು ಹೇಳಿ ಕಾಲ್ ಕಟ್ ಮಾಡಿದ ಶಶಿ. ಅಂದರೆ ಅರುಣನು ಸುವರ್ಣಮ್ಮನ ಜೊತೆಗೆ ಶಾಪ್‌ಗೆ ಒಯ್ದಿದ್ದಾನೆ. 'ಈಡಿಯಟ್...' ಹಲ್ಲು ಕಡಿದು, ಕಾಲು ಅಪ್ಪಳಿಸಿದ್ದು. ಇದೇನು ಪ್ರಿಪ್ಲಾನಾ? ಗರಬಡಿದಂತಾಯಿತು ಭಾಸ್ಕರ್‌ಗೆ.

ಸ್ವಲ್ಪ ಹೊತ್ತು ಹಣೆ ಒತ್ತಿಕೊಂಡು ಕೂತುಬಿಟ್ಟ. ಅರುಣಳ ನಗು ಬೆಳದಿಂಗಳಿನಂತೆ ಗೋಚರಿಸುತ್ತಿತ್ತು. ಮಾತಾಡುವ ಉಲ್ಲಾಸ ಹೊಸದಾದ ಸಂತಸದ ಅನುಭವ. ಇದೆಲ್ಲ ಏನು? ಇಂಥ ಆಕರ್ಷಣೆಯಲ್ಲಿ ಬಿದ್ದು ಒದ್ದಾಡುತ್ತಿದ್ದ. ಆ ವೇಳೆಗೆ ನಾಲ್ಕು ಸಲ ಭಾಸ್ಕರ್ ಮೊಬೈಲ್ ಸದ್ದು ಮಾಡಿ ಎಚ್ಚರಿಸಿತು. ಡೈನಿಂಗ್ ಟೇಬಲ್‌ನತ್ತ ನೋಟ ಕೂಡ ಹರಿಸಿದೆ, ಲಾಕ್ ಮಾಡಿಕೊಂಡು ಹೊರಟ. ತೀರಾ ಅಪ್‌ಸೆಟ್ ಆಗಿದ್ದ.

ಭಾಸ್ಕರ್‌ಗೆ ಒಂದು ರೀತಿಯ ಭ್ರಮನಿರಸನ.

* * *

ಅಂದು ಅರುಣ ಮತ್ತು ಶಶಾಂಕ್‌ನ ಮ್ಯಾರೇಜ್ ಆನಿವರ್ಸರಿ. ಸಣ್ಣದಾದ ಒಂದು ಪುಟ್ಟ ಪಾರ್ಟಿಯನ್ನು ಅರೇಂಜ್ ಮಾಡುವ ಉತ್ಸಾಹ ಕೃತಿಕಾಗೆ ಇತ್ತು. ಆದರೆ ಭಾಸ್ಕರ್ ಆಸಕ್ತಿ ವಹಿಸಲಿಲ್ಲ. ಶಶಾಂಕ್ ಕೂಡ ತಳ್ಳಿ ಹಾಕಿದ. ಅಂಥದ್ದರಲ್ಲಿ ಆಸಕ್ತಿ ಇರಲಿಲ್ಲ.

"ಅಕ್ಕ, ಬೇಡ! ಕೆಲವು ಸೆಲೆಬ್ರೆಟಿಸ್ ತಮ್ಮ ಸೋಷಿಯಲ್ ಸ್ಟೇಟಸ್ ಬೆಳೆಸುವಿಕೆಯ

ಜೊತೆ ನಾನಾ ಕಾರಣಗಳು ಇಟ್ಕೊಂಡ್ ಪಾರ್ಟಿಗಳು ಅರೇಂಜ್ ಮಾಡ್ಕೋತಾರೆ. ನಮ್ಗೆ ಅದೆಲ್ಲ ಬೇಡ. ಆರಾಮಾಗಿ ದೇವಸ್ಥಾನಕ್ಕೆ ಹೋಗಿ ಅರ್ಚನೆ ಮಾಡ್ಸಿಕೊಂಡು, ಬಿಂದು ಅಕ್ಕ ಪ್ರಸ್ತಾಪಿಸಿದ್ರು, ಅದೇ ಅವ್ರ ಅತ್ತೆ ಶ್ರೀಲಕ್ಷ್ಮಿ ಇರೋ 'ಗಂಗೋತ್ರಿಗೆ' ಹೋಗಿ ಅವ್ರುಗಳ ಜೊತೆ ಊಟ ಮಾಡಿ ಅಲ್ಲಿರೋ ಎಲ್ಲಾ ಹಿರಿಯರ ಆಶೀರ್ವಾದವನ್ನ ಪಡೆದುಕೊಂಡರೆ ಸಾಕು, ನಮ್ಮ ವಿವಾಹ ಜೀವನಕ್ಕೆ" ಎಂದ. ಹಿಂದಿನ ದಿನವೇ ಬಂದಿದ್ದ ಶಾಮಣ್ಣ ಕೂಡ ಅದಕ್ಕೆ ಸಮ್ಮತಿ ನೀಡಿದ್ದರಿಂದ, ಇನ್ನೊಂದು ಮಾತು ಇರಲಿಲ್ಲ.

ಹಿಂದಿನ ದಿನ "ನಮ್ಮ ಪ್ರಸೆಂಟೇಷನ್..." ಎಂದು ಪ್ರಶ್ನಿಸಿದಾಗ ಭಾಸ್ಕರ್ "ಎಲ್ಲಾ ಪ್ರಸೆಂಟೇಷನ್ನೇ ಅಲ್ವಾ, ಮತ್ತೆಂಥ ಪ್ರಸೆಂಟೇಷನ್ ನಾನು ಫ್ಲಾಟ್‌ಗೆ ಅಡ್ವಾನ್ಸ್ ಕೊಟ್ಟಿರೋದ್ರಿಂದ ಎಕ್ಸ್‌ಟ್ರಾ ಖರ್ಚುಗಳು ಸಾಧ್ಯವಿಲ್ಲ" ಒಂದೇ ಮಾತಿನಲ್ಲಿ ಹೇಳಿದ. ಕೃತಿಕಾ ಸಿಟ್ಟು ನೆತ್ತಿಗೇರಿತು.

"ಇದೆಲ್ಲ ಟೂಮಚ್. ನಿಮ್ಮ ಫ್ಲಾಟ್ ಸಲುವಾಗಿ ಇಷ್ಟೆಲ್ಲ ತ್ಯಾಗ ಬೇಕಾ? ಇಂಥ ಸಣ್ಣ.. ಸಣ್ಣ ಸಂತೋಷಗಳೇ ಬದುಕಿನ ದಾರಿಯಲ್ಲಿ ಜೀವಂತಿಕೆಯನ್ನು ಉಳಿಸ್ಕೋಡ್ತೋದು. ಫ್ಲಾಟ್‌ಗೆ ಹಣ ಕೊಡೋಕೆ ಮೊದ್ಲು ಯೋಚ್ಸಬೇಕಿತ್ತು. ನಮ್ಗೆ ಅದು ಬೇಕಿರಲಿಲ್ಲ!" ಸ್ಪಷ್ಟವಾಗಿಯೇ ನುಡಿದಳು. "ಹೌದು, ನಿಂಗೆ ಬೇಕಿಲ್ಲ. ಭಿಕಾರಿಯಂಗೆ ಬದ್ಕೋದು ನಂಗೆ ಬೇಕಿಲ್ಲ. ಸಮಾಜದಲ್ಲಿ ಸ್ಟೇಟಸ್ ಬೆಳೆಯೋಕೆ ಆಸ್ತಿ ಬೇಕಾಗುತ್ತೆ" ಎಂದಾಗ ತಣ್ಣಗಾದಳು. ಈ ವಿಚಾರದಲ್ಲಿ ಹೆಚ್ಚು ಮಾತು ಬೇಕಿರಲಿಲ್ಲ. ಬಹಳ ತಾಳ್ಮೆಯಿಂದ ಅಂದಿನ ಕಾರ್ಯಕ್ರಮದ ಬಗ್ಗೆ ವಿವರಿಸಿ "ನಿಮ್ಮ ಫ್ರೆಂಡ್ಸ್‌ನ ಬೇಕಾದರೆ ಇನ್ವೈಟ್ ಮಾಡ್ಬಹ್ದು."

"ನಾನೇ ಬರೋಲ್ಲ, ನಂಗೆ ಮೀಟಿಂಗ್ ಇದೆ. ಅದು ತುಂಬ ಇಂಪಾರ್ಟೆಂಟ್" ಎಂದು ಹೊರಗೆ ಹೋದ ಗಂಡನತ್ತ ನೋಡಿ ನಿಟ್ಟುಸಿರು ದಬ್ಬಿದ್ದು. ಹಿಂಬಾಲಿಸಿ ಬಂದು "ವಿಶ್ ಮಾಡಿ ಹೋಗಿ. ಬೇಗ ಮೀಟಿಂಗ್ ಮುಗಿದ್ರೆ... ಬನ್ನಿ. ಇದೊಂದು ಸೆಲೆಬ್ರೇಷನ್. ಹಿರಿಯರನ್ನು ಒಟ್ಟಿಗೆ ನೋಡಿ ಆಶೀರ್ವಾದ ಪಡೆದಂತಾಗುತ್ತೆ" ಅಷ್ಟು ಹೇಳಿ ರೂಮಿನಲ್ಲಿದ್ದ ಶಶಿ ಮತ್ತು ಅರುಣನ ಕರೆದು "ಹೋಗಿ ಭಾವನ ಆಶೀರ್ವಾದ ತಗೊಳ್ಳಿ. ಅವ್ರಿಗೆ ಯಾವ್ದೋ ಅರ್ಜೆಂಟ್ ಮೀಟಿಂಗ್ ಇದೆಯಂತೆ. ಅವ್ರು ಬರ್ತ ಇಲ್ಲ" ಎಂದು ಸುದ್ದಿ ಮುಟ್ಟಿಸಿ ತನ್ನ ಪಾಡಿಗೆ ತಾನು ಹೋದದ್ದು. ಮತ್ತೆ ಭಾಸ್ಕರ್‌ನ ಪ್ಲೀಸ್ ಮಾಡುವುದು ಬೇಕಿರಲಿಲ್ಲ. ಇವರಿಗೆ ಏನಾಗಿದೆ? ಒಂದು ಪ್ರಶ್ನೆ. ಈ ರೀತಿಯ ವರ್ತನೆಯಿಂದ ಯಾರಿಗೆ ಸುಖ? ಆರೋಗ್ಯಕರ ರೀತಿಯಲ್ಲಿ ಯೋಚಿಸಬಾರದ? ಕೆಲವೊಮ್ಮೆ ಕೂತು ಚರ್ಚಿಸಬೇಕೆನಿಸುತ್ತಿತ್ತು. ಅಪರಾಧ ಭಾವವಿರೋ ವ್ಯಕ್ತಿ ಸಿಡಿದು ಏಳಬಹುದು. ವಿವೇಕ ಕಳೆದುಕೊಳ್ಳಬಹುದು. ಅನಾಹುತಕ್ಕೆ ದಾರಿಯಾಗುವುದು.

ಬಹಳ ಫ್ರಾಂಕಾಗಿ ಚರ್ಚಿಸಬಲ್ಲವಳು! ಆದರೆ ಈಗ ಹಿಂದೆಗೆಯುತ್ತಿದ್ದುದ್ದಕ್ಕೆ ಸ್ಪಷ್ಟವಾಗಿ ಕಾರಣ, ವಿಶ್ಲೇಷಣೆಗೂ ಅವಳ ಮನಸ್ಸು ಹಿಂದೆಗೆಯುತ್ತಿತ್ತು. ಸಣ್ಣ ಕಲ್ಪನೆಗೂ

ಮೀರಿದ್ದು ಭಾಸ್ಕರನ ವರ್ತನೆ. ಹುಚ್ಚಾಟವೆನಿಸುತ್ತಿತ್ತು. ಛೀಮಾರಿ ಹಾಕಬೇಕೆನಿಸುತ್ತಿತ್ತು.

ಇವರುಗಳು ಗಂಗೋತ್ರಿ ತಲುಪುವ ವೇಳೆಗೆ ಈಗಾಗಲೇ ಅಲ್ಲೇ ಇದ್ದ ಬಿಂದು ಎದುರುಗೊಂಡು ಶ್ರೀಲಕ್ಷ್ಮಿ ಕೆಲವರೊಂದಿಗೆ ಸ್ವಾಗತಿಸಿದಳು. ಅಲ್ಲಿನ ದೊಡ್ಡ ಹಾಲ್ ಹೂಗಳಿಂದ ಅಲಂಕಾರಗೊಂಡಿತ್ತು. ಕೆಲವು ಹಿರಿಯರು ಛೇರ್‌ಗಳ ಮೇಲೆ ಕೂತು ಇವರಿಗಾಗಿ ಕಾಯುತ್ತಿದ್ದರು. ಅಂತು ಸಡಗರ, ಸಂಭ್ರಮದ ವಾತಾವರಣ. ಜಾತಿ, ಭಾಷೆ, ಧರ್ಮಗಳ ವರ್ಗೀಕರಣವಿರಲಿಲ್ಲ. ಎಲ್ಲರೂ ಹಿರಿತನ ಪಡೆದುಕೊಂಡವರು.

ಸಿಂಗರಿಸಿದ ವಿಶಿಷ್ಟವಾದ ಎರಡು ಚೇರ್‌ಗಳನ್ನು ವ್ಯವಸ್ಥೆಗೊಳಿಸಲಾಗಿತ್ತು. ಅವರಿಬ್ಬರ ಕೂಡಿಸಿ ಆರತಿ ಎತ್ತಿದ್ದರು. ಹಾರಗಳನ್ನು ಒಬ್ಬರಿಗೊಬ್ಬರಿಗೆ ಹಾಕಿಸಿ ಎಲ್ಲರೂ ಎದ್ದು ನಿಂತು ಶ್ಲೋಕಗಳೊಂದಿಗೆ ಆಶೀರ್ವದಿಸಿದರು. ಶಶಾಂಕ್‌ನ ಕಣ್ಣು ತುಂಬಿತು. ಅವನ ಹೆತ್ತವರು ಇಲ್ಲಿ ಇರಲಿಲ್ಲ. ಅಮ್ಮ ಇಲ್ಲ. ಅಪ್ಪ ಇದ್ದರೂ ಇತ್ತೀಚೆಗೆ ಹಣ ಕೊಟ್ಟು ಸಂಬಂಧ ಕಡಿದುಕೊಂಡಿದ್ದಾಗಿತ್ತು.

ಶಾಮಣ್ಣನವರು ಕಣ್ಣೀರು ತುಂಬಿಕೊಂಡು ಮಗಳು ಅಳಿಯನನ್ನು ಹೃದಯತುಂಬಿ ಆಶೀರ್ವದಿಸಿದರು. ಆದರೆ ಕೃತಿಕಾಗೆ ಒಂದು ದೊಡ್ಡ ಕೊರತೆಯಾಗಿ ಕಾಡುತ್ತಿದ್ದುದ್ದು ಭಾಸ್ಕರ ಬರದ್ದು. 'ಜೀವನಪೂರ್ತಿ ನಿನ್ನ ಜೊತೆಗೆ ಇರ್ತೀನಿ. ನೀನು ಇಲ್ಲದ ಜಗತ್ತು ಬೇಡ' ಎಂದು ಉಸುರಿನಲ್ಲಿ ಬೆರೆತು ಹೋದ ನಲ್ಮೆಯ ಸಂಗಾತಿ.

ಅದ್ಭುತವಾದ ಊಟದ ವ್ಯವಸ್ಥೆ ಆಗಿತ್ತು. ಬಿಲ್ಡಿಂಗ್‌ನ ಆವರಣದ ಒಳಗಡೆಯೆ ಇದ್ದ ಪ್ರತ್ಯೇಕ ಸೂಟುಗಳಲ್ಲಿದ್ದರನ್ನೆಲ್ಲ ಹೋಗಿ ಬಿಂದು ಆಹ್ವಾನಿಸಿ ಬಂದಿದ್ದರು. ಕೆಲವರು ದೊಡ್ಡ ಮನಸ್ಸು ಮಾಡಿ ಬಂದಿದ್ದರು. ಕೆಲವರು ತೀರಾ ರಿಚ್ ತಮ್ಮ ಸೂಟುಗಳ ಮುಂದೆಯೇ ಬಿ.ಎಂ ಡಬ್ಲೂ ಕಾರುಗಳನ್ನು ನಿಲ್ಲಿಸಿಕೊಂಡವರು. ಇನ್ನು 'ಅಹಂ' ಅಂಟಿಕೊಂಡಿದ್ದವರು ಕೂಡ ಇದ್ದರು.

ಊಟ ಶುರುವಾಗುವ ಮುನ್ನವೇ ಭಾಸ್ಕರ್ ತನ್ನ ಆಫೀಸ್‌ನ ಕೊಲೀಗ್ಸ್‌ನೊಂದಿಗೆ ಹೂಗುಚ್ಛವಿಡಿದು ಬಂದಾಗ ಬಿಂದು ಸ್ನೇಹಿತೆಯನ್ನು ತಿವಿದು 'ನೋಡಿದ್ಯಾ, ನಿನ್ನೊಲವಿನ ಒಡೆಯ ಪ್ರತ್ಯಕ್ಷ' ಎನ್ನುವ ಭಾವವನ್ನು ಕಣ್ಣುಗಳಲ್ಲಿ ವ್ಯಕ್ತಪಡಿಸಿದಳು. ಒಂದು ಕೊರತೆಯು ನೀಗಿತು. ನಂತರ ಎಲ್ಲವೂ ಸಂಭ್ರಮವೇ.

"ಕೃತಿ ಹೊರಡ್ತೀನಿ. ನಿಂಗೆ ಬೇಜಾರಾಗಬಾರ್ದೂಂತ ಬಂದೆ" ಒಂದು ಮಾತು ಉದುರಿಸಿ ಹೊರಟಾಗ ಕಾರಿನವರೆಗೂ ಬಂದು ಬಿಳ್ಕೊಟ್ಟು "ಏನೀಹೌ ಬಂದಿದ್ದಕ್ಕೆ ಸಂತೋಷ. ಸ್ವಲ್ಪ ಸಮಯ ಇದ್ದಿದ್ದರೆ ತುಂಬ ಸಂತೋಷವಾಗ್ತ ಇತ್ತು." ಇಂಥ ಸಂತೋಷ, ಸಂಭ್ರಮಗಳ್ನ ಕಳ್ಕೋಬಾರ್ದು. ಬರೀ ಹಣ, ಆಸ್ತಿಯ ಸಂಪಾದನೆ ಮಾತ್ರವಲ್ಲ, ತಾನಾಗಿ ಗಾಳಿಯಲ್ಲಿ ತೇಲಿ ಬರುವ ಸುವಾಸನೆ ಬದ್ಕೀಗೆ ಬೇಕು" ಎಂದಳು ನಿಧಾನವಾಗಿ. ಒಮ್ಮೆ ಅವಳತ್ತ ನೇರ ನೋಟ ಹರಿಸಿದರು ಅದರಲ್ಲಿ ಹಿಂಜರಿಕೆ ಇರುವುದು ಸ್ಪಷ್ಟವಾಯಿತು.

"ಬರ್ತೀನಿ..." ಎಂದು ಹೊರಟವನ ಕಣ್ಣುಗಳು ಯಾರಿಗಾಗಿಯೋ ತವಕಿಸುವಂತೆ

ಕಂಡಿತು. ಬಹುಶಃ... ಊಹೆ ಕೂಡ ಅವಳಿಗೆ ಬೇಡವಾಗಿತ್ತು. ಉಸಿರೆಳೆದು ಭಾರವಾದ ಉಸಿರನ್ನು ದಬ್ಬಿದಳು.

ಅಲ್ಲಿಂದ ಹೊರಟಾಗ ಸಂಜೆಯೇ ಆಗಿತ್ತು. ಮೊದಲೇ ಶಶಾಂಕ್ ಹೇಳಿದ್ದ. ಅವರ ಕನ್ಸಸ್ಟ್ರಕ್ಷನ್ ಕಂಪನಿಯ ಎಲ್ಲಾ ಸೇರಿ ಇವರುಗಳಿಗೆ ಒಂದು ಸಣ್ಣ ಪಾರ್ಟಿ ಅರೇಂಜ್ ಮಾಡಿದ್ದರು. ಇಲ್ಲಿಂದ ನೇರವಾಗಿ ಅಲ್ಲಿಗೇನೇ ದಂಪತಿಗಳು. ಇದು ಕೃತಿಕಾಗೆ ಸಂತೋಷವೆ.

"ಹೋಗ್ ಬನ್ನಿ, ಈ ದಿನ ಮತ್ತೆ ಮರುಕಳಿಸೋಲ್ಲ. ಎಂಜಾಯ್ ಮಾಡಿ.." ಕೃತಿಕಾ ಅವರಿಬ್ಬರ ಕೆನ್ನೆ ಸವರಿ ಕಾರು ಹತ್ತಿಸಿ ಕೈಬೀಸಿದಳು. "ಪ್ರೀತಿ ಪ್ರೇಮ... ಮನೆಯವ್ರ ವಿರುದ್ಧ ನಿಂತಿದಕ್ಕೆ ಸಾಕಷ್ಟು ಕಳೆದುಕೊಂಡೆ. ಒಟ್ಟು... ಕುಟುಂಬ...150 ಮನೆಗಳ ಬಂಧುತ್ವ ಗೃಹಪ್ರವೇಶ, ಮದುವೆ, ಮುಂಜಿ, ಶ್ರೀಮಂತ, ನಾಮಕರಣ ಹುಟ್ಟಿದ ಹಬ್ಬ... ಇಂಥದ್ದರ ಜೊತೆ ಹಬ್ಬ, ಹರಿದಿನಗಳು... ತಿಂಗಳಲ್ಲಿ ಒಂದೆರಡು ಕಾರ್ಯಕ್ರಗಳು ಇದ್ದೇ ಇರುತ್ತಿತ್ತು. ಅದರಲ್ಲಿ ಭಾಗವಹಿಸುವ ಸಂಭ್ರಮ! ಇವೆಲ್ಲ ಟೋಟಲೀ ನಮ್ಮ ಪಾಲಿಗೆ ಇಲ್ಲವಾಯ್ತು. ಆಗ ನಮ್ಮಿಬ್ಬರ ಮಧ್ಯೆ ಪ್ರೀತಿಯ ಝೇಂಕಾರ. ಅದರಲ್ಲಿ ಎಲ್ಲಾರು... ಎಲ್ಲ ಕರ್ತವ್ಯಗಳ ಧೂಳೀಪಟವಾಗಿತ್ತು. ಇದೇನಾ ಪ್ರೀತಿ ಅನ್ನೋ. ಈ ಮಾಯೆ! ಸೃಷ್ಟಿಕರ್ತನ ಚಮತ್ಕಾರ" ಕೃತಿಯ ಮಾತುಗಳಿಗೆ ಪ್ರತಿಕ್ರಿಯಿಸದ ಬಿಂದು ಅವಳ ಭುಜದ ಮೇಲೆ ಕೈಯಿಟ್ಟು "ವಾಸ್ತವಕ್ಕೆ ಬಾ. ಈಗ ಎರಡು ಕಾರುಗಳು... ನನ್ನ ಕಾರನ್ನ ಇಲ್ಲೇ ಬಿಡ್ತೀನಿ, ಸೆಕ್ಯೂರಿಟಿಯವ್ರ ಪರಿಚಯವಿದೆ. ಬೆಳಿಗ್ಗೆ ಹೊತ್ಗೇ ತಂದು ಬಿಡ್ತಾರೆ" ಎಂದು ಕಾರಿನ ಮುಂದಿನ ಡೋರ್ ತೆಗೆದ ಬಿಂದು ಸ್ಟೇರಿಂಗ್ ವ್ಹೀಲ್ ಮುಂದೆ ಕೂತಳು. "ನಂಗೂ ಖುಷಿ... ಅನ್ನಿಸುತ್ತೆ" ಕಾರಿನ ಚಕ್ರಗಳು ಮುಂದಕ್ಕೆ ಉರುಳಿದ್ದು ನೇರವಾಗಿ ಬಂದಿದ್ದು ಬಿಂದು ಪ್ಲಾಟ್‌ಗೇನೆ.

"ಇಳ್ದು... ಬಾ! ಅವ್ರೆಲ್ಲ ಮನೆಗೆ ಬರೋದು ಲೇಟಾಗಿ ಸುವರ್ಣಮ್ಮ ಹೇಗೂ ಚೇತರಿಸಿಕೊಂಡಿದ್ದಾಳೆ. ಮನೆ ನೋಡ್ಕೋತಾಳೆ" ಎಂದು ಇಳಿದು ಕೃತಿನ ತನ್ನೊಂದಿಗೆ ಕರೆದೊಯ್ದು ಪ್ಲಾಟ್ ಬಾಗಿಲು ತೆಗೆದವಳು ಒಂದು ಕಡೆ ಕೂತು "ಕುಡಿಯಲಿಕ್ಕೆ ಏನಾದ್ರೂ ತರಲಾ?" ಎಂದ ಕೃತಿ ನೀರಿನ ಜಗ್ ತಂದು ಟೀಪಾಯಿ ಮೇಲಿಟ್ಟು ತಾನೇ ಗ್ಲಾಸ್‌ಗೆ ನೀರು ಬಗ್ಗಿಸಿ ಕೊಟ್ಟು "ನಮ್ಮ ಶಶಿ ಮದ್ವೆಯಲ್ಲಿ ಆರಾಮಾಗಿ ಖುಷಿ... ಖುಷಿಯಾಗಿ ಓಡಾಡಿಕೊಂಡಿದ್ದೆ. ಮತ್ತೆ... ಈಗ ಒಂದು ಜವಾಬ್ದಾರಿ ಪೂರೈಸಿದ ತೃಪ್ತಿ. ನಮ್ಗೇ ಏನೋ ಸಿಗಲಿಲ್ಲಾಂತ ಅಸಹನೆ ತುಂಬಿಕೊಂಡು ಹಾಳಾಗ್ಬಾರ್ದು" ಮನ ತುಂಬಿಯೆ ಹೇಳಿದ್ದು ಬಿಂದು ತುಟಿಗಳ ಮೇಲೆ ನಗೆ ಅರಳಿಸಿದಳು.

ಮಾತಿನ ಮಧ್ಯೆ ಸಂದೀಪ ನುಸುಳಿದ.

"ನಿನ್ನೆ ದಿನ ಸಂದೀಪ ಕಾಲ್ ಮಾಡಿ ಭೇಟಿ ಮಾಡ್ಬೇಕೂಂದ್ರು. ಬಹುಶಃ ಇನ್‌ಡೈರೆಕ್ಟಾಗಿ ಸಾಕಷ್ಟು ಸಲ ನಂಗೆ ವಿವಾಹವಾಗೋ ಯೋಚ್ನೆ ಇಲ್ಲಾಂತ ತಿಳ್ಸಿ ಸಾಕಾಗಿದೆ. ಫೇಮಸ್ ಅಡ್ವೊಕೇಟ್... ಹಣದ ಜೊತೆ ಸಂತೃಪ್ತ ದಾಂಪತ್ಯ ಅನುಭವಿಸಿಯಾಗಿದೆ. ಆದ್ರೂ, ಆ ಮನುಷ್ಯನಿಗೆ ತೃಪ್ತಿ ಇಲ್ಲ. ಮತ್ತೆ ಮದ್ವೆ... ದಾಂಪತ್ಯ..

ಬೇಕಾ? ಸ್ವಲ್ಪ ಮನೆಗೆ ಕರ್ಸಿಕೊಂಡು ಬುದ್ಧಿ ಹೇಳ್ಬೇಕು. ಅಂದರೇ, ಅವ್ರ ವಿವಾಹ, ಕನಸುಗಳ ಬಗ್ಗೆ ಟೀಕೆಯೇನು ಬೇಡ. ಆಯ್ಕೆ ಸರಿಯಾಗಿಲ್ಲ ಅಷ್ಟೆ. ದಿನ ಕಳೆದಂತೆ ನನ್ನ ನಿರ್ಧಾರ ಗಟ್ಟಿಯಾಗಿದೆ. ಕಾನೂನು ಏನಾದ್ರೂ ಹೇಳಲೀ, ನಾನು ವಿವೇಕ್ ಪರಸ್ಪರ ಡೈವೋರ್ಸ್ ಪಡೆದಿಲ್ಲ. ಆದ್ರೂ... ವಿವಾಹವಾಗಿ 20 ವರ್ಷ ಕಳೆದುಹೋಗಿದೆ. ನಾವು ಪರಸ್ಪರ ಭೇಟಿಯಾಗಿ ಅಷ್ಟೆ ವರ್ಷಗಳು ಕಳೆದುಹೋಗಿದೆ. ಕಾನೂನು, ಸಮಾಜ ಏನಾದ್ರೂ ಹೇಳ್ಲೀ. ಇಂದಿಗೂ ಅವ್ರು ನನ್ನ ಪತಿ, ನಾನು ಅವ್ರ ಪತ್ನಿ. ಅವ್ರ ಬಗ್ಗೆ ನಂಗೆ ಪ್ರೀತಿ ಮಾತ್ರವಲ್ಲ ಗೌರವಾಭಿಮಾನಗಳು ಇದೆ. ಬರೀ ಸಂಸಾರ ಸುಖದಲ್ಲಿ ಕಳೆದುಹೋಗೋ ಬದ್ಲು... ಹುಟ್ಟು, ಬದುಕು... ಸಮಾಜದ ಏಳಿಗೆಯಲ್ಲಿ ತುಡಿಯುವ ವ್ಯಕ್ತಿ ರಿಯಲೀ ಗ್ರೇಟ್. ಅವ್ರ ಕೈಯಲ್ಲಿ ಮಾಂಗಲ್ಯ ಕಟ್ಟಿಸಿಕೊಂಡಿರೋದೇ ಒಂದು ರೀತಿಯ ಧನ್ಯತೆ" ಅಂದದ್ದು ಒಂದು ರೀತಿಯ ತೃಪ್ತ ಭಾವನೆಯಿಂದ.

ಬಿಂದು ಮತ್ತಷ್ಟು ಅವಳ ಅಭಿಮಾನದ ಉದ್ದಗಲಕ್ಕೂ ಬೆಳೆದು ನಿಂತಳು. ಹೆತ್ತವರ, ಅತ್ತೆ ಮನೆಯವರ ಒಡನಾಟದಲ್ಲಿ ಅವಳು ಅನುಭವಿಸಿದ್ದು ಸಾಕಷ್ಟು ನೋವು. ಬಹುಶಃ ಕೃತಿಕಾಗೆ ಗೊತ್ತಿದ್ದದ್ದು ಅಲ್ಪ ಸ್ವಲ್ಪವೇ. ಮಿಕ್ಕಿದ್ದು ತನ್ನೆದೆಯಲ್ಲಿ ಹುದುಗಿಸಿಕೊಂಡಿದ್ದಳು ಬಿಂದು.

"ವಿವೇಕ್ ಕೂಡ ರಿಯಲೀ ಲಕ್ಕಿ. ನಿಂದು ಆದರ್ಶಮಯ ಅದ್ಭುತ ಲೆಕ್ಕಾಚಾರ. ಐ ಪ್ರೌಡ್ ಆಫ್ ಯು ಬಿಂದು" ಎಂದಳು ಆಪ್ತವಾಗಿ. ಆಮೇಲೆ ನೋಟು ಅಮಾನ್ಯೀಕರಣದ ಬಗ್ಗೆ ಮಾತು ಮುಂದುವರಿಸಿದ ಜೊತೆಯಲ್ಲಿ "ಅದಕ್ಕೆ ಭಾಸ್ಕರ್ ಒಂದಿಷ್ಟು ಬಿಜಿ. ನೋಟು ನಿಷೇಧದ ಬಳಿಕ, ಆದಾಯ ತೆರಿಗೆ ಇಲಾಖೆ ದಾಳಿಯ ಹೆದರಿಕೆಯಿಂದ ಪ್ರತಿಯೊಬ್ಬರು ತಮ್ಮಲ್ಲಿರುವ ಆಸ್ತಿ ಹಾಗೂ ಆರ್ಥಿಕ ವ್ಯವಹಾರಗಳ ಬಗ್ಗೆ ಪರಿಶೀಲನೆ ಮಾಡಿಸಿಕೊಳ್ಳುತ್ತಿದ್ದಾರೆ. ಈಗ ಸಿ.ಎ. ಮಾಡಿರೋರಿಗೆ ಹೆಚ್ಚಿನ ಬೇಡಿಕೆ ಇದೆ. ಬರೀ ಬಿ.ಕಾಂ ಡಿಗ್ರಿಯಲ್ಲೇ ಸಂತೃಪ್ತಿಗೊಳ್ಳದೆ ಸಿಎ ಮಾಡಿದ್ದು ಈಗ ಅನ್ಕೂಲವಾಗಿದೆ. ಈಗ ಚಾರ್ಟರ್ಡ್ ಅಕೌಂಟೆಂಟ್‌ಗಳಿಗೆ ಬೇಡಿಕೆ ಹೆಚ್ಚಿದೆ. ಭಾಸ್ಕರ್ ಆಗಾಗ ಕೆಲ್ಸ ಬಿಟ್ಟು ಆಫೀಸ್‌ಗೆ ಬಾ ಅಂತಾರೆ" ಎಂದಳು ಕೃತಿಕಾ. ಆ ಬಗ್ಗೆ ಅವಳಿಗೆ ಸುತರಾಂ ಇಷ್ಟವಿಲ್ಲ. ಸಮ್ಮತಿಯ ಕರೆಯಲ್ಲವೆಂದು ಅವಳಿಗೆ ಗೊತ್ತಿತ್ತು.

"ಹಾಗೇ ಮಾಡು, ಹೇಗೂ ಮನೆ ಹೊರ್ಗಿನ ಕೆಲ್ಸಕ್ಕೆ ಸುವರ್ಣಮ್ಮ ಇದ್ದಾರೆ. ಇನ್ನ ಕಿಚನ್ ಕೆಲ್ಸ ಅರುಣ ನಿಭಾಯಿಸ್ಕೋತಾಳೆ. ನೀನು ಹೋದರೆ ಆಫೀಸ್‌ನ ಕೆಲ್ಸದ ಒತ್ತಡ ಸಮಪಾಲಾಗುತ್ತೆ."

ಬಿಂದು ಮಾತಿಗೆ ತಲೆಯಾಡಿಸಿದಳು ಕೃತಿಕಾ.

"ಬೇಡ, ಒಂದು ದೋಣಿ ಒಬ್ನೇ ನಾವಿಕ ಇದ್ದರೇ ಚೆನ್ನ. ಇನ್ನೊಬ್ಬರಾದರೆ ಮೊದಲಿನವ ಎರಡನೆಯವನ ನಡೆ ಗಮನಿಸ್ತ ಕೂತರೇ ದೋಣಿ ಡೋಲಾಯಮಾನ. ಇಲ್ಲಿ ಕೂಡ ಅದೇ ಸ್ಥಿತಿಯಾಗುತ್ತೆ. ಅಸಹನೆಯ ಬಾಣಲೆಯಲ್ಲಿ ಬಿದ್ದು ಒದ್ದಾಡುವಂತಾಗುತ್ತೆ. ನಾನು ಸೇಫ್ ಜೋನ್‌ನಲ್ಲಿ ಇರೋಕೆ ಇಷ್ಟಪಡ್ತೀನಿ" ನಗುತ್ತಲೇ ಹೇಳಿದ್ದು. ಅದಕ್ಕೆ

ಸಾಕಷ್ಟು ಕಾರಣಗಳು ಇತ್ತು. ಅಲ್ಪಸ್ವಲ್ಪ ಗೊತ್ತಿದ್ದ ಬಿಂದು ಅದನ್ನು ಮುಂದುವರಿಸಲು ಹೋಗಲಿಲ್ಲ. ಫಟಾಸ್ಫೋಟವಾಗುವಂಥ ವಿಚಾರಗಳೇನು ಅಲ್ಲ.

* * *

ಶಾಮಣ್ಣ ಒಂದು ವಾರವೆಂದು ಕರೆದೊಯ್ದು ಮಗಳನ್ನು ಹದಿನೈದು ದಿನದನಂತರ ಕರೆತಂದು ಬಿಟ್ಟವರು ಒಂದು ಮಾತು ಹೇಳಿದರು. "ನೀನು ಮಗ್ಳು ತರನೇ ಕಣಮ್ಮ. ನಿಶ್ಚಿಂತೆಯಿಂದ ನಿನ್ನ ಮಡಿಲಿಗೆ ಹಾಕ್ದೇ. ಇವ್ಳಿಗೆ ಎರ್ಡು ಮೊಬೈಲ್ ಯಾಕೆ? ಮೂರ್ಹೊತ್ತು ಮಾತಾಡ್ತಾನೆ ಇರ್ತಾಳೆ. ರಾತ್ರಿ ಹನ್ನೊಂದು ಗಂಟೆಯಲ್ಲೂ... ಮಾತು. ಇದ್ನ ಸ್ವಲ್ಪ ಕಡ್ಮೇ ಮಾಡಿಸ್ಬೇಕು" ಇಂಥ ಅಹವಾಲು ಸಲ್ಲಿಸಿದರು. ಶಶಾಂಕ್ ಮನೆ ಬಿಟ್ಟರೆ ಹಿಂದಿರುಗೋವರ್ಗೂ ಕಾಲ್ ಮಾಡ್ಲೋಲ್ಲ. ತೀರಾ ಅರ್ಜೆಂಟ್ ಇದ್ದಾಗ ಮಾತ್ರ ಅವನಿಂದ ಕಾಲ್ ಅಷ್ಟೆ. ಅಕಸ್ಮಾತ್ ಮಾಡಿದ್ದರೂ ಈ ಅಕ್ಕನ ಮುಂದೆ ಬಿಚ್ಚಿಡುತ್ತಿದ್ದ. ಪ್ರತಿ ಮಾತಿಗೂ ಸ್ವಾರಸ್ಯ ಬೆರೆಸಿ ಗೋಳೊಯ್ದುಕೊಳ್ಳುತ್ತಿದ್ದ. ಅಂಥದ್ದರಲ್ಲಿ ಯಾರೊಂದಿಗೆ ಮೊಬೈಲ್‌ನಲ್ಲಿ ಮಾತಾಡುತ್ತಿದ್ದಳು ಅರುಣ? ಭಾಸ್ಕರ್ ಕಣ್ಮುಂದೆ ನಿಲ್ಲುತ್ತಿದ್ದ.

ಬಹುಶಃ... ಭಾಸ್ಕರ್ ಬಗ್ಗೆ ಅಂಥ ಯೋಚನೆ ಬೇಡವೆನಿಸಿದರು. ಒಂದಿಷ್ಟು ನೆನಪುಗಳನ್ನು ಕೆದಕಿದಾಗ ಭಾಸ್ಕರ್ ಕೆಲವೊಮ್ಮೆ ರಾತ್ರಿಗಳಲ್ಲಿ ಬಾಲ್ಕನಿಗೆ ಹೋಗಿ ಕೂಡುತ್ತಿದ್ದ. ಒಂದೆರಡು ಸಲ ಕೃತಿಕಾ ಹೋದ ಕೂಡಲೇ ಕಟ್ ಮಾಡಿದ್ದು, ಅಲ್ಲಿ ಜೀವ ಕಳೆದು ಪುಟಿಯಿತು.

ಅರುಣನ ಮೊಬೈಲ್‌ನಲ್ಲಿ ಮಾತಿಗೆ ಹಚ್ಚುವುದು ತಪ್ಪಲ್ಲ. ಆದರೆ ಈ ಕದ್ದುಮುಚ್ಚಿನ ವ್ಯವಹಾರ ಯಾಕೆ? ಪದೇ ಪದೇ ಮಾತಾಡುವುದಕ್ಕೆ ಏನಿರುತ್ತೇ ಅರ್ಥವಾಗದ ಕಗ್ಗಂಟೆನಿಸಿತು. ಛೆ... ಕತ್ತುಪಟ್ಟಿ ಹಿಡಿದು ಕೇಳುವಂಥ ಜಾಯಮಾನ ಅವಳದಲ್ಲ.

"ಮೊಬೈಲ್‌ನ ಮಾತು ಕಮ್ಮಿ ಮಾಡ್ಸಿ. ಅಳಿಯಂದಿರಿಗೆ ಕೆಲ್ಸ ಇರುತ್ತೆ. ಪದೇ ಪದೇ ಫೋನ್ ಮಾಡಿ ಮಾತಾಡಿದರೇ, ಅವಿಗ್ರೂ ತೊಂದರೇನೇ? ನಾನ್ಹೇಳೋದು ಸರಿ ಕಾಣೋಲ್ಲ. ನೀವೇ ಇಬ್ರಿಗೂ ಹೇಳಿ. ಅರುಣ ಮಾಡೋದಕ್ಕಿಂತ, ಶಶಿ ಮಾಡೋದೇ ಜಾಸ್ತಿ. ನಾನು ಗಮನಿಸಿದ್ದೀನಿ" ಮತ್ತೆ ಒತ್ತಿ ಹೇಳಿದಾಗ ಕೃತಿಕಾ ತುಟಿಗಳ ಮೇಲೆ ನಗು ಅರಳಿಸಿ "ನಾನು ತಾನೇ ಹೇಗೆ... ಹೇಳ್ಲಿ? ಒಂದಷ್ಟು ಮಾತಾಡಿಕೊಳ್ಳಿ, ಆಮೇಲೆ ತಾನೇತಾನಾಗಿ ಕಡ್ಮೇ ಆಗುತ್ತೆ" ಎಂದರು ಹಗುರವಾಗಿ. ಶಶಿ ಇಷ್ಟೊಂದು ಸಲ ಕಾಲ್ ಮಾಡಿರಲಿಕ್ಕಿಲ್ಲವೆನ್ನುವುದು ಅರಿವಿಗೆ ಬಂದಿತ್ತು. ಆದರೂ ಶಾಮಣ್ಣನಿಗೆ ಈ ವಿಚಾರದಲ್ಲಿ ಅಸಮಾಧಾನವೇ. ಗೊಣಗಿ ಸುಮ್ಮನಾದರು. ಅಷ್ಟಕ್ಕೆ ಈ ಕತೆ ಮುಗಿದಿದ್ದರೆ ಚೆನ್ನಾಗಿತ್ತು ಆದರೆ ಮುಂದುವರಿದಿದ್ದು ಕಗ್ಗಂಟಾಯಿತು.

ಸಂಜೆ ಶಶಾಂಕ್ ಬಂದಾಗ ಈ ವಿಚಾರ ಪ್ರಸ್ತಾಪಕ್ಕೆ ಬಂದಿದ್ದು ಅನಿರೀಕ್ಷಿತವಾಗಿ "ಹೇಗಿದ್ದೀರಾ, ನಿಮ್ಮ ಮಗಳನ್ನು ಇನ್ನು ಒಂದ್ವಾರ ಇಟ್ಕೋಬಹುದಿತ್ತು." ಅವನು ಅಂದಿದ್ದು ತಮಾಷೆಯಾಗಿ ಆ ಮನುಷ್ಯ ಕೂಡ ಹಿಂದೆ ಬೀಳದೆ ಹಾಸ್ಯ ಮಾಡಿಯೇ ಬಿಟ್ಟ. "ಅಯ್ಯೋ ಹೇಗೆ... ಸಾಧ್ಯ? ಅವ್ಳು ಅಲ್ಲಿ... ನೀವು ಇಲ್ಲಿ! ಬರೀ ಮೊಬೈಲ್‌ನಲ್ಲಿ

ಮಾತು. ನಿಮ್ಮ ಸಂಬಳದ ಹಣ ಮೊಬೈಲ್‌ನಲ್ಲಿ ಮಾತಾಡೋಕೆ ಸರಿಹೋಗುತ್ತೆ" ಅಂದೇಬಿಟ್ಟರು. ಗಪ್‌ಚಿಪ್ಪಾಗಿ ನಿಂತ ಶಶಾಂಕ್. ಕೆಲವೊಮ್ಮೆ ದಿನಕ್ಕೊಮ್ಮೆ ಕಾಲ್ ಮಾಡುತ್ತಿರಲಿಲ್ಲ. ಅಂಥದ್ದರಲ್ಲಿ... ಸ್ವಲ್ಪ ಸೀರಿಯಸ್ಸಾಗಿ ಕ್ರಾಪ್‌ನ ಹಿಂದಕ್ಕೆ ತಳ್ಳಿಕೊಂಡು ರೂಮಿಗೆ ಹೋದ. ಮೊಬೈಲ್ ಅಲ್ಲೇ ಡ್ರೆಸ್ಸಿಂಗ್ ಟೇಬಲ್ ಮುಂದಿತ್ತು. ತೆಗೆದು ಚೆಕ್ ಮಾಡಿದ. ಕೃತಿಕಾ... ಜೊತೆ ಬಿಂದು ಮತ್ತು ಅವನು ಮಾಡಿದ್ದ ಕಾಲ್‌ಗಳು ಮಾತ್ರ ಇತ್ತು. ಅವಧಿ ಕೂಡ ದೊಡ್ಡದ್ದು ಇರಲಿಲ್ಲ. ಆದರೆ ಶಾಮಣ್ಣನ ಆರೋಪ!

ಮೊಬೈಲ್‌ನ ಹಾಸಿಗೆಯ ಮೇಲೆ ಎಸೆದ. ಕಡೆಗೆ ಯೋಚಿಸಿ ಜೋಕ್ ಮಾಡಿರಬಹುದು ಅಷ್ಟೆ. ಅಂಥ ಒಂದು ನಿರ್ಧಾರಕ್ಕೆ ಬಂದರು. ಅನುಮಾನದ ಎಳೆಯೊಂದು ಅವನ ಮನದ ಮೂಲೆಯಲ್ಲಿ ಸೇರಿದ್ದು ಸುಳ್ಳಲ್ಲ. ಅಲ್ಲಲ್ಲಿ ಹುಟ್ಟಿದ್ದು ಅಲ್ಲಲ್ಲೇ ಸತ್ತರೆ ಒಳ್ಳೆಯದು. ಆದರೆ ಸಾಯಬೇಕಷ್ಟೆ. ಅದು ವ್ಯಕ್ತಿಗಳನ್ನು ಅವಲಂಬಿಸಿರುತ್ತೆ.

ಕಿಚನ್‌ಗೆ ಬಂದ. ಊರಿನಿಂದ ತಂದ ಹಪ್ಪಳ, ಸಂಡಿಗೆಯನ್ನು ಡಬ್ಬಿಗಳಿಗೆ ಹಾಕಿಡುತ್ತಿದ್ದವಳನ್ನು ಹಿಂದಿನಿಂದ ಬಳಸಿದಾಗ ಅವನೆದೆಯಲ್ಲಿ ಮುಖ ಮುಚ್ಚಿಕೊಂಡಿದ್ದು ನಾಚಿಕೆಯಿಂದ.

"ಬಂದಿದ್ದೀಯಾ, ನನ್ನ ಎದುರುಗೊಳ್ಳೋಕೆ ಬಾಲ್ಕನಿಯಲ್ಲಿ ಕಾದಿರುತೀಯಾಂದರೆ, ಕಿಚನ್‌ನಲ್ಲಿ ಬಂದು ಸೆಟ್ಲಾಗಿದ್ದೀಯ ಎಂದು ಮುಖದ ತುಂಬೆಲ್ಲ ಮುತ್ತಿನ ಮಳೆಗರೆದವ ಬಿಟ್ಟು" ಮೊದ್ಲು ಹೊಟ್ಟೆ ಹಸಿವು ಏನಾದ್ರೂ ಕೊಡು. ನಿಮ್ಮಪ್ಪನ ಕಷ್ಟಸುಖ ವಿಚಾರಿಸ್ತೀನಿ ಕೆನ್ನೆ ಸವರಿ ಹೊರಗೆ ಹೋದ. ಅರುಣ ಪ್ರೀತಿಯ ಮತ್ತಿನಲ್ಲಿ ಮುಗ್ಗರಿಸಿದಳು.

ಶಾಮಣ್ಣನವರು ಗುಡಿಯ ಕಮಲಮ್ಮನನ್ನು ಕರೆಸಿ ಉಂಡೆ, ಚಕ್ಕುಲಿ, ಕಾಯಿಹೋಳಿಗೆ, ಕರಿಗಡಬು ಅಂಥದ್ದನ್ನೆಲ್ಲ ಮಾಡಿಸಿಕೊಂಡು ಬಂದಿದ್ದರು. ಮಗಳನ್ನು ಬಿಟ್ಟುಹೋಗಲು. ಇದನ್ನು ಒಂದು ಸಂಪ್ರದಾಯವಾಗಿ ಪಾಲಿಸಿಕೊಂಡು ಬಂದ ಮನುಷ್ಯ. ಒಂದು ಬುಟ್ಟಿಯ ತಿಂಡಿ ರೆಡಿಯಾಗಬೇಕಾದ್ದೇ.

ಮೊದಲು ರೂಮಿಗೆ ಹೋಗಿ ಕೃತಿಕಾನ ಮಾತಾಡಿಸಿಕೊಂಡು ಬಂದವ, ಸಿಂಕ್‌ನಲ್ಲಿ ಕೈತೊಳೆದು ಬಂದು ಶಾಮಣ್ಣನ ಎದುರುಕೂತ.

"ಹೇಗಿದ್ದೀರಾ, ಮಳೆ ಬೆಳೆ ಸರ್ರಿಯಾಗಿಲ್ಲ. ಈ ಸಲ ಮತ್ತಷ್ಟು ಹದಗೆಟ್ಟಿದೆ. ರೈತರ ಸಾಲಮನ್ನಾ ಮಾಡ್ತೀವಿಂತ ಘೋಷಿಸಿದ್ದವರು ಬಡ್ಜೆಟ್‌ನಲ್ಲಿ ಆ ವಿಷ್ಯನ ಕೈಬಿಟ್ಟಿದ್ದಾರೆ. ಮುಂದೇನು ಅನ್ನೋ ಪ್ರಶ್ನೆ ನಿಮ್ಮ ಮುಂದಿದೆ. ಸದ್ಯಕ್ಕೆ ಅದಕ್ಕೊಂದು ಸಣ್ಣ ಪರಿಹಾರ ಸೂಚಿಸಲಾ?" ಎಲ್ಲಾ ತಾನೇ ಹೇಳಿ ಕೇಳಿ ಬಿಟ್ಟಾಗ ಅವರೇನು ದಿಗ್ಭ್ರಮೆಗೆ ಒಳಗಾಗಲಿಲ್ಲ. ಆರಾಮಾದ ನಗೆಬೀರಿ "ನೀವು ಹೇಳಿದೆಲ್ಲ ನಿಜವೇ? ಮತ್ತಷ್ಟು ಕಷ್ಟ, ಸಮಸ್ಯೆಗಳು! ಇರಲಿ ಬಿಡಿ, ನಂಗೆ ಇದೇನು ಹೊಸದಲ್ಲ. ನೀವುಗಳು ಚೆನ್ನಾಗಿದ್ದೀರಲ್ಲ, ಅಷ್ಟು ಸಾಕು" ಎಂದರು ಸರಳವಾಗಿ. ಸಮಸ್ಯೆಗಳು ಇತ್ತು. ಅದನ್ನು ದೊಡ್ಡದಾಗಿಸಲು ಹೋಗುತ್ತಿರಲಿಲ್ಲ. ಒಂದು ತಟ್ಟೆಯ ತುಂಬ ಚಕ್ಕುಲಿ, ಹೋಳಿಗೆ, ಹಾಕಿಕೊಂಡು ಬಂದು ಅರುಣ ಅವನ ಮುಂದಿನ ಟೀಪಾಯಿ ಮೇಲೆ ಇಟ್ಟಾಗ ಎದೆಯ ಮೇಲೆ ಕೈಯಿಟ್ಟುಕೊಂಡ ಶಶಾಂಕ್.

"ಮಹರಾಯ್ತಿ, ಇಷ್ಟೆಲ್ಲ ಬೇಡ. ನೀನು ಜೊತೆಗೆ ಕೂತರೇ, ಎಲ್ಲಾ... ಖಾಲಿಯಾಗಿ ಬಿಡುತ್ತೆ. ಇವೆಲ್ಲ ಕುಲುಕುಲು... ನಂಗಂತು ಹೊಟ್ಟೆ ತುಂಬೋಲ್ಲ. ಅಕಸ್ಮಾತ್ ಚಪಾತಿ, ಇಡ್ಲಿ, ದೋಸೆ ಅಂಥದೇನು ಇಲ್ಲದಿದ್ದರೇ, ಒಂದಿಷ್ಟು ಅನ್ನ ಸಾರು ತಗೊಂಡ್ಬಾ" ಎಂದು ಆ ತಟ್ಟೆಯನ್ನು ಶಾಮಣ್ಣನವರ ಮುಂದಕ್ಕೆ ಸರಿಸಿ ನೀವು ಬರೀ ಕೈಯಾಡಿಸಿ, ಜೊತೆಗೆ ನಿಮ್ಮ ಮಗಳನ್ನು ಪಕ್ಕಕ್ಕೆ ಕೂಡಿಸಿಕೊಳ್ಳಿ, ತಾನಾಗಿ ಎಲ್ಲ ಖಾಲಿಯಾಗಿ ಬಿಡುತ್ತೆ ಹಾಸ್ಯದ ಚಟಾಕಿ ಹಾರಿಸಿ ಎದ್ದುಹೋದವನು ತಾನೇ ತಟ್ಟೆಗೆ ಅನ್ನ, ಸಾರು ಬಡಿಸಿಕೊಂಡು ಬಂದವ ಡೈನಿಂಗ್ ಹಾಲ್‌ನಲ್ಲಿ ಕೂತು "ಅಲ್ಲಿ ಹೋಗಿ ನಿಮ್ಮಪ್ಪನಿಗೆ ಹೆಲ್ಪ್ ಮಾಡು" ಎಂದು ಕಳಿಸುವ ವೇಳೆಗೆ ಕೃತಿಕಾ ಬಂದು ನಸುಮುನಿಸಿನಿಂದ ಗದರಿದಳು. "ಏಯ್, ತವರಿನಿಂದ ಬಂದ ಕ್ಷಣಗಳು, ಹತ್ತಿರ ಕೂತು ಮಾತಾಡಿಸೋದು ಬೇಡಾ?" ಎಂದು ನಗುತ್ತ ಛೇಡಿಸಿದ ಕೃತಿಕಾ ಅಲ್ಲೇ ಕೂತರು. ಅವರಿಬ್ಬರ ನಡುವೆ ಮಾತು ಇರುತ್ತಿತ್ತು.

ಇಬ್ಬರು ಹೊರಗೆ ಬಂದಾಗ ಅಪ್ಪ, ಮಗಳು ಅಲ್ಲೇ ಕೂತಿದ್ದರು. ತಟ್ಟೆಯಲ್ಲಿದ್ದ ತಿಂಡಿಗಳು ನಿಧಾನವಾಗಿ ಖಾಲಿಯಾಗುತ್ತಿತ್ತು. ತಾಯಿ ಇಲ್ಲದ ಮಗಳನ್ನು ಅಕ್ಕರೆಯಿಂದ ಬೆಳೆಸಿದ್ದರು. ಕೆಲವು ವಿಚಾರಗಳಲ್ಲಿ. ಶಾಮಣ್ಣ ಕಟ್ಟುನಿಟ್ಟು. ಅದರಿಂದ ದೊಡ್ಡ ರೀತಿಯ ಪ್ರಯೋಜವೇನಿಲ್ಲ. ಅರುಣ... ಅಷ್ಟೆ!

ಕೃತಿಕಾನ ಕಂಡಕೂಡಲೇ ತಮ್ಮ ಬ್ಯಾಗ್‌ನಲ್ಲಿದ್ದ ಒಂದು ಫೈಲ್‌ನ ತೆಗೆದು ಕೊಟ್ಟು "ಇವ್ಳ ವಿದ್ಯಾಭ್ಯಾಸದ ಹಣೆಬರಹ ಇಲ್ಲಿದೆ. ವಿವಾಹಕ್ಕೆ ಮುನ್ನ ಕೇಳಿದ್ದರೆ ಖಂಡಿತ ಹಿಂಜರಿಯುತ್ತಿದ್ದೆ. ಎಲ್ಲಾ ತರಗತಿಯಲ್ಲಿ ಜಸ್ಟ್‌ಪಾಸ್. ನಮ್ಮ ತೋಟದಿಂದ ಒಯ್ಯೋ ತರಕಾರಿ, ಹಣ್ಣುಗಳ ಕೃತಜ್ಞತೆಗಾಗಿ ಬಹುಶಃ ಪಬ್ಲಿಕ್ ಪರೀಕ್ಷೆವರ್ರೂ ತಳ್ಳಿದ್ದರೇನೋ" ಎಂದು ಪಕ್ಕದಲ್ಲೇ ಕೂತ ಮಗಳತ್ತ ನೋಟ ಹರಿಸಿದರು. ಕ್ರಾಪ್‌ನಲ್ಲಿ ಕೈಯಾಡಿಸಿ ಶಶಾಂಕ್ "ಹೇಗೋ, ಬಿಡಿ... ನಮ್ಮ ತಲೆಗೆ ಕಟ್ಟಿ ಕೈ ತೊಳ್ದುಕೊಂಡ್ರಿ" ಅಂದೇಬಿಟ್ಟ. ಆ ಬಗ್ಗೆ ಒಂದಿಷ್ಟು ಕೋಪ ಮನದ ಮೂಲೆಯಲ್ಲಿತ್ತು.

"ಶಶೀ... ಸುಮ್ಮನಿರು "ಗದರಿಕೊಂಡವರು ಕೂತು ಫೈಲನ್ನು ತಿರುವ ತೊಡಗಿದರು." "ಇರ್ಲೀ, ಬಿಡಿ. ಅರುಣ... ಜಾಣೆ! ಹೇಗೂ ಎಸ್.ಎಸ್.ಎಲ್.ಸಿ ಪಾಸ್ ಆಗಿರೋದ್ರಿಂದ ಕಾಲೇಜಿಗೆ ಹೋಗೋ ಎಲಿಜಿಬಿಲಿಟಿ ಇದೆ. ಅಂಥ ಒಂದು ಪ್ರಯತ್ನ ಮಾಡೋಣ" ತಣ್ಣಗೆ ಹೇಳಿದ್ದು ಕೃತಿಕಾ.

ಶಶಿ ಮುಖದಲ್ಲಿ ಪರಿಹಾಸ್ಯದ ನಗು ಇಣುಕಿದ್ದರಿಂದ ಬೇರೆಡೆ ಮುಖ ತಿರುಗಿಸಿಕೊಂಡ. ಆ ಬಗ್ಗೆ ಅವನಿಗೆ ನಂಬಿಕೆ ಇರಲಿಲ್ಲ. ಮನೆಯ ಕಪಾಟಿನಲ್ಲಿ ಪುಸ್ತಕಗಳ ಜೋಡಣೆ ಇತ್ತು. ರೆಗ್ಯುಲರ್ ಆಗಿ ಪತ್ರಿಕೆಗಳು ಬರುತ್ತಿತ್ತು. ಆದರೆ ಆ ಕಡೆ ಕಣ್ಣು ಹಾಯಿಸುತ್ತಿರಲಿಲ್ಲ ಅರುಣ. ಸಮಸ್ಯೆ ಇಲ್ಲ. ತೀರಾ ವಿಷಯ ಸಿಂಪಲ್ ಬೆಳವಣಿಗೆ ಇಲ್ಲದೆ ಮುರುಟಿಹೋಗುವ ಗಿಡ ಯಾವ ಪ್ರಯೋಜನಕ್ಕೂ ಬರದು. ಗಿಡ ಬಲಿಷ್ಟವಾಗದಿದ್ದರೆ ಅಪಾಯಗಳೆ ಹೆಚ್ಚು. ಅರ್ಥವಾಗದು ಅವಳಿಗೆ.

ಶಾಮಣ್ಣನವರ ಮುಖ ಸಪ್ಪಗಾಯಿತು.

"ಕ್ಷಮಿಸಿ, ಅಂಥ ದುರುದ್ದೇಶವೇನಿರಲಿಲ್ಲ. ಒಂದಿಷ್ಟೂ ತಿದ್ದಿ ಅವಳ ಬದ್ಕನ್ನು ನೀವುಗಳು ಅಚ್ಚುಕಟ್ಟು ಮಾಡಬಲ್ಲಿರೆಂಬ ಸ್ವಾರ್ಥ ಅಂತು ಇತ್ತು" ಎಂದರು ಸಮಾಧಾನಿಸುವಂತೆ. "ಬಿಡಿ, ಶಶಿ ಏನೋ ಮಾತಾಡಿದ. ಈಗ ಅರುಣ ಜವಾಬ್ದಾರಿಯನ್ನು ಎಲ್ಲರೂ ಹಂಚಿಕೊಂಡಿದ್ದೀವಿ. ನೀವೇನು ತಲೆ ಕೆಡಿಸ್ಕೋಬೇಡಿ. ಈ ಸಲನು ಸರ್ಯಾಗಿ ಮಳೆ ಇಲ್ಲ, ಬೆಳೆ ಇಲ್ಲ" ಪೀಠಿಕೆ ಹಾಕಿದಳು ಕೃತಿಕಾ. ಅವರು ಹ್ಞೂಗುಟ್ಟಿದರು. "ಸರ್ಕಾರ ಸಾಲಮನ್ನಾ ಮಾಡೋ ಯೋಚ್ನೇ ಕೈಬಿಟ್ಟಿದೆ ಇರಲೀ... ಬಿಡಿ" ಆ ಸಮಸ್ಯೆಯನ್ನು ಇಲ್ಲಿ ತಂದು ಹರಡುವುದು ಬೇಡವಾಗಿತ್ತು. ಶಾಮಣ್ಣ ಸ್ವಾಭಿಮಾನಿ.

ಕೃತಿಕಾ ಅರುಣಳತ್ತ ನೋಟ ಹರಿಸಿದಳು. ಆ ಬಗ್ಗೆ ಅವಳು ಮಗಳಾಗಿ ಯೋಚಿಸಬೇಕಿತ್ತು. ಆ ಮನಸ್ಥಿತಿ ಅವಳದಲ್ಲ!

"ಅರುಣ ಅಮ್ಮನ ಒಡ್ವೇಗಳೂಂಥ ನೀವು ಅವಳಿಗೆ ಕೊಟ್ರಿ, ಎಲ್ಲಾ ಹಾಗೆ ಇದೆ. ಅದೆಲ್ಲ ಗಟ್ಟಿ ಚಿನ್ನ. ಅದ್ಬಿಟ್ಟು ಬೇರೆ ಒಡ್ವೆಗಳು ಅವಳಲ್ಲಿ ಇದೆ. ಸದ್ಯಕ್ಕೆ ಈಗ ಇಷ್ಟು ಸಾಕು. ಆ ಚಿನ್ನನ ಮಾರಿ ಬಿಡಿ. ಮುಂದೆ ಮಾಡಿಸ್ಕೋಬಹ್ದು" ಕೃತಿಕಾ ಸಲಹೆ ಒಳ್ಳೆಯದೇ. ಅರುಣ ಬೆಚ್ಚಿಬಿದ್ದಳು. "ಆ ಚಿನ್ನ ನನ್ನ ಅಮ್ಮಂದು" ಕೈಯಲ್ಲಿದ್ದ ಚಕ್ಕುಲಿಯನ್ನು ಹಾಗೆಯೇ ಹಿಡಿದು ರೂಮಿಗೆ ಹೋದಾಗ "ಬೇಡಮ್ಮ, ಮಗ್ಳುಗೆ ಅಂತ ಕೊಟ್ಟು ಆಗಿದೆ. ಈಗ ನನ್ನ ಕಷ್ಟಕ್ಕೆ ವಾಪ್ಸು ಪಡೆಯೋದು ಒಳ್ಳೆಯದಲ್ಲ" ಅಂದರು ಶಾಮಣ್ಣ. ಸ್ವಾಭಿಮಾನಿಯೇ, ಆದರೆ ಪರಿಸ್ಥಿತಿ ಬಿಗಡಾಯಿಸುತ್ತಿತ್ತು. ಬ್ಯಾಂಕ್‌ಗಳಿಂದ ನೋಟಿಸ್ ಬಂದಾಗಿತ್ತು.

"ಪರ್‍ವಾಗಿಲ್ಲ, ಆ ಆಸ್ತಿ ಕೂಡ ಅವಳದೇ ಅಲ್ವಾ? ನೀವು ಸಂಕಷ್ಟ ಸ್ಥಿತಿಯಲ್ಲಿ ಇರೋವಾಗ ಒಡ್ವೇನಾ ಏನು ಮಾಡ್ಕೋತಾಳೆ? ಚಿಕ್ಕವಳು, ಕಷ್ಟಸುಖ ಗೊತ್ತಾಗ್ದಂಗೆ ಮುದ್ದಾಗಿ ಬೆಳೆಸಿದ್ದೀರಾ? ಶಶಿ ಅವಳ್ನ ಕನ್ವೀನ್ಸ್ ಮಾಡ್ತಾನೆ. ಎಲ್ಲಾ ಮಾರಿಬಿಡಿ. ಮುಂದೆ ಅವ್ಳಿಗೆ ಬೇಕಾದ ನಮೂನೆಯ ಒಡ್ವೆಗಳ್ನ ಮಾಡ್ಸಿಕೊಟ್ಟರಾಯ್ತು" ಎಂದು ಶಶಿ ಕಡೆ ನೋಡಿದಾಗ ಅವನು ಎದ್ದು ಹೋದ.

ರೂಮಿಗೆ ಬಂದಾಗ ಅರುಣ ಮಂಚದ ಮೇಲೆ ಕೂತು ತಂದ ಚಕ್ಕುಲಿ ತಿನ್ನುತ್ತಿದ್ದಳು. ಅವಳಿಗಂತು ಸುತರಾಂ ಚಿನ್ನ ಕೊಡೋ ಮನಸ್ಸಿಲ್ಲ. ದಟ್ಟವಾದ ಆಸೆಯ ಪಂಜರದಲ್ಲಿ ಅವಳು ಬಂಧಿ.

"ಏಯ್ ಅರುಣ, ನಿಮ್ಮಪ್ಪ ಸಾಯ್ಬೇಕಾ?" ಎದುರಿಗೆ ಕೂತು ಗದರಿಸಿದ. "ಪೇಪರಂತು ಓದೋಲ್ಲ. ಆಗಾಗ ಟಿ.ವಿ... ನೋಡ್ತೀಯಲ್ಲ, ಅಮ್ಮ... ತಾಯಿ... ಧಾರಾವಾಹಿಗಳಲ್ಲ. ನ್ಯೂಸ್ ಛಾನಲ್... ಅವ್ರು ಒತ್ತಿ.. ಒತ್ತಿ ಹೇಳಿ ಮನದಟ್ಟು ಮಾಡಿ ಕೊಡ್ತಾರಲ್ಲ, ಟೋಟಲಾಗಿ ಎಷ್ಟು ಜನ ರೈತರು ಮಳೆ, ಬೆಳೆ, ಇಲ್ದೇ ಬ್ಯಾಂಕ್‌ಗಳ ಸಾಲ ತೀರಿಸಲಾರದೇ... ಸತ್ರು ಅನ್ನೋದು ಗೊತ್ತಾ? ನೇಣು ಹಾಕ್ಕೊಂಡ್ ಸಾಯೋ ಜನ ಎಷ್ಟು? ಕ್ರಿಮಿನಾಶಕ ಕುಡಿಯೋರು ಎಷ್ಟು ಮಂದಿ? ಜೀವ ನಿಂತ್ಹೋದಂಗೆ ಆಗುತ್ತೆ. ಬೇರೆ ರೈತರನ್ನು ಉಳಿಸಿಕೊಳ್ಳೋಕೆ ನಮ್ಕೈಯಲ್ಲಿ ಆಗೋಲ್ಲ. ಸ್ವಂತ ನಿನ್ನಪ್ಪ ಶಾಮಣ್ಣನ್ನ ಉಳಿಸಿಕೊಳ್ಳೋಕೆ

ಅವ್ರ ಹೆಂಡ್ತಿ ಒಡ್ವೇಗಳ್ನ ಕೊಡೋಕೆ ಅಳ್ತಿಯಲ್ಲ, ಇದು ಸರೀಯಾ?" ಕೇಳಿದ. ಅರುಣಾಗೂ ಅವಳಪ್ಪನ ಮೇಲೆ ಪ್ರೀತಿನೇ, ಆದರೆ... ಒಡವೆಗಳು, ಅವಳ ಕಣ್ಣಾಲಿಗಳು ತುಂಬಿತು. ಚಿನ್ನವೆಂದರೆ ಹೆಣ್ಣಿಗೆ ಹೆಚ್ಚು ಪ್ರೀತಿ.

"ಅರುಣ, ಅವ್ರು ಒಡ್ವೇನ್ನೆಲ್ಲ ಮಾರಿ ಬ್ಯಾಂಕ್‌ಗೆ ಕಟ್ಟಿ, ಒಂದಿಷ್ಟು ಸಮಯ ತಗೊಂಡರೇ, ಮುಂದೆ ಯೋಚ್ಸಬಹುದ್ದು. ಇಲ್ಲ... ನಂಗೆ ಗೊತ್ತಿಲ್ಲ. ನಂಗೇನು ಮಾಡದಿದ್ರೂ... ನನ್ನ ಹುಟ್ಟಿಸಿದ ಅಪ್ಪ ಕಷ್ಟದಲ್ಲಿ ಇದ್ದಾನೆ ಅನ್ನೋ ಕಾರಣಕ್ಕೆ, ಅಕ್ಕ ಹತ್ತು ಲಕ್ಷದಷ್ಟು ಹಣ ಹೊಂದಿಸಿ ಕೊಟ್ಟು ನನ್ನ ಉಳ್ಸಿಕೊಂಡ್ಲು. ಈಗ... ನಿನ್ನ ಹೆತ್ತಪ್ಪ ಕಷ್ಟದಲ್ಲಿ ಇದ್ದಾನೇ, ಅದೇನು ಮಾಡ್ತೀಯೋ... ಮಾಡು" ಹೊರಗೆಬಂದವ ಮೇಲಿನ ಬಾಲ್ಕನಿಗೆ ಹೋದ. ಅರುಣ ಬಗ್ಗೆ ಅರ್ಥೈಸಿಕೊಳ್ಳಲಾರದೆ ಹೋದ. ಕೃತಿಕಾ... "ಈ ವಯಸ್ಸಿನಲ್ಲಿ ಹೆಣ್ಣುಮಕ್ಕಳಿಗೆ ಇರಬಹುದಾದ ಕೆಲವು ಗುಣಗಳು ಅರುಣನಲ್ಲೂ ಇದೆ. ಒಡ್ವೆ, ಸೀರೆ... ಆಮಿಷಗಳಿಗೆ ಮರುಳಾಗೋದು... ಅದು... ಇದು. ಒಂದಿಷ್ಟು ಓದೋದು ಕಲೀತರೇ ದಿಕ್ಕೂಚಿಯಾಗುತ್ತೆ. ಆ ರೀತಿ ಎಜುಕೇಟ್ ಮಾಡೋ ಪ್ರಯತ್ನ ಮಾಡ್ಬೇಕು ಎಂದಿದ್ದರು. ಸಾಧ್ಯವೇ ಎನ್ನುವುದು ಅವನ ಪ್ರಶ್ನೆ.

ಪ್ರೀತಿ, ಮಣ್ಣು, ಮನೆ, ದಾಂಪತ್ಯವೆನ್ನುವುದೇ ತಲೆ ಕೆಟ್ಟಂತಾಗಿತ್ತು. ಅತ್ತಿತ್ತ ನೋಡದೇ ಪ್ರೀತಿ, ಪ್ರೇಮ, ಸಂಪಾದನೆಯಲ್ಲ ತಂದು ಹೆಂಡ್ತಿ ಮಕ್ಕಿಗೆ ಸುರಿದು ಬಿಡೋದು. ಇಷ್ಟಕ್ಕಾಗಿ ಮನುಷ್ಯ ಜನ್ಮವೇ? ಒಂದೆಡೆ ಆರಾಮಾಗಿ ಕೂತ. ಕೆಲವೇ ಕ್ಷಣಗಳಲ್ಲಿ ಪ್ರಸನ್ನನಾದ. ಪುಟ್ಟ ಪಾಟಿನಲ್ಲಿದ್ದ ಗಿಡದಲ್ಲಿ ಅರಳಿ ನಿಂತ ಬಣ್ಣ ಬಣ್ಣದ ಹೂಗಳು. ಅದರ ಮುಂದೆ ಹೋಗಿ ನಿಂತ.

ಆ ವೇಳೆಗೆ ಮೊಬೈಲ್ ಸದ್ದು ಆಯಿತು. "ಏಯ್ ಶಶಿ ಶಾಮಣ್ಣ ಇದ್ದಾರ?" ಭಾಸ್ಕರ ದನಿ "ಇದ್ದಾರೆ, ಭಾವ" ಎಂದ ಮೆಲ್ಲಗೆ. ತಂದೆಯಂತೆ ತನ್ನ ಭವಿಷ್ಯದ ಬಗ್ಗೆ ಅಕ್ಕರೆ ತೋರಿ ಬೆಳೆಸಿದ ಅವರ ಮೇಲೆ ಗೌರವ, ಅದಕ್ಕಿಂತ ಹೆಚ್ಚಾಗಿ ಪ್ರೀತಿ. "ನಾನು ಬರ್ತಾ ಇದ್ದೀನಿ" ಕರೆ ಕಟ್ ಆಯಿತು. ಬರೋ ಸಮಯವೇ ಹೇಳಿದ್ದೇಕೆ? ಅವನಿಗೆ ಅರ್ಥವಾಗಲಿಲ್ಲ. ದಿನದಿಂದ ದಿನಕ್ಕೆ ಭಾಸ್ಕರ್ ಒಗ್ಗಟ್ಟಾಗುತ್ತಿದ್ದರು.

'ಹಳೇ ಚಿನ್ನದ ಒಡ್ವೆಗಳನ್ನು ಕೊಡು' ಎಂದಾಗ ರೂಮಿಗೆ ಬಂದವಳು ಮೊಬೈಲ್ ಮೂಲಕ ತಿಳಿಸಿದ್ದು ಭಾಸ್ಕರ್‌ಗೆ "ನನ್ನಮ್ಮನ ಚಿನ್ನ ನಂಗೆ ಸೇರಿದ್ದು. ಯಾಕೆ ಕೊಡ್ಬೇಕು?" ವಿಷಯ ಮುಟ್ಟಿದಕೂಡಲೇ ಕೆರಳಿ ಕೆಂಡವಾಗಿದ್ದ. ಅದನ್ನು ಕೊಡಿಸೋ ಹಕ್ಕು ಕೃತಿಕಾ, ಶಶಿಗೆ ಕೊಟ್ಟವರಾರು? ಆದರೆ ಅರುಣ ಜೀವನದಲ್ಲಿ ಭಾಸ್ಕರನ ಪಾತ್ರವೇನು? ಶಾಮಣ್ಣನಿಗಿಂತ, ಕೈಹಿಡಿದ ಗಂಡನಿಗಿಂತ, ಅಕ್ಕರೆಯಿಂದ ಮನೆ ತುಂಬಿಸಿಕೊಂಡ ಕೃತಿಕಾಗಿಂತ ಹೆಚ್ಚಿನದಾ? ಈ ಪಾತ್ರಕ್ಕೆ ಏನು ಹೆಸರಿಡುವುದು? ಅದನ್ನು ಭಾಸ್ಕರ್‌ನಂಥವರು ಹೇಳಬೇಕು.

ಬಾಲ್ಕನಿಯಲ್ಲಿ ಕಾರು ನಿಲ್ಲಿಸಿ ಇಳಿದವರಿಗೆ ಮೆಟ್ಟಿಲು ಮೇಲೆ ನಿಂತು ಎದುರಾದವರು ಕೃತಿಕಾ, ಶಾಮಣ್ಣನ ಜೊತೆ ಶಶಾಂಕ್. ತಣ್ಣಗಾಗಿ ಬಿಟ್ಟರು. ಸಂಬಂಧ, ಅಧಿಕಾರ,

ಪಾತ್ರಗಳು ಎದುರು ನಿಂತು ಪ್ರಶ್ನಿಸುವಂತಾಯಿತು. ಭಾಸ್ಕರ್ ಒಳಗೊಳಗೆ ಬೆವತರು.

"ವೆಯಿಟಿಂಗ್, ಬನ್ನಿ... ಭಾವ" ಮೆಟ್ಟಿಲು ಇಳಿದು ಭಾಸ್ಕರ್ ಕೈಯಲ್ಲಿನ ಬ್ರೀಫ್‌ಕೇಸ್ ಇಸುಕೊಂಡ ಶಶಾಂಕ್ ದೀರ್ಘವಾಗಿ ನೋಡಿ, "ನಮ್ಮ ಪ್ರಧಾನ ಮಂತ್ರಿಗಳು 1000, 500 ರೂಪಾಯಿ ನೋಟುಗಳ ಬ್ಯಾನ್ ಮಾಡಿದ ಮೇಲೆ ಆಫೀಸ್ ತೀರಾ ಬಿಜಿಯಾಯ್ತು. ಅಕ್ಕನಿಗೆ ಒಂದು ತಿಂಗಳು ರಜ ಹಾಕೋಕೆ ಹೇಳಿ" ಎಂದ ಕಾಳಜಿಯಿಂದ. ಭಾಸ್ಕರನ ಬಾಯಿಂದ ಮಾತುಗಳೇ ಹೊರಡಲಿಲ್ಲ. ಬರೀ 'ಹಾ ಹ್ಞೂ' ಎಂದು ಒಳಗೆ ಹೋದವರು ರೂಮಿಗೆ ಹೋಗಿ ಕೂತದ್ದು. ಎ.ಸಿ ಸಣ್ಣಗೆ ಸದ್ದು ಮಾಡುತ್ತಿತ್ತು. ಇಲ್ಲಿ ಕೂಡ ಮೈ ಬಿಸಿಯಾಗುತ್ತಿತ್ತು.

ಒಳಗೆ ಬಂದ ಕೃತಿಕಾ ಅವನ ಮುಂದೆ ನೀರಿನ ಗ್ಲಾಸ್ ಹಿಡಿದು "ಕೆಲ್ಸ ಜಾಸ್ತಿಯಾದರೇ, ಇನ್ನು ಇಬ್ರೂ ಸಿಎ ಮಾಡಿದೋರ್ನ ಅಪಾಯಿಂಟ್ ಮಾಡ್ಕೊಳ್ಳಿ. ಹೊಸಬರಾದರೆ ಇನ್ನಷ್ಟು ಉತ್ಸಾಹದಿಂದ ಕೆಲ್ಸ ಮಾಡ್ತಾರೆ. ನಿಮ್ಮ ಕೈ ಕೆಳ್ಗೇ ಪಳಗಿದರೆ ಅವರೊಂದು ಆಫೀಸ್ ಮಾಡ್ಕೋತಾರೆ, ನಿಮ್ದೂಗ್ಗಿ ಹೆಸರು" ತಮಾಷೆಯಾಗಿಯೇ ಹೇಳಿದ್ದು. ಭಾಸ್ಕರ್ ಮುಖ ಗಂಟಾಕಿಕೊಂಡು "ಇಲ್ಲೇನು ನಡೀತಾ... ಇದೆ?" ಕೇಳಿದಾಗ "ಅಂಥದೇನಿಲ್ಲ, ಅರುಣನ ಬಿಟ್ಹೋಗೋಕೆ ಶಾಮಣ್ಣನೋರು ಬಂದಿದ್ದಾರೆ. ಒಂದಿಷ್ಟು ಹಳ್ಳಿ ತಿಂಡಿ, ಹಪ್ಪಳ ಸಂಡಿಗೆ, ತರಕಾರಿ ಕಾಯಿ ಹಣ್ಣು–ಹಂಪಲು ತಂದಿದ್ದಾರೆ. ಒಂದ್ವಾರ ಮಾರ್ಕೆಟ್ ಕಡೆ ಹೋಗೋ ಹಾಗಿಲ್ಲ" ಅಂದಳಷ್ಟೆ ಭಾಸ್ಕರನಿಗೆ ರೇಗಿತು. ಮಡದಿಯ ಪರ್ಸನಾಲಿಟಿಯ ಬಗ್ಗೆ ಗೌರವ ಇದ್ದಿದ್ದರಿಂದ ತುಟಿ ತೆರೆಯಲು ಅಳುಕು. ಆಗಾಗ ಭಾಸ್ಕರ್‌ನ ಫ್ರೆಂಡ್ಸ್ ಹಂಗಿಸುತ್ತಿದ್ದರು. "ನೀನು, ಕೃತಿಕಾ ಮೇಡಮ್ ಮುಂದೆ ಡಲ್. ಅವ್ರ ಸುಪರ್ದಿಗೆ ಆಫೀಸ್ ಬಿಟ್ಟು ನೋಡು. ನಂಬರ್ ಒನ್ ಸ್ಥಾನಕ್ಕೆ ತಗೊಂಡ್ಹೋಗ್ತಾರೆ" ಅದು ಹಾಸ್ಯವಾದರೂ ಒಳಗೊಳಗೆ 'ಅಹಂ' ಒದ್ದಾಡುತ್ತಿತ್ತು. ಇದನ್ನು ಸಹಿಸಲು ಸಾಧ್ಯವಾಗುತ್ತಿರಲಿಲ್ಲ.

ಆ ವೇಳೆಗೆ ಬಂದ ಶಶಾಂಕ್ ಕೃತಿಕಾನ ಕರೆದೊಯ್ದು "ಅಕ್ಕ, ಒಂದ್ಮಾತು... ನೀನು ವಿಷ್ಯನ ಭಾವಂಗೆ ತಿಳಿಸಿದ್ಯಾ?" ಕೇಳಿದ. "ಯಾವ ವಿಷ್ಯ? ತಿಳಿಸೋಂಥ ಇಂಪಾರ್ಟೆಂಟ್ ಏನಿದೆ? ಅದೇನು ಸ್ಪಷ್ಟವಾಗಿ ಹೇಳು" ಅಂದ ಮೇಲೆ ಬಾಯಿ ಬಿಟ್ಟ. ಭಾಸ್ಕರ್ ಕಾಲ್ ಮಾಡಿ ಶಾಮಣ್ಣನನ್ನು ಇರು ಅಂದಿದ್ದರ ಜೊತೆಗೆ ಆಗ ಅವರ ವಾಯ್ಸ್‌ನಲ್ಲಿದ್ದ ಕೋಪನ ತಿಳಿಸಿದ. ಕೃತಿಕಾಗೆ ಅರ್ಥವಾಯಿತು. ಬಹುಶಃ ಅರುಣ ತಿಳಿಸಿರಬಹುದು. ತಂದೆ, ಗಂಡ... ಎಲ್ಲರಿಗಿಂತ ಹೆಚ್ಚಿನ ಆತ್ಮೀಯಭಾವ, ನಂಬಿಕೆ! ಸಾಧಾರಣವಾಗಿ ತಗೊಂಡರೆ ಈ ಮನೆಗೆ ಸೊಸೆಯನ್ನಾಗಿ ತುಂಬಿಸಿಕೊಂಡ ಭಾಸ್ಕರ ತಂದೆಯ ಸಮಾನ. ಅಂಥ ಒಂದು ಭಾವವಿದ್ದರೆ ಸಂತೋಷವೇ. ಆದರೆ ಅದು ತಿರುವುಗಳನ್ನು ಪಡೆದುಕೊಳ್ಳಬಾರದು. ಶ್ರೇಯಸ್ಕರವಲ್ಲ... ಅಂದು ಸಿಕ್ಕ ಮೊಬೈಲ್ ಕೃತಿಕಾ ಲಾಕರ್‌ನಲ್ಲಿ ಉಳಿದಿತ್ತು. ಅಂದರೆ ತಮ್ಮಗಳ ಸಂಭಾಷಣೆಗಾಗಿ ಮತ್ತೊಂದು ಮೊಬೈಲ್ ಖರೀದಿಸಿ ತಂದುಕೊಟ್ಟ ಭಾಸ್ಕರ್? ಇಂಥ ವಿಪರೀತಗಳು ಯಾಕೆ?

ಅವಳ ತಲೆ ಬಿಸಿಯಾಯಿತು. ಶಶಿಯ ಕಡೆ ನೋಡಿದಾಗ ಗೊಂದಲದಲ್ಲಿ ಇದ್ದಂಗೆ ಕಂಡ "ಹೌದು, ಅಂದ್ಕೋ! ತಿಳಿಸೋದು ಕರ್ತವ್ಯ. ಶಾಮಣ್ಣ ಕಷ್ಟದಲ್ಲಿ ಇದ್ದಾರೆ. ಆ ಮನುಷ್ಯ ಕೃಷಿಕ. ಭೂದೇವಿಯ ಸೇವೆ ಮಾಡಿಕೊಂಡೇ ಬಂದಿದ್ದಾನೆ. ಚಿನ್ನ ಇರೋದು ಸಮಯಕ್ಕೆ ತಾನೇ? ನಾನು ಮ್ಯಾನೇಜ್ ಮಾಡ್ತೀನಿ ಬಿಡು" ಭುಜ ತಟ್ಟಿದರು. ಅವನು ಸಮಾಧಾನಗೊಳ್ಳಲಿಲ್ಲ. ಒಂದು ರೀತಿಯ ಸಿಡಿಮಿಡಿ.

"ಅದೇ ನಮ್ಮವರಿಗೆ ಹಣ ಕೊಟ್ಟಾಗಲೇ ವಿರೋಧಿಸಿದ್ರು, ತಿರುಗಿ ಅದೇ ರಾಗವಾದರೇ, ಸರಳವಾಗಿ ಅವ್ರ ಕಷ್ಟ ನೋಡಿ ಒಡ್ವೇಗಳ್ನ ಕೊಡೋಕೆ ಒಪ್ಪಿಕೊಂಡ್ವಿ. ಅರುಣಗೆ ಇಷ್ಟವಿಲ್ಲ. ಅಳ್ತಾ ಕೂತಿದ್ದಾಳೆ, ಹೇಗೆ ಮ್ಯಾನೇಜ್ ಮಾಡೋದು?" ಎಂದ ಸ್ವಲ್ಪ ಬೇಸರದಿಂದ. ಕೃತಿಕಾ ಮುಖ ಸಪ್ಪಗಾಯಿತು. "ಸ್ವಲ್ಪ... ನೋಡು" ಅವನನ್ನು ಕಳಿಸಿ ರೂಮಿಗೆ ಬಂದವಳು "ಡಿನ್ನರ್‌ಗೆ ರೆಡಿ ಮಾಡ್ಲಾ? ಶಾಮಣ್ಣನೋರು ಕೂಡ ನಿಮ್ಮ ಜೊತೆ ಊಟ ಮಾಡ್ತೀನಿ... ಅಂದ್ರು. ಯಾಕೆ ಒಂದು ತರಹ ಇದ್ದೀರಾ? ಎನೀ ಥಿಂಗ್ ರಾಂಗ್?" ಕೇಳಿದಳು. ಬಹುಶಃ ಅರುಣ ಕೊಟ್ಟ ಇನ್‌ಫಾರ್ಮೇಷನ್ ಹೇಳಬಹುದೆಂದುಕೊಂಡಳು. ಭಾಸ್ಕರ್ ಚಡಪಡಿಕೆಯಲ್ಲಿದ್ದ. ಆದರೆ ತುಟಿ ತೆರೆಯಲಿಲ್ಲ. ಇದರಲ್ಲಿ ಬಚ್ಚಿಡುವಂಥದ್ದೇನಿದೆ ಅವಳ ಪರವಾಗಿ ಆ ಬಗ್ಗೆ ದನಿಯೆತ್ತಿದ್ದರೆ ಆಕ್ಷೇಪಿಸುತ್ತಿರಲಿಲ್ಲ., ಮಾರಲ್ ಸಪೋರ್ಟ್ ಅನಿಸುತ್ತಿತ್ತು.

"ಎನೀ ಥಿಂಗ್ ರಾಂಗ್, ಭಾಸ್ಕರ್?" ಪ್ರಶ್ನಿಸಿದಳು.

"ನೋ... ನೋ..." ಎಂದಾಗ ಕೃತಿಕಾ ಹೊರಗೆ ಬಂದಳು ಏನಾಗಿದೆ ಭಾಸ್ಕರ್‌ಗೆ? ಇಂಥ ಪರಿಸ್ಥಿತಿಗಳನ್ನು ಪ್ರತಿಯೊಬ್ಬ ಪುರುಷ, ಸ್ತ್ರೀ ಅನುಭವಿಸಬೇಕೇ? ತೀರಾ ಗೊಂದಲವೆನಿಸಿತ್ತು. "ಕೃತಿ, ನಿನ್ನ ನಂತರ ಏನು ಬೇಡ... ನಿನ್ನಿಂದ ಏನು ಮುಚ್ಚಿಡೋಲ್ಲ. ನಮ್ಮ ಪ್ರೀತಿಯ ಮೇಲೆ ಆಣೆ" ಹಿಂದೆ ಸಾಕಷ್ಟು ಸಲ ಹೇಳಿದ ಮಾತುಗಳು.

ಊಟದ ನಂತರ ಎಲ್ಲಾ ದೊಡ್ಡ ಹಾಲ್‌ನಲ್ಲಿ ಟಿ.ವಿಯ ಮುಂದೆ ಕೂತರು. ನ್ಯೂಸ್ ಮುಗಿದಕೂಡಲೇ ಟಿವಿ ಆಫ್ ಮಾಡಿದ ಕೃತಿಕಾ "ಆಫೀಸ್ ವಿಷ್ಯದಲ್ಲಿ ತುಂಬ ಬಿಜಿಯಾದ್ರಿ, ಮನೆಯ ವಿಚಾರದಲ್ಲೂ ನಿಮ್ಮ ಸಹಕಾರ ಬೇಕಾಗುತ್ತೆ. ಶಾಮಣ್ಣನೋರು ಸರ್‍ಯಾಗಿ ಮಳೆ ಬೆಳೆ ಇಲ್ದೇ ತುಂಬಾ ತೊಂದರೆಯಲ್ಲಿ ಸಿಕ್ಕಿ ಹಾಕ್ಕೊಂಡಿದ್ದಾರೆ. ಬ್ಯಾಂಕ್‌ಗಳಿಂದ ನೋಟಿಸ್‌ಗಳು ಬಂದಿದೆ. ಈಗ ಬಡ್ಡಿಯಾದ್ರೂ ಜಮಾ ಮಾಡಿ ಮತ್ತಷ್ಟು ಸಮಯಪಡ್ಕೋಬೇಕು. ಅವ್ರ ಹತ್ರ ಹಣ ಇಲ್ಲ. ಒಳ್ಳೆ ಫಸಲು ಬಂದ ಕಾಲದಲ್ಲಿ ಸಾಕಷ್ಟು ಚಿನ್ನದ ಹೆಂಡ್ತಿ, ಮಗಳಿಗಾಗಿ ಕೊಂಡಿದ್ದಾರೆ. ಆಪ್ಪತ್ತಿಗೆ ಈಗ ಅದ್ನ ಬಳಸಿಕೊಳ್ಳಲಿ ಅನ್ನೋದು ನಮ್ಮಗಳ ಅಭಿಪ್ರಾಯ. ತಂದೆಗಿಂತ ಅರುಣ ಪಾಲಿಗೆ ಚಿನ್ನವೇನು ದೊಡ್ಡದಾಗೋಲ್ಲ" ಬಹಳ ಸಮಾಧಾನದಿಂದಲೇ ಉಸುರಿದ್ದು. ಇದು ಭಾಸ್ಕರನಿಗೆ ಇಷ್ಟವಾಗಲಿಲ್ಲವೆಂದು ಮುಖವೇ ಸಾರಿ ಹೇಳಿತು. ಒಳಗಿನ ಕುದಿತ ಮುಖದಲ್ಲಿ ಕಂಡಿತು.

ಒಮ್ಮೆ ಭಾಸ್ಕರ್‌ನ ನೋಟ ಅರುಣಳತ್ತ ಇಣುಕಿ ಹಿಂದಕ್ಕೆ ಬಂತು. ಅವಳು ವಿಚಾರವನ್ನು ಗೋಪ್ಯವಾಗಿ ತಿಳಿಸಿದಾಗ "ಹಾಗೇನಾಗೋಲ್ಲ, ನಾನು ನಿನ್ನ ಪರ ಇದ್ದೀನಿ.

ಡೋಂಟ್ ವರೀ ಪುಟ್ಟ" ಎಂದಿದ್ದ. ಆದರೆ ಈಗ ಎಲ್ಲರ ಮುಂದೆ ಅವಳ ಪರ ನಿಲ್ಲಲು ಸಾಧ್ಯವೇ? ಅಂಜಿಕೆ, ಯಾವುದೋ ಅಪರಾಧಭಾವ ಭಾಸ್ಕರನನ್ನ ಹಿಮ್ಮೆಟ್ಟಿಸುತ್ತಿತ್ತು. ಬರೀ ಗಂಟಲು ಸರಿಮಾಡಿಕೊಂಡ. ಪ್ರಯಾಸದ ಪ್ರಯತ್ನ.

ಆಮೇಲೆ ಅರ್ಧಗಂಟೆ ಕಾದರೂ ಅರುಣ ಒಂದೆರಡು ಸಲ ರೂಮಿಗೆ ಹೋಗಿ ಅಲ್ಲೆ ಉಳಿದಳೇ ವಿನಃ ಚಿನ್ನವೇನು ಹೊರತರಲಿಲ್ಲ. ನಿಜವಾಗಿಯೂ ಶಾಮಣ್ಣನವರ ಎದೆ ಕೃತಜ್ಞತೆಯ ಭಾವದಿಂದ ತುಂಬಿ ಹೋಗಿತ್ತು. ಸದ್ಯಕ್ಕೆ ಅವರಿಂದ ಪರಿಸ್ಥಿತಿಯಲ್ಲಿ ಸಮಸ್ಯೆಗೆ ಪರಿಹಾರ ಸೂಚಿಸಿದ್ದು ಕೃತಿಕಾ. ಆದರೆ ಬಾಯಿ ಬಿಟ್ಟು ಹೇಳದಿದ್ದರೂ ಇದಕ್ಕೆ ವಿರೋಧ ವ್ಯಕ್ತವಾಗುತ್ತಿದ್ದುದು ಸ್ವಂತ ಮಗಳು ಅರುಣಳಿಂದ. ವಿಚಿತ್ರವೆನಿಸಿತು. ಎಂಥ ವಿಪರೀತ ಎಂದುಕೊಂಡರು.

"ಚಿನ್ನ ಅಂದರೆ ಹೆಣ್ಣುಮಕ್ಕಳಿಗೆ ಆಸೆ. ಅರುಣಗೆ ಇಷ್ಟವಿಲ್ಲ. ಬೇರೆ ಪ್ರಯತ್ನವೇನಾದ್ರೂ ಮಾಡ್ತೀನಿ" ಎಂದರು ಶಾಮಣ್ಣ ಅರ್ಥಮಾಡಿಕೊಂಡವರಂತೆ. ತಕ್ಷಣ ಭಾಸ್ಕರ್ "ಹಾಗೇ ಮಾಡಿ. ಅರುಣಾಗೆ ಇಷ್ಟವಿಲ್ದೇ ಒಡ್ವೇ ಪಡೆದುಕೊಳ್ಳೋದು ಬೇಡ" ಅದಕ್ಕೆ ಅನುಮೋದನೆ ಸೇರಿಸಿದರು. ಶಶಾಂಕ್ ಕೃತಿಕಾ ಕಡೆ ನೋಡಿದ. "ಇರ್ಲೀ, ಅವಳಿಗೆ ತಂದೆಗಿಂತ ಒಡ್ವೇ ಹೆಚ್ಚಿನದಲ್ಲ. ಸುಮ್ನೇ ಒಳ್ಗೇ ಇರೋ ಬದ್ಲು ಅವ್ರಿಗೆ ಉಪಯೋಗವಾಗ್ಲಿ. ಶಶಿ, ಅರುಣಾನ... ಕರೀ" ಎಂದರು ಕೃತಿಕಾ. ಅವನಿಗೆ ಅಷ್ಟು ಸಾಕಾಗಿತ್ತು. ಶಾಮಣ್ಣನ ಪರ ನಿಲ್ಲಬೇಕಿತ್ತು.

"ನೀನು ಈ ವಿಚಾರದಲ್ಲಿ ತಲೆ ಹಾಕಬಾರದಾಗಿತ್ತು" ಎನ್ನುವಂತೆ ಭಾಸ್ಕರ ಕೃತಿಕಾ ಮುಖ ನೋಡಿದ. ಉತ್ತಮ ಸಂಸ್ಕಾರದಲ್ಲಿ ಬೆಳೆದಿದ್ದ ಅವಳು ಕೆಲವು ವಿಚಾರದಲ್ಲಿ ಕಾಂಪ್ರಮೈಸ್ ಆಗೋಲ್ಲ ಅನ್ನೋದು ಗೊತ್ತಿತ್ತು. "ಯಾಕೋ ಟಯರ್ಡ್ ಮಲಗ್ತೀನಿ" ಎಂದು ಎದ್ದುಹೋದರು ಭಾಸ್ಕರ್. ಇನ್ನೇನು ಹೇಳಲಾರದ ಸ್ಥಿತಿ. ಅಸಹನೆಯಿಂದ ಕುದಿಯುತ್ತಿದ್ದರು ಕೃತಿಕಾ... ಅಪರಾಧಿ?

ಶಶಾಂಕ್ ರೂಮಿಗೆ ಹೋದಾಗ ಅರುಣ ದುಸದುಸ ಮಾಡುತ್ತ ಕೂತಿದ್ದು 'ಹೂ' ಎಂದು ಅಳೋಕೆ ಶುರು ಮಾಡಿದಾಗ "ಸ್ಟಾಪ್.. ಸ್ಟಾಪ್... ನಂಗೆ ಈ ತರಹ ಅಳೋರ್ನ ಕಂಡರೆ ಖಂಡಿತ ಇಷ್ಟವಾಗೋಲ್ಲ. ಈಗ ಏನಾಯ್ತು? ನಿಮ್ಮಪ್ಪ... ಅದೇ ಹೊಸಕೆರೆ ಶಾಮಣ್ಣ ಆತ್ಮಹತ್ಯೆ ಮಾಡಿಕೊಂಡಿಲ್ಲ. ಅದು ಬರಬಾರ್ದೂಂತಲೇ ಚಿನ್ನ ಕೊಡೂಂತ ಹೇಳ್ತಾ ಇರೋದು. ಎರಡರಲ್ಲಿ ಒಂದನ್ನ ಆರಿಸ್ಕೋ. ಅಸಲು ಕಟ್ಟದಿದ್ರೂ ಬ್ಯಾಂಕ್‌ಗಳಿಗೆ ಬಡ್ಡಿ ಕಟ್ಟಬೇಕು. ಅವ್ರಿಗೆ ಈಸೀಯಾಗಿ ಕಾಣೋದು ಆತ್ಮಹತ್ಯೆ. ಅದ್ಕೆ ಮಾಡ್ಕೊಳ್ಳಿ ಬಿಡು. ರೈತರ ಆತ್ಮಹತ್ಯೆಯ ಮತ್ತೊಂದು ಸುದ್ದಿ. ಇರೋ ಒಬ್ಬು ಮಗ್ಳಿಗೆ... ಲಕ್ಷಗಳ ಘೋಷಣೆ ಆಗ್ಬಹ್ದು. ಸಾಲಕ್ಕೆ ಬ್ಯಾಂಕ್‌ನೋರು ಇರೋದೆಲ್ಲ ಹರಾಜು ಹಾಕಿ ತಮ್ಮ... ತಮ್ಮ ಅಮೌಂಟ್ ತಗೊಂಡ್ ಅಕಸ್ಮಾತ್ ಉಳಿದರೆ ಏಕೈಕ ವಾರಸುದಾರಿಣಿಗೆ ಕೊಡ್ಬಹ್ದು. ದೊಡ್ಡ ರೀತಿಯ ಭರವಸೆ ಬೇಡ. ನಾನಂತು ಆ ಕಡೆ ತಲೆ ಹಾಕೋಲ್ಲ. ಚಾನಲ್‌ನವ್ರು ಕೇಳೋ ಪ್ರಶ್ನೆಗಳಿಗೆ ನೀನೇ ಉತ್ತರ ಕೊಡ್ಬೇಕಾಗುತ್ತೆ. ಈಗ ಚಿನ್ನ ಕೊಟ್ಟರೇ ಬಡ್ಡಿ ಕಡ್ಡಿ ಟೈಮ್ ತೆಗೋತಾರೆ. ನಿಮ್ಮಂದೆ ಒಳ್ಳೆ ಕೃಷಿಕ. ಒಂದಿಷ್ಟು ಮಳೆ ಬೆಳೆಯಾದರೆ

ಹಣ ತೀರ್ಸಿ ಆಸ್ತಿ ನಿಂಗೆ ಉಳ್ಸಿಕೊಡ್ತಾರೆ. ಎರಡರಲ್ಲಿ ಒಂದು ತೀರ್ಮಾನ ಮಾಡು. ಶಾಮಣ್ಣನೋರು ಆತ್ಮಹತ್ಯೆ ಮಾಡಿಕೊಂಡರೆ ಅಕ್ಕ, ಭಾವ ನಿಂಗೆ ಸಾಥ್ ಕೊಡ್ಬೇಕು. ನಾನಂತು ಬರೋಲ್ಲ." ಕಟ್ಟುನಿಟ್ಟಾಗಿ ಹೇಳಿದ. ಅವಳಿಗೆ ಏನನ್ನಿಸಿತು ರೇಷ್ಮೆ ವಸ್ತ್ರದಲ್ಲಿ ಸುತ್ತಿಟ್ಟಿದ್ದ ವಸ್ತ್ರಗಳ ಗಂಟು ಬೀರುವಿನಿಂದ ತೆಗೆದಿಟ್ಟುಕೊಂಡು "ಮದ್ವೆಯಾದ್ಮೇಲೆ ತಗೊಂಡಿದ್ದು, ನಾನು ಇಟ್ಕೋಬಹುದಲ್ಲ."

ಹಣೆ ಗಟ್ಟಿಸಿಕೊಂಡ ಶಶಾಂಕ್.

"ಇಟ್ಕೋ... ಇಟ್ಕೋ... ಈಗ ಸದ್ಯಕ್ಕೆ ನಿಮ್ಮಪ್ಪ ಕೊಟ್ಟ ನಿಮ್ಮಮ್ಮನ ಹಳೇ ಒಡ್ವೆಗಳ್ನ ಕೊಟ್ಬಿಡು." ಬಹಳ ಪುಸಲಾಯಿಸಿದ. ಅಳುತ್ತ ಆ ವ್ಯಕ್ತಿಗೆ ಒಡವೆಗಳನ್ನು ಕೊಡುವುದು ಬೇಡವಾಗಿತ್ತು. ಶಶಿಗೆ ರೇಗಿತು.

ರೇಷ್ಮೆ ವಸ್ತ್ರದಲ್ಲಿದ್ದ ಒಡವೆಗಳ ಗಂಟನ್ನು ಎತ್ತಿಕೊಂಡು ಮೇಲೆದ್ದಾಗ ಹಿಡಿದು ನಿಲ್ಲಿಸಿದ "ಕಣ್ಣಲ್ಲಿ ನೀರು ಬೇಡ. ಆ ಮನುಷ್ಯನೇನು ಬಾಯ್ಬಿಟ್ಟು ಕೇಳ್ತಾ ಇಲ್ಲ. ಪರಿಸ್ಥಿತಿ ನೋಡಿ ಅಕ್ಕನೇ ಹೇಳಿದ್ದು. ಬಹುಶಃ ಅಕ್ಕನ ಅಕೌಂಟ್‌ನಲ್ಲಿ ಹಣವಿದ್ದಿದ್ದರೇ, ಬಹುಶಃ ಅವ್ರೆ ಕೊಡೋಕೆ ಮುಂದಾಗಿಬಿಡ್ತಾ ಇದ್ರು, ನೀನು, ಅತ್ತುಕೊಂಡು ಕೊಡೋದ್ಬೇಡ. ಅದ್ನ ನೋಡಿ ಶಾಮಣ್ಣ ಇಲ್ಲೇ ನೇಣು ಹಾಕ್ಕೊಂಡ್ ಬಿಟ್ಟಾರು. ಆಗ ತುಂಬಾ ರಿಸ್ಕ್ ಆಗ್ಬಿಡುತ್ತೆ. ಅಳಿಯನಾದ ತಪ್ಪಿಗೆ ನನ್ನ ಸುತ್ತಲು ಒಂದು ವರ್ತುಲ ನಿರ್ಮಾಣವಾಗಿ ಬಿಡುತ್ತೆ. ಅಂಥದೆಲ್ಲ ಬೇಡ. ಐ ಲವ್ ಯು ಅರುಣ" ಮುದ್ದಿಸಿಯೇ ಹೊರಗೆ ಕಳಿಸಿದ್ದು. ಸರಿಯಾಗಿ ಮನಮುಟ್ಟುವಂತೆ ಪಾಠ ಮಾಡಿದ್ದರಿಂದ ಅರುಣ ತಂದು ತಂದೆಯ ಮುಂದಿಟ್ಟು "ಇದ್ನ ಬಳಸಿಕೊಳ್ಳಿ. ಹೇಗೊ ಮುಂದಿನ್ವರ್ಷವಾದ್ರೂ ಮಳೆ ಬೆಳೆ ಆಗುತ್ತಲ್ಲ, ಆಗ ಮಾಡ್ಸಿಕೊಡಿ" ಇಂಥದೊಂದು ಬುದ್ಧಿವಂತಿಕೆಯ ಮಾತು ಸೇರಿಸಿದಕ್ಕೆ ಕೃತಿಕಾ ಶಾಕಾದರು. "ವಾ, ಹುಡ್ಗೀ... ಕೆಲವದರಲ್ಲಿ ಇನ್ನೊಸೆಂಟ್ ಇರ್ಬಹುದ್ದು. ಬುದ್ಧಿವಂತನೆ" ಎಂದುಕೊಂಡು "ಎಲ್ಲಾ ತಗೊಳ್ಳಿ, ಅಡ ಅಂಥದೇನೂ ಇಡಬೇಡಿ. ಟೋಟಲೀ... ಮಾರೀ ಬಿಡಿ. ಅನ್ಕೂಲವಾದಾಗ ಚಿನ್ನ ಕೊಂಡು ಅರುಣಾಗೆ ಇಷ್ಟವಾದ ನಮೂನೆಯ ಒಡ್ವೇಗಳ್ನ ಮಾಡ್ಸಿ ಕೊಡಿ" ಎಂದು ಒಳಗೆದ್ದು ಹೋದವರು ತಮ್ಮ ಲಾಕರ್‌ನಲ್ಲಿದ್ದ ಹತ್ತು... ಹತ್ತು ಗ್ರಾಂನ ಐದು ಚಿನ್ನದ ಕಾಯಿನ್‌ಗಳನ್ನು ತಂದು ಅದರಲ್ಲಿಟ್ಟು "ಇದ್ನ ತಗೊಳ್ಳಿ, ಪರ್ಸೆಂಟೇಷನ್ ಆಗ ಬಂದಿದ್ದು. 'ನಿಸ್ಪೊಲುಮೆ' ಗೃಹಪ್ರವೇಶದ ಸಂದರ್ಭದಲ್ಲಿ. ಈಗ ಅನ್ಕೂಲಕ್ಕೆ ಬಂತಷ್ಟೆ" ಧಾರಾಳವಾಗಿ ಹೇಳಿದಾಗ ಶಾಮಣ್ಣ ಕಣ್ಣೀರು ಹಾಕಿದ್ದು ಸ್ವಂತ ಬಂಧುಗಳು ಕೂಡ ಇಂಥ ಸಂದರ್ಭಗಳಲ್ಲಿ ನೆರವು ನೀಡರೆಂದು ಅವರಿಗೆ ಗೊತ್ತು. ಧಾರಾಳ ವರ್ತನೆಯ ಕೃತಿಕಾ ದೇವತೆಯಾಗಿ ಕಂಡಳು.

ಆಮೇಲೆ ಕೃತಿಕಾಗೆ ಮಾತು ಬೇಕಿರಲಿಲ್ಲ. ಶಶಾಂಕ್ ಹಿಂದೆಯೇ ಹೋದ. ಬಾಲ್ಕನಿಗೆ "ಅಕ್ಕ, ಇದೆಲ್ಲ ಏನು? ಅಪ್ಪ, ಮಗ್ಳು ಸಾಯ್ಲಿ. ನಿನ್ನ ಚಿನ್ನ ಯಾಕೆ ಕೊಟ್ಟೆ? ಈ ತರಹದ ಧಾರಾಳತನ ಭಾವಂಗೆ ಇಷ್ಟವಾಗೋಲ್ಲ. ಹಿಂದೆ ಪಟ್ಟ ಕಷ್ಟವನ್ನು ಭಾವ ಆಗಾಗ ಹೇಳ್ಕೋತಾರೆ. ಹಣದ ಬೆಲೆ ಅವ್ರಿಗೆ ಗೊತ್ತಿದೆ. ಈ ಹಣದ ವಿಚಾರದಲ್ಲಿ ನಿಮ್ಮಿಬ್ಬರ

ಮಧ್ಯೆ ಸಾಮರಸ್ಯ ಕೆಡೋದು ಬೇಡ" ಅವನ ದನಿಯಲ್ಲಿ ಒಂದಿಷ್ಟು ಆತಂಕ ಇತ್ತು. ಅದು ನಿಜವೆ! ಆದರೂ ಸರಳವಾಗಿ ತಳ್ಳಿ ಹಾಕಿದ್ದು ನಿಶ್ಚಿಂತೆಯಿಂದ. "ಅಂಥದೇನಿಲ್ಲ, ಆಯ್ತು... ಹಾಗಂತ ಜಿಪುಣರಾಗಬೇಕಾ? ಶಾಮಣ್ಣ ಕಷ್ಟದಲ್ಲಿ ಇದ್ದಾರೆ. ಆ ಚಿನ್ನದ ನಾಣ್ಯ ಲಾಕರ್‌ನಲ್ಲಿತ್ತು. ಈಗ ಉಪಯೋಗವಾದರೇ, ಅದಕ್ಕೂ ಸಾರ್ಥಕತೆ. ಅವ್ರಿಗೆ ಒಂದಿಷ್ಟು ಮಾರೋಕೆ ಹೆಲ್ಪ್ ಮಾಡು. ಅದು ಸರಿಯೆನಿಸಿದರೆ, ಯಾವ ಹೆಚ್ಚುಗಾರಿಕೆಗೂ ಕಾಂಪ್ರಮೈಸ್ ಆಗೋ ಅಗತ್ಯವಿಲ್ಲ. ನೀನೂ... ಅಷ್ಟೆ. ನಾವು ತಂದಿಟ್ಕೊಂಡ್ ಮಗನಾಗಿ ಸಾಕಿದ ಮಾತ್ರಕ್ಕೆ ನೀನು ನಮ್ಮ ಒತ್ತೆ ಆಳಲ್ಲ. ನಿಂಗೆ ಸರಿಯೆನಿಸಿದ್ದರಲ್ಲಿ ಮುಂದುವರಿಯೋದ್ರಲ್ಲಿ ತಪ್ಪಿಲ್ಲ. ಬದುಕಿಗೆ ನೈತಿಕತೆ ಇದೆ. ಸದ್ಯ ಹೊರ್ಗೇ ಹೋಗು. ಮತ್ತೆ ಅರುಣ ಮನಸ್ಸು ಬದಲಾಯಿಸಿದರೆ ಕಷ್ಟ" ಅವನನ್ನು ಕಳಿಸಿದ ಕೃತಿಕಾ ಹೊರಗೆ ನೋಡುತ್ತ ನಿಂತಳು. ಶಾಮಣ್ಣನ ಸ್ಥಿತಿ ಅರ್ಥವಾಗಿತ್ತು. ಈಗ ಸಹಾಯ ಅನಿವಾರ್ಯ.

ಮನೆ ಕಟ್ಟಿದ ಹೊಸದರಲ್ಲಿ ಈ ಬಾಲ್ಕನಿಯಲ್ಲಿ ಕೂಡುತ್ತಿದ್ದರು. ಮಳೆ ಬಂದ ದಿನಗಳಲ್ಲಿ ಸಂಭ್ರಮವೋ... ಸಂಭ್ರಮ. ಬೊಗಸೆಯಲ್ಲಿ ಮಳೆಯ ಹನಿಗಳನ್ನು ಹಿಡಿದು ಒಬ್ಬರಿಗೊಬ್ಬರು ಎರಚಾಡಿದ್ದು ಎಷ್ಟು ಸಲ. ಪ್ರೇಮ, ಪ್ರೀತಿಯ ಮಧುರ ಸಿಂಚನ! ಅದೆಲ್ಲ ಈಗ ಎಲ್ಲಿಗೆ ಹೋಯಿತು? ಭಾಸ್ಕರ್‌ನಲ್ಲಿ ಬದಲಾವಣೆ ಬಂದಿದೆ!

"ಫ್ಲಾಟ್ ಕೊಳ್ಳೋದೂಂತ ತೀರ್ಮಾನ ಮಾಡಿಬಿಟ್ಟಿದ್ದೀನಿ" ಸ್ಪಷ್ಟವಾಗಿ ಹೇಳಿದಾಗ ತಣ್ಣಗಾಗಿದ್ದಳು. ರಿಸ್ಕ್‌ಗಳ ಪರಂಪರೆ! ಸುಖ ನೆಮ್ಮದಿಗೆ ದೊಡ್ಡ ರೀತಿಯಲ್ಲಿ ಆಸ್ತಿ ಮಾಡುವುದು ಬೇಕಿರಲಿಲ್ಲವೆನಿಸಿತ್ತು.

ರೂಮಿಗೆ ಹೋದನಂತರ ಭಾಸ್ಕರ್ ಹಾರಾಡಿದ. ಅರುಣ ಕಾಲ್ ಮಾಡಿ ವಿಷಯ ತಿಳಿಸಿದಾಗ ಭರವಸೆ ಕೊಟ್ಟಿದ್ದ "ನಾನು ನಿನ್ನ ಪರ ನಿಲ್ತೀನಿ. ಹಣನು ಒಡ್ವೇ ಕೊಡೋದು ಬೇಡ" ಅಂತ ಭರವಸೆ ಕೊಟ್ಟಿದ್ದ. ತಾನು ನಡೆಸಿಕೊಳ್ಳಲಾಗಲಿಲ್ಲವಲ್ಲ ಎನ್ನುವ ಇರುಸುಮುರುಸು.

"ಶಾಮಣ್ಣನ ತಾಪತ್ರಯ ಹರಿಯೋಂಥದ್ದು ಅಲ್ಲ. ಹಾಗಂತ ಅರುಣ ಯಾಕೆ ಅವ್ಳ ಅಮ್ಮನ ಒಡ್ವೇನ ಕೊಡ್ಬೇಕಾಗುತ್ತೆ? ಅದ್ಕೇ ನಿನ್ನ ಮುಂದಾಳತ್ವ" ಸಣ್ಣಸಣ್ಣ ಕಲ್ಲುಗಳನ್ನು ಎಸೆದಂತೆ ಸಿಡಿದ.

ಆರಾಮಾಗಿ ಕೂತ ಕೃತಿಕಾ ಗಂಡನನ್ನ ನೇರವಾಗಿ ನೋಡಿದಳು. ದಟ್ಟವಾದ ಅಸಹನೆಯ ಜೊತೆ ನಿಸ್ಸಹಾಯಕತೆ ಮುಖದ ಮೇಲೆ ಸ್ಪಷ್ಟವಾಗಿದ್ದ ಮನುಷ್ಯ ಅಸ್ಪಷ್ಟವಾಗುತ್ತಿದ್ದ. ನೇರವಾಗಿಯೆ ಮಾತು ಶುರು ಮಾಡಿದ್ದು.

"ಅದ್ಕೇ, ನೀವ್ಯಾಕೆ ತಲೆ ಕೆಡಿಸ್ಕೋತೀರಾ? ಶಾಮಣ್ಣನವ್ರ ಕಷ್ಟ ಹರಿಯೋಲ್ಲ ಅನ್ನೋ ನಿರ್ಧಾರಕ್ಕೆ ನೀವ್ಯಾಕೆ ಬರ್ತೀರಾ? ತೀರಾ ಕ್ರಿಟಿಕಲ್ ಪರಿಸ್ಥಿತಿಯಲ್ಲಿರೋ ಪೇಷಂಟ್‌ನ ಕೂಡ ಡಾಕ್ಟ್ರು ಕೈಚೆಲ್ಲದೆ ಉಳಿಸಿಕೊಳ್ಳೋ ಪ್ರಯತ್ನ ಮಾಡ್ತಾರೆ." ಅದು ಮನುಷ್ಯನ ಸಹಜವಾದ ಗುಣ ಬಿಡಿ. "ವೇದಾಂತ, ಫಿಲಾಸಫಿ ಅದೆಲ್ಲ ನಿಮ್ಗೇ ಇಷ್ಟವಾಗೋಲ್ಲ. ಅಪ್ಪ, ಮಗಳ ಸಂಬಂಧದಲ್ಲಿ ನಮ್ಮಗಳ ಪ್ರಸಕ್ತಿ ಬೇಡ." ಅದಕ್ಕೊಂದು

ಫುಲ್‌ಸ್ಟಾಪ್ ಇಡುವ ನಿರ್ಧಾರ ಮಾಡಿದಳು. ಆದರೆ ಭಾಸ್ಕರನ ಅಸಹನೆ ತಗ್ಗಲಿಲ್ಲ.

"ಅರುಣಾಗೆ ಒಡ್ವೆ ಕೊಡೋ ಇಷ್ಟವಿರ್ಲಿಲ್ಲ. ಆದರೆ ನೀನು ಅವ್ರ ಮೇಲೆ ಒತ್ತಡವೇರಿದೆ" ಎಂದ ಕೋಪದಿಂದ. ಈಗ ಕೃತಿಕಾಗೆ ಸತ್ಯ ಕಕ್ಕಿಸಬೇಕೆನಿಸಿತು. "ಯಾರು ಹೇಳಿದ್ದು?" ಎಂದಳು ಸೀರಿಯಸ್ಸಾಗಿ. ಆದರೆ 'ಅರುಣ' ಎಂದು ನಾಲಿಗೆಯವರಿಗೂ ಬಂದದನ್ನ ನುಂಗಿಕೊಂಡ. "ನೀವು ಬಂದಿದ್ದು ಈಗ್ಲೆ. ವಿಷ್ಯ ಗೊತ್ತಾಗಿದ್ದು ಕೂಡ ಈಗಲೇ. ಶಾಮಣ್ಣನವರದು ತುಂಬಾ ಕ್ರಿಟಿಕಲ್ ಪೊಜಿಷನ್. ಒಡ್ವೇಯೆಲ್ಲ ಅವರ ಸಂಪಾದನೆ" ಎಂದಳು ಸ್ವಲ್ಪ ಬಿರುಸಾಗಿ.

"ನಂಗಂತೂ ಇಷ್ಟವಾಗ್ಲಿಲ್ಲ" ಎಂದ ಭಾಸ್ಕರ್.

"ಇಲ್ಲಿ ನನ್ನಿಷ್ಟ... ನಿಮ್ಮಿಷ್ಟ ಮುಖ್ಯವಲ್ಲ. ಶಶಾಂಕ್ ಸಮ್ಮತಿಸಿದ್ದಾನೆ. ಅಷ್ಟು ಅರುಣಗೆ ಸಾಕು. ಅನಗತ್ಯವಾಗಿ ಈ ವಿಚಾರದಲ್ಲಿ ನೀವ್ಯಾಕೆ ತಲೆ ಕೆಡಿಸ್ಕೋತೀರಾ?" ಎಂದಾಗ ಕೃತಿಕಾ, ಮುಖ ತಿರುಗಿಸಿಕೊಂಡು ಬಾತ್‌ರೂಂಗೆ ಹೋಗಿ ಬಾಗಿಲು ಹಾಕೊಂಡ. ಅವಳು ಹೇಳಿದ್ದು ನೂರರಷ್ಟು ಸತ್ಯ. ಅರುಣಳ ಜೀವನದಲ್ಲಿ ಮೊದಲ ಪ್ರಾಮುಖ್ಯತೆ ಪಡೆದುಕೊಳ್ಳಬೇಕಾದ ವ್ಯಕ್ತಿ ಶಶಾಂಕ್. ನಂತರವೇ ಎಲ್ಲಾ ಸಂಬಂಧಗಳು. ಸಂಬಂಧಗಳಲ್ಲಿ ಪತಿ–ಪತ್ನಿ ಸಂಬಂಧ ಹೆಚ್ಚು ಪ್ರಾಮುಖ್ಯತೆ ಪಡೆದುಕೊಳ್ಳುವುದಕ್ಕೆ ಸೃಷ್ಟಿಯ ಆದೇಶ ಕಾರಣವಿರಬಹುದು. ಧಿಕ್ಕರಿಸಿ ಮಧ್ಯೆ ಪ್ರಮಾಣಿಸುವ ಹಕ್ಕು ಭಾಸ್ಕರ್‌ಗೆ ಇಲ್ಲ.

ಅಂತು ಶಾಮಣ್ಣನವರಿಗೆ ಹಳೆಯ ಒಡವೆಗಳು ಸಹಾಯ ಮಾಡಿದವು. ಜೊತೆಯಲ್ಲಿ ಹೋಗಿ ಶಶಾಂಕ್ ಹಣ ಕೊಡಿಸಿಕೊಟ್ಟ. ಆಗ ಕೃತಜ್ಞತೆಯಿಂದ ನೆನೆದದ್ದು ಕೃತಿಕಾನ.

* * *

ಆರು ತಿಂಗಳು... ವರ್ಷದಿಂದ ಈ ಕಡೆ ತಲೆ ಹಾಕದ ಭಾಸ್ಕರ್‌ನ ತಾಯಿ ಬೆಳಿಗ್ಗೆ... ಬೆಳಿಗ್ಗೆ ಬಂದು ಇಳಿದಳು. ಒಬ್ಬ ನಡುವಯಸ್ಸಿನ ಮನುಷ್ಯ ಮತ್ತು ಪ್ರಾಯದ ಅಂದರೆ ಇಪ್ಪತ್ತೈದು ದಾಟಿದ ಸಂಬಂಧಿ ಹೆಣ್ಣಿನೊಂದಿಗೆ ಬಂದು ಇಳಿದರು. ಶಶಾಂಕ್ ಅರುಣ ವಿವಾಹಕ್ಕೂ ಬಂದಿದ್ದರು. ನಂತರ ಬಂದಿರಲಿಲ್ಲವೆಂದೇ ಲೆಕ್ಕ. ಇಷ್ಟೆಲ್ಲ ಶಶಾಂಕ್‌ಗೆ ಮಾಡುವುದು ಆಕೆಗೆ ಇಷ್ಟವಿರಲಿಲ್ಲ.

"ಬನ್ನಿ... ಅತ್ತೆ" ಬಗ್ಗಿ ಅವರ ಕಾಲುಗಳಿಗೆ ನಮಸ್ಕರಿಸಿ ಕೃತಿಕಾ ಪ್ರೀತಿಯಿಂದಲೇ ಸ್ವಾಗತಿಸಿದ್ದು "ನಮ್ಮ ಶಶಿ, ಅರು ಮ್ಯಾರೇಜ್ ಆನಿವರ್ಸರಿಗೆ ಫೋನ್ ಮಾಡಿದ್ದೆ. ನೀವು ಬರ್ಲಿಲ್ಲ" ಸಣ್ಣ ಆಕ್ಷೇಪಣೆ ಸೊಸೆಯಿಂದ "ಯಾವ್ದೋ ಮದ್ವೆ ಇತ್ತು. ಅಲ್ಲೆಲ್ಲೋ ಮಾಡಿದರಂತಲ್ಲ..." ಅಂದರು ರಾಗವಾಗಿ. ಅದಕ್ಕೆ ಕೃತಿಕಾ ಪ್ರತಿಕ್ರಿಯಿಸಲಿಲ್ಲ. "ಕೂತ್ಕೊಳ್ಳಿ.." ಎಂದು ನೀರಿನ ಜಗ್ಗು, ಲೋಟಗಳನ್ನು ತಂದು ಟೀಪಾಯಿ ಮೇಲಿಟ್ಟು ಹೋದದ್ದು ಭಾಸ್ಕರನ ಹೆತ್ತವರು, ಬಂಧುಬಳಗದ ಪೈಕಿ ಬರುತ್ತಿದ್ದರು ಅವನ ಹೆತ್ತಮ್ಮ ಮಾತ್ರ, ದಿನ, ತಿಂಗಳು ಉಳಿದುಹೋಗುತ್ತಿದ್ದರು. ಹಾಗೆಲ್ಲ ಕಿರಿಕಿರಿ ಇರುತ್ತಿತ್ತು. ಕೆಲವೊಮ್ಮೆ ಪ್ರಕೋಪಕ್ಕೆ ಹೋಗುತ್ತಿದ್ದುದುಂಟು. ಬಹಳ ದಿನ ಕೃತಿಕಾನ ಕಾಡಿದರು ಪಕ್ಕಕ್ಕೆ ಸರಿಸುತ್ತಿದ್ದದ್ದುಂಟು.

ಆಗಾಗ ಶೇಷಮ್ಮನ ಜೊತೆ ಅವರಿವರು ಬಿಟ್ಟುಹೋಗಲು ಬಂದರು ಯಾರು ಇರುತ್ತಿರಲಿಲ್ಲ. ಆದ್ದರಿಂದ ಸಾಕಷ್ಟು ಪ್ರಯೋಜನವೇ ಕೃತಿಕಾಗೆ.

ಡ್ರೆಸ್ಸಿಂಗ್ ಟೇಬಲ್ ಮುಂದೆ ನಿಂತು ಸೆಂಟು ಸಿಂಪರಿಸಿಕೊಳ್ಳುತ್ತಿದ್ದ ಭಾಸ್ಕರ್‌ಗೆ ಹೇಳಿದಳು. ಸಹಜವಾಗಿ

"ಅತ್ತೆ... ಬಂದಿದ್ದಾರೆ."

ಜೋರಾಗಿ ಉಸಿರು ದಬ್ಬಿ "ಏನಂತೆ ರಾಮಾಯಣ? ನಿನ್ನೆಯೆಲ್ಲ ಮೊಬೈಲ್‌ನಲ್ಲಿ ಸಾಕಷ್ಟು ಕೊರೆದಿದ್ದಾರೆ. ಈಗ್ಲೂ ಅವ್ರು ಶಶಾಂಕ್‌ನ ಒಪ್ಪಿಕೊಳ್ಳೋಕೆ ತಯಾರಿಲ್ಲ. ಏನೇನೋ ಬಡಬಡಿಸ್ತಾರೆ" ಗೊಣಗಿದರು ಎತ್ತರದ ದನಿಯಲ್ಲಿ.

"ಆಯ್ತು, ಹೋಗಿ ಮೊದ್ಲು ಮಾತಾಡ್ಸಿ. ಅಧಿಕಾರ ಇರೋದ್ರಿಂದ... ಏನೇನೋ ಹೇಳ್ತಾರೆ. ಅವರಾದ್ರೂ... ಆಗಾಗ್ಬಂದ್ ಹೋಗೋದ್ರಿಂದ ಒಂದು ರೀತಿ ನೆಮ್ದಿಯೇ. ನಿಮ್ಗೇ ಈಗ ಬೇಗ... ಬೇಗ ಕೋಪ ಬರುತ್ತೆ. ಒಂದಿಷ್ಟು ಬಿ.ಪಿ. ಚೆಕ್ ಮಾಡಿಸ್ಬೇಕು" ಎಂದು ಹತ್ತಿರ ಬಂದ ಕೃತಿಕಾ ಸನಿಹದಲ್ಲಿ ನಿಂತು "ಭಾಸ್ಕರ್, ನಿಮ್ಮನ್ನ ಒಂದ್ಮಾತು ಕೇಳ್ಲಾ?" ಅಂದಕೂಡಲೇ ವಿಚಲಿತನಾಗಿ "ಸಾರಿ ಮೈ ಡಿಯರ್, ನನ್ನ ಸಮಯವೆಲ್ಲ ನಿಂದೇ. ಆಫೀಸ್‌ನ ದೊಡ್ಡದು ಮಾಡ್ತಾ ಇದ್ದೀನಿ. ಪಕ್ಕದವರನ್ನು ಖಾಲಿ ಮಾಡಿಸ್ದೇ" ವಿಜಯದ ದುಂದುಭಿ ಮೊಳಗಿಸಿದಂತೆ ಹೇಳಿದಾಗ ಅವಳಿಗೆ ಹೊಸ ವಿಷಯ "ಇಲ್ಲಿವರ್ಗೂ ನಂಗೆ ಹೇಳ್ಳೆ ಇಲ್ಲ" ಆಕ್ಷೇಪಣೆ ಇತ್ತು ಅವಳ ದನಿಯಲ್ಲಿ. ಏನಾದರೂ ಹೇಳಿ ಸಂತೈಸಬಹುದಿತ್ತು. ಆದರೆ ಅಂಥ ಮನಸ್ಥಿತಿಯಲ್ಲಿ ಅವನಿರಲಿಲ್ಲ. ಈಗ ಮೊದಲಿನ ಭಾಸ್ಕರ ಅಲ್ಲ.

"ಎಲ್ಲಾ ಹೇಳೋಕ್ಕಾಗೋಲ್ಲ. ನನ್ನದೇ ಆದ ಆಂಬಿಷನ್‌ಗಳು ಇದೆ" ಅಂದವ ಹೊರಗೆ ಹೋದ. ದಿಗ್ಭ್ರಾಂತಳಾದಳು. 'ನನ್ನ ಕನಸುಗಳೆಲ್ಲ ನೀನೇ. ನಿನ್ನ ಬಿಟ್ಟು ನಂಗೆ ಕನಸಿಲ್ಲ?' ಎಂದು ಉಸುರಿದ ಭಾಸ್ಕರ್‌ನಲ್ಲಿ ಎಂಥ ದೊಡ್ಡ ಬದಲಾವಣೆ! ಬಹುಶಃ ಸಹಜವಾದ ಪ್ರಕ್ರಿಯೇನಾ? ಚಲನಶೀಲ ಜಗತ್ತಿನಲ್ಲಿ ಯಾವುದು ಅಸಾಧ್ಯವಲ್ಲ!

ಇವಳು ಹೊರಗೆ ಬರುವವೇಳೆಗೆ ಹಾಲ್‌ನಲ್ಲಿ ಕೂತ ಭಾಸ್ಕರ್ ಮಾತುಕತೆಯಲ್ಲಿ ಲೀನವಾಗಿದ್ದ. ಚಿಕ್ಕಂದಿನಲ್ಲಿ ಭಾಸ್ಕರ್‌ನ ನೋಡಿದ ವ್ಯಕ್ತಿ 'ನಿನ್ನೊಲುಮೆ' ಬಂಗ್ಲೆಯನ್ನು ನೋಡಿ ಬೆಚ್ಚಿಬೀಳುವುದೊಂದು ಬಾಕಿ ಇತ್ತು. ಅತ್ತೆ ಹೇಳಿದ್ದು ನಿಜ. ಎರಡನೆ ಸಂಬಂಧವಾದರೇನು ಮಗಳನ್ನು ಕೊಟ್ಟು ವಿವಾಹ ಮಾಡೋಕೆ ತಕರಾರಿಲ್ಲ ಎನ್ನುವ ಭಾವಕ್ಕೆ ಬಂದರು. ಆ ಮನುಷ್ಯ ಅಂತು ವಿವಾಹ ವಿಚಾರ ಎತ್ತಿಕೊಂಡು ಬಂದಿದ್ದರು.

"ನಂಗೆ ಕೆಲ್ಸ ಇದೆ. ಅಮ್ಮ" ಅಂದ ಭಾಸ್ಕರ ರೂಮಿನೊಳಕ್ಕೆ ಬಂದು "ಸಾರಿ ಕೃತಿ, ನಿಂಗೆ ಸರ್‌ಪ್ರೈಸ್ ಮಾಡೋಣಾಂತ ಹೇಳಿಲ್ಲ. ಈಗ ನಿನ್ನ ಕೆಲಸದ ಅಗತ್ಯವಿಲ್ಲ ಅಂದ್ಕೋ. ಈಗಾಗ್ಲೇ ಅಡ್ವಾನ್ಸ್ ಕೊಟ್ಟಿರೋ ಪ್ಲಾಟ್‌ಗೆ ಮಿಕ್ಕ ಹಣಾನ ಜೋಡಿಸ್ಕೋಬೇಕು. ಆವರ್ಗ್ಗೂ ಕೆಲವನ್ನ ಫೇಸ್ ಮಾಡ್ಬೇಕಾಗುತ್ತೆ" ಎಂದಾಗ ಸನಿಹಕ್ಕೆ ಹೋಗಿ ಭಾಸ್ಕರನ

ಕೈಹಿಡಿದು "ಕಳ್ದ ಸಮಯ ಮತ್ತೆ ಬರೋಲ್ಲ. ಈಗ ಆರಾಮಾಗಿದ್ದೀವಿ. ನಮ್ಗೇ ಪ್ಲಾಟ್ ಅನಿವಾರ್ಯವಾಗಿಲ್ಲ. ಅದಕ್ಯಾಕೆ, ನಿಮ್ಮ ಅಮೂಲ್ಯ ಸಮಯವನ್ನು ಒತ್ತೆಯಾಗಿ ಇಡ್ತೀರಾ? ಹಣ ಬಿಟ್ಟು ನೋಡೋದು, ಕೇಳೋದು, ಅನುಭವಿಸೋದರ ಜೊತೆಗೆ ಸಮಾಜಕ್ಕೆ ಅಪ್ಪಿಷ್ಟಾದ್ರೂ ಮಾಡೋದು ಇರುತ್ತೆ. ವಿವಾಹಕ್ಕೆ ಮುನ್ನ ನಿರ್ಜನವಾದ ಹಸಿರಿನ ಮಧ್ಯೆ ಕೂತು ಎಂಥ ಎಂಥ ಕಲ್ಪನೆಗಳನ್ನು... ಕನಸುಗಳ್ನ... ಕಂಡ್ವಿ, ಅದನ್ನೆಲ್ಲ ನಿಜ ಮಾಡಿಕೊಳ್ಳೋಣ. ಬಹುಶಃ ವಿದೇಶಕ್ಕೆ ಹೋಗದಿದ್ರೂ... ಭಾರತದ ಸುಂದರ, ಇತಿಹಾಸ ಪ್ರಸಿದ್ಧವಾದ ಪ್ರದೇಶಗಳ್ನ ಸುತ್ತಿ ಬರೋಣ. ಸದ್ಯಕ್ಕೆ ಇಂಥದೊಂದು ಪ್ರೋಗ್ರಾಮ್ ಹಾಕ್ಕೊಳ್ಳಿ" ಎಂದು ಮಂದಾನಿಲದಲ್ಲಿ ನಿಂತಂತೆ. ಅದು ಭಾಸ್ಕರ್‌ಗೆ ಬೇಕಿರಲಿಲ್ಲ.

"ಪ್ಲೀಸ್, ಅರ್ಥ ಮಾಡ್ಕೋ ಕೃತಿ. ಮೊದ್ಲು ಸಮಾಜದಲ್ಲಿ ಸ್ಟೇಟಸ್ ಬೆಳೆಸ್ಕೋಬೇಕು. ಅದು ಬೆಳೀಬೇಕೊಂದರೇ ಮಸ್ಟ್ ಅಂಡ್ ಶುಡ್ ಹಣ ಬೇಕು. ನಂತರವೆ ಮಿಕ್ಕದ್ದೆಲ್ಲ" ಅಂದಾಗ ಕೃತಿಕಾ ಎರಡು ಮಾತಾಡಲಿಲ್ಲ. ಅವಳಿಗೆ ನಗು ಬಂತು. ಆದರೆ ನಗಲಿಲ್ಲ. "ಓಕೇ..." ಎಂದು ರೂಮಿನಿಂದ ಹೊರಗೆ ಬಂದಳು.

ಶೇಷಮ್ಮ ಜೊತೆಯಲ್ಲಿ ಬಂದ ಅಪ್ಪ, ಮಗಳಿಗೆ ಇಡೀ ಮನೆಯನ್ನು ತೋರಿಸುತ್ತಿದ್ದರು. "ಪ್ರೀತಿ, ಪ್ರೇಮಾಂತ ಮನೆ ಬಿಟ್ಹೋಗಿ ಮದ್ವೆಯಾದಾಗ ಹಾಳಾಗಿಹೋದ ಅಂದ್ಕೊಂಡ್ವಿ, ಬಿಕಾರಿಯಾಗಿ ಬಾಗಿಲಲ್ಲಿ ಬಂದು ನಿಂತರೇ ಏನೋ ಒಂದಿಷ್ಟು ಕೊಟ್ಟು ಬೇರೆ ಲಗ್ನ ಮಾಡೋಣಾಂತ ಅಂದ್ಕೊಂಡ್ವಿ, ಹಟಕ್ಕೆ ಬಿದ್ದು ಬೆಳ್ದೇ. ಈಗ ಈ ಬಂಗ್ಲೆನ ಕೋಟಿಗಳ ಲೆಕ್ಕದಲ್ಲಿ ನೋಡ್ಬೇಕು. ದೊಡ್ಡ ಆಫೀಸ್ ಲಕ್ಷ... ಲಕ್ಷ... ಸಂಪಾದ್ನೇ. ಅವ್ಳು ಸಮ ಪಾಲಿಗೆ ಬಿದ್ದಳೆಂದು ಹೊರ್ಗೇ ಹಾಕ್ದ. ಈಗ ಅವ್ಳು ಕೆಲ್ಸದಲ್ಲಿ ಇದ್ದಾಳೆ. ಸ್ವಂತಕ್ಕೊಂದು ಮಗ! ಸೊಂಟಮಟ್ಟ ಇದ್ದ ಶಶಾಂಕ್‌ನ ತಂದು ಸಾಕಿಕೊಂಡಿದ್ದು. ಓದ್ಸಿ, ಮದ್ವೇ ಅಂತದ್ದೆಲ್ಲ ಮಾಡಿದ್ದಾರೆ. ಆದರೆ ಎಷ್ಟು ದಿನ ನಿಂತಿತು ಈ ಸಂಬಂಧ? ಅದ್ಕೇ ಮದ್ವೆ ಯೋಚ್ನೆ ಮಾಡ್ದೆ. ಮಕ್ಳು ಇಲ್ಲ ಅಷ್ಟು ಸಾಕು, ಬೇರೆ ಮದ್ವೆ ಮಾಡೋಕೆ." ಶೇಷಮ್ಮ ಅರ್ಧ ರಾಜ್ಯ ಗೆದ್ದಂತೇ ಹೇಳುತ್ತಿದ್ದರು. ಸ್ವಲ್ಪ ಒಡಕು ಬಾಯಿ ಅಂತ ಕೃತಿಗಾಗೆ ಗೊತ್ತು. 'ಲನ್ ಟು ಇಗ್ನೋರ್' ಒಂದು ಇಂಗ್ಲಿಷ್ ಮಾತನ್ನು ನೆನಪು ಮಾಡಿಕೊಂಡಳು. ಅಂಥವರ ಮಾತುಗಳಿಗೆ ಅರ್ಥ ಬೇಡವೆನಿಸಿತು.

"ಏಯ್, ಅಕ್ಕ... ಆಶೀರ್ವಾದ ಮಾಡು" ಬಗ್ಗಿ ಅವಳ ಕಾಲು ಮುಟ್ಟಿದ ಶಶಾಂಕ್ "ಒಂದು ವಿಷ್ಯ, ಒಂದು ಒಳ್ಳೆ ಆಪರ್ಚುನಿಟಿ ಬಂದಿದೆ. ಇನ್ನೊಬ್ಬ ಬಿಲ್ಡರ್ ಲಾಭದಲ್ಲಿ ಇಷ್ಟು ಪರ್ಸೆಂಟೇಜ್ ಕೊಡ್ತೀನಿ ಅಂದಿದ್ದಾನೆ. ಈಗೇನ್ಮಾಡ್ಲಿ...?" ಕೇಳಿದ ನೇರವಾಗಿ ನೋಡಿದಳು. ವಯಸ್ಸಿನಲ್ಲಿ ಕೂಡ ಅವನಿಗಿಂತ ತುಂಬ ದೊಡ್ಡವಳೇನು ಅಲ್ಲ. ಕೃತಿಕಾ ವಯಸ್ಸು ನಿಯರ್ ನಲವತ್ನಾಲ್ಕರ ಒಳಗೆ. ಅವನದು ಇಪ್ಪತ್ನಾಲ್ಕರ ಹರೆಯ. ಯೋಚ್ಸು ಸಮಯ ತಗೋ. ನಿಂಗೆ ಇಂಥ ಆಫರ್ ಕೊಡಬೇಕಾದರೆ ನಿನ್ನ ಎಬಿಲಿಟಿ ಗುರುತಿಸುತ್ತಾರೆ. ನಿನ್ನಿಂದ ದೊಡ್ಡ ರೀತಿಯ ಪ್ರಯೋಜನ ವಿರೋದ್ರಿಂದಲೇ ಇಂಥ ಆಫರ್ ಕೊಟ್ಟಿರೋದು. ಯೋಚ್ನೆ ಮಾಡು. ಒಂದಿಷ್ಟು ಸಮಯ ಕೇಳು, ಆಮೇಲೆ ನಿರ್ಧಾರಕ್ಕೆ ಸಲಹೆ ಕೊಡುವಂಥ ಬೌದ್ಧಿಕ ಜ್ಞಾನ ಅರುಣಗೆ ಇಲ್ಲವೆಂದು ಕೃತಿಕಾಗೆ ಗೊತ್ತು. ದಂಪತಿಗಳಲ್ಲಿ

ಬೌದ್ಧಿಕ ಸಾಮರಸ್ಯ ಅಗತ್ಯವೆನಿಸಿತು.

ಮೊದಲಿನಿಂದಲೂ ಅಷ್ಟೆ, ಭಾಸ್ಕರ್ ಮೊದಲು ಆಫೀಸ್‌ಗೆ ಹೊರಟರೆ ಕೃತಿಕಾ ಕಾರಿನ ಬಳಿಗೆ ಬಂದು ಬೀಳ್ಕೊಡುತ್ತಿದ್ದಳು. ಇವರಿಬ್ಬರಿಗೆ ಮೊದಲು ಶಶಾಂಕ್ ಹೊರಡುತ್ತಿದ್ದ. ಈಚೆಗೆ ಅರುಣ ಬಂದಮೇಲೆ ಈ ಬೀಳ್ಕೊಡುವ ಕಾರ್ಯಕ್ರಮವನ್ನು ಅರುಣಗೆ ಒಪ್ಪಿಸಿದ್ದಳು. ಒಂದು ರೀತಿಯ ನಿಶ್ಚಿಂತೆ.

"ಮಾರಾಯ, ನೀನು ಸ್ಟೂಡೆಂಟ್ ಆಗಿದ್ದಾಗ ಗೇಟುವರ್ರೂ ಬಂದು ಕೈಬೀಸುತ್ತಿದ್ದೆ. ಈಗ ಆ ಪ್ರಸಕ್ತಿ ಇಲ್ಲ. ಅದನ್ನೆಲ್ಲ ನಿನ್ನ ಮುದ್ದಿನ ಮಡದಿ ಮಾಡ್ಕೋತಾಳೆ" ಚಟಾಕಿಗಳನ್ನು ಹಾರಿಸುತ್ತಿದ್ದಳು.

ಇಂದು ಶಶಾಂಕ್ ಹೊರಟಮೇಲೆ ಹೊರಟಿದ್ದ ಕೃತಿಕಾ "ಸರ್, ನಿಮ್ದು ಸ್ವಂತ ಆಫೀಸ್. ಬಾಸ್ ಬರದಿದ್ರೂ.. ಅನುಸರಣೆ ಇರುತ್ತೆ. ನಮ್ದು ಅಂಥ ಸ್ಥಿತಿಯಲ್ಲ. ಟ್ರಾಫಿಕ್‌ನಲ್ಲಿ ಸಿಕ್ಕಿ ಹಾಕ್ಕೊಂಡರೇ ದೇವರೇ ಗತಿ. ಮನೆ ದೇವರು ವೆಂಕಟೇಶ್ವರ ಬಂದು ಕಾಪಾಡ್ಬೇಕು. ಅತ್ತೆ ಜೊತೆ ಗೆಸ್ಟ್‌ಗಳು ಇದ್ದಾರೆ. ನಿಧಾನವಾಗಿ ಹೋಗಿ" ಎಂದೇ ಕಾರು ಹತ್ತಿದ್ದು, ಜೊತೆಯಲ್ಲೇ ಯಾವುದೋ ಒಂದು ಹೆಣ್ಣನ್ನು ಹಿಂದಿಟ್ಟು ಕೊಂಡು ಬಂದಾಗಲೇ ಕೃತಿಕಾಗೆ ಅರ್ಥವಾಗಿತ್ತು. ಅವರದು ಒಂದು ಯೋಜನೆ ಆಗಾಗ ಇದರ ಪ್ರಸ್ತಾಪವಾಗುತ್ತಿತ್ತು. ಬಹುಶಃ ಲೆಕ್ಕ ಹಾಕಿದರೆ ನೂರಕ್ಕೂ ಮಿಕ್ಕ ಸಲ ಇರಬಹುದು. ಅದನ್ನು ಇಬ್ಬರು ಸೀರಿಯಸ್ಸಾಗಿ ತಗೊಂಡಿರಲಿಲ್ಲ. ಈ ಸಲ ಡೈರೆಕ್ಟ್ ಅಪ್ರೋಚ್!

ಕೃತಿಕಾ ಹೊರಟಮೇಲೆ ಅರುಣನ ಕರೆದ ಶೇಷಮ್ಮ "ನಿನ್ನ ರೂಮಿಗೆ ಕರ್ಕೊಂಡ್ ಹೋಗ್. ಲಕ್ಷಣವಾಗಿ ಮುಖ ತೊಳ್ಕೊಂಡ್ ಡ್ರೆಸ್ ಮಾಡ್ಕೊಳ್ಳಿ" ಎಂದರು ಸರಳವಾದ ಹುಡುಗಿ. ಏನು, ಎತ್ತ ಎಂದು ಕೇಳದೇ, ಯೋಚಿಸದೇ ಕರೆದೊಯ್ದಳು. ಪಿ.ಯು.ಸಿ. ಕಲಿತ ವನಜ ಸುಮಾರಾಗಿದ್ದಳು. ಅವಳಿಗೆ ಅರುಣಳ ಸಹಾಯ ಬೇಕಿರಲಿಲ್ಲ. ತಾನೇ ಫ್ರೇಷ್ ಆಫ್ ಆಗಿ ತಂದ ಡ್ರೆಸ್ ಹಾಕಿಕೊಂಡು ಟಿ.ವಿ. ಛಾನಲ್‌ಗಳಲ್ಲಿ ಹೀರೋಯಿನ್ ಮುಖವನ್ನು ಮುತ್ತಿಡುವಂತೆ ಒಂದಿಷ್ಟು ಕೂದಲನ್ನು ಬಿಟ್ಟುಕೊಂಡು ಫುಲ್ ಮೇಕಪ್‌ನಲ್ಲಿ ಬಂದಳು. "ಈಗ್ನೋಡು ಭಾಸ್ಕರ... ನಿಂಗೆ ಮಾವನ ಮಗಳೇ... ಪಿ.ಯು.ಸಿ. ವರ್ರೂ ಕಲಿಕೆ. ಲಕ್ಷಣವಾಗಿ ಅಡ್ಗೇ ಕೆಲ್ಸ ಮನೆ ಕೆಲ್ಸ ಮಾಡ್ತಾಳೆ. ಮಿಕ್ಕಿದ್ದು ಆಮೇಲೆ ಮಾತಾಡ್ತೀನಿ. ಅವ್ಳ ಹತ್ರ ಏನಾದ್ರೂ ಮಾತಾಡು" ಒಂದು ಸಲಹೆಯನ್ನು ಕೂಡ ಕೊಟ್ಟರು. ಮರುಮದುವೆಯ ಪ್ರಸ್ತಾಪ ಆಗಾಗ ಎತ್ತಿದರು, ಈಗಿನದು ವಿಚಿತ್ರವೆನಿಸಿತು.

"ನಂಗೆ ಮಾತಾಡೋಕೆ ಏನಿರುತ್ತೆ? ಎಲ್ಲ ವಿಚಿತ್ರವಾಯ್ತು" ಎಂದು ನೇರವಾಗಿ ಕಿಚನ್‌ಗೆ ಬಂದ. ಮನ ಹೂವಿನಂತೆ ಅರಳಿತು. "ಅರು... ನಿನ್ನ ತಿಂಡಿ ಸೂಪರ್" ಹೂವಿನಲ್ಲಿ ತೇಲಿಸುವಂಥ ಹೊಗಳಿಕೆ "ನಾನು ಮಾಡೇ ಇಲ್ಲ. ಇವತ್ತೆಲ್ಲ ಅಕ್ಕನದೇ. ಇನ್ನ ಅಜ್ಜಿ ಬಂದರಲ್ಲ, ನೀವು ತಿನ್ನೋಲ್ಲ ಕ್ಯಾರಿಯರ್‌ಗೆ ಹಾಕೊಂತ ಹೇಳಿ ಹೋದ್ರು. ಆ ಕೆಲ್ಸ ಮಾಡಿ ಆಯ್ತು" ಎಂದಳು. ಭಾಸ್ಕರ್‌ಗೆ ಅವಳ ಮಾತು ಸನಿಹ ಎಲ್ಲಾ ಇಷ್ಟವಾಗುತ್ತಿತ್ತು. ಯಾಕೆ? ಈ ಪ್ರಶ್ನೆಗೆ ಭಾಸ್ಕರ್ ಕೂಡ ಸ್ಪಷ್ಟವಾಗಿ ಉತ್ತರಿಸಲಾರರು.

ಬಹುಶಃ ಪುರುಷರು ಮಾತ್ರವಲ್ಲ ವಿವಾಹಿತ ಹೆಣ್ಣುಮಕ್ಕಳು ಕೂಡ ಇದೇ ಗೊಂದಲದಲ್ಲಿ ಕೆಲವೊಮ್ಮೆ, ಆದರೆ ಎಲ್ಲರೂ ಅಲ್ಲ... ಕೆಲವರು.

"ಏಯ್... ಭಾಸ್ಕರ" ಶೇಷಮ್ಮನ ದನಿಗೆ ಬೆಚ್ಚಿಬಿದ್ದರು. ಆಕೆ ಕಿಚನ್‌ನಲ್ಲಿ ಇಣುಕಿ "ಅದೇನು, ಇಲ್ಲಿದ್ದೀ? ಕೃತಿ ಹೋಗಿ ಆಯಿತು" ನೇರವಾಗಿಯೆ ಕೇಳಿದ್ದು "ಕಾಫೀ... ಬೇಕಿತ್ತು" ಎನ್ನುತ್ತ ಹೊರಬಂದರು. ಒಂದು ರೀತಿಯ ಕಸಿವಿಸಿ ಭಾವ. ಆಕೆ ಮುಖದಲ್ಲಿ ಮುಗುಳ್ನಗೆ ತೇಲಿಸುತ್ತ "ಮುಂದೆ ಪಡಿಪಾಟಲೇ ಬೇಡ. ನಿನ್ನ ನೋಡಿಕೊಳ್ಳೋಕೇಂತಲೇ, ವನಜಾನ ಮದ್ವೆ ಮಾಡಿಸ್ತಾ ಇದ್ದೀನಿ" ಅಂದೇಬಿಟ್ಟರು.

ಹತ್ತು ಹೆಜ್ಜೆ ಮುಂದಕ್ಕೆ ಹೋದ ಭಾಸ್ಕರ್ ನಿಂತು "ನಂಗೆ ಮದ್ವೆಯಾಗಿ ವರ್ಷಗಳೇ ಆಗಿದೆ. ಈಗೆಂಥ.. ಮದ್ವೆ? ಕೈಗಳಿಗೆ ಬೇಡಿ ತೊಡ್ಸಿ ಜೈಲಿಗೆ ದಬ್ಬುತ್ತಾರೆ. ಆಮೇಲೆ ಅಲ್ಲಿ ಮುದ್ದೆ ಮುರಿಯಬೇಕಾಗುತ್ತೆ" ನಿಲ್ಲದೇ ಹೊರಟೇಬಿಟ್ಟರು.

ಇದೆಲ್ಲವನ್ನು ಶೇಷಮ್ಮ ನಿರೀಕ್ಷಿಸಿಯೇ ಇದ್ದರು. ಕೃತಿಕಾಗೆ ಮಕ್ಕಳು ಇಲ್ಲದೇ ಇರುವುದರಿಂದ ತಮ್ಮ ಸಾಮ್ರಾಜ್ಯ ಸ್ಥಾಪಿಸೋಕೆ ಅನುಕೂಲ ಎನ್ನುವ ನಿರ್ಣಯಕ್ಕೆ ಬಂದಿದ್ದರು. ಅದಕ್ಕೆ ಸಂಬಂಧಿ ವನಜ ಜೊತೆ ಅವಳಪ್ಪನನ್ನು ಎಳೆತಂದಿದ್ದರು. ಆ ಯೋಜನೆ ಹೇಗೆ ಫಲ ಕೊಡುತ್ತೇ ನೋಡಬೇಕು.

"ಚೆನ್ನಾಗಿ ನೋಡ್ಕೋ" ಕೃತಿಕಾ ಅರುಣಾಗೆ ಹೇಳಿಹೋಗಿದ್ದರಿಂದ "ಬನ್ನಿ... ಅಜ್ಜಿ" ಡೈನಿಂಗ್ ಟೇಬಲ್‌ಗೆ ಕರೆದೊಯ್ದಳು. ಆಗಲೇ ವನಜ, ಅವಳು ತಂದೆ ಕೂತಿದ್ದರು. ನಾಲ್ಕು ನಾಲ್ಕು ಇಡ್ಲಿಗಳನ್ನು ಹಾಕಿ ಚಟ್ನಿ, ಸಾಂಬಾರ್ ಬಡಿಸಿ "ಅಕ್ಕ, ಅವ್ರು... ತಿಂಡಿ ತಿಂದು ಹೋಗ್ತಾರೆ. ಆಮೇಲೆ ಭಾವ, ಕೆಲವೊಮ್ಮೆ ತಿನ್ನದಿದ್ದರೆ ಡಬ್ಬಿಗೆ ಹಾಕಿಕೊಡ್ತೀನಿ. ಇವತ್ತು ಯಾರು ತಿಂದಿಲ್ಲ. ನೀವು ತಗೊಳ್ಳಿ..." ಎಂದು ಬಡಿಸತೊಡಗಿದಳು. ಯಾರು ಸಂಕೋಚಿಸಲಿಲ್ಲ. ಆರಾಮಾಗಿ ತಿನ್ನತೊಡಗಿದರು, ಹಾಟ್ ಬಾಕ್ಸ್‌ನಲ್ಲಿದ್ದ ಇಡ್ಲಿಗಳು ಪೂರ್ತಿ ಖಾಲಿಯಾದವು. ಮುಂದಿನ ದಿವಾನ್‌ಖಾನೆಗೆ ಹೋಗಿ ಪಟ್ಟಂಗ ಹೂಡಿದರು.

ಕೆಲಸ ಮುಗಿಸಿಬಂದ ಸುವರ್ಣಮ್ಮನ ಮುಂದೆ ಹಾಟ್‌ಬಾಕ್ಸ್ ಹಿಡಿದು "ಎಲ್ಲಾ... ಖಾಲಿ. ಒಂದು ನಾಲ್ಕು ದೋಸೆ ಹಾಕ್ಬಿಡ್ತೀನಿ" ಕಿಚನ್‌ಗೆ ಹೋದಳು. ಇಡ್ಲಿ ಹಿಟ್ಟು ಆರಾಮಾಗಿ ದೋಸೆಗಳು ಆಯಿತು.

"ಸುವರ್ಣಮ್ಮ ತಗೋ" ಒಂದು ತಟ್ಟೆಯನ್ನು ಅವಳಿಗೆ ಕೊಟ್ಟು ತಾನೊಂದು ಹಿಡಿದುಕೂತಳು. ಗ್ರಾಮದ ಸೊಗಡಿನಲ್ಲಿ ಸರಳವಾಗಿ ಬೆಳೆದ ಹುಡುಗಿ. ಬಹುಶಃ ಕೆಲವು ಅರ್ಥವಾಗದು. ವಯಸ್ಸಿಗೆ ಸಹಜವಾದ ಆಸೆಗಳು ಇರಬಹುದಷ್ಟೇ ಕೆಟ್ಟವಳೆನ್ನಲು ಸಾಧ್ಯವಿಲ್ಲ.

ಒಮ್ಮೆ ಬಂದು ಇಣುಕಿದ ಶೇಷಮ್ಮ "ನಿಂದು, ಇನ್ನು ತಿಂಡಿ ಆಗಿರಲಿಲ್ವಾ?" ವಿಚಾರಿಸಿ ಒಮ್ಮೆ ಸುವರ್ಣಮ್ಮನತ್ತ ನೋಟ ಹರಿಸಿ ಹೋದರಷ್ಟೆ. ಅವಳೂಂದರೆ ಅಷ್ಟಕ್ಕಷ್ಟೆ.

ಸುವರ್ಣಮ್ಮ ಅತ್ತಿತ್ತ ನೋಟ ಹರಿಸಿ "ಬಹಳ ಗಟ್ಟಿ ಹೆಂಗ್ಸು. ಅಕ್ಕ ಅಂಥವರು ಸಹಿಸ್ಕೋಬೇಕಷ್ಟೆ. ನಮ್ಮಂಥವರಾದರೆ ಜಗಳಕ್ಕೆ ನಿಂತು ಬಿಡ್ತಾ ಇದ್ವಿ" ಪಿಸುದನಿಯಲ್ಲಿ ಉಸುರಿ ದೋಸೆ ಮುರಿದು ಬಾಯಿಗಿಟ್ಟುಕೊಂಡಳು. ಈಯಮ್ಮ ಬಂದಾಗಲೆಲ್ಲ ಸಣ್ಣಪುಟ್ಟ ರಾಮಾಯಣಗಳು ಇರುತ್ತಿದ್ದುದ್ದು ಗೊತ್ತಿತ್ತು. ಆದರೆ ಅರುಣಾಗೆ ಸ್ವಲ್ಪ ಹೊಸದು. ಮದುವೆಗೆ ಮಾತ್ರವಲ್ಲ ಆಮೇಲೆ ಒಂದೆರಡು ಸಲ ಬಂದುಹೋಗಿದ್ದರು. ಜಾಸ್ತಿ ದಿನ ನಿಂತಿರಲಿಲ್ಲ. "ಏಯ್ ಆರು, ಶೇಷಮ್ಮನತ್ರ ಮಾತೇಬೇಡ. ಹಾ, ಹ್ಞೂ ಅನ್ನೋಷ್ಟರಮಟ್ಟಿಗೆ ಇದ್ಬಿಡು. ಬೆಂಕಿಯ ಕಿಡಿಯೆ. ಆದರೆ ಅಕ್ಕ ಶೀತಲ ಸಾಗರವಾದುದ್ದರಿಂದ ಹಚ್ಕೋಕೆ ಅವಕಾಶವಿಲ್ಲ" ಎಂದು ಎಚ್ಚರಿಸಿದ್ದ ಶಶಾಂಕ್ ನಗುನಗುತ್ತಲೇ. ಶೇಷಮ್ಮ ಅಂದರೆ ಭಯವೇ ಅರುಣಾಗೆ.

"ಸಾಕಾಯ್ತು, ಸುವರ್ಣಮ್ಮ?" ಹೇಳಿ ತಟ್ಟೆ ಇಟ್ಟು ಸಿಂಕ್‌ನಲ್ಲಿ ಕೈತೊಳೆದು ಬಂದಾಗ "ಸಾಕಮ್ಮ, ಸಾಕು... ಒಂದಿಷ್ಟು ಕಾಫೀ ಕೊಟ್ಟು ಕಿಚನ್ ಬಿಟ್ಟುಕೊಡು. ನಾನು ಕ್ಲೀನ್ ಮಾಡಿ ತರಕಾರಿ ಹಚ್ಕೊಟ್ರೆ ಬೇರೆ ಕೆಲ್ಸ ನೋಡ್ತೀ" ಎಂದು ತಟ್ಟೆಯನ್ನಿಡಿದು ಎದ್ದುಹೋದಳು. ಎಲ್ಲ ಕೆಲಸಕ್ಕೂ ಸೈ.

ತಾನು ಇಲ್ಲಿರುವುದು ಭಾಸ್ಕರ್‌ಗೆ ಇಷ್ಟವಿಲ್ಲವೆಂದು ಅರಿತ ಮೇಲೆ ಆದಷ್ಟು ಅವನ ನೋಟದಿಂದ ದೂರ ಇರುವ ಸುವರ್ಣಮ್ಮ ಬೇರೆ ಕೆಲಸಗಳನ್ನು ಹುಡುಕಿಕೊಂಡು ಹೋಗುತ್ತಿದ್ದಳು. ಕೃತಿಕಾ ಬಗ್ಗೆ ವಿಪರೀತ ಅಕ್ಕರೆ, ಗೌರವ.

ಶೇಷಮ್ಮ ಇಡೀ ಕುಟುಂಬವನ್ನು ಕೂಡಿಸಿಕೊಂಡು ಮಾತಾಡಿ ಒಂದು ತೀರ್ಮಾನಕ್ಕೆ ಬಂದೇ ಇಲ್ಲಿಗೆ ಬಂದಿದ್ದು. ಹಟ ಕೂಡ.

"ಅವಳ್ನ ಪ್ರೀತ್ಸಿ ಮದ್ವೆಯಾದ್ಮೇಲೆ ಇಡೀ ಕುಟುಂಬದಿಂದ್ಲೆ ದೂರವಿದ್ದಾನೆ. ಹೇಗೋ ಅವ್ಳಿಗೆ ಮಕ್ಳು ಇಲ್ಲ. ಆರಾಮಾಗಿ ವನಜನ ಕೊಟ್ಟು ಮದ್ವೆ ಮಾಡ್ಬಿಟ್ರೆ... ನಮ್ಮಲ್ಲೇ ಉಳೀತಾನೆ. ಹೊಸ ಹೆಂಡ್ತಿ ಹೇಳ್ದಂಗೆ ಕೇಳ್ತಾನೆ. ಇವ್ಳಿಗೆ ಒಂದ್ಮಗುವಾದರೇ, ಅವ್ನ ದುಡಿಮೆ ಇಲ್ಲಿಗೆ ಬಂದುಬೀಳುತ್ತೆ. ಕೋಟಿ... ಕೋಟಿ... ಬೆಲೆ ಬಾಳೋಂಥ ಮನೆ. ಆಮೇಲೆ ಸುಲಭವಾಗಿ ಅವಳ್ನ ಮನೆಯಿಂದ ಹೊರ್ಗೇ ಹಾಕ್ಬಹ್ದು" ಇಂಥ ದೊಡ್ಡ ರೀತಿಯ ದೂರದೃಷ್ಟಿ ಇಟ್ಟುಕೊಂಡೇ ಆಕೆ ಬಂದಿರೋದು.

ಅದನ್ನೇ ಶತಾಯಗತಾಯ; ಪೂರೈಸಿಕೊಂಡೇ ಹಿಂದಿರುಗಬೇಕೆನ್ನೋ ಶಪಥ ಮಾಡಿಕೊಂಡೇ ಬಂದಿರೋದು ಶೇಷಮ್ಮ. ಸಫಲತೆಯ ಬಗ್ಗೆ ಕಾದು ನೋಡಬೇಕು.

ಇವರಿಬ್ಬರನ್ನು ಮಾತಿಗೆ ಬಿಟ್ಟು ವನಜ ಇಡೀ ಬಂಗ್ಲೆಯನ್ನೆಲ್ಲ ಸುತ್ತಾಡಿದ್ದು... ಸುತ್ತಾಡಿದ್ದೆ. ಭಾಸ್ಕರ್, ಕೃತಿಕಾ ಬೆಡ್‌ರೂಂಗೆ ಹೋದಾಗ ಸುವರ್ಣಮ್ಮ ಕಣ್ಣರಳಿಸಿ ಕಿಚನ್‌ನಲ್ಲಿದ್ದ ಅರುಣಗೆ ಹೇಳಿದರು.

"ಆಯಮ್ಮ ಮೊದಲ ಸಲ ಬಂದಿರೋದು. ಅಕ್ಕನ ರೂಂಗೆ ಹೋದ್ರು, ಸ್ವಲ್ಪ ಹೋಗಿ ನೋಡ್ರಮ್ಮ" ಅರುಣಾನ ಕಳಿಸಿ ಹಿಂದಿನಿಂದ ಬಂದರು. ಆರಾಮಾಗಿ ಡ್ರೆಸ್ಸಿಂಗ್

ಟೇಬಲ್ ಮುಂದೆ ಕೂತು ಕೂದಲು ಬಿಚ್ಚಿ ಸರಿಮಾಡಿಕೋತ ಇದ್ದಳು. "ಇಲ್ಲೇನು ಮಾಡ್ತಾ ಇದ್ದೀರಾ" ಅರುಣ ಕೇಳಿದಕ್ಕೆ ಹಿಂದಕ್ಕೆ ತಲೆ ಹಾಕಿ "ನೋಡ್ತಾ ಇದ್ದೆ. ಭಾಸ್ಕರ್ ನಮ್ಮ ಭಾವ. ಬರ್ತಾ... ಹೋಗ್ತಾ ಇರ್ಲಿಲ್ಲ. ಅದಕ್ಕೆ ನಾನು ಯಾರೂಂತ ಗೊತ್ತಿಲ್ಲ. ಹತ್ತಿರದ ಸಂಬಂಧ" ಹುರುಪಿನಿಂದ ನುಡಿದಳು

ಆ ವೇಳೆಗೆ ಸುವರ್ಣಮ್ಮ ಕೃತಿಕಾಗೆ ಮೊಬೈಲ್‌ನಲ್ಲಿ ಸುದ್ದಿ ಮುಟ್ಟಿಸಿ ಆಗಿತ್ತು. "ಆ ವನಜಾಗೆ ಮೊಬೈಲ್ ಕೊಡು, ಮಾತಾಡ್ತೀನಿ" ಎಂದಿದ್ದು ಸೀರಿಯಸ್ಸಾಗಿಯೇ. ಅಷ್ಟು ಸುವರ್ಣಮ್ಮನಿಗೆ ಸಾಕಿತ್ತು. "ಅಕ್ಕವರದು ಫೋನ್... ತಗಳ್ಳಿ" ಕನ್ನಡಿಯಲ್ಲಿ ತನ್ನ ಮುಖದ ಚೆಲುವು ದಿಟ್ಟಿಸುತ್ತಿದ್ದವಳಿಗೆ ಶಾಕ್. "ಹಲೋ..." ಅನ್ನೋಕೆ ಮೊದಲೇ "ವನಜ ಗೆಸ್ಟ್‌ಗಳಿಗೆ ಒಂದು ರೂಮು ಇದೆ. ಅದ್ನ ಬಳಸಿಕೊಳ್ಳಿ. ಬೇರೆಯವ್ರ ಬೆಡ್‌ರೂಂಗೆ ನುಗ್ಗೋದು ಕಲ್ಚರ್ ಅಲ್ಲ. ಪ್ಲೀಸ್ ರೂಂನಿಂದ ಹೊರ್ಗೆ... ಹೋಗಿ "ನಿಷ್ಠೂರವಾಗಿ ಹೇಳಿ ಕಾಲ್ ಕಟ್ ಮಾಡಿದ್ದು. ಮೊದಲು ವನಜ ಮುಖ ಕೆಂಪಗಾಯಿತು. ಆಮೇಲೆ ಕಣ್ಣಲ್ಲಿ ಕಂಬನಿ ಒಸರಿತು" ಯಾರು ಅವ್ರಿಗೆ ತಿಳಿಸಿದ್ದು? ಕೆಲ್ಸದವಳಿಗೆ ಯಾಕೆ ಉಸಾಬರಿ? ಇದು ನನ್ನ ಭಾವನ ಮನೆ. ಅವ್ಳಿಗೆ ಎಷ್ಟು ಅಧಿಕಾರ ಇದ್ಯೋ, ನಂಗೂ ಅಷ್ಟು ಇದೆ? ಎಂದು ಅಳುತ್ತಲೇ ಹೊರಗೆಹೋಗಿದ್ದು. ಅರುಣ ಜೋರಾಗಿ ನಕ್ಕು ಬಿಟ್ಟಳು.

ಮತ್ತಷ್ಟು ಅವಮಾನವಾದಂತೆ ರೂಮಿಗೆ ಹೋದವಳು ಜೋರಾಗಿ ಅಳಲು ಶುರು ಮಾಡಿದಳು. ಶೇಷಮ್ಮ ಜೋರುದನಿಯಲ್ಲಿ ಸಂತೈಸುವಿಕೆ ಜೋರಾಗಿತ್ತು. ಅಂತು ಒಂದು ಸೀನ್ ಕ್ರಿಯೇಟ್.

ಅರುಣಗಂತು ಥವಥವ. ಸುವರ್ಣಮ್ಮ ವರ್ಷಗಳಿಂದ ಬಂದುಹೋಗುವ ಶೇಷಮ್ಮನನ್ನ ಕಂಡಿದ್ದರಿಂದ "ಅರುಣಮ್ಮ ನೀನ್ಹೋಗಿ ಅಡ್ಗೇ ಕೆಲ್ಸ ಮುಗ್ಸು. ನಾನು ವಾಷಿಂಗ್ ಮಿಷನ್‌ಗೆ ಬಟ್ಟೆಗಳ್ನ ಹಾಕ್ತೀನಿ" ಎಂದು ಹೇಳಿ ಹೊರಟಳು. ದಬಾಯಿಸೋಕೆ ಸಿದ್ಧ. ಅಂಜೋ ಹೆಣ್ಣಲ್ಲ.

ಅಷ್ಟಕ್ಕೆ ಸುಮ್ಮನಾಗಲಿಲ್ಲ ಶೇಷಮ್ಮ. ಮೊಬೈಲ್‌ನಲ್ಲಿ ಮಗನಿಗೆ ಸುದ್ದಿ ಮುಟ್ಟಿಸಿ "ಏನು ಸುವರ್ಣಮ್ಮ ಇಲ್ಲೇ ಠಿಕಾಣಿ ಹೂಡಿದ್ದಾಳೆ. ಬಹಳ ಧಿಮಾಕ್‌ನ ಹೆಂಗ್ಸು. ಒದ್ದು ಹೊರ್ಗೇ... ಹಾಕು" ಅದು ಭಾಸ್ಕರ್‌ಗೆ ಕೂಡಬೇಕಿತ್ತು. ನಾನು ಹೇಳಿ ಸಾಕಾದೇ... ನೀನೇ ಹೊರ್ಗೇ ಹಾಕು. "ಫುಲ್ ಫವರ್ ಕೊಟ್ಟರು. ಕನಿಷ್ಟ ಅರುಣಳ ಬಳಿ ಮಾತಾಡಲು ಕೂಡ ಸಾಧ್ಯವಾಗುತ್ತಿರಲಿಲ್ಲ. ಅದು ಒಂದು ರೀತಿಯ ಇರಸು ಮುರಸು."

ಅಷ್ಟು ಶೇಷಮ್ಮನಿಗೆ ಸಾಕಿತ್ತು. ಕಿಟಕಿಗಳನ್ನೊರೆಸುತ್ತಿದ್ದ ಸುವರ್ಣಮ್ಮನ ಬಳಿಗೆ ಬಂದು "ನಿಂಗೆಷ್ಟು ಧೈರ್ಯ? ನಮ್ಮ ಮನೆಯಲ್ಲಿ ನಮ್ಗೇ ಸ್ವತಂತ್ರ ಇಲ್ವಾ? ನೀನು ಈಗ್ನಿಂದ ಈಗ್ಲೇ ಹೊರಡ್ತಾ ಇರು" ಜೋರು ಮಾಡಿದಳು. ಅವಳ ಪಾಡಿಗೆ ಅವಳು ಕೆಲಸ ಮಾಡತೊಡಗಿದಳು. ತನಗೆ ಕೇಳಿಸಲೇಇಲ್ಲವೆನ್ನುವಂತೆ "ಹೇಳ್ತಾ ಇರೋದು ಕೇಳಿಸೋಲ್ವಾ? ಈಗಿಂದಿಗ್ಲೇ ಹೊರಡ್ತಾ ಇರು" ಮತ್ತಷ್ಟು ಜೋರು. ಸುವರ್ಣಮ್ಮ ಇತ್ತ ತಿರುಗಿ "ಅಕ್ಕ ಬರ್ಲಿ, ಆಮೇಲೆ ಹೋಗ್ತೀನಿ. ನೀವು ಹೆಚ್ಚಿಗೆ ಮಾತಾಡಿದರೇ, ನಂಗೂ

ಮಾತಾಡೋಕೆ ಬರುತ್ತೆ" ಸ್ವಲ್ಪ ದನಿಯೇರಿಸಿದಳು.

"ಮೊದ್ಲು... ಹೊರ್ಗಡೆ ಹೋಗ್. ಇಲ್ಲದಿದ್ದರೇ ನಾನು ಕತ್ತಿಡಿದು ದಬ್ಬುತೀನಿ" ವನಜ ಮುಂದಕ್ಕೆ ಬಂದಳು. ಆ ವೇಳೆಗೆ ಕಾಲಿಂಗ್‌ಬೆಲ್ ಸದ್ದಾಗದಿದ್ದರೇ ಮುಂದುವರಿಯುತ್ತಿತ್ತೇನೋ "ಏನ್ಮಾಡ್ತಾ... ಇದ್ದೀಯ?" ಶಶಾಂಕ್ ಬಂದ. ಈ ಕಡೆ ಬಂದಿದ್ದ. ಲಂಚ್ ಮನೆಯಲ್ಲೇ ಅಂದುಕೊಂಡು ಬಂದು ಬಿಟ್ಟಿದ್ದ. ಶೇಷಮ್ಮ ಹೊಸಬಳಲ್ಲ. ಜೊತೆಯಲ್ಲಿ ಬಂದಿರೋ ಆಷಾಢಭೂತಿಗಳನ್ನು ನೋಡುತ್ತಿರುವುದು ಮಾತ್ರ ಹೊಸದು. "ಮೊದ್ಲು ಊಟಕ್ಕೆ ರೆಡಿಮಾಡು" ಅಂದು ರೂಂನತ್ತ ಹೊರಟವನು ನಿಂತು ಕಣ್ಣೊರೆಸಿಕೊಳ್ಳುತ್ತಿದ್ದ ಸುವರ್ಣಮ್ಮನ ಸನ್ನೆ ಮಾಡಿ ಕರೆದು "ಏನಾಗಿದೆ, ನಿಂಗೆ? ಗಂಡನ ನೆನಪು. ಕರ್ಕೊಂಡ್ಹೋಗಿ ಬಿಟ್ಟು ಬರ್ಲಾ?" ಹಾಸ್ಯ ಮಾಡಿದ. ಅವಳು ಸುಮ್ಮನಿದ್ದಿದ್ದರೆ ಚೆನ್ನಾಗಿತ್ತು. ತಣ್ಣಗಾಗಿ ಬಿಡುತ್ತಿತ್ತೇನೋ? ಅವಳು ಎಲ್ಲಾ ಒದರಿ ಬಿಟ್ಟಳು. "ಇವ್ರು ಯಾರು ನಿನ್ನ ಹೋಗು ಅನ್ನೋಕೆ? ನೀನ್ಹೋಗಿ ನಿನ್ನ ಪಾಡಿಗೆ ಕೆಲ್ಸ ನೋಡ್ಹೋಗು. ಬಂದವರು ಗೆಸ್ಟ್‌ರೂಂನಲ್ಲಿ ಇರ್ಬೇಕೆ ವಿನಃ ಮನೆಯೆಲ್ಲ ತಾಳಾಡಬಾರದೆನ್ನುವ ಕಾಮನ್‌ಸೆನ್ಸ್ ಇಲ್ಲ" ಜೋರುದನಿಯಲ್ಲೇ ಹೇಳಿದ. ಅವನಿಗೆ ಖಂಡಿತ ಭಯವಿಲ್ಲ.

ಎಲ್ಲಾ ರೂಮಿನೊಳಗೆ ಗಪ್‌ಚಿಪ್.

ವನಜ ಕಣ್ಣು ಮೂಗೊರೆಸಿಕೊಳ್ಳುತ್ತ "ಅತ್ತೆ, ಇವ್ನಿಗೆ ಯಾರು ಕೊಟ್ಟೋರು ಇಷ್ಟೊಂದು ಫವರ್? ಎಲ್ಲೋ ಬಿದ್ದಿದ್ದವನ್ನ ತಂದು ಸಾಕಿಕೊಂಡಿದ್ದಾರೇಂತ ಅಂದೆ. ಮೊದ್ಲು ಇವ್ನ ಹೊರ್ಗೆ ಹಾಕ್ಬೇಕು. ಭಾವ ನನ್ನ ಕುತ್ತಿಗೆಗೇ ತಾಳಿ ಅನ್ನೋದ್ನ ಕಟ್ಟಲೀ, ಹೇಗೆ ಇವ್ರನ್ನೆಲ್ಲ ಹೊರ್ಗೆ ಹಾಕ್ತೀನಿ, ನೋಡು" ಜೋರು ಮಾಡಿದಳು. ಅವಳು ಜೋರಿನ ಹೆಣ್ಣೇ ಒಂದಿಷ್ಟು ಕಷ್ಟದ ಜೊತೆ ಒರಟುಒರಟಾಗಿ ಬೆಳೆದವಳಿಗೆ ಹುಟ್ಟಿನಿಂದಲೇ ಒರಟುತನ ಮೈಗೂಡಿತ್ತು. ಈ ಮನೆಯಲ್ಲದ... ಬಂಗ್ಲೆ! ಹುಚ್ಚು ಆಸೆಗಳು ಕುದುರೆ ಹತ್ತಿಸಿತ್ತು. ತಾನು ನಿನ್ನೊಲುಮೆ ಒಡತಿಯಾಗಿ ಬಿಡಲು ಸಿದ್ಧಳಾಗಿದ್ದು ದುರಂತವೋ, ಸುಖಾಂತವೋ?

ಶಶಾಂಕ್‌ನ ಊಟ ಮುಗಿಯೋವರೆಗೂ ಯಾರು ಹೊರಗೆ ಬರಲೇ ಇಲ್ಲ. "ಸುವರ್ಣಮ್ಮ ನೀನು ಊಟ ಮುಗಸ್ಕೋ ಬಂದ ಗೆಸ್ಟ್‌ಗಳಿಗೆಲ್ಲ ನೀನು ಕಾಯೋ ಅಗತ್ಯವಿಲ್ಲ" ಎಂದು ಅರುಣ, ಸುವರ್ಣಮ್ಮನ ಊಟ ಮುಗಿಯೋವರೆಗೂ ಕಾದು ಮುಂದಿನ ಗೆಸ್ಟ್‌ರೂಂನಲ್ಲಿ ಇಣಕಿ "ಅಜ್ಜಿ, ಊಟ ಮುಗ್ಸಿಕೊಳ್ಳಿ" ಎಂದ. ಆಕೆ ಸುಮ್ಮನಿದ್ದರಾಗುತ್ತಿತ್ತು. ಜೊತೆಗೆ ಇಬ್ಬರು ಇದ್ದಾರೆನ್ನುವ ಧೈರ್ಯದಿಂದ "ನನ್ನ ಮಗ್ನ ಮನೆಯಲ್ಲಿ ನಂಗೆ ಉಪಚಾರ ಬೇಕಾ? ಅಂದಾಗೇ ನೀನು ಬೇರೆ ಮನೆ ನೋಡ್ತಾ ಇದ್ದೀಯಾಂತ ಕೃತಿ ಹೇಳಿದ್ಲು. ಯಾಕೆ ಮನೆ ಸಿಕ್ಕಲಿಲ್ವಾ" ಕೇಳಿದರು. ಅವನಿಗೆ ಗಾಬರಿ, ನಂತರ ಅಚ್ಚರಿ. "ಮನೆ ಹುಡುಕೋದಾ? ಯಾಕೆ, ಅಕ್ಕ ನಿಮ್ಹತ್ರ ಹೇಳಿದ್ರಾ? ಯಾರ್ದೋ ವಿಷ್ಯಕ್ಕೆ ಇರ್ಬೇಕು. ನಂಗ್ಯಾಕೇ... ಬೇಕು?" ಆ ವಿಚಾರವನ್ನೇ ತಳ್ಳಿ ಹಾಕಿದ ಧೈರ್ಯದಿಂದ.

ಶೇಷಮ್ಮ ಸುಮ್ಮನಾಗಲಿಲ್ಲ. "ಯಾರ್ದೋ ವಿಚಾರವಲ್ಲ. ಒಂದ್ಕೆಲ್ಸ ಸಿಕ್ಕಿದೆ. ಮದ್ವೆ ಮಾಡಿದ್ದಾರೆ. ನಿನ್ನ ಸಂಪಾದನೆ ಮೇಲೆ ನೀನು ಬದ್ಕಬೇಕು. ಇದಲ್ವಾ ಪದ್ಧತಿ? ಕರುಣೆನೆ

ಬೇರೆ, ಸಂಬಂಧವೇ ಬೇರೆ!" ಅಂದಾಗ ಆಕೆಯ ಹತ್ತಿರಕ್ಕೆ ಬಂದು "ವಯಸ್ಸಾದ್ಮೇಲೆ ಮನಸ್ಸು ಪಕ್ವವಾಗ್ಬೇಕು. ಒಳ್ಳೆಯದನ್ನ ಯೋಚ್ಸಬೇಕು. ಒಳ್ಳೆ ಚಿಂತನೆಗಳು ಇರ್ಬೇಕು" ಎಂದು ಹೇಳಿಯೇ ಹೊರಟಿದ್ದು.

ಇಂದು ಶಶಾಂಕ್ ಅಪ್‌ಸೆಟ್ ಆಗಿದ್ದ. ಕೃತಿಕಾ, ಭಾಸ್ಕರ್ ಆರೈಕೆಗೆ ಬಂದಾಗ ಒಂಬತ್ತರ ಸುಮಾರು, ಮಂಕಾಗಿ, ಪರದೇಶಿಯಂತೆ ಬಂದವನನ್ನು ಸ್ವಂತ ಮಗನಂತೆ ಬೆಳೆಸಿದ್ದರು. ಕೃತಿಕಾಳಲ್ಲಿ ಸ್ವಂತ ತಾಯಿಯನ್ನೇ ಕಂಡಿದ್ದ. ಆದರೆ... ಕರುಳು ಕತ್ತರಿಸಿದಂತಾಯಿತು. ಒಂದು ರೆಸ್ಟೋರೆಂಟ್ ಮುಂದೆ ಕಾರು ಪಾರ್ಕಿಂಗ್ ಮಾಡಿ ಒಳಗೆ ಹೋಗಿ ಕೂತ. ಜ್ಯೂಸ್ ತರಿಸಿ ಮುಕ್ಕಾಲು ಗಂಟೆ ಕುಡಿದು ಬಿಲ್ ತೆತ್ತು ಆಫೀಸ್‌ಗೆ ಹೋದ. ದೊಡ್ಡ ಸ್ಟಾಪ್ ಇತ್ತು. ಅವನಂಥ ಹತ್ತು ಜನ ಇಂಜಿನಿಯರ್‌ಗಳು ಕೆಲಸ ಮಾಡುತ್ತಿದ್ದರು. ಇಡೀ ಬಿಗ್ ಬಿಲ್ಡರ್ಸ್‌ನಲ್ಲಿ ಸುಜನಾ ಕೂಡ ಒಂದು.

ಇಂದು ಕೃತಿಕಾ ಮನೆಗೆ ಬಂದಾಗ ಗಲಾಟೆಯ ವಾತಾವರಣ. ಶೇಷಮ್ಮ ತಮ್ಮಿಬ್ಬರು ಬಂಧುಗಳನ್ನು ಕೂಡಿಸಿಕೊಂಡು ಟಿ.ವಿ. ನೋಡುತ್ತಿದ್ದರು. ಸುವರ್ಣಮ್ಮ ಹೊರಗೆ ಇದ್ದುದ್ದರಿಂದ ತರಕಾರಿ ಬ್ಯಾಗ್ ಇಸುಕೊಂಡಳು. ಕೃತಿಕಾ ಯಾವಾಗಲಾದರೂ ಬರುವಾಗ ಕೊಲೀಗ್ಸ್ ಜೊತೆ ಮಾರ್ಕೆಟ್‌ಗೆ ಹೋಗಿ ತರಕಾರಿ, ಹಣ್ಣು ತುಂಬಿಕೊಂಡು ಬರುವುದು. ಈಚೆಗೆ ಭಾಸ್ಕರ್ ಅಂಥದ್ದಕ್ಕೆಲ್ಲ ಜೊತೆಯಾಗುತ್ತಿರಲಿಲ್ಲ.

ಅರುಣ ನೀರಿಡಿದು ಓಡಿಬಂದವಳು. "ಇವ್ರೇ..." ಎಂದು ಅವರತ್ತ ತೋರಿಸಿದಾಗ ಮುಗುಳ್ನಕ್ಕು 'ಬಿಡು...' ಎನ್ನುವಂತೆ ಮುಖ ಮಾಡಿ ರೂಮಿನತ್ತ ಹೊರಟವಳು ಶೇಷಮ್ಮನ ದನಿಗೆ ನಿಂತು ಕತ್ತು ತಿರುಗಿಸಿದಳು. "ನಿನ್ಹತ್ರ ಅರ್ಜೆಂಟಾಗಿ ಮಾತಾಡೋ ವಿಷ್ಯ ಇದೆ" ಎಂದರು. "ಈಗ್ಬಂದಿದ್ದೀನಿ, ಫ್ರೆಷ್ ಆಫ್ ಆಗ್ಬರ್ತಿನಿ" ಅಂದು ತನ್ನ ಪಾಡಿಗೆ ತಾನು ಹೋದಳು. ಈ ಸಲ ಬಂದ ಇರಾದೆ ಅರ್ಥವಾಗಿದ್ದರಿಂದ ಆಕೆಯ ಮೇಲೆ ಒಂದು ರೀತಿಯ ತಾತ್ಸಾರ. ಉದಾಸೀನ ಭಾವ.

ಉಡುಪು ಬದಲಾಯಿಸಿಕೊಂಡು ಕಿಚನ್‌ಗೆ ಹೋಗಿ ಅಡುಗೆಯ ಬಗ್ಗೆ ಅರುಣಾಗೆ ಮಾಹಿತಿ ನೀಡಿ, ವಿಚಾರಿಸಿಕೊಂಡು ಸುವರ್ಣಮ್ಮ ಕರೆಸಿಕೊಂಡಾಗ "ಅಯ್ಯೋ, ಅಮ್ಮ ನನ್ನ ಹೊರ್ಗೇ ಹೋಗೂಂತ ಕೂತಿದ್ದಾರೆ" ಅಳೋಕೆ ಶುರು ಮಾಡಿದಾಗ "ಈ ಆಳು, ತಲೆ ಕೆಡ್ಸಿಕೊಳ್ಳೋದು ಯಾವ್ದು ಬೇಡ. ಏನಾದ್ರೂ ಕೆಲ್ಸ ಇದ್ದರೇ ಮಾಡ್ಕೋ. ವರಾಂಡದಲ್ಲಿ ಕೂತು ಇವೊತ್ತಿನ ಪೇಪರ್ ಓದ್ಕೋ ಹೋಗ್" ಅವಳನ್ನು ಕಳಿಸಿದ ಕೃತಿಕಾ ಅರುಣಳತ್ತ ನೋಟ ಹರಿಸಿ "ಸಂಜೆ ಏನಾದ್ರೂ ತಿಂಡಿ ಮಾಡಿ ಕೊಟ್ಯಾ?" ವಿಚಾರಿಸಿದಳು. ಅಸಡ್ಡೆ ಮಾಡುವುದು ಅವಳ ಗುಣವಲ್ಲ. ಭಾಸ್ಕರನ ತಾಯಿ, ಬಂಧುಗಳ ಮೇಲೆ ಗೌರವವಿತ್ತು. ಅದು ದುರುಪಯೋಗಬಾರದಷ್ಟೆ.

"ಬೋಂಡ ಮಾಡೂಂದ್ರು, ಅದೇ ವನಜ ತಾವೇ ಮಾಡಿದ್ರು. ನಂಗೆ ಹೆಚ್ಚು ಖಾರ, ಉಪ್ಪಿನ ಬೋಂಡ ಸೇರ್ಲಿಲ್ಲ. ಎಲ್ಲಾ ತಿಂದು ಕಾಫೀ ಕುಡಿದ್ರು. ರಾತ್ರಿಗೆ ಬೇರೆ ಅಡ್ಗೇ ಮಾಡೂಂದ್ರು" ಹೇಳಿದಳು.

ಮಿಕ್ಕಿದ್ದ ಅಡುಗೆಯನ್ನೆಲ್ಲ ನೋಡಿ "ಮತ್ತೇನು ಬೇಡ. ಬಿಸಿ ಸಾರು, ಅನ್ನ ನಾನು ಮಾಡ್ತೀನಿ" ಎಂದು ಕಾಫಿ ಹಿಡಿದು ಬಂದು "ಸುವರ್ಣಮ್ಮನಿಗೆ ಕಾಫಿ ಕೊಟ್ಯಾ? ಪಾಪದ ಹೆಂಗ್ಸು, ಒಳ್ಳೆ ಮನಸ್ಸು ಸ್ವಲ್ಪ ಬೇಜಾರಾದ್ರೂ... ಊಟ ತಿಂಡಿ ಬಿಡ್ತಾಳೆ" ಎಂದು ಹಾಲ್‌ನಲ್ಲಿ ಟಿ.ವಿ ನೋಡುತ್ತಿದ್ದವರ ನಡುವೆ ಕೂತು ಟಿ.ವಿ ಆಫ್ ಮಾಡಿ "ಅತ್ತೆ ಕಾಫಿ ಆಯ್ತು? ಮತ್ತೊಂದು ಕಪ್ ತರಿಸ್ಲಾ?" ವಿಚಾರಿಸಿದಾಗ ಯಾಕೋ ಇಷ್ಟೊತ್ತು ಧಗಧಗ ಎನ್ನುತ್ತಿದ್ದ ಮುಖ ಒಂದಿಷ್ಟು ಕಂದು ವರ್ಣಕ್ಕೆ ತಿರುಗಿತು. "ಅಯ್ಯೋ, ಎಲ್ಲಾ ಆಯ್ತ. ಆ ಸುವರ್ಣಮ್ಮನ್ನ ಕೆಲ್ಸದಿಂದ ತೆಗ್ದು ಬಿಡು. ಮೊದ್ಲು ಬಂದು ಕೆಲ್ಸ ಮಾಡ್ಕೊಂಡ್ ಹೋಗಿಬಿಡ್ತೋಳು. ಈಗೇನು ಇಲ್ಲೇ ಠಿಕಾಣಿ ಹಾಕಿದ್ದಾಳೆ" ಕೆಂಡ ಕಾರಿದರು.

"ದೊಡ್ಡ ಮನೆ, ಪ್ರಾಮಾಣಿಕ ಕೆಲ್ಸದೋರು ಸಿಗೋಲ್ಲ. ವರ್ಷಗಳಿಂದ ಇದ್ದಾಳೆ. ಕೈಬಾಯಿ ಚೆನ್ನಾಗಿದೆ. ಅವ್ಳ ಗಂಡ ದುಬೈಗೆ ಹೋಗಿದ್ದಾನೆ. ಅವ್ನು ಬರೋವರ್‍ಗೂ ಇಲ್ಲಿ ಇರ್ತಾಳೆ. ನಮ್ಗೂ ಎಷ್ಟೋ ಅನ್ಕೂಲ" ನಿಧಾನವಾಗಿಯೇ ಉಸುರಿದ್ದು. ಆಕೆಯ ಜೊತೆ ಹೆಚ್ಚು ಮಾತು ಬೇಕಿರಲಿಲ್ಲ. "ನಂಗೆ ಹಿಡ್ಸಿಲ್ಲ ಕೃತಿಕಾ, ಭಲೇ ಚಾಲಾಕಿ. ಅವ್ಳು ಮನೆಯಲ್ಲಿ ಇರೋದು ನಂಗೆ ಹಿಡಿಸ್ಲಿಲ್ಲ!" ದೃಢವಾಗಿ ಹೇಳಿದರು. ಕಾಫೀ ಕುಡಿದು ಕಪ್ ಹಿಡಿದು ಮಾತಾಡದೇ ಎದ್ದು ಹೋಗಿದ್ದು. ಇಬ್ಬರನ್ನು ಕಟ್ಟಿಕೊಂಡು ಬಂದಿದ್ದರು ಮೆಜಾರಿಟಿ ಪ್ರದರ್ಶನಕ್ಕೆ. ಅದು ಕೃತಿಕಾಗೆ ಬೇಕಿರಲಿಲ್ಲ.

ಕೆಳಗೆ ಇಳಿದುಹೋಗಿ ಗಾರ್ಡನ್‌ನಲ್ಲೆಲ್ಲ ಓಡಾಡಿದ ಕೃತಿಕಾಗೆ ಒಂದು ಕನಸು ನನಸಾಗಿತ್ತು. ವಿವಾಹದ ದಾಂಪತ್ಯ ಶುರುವಾಗಿದ್ದು ಒಂದು ಪುಟ್ಟ ಕೋಣೆ. ಹಂತಹಂತವಾಗಿ ಮೇಲೇರುವಾಗ ಪಟ್ಟ ಕಷ್ಟಗಳೆಷ್ಟು. ಭಾಸ್ಕರ್, ಕೃತಿಕಾ ಅನುಪಮ ಪ್ರೇಮದ ಮಧ್ಯೆ ಅವೆಲ್ಲ ಗೌಣವಾಗಿದ್ದು, ಹೇಗೆ? ಆಗಾಗ ವಿಚಿತ್ರವೆನಿಸುತ್ತಿತ್ತು.

ಈ ಚಿಂತನೆ ಮಧ್ಯೆ ವನಜ ಬಂದಿದ್ದು ಗೊತ್ತಾಗಲಿಲ್ಲ. "ಅಕ್ಕ..." ಅಂದಾಗಲೇ ಒಂದು ಜಗತ್ತಿನಿಂದ ಹೊರಬಂದು ವಾಸ್ತವಕ್ಕೆ ಬಂದಂತಾಯಿತು. "ಹಾ..." ಅಂದಳಷ್ಟೆ. "ಒಳ್ಳೆ ಗಾರ್ಡನ್ ಮಾಡಿದ್ದಿರಕ್ಕ. ನಂಗಂತು ತುಂಬ ಇಷ್ಟ ಆಯ್ತು. ಅತ್ತೆ ಹೇಳ್ದಾಗ ನಾನು ನಂಬಿರಲಿಲ್ಲ" ಯಾವುದೇ ಸಂಕೋಚವಿಲ್ಲದೆ ಮಾತಿಗೆ ಇಳಿದಾಗ, ಒಂದಿಷ್ಟು ಅಚ್ಚರಿಯೇ. ಸಿಟಿಯವಳಲ್ಲ, ಬಹುಶಃ ವಯಸ್ಸು ಮೂವತ್ತು ದಾಟಿರಬಹುದು. ಇನ್ನು ವಿವಾಹ ಯಾಕೆ ಆಗಲಿಲ್ಲವೆನ್ನುವುದು ಯಕ್ಷಪ್ರಶ್ನೆ.

"ಊರಲ್ಲೆ ಇದ್ದೀಯಾ?" ಕೇಳಿದಳು.

"ಹೌದು, ಅತ್ತೆಗೆ ತೀರಾ ಹತ್ತಿರದ ಸಂಬಂಧಿ. ಆ ಕುಟುಂಬದಲ್ಲಿ, ಭಾಸ್ಕರ್ ಭಾವನ ಮನೆಯವರಲ್ಲಿ ಒಡನಾಡಿ ಬೆಳೆದವ್ಳು. ಭಾವ ಪ್ರೀತ್ಸಿ ಯಾರೂ ಗೊತ್ತಿಲ್ದಂಗೆ ಮದ್ವೆಯಾದ್ಮೇಲೆ, ಅಲ್ಲಿನವ್ರು ಬರೋದು ಪೂರ್ತಿ ಬಂದ್. ಆದರೂ ಕರುಳ ಸಂಕಟ ತಡೆಯಲಾರದೆ ಅತ್ತೆ ಬರ್‍ತಾ ಇದ್ದಿದ್ದು" ಶುರುವಿಟ್ಟಳು. ಅವಳ ವರಸೆ ಸರಿ ಕಾಣಲಿಲ್ಲ.

ಕೃತಿಕಾ ಮಾತಾಡದೆ ಒಳಗೆ ಹೋದಳು. ಮುಗ್ಧತನದ ಪ್ರೇಮದಲ್ಲಿ ತೇಲಿದ್ದರು ಅನುಭವದ ಜೊತೆ ಪುಸ್ತಕಗಳು ಸಾಕಷ್ಟು ಕಲಿಸಿತ್ತು. ಮನುಷ್ಯ ಗುಣದ ಪರಿಚಯವಾದದ್ದು

ಓದಿನಿಂದ.

ರೂಮಿನಲ್ಲಿ ಶೇಷಮ್ಮ, ವನಜ ತಂದೆ ಕೂಡ ಸೇರಿಕೊಂಡು ವಿಶ್ಲೇಷಿಸತೊಡಗಿದರು. ಈಗಾಗಲೇ ನಾಲ್ಕು ಹೆಣ್ಣುಮಕ್ಕಳಿಗೆ ವಿವಾಹವಾಗಿ ದಣಿದಿದ್ದ ಆ ಮನುಷ್ಯನಿಗೆ ವನಜಾನ ಸಾಗಾಕಿದರೆ ಸಾಕಿತ್ತು. ಇಲ್ಲೇ ಬಿಟ್ಟು ಹೋಗಿ ಎಂದರೆ ರೆಡಿಯಾಗಿದ್ದ. ಅದಕ್ಕೆ ಮಗಳು ಸಿದ್ಧವಿರಲಿಲ್ಲ.

"ಅತ್ತೆ, ಬೇಗ ಭಾವನ ಹತ್ರ ಮಾತಾಡಿ. ನನ್ನ ಕುತ್ತಿಗೆಗೆ ತಾಳಿ ಬಿದ್ದರೆ ಸಾಕು. ಇವ್ರನ್ನೆಲ್ಲ ಹದ್ದುಬಸ್ತಿನಲ್ಲಿ ಇಡ್ತೀನಿ" ಇಂಥ ಡೈಲಾಗ್ ಹೊಡೆದಾಗ ಆಗ ಅತ್ತಿತ್ತ ನೋಡಿ "ಪ್ರೀತಿ ಮಾಡಿ ಮದ್ವೆ ಮಾಡಿಕೊಂಡಿದ್ದಾನೆ. ಮಕ್ಳು ಇಲ್ಲಾನ್ನೋದು ಒಂದು ಪಾಯಿಂಟ್. ಅದ್ನ ಹಿಡ್ದು ಅವನನ್ನು ಒಪ್ಪಿಸ್ಬೇಕು. ಆತುರ ಬೇಡ. ತಂದು ಸಾಕಿಕೊಂಡಿರೋ ಶಶಿ ಅವ್ನ ಹೆಂಡ್ತಿನ ಕೂಡ ಹೊರ್ಗೇ ಕಳಿಸಿದರೇ ಎಲ್ಲಾ ಹಿಡಿತಕ್ಕೆ ಬರೋದು" ಗುಸುಗುಸು ಪಿಸಿಪಿಸಿ ಅಂದರು.

ಹೆಚ್ಚುಕಡಿಮೆ ಭಾಸ್ಕರನ ಕಾರು ಬರೋವರೆಗೂ ಹೊರಗಿನ ಬಾಲ್ಕನಿಯಲ್ಲಿ ಅಡ್ಡಾಡುತ್ತಿದ್ದುದ್ದು. "ಒಳ್ಳೆ ಮಿನಿಸ್ಟ್ರ ಮನೆ ಇದ್ದಂಗೆ ಇದೆ. ಈ ಬಂಗ್ಲೆ ಭಾಸ್ಕರ ಭಾವನ ಹೆಸರಿನಲ್ಲೇ ತಾನೇ ಇರೋದು?" ವನಜ ಕೇಳಿದಳು. ನಿಜವಾಗಿ ಆ ಬಗ್ಗೆ ಶೇಷಮ್ಮನಿಗೆ ಗೊತ್ತಿರಲಿಲ್ಲ. "ಅಯ್ಯೋ ನಂಗೆ ಗೊತ್ತಿಲ್ಲ" ಕೈಯಾಡಿಸಿದರು. ತಲೆ ಕೆಡಿಸಿಕೊಂಡರು. ಈ ಮನೆ ಯಾರ ಹೆಸರಿನಲ್ಲಿ ಇದೆ? ಭಾಸ್ಕರನನ್ನು ಕೇಳಬೇಕೆಂದುಕೊಂಡರು. ಆತುರ ಬೇಡ ಎನ್ನುವ ನಿರ್ಧಾರ.

ಮಾತು ಶುರು ಮಾಡಿಕೊಂಡೇ ಭಾಸ್ಕರನ ಜೊತೆ ಮೂವರು ಒಳಗೆ ಬಂದರು. ಬಾಲ್ಕನಿಯಲ್ಲಿ ನಿಂತಿದ್ದ ಕೃತಿಕಾ ತುಟಿಯಂಚಿನಲ್ಲಿ ನಗು 'ಸದಾ ನಿನ್ನ ತುಟಿಯಂಚಿನ ನಗುವೆ ನನ್ನೆಲ್ಲ ಗೆಲುವು.' ಸುಮಾರು ಸಲ ಇಂಥ ಪ್ರೇಮದ ಭೂಬಾಣ ಬಿಟ್ಟ ಪ್ರೇಮಿ. ದಿನಕಳೆದಂತೆ ಇದೆಲ್ಲ ಹಳತಾಗುವುದು ಸಹಜ. ಆದರೆ ಕರಗಿಸಿಕೊಳ್ಳುವುದು ಕಷ್ಟ.

"ಹಾಯ್..." ಎಂದವ ಫೈಲನ್ನು ಕೃತಿ ಕೈಗೆ ಕೊಟ್ಟು "ಇವತ್ತು ಸ್ವಲ್ಪ ಟಯರ್ಡ್" ಅಂದು ಒಳಗೆ ಹೋದ. ಲ್ಯಾಪ್‌ಟಾಪ್ ಕಾರಿನಲ್ಲಿ ಉಳಿದಿರಬಹುದೆಂದುಕೊಂಡಳು.

ಕೃತಿ ತಾನೇ ಕೂತು ಎಲ್ಲರಿಗೂ ಬಡಿಸಿದಳು. ಅವಳ ಸಹಾಯಕ್ಕೆ ಅರುಣ. ಆಗಾಗ ಬಂದು ಶಶಾಂಕ್ ಒಂದು ಡೈಲಾಗೊಡೆದು ಹೋಗುತ್ತಿದ್ದ. ಮೊದಲಾದರೆ ಭಾಸ್ಕರ್ ಜೋರಾಗಿ ನಗುತ್ತಿದ್ದ. ಈಗ ಗಪ್‌ಚಿಪ್. ಯಾಕೆ? ಆ ಪ್ರಶ್ನೆಗೆ ಉತ್ತರವಿಲ್ಲ. ಒಬ್ಬೊಬ್ಬರು ಒಂದೊಂದು ರೀತಿಯಲ್ಲಿ ವಿಶ್ಲೇಷಿಸಿಕೊಳ್ಳಬೇಕಷ್ಟೆ. ಬಹುಶಃ ಹೆಚ್ಚು ಕಡಿಮೆ ಎಲ್ಲರ ಅರಿವಿಗೂ ಬಂದಿತ್ತು. ಅದನ್ನ ಹೆಚ್ಚು ಗುರುತಿಸಿದವರು ಶೇಷಮ್ಮ. ಅದನ್ನು ಸಮರ್ಥವಾಗಿ ಬಳಸಿಕೊಳ್ಳುವ ಇಚ್ಛೆ.

ಮಗನೊಂದಿಗೆ ಮುಂದಿನ ದಿವಾನ್‌ಖಾನೆಗೆ ಶೇಷಮ್ಮ, ವನಜ, ಅವಳಪ್ಪನೊಂದಿಗೆ ಹೋದಾಗ, ಸುವರ್ಣಮ್ಮ ಅದನ್ನೆಲ್ಲ ಕ್ಲೀನ್ ಮಾಡಿದನಂತರ ಕೃತಿಕಾ ಸ್ವಲ್ಪ ಬೇಸರದಲ್ಲಿ

ಇದ್ದುದ್ದರಿಂದ ಊಟ ಬೇಡವೆನಿಸಿತು. ಈ ಜನ ಬಂದು ನಿಂತಿದ್ದು ಸುವರ್ಣಮ್ಮನಿಗೆ ಸಮಸ್ಯೆಯಾಗಿತ್ತು.

"ಶಶಿ... ಅರುಣ ಊಟಕ್ಕೆ ಬನ್ನಿ. ನಾನೇ ಬಡಿಸ್ತೀನಿ" ಕೂಗಿದರು. ಡೈನಿಂಗ್ ಟೇಬಲ್ ಮುಂದೆ ಕೂತು ಇಣುಕಿದ ಸುವರ್ಣಮ್ಮ "ನಂಗೂ ಹಸಿವಿಲ್ಲ, ಅಕ್ಕ. ಊಟವೇನು ಬೇಡ" ಅಂದಳು. ತನ್ನನ್ನು ಭಾಸ್ಕರ್ ಹೊರಗೆ ಹಾಕಬಹುದೆಂದು ಮನದಟ್ಟಾಗಿತ್ತು. "ಮುಂದೇನು? ಬಹುಶಃ ಅವಳ ಗಂಡ ಹಿಂದಿರುಗಲು ಇನ್ನೂ ಒಂದೆರಡು ವರ್ಷ ಆಗುತ್ತಿತ್ತು. ಒಂದು ಪುಟ್ಟ ಗೂಡಿಗಾಗುವಷ್ಟು ಸಂಪಾದನೆಯಾದರೆ ಸಾಕು.' ಫೋನ್ ಮಾಡಿದಾಗಲೆಲ್ಲ ಇದೇ ಮಾತನ್ನು ಮಂತ್ರವೆನ್ನುವಂತೆ ಪಠಿಸುತ್ತಿದ್ದ. ನೆಂಟರ ಮನೆ ದೂರವಿತ್ತು. ಈಗ ಆ ಮನೆ, ಪರಿಸರ ಏನೇನು ಹಿಡಿಸೋಲ್ಲ ಇವಳಿಗೆ.

ಎದ್ದ ಕೃತಿಕಾ ಅವಳತ್ತ ನೋಡಿ "ನಿಂಗೂ ಬಲವಂತ ಬೇಡ. ವೀಕ್‌ನೆಸ್ ಇದೇಂತ ಡಾಕ್ಟ್ರು ಹೇಳಿಲ್ವಾ! ತೆಪ್ಪಗೆ ಊಟ ಮುಗ್ಸಿ ಆ ವಿಟಮಿನ್ ಟ್ಯಾಬ್ಲೆಟ್ ತಗೋ" ಅಂದು ತಟ್ಟೆಗೆ ಬಡಿಸಿ ಕೊಟ್ಟು "ಆರಾಮಾಗಿ ಹೋಗಿ ಊಟ ಮಾಡ್ಕೋ" ಎಂದು ಕಳಿಸಿದಳು. ಯಾಕೆ ಈ ದೊಂಬರಾಟ? ಏನೇನು ಅರ್ಥವಾಗುತ್ತಿರಲಿಲ್ಲ.

ಇಷ್ಟೊಂದು ತನ್ನ ಬಗ್ಗೆ ಕಾಳಜಿ ತೋರುವ ಕೃತಿಕಾ ಎಂದರೆ ಅವಳಿಗೆ ದೇವರ ಸಮಾನ "ದೇವ್ರು ಯಾವ ರೂಪದಲ್ಲಿ ಎಲ್ಲಿ ಇದ್ದಾನೋ ಗೊತ್ತಿಲ್ಲ. ಆದರೆ ನೀವೇ ನನ್ನ ದೇವರು" ಅನ್ನೋಳು. ಆಗ ಕೃತಿಕಾ ನಗುತ್ತ 'ದೇವರನ್ನು ತಂದು ಇಲ್ಲಿ ನಿಲ್ಲಿಸಬೇಡ. ಅವನು ಅಯೋಮಯ' ಅಂದು ಸುಮ್ಮನಾಗಿಸುತ್ತಿದ್ದುದ್ದುಂಟು.

ಶಶಾಂಕ್ ಬಲವಂತಕ್ಕೆ ತಾನು ನಾಲ್ಕು ತುತ್ತು ಊಟ ಮಾಡಿ ಎದ್ದಾಗ "ಅಕ್ಕ, ಇಲ್ಲಿ ಸ್ವಲ್ಪ ಬಾ. ಮಿಕ್ಕಿದ್ದು ಅರುಣ, ಸುವರ್ಣಮ್ಮ ನೋಡ್ಕೋತಾರೆ" ಎಂದು ಕೈ ಹಿಡಿದು ಕರೆದುಹೋದ ಮೇಲು ಅಂತಸ್ತಿನ ಉಪ್ಪರಿಗೆಗೆ. ಅಲ್ಲಿ ಅದ್ಭುತ ಎನ್ನುವಂಥ ವಾತಾವರಣ ಕ್ರಿಯೇಟ್ ಆಗಿತ್ತು. ಇಷ್ಟವಾಗುವ ಪರಿಸರ.

ಅಲ್ಲಿ ತೂಗುಹಾಕಿದ್ದ ಹೊಸ ಮಾದರಿಯ ಬುಟ್ಟಿಗಳಲ್ಲಿ ಕೂತನಂತರ ಮೊದಲು ತುಟಿ ಬಿಚ್ಚಿದ್ದು ಶಶಾಂಕ್. "ಅಕ್ಕ, ಕರುಣೆ... ಸಹಾನುಭೂತಿ ಅಂತ್ಲೇ ಇಟ್ಕೊಂಡ್ ಸಾಕಿ, ಸಲುಹಿ ಸಂಪಾದನೆಗೆ ದಾರಿ ತೋರಿಸಿದನಂತರ ಅವ್ಳು ತನ್ನ ಬದ್ಕನ್ನು ತಾನು ರೂಪಿಸಿಕೊಳ್ಳಬೇಕಲ್ಲ" ಎಂದು ಒಗಟಾಗಿ ಹೇಳಿದ. ಅರ್ಥವಾಗದವಳಂತೆ ಮುಖ ಮಾಡಿ "ಅವು ಸನ್ನಿವೇಶ, ವ್ಯಕ್ತಿ, ಸಂಬಂಧಗಳ ಅನುಸಾರವಾಗಿ ಅನ್ವಯವಾಗುವಂಥದ್ದು. ಪುಸ್ತಕ ಓದೋದುಂಟ. ಕತೆ, ಕಾದಂಬರಿ, ಲೇಖನ... ಎಲ್ಲವನ್ನು ಓದೋಕೆ ಇಷ್ಟ. ದೊಡ್ಡ ರೀತಿಯ ಕಲ್ಪನೆಗಳಿಲ್ಲ. ನೇರವಾಗಿ ವಿಷಯಕ್ಕೆ ಬಾ" ಅಂದಿದ್ದು ಸೀರಿಯಸ್ಸಾಗಿಯೆ. ತಡಬಡಿಸಿದ. ಎದ್ದು ಓಡಾಡಿದ. ಬಂದ ಜನರ ಬಗ್ಗೆ ಇರಬಹುದೆಂದುಕೊಂಡಿದ್ದು ಕೃತಿಕಾ.

"ಹೇಳೋ ಶಶಿ. ಅನಗತ್ಯ ಜನರ ಬಗ್ಗೆ ತಲೆ ಕೆಡಿಸ್ಕೋಬೇಡ. ಭಾಸ್ಕರ್ ಕಡೆಯ ಸಂಬಂಧ ಎಂದರೆ ಶೇಷಮ್ಮ ಮಾತ್ರ. ಇನ್ನ ಮಿಕ್ಕವರು ಈ ಕಡೆ ಬರೋಲ್ಲ. ಈಕೆನೇ

ತಂದುಬಿಟ್ಟೋದು ಬೆಂಕಿಯ ಮೇಲಿದ್ದಂತೆ ಚಡಪಡಿಸ್ತಾರೆ. ಅದೇ ವನಜ, ಅವಳ ಅಪ್ಪನ ನೋಡಿದ್ದು ಫಸ್ಟ್ ಟೈಮ್. ಅಪರೂಪಕ್ಕೆ ಬಂದಿದ್ದಾರೆ. ನಾಲ್ಕು ದಿನ ಇದ್ದು ಹೋಗ್ಲೀ... ಬಿಡು" ಎಂದರು ಕೃತಿಕಾ. ಓಡಾಡುತ್ತಿದ್ದವ ಕೃತಿಕಾ ಕಾಲುಗಳ ಬಳಿ ಕುಳಿತು ತೊಡೆಯ ಮೇಲೆ ಮುಖವಿಟ್ಟು ಅಳತೊಡಗಿದಾಗ ಗಾಬರಿಯೋ... ಗಾಬರಿ. ಎದೆಬಡಿತ ಹೆಚ್ಚಿತು. "ಹಾಯ್ ಶಶಿ, ಏನಾಗಿದೆ? ಅಳೋಂಥದ್ದು ಏನು? ಒಂದ್ಸಲ ಪರೀಕ್ಷೆಯಲ್ಲಿ ಮಾರ್ಕ್ಸ್ ಕಮ್ಮಿ ಬಂತೂಂತ ಅತ್ತಿದ್ದೆ. ಇವತ್ತು ನಿನ್ನ ಕೆಲ್ಸ! ಅಕಸ್ಮಾತ್ ಹೋದರೇ... ಹೋಗ್ಲೀ ಬೇರೆ ಕಡೆ ಟ್ರೈ ಮಾಡಿದರಾಯ್ತು. ಹೇಗೂ ಅನುಭವ ಇದೆ. ರಿಸ್ಕ್ ತಗಂಡ್... ಒಂದು ಆಫೀಸ್ ಹುಟ್ಟು ಹಾಕಿಕೊಳ್ಳೋಣ ಬಿಡು" ವಿಶ್ವಾಸದಿಂದ ಹೇಳುತ್ತ ಅವನ ಕ್ರಾಪ್‌ನಲ್ಲಿ ಕೈಯಾಡಿಸತೊಡಗಿದ್ದು. ತಾನಾಗಿ ಸಮಾಧಾನವಾಗಲಿಯೆಂದೇ ನಂತರ ಮೌನ ವಹಿಸಿದ್ದು. ಎದೆಯಲ್ಲಿ ಒಂದು ರೀತಿಯ ವಿಪ್ಲವ.

ಶಶಾಂಕ್ ಅತ್ತು ಸಮಾಧಾನವಾದನಂತರ ಎದ್ದು ಅಲ್ಲೇ ನೆಲದ ಮೇಲೆ ಕೂತಾಗ "ಪ್ಲೀಸ್, ಶಶಿ... ಹೋಗಿ ಒಂದಿಷ್ಟು ಮುಖ ತೊಳ್ಕೊಂಡ್ ಬಾ. ಮೊದ್ಲು ಹೆಂಗಸರು ಅಳು, ಕಣ್ಣೀರು ತಮ್ಮ ಜನ್ಮಸಿದ್ಧ ಹಕ್ಕು ಎನ್ನುತ್ತಿದ್ದರು. ಆದರೆ ಈಗ... ಈಗಲೂ ಅಳು, ಕಣ್ಣೀರು ತಮ್ಮ ಜನ್ಮಸಿದ್ಧ ಹಕ್ಕು ಎಂದು ಹೋರಾಟಕ್ಕೆ ನಿಂತರೆ ಕಷ್ಟ. ಬಹಳ ಕಷ್ಟ! ಮೊದ್ಲು ಮುಖ ತೊಳ್ದು ಬಂದು ರಿಲ್ಯಾಕ್ಸ್ ಆಗು. ಆಮೇಲೆ ಕೂತು ಮಾತಾಡೋಣ." ಅವನನ್ನು ಕಳುಹಿಸಿದ ನಂತರ ಮೂಡಿದ್ದು ಗೊಂದಲ. ಶಶಾಂಕ್ ವಿಚಾರದಲ್ಲಿ ಭಾಸ್ಕರ್ ಮೊದಲಿನಂತಿಲ್ಲ. ಕಾರಣ ಗೊತ್ತಿಲ್ಲ! ಆದರೆ ಅರುಣ ಬಗ್ಗೆ ಪ್ರೀತಿ, ಅಕ್ಕರೇ! ಇದು... ಹೇಗೆ? ಪ್ರಶ್ನೆಗಳ ನರ್ತನ. ಉತ್ತರಗಳು... ಹುಡುಕಾಟ?

ಆ ವೇಳೆಗೆ ಶಶಾಂಕ್ ಬಂದು ಕೃತಿಕಾ ಎದುರು ಕೂತ ಅನುಮಾನಿಸುತ್ತ... ಅನುಮಾನಿಸುತ್ತ ಶೇಷಮ್ಮ ಹೇಳಿದ್ದನ್ನು ಹಾಗೆಯೇ ಬಿತ್ತರಿಸಿದನಂತರ ಕೇಳಿದ. "ಅಜ್ಜಿ ಹೇಳಿದ್ದರಲ್ಲಿ ತಪ್ಪೇನಿಲ್ಲ" ಕೃತಿಕಾ ತಟ್ಟನೆ ಎದ್ದು "ಅದು ಇಲ್ಲಿನ ಸಂಬಂಧ, ಸನ್ನಿವೇಶಕ್ಕೆ ಅನ್ವಯಿಸೋಲ್ಲ. ಅದೇನಾದ್ರೂ ನಿನ್ನ ಮನಸ್ಸಿನಲ್ಲಿ ಮೊಳಕೆಯೊಡೆದರೇ ನಿರ್ಣಯ ನಿನ್ನದೇ... ಆಗುತ್ತೆ" ಕಂಠ ಭಾರವಾಯಿತು. ತಕ್ಷಣ ಶಶಾಂಕ್ ಕೃತಿಕಾ ಕೈಹಿಡಿದು "ಪ್ಲೀಸ್ ಅಕ್ಕ, ನೀವು ಹೆತ್ತವರಾದ್ರಿ. ಇದು ನನ್ನ ಮನೆ, ನೀವು ಹೋಗೂಂದ್ರು... ನಾನು ಹೋಗಲ್ಲ. ಅನಾಥತತ್ವದಲ್ಲಿ ಬೆಳೆದ ನಂಗೆ ಹೆತ್ತವರಾದ್ರಿ. ಇದು ನನ್ನ ಮನೆ, ನೀವು ನನ್ನವರು" ಮನ ತುಂಬಿ ಹೇಳಿದಾಗ ಕೃತಿಕಾ ಕೈ ಬೆರಳುಗಳು ಅವನ ಕ್ರಾಪ್‌ನಲ್ಲಾಡುತ್ತಿತ್ತು. ಬಾಯಿಬಿಟ್ಟು ಹೇಳದಿದ್ದರೂ ಮನೆಯ ಖರ್ಚುವೆಚ್ಚಗಳ ಮುಕ್ಕಾಲು ಜವಾಬ್ದಾರಿ ಹೊರಲು ಮನದಲ್ಲಿ ಸಿದ್ಧನಾದ. "ಬೇಕೂಂದರೇ ನಾಲ್ಕು ಮಾತಾಡು. ಇಲ್ಲದಿದ್ದರೇ ರೂಮಿಗೆ ಹೋಗ್" ಎಂದನಂತರ ಇಬ್ಬರು ಇಳಿದು ಬಂದರೂ ಇನ್ನು ಗೆಸ್ಟ್‌ರೂಂನಲ್ಲಿ ಬೈಠಕ್ ನಡೆದೇ ಇತ್ತು. ಅವಳ ತುಟಿಯಂಚಿನಲ್ಲಿ ನಸುನಗು.

"ಮಾತಾಡ್ಲೀ ಬಿಡು." ರೂಮಿಗೆ ಹೋದಳು. ಅಂದು ಕಿಚನ್‌ನಲ್ಲಿ ಅರುಣ ಕೈಯಿಂದ ಜಾರಿದ 'ಮೊಬೈಲ್ ಲಾಕರ್‌ನಲ್ಲಿತ್ತು. ಆದರೆ ಅವಳ ಮೊಬೈಲ್ ಬಿಟ್ಟು

ಇನ್ನೊಂದು ಮೊಬೈಲ್ ಇರುವುದು ಅವಳ ಅರಿವಿಗೆ ಬಂದಿತ್ತು.' ಶಶಿ ಕೊಡಿಸಿರಬಹುದೇ? ಇಲ್ಲವೆನಿಸಿತು. ಶಾಮಣ್ಣನವರು ಸಾಧ್ಯವೇ? 'ಮೂರ್ಹೊತ್ತು ಮೊಬೈಲ್‌ನಲ್ಲಿ ಮಾತಾಡೋಕೆ ಏನಿರುತ್ತೆ?' ಇದು ಅವರ ವಾದ. ಅಂದರೆ... ಮತ್ತೆ ಭಾಸ್ಕರ್ ಅರುಣಗೆ ಮೊಬೈಲ್ ತಂದು ಕೊಟ್ಟಿರಬಹುದೆ? ಹೀಗೆ ವಿಶ್ಲೇಷಿಸಿದರು. ಇದು ಸರಿಯೆನಿಸಲಿಲ್ಲ. ಬಹುಶಃ ಇನ್ನಷ್ಟು ಆಳಕ್ಕೆ ಹೋಗಿ ಕೃತಿಕಾಳ ಮನಸ್ಸು ವಿಶ್ಲೇಷಿಸುತ್ತಿತ್ತೇನೋ, ಅಷ್ಟರಲ್ಲಿ ಭಾಸ್ಕರ್ ಬಂದ. ಒಂದು ತರಹ ಧುಮಧುಮ ಎನ್ನುತ್ತಿದ್ದವನು ಬಲವಂತವಾಗಿ ಪ್ರಸನ್ನತೆಯನ್ನು ಎಳೆದು ತಂದ.

"ಹಾಯ್, ಕೃತಿ... ಬಿಂದು ವಾಟ್ಸ್‌ಪ್‌ಗೆ ನಿನ್ನದೊಂದು ಫೋಟೋ ಕಳಿಸಿದ್ದಾಳೆ. ಆ ಡ್ರೆಸ್‌ನಲ್ಲಿ ನೀನು ಅಪ್ಸರೆ. ಮೊದಲು ದಿನದ ಸೌಂದರ್ಯಕ್ಕೆ ಮತ್ತಷ್ಟು ಪಾಲಿಷ್! ನೀನು ಚೆಂದದ ಚೆಲುವೆ" ಹೊಗಳಿ ಹತ್ತಿರಕ್ಕೆಳೆದುಕೊಂಡಾಗ ನಿರಾಸೆಪಡಿಸಬಾರದೆನಿಸಿತು. ಭಾಸ್ಕರ್ ಬಾಹುಗಳಲ್ಲಿ ಮೈಮರೆತಳು. "ಕೃತಿ ಅಮ್ಮ ತುಂಬಾ ಬೇಜಾರು ಮಾಡ್ಕೊಂಡಿದ್ದಾಳೆ" ಅಂದ ಮೆಲ್ಲಗೆ. ಇದು ಕೃತಿಕಾಳ ಅಂದಾಜು ಕೂಡ ಎದ್ದು ಕೂತು "ಯಾಕಂತೆ?" ನೇರವಾಗಿತ್ತು ಅವಳ ಪ್ರಶ್ನೆ.

"ಆ ಸುವರ್ಣಮ್ಮನ ಚಟುವಟಿಕೆ ಇಷ್ಟವಾಗಿಲ್ಲ. ಅದ್ನ ಮನೆಯಲ್ಲಿ ಇಟ್ಟುಕೊಳ್ಳೋದು ಬೇಡವೇ ಬೇಡಾಂತ" ವಿಷಯ ಹಳೆಯದೇ ಅದಕ್ಕೆ ಒಂದಿಷ್ಟು ಹೊಸತನದ ಲೇಪನ. ಕೃತಿ ಮಾತಾಡಲಿಲ್ಲ. "ನಂಗಂತು ಅವ್ಳು ಮನೆಯಲ್ಲಿರೋದು ಇಷ್ಟವಾಗೋಲ್ಲ. ನಮ್ಗೇ ಎಲ್ಲಿ ಹಣೆಬರಹ. ಅವಳನ್ನು ಇಟ್ಟುಕೊಳ್ಳೋಕೆ?" ಸಾಕಷ್ಟು ಸಲ ಪ್ರಸ್ತಾಪವಾದ ವಿಚಾರವೆ "ಇದಕ್ಕೆ ಹಣೆಬರಹ ಏನು ಬಂತು? ಶ್ರೀಮಂತರ ಮನೆಗಳಲ್ಲಿ ನಾಲ್ಕಾರು ಜನ ಸರ್ವೆಂಟ್ಸ್ ಇರ್ತಾರೆ. ನಮ್ಗೇ ಅನಿವಾರ್ಯ ಅಂತಲ್ಲ, ಕೆಲ್ಸ ಮಾಡಿದ್ದಾಳೆ. ಒಳ್ಳೆ ಹೆಂಗ್ಸು, ಗಂಡ ದುಬೈನಲ್ಲಿ, ಅವಳೀಗ ಒಂಟೀ. ಬಂಗ್ಲೆ ಅಂಥ ಮನೆ. ಹಿಂದಿನ ರೂಮಿನಲ್ಲಿ ಇದ್ಕೊಂಡಿದ್ದಾಳೆ. ಅದನ್ಯಾಕೆ ಸಮಸ್ಯೆ ಮಾಡ್ತೀರಾ? ಈ ಪ್ರಸ್ತಾಪ ಪದೇ ಫದೇ ನಂಗಿಷ್ಟವಾಗೋಲ್ಲ." ಬೇಸತ್ತು ನುಡಿದಳು. ಕೃತಿಕಾಗೆ ಸಾಕಾಗಿತ್ತು. ನೇರವಾಗಿ ನೋಟವೆತ್ತಿ ಗಂಡನ ಕಣ್ಣುಗಳನ್ನು ನೋಡುತ್ತ "ನಿಮಗ್ಯಾಕೆ, ಸುವರ್ಣಮ್ಮನ ವಿಚಾರ? ಅವ್ಳು ಮಾಡೋದು ಮನೆ ಕೆಲ್ಸ, ಹೊರ್ಗಿನ ಕೆಲ್ಸ. ಅಂಥದ್ದರಲ್ಲಿ ಅವಳ ಬಗ್ಗೆ ನಿಮಗ್ಯಾಕೆ?" ಕೇಳಿದಳು. ಭಾಸ್ಕರನ ನೋಟ ಹಿಂದೆಗೆಯಿತು. ಏನಾದರೂ ಹೇಳಬೇಕಿತ್ತು ಅಂತ ಹೇಳಿದ "ನೀನು ಏನಾದ್ರೂ ತಿಳ್ಕೋ. ಅವ್ಳು ತುಂಬಾ ಡೇಂಜರಸ್ ಹೆಣ್ಣಾಗಿ ಕಾಣ್ತಾಳೆ. ಅಮ್ಮ ಕೂಡ ಅದ್ನೇ ಹೇಳಿದ್ಲು."

"ಅವ್ರಿಗೆ ಇದು ಸಂಬಂಧಪಟ್ಟ ವಿಷ್ಯವಲ್ಲ. ಅವ್ಳ ಜವಾಬ್ದಾರಿ ನಂಗಿರ್ಲಿ. ಅವ್ಳ ವಿಚಾರ ಬಿಡಿ" ಸ್ಪಷ್ಟವಾಗಿ ಹೇಳಿದಾಗ ಭಾಸ್ಕರ್ "ಇದೇ ಮಾತ್ನ ಅಮ್ಮ ಕೂಡ ಹೇಳಿದ್ಲು. ಎಲ್ಲಾ ವಿಚಾರದಲ್ಲೂ ನನ್ಮಾತು ನಡೆಯಬೇಕೆಂಬ ಹಟ" ಗುರ್ ಅಂದ. 'ಅಹಂ' ಹೊಗೆಯಾಡಿತು.

"ಎಲ್ಲಾ ವಿಷ್ಯಗಳಲ್ಲ! ಕೆಲವು ವಿಚಾರಗಳಲ್ಲಿ ಮಾತ್ರ. ಸರಿಯೆನ್ನಿಸಿದ್ದು. ಸತ್ಯವೆನಿಸಿದ್ದು.

ಹೇಳೋಕೆ ಹಿಂಜರಿಯೋದು ಮನುಷ್ಯನ ಲಕ್ಷಣವಲ್ಲ ಬಿಡಿ. ಅದ್ಕೇ ಹೆಣ್ಣು, ಗಂಡು ಅನ್ನೋ ಭೇದವೇನು ಇರೋಲ್ಲ. ಬುದ್ಧಿ, ಮನಸ್ಸು, ಜ್ಞಾನ, ವಿವೇಕವನ್ನು ದೇವರು ಸಮನಾಗಿಯೇ ಕೊಟ್ಟಿದ್ದಾನೆ. ಅನುಭವ, ವಿವೇಕವನ್ನು ಅವಲಂಬಿಸಿ ಇರುತ್ತೆ" ಸ್ಪಷ್ಟವಾಗಿ ಹೇಳಿದಳು. ಅಲ್ಲಿ ಹಿಂಜರಿಕೆ ಇರಲಿಲ್ಲ. ಕ್ಷಣ ವಿಚಲಿತರಾದರು ಭಾಸ್ಕರ್. ಹಿಂದಿನ ಶರಣಾಗತಿ ನುಸುಳಲಿಲ್ಲ. ರಿಕ್ವೆಸ್ಟ್‌ಗೆ ಮೊರೆ ಹೋಗದೇ ಜೋರು ಮಾಡಿದರು "ಫಿಲಾಸಫಿ ಸಾಕು. ಇಬ್ರೂ ಸರ್ವೆಂಟ್ಸ್ ನೇಮಕ ಮಾಡ್ತೀನಿ ಸುವರ್ಣಮ್ಮ ಬೇಡ" ಅಷ್ಟು ಹೇಳಿದಾಗ ಮಾತು ಬೇಡವೆನಿಸಿ ಹೋಗಿ ಮಲಗಿದಳು ಕೃತಿಕಾ.

ಆದರೆ ಕೃತ್ತಿಕಾ ನಿರ್ಧಾರ ಅಚಲವಾಗಿತ್ತು. ಹೇಳಿದ್ದು ಮಾತ್ರ ಬೆಳಿಗ್ಗೆಯೇ. "ಸದ್ಯಕ್ಕೆ ಅವ್ಳ ಗಂಡ ಬರೋವರ್ಗೂ ಸುವರ್ಣಮ್ಮನ್ನ ಕಳಿಸೋಕ್ಕಾಗೋಲ್ಲ" ಎಂದು ಹೇಳಿದನಂತರ ಶೇಷಮ್ಮನವರ ಬಳಿಗೆ ಬಂದು "ಅತ್ತೆ ಸುವರ್ಣಮ್ಮನ್ನ ಕೆಲ್ಸದಿಂದ ಬಿಡಿಸೋಕಾಗೋಲ್ಲ. ನಿಮ್ಮ ಪಾಡಿಗೆ ನೀವಿರಿ" ಸ್ಪಷ್ಟಪಡಿಸಿದ ನಂತರವೆ ಕಿಚನ್‌ಗೆ ಹೋಗಿದ್ದು. ಕಠಿಣವಾಗಿತ್ತು ಅವಳ ಸ್ವರ.

ಅಂದು ಅರ್ಧಗಂಟೆ ಮೊದಲೇ ಆಫೀಸ್‌ಗೆ ಹೊರಟಳು ಕೃತಿಕಾ. ಅರುಣ ಆಗಲೀ ಶಶಾಂಕ್ ಆಗಲೀ, ಸುವರ್ಣಮ್ಮನಾಗಲಿ ಹೋಗಿ ಅವರನ್ನು ಮಾತಾಡಿಸ್ಲಿಲ್ಲ. ಅವರವರ ಪಾಡಿಗೆ ಅವರಿದ್ದರು. ಭಾಸ್ಕರ್ ಸುಮ್ಮನೆ ಅಡ್ಡಾಡಿದರಷ್ಟೆ. ಶಶಾಂಕ್ ಮನೆಯಲ್ಲೇ ಇದ್ದುದ್ದರಿಂದ ಅರುಣನ ಕೂಗಲಾರದೆ ಹೋದರು. ಒಂದೆರಡು ದಿನದಿಂದ ಹತ್ತಾರು ಸಲ ರಿಂಗ್ ಮಾಡಿದ್ದರು. 'ನಾಟ್ ರೀಚಬಲ್' ಅನ್ನುವ ಮೆಸೆಜ್ ಬಂದು ಈಗ ಪೂರ್ತಿಯಾಗಿ ನಿಶ್ಯಬ್ದವಾಗಿತ್ತು. ಎಲ್ಲಿ ಹೋಯಿತು. ಎಲ್ಲಿ ಹೋಯಿತು ಮೊಬೈಲ್? ಮತ್ತೆ ಮೊಬೈಲ್ ಕಳೆದುಹೋಯಿತಾ? ಮೊದಲ ಮೊಬೈಲ್‌ನ ಅನ್ವೇಷಣೆ ಮಾಡಿ ಸಾಕಾಗಿದ್ದರು. ಈಗ ಇನ್ನೊಂದು... ಮೊಬೈಲ್... ತಲೆ ಕೆಟ್ಟಂತಾಯಿತು. ಕಾಲ್‌ಲಿಸ್ಟ್‌ನಲ್ಲಿ ಹುಡುಕಾಡಿದರೇ, ಬೇರೆ... ಬೇರೆ... ನಂಬರ್‌ಗಳು ಸಿಗಬಹುದು. ತಲಾಖ್ ಮಾಡಿದರೇ ಅದೆಲ್ಲ ಭಾಸ್ಕರ್‌ದೇ. ಬಹುಶಃ... ಏನೇನೋ ಯೋಚನೆಗಳು ಬೆವತುಹೋದರು.

ಬ್ರೇಕ್‌ಫಾಸ್ಟ್ ಕೂಡ ಮಾಡದೇ ಆಫೀಸ್‌ಗೆ ಹೋದರು. ಬೆಳಗಿನಿಂದ ಅರುಣನ ಒಂದು ಸಲ ಕೂಡ ನೋಡಿ ಮಾತಾಡಿಸಲಾಗಿರಲಿಲ್ಲ. ಬಹುಶಃ ಕೂಗಿ ಮಾತಾಡಿಸಿದರೆ ಆಕ್ಷೇಪಿಸುವವರಾರು ಇರಲಿಲ್ಲ. ಆದರೆ ಅಳುಕು.. ಹಿಂಜರಿಕೆ!

ಈ ಚಡಪಡಿಕೆ ಅಫೀಸ್‌ನಲ್ಲಿ ಮುಂದುವರಿದರು ಚೇತರಿಸಿಕೊಂಡಿದ್ದರು.

* * *

ಶನಿವಾರ ಬಿಂದು ಮನೆಯಲ್ಲೇ ಇದ್ದಳು. ಕೃತಿಕಾ ಲ್ಯಾಂಡ್‌ಲೈನ್ ಫೋನ್‌ನಿಂದ ಕಾಲ್ ಬಂದಾಗ ಅಚ್ಚರಿಯೇನಲ್ಲ. "ಹಲೋ, ಕೃತಿ..." ಅಂದಳು. "ನಾನಮ್ಮ, ಭಾಸ್ಕರನ ತಾಯಿ. ನಮ್ಮ ಕೃತಿ ಸ್ನೇಹಿತೆ ಬಿಂದು ಅಲ್ವಾ? ಹೇಗಿದ್ದೀ?" ಶುರು ಮಾಡಿದಾಗಲೇ ಏನೋ ವಿಷಯವಿದೆಯೆನಿಸಿತು. "ಹೌದು, ಹೇಳಿ! ಯಾವಾಗ್ಬಂದ್ರಿ? ಹೇಗಿದ್ದೀರಿ?" ವಿಚಾರಿಸಿದಳು. ಆಕೆಯ ಬಗ್ಗೆ ಅಂಥ ಒಳ್ಳೆಯ ಅಭಿಪ್ರಾಯವೇನು ಇರಲಿಲ್ಲ ಅವಳಿಗೆ.

ನಿಸ್ಸೊಲುಮೆ 133

"ಏನು... ಚೆಂದ! ಅಲ್ಲು ನೂರೆಂಟು ತಾಪತ್ರಯಗಳು ಇದೆ. ಭಾಸ್ಕರನದ್ದೇ ಯೋಚ್ನೆ." ಆಕೆ ದಬ್ಬಿದ ನಿಟ್ಟುಸಿರು ಅವಳವರೆಗೂ ಹರಿದುಬಂದಂತಾಯಿತು. "ಭಾಸ್ಕರ್‌ಗೆ ಏನಾಗಿದೆ? ಹಾಗೆ ನೋಡಿದರೆ ನಿಮ್ಮ ಎಲ್ಲಾ ಮಕ್ಕಳಿಗಿಂತ ಅವನೇ ಸೂಪರ್ ಆಗಿರೋದು. ಮನೆಯಲ್ಲ... ಬಂಗ್ಲೆ! ನಿಮ್ಮ ಎಲ್ಲ ಮಕ್ಳು ಸೇರಿದರು ಇಂಥ ಬಂಗ್ಲೆ ಕಟ್ಟೋಕೆ ಆಗೋಲ್ಲ. ಅದೆಲ್ಲ ಇರ್ಲಿ... ಏನು ವಿಷ್ಯ?" ವಿಚಾರಿಸಿದಳು ಸ್ವಲ್ಪ ಸೀರಿಯಸ್ಸಾಗಿ. "ನಿನ್ನ ಹತ್ರ ಮಾತಾಡೋದಿತ್ತು. ನಾವೇ ಅಲ್ಲಿಗೆ ಬರೋಣವಾ? ಇಲ್ಲ, ನೀನೇ... ಬರ್ತೀಯಾ?" ಕೇಳಿದರು.

ಅಂತು ಬಿಂದುಗೆ ವಿಷಯ ತಿಳಿಯಬೇಕಿತ್ತು.

"ಹೇಗೂ, ನನ್ನ ಪುಟ್ಟ ಪ್ಲಾಟ್ ನೋಡಿದಂತೆ ಆಗುತ್ತೆ. ನೀವೇ ಒಂದ್ಸಲ ದಯಮಾಡ್ಸಿ" ಆಹ್ವಾನ ಕೊಟ್ಟಳು ಬಿಂದು. ಇಂದು ರಜ ಹಾಕಿದ್ದರಿಂದ ಮನೆಯಲ್ಲೇ ಇದ್ದದ್ದು. ಗಂಗೋತ್ರಿ ಹೋಂಗೆ ಹೋಗಿ ಶ್ರೀಲಕ್ಷ್ಮಿಯವರನ್ನು ಮಾತ್ರವಲ್ಲ, ಆ ಎನ್ವಿರ್‌ಮೆಂಟ್‌ನಲ್ಲಿ ಕೆಲವು ಗಂಟೆಗಳನ್ನು ಕಳೆಯಬಹುದೆಂದುಕೊಂಡಿದ್ದ ಅಷ್ಟೆ. ವಿಷ್ಯ ಗಂಭೀರವಾಗಿಯೇ ಇರಬಹುದು. ಅಂದುಕೊಂಡು ಒಂದಿಷ್ಟು ಉಪ್ಪಿಟ್ಟು, ಜಾಮೂನು ತಾನೇ ತಯಾರಿಸಿ ಕೆಲಸದ ಹುಡುಗಿಗೆ ಅದನ್ನೆಲ್ಲ ಕ್ಲೀನ್ ಮಾಡಲು ತಿಳಿಸಿ ಬಂದು ಹಾಲ್‌ನಲ್ಲಿ ಕೂತದ್ದು.

ಎರಡು ರೂಂ ಪ್ಲಾಟ್ ಸೋಫಿಸ್ಟಿಕೇಟೇಡ್ ಆಗಿಯೇ ಇತ್ತು. ಇಡೀ ಪ್ಲಾಟ್‌ಗೆ ಬಿಂದು, ಕೆಲಸದ ಹುಡುಗಿ ಅಷ್ಟೆ. ಸಾಕಷ್ಟು ಬಂಧುಗಳಿಂದ ನೋವು, ಅವಮಾನ ಅನುಭವಿಸಿದ ಮೇಲೆ ಈಗ ಒಂಟಿ, ಏಕಾಂತಪ್ರಿಯವಾಗಿತ್ತು ಕೂಡ.

ನಾಲ್ಕರ ಸುಮಾರಿಗೆ ಒಂದು ಟ್ಯಾಕ್ಸಿ ಬಂತು. ಅದರಿಂದ ಮೊದಲು ಇಳಿದವಳು ಸುವರ್ಣಮ್ಮ. ಅವಳಿಗೆ ಇಲ್ಲಿಗೆ ಬಂದು ಹೋಗಿ ಪರಿಚಯವಿತ್ತು. ಅವಳೇ ಇವರುಗಳನ್ನು ಕರೆತಂದಿದ್ದು.

"ಅಕ್ಕ, ನೆಂಟರು... ಬಂದಿದ್ದಾರೆ. ನಾನು ಹೊರಟೆ" ಅಂದ ಸುವರ್ಣಮ್ಮನಿಗೆ ಬಿಂದು ರೇಗಿದಳು. "ಅದೇನು ಸಂಪತ್ತು ಇಟ್ಟಿದ್ದೀಯಾ ಅಲ್ಲಿ?" ಅವಳು ತಲೆ ಕೆರೆದುಕೊಂಡು "ಅಂಥದೇನಿಲ್ಲ, ಪೂರ್ತಿ ಕೆಲ್ಸ ಆಗಿರಲಿಲ್ಲ. ಅಕ್ಕ ಮೀಟಿಂಗ್ ಇದೇಂತ ಹೋದ್ರು" ಅನ್ನುವ ವೇಳೆಗೆ ಅವರುಗಳು ಬಂದು ಕೂತು ಆಗಿತ್ತು. ಶೇಷಮ್ಮ ಕೂಡ ಮೊದಲ ಸಲ ಬಂದಿದ್ದು. ಎಲ್ಲೆಡೆ ಕಣ್ಣರಳಿಸಿದರು.

"ಕೂತ್ಕೊಳ್ಳಿ..." ಎಂದು ಅವಳನ್ನು ಕಿಚನ್‌ಗೆ ಕರೆದೊಯ್ದು "ಏನೇ... ವಿಷ್ಯ?" ಪಿಸುದನಿಯಲ್ಲಿ ವಿಚಾರಿಸಿದಾಗ "ಗೊತ್ತಿಲ್ಲಕ್ಕ..." ಅಂದವಳು ಹಿಂದಿನ ದಿನ ನಡೆದಿದ್ದನ್ನೆಲ್ಲ ಹೇಳಿ "ಈ ಹೆಂಗ್ಸು ನನ್ಮೇಲೆ ಚಾಡಿ ಹೇಳಿ ಕೆಲ್ಸದಿಂದ ತೆಗೀರೀಂತ ಕೂತಿದ್ದಾಳೆ. ನಾನು ಎಲ್ಲಿ ಹೋಗ್ಲಿ?" ಕಣ್ಣೊತ್ತಿಕೊಂಡಳು ಸುವರ್ಣಮ್ಮ. "ನೀನ್ಯಾಕೆ ಅಳ್ತೀಯಾ? ಕೃತಿ ಕೆಲವಕ್ಕೆ ಕಾಂಪ್ರಮೈಸ್ ಆಗೋಲ್ಲ. ಅಕಸ್ಮಾತ್ ಅಂಥ ಸಂದರ್ಭ ಬಂದರೆ ನನ್ಜೊತೆ ಬಂದು ಇದ್ಬಿಡು. ಒಂದಿಷ್ಟು ತಿಂಡಿ ತಿಂದ್ಹೋಗು" ಎಂದು ತಿಂಡಿಯನ್ನು ಪ್ಲೇಟ್‌ಗೆ ಬಗ್ಗಿಸಿಕೊಟ್ಟು "ಗೌರಿ ಕಾಫೀ ಕೊಡ್ತಾಳೆ, ಕುಡ್ದು ಹೋಗ್. ಟ್ಯಾಕ್ಸಿ ವಾಪಸ್ಸು ಕಳ್ಸಿದಂತೆ

ಕಾಣುತ್ತೆ. ಹೇಗೆ... ಹೋಗ್ತೀಯ?" ವಿಚಾರಿಸಿದಳು.

"ಬಸ್ಸಿನಲ್ಲಿ ಹೋಗ್ತೀನಿ. ಆಯಮ್ಮ ಹೋಗಿದ್ದು ಸರೀನಾ? ಮೊದಲ ಸಲ ಬಂದಿರೋದು. ಅಕ್ಕನ ಬೆಡ್‌ರೂಂಗೆ ಹೋಗಿ ಮೇಕಪ್ ಮಾಡ್ಕೋತಾ ಇದ್ಲು. ನಂಗೆ ರೇಗಿತು. ಅಕ್ಕನಿಗೆ ತಿಳಿಸ್ದೇ" ದೊಡ್ಡ ಕಾರ್ಯವೆಸಗಿದಂಗೆ ಹೇಳಿಕೊಂಡಾಗ ಬಿದ್ದು ನಕ್ಕಳು. "ಆಯ್ತು ಬಿಡು. ಪ್ರತಿಯೊಂದಕ್ಕೂ ನಿನ್ನ ಅಪರಾಧಿ ಸ್ಥಾನದಲ್ಲಿ ನಿಲ್ಲಿಸ್ಕೋಬೇಡ. ನಿನ್ನದೇನು ತಪ್ಪಿಲ್ಲ" ಎಂದು ಹೊರಗೆ ಬಂದು ಅವರುಗಳ ಮುಂದೆ ಕೂತಳು. ಅಪ್ಪ, ಮಗಳನ್ನ ಬದಲಿಸಿ ಬದಲಿಸಿ ನೋಡಿ ಮನದಲ್ಲೇ ನಕ್ಕಳು "ಬಾನಿ, ನಿನ್ನ ಅದೃಷ್ಟ ಚೆನ್ನಾಗಿತ್ತು. ಅದಕ್ಕೆ ನಿಂಗೆ ಕೃತಿಕಾ ಸಿಕ್ಕು" ಅಂದುಕೊಂಡು ನಿಟ್ಟುಸಿರು ದಬ್ಬಿದ್ದು.

"ನೀವುಗಳು ಅಪರೂಪಕ್ಕೆ ಬಂದ್ರಿ, ತುಂಬ ಸಂತೋಷ. ಏನಾದ್ರೂ ವಿಷ್ಯ... ಇರ್ಬೇಕು. ಸುವರ್ಣಮ್ಮನ ಕಳ್ಸೀ ಬರ್ತೀನಿ" ಎಂದು ಎದ್ದುಹೋದಾಗ, ವನಜಾ ಎದ್ದು ಪ್ಲಾಟ್‌ನ ಹೊರಗೆ ಒಳಗೆ ಎಲ್ಲಾ ಸುತ್ತಾಡಿ ಬಂದು "ಅತ್ತೆ, ಒಬ್ಳೇ ಇದ್ದಾಳೇಂತ ಅಂದ್ರಿ, ಒಂದತ್ತು ಜನವಾದ್ರೂ ಇರಬಹ್ದು. ಸರ್ಕಾರಿ ಕೆಲ್ಸ. ಒಳ್ಳೆ ಸಂಬ್ಳ, ನೋಡೋಕು ಚೆನ್ನಾಗಿದ್ದಾಳೆ, ಒಂಟಿಯಾಗಿ ಇರೋಕೆ ಬಿಡ್ತಾರ?" ಬಗ್ಗಿ ಪಿಸುಗುಟ್ಟಿದಾಗ ಶೇಷಮ್ಮ ಬೆನ್ನು ಮೇಲೆ ಒಂದೇಟು ಹಾಕಿ ಸುಮ್ಮನಿರಿಸಿದಳು.

"ಮೆತ್ತಗೆ ಮಾತಾಡು ಕೃತಿ ಇವಳ ಸ್ನೇಹಿತೆ. ಇವಳೊಬ್ಳು ಒಪ್ಪಿದರೇ, ನಮ್ಮ ಕೆಲ್ಸ ಆದಂಗೇನೇ. ಯಾವುದಾದ್ರೂ ದೇವಸ್ಥಾನದಲ್ಲಿ ಮೂರು ಗಂಟು ಹಾಕ್ಸಿಬಿಡ್ತೀನಿ." ಆಕೆನು ಪಿಸುದನಿಯಲ್ಲಿ ಹೇಳಿದಳು. ವನಜ ಮುಖ ಅರಳಿತು. ಈಗಾಗಲೇ ತಾನು 'ನಿನ್ನೊಲುಮೆ'ಯ ಒಡತಿಯೆನ್ನುವ ಕನಸಿನಲ್ಲಿದ್ದಳು.

ಹೊರಟು ನಿಂತ ಸುವರ್ಣಮ್ಮನ ಕೈಯಲ್ಲಿ ಎರಡು ನೂರರ ನೋಟು ಇಟ್ಟು, "ಸುಮ್ನೇ ಬಸ್ಸಿಗಾಗಿ ಕಾಯ್ತಾ ಕೂಡ್ಬೇಡ. ಹೇಗೋ ಮ್ಯಾನೇಜ್ ಮಾಡ್ಕೊಂಡ್ ಬೇಗ ಹೋಗ್ಬಿಡು" ಎಂದು ಕಳಿಸಿ ನಂತರವೆ ಇವರ ಮುಂದೆ ಬಂದು ಕೂತಿದ್ದು.

ಹಣದ ಲೆಕ್ಕಾಚಾರದಲ್ಲಿ ಸುವರ್ಣಮ್ಮ ಬಸ್ಸು ಹಿಡಿದು ಮನೆಗೆ ಬರುವ ವೇಳೆಗೆ ಒಂದು ಲಗ್ಜುರಿ ಟ್ಯಾಕ್ಸಿ ಗೇಟಿನ ಮುಂಭಾಗದಲ್ಲಿ ನಿಂತಿತ್ತು. ಅವಳಿಗೇನು ಅಚ್ಚರಿಯೆನಿಸಲಿಲ್ಲ. ಕೆಲವೊಮ್ಮೆ ಭಾಸ್ಕರ್ ಫ್ರೆಂಡ್ಸ್, ಕೃತಿಕಾ ಕೊಲೀಗ್ಸ್ ಬರುತ್ತಿದ್ದುದುಂಟು. ಅವರಿಬ್ಬರು ಇಲ್ಲ 'ಶಶಿ... ಅಣ್ಣ...' ಬಂದಿರಬಹುದೆಂದು ಗೇಟು ತೆಗೆದುಕೊಂಡು ಒಳಗೆಹೋದಳು. 'ಈ ಬಂಗ್ಲೆಗೆ ಒಂದಲ್ಲ ಎರಡು ನಾಯಿ ಬೇಕು' ಎಂದು ಬಂದವರೆಲ್ಲ ಹೇಳುತ್ತಿದ್ದರು. ದಂಪತಿಗಳು ಮನಸ್ಸು ಮಾಡಿರಲಿಲ್ಲ ಅಷ್ಟೆ.

ತೆರೆದ ಬಾಗಿಲು ತಳ್ಳಿಕೊಂಡೇ ಸುವರ್ಣಮ್ಮ ಒಳಗೆ ಬಂದಾಗ ಭಾಸ್ಕರ್, ಅರುಣ ನಗುತ್ತಿದ್ದರು. ಭಾಸ್ಕರ್ ಕೈಯಲ್ಲಿ ಒಂದು ಗಿಫ್ಟ್ ಪ್ಯಾಕೇಟ್ ಇತ್ತು. ಬೆಪ್ಪಾಗಿ ನಿಂತಳು.

"ಅರುಣಮ್ಮ ಬಾಗ್ಲು ತೆಗೆದೇ ಇತ್ತು. ಟ್ಯಾಕ್ಸಿನ ನೋಡಿ ಗಾಬ್ರಿಯಾದೆ" ಎದೆಯ ಮೇಲೆ ಕೈಯಿಟ್ಟುಕೊಂಡು ಏದುಸಿರು ಬಿಡುತ್ತ ಅಂದೇಬಿಟ್ಟಳು. ಇಬ್ಬರಿಗೂ ಶಾಕ್!

ಭಾಸ್ಕರ್ ಪೂರ್ತಿ ಬೆವತುಬಿಟ್ಟ. "ಹಾ... ಹಾ... ನೀನೆಲ್ಲಿ ಹೋಗಿದ್ದೆ?" ತಡಬಡಿಸಿದ. ಸುವರ್ಣಮ್ಮ ನಿಧಾನವಾಗಿಯೇ ಹೇಳಿದ್ದು. "ಸರಿಬಿಡು, ಮೊದ್ಲೇ ಹೇಳಿದ್ದರೇ ನಾನೇ ಕರ್ಕೊಂಡ್ಹೋಗಿ ಬಿಡ್ತಾ ಇರ್ಲಿಲ್ವಾ?" ಕೇಳಿದ. ಈ ಶಾಕ್‌ನಿಂದ ಅವನು ಹೊರ ಬಂದಿರಲಿಲ್ಲ. ಅರುಣ ತನ್ನ ಇನ್ನೊಂದು ಮೊಬೈಲ್ ಕೂಡ ಕಳೆದಿದೆಯೆಂದು ತಿಳಿಸಿದ್ದರಿಂದ ಬಂದಿದ್ದು, ಅದು ಟ್ಯಾಕ್ಸಿ ಮಾಡಿಕೊಂಡು. ಮರೆಮಾಚುವ ಲಕ್ಷಣ. ಎಂಥ ದಿಟ್ಟೆದೆಯ ಮನುಷ್ಯನನ್ನಾದರೂ ಅಪರಾಧ ದಿಕ್ಕೆಡಿಸುತ್ತೆ. ವಿವೇಕ ಎಚ್ಚರಿಕೆ ನೀಡುತ್ತ "ನಾನು... ಬರ್ತೀನಿ ಅರುಣ" ಹೊರಟೇಬಿಟ್ಟ. ಅವಳ ಸಲುವಾಗಿ ಒಂದು ಮೊಬೈಲ್ ಖರೀದಿಸಿ ತಂದಿದ್ದು.

ಸವರಿಕೊಂಡು ಸುವರ್ಣಮ್ಮ ತನ್ನ ರೂಮಿಗೆ ಹೋದಳು. ಭಾಸ್ಕರ್ ಸರ್‌ಪ್ರೈಸಾಗಿ ಬರೋದು ಅಪರೂಪವಲ್ಲ. ಮೊದಲೇ ಬಂದಿದ್ದರೆ ಈ ಟಾಕ್ಸಿಯಲ್ಲೇ ಹೋಗಬಹುದಿತ್ತು ಅಂದುಕೊಂಡಳಷ್ಟೆ.

ಬಲವಂತ ಮಾಡಿ ಬಿಂದು ತಿಂಡಿ ಕೊಟ್ಟಿದ್ದರಿಂದ ಸುಮ್ಮನೆ ಒಂದು ಕಡೆ ಕೂತಳು. ಹಿಂದೆ ಇದ್ದ ರೂಮು ಅವಳ ಬಳಕೆಗೆ ನೀಡಲಾಗಿತ್ತು. ಅದು ಅಚ್ಚುಕಟ್ಟಾಗಿ ಅನುಕೂಲವಾಗಿ ಇತ್ತು. ರಾತ್ರಿ ಮಲಗಲು ಮಾತ್ರ ಇಲ್ಲಿಗೆ ಬರುತ್ತಿದ್ದಳು. ಮಿಕ್ಕ ಸಮಯದಲ್ಲಿ ಎಲ್ಲಾ ಕಡೆಯು ಅವಳ ಓಡಾಟ ಅಚ್ಚುಕಟ್ಟಿಗೆ ಇನ್ನೊಂದು ಹೆಸರು.

ಸುಮ್ಮನೆ ಒಂದು ಕಡೆ ಸಪ್ಪಗೆ ಕೂತಳು ಅರುಣ. ಭಾಸ್ಕರ್ ತಂದುಕೊಟ್ಟ ಎರಡು ಮೊಬೈಲ್ ಕಳೆದಿತ್ತು! ಅದು ಮನೆಯಲ್ಲಿ, ಇನ್ನು ಮೊದಲ ಮೊಬೈಲ್‌ನ ಹುಡುಕಾಟವೆ ನಿಂತಿರಲಿಲ್ಲ. ಈಗ... ಎರಡನೆಯದು! ಅದನ್ನು ಭಾಸ್ಕರ್‌ಗೆ ತಿಳಿಸಲು ಕಾಲ್ ಮಾಡಿದ್ದಳಷ್ಟೆ, ಆದರೆ ಸರ್‌ಪ್ರೈಸಾಗಿ ಇನ್ನೊಂದು ಮೊಬೈಲ್‌ನ ಗಿಫ್ಟ್ ಪ್ಯಾಕ್ ಮಾಡಿಸಿಕೊಂಡು ಬರಬಹುದೆಂಬ ಸಣ್ಣ ಕನಸು ಕೂಡ ಇರಲಿಲ್ಲ. ಅವಳೆದೆ ಢವಢವ ಎನ್ನುತ್ತಿತ್ತು.

ಅಷ್ಟರಲ್ಲಿ ಅವಳ ಫೋನ್ ಸದ್ದು ಮಾಡಿತು. "ಅರುಣ, ನಾನು ಬಂದ ಪ್ರಸ್ತಾಪ ನೀನಾಗಿ ಎತ್ತಬೇಡ. ಗೊತ್ತಾಯಿತಲ್ಲ! ಸುವರ್ಣಮ್ಮ ಬಂದು ಮೂಡ್ ಹಾಳು ಮಾಡಿದಳು. ಗಿಫ್ಟ್‌ಪ್ಯಾಕ್ ತೆಗೆದಿಡು. ಸದ್ಯಕ್ಕೆ ಅದನ್ನು ಓಪನ್ ಮಾಡ್ಬೇಡ" ಕಾಲ್ ಕಟ್ ಆಯಿತು. ಅಕಸ್ಮಾತ್ ಹೇಳಿದರೇ ತಾನೇ ಏನು? ಸೀರಿಯಲ್‌ನಲ್ಲಿ ಬರೋ ಪತ್ನಿಯರ ಹಾಗೇ ಅಕ್ಕ ಭಾವನನ್ನು ದಬಾಯಿಸಬಹುದೇ? ಯಾವುದೋ ಒಂದು ಸನ್ನಿವೇಶವನ್ನು ನೆನಸಿಕೊಂಡು ಜೋರಾಗಿ ನಕ್ಕಳು. ನೋಡುವ ಸೀರಿಯಲ್‌ಗಳ ಪ್ರಭಾವ ಅವಳ ಮೇಲಿತ್ತು.

ಇವಳ ನಗುನ ಕೇಳಿಯೇ ಸುವರ್ಣಮ್ಮ ಬಂದಿದ್ದು.

"ಟಿ.ವಿನು ಹಾಕಿಲ್ಲ. ಯಾವುದೇ ತಮಾಷೆ ಸೀನ್‌ನ ನೆನಸ್ಕೊಂಡ್ ನಗ್ತಾ ಇದ್ದೀರಾ? ಐರನ್ ಮಾಡೋ ಬಟ್ಟೆಗಳು ಇದ್ದರೇ ತೆಗ್ದು ಹಾಕಿ. ಆ ಕೆಲ್ಸ ಬೇಗ ಮುಗಿಸ್ಕೋತೀನಿ" ಅಂದಳು. ಚಟುವಟಿಕೆಯ ಹೆಣ್ಣು.

ಅರುಣ ಅವಳನ್ನು ಕರೆದುಕೊಂಡು ರೂಮಿಗೆ ಹೊರಟಳು. ಗಿಫ್ಟ್ ಪ್ಯಾಕ್ ಅಲ್ಲೇ

ಉಳಿಯಿತು. ಆ ವೇಳೆಗೆ ಲ್ಯಾಂಡ್‌ಲೈನ್‌ಗೆ ಕಾಲ್ ಬಂದಾಗ ಘೋನ್ ಎತ್ತಲು ಓಡಿದಳು. ಟೀಪಾಯಿ ಮೇಲಿದ್ದ ಗಿಫ್ಟ್ ಪ್ಯಾಕ್ ಇವಳು ಟೀಪಾಯಿ ಕಾಲನ್ನು ಎಡವಿದಾಗ ನಿಶ್ಚಿಂತೆಯಿಂದ ಸೋಫಾ ಕೆಳಗೆ ಹೋಗಿ ಮಲಗಿತು.

ಆ ಕಡೆ ಇದ್ದಿದ್ದು ಭಾಸ್ಕರ್ "ಏಯ್, ಅರುಣ ಶೇಷಜ್ಜಿ ಜೊತೆ ಮಾತಿಗೆ ನಿಲ್ಲಬೇಡ. ಹಳೆಕಾಲದ ಹೆಂಗ್ಸು. ಏನೇನೋ ಮಾತಾಡ್ತಾರೆ. ನೀನು ತುಟಿನೆ ಬಿಚ್ಚಬೇಡ. ಇಂಥದೊಂದು ಎಚ್ಚರಿಕೆ ಕೊಟ್ಟು ಕಾಲ್‌ಕಟ್ ಮಾಡಿದ." ಯಾಕೆ? ಅವಳೇನು ತಲೆ ಕೆಡಿಸಿಕೊಳ್ಳಲಿಲ್ಲ. ನೆಕ್ಸ್ಟ್‌ಕಾಲ್ ಕೃತಿಗೆ ಹೋಗಿತ್ತು. "ಯಾವ್ದೋ ಕಂಪನಿ ಮೀಟಿಂಗ್ ಇತ್ತು. ಹಾಗೇ 'ನಿನ್ನೊಲುಮೆ' ಹೋಗಿ ಶೇಷಮ್ಮನವ್ರ ಪರಿವಾರ ಬಿಂದು ಫ್ಲಾಟ್‌ಗೆ ಹೋಗಿದೆ ಯಾಕೆ? ನಿಮಗೇನಾದ್ರೂ ಇನ್‌ಫಾರ್ಮೇಷನ್ ಇತ್ತಾ?" ಕೇಳಿದ. "ಗೊತ್ತಿಲ್ಲ..." ಅಂದು ಕಾಲ್‌ಕಟ್ ಮಾಡಿದಳು ಕೆಲಸದ ಒತ್ತಡದಲ್ಲಿರೋವಾಗ ಬೇರೆಯವ್ರ ಕಾಲ್ ರಿಸೀವ್ ಮಾಡಿಕೊಳ್ಳೋಕ್ಕಾಗಲೀ, ಸಮಯದ ಉಪಯೋಗಕ್ಕಾಗಲೀ ಪರ್ಮಿಷನ್ ಇರಲಿಲ್ಲ. ಅದು ಅವನಿಗೆ ಗೊತ್ತು. ಕಾಲ್ ಮಾಡೋಕು ಉದ್ದೇಶವಿತ್ತು.

ಅದರಿಂದ ಭಾಸ್ಕರ್ ಬೇಸರ ಮಾಡಿಕೊಳ್ಳಲಿಲ್ಲ. ಹಾಗೇ ಬಿಂದುವನ್ನೂ ಸಂಪರ್ಕಿಸಿದಾಗ "ಹಲೋ, ಭಾಸ್ಕರ್. ಇವತ್ತು ಎಲ್ಲ ಸರ್‌ಪ್ರೈಜ್! ಈಗ್ಹೇಳು... ಏನು ವಿಷ್ಯ?" ಕೇಳಿದಳು. ಕೃತಿಕಾಳಲ್ಲಿ ಇರುವಷ್ಟೆ ಸ್ನೇಹ, ಸಲುಗೆ ಇತ್ತು. ಭಾಸ್ಕರ್‌ನಲ್ಲಿ ಕೂಡ "ಅಂಥದೇನಿಲ್ಲ. ಅಮ್ಮ ಪರಿವಾರದೊಂದಿಗೆ ಬಂದಿದ್ದಾರಂತಲ್ಲ" ಕೇಳಿದ ಒಂದು ತರಹ.

"ಗೊತ್ತಿಲ್ಲ, ಸುಮ್ನೇ ಬಂದಿರಬಹುದಷ್ಟೆ. ಏನಾದ್ರೂ ಇಂಪಾರ್ಟೆಂಟ್ ಇದ್ದರೆ, ನಿಂಗೆ ತಿಳಿಸ್ತೀನಿ ಬಿಡು. ಏನಾಯ್ತು ಫ್ಲಾಟ್‌ದು?" ಬರೀ ಕುತೂಹಲಕ್ಕೆ ವಿಚಾರಿಸಿದ್ದು "ಮತ್ತೆ ಒಂದು ಕಂತಾಗಿ ಟೆನ್‌ಲ್ಯಾಕ್ಸ್ ಕಟ್ಟಿದ್ದೀನಿ. ಮೂರನೆ ಕಂತು ಕಟ್ಟಿದರೆ ರಿಜಿಸ್ಟ್ರೇಷನ್ ಮಾಡ್ಸಿಕೊಡ್ತಾರೆ. ಒಂದು ಪ್ರಾಪರ್ಟಿಯ ಒಡೆಯ ಅಂದುಕೊಳ್ಳೋದು ಕೂಡ ಹೆಮ್ಮೆಯ ವಿಚಾರವೆ. ನಿಂಗೆ ಕೂಡ ಪಕ್ಕದ ಫ್ಲಾಟ್‌ನ ಕಾದಿರಿಸಿದ್ದೀನಿ. ನೀನು ಹ್ಞೂ ಅಂದರೆ ನಾನು ಅಡ್ವಾನ್ಸ್ ಕೊಟ್ಬಿಡ್ತೀನಿ" ಅಂದ ನಗುತ್ತ.

"ಮೈ ಗಾಡ್, ಅಂಥ ತಾಪತ್ರಯ ತಂದು ಹಾಕ್ಬೇಡ. ನಂಗೆ ಪ್ರಾಪರ್ಟಿ ಆಸೆ ಇಲ್ಲ. ಈಗ ಇರೋ ಫ್ಲಾಟ್‌ನ ನಂತರ ಯಾರಿಗಾದ್ರೂ ಬರ್ದು ಹೋಗ್ಬೇಕು. ಅಂಥದ್ದರಲ್ಲಿ... ರಿಸ್ಕ್ ಬೇಡ" ಎಂದಳು. ಮನದ ಮಾತುಗಳೇ. ಯಾಕೆ ಬೇಕು ಇನ್ನೊಂದು ಫ್ಲಾಟ್? ಈ ಪ್ರಶ್ನೆಗೆ ಅವಳಲ್ಲಿ ಮಾತ್ರವಲ್ಲ, ಎಷ್ಟೋ ಜನರಲ್ಲಿ ಉತ್ತರ ಇಲ್ಲ. ಮೋಸದ ಮೂಲಕ ಕೋಟಿ... ಕೋಟಿ. ಗುಡ್ಡೆ ಹಾಕಿಕೊಂಡಿರೋ ಮಹಾನುಭಾವರು ಒಮ್ಮೆ ತಮ್ಮನ್ನು ಪ್ರಶ್ನಿಸಿಕೊಂಡರೆ ಅದ್ಭುತವಾದ ಸಮಾಜದ ನಿರ್ಮಾಣ ಸಾಧ್ಯ. "ಸೋ ಸಿಲ್ಲಿ, ಆಸೆಗಳು ಇರ್ಬೇಕು" ಏನೇನೋ ಶುರು ಮಾಡಿದಾಗ "ಹೋಗ್ಲಿ ಬಿಡು, ಭಾಸ್ಕರ್. ನಿಮ್ಮ ತಾಯಿ ಹತ್ರ ಮಾತಾಡ್ತೀನಿ" ಸಾಕೆನಿಸಿ ಮಾತುಗಳನ್ನು ಕಟ್ ಮಾಡಿದಳು. ಕೆಲವೊಮ್ಮೆ ಭಾಸ್ಕರ್‌ನಲ್ಲಿ ಮಾತಾಡಲು ವಿಷಯಗಳೇ ಇರುತ್ತಿರಲಿಲ್ಲ.

ಆಮೇಲೆ ಶೇಷಮ್ಮ ಬಂದ ಕಾರಣ ಬಿಚ್ಚಿಟ್ಟರು.

"ನಂಗೆ ಮೂರು ಗಂಡು, ಎರ್ಡು ಹೆಣ್ಣು. ಇರೋ ಮೂರರಲ್ಲಿ ಇಬ್ಬರಿಗೆ ಬರೀ ಹೆಣ್ಣು ಮಕ್ಳು, ಭಾಸ್ಕರನಿಗೆ ಮಕ್ಳು ಇಲ್ಲ. ನಮ್ಮ ವಂಶ ಬೆಳೆಯೋದ್ಬೇಡ್ವಾ? ಇವ್ನಿಗೆ ಸ್ವಂತಕ್ಕೆ ಒಂದ್ಮಗು... ಬೇಡ್ವಾ?" ಆಕೆಯ ಮಾತಿನ ವರಸೆ ಅರ್ಥವಾಯಿತು. ಪಕ್ಕದಲ್ಲಿ ಕೂತಿದ್ದ ವನಜ ಕಡೆ ನೋಟ ಹರಿಸಿದವಳಿಗೆ ನಗು ತಡೆಯಲಾರದೆ ಎದ್ದು ಹೋದಳು. ಇನ್ನೊಂದು ವಿವಾಹ! ಬಿಂದು ಮನಸ್ಸು ತಳ್ಳಿ ಹಾಕಿತು. ಇದೆಲ್ಲಿಯ ನ್ಯಾಯ?

ಕೆಲಸದ ಹುಡುಗಿಗೆ ಜ್ಯೂಸ್ ತರಲು ಹೇಳಿ ತಾನು ಹೋಗಿ ಕೂತಳು. "ಬೇಡ್ವಾ, ಅಂದ್ಕೊಳ್ಳಿ! ಹೇಗೂ ಶಶಾಂಕ್‌ನ ತಂದು ಬೆಳ್ಸಿಕೊಂಡಿದ್ದಾರೆ. ಅವ್ರ ಮಗಾಂತ ತಿಳ್ಕೊಳ್ಳಿ" ನೇರವಾಗಿ ಹೇಳೋ ವೇಳೆಗೆ ಜ್ಯೂಸ್ ತಂದು ಇಟ್ಟುಹೋದಳು. ಶೇಷಮ್ಮನ ಮುಖ ಒಂದು ತರಹ ಆಯಿತು.

"ಅದೆಂಗೇ, ಸಾಧ್ಯವಾಗುತ್ತೆ? ಸ್ವಂತದ್ದು ಅನ್ನಿಸಿಕೊಳ್ಳೋಲ್ಲ. ಶಶಾಂಕ್ ನಮ್ಮ ವಂಶದ ಹೆಸರು ಹೇಳೋಕ್ಕಾಗೋಲ್ಲ. ಮಗುವಾಗಿದ್ದಾಗ್ಲೇ ತಂದು ಬೆಳ್ಸೀಕೊಂಡಿದ್ದರೆ, ಮಮಕಾರ ಹುಟ್ಟುತ್ತೆ. ಈಗ ಅವೆಲ್ಲ.. ಇರೋಲ್ಲ! ರಕ್ತ ಸಂಬಂಧಕ್ಕೆ ಅದರದೇ ಆದ ವಿಶಿಷ್ಟತೆ ಇರುತ್ತೆ. ಶಶಿ ಎಂದಿಗೂ ಅವ್ರ ಮಗನಾಗೋಕೆ ಸಾಧ್ಯವಿಲ್ಲ. ಭಾಸ್ಕರ್‌ಗೆ ಸ್ವಂತಕ್ಕೆ ಒಂದ್ಮಗು ಬೇಕು. ದೇಗುಲದಂಥ ಮನೆ ಕಟ್ಟಿಸಿದ್ದಾನೆ. ಅದ್ಕೇ ಒಬ್ಬ ವಾರಸುದಾರ ಬೇಡ್ವಾ?" ವಾದಕ್ಕೆ ನಿಂತರು. ಹೌದು ತಮ್ಮ ಸಂಪಾದನೆಲ್ಲ ತಮ್ಮ ಮಕ್ಕಳು ಮಾತ್ರ ಅನುಭವಿಸಬೇಕು. ಇಂಥ ಧೃತರಾಷ್ಟ್ರನ ಲೆಕ್ಕಾಚಾರದಿಂದಲೇ ಮಹಾಭಾರತದ ಯುದ್ಧ ನಡೆದಿರಬೇಕು. ಆದರೆ ಆ ಸಂತತಿ ಮಾತ್ರ ಮುಂದುವರಿದಿದೆ.

"ನೋಡಿ ಶೇಷಮ್ಮ ಭಾಸ್ಕರ್, ಕೃತಿ ಪ್ರೀತಿಸಿ ಎರ್ಡು ಮನೆಯ ಹಿರಿಯರನ್ನು ಧಿಕ್ಕರಿಸಿ ವಿವಾಹವಾದವರು. ನಂತರ ಅನುಭವಿಸಿದ ಕಷ್ಟವೆಷ್ಟು? ಎರ್ಡು ಮನೆಯ ಕಡೆಯವ್ರು ತಿರುಗಿ ಕೂಡ ನೋಡ್ಲಿಲ್ಲ. ಈಗ್ಬಂದ್ ಹೇಳೋಕೆ ನಿಮ್ಗೇ ಅಧಿಕಾರ ಕೊಟ್ಟವ್ರು ಯಾರು?" ಕೇಳಿದ ತಕ್ಷಣ ಆಕೆ ಅಳೋಕೆ ಶುರು ಮಾಡಿದರು. ತಮ್ಮ ಸಂಕಟ, ದುಃಖ, ಅವಮಾನ, ತಮಗಾದ ನಿರಾಸೆಯನ್ನು ಒಂದೇ ಸಮ ಹೇಳಲು ಶುರು ಮಾಡಿದಾಗ ಅವಳಿಗೆ ದಿಕ್ಕು ತೋಚದಂತಾಯಿತು. "ಪ್ಲೀಸ್, ದಯವಿಟ್ಟು ಇಷ್ಟೊಂದು ಅಳೋದ್ನ ನೋಡಿದರೇ ನನ್ನಿಂದಲೇ ದೊಡ್ಡ ಅನಾಹುತವಾಗಿದೆಯೆನ್ನುವ ಭಯ ಶುರುವಾಗಿದೆ. ಸ್ವಲ್ಪ ಸಮಾಧಾನ ಮಾಡ್ಕೊಂಡ್ ಜ್ಯೂಸ್ ಕುಡಿದು ಈಗ ನನ್ನಿಂದ ನಿಮ್ಗೇ ಏನಾಗ್ಬೇಕಿದೇಂತ ತಿಳ್ಸಿ" ಅವರನ್ನು ಸಮಾಧಾನ ಮಾಡುವ ವೇಳೆಗೆ ಸಾಕುಸಾಕಾದಳು. ಬಿಂದುಗೆ ಯಾಕಪ್ಪ ಬಂದರು ಅನ್ನಿಸಿಬಿಟ್ಟಿತು.

ಅಂತು ಪರಿಸ್ಥಿತಿ ಒಂದು ಹದಕ್ಕೆ ಬಂತು. ಅಪ್ಪ, ಮಗಳು ಪ್ರೇಕ್ಷಕರಾಗಿದ್ದರು. ಆತುರ, ಕಾತುರ ಇದ್ದರೂ ತೆಪ್ಪಗಿರಬೇಕಿತ್ತು.

ಆಮೇಲೆ ಜ್ಯೂಸ್ ಕುಡಿದ ಶೇಷಮ್ಮ, ವನಜ, ಅವಳ ಅಪ್ಪನನ್ನ ಪರಿಚಯಿಸಿದ "ನಮ್ಮ ಭಾಸ್ಕರನಿಗೆ ವರಸೆಯೆ. ಹೇಗೂ ಮಕ್ಳು ಇಲ್ಲ. ಸಾಕಷ್ಟು ಪರೀಕ್ಷೆಗಳ್ನ ಮಾಡಿಸಿರೋದು ನಂಗೆ ಗೊತ್ತಿದೆ. ಅವ್ಳಿಗೂ ನಲವತ್ತೆಂಟು, ಇನ್ನ ಮಕ್ಳು ಆಗೋದು ಕಷ್ಟ. ನೀನು

ಒಪ್ಪಬೇಕು" ಅಂದಕೂಡಲೆ ತಟ್ಟನೆ ಮೇಲೆದ್ದಳು. "ಅಂದರೆ ನಾನೇ ಅವ್ರ ದಾಂಪತ್ಯದ ಮೇಲೆ ಬಂಡೆ ಎಳೆಯಲಾ? ವಿಷ್ಯ ಗೊತ್ತಾದರೆ, ಫ್ರೆಂಡ್ ಅನ್ನೋ ಮುಲಾಜ್ ಕೂಡ ನೋಡದೇ ಕಾಲಲ್ಲಿರೋದು ಕಳಚಿಕೊಂಡು ಹೊಡೀತಾಳೆ. ಈ ವಿಚಾರ ಇಲ್ಲಿಗೆ ಕೈಬಿಡಿ" ಬಿಂದು ರೂಮಿಗೆ ಹೋಗಿ ಸುಧಾರಿಸಿಕೊಂಡಳು. 'ಛಿ...' ಅನ್ನಿಸ್ತು. ಎಂಥ ಸ್ವಾರ್ಥ! ಮಕ್ಕಳಾಗಲಿಲ್ಲ ಅನ್ನೋ ಒಂದೇ ಕಾರಣಕ್ಕೆ ಇನ್ನೊಂದು ಮದುವೆ... ರೂಮಿನಲ್ಲಿದ್ದ ದಿಂಬುಗಳನ್ನೆಲ್ಲ ಎಸೆದಾಡಿ ಬಿಟ್ಟಳು. ದೌರ್ಜನ್ಯವೆನಿಸಿತು. ಕೃತಿಕಾ ಬಗ್ಗೆ ಗೊತ್ತು. ಅಸಹ್ಯಭಾವ ಮೂಡಿತು ಅವಳಲ್ಲಿ.

ಆಮೇಲೆ ನಿಧಾನವಾಗಿ ಹೊರಬಂದಳು.

"ನೀನು ಸಹಾಯ ಮಾಡ್ಬೇಕು ಬಿಂದು. ಇವ್ಳು ಹೆತ್ತರೂ ಕೃತಿದೇ ಮಗುವಾಗುತ್ತೆ. ಅವ್ಳಿಗೂ ತಾಯ್ತನ ಹಂಬಲ ಇರೋಲ್ವಾ? ಎಲ್ಲಿನವನೋ, ಆ ಶಶಾಂಕ್, ಅವನನ್ನೆ ಸಾಕಿ ಸಲಹಲಿಲ್ವಾ? ವನಜ ಹೆತ್ತರೇ ಭಾಸ್ಕರನ ಮಗುವಾಗುತ್ತೆ. ಅದಕ್ಕೆ ಅವಳೇ ತಾಯಿ ಆಗ್ತಾಳೆ. ಇದನ್ನೆಲ್ಲ ಮನಸ್ಸಿನಲ್ಲಿ ಇಟ್ಕೊಂಡ್ ಇಂಥ ನಿರ್ಧಾರಕ್ಕೆ ಬಂದಿದ್ದೀನಿ. ಭಾಸ್ಕರ್ ಗಂಡಲ್ವಾ, ಸುಲಭವಾಗಿ ಒಪ್ಪಿಸ್ತೀನಿ. ನೀನು ಹೇಗಾದ್ರೂ ಕೃತಿನಾ ಒಪ್ಸು. ಇದ್ರಿಂದ ಅವ್ರ ಭವಿಷ್ಯಕ್ಕೆ ಒಳ್ಳೆಯದು. ದಾಂಪತ್ಯ ಸವಕಲಾದರೆ ಅದ್ನೇ ತೇಪೇ ಹಾಕೋಕೆ ಮಗು ಬೇಕಾಗುತ್ತೆ. ಇಲ್ಲ, ಗಂಡಸಿನ ಚಿತ್ತ ಬೇರೆಡೆ ಹರಿಯುತ್ತೆ" ಸಾಕಷ್ಟು ದೃಷ್ಟಾಂತಗಳನ್ನು ಕೊಡುತ್ತಾ ಹೇಳುತ್ತಾಹೋದರು ಒಂದು ಗಂಟೆ ಪೂರಾ ಮೌನವಾಗಿ ಕೇಳಿದಳು.

ಬಿಂದುವಿನಲ್ಲೇ ಗೊಂದಲ ಶುರುವಾಯಿತು. "ನಂಗೆ ಮೂರು ದಿನ ಅವಕಾಶ ಕೊಡಿ. ಕೃತಿಗೆ ಅನ್ಯಾಯವಾಗುತ್ತೆ, ಭವಿಷ್ಯಕ್ಕೆ ತೊಂದರೆಯಾಗಬಹುದೆನಿಸಿದರೆ ಮಾತ್ರ ನಿಮ್ಗೇ ಸಪೋರ್ಟ್ ಮಾಡ್ತೀನಿ. ಮೊದ್ಲು ಭಾಸ್ಕರ ಕೃತಿ ಜೊತೆಯಲ್ಲಿ ಬೇರೆಬೇರೆಯಾಗಿ ಮಾತಾಡ್ತೀನಿ." ಇದೊಂದು ಅರೆ ಮನಸ್ಸಿನ ಭರವಸೆ. ಆರಾಮಾಗಿ ಸಾಗಿ ಹೋಗುತ್ತಿದ್ದ ಭಾಸ್ಕರ್, ಕೃತಿಯ ಜೀವನ ಸಾಗರದಲ್ಲಿ ಕಲ್ಲು ಎಸೆಯಲು ಬಂದ ಶೇಷಮ್ಮನನ್ನು ಒಂದು ಸರಿಯಾದ ಪಾತ್ರವಾಗಿ ಮೂಡಿಸಲೂ ತಲೆ ಕೆಡಿಸಿಕೊಳ್ಳಬೇಕಾಯಿತು.

ಅವರುಗಳನ್ನು ಕಳಿಸಿಕೊಟ್ಟು ಬಂದು ಒಂದೆಡೆ ಕೂತಳು. ಮುಂದೇನು? ಆ ಶೇಷಮ್ಮ ಪಟ್ಟು ಹಿಡಿದರೇ ಭಾಸ್ಕರ ಸಮ್ಮತಿಸಿದರೇ, ಮುಂದೇನು? ಭಾಸ್ಕರ್ ಬಗ್ಗೆ ಯಾವ ಭರವಸೆ? ನೆನಪುಗಳು ಬಹಳ ಹಿಂದಕ್ಕೆ ಎಳೆದೊಯ್ದಿತು. ಆ ವೇಳೆಗೆ ಕೃತಿಕಾಳಿಂದ ಕಾಲ್. ದಿನಕ್ಕೆ ಒಂದೆರಡು ಸಲ ಮೊಬೈಲ್‌ನಲ್ಲಿ ಮಾತಾಡುವುದು ಅವರಿಬ್ಬರ ಅಭ್ಯಾಸ.

"ಹಲೋ ಬಿಂದು... ಊಟ ಆಯ್ತಾ?" ಅಲ್ಲಿಂದಲೇ ಶುರು "ಸಾಯಂಕಾಲ ತಿಂಡಿನೆ ಜಾಸ್ತಿ ಆಯ್ತು. ಊಟ ಬೇಡಾಂತ ಅನ್ನಿಸ್ತು. ಕೆಲ್ಸದ ಹುಡ್ಗೀಗೆ ಊಟ ಮಾಡಿ ಮಲ್ಗು ಅಂತ ಹೇಳ್ದೇ. ನಿಂದು...?" ಆ ಕಡೆಯಿಂದ ನಿಟ್ಟುಸಿರು ಹರಿದು ಬಂತು.

"ಶಶಿ ಇನ್ನು ಬಂದಿಲ್ಲ. ನಾನು, ಅರುಣ ಕಾಯ್ತ ಇದ್ದೀವಿ. ಆ ವೇಳೆಗೆ ನಿನ್ನೊಂದಿಗೆ ಮಾತುಕತೆ ಮುಗ್ಸೀ ಬಿಡೋಣಾಂತ ಹೇಳು, ನಮ್ಮತ್ತೆ ಶೇಷಮ್ಮ ಬಂಧುಗಳೊಂದಿಗೆ ಅಲ್ಲಿಗೆ ಬಂದಿದ್ದಕ್ಕೆ ದೊಡ್ಡ ರೀತಿಯ ಕಾರಣವಿಲ್ಲಾಂದರೆ ದಟ್ಸ್ ಓಕೇ. ಅಕಸ್ಮಾತ್...

ಹಣದ ತಾಪತ್ರಯ ಹೇಳ್ಕೊಂಡ್ರಾ? ಇವ್ರ ಪ್ರಾಪರ್ಟಿಯ ಹಿಂದೆ ಬಿದ್ದಿದ್ದಾರೆ. ನನ್ನಕೈ ಖಾಲಿ. ಹೇಗಪ್ಪ... ಅನ್ನಿಸಿಬಿಟ್ಟಿದೆ" ಕೃತಿ ತನ್ನ ಆಲೋಚನಾ ಧಾಟಿ ಬಿಚ್ಚಿಟ್ಟಳು.

"ಅದೆಲ್ಲ ಬಿಡು. ನೀನು ಕೆಲವು ವಿಚಾರಗಳಲ್ಲಿ ಇನ್ನೋಸೆಂಟ್. ಹೇಗೂ, ನಂಗೆ ಸಂಡೆ... ನಿಮ್ಗೂ ರಜ. ಬಂದು ಜಾಯಿನ್ ಆಗಿ. ಇಬ್ರೂ ಸೇರಿ ಅಡ್ಗೇ ಮಾಡಿ ಮಾತಾಡ್ತಾ ಊಟ ಮಾಡೋಣ" ಒಂದು ಆಫರ್. "ಗುಡ್, ಇಲ್ಲ ನೀನೇ ಬಂದ್ಬಿಡು. ಇಲ್ಲಿ ಜನನೂ ಜಾಸ್ತಿ ಇದ್ದಾರೆ. ಹರಟೆ ಹೊಡೆಯೋಕು ವಿಷ್ಯಗಳು ಇರುತ್ತೆ" ಆಹ್ವಾನ ಕೊಟ್ಟಳು. ಬಿಂದುಗೆ ಅವಳೊಂದಿಗೆ ಪ್ರತ್ಯೇಕವಾಗಿ ಮಾತಾಡಬೇಕಿತ್ತು. "ಬಾನಿನ... ಕೇಳಿ ನೋಡ್ತೀನಿ" ಎಂದ ಕೃತಿ ಆಮೇಲೆ ಮಾತಾಡಿದ್ದೆಲ್ಲ ಬೇರೆ ಬೇರೆ ವಿಚಾರಗಳು.

ಭಾಸ್ಕರ್ ಮುಂದೆ ಈ ವಿಚಾರ ಇಟ್ಟಾಗ ನಿರಾಕರಿಸಿದ "ನೋ... ನೋ... ನಾನು ಇರೋ ಬಿಜಿಯಲ್ಲಿ ಎಲ್ಲಿಗೂ ಬರೋದಿಕ್ಕಾಗೋಲ್ಲ. ನನ್ನ ಕೆಲವು ಫ್ರೆಂಡ್ಸ್ ವರ್ಷದಲ್ಲಿ ಒಂದೆರಡು ಸಲ ವಿದೇಶಕ್ಕೆ ಪ್ರವಾಸ ಹೋಗಿಬರ್ತಾರೆ. ಅವ್ರುಗಳ ವಿಚಾರಿಸಿದಾಗ ಒಂದು ತರಹ ಅನ್ನಿಸುತ್ತೆ. ಹೈ ಸೊಸೈಟೀಲಿ ಬದ್ಕಬೇಕಾದರೆ, ಇದೆಲ್ಲ ಬೇಕು" ಎಂದ. ಕಣ್ಣರಳಿಸಿದಳು ಕೃತಿಕಾ. "ನೀವು ತುಂಬ ಬದಲಾಗಿದ್ದೀರಿ. ಸೈಟು ಸೀಯಿಂಗ್ ನಿಮ್ಗೇ ಇಷ್ಟವಿಲ್ಲಾಂತ ಗೊತ್ತಿದೆ. ನೋಡುವಿಕೆ, ಆಸ್ವಾದಿಸುವಿಕೆ, ಮನ ತುಂಬಿಕೊಳ್ಳುವಿಕೆ ನಮಗಾಗಿ... ನಮ್ಮ ಸಂತೋಷಕ್ಕಾಗಿ, ಪ್ರತಿಯೊಂದಕ್ಕೂ ಹೈ ಸೊಸೈಟಿಯತ್ತ ಬೊಟ್ಟು ಮಾಡೋದು ಬೇಡ" ಅಂದಕೂಡಲೇ ಅವಳತ್ತ ತಿರುಗಿ "ನೀನು ನಂಗಿಂತ ಬುದ್ಧಿವಂತೆ! ಸಿಂಪ್ಲಿ ಸಿಟಿ ಎಲ್ಲಾ ತಂದುಕೊಡೋಲ್ಲ" ಸ್ವಲ್ಪ ಒರಟಾಗಿಯೆ ಹೇಳಿದ್ದು. ಸದ್ಯಕ್ಕೆ ಆ ವಿಷ್ಯನ ಅಲ್ಲಿಗೆ ಬಿಟ್ಟು ಹೋಗಿ ಮಲಗಿದಾಗ ಬಂದ ಶೇಷಮ್ಮ "ಕೃತಿಕಾ ಸ್ವಲ್ಪ ಬರ್ತೀಯಾ" ಕೂಗಿದರು. ವನಜ ಅಪ್ಪನ ಜೊತೆ ಕೂತು ಟಿ.ವಿ. ನೋಡುತ್ತಿದ್ದು ವರಸೆ ನೋಡಿ ಹುಬ್ಬೇರಿಸಿದಳು. ಒಂದೇ ದಿನಕ್ಕೆ ಸಾಕಪ್ಪು ಬೆಳವಣಿಗೆ. ಹಿಂದಿನ ಇಡೀ ರಾತ್ರಿ ಕೂತು ಟಿ.ವಿ. ನೋಡಿದ್ದರು. ಇದರ ಮುಂದುವರಿಕೆ ಬೇಡವೆನಿಸಿತು. ಹುಚ್ಚಿಡಿದಂತಾಗಿತ್ತು.

ರಿಮೋಟ್ ತಗೊಂಡು ಆಫ್ ಮಾಡಿದ ಕೃತಿಕಾ "ಅಲ್ಲೂ ರಾತಿಯೆಲ್ಲ ಟಿ.ವಿ. ನೋಡ್ತೀರಾ?" ಕೇಳಿದಳು. ಅವಳಪ್ಪ ಬಾಯಿ ಬಿಟ್ಟ "ಅಯ್ಯೋ, ನೋಡೋಕೆ ಉಂಟಾ? ಟಿ.ವಿ. ಮುಂದೆ ಮೂರ್ಹೊತ್ತು ಜಗಳಾನೇ. ಹೆಂಗ್ಸು ಸೀರಿಯಲ್ ನೋಡ್ಕೊಂಡ್ ಕೂತ್ಕೋತಾರೆ. ಹುಡುಗರಿಗೆ ಕಾಮಿಡಿ, ಸ್ಪೋರ್ಟ್ಸ್ ಬೇಕು. ಇನ್ನ ನಮ್ಮನ್ನ ಯಾರು ಕೇಳ್ತಾರೆ? ನನ್ನ ಇಬ್ರೂ ಹೆಣ್ಣು ಮಕ್ಕಳ್ನ ಊರಿನಲ್ಲೇ ಕೊಟ್ಟಿರೋದು, ಅವ್ರ ಮಕ್ಕಳೆಲ್ಲ ನಮ್ಮಲ್ಲೆ ಠಿಕಾಣಿ. ವನಜಾಗೆ ಒಂದ್ಮದ್ವೆಯಾದ್ರೆ, ನಾನು, ನನ್ನ ಹೆಂಡ್ತಿ ಇವ್ಳ ಜೊತೆಯಲ್ಲಿ ಉಳ್ಕೋತೀವಿ. ಶೇಷಕ್ಕ ಕರ್ಕೊಂಡ್ ಬಂದಿದ್ದಾಳೆ." ಇನ್ನ ಡೈರೆಕ್ಟಾಗಿ ಪರಿಸ್ಥಿತಿಯನ್ನ ಪೂರ್ತಿಯಾಗಿ ಒದರಿದ. ಆ ಮನುಷ್ಯ ಸೋತಂಗೆ ಕಂಡ.

ಟೀಪಾಯಿ ಮೇಲಿಟ್ಟ ರಿಮೋರ್ಟ್ ಕಂಟ್ರೋಲರ್‌ನ ತಗೊಂಡು ಆನ್ ಮಾಡಿದಳು ವನಜ. ಇಂದಿಗೂ ಶಶಿ ಮಾತ್ರವಲ್ಲ. ಅರುಣ ಕೂಡ ಅಂಥ ಸಾಹಸಕ್ಕೆ ಕೈ ಹಾಕುತ್ತಿರಲಿಲ್ಲ. ಪಾಪ ಕೆಲಸ ಮುಗಿದಿದ್ದರೆ ಸುವರ್ಣಮ್ಮ ಯಾರಾದರೂ ಟಿ.ವಿ. ಹಾಕಿದ್ದರೆ ಬಂದು

ಸೋಫಾ ಪಕ್ಕದಲ್ಲಿ ನೆಲದ ಮೇಲೆ ಕೂತು ನೋಡುತ್ತಿದ್ದಳು.

ವನಜಾಗೆ ಒಂದು ಕಲ್ಚರ್ ಅನ್ನೋದು ಇಲ್ಲವೆನಿಸಿತು. ಕೃತಿಕಾಗೆ "ಆಫ್ ಮಾಡಿ. ಅತ್ತೆ ಏನೋ ಮಾತಾಡ್ಬೇಕೂಂತ ಕರ್ಕೊಂಡ್ ಬಂದಿದ್ದಾರೆ" ಎಂದಿದ್ದು ಮೆಲ್ಲಗೆ "ಬಾಲ್ಕನಿಯಲ್ಲಿ ಕೂತು ಮಾತಾಡಿ. ಸಿನಿಮಾ ಹಾಕಿದ್ದಾರೆ ನೋಡ್ಬೇಕು" ಮುಲಾಜಿಲ್ಲದೆ ನಿರಾಕರಿಸಿದಾಗ ಅವಳಿಗೆ ಶಾಕ್. "ನಾವು ಹೊರ್ಗಡೆ ಕೂತುಕೊಳ್ಳೋಣ ಬಾ ಕೃತಿಕಾ" ಶೇಷಮ್ಮ ಎದ್ದರು. ಕೃತಿಕಾಗೆ ಏಳುವುದು ಅನಿವಾರ್ಯವಾಯಿತು. ವನಜಾ ಗಡಸುಗಾತಿ ಅನಿಸಿತು.

ಅತ್ತೆ, ಸೊಸೆ ಬಾಲ್ಕನಿಗೆ ಬಂದುಕೂತರು. ಆದರೆ ಕೃತಿಕಾ ಎದುರು ತುಟಿ ಬಿಚ್ಚಲು ಆಗಲಿಲ್ಲ. ಆದರೆ ಗಂಡಸರ ನಡವಳಿಕೆ, ಸ್ವಭಾವ ಅಂಥದ್ದರ ಬಗ್ಗೆ ದೀರ್ಘವಾದ ಉಪನ್ಯಾಸ ಕೊಟ್ಟರು, ತಲೆ ಬುಡವಿಲ್ಲದ್ದು.

ಮೌನವಾಗಿ ಕೂತಿದ್ದವಳು ಎದ್ದು "ಬಹಳ ಚೆನ್ನಾಗಿ ಮಾತಾಡ್ತೀರಾ! ಯಾವುದಾದ್ರೂ ಛಾನಲ್‌ಗೆ ಒಂದು ಪ್ರೋಗ್ರಾಮ ಮಾಡಬಹುದು. ನಂಗೆ ಇದನ್ನೆಲ್ಲ ಕೇಳೋ ಪೇಷನ್ಸ್ ಇಲ್ಲ" ಸೀದಾ ರೂಮಿಗೆ ಹೋದಳು. ವಿಷಯ ಸ್ಪಷ್ಟವಾಗಿತ್ತು. ಅಂದರೆ ಶೇಷಮ್ಮ ಮಗನಿಗೆ ಇನ್ನೊಂದು ವಿವಾಹ ಮಾಡೋ ತಯಾರಿ ನಡೆಸಿದ್ದಾಳೆ ಎನ್ನುವುದು ದೃಢವಾಯಿತು. ಅಂದರೆ ಇದು ಭಾಸ್ಕರನಿಗೆ ಗೊತ್ತಾ? ಬೆಳಿಗ್ಗೆ ಬಿಂದು ಮನೆಗೆ ಹೋಗಲು ತೀರ್ಮಾನಿಸಿದಳು. ದಾಂಪತ್ಯ ಅನಗತ್ಯ ರಗಡೆಗೆ ಕಾರಣವಾಗುವುದು ಅವಳಿಗೆ ಇಷ್ಟವಿಲ್ಲ. ಇದು ಎಷ್ಟರಮಟ್ಟಿಗೆ ಅರುಣ ಶಶಾಂಕ್ ದಾಂಪತ್ಯದಲ್ಲಿ ಪರಿಣಾಮ ಬೀರಬಹುದೆನ್ನುವುದು ಅವಳ ಸಂಯಮಕ್ಕೆ ಕಾರಣವಾಗಿತ್ತು. ಎಚ್ಚರಿಕೆ ಅಗತ್ಯವೆನಿಸಿತ್ತು. ಅನಾಹುತ ಬೇಡ.

ಆದರೆ ವಿಷಯ ಪೂರ್ತಿ ಸ್ಪಷ್ಟವಾಗಿತ್ತು.

"ಬೆಳಗ್ಗೆ ಬಿಂದು ಬ್ರೇಕ್‌ಫಾಸ್ಟ್‌ಗೆ ಕರೆದಿದ್ದಾಳೆ. ನಾನು ಹೋಗ್ಬೇಕು. ನೀವು ಬನ್ನಿ" ಪ್ರಸ್ತಾಪಿಸಿದಾಗ ಭಾಸ್ಕರ್ ಉತ್ಸಾಹ ವ್ಯಕ್ತಪಡಿಸದೆ "ನಂಗೆ ಆಗೋಲ್ಲ. ಶಶಾಂಕ್‌ನ ಕರ್ಕೊಂಡ್ಹೋಗು" ಸುವರ್ಣಮ್ಮ ಭಾಸ್ಕರ್ ಬಂದುಹೋಗಿದನ್ನು ತಿಳಿಸಿದ್ದರಿಂದ ಯೋಚಿಸುವಂತಾಯಿತು. ಕೃತಿಕಾಗೆ "ಬೇಡ, ಅವ್ನಿಗೆ ಸೈಟು ಕೆಲ್ಸವಿಲ್ಲದಿದ್ದರೇ, ಅರುಣ ಅವ್ನು ಎಲ್ಲಾದ್ರೂ ಸುತ್ತಿ ಬರಲಿ. ಅತ್ತೆ ಈ ಸಲ ಅಪರೂಪಕ್ಕೆ ನೆಂಟರನ್ನು ಕರ್ಕೊಂಡ್ ಬಂದಿದ್ದಾರೆ. ಮಾಮೂಲಿ ಅಡ್ಗೆಗಿಂತ ಡಿಫರೆಂಟಾಗಿ ಏನಾದ್ರೂ ಮಾಡ್ತೀನಿ. ಜೊತೆಯಲ್ಲಿ ಕೂತು ಊಟ ಮಾಡೋಣ" ಎಂದು ಬಿಂದು ಮನೆಗೆ ಹೋಗುವುದನ್ನು ರದ್ದು ಪಡಿಸಿದಳು

ಭಾಸ್ಕರ್ ಮಾತಾಡಲಿಲ್ಲ. ಎಲ್ಲ ದಂಪತಿಗಳಂತೆ ಸಣ್ಣಪುಟ್ಟ ಮಾತುಕತೆಗಳು, ಮಾತು ಬಿಡೋದು, ಮುನಿಸಿಕೊಳ್ಳೋದು ಎಲ್ಲ ಇರುತ್ತಿತ್ತು. ಪ್ರತಿಯೊಂದು ಸಮಾಪ್ತಿಯಾಗುತ್ತಿದ್ದುದ್ದು ಸುಖಾಂತದಲ್ಲಿ. ಈಚೆಗೆ ಅದು ಬೇರೆ ದಾರಿ ಹಿಡಿದಿತ್ತು.

"ಸರಿ... ನಿನ್ನಿಷ್ಟ. ಸುಮ್ನೇ ಬಿಂದು ನನ್ಮೇಲೆ ರೇಗ್ತಾಳೆ." ಭಾಸ್ಕರ ಗೊಣಗಿದಾಗ ಕೃತಿ "ಹಾಗೇನಿಲ್ಲ, ಅವಳ್ನ ಬರೋದಕ್ಕೆ ಹೇಳ್ತೀನಿ. ನೀವು ಬಂದು ಜಾಯಿನ್ ಆಗಿ" ಅಂದಳು. ಭಾಸ್ಕರ್ ಮಾತಾಡಲಿಲ್ಲ. ಅವನಲ್ಲಿ ಒಂದು ರೀತಿ ಕಸಿವಿಸಿ.

ಈ ಸಲ ಶೇಷಮ್ಮ ಇಬ್ಬರನ್ನು ಹಿಂದಿಟ್ಟುಕೊಂಡು ಬಂದಿದ್ದರ ಹಿಂದೆ ಒಂದು ಯೋಚನೆ ಇತ್ತು. ಭಾಸ್ಕರ್ ಇನ್ನೊಂದು ವಿವಾಹದ ಬಗ್ಗೆ ಯೋಚಿಸಿಯೇ ಇರಲಿಲ್ಲ. ಕೃತಿಗೆ ಹೋಲಿಸಿಕೊಂಡರೆ ಅವನು ನಿಲ್ಲುತ್ತಿದ್ದುದು ಎರಡನೆ ಸಾಲಿನಲ್ಲಿ. ಶ್ರೀಮಂತಿಕೆಯಲ್ಲಿ ಬೆಳೆದು ಮನೆಯಿಂದ ಹೊರಬಂದ ಮೇಲೆ ಅನುಭವಿಸಿದ್ದು ಸಾಕಷ್ಟು. ಅದೆಲ್ಲ ಭಾಸ್ಕರನ ನೆನಪಿನಲ್ಲಿ ಇತ್ತು.

* * *

ಬಿಂದು ಬಂದಿದ್ದು ಮಧ್ಯಾಹ್ನದ ಸುಮಾರಿಗೆ. ಅರುಣ, ಶಶಿ ಸುತ್ತಾಡಿಕೊಂಡು ಬರೋವಾಗ ಹಣ್ಣು, ಹೂ ಜೊತೆ ಒಂದಿಷ್ಟು ಸಾಮಾನು ತಂದಾಗ ಕೃತಿಕಾ ಹುಬ್ಬೇರಿಸಿದ್ದು "ಏನು ಇದೆಲ್ಲ? ಮನೆಯ ನಿರ್ವಹಣೆ ತರಬೇತಿ ನಿಂಗೆ ಕೊಟ್ಟವರಾರು?" ರೇಗಿದ್ದಕ್ಕೆ ಮುಖ ಒಂದು ತರಹ ಮಾಡಿ ಕೆನ್ನೆಗೆ ಹಾಕಿಕೊಂಡು "ಸಾರಿ... ಸಾರಿ... ಓಡಾಡಿ ಸಾಕಾಗಿ... ಒಂದಿಷ್ಟು ಬೋರ್ ಅನ್ನಿಸ್ತು. ಎಕ್ಸ್‌ಪೀರಿಯನ್ಸ್‌ಗೆ ಇರಲೀಂತ ಅಷ್ಟೆ. ನೀನು ಮಾತ್ರ ಕೋಪ ಮಾಡ್ಕೋಬೇಡ. ಬೇಡ ಅಂದರೆ... ಹತ್ತಿರದಲ್ಲಿ ಒಂದು ಅಂಗಡಿ ಶುರುವಾಗಿದೆ. ಕೊಟ್ಟು... ಕೊಟ್ಟಷ್ಟು ಇಸ್ಕಂಡ್ ಬಂದ್ಬಿಡ್ತೀನಿ" ಅಂದ ಪೇಲವ ಮುಖ ಮಾಡುತ್ತ, ಸಣ್ಣಗೆ ಕೆನ್ನೆಗೊಂದು ಹಾಕಿ "ಇರಲೀ... ಬಿಡು. ಆಮೇಲೆ ಈ ಬಗ್ಗೆ ಮಾತಾಡ್ತೀನಿ" ಎಂದಳು ಸಣ್ಣಗೆ ನಗುತ್ತ. ಶಶಾಂಕ್ ಎಂದರೆ ಮಮತೆಯೆ?

"ಅಕ್ಕ, ಇದ್ರಲ್ಲಿ ನನ್ನ ತಪ್ಪಿಲ್ಲ" ಅರುಣ ಕೂಡ ಹೇಳಿದಾಗ ಅವಳ ಕೆನ್ನೆ ಸವರಿ "ಸುವರ್ಣಮ್ಮನ ಹೆಲ್ಪ್ ತಗೊಂಡ್ ಎಲ್ಲಾ ಎತ್ತಿಡು" ಎಂದು ಅವನನ್ನು ಕೈಹಿಡಿದು ಬಾಲ್ಕನಿಗೆ ಎಳೆದೊಯ್ದು "ಏನು ವಿಷ್ಯ?" ಸ್ವಲ್ಪ ಸೀರಿಯಸ್ಸಾಗಿಯೇ ಕೇಳಿದ್ದು. "ಅಂಥದ್ದೇನಿಲ್ಲ, ನಾನು ಒಂದಿಷ್ಟು ಜವಾಬ್ದಾರಿ ಹೊರಬೇಕಲ್ಲ. ಹತ್ತು ಲಕ್ಷದಷ್ಟು ದೊಡ್ಡ ಅಮೌಂಟ್‌ನ ನನ್ನ ತಂಗಿ ಮದ್ವೇಗೇಂತ ಕೊಟ್ಟೆ. ಆ ಜನ ಕನಿಷ್ಟ ಒಂದು ಲಗ್ನಪತ್ರಿಕೆ ಕೂಡ ಕಳಿಸ್ಲಿಲ್ಲ. ಅದ್ರೂ... "ಮುಂದೆ ಮಾತಾಡಲಾಗಲಿಲ್ಲ ಅವನಿಗೆ" "ಅಂಥ ಎಕ್ಸ್‌ಪೆಕ್ಟೇಷನ್ ನಂಗ್ಲೀರ್ಲಿಲ್ಲ ಬಿಡು. ಅವ್ರ ದೊಡ್ಡ ಸಂಪತ್ತುನ ನಂಗೆ ಕೊಟ್ಟಿದ್ದಾರೆ. ಕೊಡುಗೆ, ಸಹಾಯ ಅಂದುಕೊಂಡಿಲ್ಲ, ಇನ್ಮೇಲೆ ಆ ವಿಷ್ಯ ಪ್ರಸ್ತಾಪ ಬೇಡ. ಅಂತು ಮನೆಯ ನಿರ್ವಹಣೆ ಹೊರುವಷ್ಟು ದೊಡ್ಡವನಾಗಿದ್ದಿ. ದಟ್ಸ್ ಒಕೇ, ಎರಡು ಲಕ್ಷ ಸಾಲವಾಗಿ ತಗೊಂಡಿದ್ದಿ. ಮೊದ್ಲು ಅದ್ನ... ತೀರ್ಸು. ವಿವಾಹವಾದಾಗ ಬೆಟ್ಟದಷ್ಟು ಆಸೆಗಳ್ನ ಸೆರಗಿನಲ್ಲಿ ಕಟ್ಟಿಕೊಂಡೆ. ಕೆಲವು ಹುಡ್ಗೀಯರು ಹಸೆ ಮಣೆಯೇರುತ್ತಾರೆ" ಅರ್ಥಪೂರ್ಣವಾಗಿ ಹೇಳಿ ಸುಮ್ಮನಾದ ಕೃತಿಕಾಳ ಮುಖದಲ್ಲಿ ತುಸು ವಿಷಾದ ಮೂಡಿ ಮರೆಯಾಯಿತು. "ಅಕ್ಕಾ..." ಎಂದು ಕೈಹಿಡಿದು ಮುಂಗೈಗೆ ಮುತ್ತಿಟ್ಟ. ಇಂಥ ಸ್ನೇಹ, ಸಲುಗೆಯೆ ಕೃತಿಕಾಳಲ್ಲಿ.

"ಶೇಷತ್ತೆ, ಆಡೋ ಮಾತುಗಳಿಗೆ ಅರ್ಥ ಹುಡುಕೋಕೆ ಹೋಗ್ಬೇಡ. ಅವ್ರ

ಯೋಚನಾಧಾಟಿಯೇ ಬೇರೆ ಇರುತ್ತೆ. ನಮ್ಮ ವಿವಾಹದ ವಾದ ವರ್ಷಗಳ ನಂತರವೆ ಈಕೆಯನ್ನ ನೋಡಿದ್ದು. ಮಾತಾಡಿದರೆ ಚಾಟಿ ಬೀಸಿದಂತಿರುತ್ತೆ. ದೊಡ್ಡ ಪ್ಲಾನ್ ಇಟ್ಕೊಂಡ್ ಬಂದಂಗಿದೆ. ಜೊತೆಗೆ ಮೊದಲ ಸಲ ಬಿಂದು ಫ್ಲಾಟ್‌ಗೆ ಹೋಗಿ ಮಾತಾಡಿಬಂದಿದ್ದಾರೆ. ಅದೆಲ್ಲ... ಬಿಡು... ನೀನ್ಹೋಗು" ಅವನನ್ನು ಬಲವಂತದಿಂದ ಹೊರಗೆ ಕಳಿಸಿದಳು. ನಂತರ ಕಿಚನ್ ಕಡೆ ನಡೆದಿದ್ದು.

ಬಿಂದು ಬಂದು ಎಲ್ಲೆಡೆ ಓಡಾಡಿ ಬಂದು ಕಿಚನ್‌ನಲ್ಲಿದ್ದ ಸ್ಟೂಲ್ ಮೇಲೆ ಕೂತು "ವಂಡರ್‌ಫುಲ್ ಹೌಸ್ ಕಣೇ, ನಿಮ್ಮಗಳ ಪ್ರೀತಿಯಷ್ಟೇ ಮಧುರ. 'ನಿನ್ನೊಲುಮೆ' ಬ್ಯೂಟಿಫುಲ್ ನೇಮ್" ಎಂದು ಉದ್ಗರಿಸಿದಳು. ಇದು ಮೊದಲ ಸಲದ ಉದ್ಗಾರವಲ್ಲ. ಬಂದಾಗಲೆಲ್ಲ ಇದೇ ಉದ್ಗಾರ. "ಬ್ರೇಕ್‌ಫಾಸ್ಟ್ ಆಯ್ತು. ರಾತ್ರಿ ಡಿನ್ನರ್ ನಮ್ಮಲ್ಲೆ. ಭಾಸ್ಕರ್‌ಗೆ ಕಾಲ್ ಮಾಡಿ ಹೇಳ್ದೇ. ಆ ಹ್ಞೂ ಅಂದ್ರು, ನಿನ್ನ ಕರ್ಕೊಂಡ್ ಹೋಗೋಕೆಂತಲೇ ಬಂದಿದ್ದು. ತುಂಬಾ.. ತುಂಬಾ... ಮಾತಾಡೋಣ" ಅಂದ ಬಿಂದುವಿನತ್ತಲೇ ನೋಡಿದಳು. ಮೊದಲು ತುಂಬ ಸಾಫ್ಟ್ ಆಗಿದ್ದಳು. ಈಗ ಒಂದಷ್ಟು ಒರಟಾಗಿದ್ದರು. ಅದಕ್ಕೆ ಕಾರಣ ಅವಳೆದುರಿಸಿದ್ದ ಸಂಬಂಧಗಳು, ಸವಾಲುಗಳು, ಸಮಸ್ಯೆಗಳು.

ಅಂತು ಗೆಳತಿಯನ್ನು ಹೊರಡಿಸಿಕೊಂಡು ಬಿಂದು ಹೊರಟಾಗ ಎಂಟರ ಸುಮಾರು. ಆಗ ಭಾಸ್ಕರ್‌ಗೆ ಕಾಲ್ ಮಾಡಿದ ಬಿಂದು "ರಾತ್ರಿ ಡಿನ್ನರ್‌ಗೆ ಅಲ್ಲಿಗೆ ಬನ್ನಿ" ಒತ್ತಾಯಿಸದೇ ಮಾಮೂಲಾಗಿಯೇ ಆಹ್ವಾನಿಸಿದ್ದು "ನೋಡೋಣ, ಅಮ್ಮ ನೆಂಟರು ಕರ್ಕೊಂಡ್ ಬಂದಿದ್ದಾಳೆ. ಅರುಣ, ಶಶಿ ಮ್ಯಾನೇಜ್ ಮಾಡೋದು ಕಷ್ಟ. ನೋಡ್ತೀನಿ... ನಂಗೂ ಬರಬೇಕೂಂತ ಇದೆ." ಅರೆ ಮನಸ್ಸಿನ ಮಾತು. ಬಿಂದುಗೆ ಅಷ್ಟು ಸಾಕಿತ್ತು. ಶೇಷಮ್ಮ ಅವರುಗಳ ಮುಂದಿನ ದಾಂಪತ್ಯದ ಇದು ಕೆಟ್ಟ ಚಿತ್ರಣವಿಟ್ಟು ಹೆದರಿಸಿದ್ದರು. "ಓಕೆ, ಭಾಸ್ಕರ್..." ಕಾಲ್ ಕಟ್ ಮಾಡಿದಳು. ಅರ್ಥವಾಗದ ಆತಂಕ ಮನದಲ್ಲಿ.

ಬೆಲ್ ಮಾಡಿದಾಗ ಮನೆಯ ಕೆಲಸದ ಹುಡುಗಿ ಬಂದು ಬಾಗಿಲು ತೆಗೆದಳು. ಅವಳು ವಾರಕ್ಕೊಮ್ಮೆ ಮನೆಗೆ ಹೋಗಿ ಬರುತ್ತಿದ್ದಳು. ಕಾಯಂ ನಿವಾಸ ಬಿಂದು ಫ್ಲಾಟೇ. ತುಂಬ ಚೂಟಿ.

"ಎಲ್ಲಾ ರೆಡಿ ಇದೆ, ಅಮ್ಮ" ಉಸುರಿದಾಗ "ಇರಲೀ ಕುಡಿಯಲಿಕ್ಕೆ ಏನಾದ್ರೂ ಜೂಸ್ ತಂದ್ಕೊಡು" ಎಂದು ಟಿ.ವಿ. ಹಾಕಿದವಳು ಆಫ್ ಮಾಡಿ "ಈಚೆಗೆ ನಂಗೆ ಟಿ.ವಿ. ಹಾಕೋಕೆ ಭಯ. ಆರಾಮಾಗಿ ಕೂತು ಮಾತಾಡೋಣ" ಎಂದು ಜೂಸ್ ಕುಡಿದ ನಂತರ ಮುಂದಿನ ಟೆರೆಸ್‌ಗೆ ಕರೆದೊಯ್ದು "ಫಾರ್ಮಾಲಿಟೀಸ್‌ಗೆ ಭಾಸ್ಕರ್‌ನ ಕರೆದೆ ಅಷ್ಟೆ. ಒಂಟಿಯಾಗಿಯೆ ನಿನ್ನತ್ರ ಮಾತಾಡ್ಬೇಕು. ಐವತ್ತು... ಅರವತ್ತರ ಹೆಂಗಸರು ತಾಯ್ತನದ ಸೌಭಾಗ್ಯ ಪಡೀತಾ ಇದ್ದಾರೆ. ನೀನಿನ್ನು..." ಪೂರ್ತಿ ಮಾಡೋ ಮುನ್ನವೇ ಕೃತಿಕಾ ಜೋರಾಗಿ ನಕ್ಕಿದ್ದು. "ಬಿಡು ಪೂರ್ತಿ ವಿಷ್ಯಕ್ಕೆ ಬಾ. ಶೇಷತ್ತೆ ಒಂದು ಹೆಣ್ಣನ್ನ ಹಿಂದಿಟ್ಕೊಂಡ್ ಬಂದಾಗ್ಲೇ ನಂಗೆ ಅನುಮಾನ. ಅದಕ್ಕೆ ನಿನ್ನ ರಾಯಭಾರಿ." ನಿಶ್ಶಬ್ದವಾಗಿ ಕೂತಳು. ಅರ್ಥವಾಗಿತ್ತು.

"ವಿಷ್ಯ, ಇದೇನಾ?" ಕೃತಿ ಕೇಳಿದ್ದು.

"ಸಾರಿ ಕಣೇ, ನಾನೆಂಥ ಫ್ರೆಂಡ್? ಕಪಾಳಕ್ಕೆ ಬಾರ್ಸಿ ಕಳಿಸ್ಬೇಕಿತ್ತು. ಸಾರಿ... ಸಾರಿ... ಸಾರಿ" ಗೆಳತಿಯ ಎರಡು ಕೈಗಳನ್ನು ಹಿಡಿದುಕೊಂಡಳು ಬಿಂದು. "ಉಸ್... ಇದು ಕಾಮನ್ ತಾನೇ?" ಅಂದ ಕೃತಿಕಾ ಭೋರೆಂದು ಅಳತೊಡಗಿದಾಗ ಬಿಂದು ದಿಕ್ಕೆಟ್ಟಳು. ಆಮೇಲೆ ಅವಳೇ ಸಮಾಧಾನ ಮಾಡಿಕೊಂಡು ಹೋಗಿ ಮುಖ ತೊಳೆದು ಬಂದು ಕೂತು "ಹೌದು, ಎಲ್ಲ ಹೆಣ್ಣುಗಳಂತೆ ಮಾತ್ರವಲ್ಲ, ಹೆಚ್ಚಿಗೆ ತಾಯ್ತನ ಬಯಸಿದ್ದೆ. ಒಂದು ಪುಟ್ಟ ಕಂದನ ತಾಯಾಗುವ ಅಪೇಕ್ಷೆ. ನಾನು ಎಷ್ಟು ಹುಚ್ಚಾಗಿದೇಂತ ಅಂದರೆ... ಭಾಸ್ಕರ್ ಕೂಡ ಹೆದರಿದ್ದ. ಪ್ರೇಮ, ಪ್ರೀತಿಯೆಂದು ಮನೆಯವರನ್ನು ಧಿಕ್ಕರಿಸಿ ಬಂದಿದಕ್ಕೆ ಸಿಕ್ಕ ಶಿಕ್ಷೆನಾ?" ಮತ್ತಷ್ಟು ಅತ್ತು ಸಮಾಧಾನವಾದಳು.

ಬಹಳ ಹೊತ್ತು ಮೌನವಾಗಿ ಕೂತರು. ಆ ವೇಳೆಗೆ ಭಾಸ್ಕರ್‌ನಿಂದ ಕಾಲ್ ಬಂತು "ಸಾರಿ ಕೃತಿ. ನಂಗೆ ಬರೋದಿಕ್ಕೆ ಆಗ್ತಾ ಇಲ್ಲ. ಬಿಂದುಗೆ ಹೇಳು" ಎಂದು ಕಾಲ್ ಕಟ್ ಮಾಡಿದರು. 'ಬರೋಲ್ಲ' ಅನ್ನೋ ಅಂದಾಜು ಕೂಡ ಅವಳದು. ಅದು ನಿಜವಾಗಿತ್ತು. ಮೌನವಾಗಿ ಕಾಲ್ ಕಟ್ ಮಾಡಿದ್ದು.

"ಆಮೇಲೆ ಮಾತಾಡಿದರಾಯ್ತು. ಮೊದ್ಲು ಊಟ ಮಾಡೋಣ" ಸೂಚಿಸಿದವಳು ಕೃತಿಕಾ. ಈ ತರಹದ ಚೇತರಿಕೆ ಕಂಡು ಖುಷಿಯಾಯಿತು ಬಿಂದುಗೆ. "ದಟ್ಸ್, ಗುಡ್... ನಮ್ಮ ನಮ್ಮ ಕಣ್ಣೀರನ್ನು ನಾವೇ ಒರೆಸ್ಕೊಂಡ್, ಸಮಾಧಾನ ಮಾಡ್ಕೋಬೇಕು" ಎಂದು ಗೆಳತಿಯ ಬೆನ್ನು ತಟ್ಟಿದ್ದು ಖುಷಿಯಿಂದ. ಮುಂದಿನ ವಿಚಾರ ಮಂಡಿಸುವುದು ಸುಲಭವೆನಿಸಿತು. ಆದರೂ ಕಠಿಣ.

ಇಬ್ಬರು ಎದುರುಬದುರು ಕೂತು ಒಬ್ಬರಿಗೊಬ್ಬರು ಬಡಿಸಿಕೊಳ್ಳುತ್ತ ಮಾತಾಡತೊಡಗಿದರು ವೈಯಕ್ತಿಕ ವಿಷಯಗಳನ್ನು ಬಿಟ್ಟು.

ಆಮೇಲೆ ಇಬ್ಬರು ಬಾಲ್ಕನಿಯಲ್ಲಿ ಬಂದು ಕೂತ ನಂತರ "ಈಗ್ಹೇಳು, ಏನು ವಿಚಾರ? ಊಹೆ ಇದೆ. ಅದ್ರೂ... ಹೇಳು ಬಿಂದು" ಎಂದಳು ಕೃತಿಕಾ ಗಂಭೀರವಾಗಿ. ಈಗಾಗಲೇ ಅರ್ಥವಾಗಿತ್ತು.

ಮುಂದೆ ಬರುವ ಅಭಿಪ್ರಾಯಗಳಿಗೆ ದಿಕ್ಸೂಚಿಯೆನ್ನುವಂತೆ ತಿಳಿಸಿ "ಭಾಸ್ಕರ್ ಕೂಡ ಒಬ್ಬ ಮಾಮೂಲಿ ಮನುಷ್ಯನೇ. ಮುಂದೆ ಅವ್ನ ಸ್ವಭಾವದಲ್ಲೂ ಮಾರ್ಪಾಟುಗಳು ಬರಬಹ್ದು. ಒಲವಿನ ಆಕರ್ಷಣೆ ಕಡ್ಮೆಯಾದಾಗ ನೂರೆಂಟು ದಾರಿಗಳು, ನೂರೆಂಟು ವ್ಯಸನಗಳು, ನಿಮ್ಮ ದಾಂಪತ್ಯದ ಕುಸಿತಕ್ಕೆ ಮಗುವಿಲ್ಲದ್ದೇ ದೊಡ್ಡ ಕಾರಣವಂತೆ" ಎಂದು ಎಲ್ಲಾ ವಿವರಿಸಿ "ನೆಂಟರ ಹುಡ್ಗೀ ವನಜ. ಶ್ರೀಮಂತಿಕೆ ಇಲ್ಲ. ದೊಡ್ಡ ರೀತಿಯ ವಿದ್ಯಾಭ್ಯಾಸವಿಲ್ಲ. ನಿನ್ನಷ್ಟು ಸೌಂದರ್ಯ ಕೂಡ ಅವಳದಲ್ಲ. ಆದ್ರಿಂದ ವಿವಾಹವಾಗಿ ಭಾಸ್ಕರನ ಮಗುವನ್ನು ಹಡೆದು ನಿನ್ನ ಕೈಗಿಟ್ಟರೇ... ಆ ಮಗು ನಿನ್ನದೇ ಆಗುತ್ತೆ. ಮುಂದೆ ನಿಮ್ಮ ದಾಂಪತ್ಯಕ್ಕೆ ತೊಂದರೆ ಇಲ್ಲ ಅನ್ನೋದು ಭಾಸ್ಕರನ ಅಮ್ಮ ಶೇಷಮ್ಮನ ಅಭಿಪ್ರಾಯ. ಚುರುಕು ಮುಟ್ಟಿಸಬೇಕೆನಿಸಿತು. ನಿನ್ನ, ನನ್ನ ಸ್ನೇಹದ ಮಧ್ಯಕ್ಕೆ ಅಡ್ಡಗೆರೆ

ಎಳೆಯುತ್ತಾಳೆನೋಂತ ಸುಮ್ಮನಾದೆ" ಶೇಷಮ್ಮ ಹೇಳಿದ್ದೆಲ್ಲ ಕೇಳಿದ್ದರಿಂದ ಅದರಲ್ಲಿ ಸ್ವಲ್ಪ ನಿಜವೆನಿಸಿದ್ದುಂಟು. ನಿರಾಕರಿಸಿದ್ದ ಭಾಸ್ಕರ್ ಅವರುಗಳ ಜೊತೆ ಸುವರ್ಣಮ್ಮ ಹೊರಟನಂತರ ಮನೆಗೆ ಬಂದಿದ್ದ. ಯಾಕೆ? ಅರುಣ ಆ ಮನೆಯ ಸೊಸೆ. ಎಲ್ಲರೆದುರಿಗೂ ಮಾತಾಡಿಸುವುದಕ್ಕೆ ಅಭ್ಯಂತರವೇನಿಲ್ಲ. ಅಕಸ್ಮಾತ್ ರೂಮಿಗೆ ಕರೆಸಿಕೊಂಡು ಮಾತಾಡಿದ್ದರು, ಅದೇನು ತಪ್ಪಾಗಿ ಕಾಣುತ್ತಿರಲಿಲ್ಲ. ಆದರೆ... ಒಂಟಿಯಾಗಿ... ಕೃತಿಕಾಳ ಮೈಬೆವರಿತು. ಖಂಡಿತ ಇದನ್ನು ಕ್ಷಮಿಸಲಾರಳು. ಆದರೆ ಆ ರೀತಿ ಅನುಮಾನಿಸುವುದೇ ಅವಳಿಗಿಷ್ಟವಿಲ್ಲ. ನೈತಿಕ ಮೌಲ್ಯಗಳನ್ನು ಗೌರವಿಸುವುದು ಅವಳ ಸ್ವಭಾವ.

ಎದುರಿಗೆ ಕೂತಿದ್ದ ಬಿಂದು ಬಂದು ಅವಳ ಪಕ್ಕ ಕೂತು "ಯಾಕೆ ಸೈಲೆಂಟಾದೆ? ಭಾಸ್ಕರ್ ನಿನ್ನ ಪ್ರೀತಿಸಿ ಕಾಡಿಬೇಡಿ ಮದ್ವೆಯಾಗಿದ್ದು. ಈಗ ಅಮ್ಮನ ಮಾತು ಕೇಳಿ..." ಅವಳ ದನಿ ತೆಳುವಾಯಿತು. ಗೆಳತಿಯ ಕೈಯನ್ನು ಹಿಡಿದುಕೊಂಡು "ಯಾರ್ಗೇ... ಗೊತ್ತು, ಈ ಸಮಯದಲ್ಲಿ ಅದೇ ಸರಿಯೆನಿಸಬಹುದು. ಎಷ್ಟು ವಿಚಿತ್ರ ಅನ್ನಿಸುತ್ತೆ. ಪ್ರೀತಿಪ್ರೇಮವೆಂದು ಓಡಾಡಿದವರು, ಬೇರೆ ಸಂಗಾತಿಗಳ್ನ ಆಯ್ದುಕೊಂಡು ಖುಷಿ ಖುಷಿಯಾಗಿ ಇರಬಹ್ದು. ತಮ್ಮದೇ ಪ್ರೇಮಸಮುದ್ರ ಸೃಷ್ಟಿಸಿಕೊಂಡು ಈಜಾಡಿದವ್ರು. ನಂತರ ಶತ್ರುಗಳಂತೆ ಬೀದಿಯಲ್ಲಿ ಮಾತ್ರವಲ್ಲ ಕೋರ್ಟಿನಲ್ಲಿ ಕಾದಾಡಬಹುದು. ಇನ್ನು ಒಂದು ಮಟ್ಟಕ್ಕೆ ಮುಂದುವರಿದಿದೆ" ಎಂದು ನಿಲ್ಲಿಸಿದಳು. ಎಷ್ಟೋ ಪ್ರಕರಣಗಳು ಕಣ್ಮುಂದೆ ಹಾದುಹೋಯಿತು. ಯಾಕೋ ನಿರ್ದಿಷ್ಟವಾಗಿ ಕೃತಿಕಾಳ ಅಭಿಪ್ರಾಯ ಕೇಳಲಾಗಲಿಲ್ಲ ಬಿಂದುಗೆ. ಒಂದು ಪ್ರಶ್ನೆಯನ್ನು ಶೇಷಮ್ಮನಿಗೆ ಎಸೆಯಬೇಕೆಂದು ನಿರ್ಧರಿಸಿದ ಬಿಂದು ಮೌನ ವಹಿಸಿದಳು.

ಎಷ್ಟೇ ಸ್ನೇಹವಿದ್ದರೂ ತೀರಾ ವೈಯಕ್ತಿಕವೆನಿಸಿದ ವಿಷಯಗಳನ್ನು ಹಂಚಿಕೊಳ್ಳಲು ಕೃತಿಕಾ ಇಷ್ಟಪಡುತ್ತಿರಲಿಲ್ಲ. ಅದರಲ್ಲಿ ಭಾಸ್ಕರ್‌ನ ವಿಚಿತ್ರವಾದ ನಡಾವಳಿ. ತೀರಾ ಪರ್ಸನಲ್ ಎನ್ನುವಂತೆ ಒಂದು ಮೊಬೈಲ್ ಖರೀದಿಸಿಕೊಟ್ಟು ಅವಳ ತನ್ನ ಮಾತುಕತೆಗೆ ಮಾತ್ರ ಎಂದು ವರ್ತಿಸುತ್ತಿದ್ದ. ಅರುಣಳೊಂದಿಗೆ... ಮಾತು! ಒಂಟಿಯಾಗಿ ಸಂಧಿಸುವುದು! ಈಗ ಅವಳನ್ನು ಕೊರೆಯುತ್ತಿದ್ದುದ್ದು ಆ ವಿಷಯ. ಬಹುಶಃ ಅರುಣಳನ್ನು ಪ್ರಶ್ನಿಸುವಿಕೆ, ಭಾಸ್ಕರ್‌ನ ಕೇಳುವಿಕೆ ಇಷ್ಟವೆನಿಸುತ್ತಿರಲಿಲ್ಲ. ಮುಜುಗರ! ಪ್ರಪಾತದ ಅಂಚಿನಲ್ಲಿದ್ದ ಅನುಭವ. ಯಾರೊಂದಿಗೂ ಹಂಚಿಕೊಳ್ಳಲಾರದ ಸ್ಥಿತಿ ಕೃತಿಯದು.

ವಿಷಯವನ್ನು ಒತ್ತಟ್ಟಿಗೆ ಇಟ್ಟು ಬೇರೆ ಏನೇನೋ ಮಾತಾಡಿದರು. ಆ ವೇಳೆಗೆ ಶೇಷಮ್ಮನ ಕಾಲ್ "ವಿಚಾರಿಸಿದ್ಯಾ, ಬಿಂದು, ಈಗ್ಲೇ ಭಾಸ್ಕರ್ ಸಾಕಷ್ಟು ಬದಲಾಗಿದ್ದಾನೆ. ಮುಂದೆ ಎಡವಟ್ಟಾಗಬಹುದು. ನಾನು ಸಾಕಷ್ಟು ಸಂಸಾರಗಳ್ನ ನೋಡಿದ್ದೀವಿ. ಎಷ್ಟೆ ಪ್ರೀತಿ, ಪ್ರೇಮವಿದ್ದರೂ ತಾತ್ಕಾಲಿಕವೇ! ಗಂಡನನ್ನ ಕಟ್ಟಿಹಾಕಲು ಮಗು ಅಗತ್ಯವಿರುತ್ತೆ" ಕೊನೆಯ ವಾಕ್ಯವನ್ನು ಆಕೆ ಒತ್ತಿ ಹೇಳಿದರು. ತಮ್ಮ ಎಷ್ಟೋ ಅನುಭವಗಳನ್ನ ಗಂಟು ಕಟ್ಟಿಕೊಂಡಂತೆ ನುಡಿದರು. ಆಕೆಯ ಬುದ್ಧಿಯ ಮಟ್ಟ ಅಷ್ಟೆ.

ಬಿಂದು ಇದ್ದಿದ್ದು ಕೋರ್ಟಿನಲ್ಲಿ. ನ್ಯಾಯದ ಪರಿವೆ ಗೊತ್ತಿತ್ತು. ಇತ್ತೀಚಿನ ದಿನಗಳಲ್ಲಿ

ಪತಿ–ಪತ್ನಿಯರ ನಡುವಿನ ಸ್ವಾರ್ಥಪೂರಿತ ಮೇಲಾಟ. ಅದರಿಂದ ಆಗುತ್ತಿದ್ದ ದುರಂತಗಳು. ಫ್ಯಾಮಿಲಿ ಕೋರ್ಟು ಕಡೆ ತಲೆ ಹಾಕಲು ಹೆದರುತ್ತಿದ್ದಳು.

"ಆಯ್ತು... ಆಯ್ತು... ಮಗು ಆಗದೇ ಇರೋಕೆ ಹೆಣ್ಣು ಮಾತ್ರ ಕಾರಣವಲ್ಲ. ಗಂಡನಲ್ಲೂ ದೋಷವಿರುತ್ತೆ. ಸಾಕಷ್ಟು ಟೆಸ್ಟ್‌ಗಳ್ನ ಮಾಡ್ಸಿದ್ದಾರೆ. ಯಾರಲ್ಲಿದೇ ದೋಷಾಂತ ವಿಚಾರ್ಸಿಕೊಳ್ಳಿ. ಆಮೇಲೆ ಒಂದು ನಿರ್ಣಯಕ್ಕೆ ಬರಬಹ್ದು" ಎಂದು ಕಾಲ್ ಕಟ್ ಮಾಡಿದಳು. ಅಂತು ತಪ್ಪಿಸಿಕೊಂಡಳು. ಇದನ್ನು ಕೇಳಿಸಿಕೊಂಡರೂ ಕೃತಿಕಾ ಮಾತಾಡಲಿಲ್ಲ. ನೋವಿನ ನಗು ಅವಳ ತುಟಿಗಳ ಮೇಲೆ ಇಣುಕಿತು.

* * *

ಒಂಟಿಯಾಗಿ ಭಾಸ್ಕರ್‌ಗೆ ನಿದ್ರಿಸಲಾಗಲಿಲ್ಲ. ಶಶಾಂಕ್ ಮತ್ತು ಅವನ ನಡುವೆ ಸ್ನೇಹ, ಸಲುಗೆ ಸ್ವಲ್ಪ ಕಡಿಮೆಯಾಗಿದೆ ಎನ್ನುವ ಭಾವ. ಅದಕ್ಕೆ ಸಾಕಷ್ಟು ಕಾರಣಗಳನ್ನು ಕೊಡಬಲ್ಲ, ಕೊಡಲಾರ. ದೋಷರೋಪ ಮಾಡಲು ಕಾರಣಗಳನ್ನು ಹುಡುಕಬೇಕಿತ್ತು.

ಎದ್ದು ಹೊರಗೆಬಂದಾಗ ಟಿ.ವಿ.ಯ ಮುಂದೆ ಮೂವರು ಪಟ್ಟಾಂಗ ಹಾಕಿಕೊಂಡು ಒಂದು ಹಳೆಯ ದೇವರ ಸಿನಿಮಾ ನೋಡುತ್ತ ಕೂತಿದ್ದರು. ಜೊತೆಗೆ ಮನಸ್ಸಿಗೆ ತೋರಿದಂತೆ ಚರ್ಚೆಗಳು.

"ಭಾವ... ಬಂದ್ರು" ವನಜ ಮನಸ್ಸಿಲ್ಲದ ಮನಸ್ಸಿನಲ್ಲಿ ಟಿ.ವಿ. ಆಫ್ ಮಾಡಿ ಸಂಭ್ರಮದಿಂದ ಮೇಲೆದ್ದು "ಭಾವ ಫ್ರೆಶ್ ಆಗಿ ಜೂಸ್ ಮಾಡಿಟ್ಟಿದ್ದೀನಿ. ತರ್ತೀನಿ" ಹೊರಟಾಗ "ಬೇಡ... ಬೇಡ" ಎಂದಿದ್ದು ಭಾಸ್ಕರ್. ಅದನ್ನು ಶೇಷಮ್ಮ ತಳ್ಳಿ ಹಾಕಿದರು. "ಬಹಳ ಅಚ್ಚುಕಟ್ಟು, ತಾನೇ ಮಾಡಿ ಫ್ರಿಜ್‌ನಲ್ಲಿಟ್ಟಿದ್ದಾಳೆ. ಬೇಜಾರು ಮಾಡ್ಕೋತಾಳೆ" ಬಲವಂತ ಮಾಡಿದರು.

ಭಾಸ್ಕರ್ ಏನು ಹೇಳಲು ಹೋಗಲಿಲ್ಲ. ಒಂದಲ್ಲ ನಾಲ್ಕು ಗ್ಲಾಸ್ ಜೂಸ್ ತಂದಿಟ್ಟು ಕೂತವಳು ತಾನೊಂದು ಗ್ಲಾಸ್ ಹಿಡಿದು ಭಾಸ್ಕರನತ್ತ ಕಳ್ಳ ನೋಟ ಹರಿಸಿದಳು. ಐವತ್ತು ದಾಟದ ನಡು ವಯಸ್ಸು ಯೌವನದಿಂದ ಪುಟಿಯುತ್ತಿದೆಯೆನಿಸಿತು ವನಜಳ ಹೆಣ್ತನಕ್ಕೆ. ಕನಸುಗಳ ಲೋಕಕ್ಕೆ ಮೆಲ್ಲಮೆಲ್ಲಗೆ ತೇಲಿಹೋದಳು. ಆ ಸುಖ ಬಾಚಿ ತಬ್ಬಿಕೊಳ್ಳುವ ಆಸೆ. ಕಾತರಿಸುವ ಹೆಣ್ಣು.

ಜೂಸ್ ಕುಡಿದಾದನಂತರ ಭಾಸ್ಕರ, "ನಿನ್ಹತ್ರ ಮಾತಾಡ್ಬೇಕು ಬಾ" ಎಂದು ಮುಂದಿನ ದಿವಾನ್‌ಖಾನೆಗೆ ಶೇಷಮ್ಮ ಕರೆದೊಯ್ದು ಮೊದಲು ವನಜಾಳ ಮನೆ ಪರಿಸ್ಥಿತಿ ವಿವರಿಸಿದಾಗ ಸಿಡಿದು ಬಿದ್ದ.

"ಅದ್ಕೇ, ನಾನೇನು ಮಾಡೋಕೆ ಆಗುತ್ತೆ? ನನ್ನ ಪ್ರೇಮಕ್ಕೆ ಎಲ್ಲರೂ ವಿರೋಧಿಗಳಾದ್ರಿ, ಆಗ ಉಟ್ಟ ಬಟ್ಟೆಯಲ್ಲಿ ಮನೆಯಿಂದ ಹೊರಬಿದ್ದಾಗ ಕಷ್ಟಕ್ಕೆ, ಸುಖಕ್ಕೆ ಜೊತೆಯಾದವಳು ಕೃತಿಕಾ ಮಾತ್ರ. ಎಷ್ಟು ಕಷ್ಟ, ನೋವುಗಳ ಅನುಭವಿಸಿದ್ದಿ, ಗೊತ್ತಾ? ಆಗ ಆಡಿಟರ್ ಗೋಪಾಲಯ್ಯ ಕರ್ದು ಆಫೀಸ್‌ಗೆ ಸೇರ್ಸಿಕೊಳ್ಳದಿದ್ದರೇ ಭಿಕ್ಷೆ ಬೇಡಬೇಕಿತ್ತು. ಈಗ ಒಂದು

ಹಂತಕ್ಕೆ ಬಂದು ನಿಂತಿದ್ದೀನಿ? ಯಾರ ಬಗ್ಗೆ ಸಹಾನುಭೂತಿ ಸಾಧ್ಯವಿಲ್ಲ. ದುಡ್ಡು ಕಾಸಲ್ಲ, ಯಾವ್ದೇ ಸಹಾಯ ಸಾಧ್ಯವಿಲ್ಲ" ರೇಗಿಯೇಬಿಟ್ಟರು. ಆಕೆ ಹಣೆ ಚಚ್ಚಿಕೊಳ್ಳುತ್ತ ಬಗ್ಗಿ "ಅದೆಲ್ಲ, ಏನು ಬೇಡ, ಮೂರು ಎಕರೆ ಗದ್ದೆ, ಎರಡು ಎಕರೆ ತೋಟ ವನಜ ಹೆಸರಿಗೆ ಮಾಡಿದ್ದಾನೆ. ಈಗ ಅವ್ಳ ಕುತ್ತಿಗೆಗೆ ತಾಳಿ ಬೀಳಬೇಕಷ್ಟೆ" ಅಂದಕೂಡಲೇ ಭಾಸ್ಕರ್ ಮೇಲೆದ್ದರು.

"ನನ್ನ ಅವ್ಳಿಗೆ ಗಂಡು ಹುಡ್ಕೀ ಮದ್ವೆ ಮಾಡೂಂತೀಯ? ಅದ್ಕೆಲ್ಲ ನಂಗೆ ಪುರುಸೊತ್ತು ಇಲ್ಲ. ದಯವಿಟ್ಟು ಇಲ್ಲಿಗೆ ಏನೇನೂ ತರ್ಬೇಡ. ಮೊದ್ಲು ಇದ್ದಂಗೆ ಇದ್ಬಿಡು" ಕನಲಿದರು. ಶೇಷಮ್ಮ ಮಗನ ಕೈಹಿಡಿದುಕೊಂಡ "ಇನ್ನೆರಡು ಮಾತು ಕೇಳು. ಯಾವ್ದೇ ಸಹಾಯಕ್ಕೆ ಬಂದಿಲ್ಲ. ವನಜಾನ ನಿಂಗೆ ಕೊಟ್ಟು ಮದ್ವೆ ಮಾಡ್ತಾರಂತೆ, ತೋಟ, ಗದ್ದೆ ನಿಂದೇ. ಆವೇಶ ಬೇಡ. ಯೋಚ್ನೆ ಮಾಡಿ ನೋಡು. ನಿನ್ನದೂಂತ ಒಂದ್ಮಗು ನಿಂಗೆ ಬೇಕು" ಮತ್ತೆ ನಾಲ್ಕು ಮಾತು ಸೇರಿಸಿದರು.

ಭಾಸ್ಕರ್‌ಗೆ ದಿಗ್ಭ್ರಮೆ. ಇಂಥ ಯೋಚನೆ ಎಂದೂ ಮಾಡಿದ್ದೇ ಇಲ್ಲ "ನಂಗೆ ಮದ್ವೆ ಆಗಿದೆ. ನನ್ನ ಹೆಂಡ್ತಿ ಇದ್ದಾಳೆ. ಏನೇನೋ ಮಾತಾಡ್ಬೇಡ. ಕಂಬಿ ಎಣಿಸೋಕೆ ಕಳಿಸ್ತಾರೆ" ಅಂದೇ ಹೊರಗೆಹೋಗಿದ್ದು. ಎದುರಿಸಿ ಬಂದ ವನಜ ಅವನ ಕಾಲು ಹಿಡಿದೇಬಿಟ್ಟಳು. "ಭಾವ, ನನ್ನ ಕೈ ಬಿಡ್ಬೇಡ. ತಾಳಿಯೊಂದು ಕಟ್ಬಿಡು. ಈ ಮನೆಯಲ್ಲಿ ಕಸಮುಸುರೆ ಮಾಡ್ಕೊಂಡ್ ಇದ್ದುಬಿಡ್ತೀನಿ. ನಂಗೆ ಅವಮಾನ ಅನುಭವಿಸಿ ಸಾಕಾಗಿದೆ" ಜೋರು ಅಳು ಶುರು ಮಾಡಿದಾಗ ಭಾಸ್ಕರ ಭಯದಿಂದ ಅತ್ತಿತ್ತ ನೋಡಿ "ಇದೇನಿದು? ಮೇಲಕ್ಕೇಳು... ನಾನು ಮದ್ವೆಯಾದ ಮನುಷ್ಯ. ಇನ್ನೊಂದು ಮದ್ವೆ ಮಾಡಿಕೊಳ್ಳೋದು ಅಪರಾಧ" ಅನುನಯಿಸಿ ಮೇಲೆಬ್ಬಿಸಲು ಶೇಷಮ್ಮನ ಸಹಾಯ ಪಡೆದುಕೊಳ್ಳಬೇಕಾಯಿತು. ಆ ವೇಳೆಗೆ ಶಶಾಂಕ್ ರೂಮಿನಿಂದ ಹೊರಗೆ ಬಂದ. ಸದ್ಯಕ್ಕೆ ಶೇಷಮ್ಮ ಕೂಡ ಅಲ್ಲೇ ಇದ್ದರು. ಇಲ್ಲದಿದ್ದರೆ ಮತ್ತೊಂದು ಸೀನ್ ಕ್ರಿಯೇಟ್ ಆಗಿಬಿಡುತ್ತಿತ್ತೇನೋ?

ಅವನು ಗೊಂಬೆಯಂತೆ ನಿಂತ. ಶೇಷಮ್ಮ ಬಂದಾಗಲೆಲ್ಲ ಸಮಸ್ಯೆಗಳನ್ನು ಹೇಳಿಕೊಂಡು ಅಷ್ಟಿಷ್ಟು ಹಣ ಒಯ್ಯುತ್ತಿದ್ದುದ್ದು ಗೊತ್ತಿತ್ತು. ಕೆಲವೊಮ್ಮೆ ಭಾಸ್ಕರ್ ಕೊಸರಿಕೊಂಡರೂ ಕೃತಿಕಾ ಅನುನಹಿಸಿ ಗಂಡ ಕೊಡದಿದ್ದಾಗ ತಾನು ಕೊಟ್ಟಿದ್ದುಂಟು. ಆದರೆ ಬಂದವರು ಬಿಟ್ಟುಹೋಗುತ್ತಿದ್ದರೇ ವಿನಹ ಇಲ್ಲಿ ಉಳಿಯುತ್ತಿರಲಿಲ್ಲ. ಇಬ್ಬರು ಉಳಿದಾಗಲೇ ಅವನಿಗೆ ಏನೋ ಇದೆಯೆನಿಸಿತ್ತು. ಅನುಮಾನ ಕಾಡಿತು.

"ಅಕ್ಕನ್ನ ಹೋಗಿ ಕರ್ಕೊಂಡ್ ಬಂದ್ಬಿಡ್ಲಾ? ಏನೋ ನಂಗೆ ನಿದ್ದೆ ಬಂದಿಲ್ಲ. ಇನ್ನ ನಿಮ್ಗೇ ಹೇಗೆ ನಿದ್ದೆ ಬರುತ್ತೆ. ಜೊತೆಗೆ ಇಲ್ಲೇನೋ ಸೀನ್ ಕ್ರಿಯೇಟ್ ಆಗಿದೆ" ವ್ಯಂಗ್ಯವಾಗಿಯೇ ಅಂದ. ಭಾಸ್ಕರ ಮಾತಾಡದೆ ರೂಮಿಗೆ ಹೋದ. ವನಜ ಎದ್ದು ಹೋದಳು. ಮನೆ ಇಲ್ಲಿನ ವೈಭವ. ಅನುಕೂಲಗಳನ್ನು ಕಂಡ ಮೇಲೆ ವನಜ ನಿರ್ಧಾರ ಬಲವಾಗಿತ್ತು. ಹೇಗಾದರೂ ಇಲ್ಲಿ ತಳವೂರಬೇಕು. ಅದಕ್ಕೆ ಬೇಕಾದ ಪ್ರಯತ್ನಗಳಿಗೆ ರೆಡಿ. ಮೊದಲು ಭಾಸ್ಕರನ ಒಲಿಸಿಕೊಳ್ಳಬೇಕಿತ್ತು. ಹೇಗೆ? ಹೇಗೆ?

ಭಾಸ್ಕರ್ ರೂಮಿನ ಬಾಗಿಲ ಬೋಲ್ಟ್ ಹಾಕಿಕೊಂಡು ಮಂಚದ ಮೇಲೆ ಉರುಳಿದ. ಎಷ್ಟೋ ಸಲ ಅವನ ಮತ್ತು ಕೃತಿಕಾ ನಡುವೆ ಭಿನ್ನಾಭಿಪ್ರಾಯ ಬಂದಾಗ ಏಕಾಂತ ಬೇಕೆನಿಸುತ್ತಿತ್ತು. ಆ ಏಕಾಂತ ಒಂಟಿತನವಾಗಿ ಕನ್ವರ್ಟ್ ಆಗಿತ್ತು. ಉರುಳಾಡಿ ಎದ್ದು ಕೂತ. ದೀರ್ಘವಾಗಿ ಯೋಚನೆಗಳು ಬಂದು ಕಾಡತೊಡಗಿತು. ಕೃತಿಕಾ ಬದಲಾಗಿದ್ದಾಳೆ" ಇದು ಭಾಸ್ಕರನ ಅಭಿಪ್ರಾಯ. ಎಲ್ಲಿ, ಹೇಗೆ, ಯಾವ ವಿಚಾರದಲ್ಲಿ ಎಂದು ಪ್ರಶ್ನಿಸಿದರೆ ಖಂಡಿತ ಉತ್ತರಿಸಲಾರ. ಮತ್ತೆ ಶೇಷಮ್ಮ ತಂದ ಮದುವೆಯ ವಿಚಾರ! ಅಂಥ ಅಭಿಪ್ರಾಯ ಬಂದದ್ದೇ ಇಲ್ಲ. ಮಗುಗಾಗಿ ಮೊದ ಮೊದಲು ಹಂಬಲಿಸಿದರು ಆಮೇಲೆ ಒಗ್ಗಿಕೊಂಡಿದ್ದ. 'ಶಶಾಂಕ್‌ನ ಕರೆ ತಂದಾಗ ಭಾಸ್ಕರನ ವಿರೋಧವೇನೂ ಇರಲಿಲ್ಲ. ಆ ಸಮಯದಲ್ಲಿ ಇದ್ದಿದ್ದು ಕರುಣೆ, ಸಹಾನುಭೂತಿಯ ಜೊತೆ ಇಬ್ಬರ ನಡುವೆ ಇನ್ನೊಬ್ಬರ ಅಗತ್ಯವೆನಿಸಿತ್ತೋ, ಏನೋ! ಆಮೇಲೆ ಅಕ್ಕರೆ, ಅವನ ಮೇಲಿನ ಜವಾಬ್ದಾರಿಯನ್ನು ಪ್ರೀತಿಯಿಂದಲೇ ಮಾಡುತ್ತಿದ್ದುದ್ದು. ವಿವಾಹಿತನಾಗಿ ಅರುಣ ಈ ಮನೆಗೆ ಬಂದನಂತರ ಒಂದು ರೀತಿಯ ತಾಕಲಾಟ, ಒತ್ತಡ. ಅರ್ಥವಾಗದ ಮೋಹಕತೆ, ಮಾಯಾಜಾಲ ಆವರಿಸಿತ್ತು.

ಇದೇ ಅಂಥ ಅರ್ಥೈಸಿಕೊಳ್ಳಲಾರದೆ ಹೋದ! ತಕ್ಷಣ ಅವನೆದೆಯ ಬಡಿತವೇರಿತು. ಈಗಾಗಲೇ ಅರುಣಳಿಗಾಗಿ ತಂದಿದ್ದ ಮೊಬೈಲ್‌ಗಳು ಕಳೆದಿತ್ತು. ಹೇಗೆ, ಎತ್ತ ವಿಚಾರಿಸಲಾರದೇ ಹೋಗಿದ್ದ. ಎರಡು ಮೊಬೈಲ್ ಸಿಮ್‌ಕಾರ್ಡ್‌ನಲ್ಲಿದ್ದಿದ್ದು ಇವನ ಕರೆಗಳೇ. ಅದಕ್ಕಾಗಿ ಸಿಮ್‌ನಂಬರ್‌ಗಳನ್ನ ಬದಲಾಯಿಸಿದ್ದ. ಆದರೆ ಭಾಸ್ಕರ್‌ನ ನಾಲಿಗೆಂಯುಲ್ಲಿನ ಪಸೆಂಯಾರಿತು. ಎದ್ದು ಕೂತ. ತಟ್ಟನೆ ನೆನಪಾಯಿತು. ಬೆವರಿಳಿಯತೊಡಗಿತು.

ಮತ್ತೆಂದು ಮೊಬೈಲ್ ಗಿಫ್ಟಾಗಿ ಕೊಡಲು ತಂದಿದ್ದ. ಆ ವೇಳೆಗೆ ಸುವರ್ಣಮ್ಮ ಹಿಂದಿರುಗಿದ್ದರಿಂದ ಗಲಿಬಿಲಿಯಲ್ಲಿ ಮರೆತಿದ್ದರು. ಅದು ಈಗ ಎಲ್ಲಿದೇ ಅರುಣ ಚೂಟಿಯಲ್ಲವೆನ್ನುವುದು ಅರಿವಿಗೆ ಬಂದಿತ್ತು. ರೂಮೆಲ್ಲೆಲ್ಲ ಹುಡುಕಾಡಿದ್ದು. ಮತ್ತೆ ಎಲ್ಲಿ? ತಲೆ ಕೆಟ್ಟಂತಾಯಿತು. ಹೊಸ ಸಿಮ್ ಹಾಕಿಸಿ ರೀಚಾರ್ಜ್ ಮಾಡಿಸಿಕೊಂಡು ಬಂದಿದ್ದು. ಆ ವೇಳೆಗೆ ಸುವರ್ಣಮ್ಮ ಬರಬೇಕಿತ್ತಾ? ಇದರ ಹಿಂದೆ ಪ್ಲಾನ್ ಏನಾದರೂ ಇತ್ತಾ? ಕೃತಿಕಾ ಏನಾದರೂ ಅನುಮಾನದ ಮೂಡ್‌ನಲ್ಲಿದ್ದಾಳಾ? ಅರ್ಥೈಸಿಕೊಳ್ಳಲಾರದೆ ಹೋದದ್ದು. ಎರಡು ಮೊಬೈಲ್‌ಗಳು ಎಲ್ಲಿಗೆ ಹೋದವು? ಸುವರ್ಣಮ್ಮ ಕಳ್ಳಿಯಾ? ಬೆಳಿಗ್ಗೆ ಕೃತಿಕಾ ಮನೆಗೆ ಬರುವ ಮುನ್ನ ತನಿಖೆ ಮಾಡಬೇಕೆನಿಸಿತು. ಮೊದಲು ಅರುಣಳಿಂದಲೇ ಶುರು ಮಾಡಬೇಕು.

ಹೆಚ್ಚುಕಡಿಮೆ ಇಡೀ ರಾತ್ರಿ ಅವನಿಗೆ ನಿದ್ದೆ ಬರಲಿಲ್ಲ.

ಹೊರಬಂದಾಗ ಕಾಫೀ ಕಪ್ ಹಿಡಿದು ಕಾದಿದವಳಂತೆ ಬಂದಿದ್ದು ವನಜ "ಗುಡ್ ಮಾರ್ನಿಂಗ್ ಭಾವ. ರಾತ್ರಿ ನಿದ್ದೆ ಮಾಡಿದಂಗಿಲ್ಲ" ಯೋಗಕ್ಷೇಮ ವಿಚಾರಿಸಿದಾಗ ಕಿರಿಕಿರಿಯೆನಿಸಿತು ಭಾಸ್ಕರನಿಗೆ. "ಹಾಗೇನಿಲ್ಲ ಆಫೀಸ್‌ನ ನೂರು ಟೆನ್‌ಷನ್‌ಗಳು ಇರುತ್ತೆ"

ಎಂದು ಕಾಫೀ ಕಪ್ ಹಿಡಿದು ಬಾಲ್ಕನಿಗೆ ಹೋಗಿದ್ದು. ಅರುಣನ ವಿಚಾರಿಸಬೇಕೆಂದು ಕೊಂಡೇಬಂದಿದ್ದು. ಆದರೆ ಎದುರಾಗಿದ್ದು ವನಜ. 'ಛಿ' ಅನ್ನಿಸಿತು.

ಶಶೀ "ಹಲೋ, ಭಾವ..." ಎಂದು ಕಾಫೀ ಕಪ್ ಹಿಡಿದು ಬಂದಾಗ ಚಕಿತನಾಗಿ "ಅರೇ, ನಿಮ್ಮ ಯೋಗಕ್ಷೇಮ ವಿಚಾರಿಸಿಕೊಳ್ಳೋಕೆ ಅಂತ್ಲೇ, ಶೇಷಮ್ಮಜ್ಜಿ ಯಾರನ್ನೋ ಹಿಂದಿಟ್ಕೊಂಡ್ ಬಂದಿದ್ದಾರೆ" ಎಂದೇಬಿಟ್ಟ. ಸಲುಗೆ ಇದ್ದುದ್ದರಿಂದ ಮನಸ್ಸಿಗೆ ಬಂದಿದ್ದನ್ನು ಆಡಿಬಿಡುತ್ತಿದ್ದ "ಶಶಿ, ಐ ಡೋಂಟ್ ಲೈಕ್, ಏನೇನೋ ಮಾತಾಡ್ತಿ" ಮುಖ ಗಂಟಿಕ್ಕಿ ಒಳಹೋಗಿದ್ದು. ಕಾಫೀ ಕಪ್‌ಗಳನ್ನು ಹಿಡಿದು ಒಳಬಂದವ "ಭಾವನಿಗೆ, ನಿನ್ನ ಕೈ ಕಾಫೀ ಕುಡ್ಯೋ ಅದೃಷ್ಟವಿಲ್ಲ. ನೀನೇ... ಕುಡೀ" ಅರುಣಾಗೆ ಕೊಟ್ಟ ಬೇಸರದಿಂದ.

ಕಾಫೀ ಗುಟುಕರಿಸುವ ಮುನ್ನ ಏನೋ ಹೇಳಲು ಬಾಯಿ ತೆರೆದಾಗ "ಸದ್ಯ, ನಿನ್ನ ಯಾವ್ದೋ ಡಿಮ್ಯಾಂಡ್‌ಗಳ್ನ ಓಪೇ ಮಾಡೋಲ್ಲ. ಏಯ್, ಕನಿಷ್ಟ ನ್ಯೂಸ್ ಪೇಪರ್ ಓದೋದನಾದ್ರೂ ಅಭ್ಯಾಸ ಮಾಡ್ಕೋ. ಕನಿಷ್ಟ ನಮ್ಮ ದೇಶದ ಪ್ರಧಾನ ಮಂತ್ರಿ ಯಾರು ಅನ್ನೋದನಾದ್ರು... ತಿಳ್ಕೋ. ಅದೇನು ಶಾಮಣ್ಣ ಮಗಳ್ನ ಸಾಕಿ ನನ್ನ ಕುತ್ತಿಗೆಗೆ ನೇತು ಹಾಕಿದ್ಯೋ. ಇವೊತ್ತಿನಿಂದಲಾದ್ರೂ... ಪೇಪರ್ ಓದೋದ್ನ ಅಭ್ಯಾಸ ಮಾಡ್ಕೋ, ನನ್ನ ಮುದ್ದು ಬಂಗಾರ" ಎಂದು ತಲೆಯ ಮೇಲೆದ್ದು ಮೊಟಕಿ ಹೋದ. ಆ ವೇಳೆಗೆ ಕೃತಿಕಾಗೆ ಎರಡು ಸಲ ಕಾಲ್ ಮಾಡಿದ್ದ. 'ನಿನ್ನೊಲುಮೆ... ಬಡವಾಗಿದೆ. ಕಂಗೊಳಿಸುತ್ತಿದ್ದ ಹಸುರೆಲ್ಲ ಸುಟ್ಟು ಕರಕಲಾಗಿದೆ. ಎಲ್ಲೆಲ್ಲೂ... ನಿರ್ಜನ, ದಯವಿಟ್ಟು ಬೇಗ್ಬನ್ನಿ. ಇಲ್ಲ ನಾನೇ... ಬರ್ಲಾ? ಕಾಡಿ ಬಿಟ್ಟಿದ್ದ. ಈಚೆಗೆ ಬಹಳ ಚೆನ್ನಾಗಿ ಮಾತಾಡುತ್ತಿದ್ದ.

ಇವತ್ತು ಕೃತಿಕಾ ಮನೆಯಲ್ಲೇ ಉಳಿಯಲು ತೀರ್ಮಾನಿಸಿದ್ದಳು. ಮನೆಯಲ್ಲಿನ ಪರಿಸ್ಥಿತಿ ಹದಗೆಡುವುದು ಬೇಡವಾಗಿತ್ತು. ವನಜ ಗಟ್ಟಿಗಿತ್ತಿ ಎನ್ನುವುದು ಅರಿವಾಗಿತ್ತು. ಆ ಪರಿಣಾಮ ಮಿಕ್ಕವರ ಮೇಲೆ ಬೀಳದಂತೆ ಎಚ್ಚರ ವಹಿಸಬೇಕಿತ್ತು.

ಅತ್ತಿತ್ತ ನೋಡಿ ಭಾಸ್ಕರ ಕಿಚನ್‌ಗೆ ಬಂದವ "ಅರುಣ, ಆ ಎರಡು ಮೊಬೈಲ್ ಸಿಕ್ತಾ? ನಿನ್ನೆಯೊಂದು ಗಿಫ್ಟ್ ಪ್ಯಾಕ್ ಮಾಡ್ಸಿಕೊಂಡ್ಬಂದೆ. ಆ ವೇಳೆಗೆ ಸುವರ್ಣಮ್ಮ... ಬಂದ್ಲು. ಅದು ತೀರಾ ಕಾಸ್ಲಿ ಮೊಬೈಲ್. ಜೊತೆಗೆ..." ಅನ್ನುವ ವೇಳೆಗೆ ವನಜ ಬಂದವಳೇ "ಭಾವ, ಇಲ್ಲಿ ಇದ್ದೀರಾ? ಅತ್ತೆ ಹುಡುಕುತ್ತ ಇದ್ರು, ಒಂದಿಷ್ಟು ಮಾತಾಡ್ಬೇಕಂತೆ" ರಾಗ ತೆಗೆದಾಗ ಅವನಿಗೆ ಬಾರಿಸಿ ಬಿಡಬೇಕೆನಿಸಿತು. "ಏನಂತೆ, ಅರುಣ ಇನ್ನೊಂದು ಕಪ್ ಕಾಫೀ ತಗೊಂಡ್ಬಾ" ಹೊರಹೋದದ್ದು. ಕಿಚನ್‌ಗೆ ಬಂದಿದ್ದಕ್ಕೆ ಒಂದು ಉದ್ದೇಶ ತಿಳಿಸಿದಂತಿತ್ತು. "ಬೆರ್‍ಸಿ ಕೊಡು, ಅರುಣ. ನಾನು ತಗೊಂಡ್ ಹೋಗ್ತೀನಿ" ಮುಂದಾದಳು ವನಜ. ಆದಷ್ಟು ಭಾಸ್ಕರ್‌ಗೆ ಹತ್ತಿರವಾಗುವ ಇಚ್ಛೆ, ಅರುಣ ಕಣ್ಣು ಕಣ್ಣುಬಿಟ್ಟಳು.

ಶೇಷಮ್ಮ ಮತ್ತೆ ಮಗನನ್ನು ಕೂಡಿಸಿಕೊಂಡು "ಸ್ವಲ್ಪ ಅರ್ಥಮಾಡ್ಕೋ. ಮುಂದೆ ಈ ಮನೆಯಲ್ಲೇ ನೀನು ಅನಾಥನಾಗಿ ಬಿಡ್ತೀಯ. ಶಶಾಂಕ್ ಬಡಪೆಟ್ಟಿಗೂ ಮನೆ ಬಿಟ್ರು ಹೋಗೋಲ್ಲ. ಈ ಆಸ್ತಿಯೆಲ್ಲ ಅವ್ನಿಗೆ ಸೇರುತ್ತೆ" ಇಂಥ ಎಷ್ಟೋ ಕೆಲಸಕ್ಕೆ ಬಾರದ ವಿಚಾರಗಳನ್ನು ಮಗನ ತಲೆಗೆ ತುಂಬಿದರು. ಆದರೆ ಅದು ಸುಲಭವಲ್ಲವೆಂದು

ಗೊತ್ತು. "ಇದಕ್ಕೆ ಕೃತಿಕಾ ಒಪ್ಪೋಲ್ಲ. ಈ ವಿಚಾರನಾ ಕೈಬಿಟ್ಟು, ಊರಿಗೆ ಹೋಗೋದ್ನ ನೋಡ್ಕೋ" ಎದ್ದುಹೋದ. ಭಾಸ್ಕರನಿಗೆ ತಲೆ ಕೆಟ್ಟಂತಾಗಿತ್ತು. ವನಜ... ಮೈ ಉರಿಯುತ್ತಿತ್ತು. ಅಂಥ ಇಚ್ಛೆ ಇಲ್ಲ.

ಸುವರ್ಣಮ್ಮ ತರಕಾರಿ ಹೆಚ್ಚಿ ಕೊಡುತ್ತ ಅರುಣಳ ಹುಡುಕಾಟ ಗಮನಿಸುತ್ತಿದ್ದವಳು. ಕಣ್ಣರಳಿಸಿ "ಏನು ಹುಡುಕ್ತಾ ಇದ್ದೀ?" ವಿಚಾರಿಸಿದಾಗ ಅವಳು ತಲೆ ಕೆರೆದುಕೊಳ್ಳುತ್ತ "ಮೊಬೈಲ್, ನಿನ್ನೊಂದಿಷ್ಟು ಸಹಾಯ ಮಾಡು" ಕೇಳಿದ್ದಕ್ಕೆ "ಒಳ್ಳೆಯದಾಯ್ತು, ನಿಮ್ಮ ಮೊಬೈಲ್ ಮಂಚದ ಪಕ್ಕ ಇತ್ತು. ಕಿಚನ್‌ನಲ್ಲಿ ಹುಡುಕಿದರೆ ಎಲ್ಲಿ ಸಿಕ್ಕುತ್ತೆ?" ಹೆಚ್ಚಿನ ತರಕಾರಿ ತೆಗೆದಿಟ್ಟಾಗ "ಅಯ್ಯೋ ಅದೆಲ್ಲ, ಅದ್ನ ಅಕ್ಕ ಕೊಡಿಸಿದ್ರು. ಈಗ ಕಳ್ದು ಹೋಗಿರೋದು ಭಾವ ಕೊಡ್ಸಿದ್ದು" ಅಂದೇಬಿಟ್ಟಳು. ಮೊದಲ ಮೊಬೈಲ್ ಕಳೆದಿದ್ದು ಕಿಚನ್‌ನಲ್ಲಿಯೇ. ಅದು ಕೃತಿಕಾ ಲಾಕರ್‌ನಲ್ಲಿತ್ತು. ಮುಂದಿನ ಅಪಾಯ ಗ್ರಹಿಸಿಯೇ ತೆಗೆದಿಟ್ಟಿದ್ದು. ಎರಡನೆಯದು ನಾಪತ್ತೆ! ಇನ್ನು ಹೊಸದಾಗಿ ಬಂದ ಮೊಬೈಲ್ ಗಿಫ್ಟ್ ಪ್ಯಾಕೆಟ್... ಭಾಸ್ಕರ್ ವಿಚಾರಿಸಿದಾಗಲೇ ಅದು ಅರಿವಾಗಿದ್ದು.

"ಹೌದಲ್ವಾ, ನೋಡಿದ್ದೇ ಬಿಡಿ. ನೀವು ಆಗಾಗ ಮಾತಾಡ್ತಾ ಇದ್ರಿ. ಎಲ್ಲೋ ಇಟ್ಟಿರುತೀರಿ. ನಾನು ಬೇಕಾದರೆ ಒಂದ್ಸಲ ತಲಾಷ್ ಮಾಡ್ತೀನಿ" ಆಶ್ವಾಸನೆ ಕೊಟ್ಟಳು. ಕೆಲವೊಮ್ಮೆ ಅರ್ಧಗಂಟೆಗೂ ಮಿಕ್ಕಿ ಅರುಣ ಮಾತಾಡುತ್ತಿದ್ದುದ್ದನ್ನು ನೋಡಿದ್ದಳು. ಹೊಸದಾದ ಜೋಡಿ... ಮಾತುಗಳು ಸಾವಿರಾರು ಇರುತ್ತೆ ಅಂದುಕೊಂಡಿದ್ದಳಷ್ಟೆ.

ತಟ್ಟನೆ ಅರುಣ "ಕಿಚನ್ ಕೆಲ್ಸ ನಾನು ನೋಡ್ತೀನಿ. ಸೋಫಾ, ಟೀಪಾಯಿ ಅಲ್ಲೆಲ್ಲ ಯಾವುದಾದ್ರೂ... ಪ್ಯಾಕೇಟ್ ಬಿದ್ದಿದೆಯೇನೋ ನೋಡು" ಎಂದು ಸುವರ್ಣಮ್ಮನನ್ನು ಕಳುಹಿಸಿದವಳು ಬೆಚ್ಚಿ "ಅವಳ ವಿಚಾರದಲ್ಲಿ ಹುಷಾರಾಗಿರು. ತೀರಾ ಡೇಂಜರ್. ನಿಂಗೆ ಕೊಡಿಸಿದ ಗಿಫ್ಟ್‌ಗಳ ವಿಚಾರ ಅವ್ಳಿಗೆ ತಿಳಿಯಬಾರ್ದು" ಭಾಸ್ಕರ ಎಚ್ಚರಿಸಿದ್ದ. "ಮೈ ಗಾಡ್, ಆ ಪ್ಯಾಕ್ ಇವಳ ಕೈಗೆ ಸಿಕ್ಕರೇ?" ಅಂದುಕೊಳ್ಳುತ್ತ ಹೊರಗೆ ಬಂದು "ಅಕ್ಕನ ರೂಮು ಕ್ಲೀನ್ ಮಾಡ್ಬಿಡು" ಹೇಳಿ ಎದೆಯ ಮೇಲೆ ಕೈಯಿಟ್ಟುಕೊಂಡು ನಿಟ್ಟುಸಿರು ಚೆಲ್ಲಿದ್ದು "ನಿಂಗೆ ತೀರಾ ಬುದ್ಧಿ ಕಡ್ಮೇ. ಯಾವುದ್ರಲ್ಲೂ ಇಂಟ್ರೆಸ್ಟ್ ಇಲ್ಲ. ನಾಜೋಕ್... ಕಡ್ಮೆ" ಅವಳಪ್ಪ ಶಾಮಣ್ಣನ ಡೈಲಾಗ್. ಅದೇನು ಅವಳ ತಲೆಗೆ ಹೋಗುತ್ತಿರಲಿಲ್ಲ.

ಕೃತಿಕಾ ಬ್ರೇಕ್‌ಫಾಸ್ಟ್ ಮುಗಿಸಿಕೊಂಡೇ ಹೊರಟಿದ್ದು. ಆ ವೇಳೆಗೆ ಭಾಸ್ಕರ್ ಎರಡು ಸಲ... ಶಶಾಂಕ್ ಎರಡು ಸಲ ಕಾಲ್ ಮಾಡಿದ್ದರು. ಆಗ ಬಿಂದು "ಯು ಆರ್ ಲಕ್ಕಿ ಕೃತಿಕಾ. ಎಲ್ಲರೂ ಹಂಬಲಿಸೋದು ಇಂಥ ಜೀವನಕ್ಕೆ. ಆದರೆ ಎಲ್ಲರಿಗೂ ಸಿಗೋಲ್ಲ. ಸಿದ್ಧಾರ್ಥ ಗೌತಮಬುದ್ಧನಾದ. ಅದಕ್ಕೆ ಮೊದಲ ಕಾರಣ ಯಶೋಧರೆಯೆ. ಸಿದ್ಧಾರ್ಥ ಭವಿಷ್ಯದಲ್ಲಿ ಸನ್ಯಾಸಿಯಾಗುತ್ತಾನೆಂದು ತಿಳಿದಿದ್ದು. ಅವಳ ತಂದೆ ರಾಜ ಸುಪ್ತಬುದ್ಧ, ಮಗಳ ಮದುವೆಗೆ ತಡೆಯೊಡ್ಡುತ್ತಾನೆ. ಆದರೆ ಅರಿತಿದ್ದರೂ ಗೌತಮನನ್ನು ವಿವಾಹವಾಗಲು ಹಠ ಹಿಡಿದು ಮಡ್ದಿಯಾಗುತ್ತಾಳೆ. ಜೊತೆಗೆ ಸಿದ್ಧಾರ್ಥ ಹೆಂಡತಿ, ಮಗು ತೊರೆದು ಹೊರಟುನಿಂತ ರಾತ್ರಿ ಯಶೋಧರೆ ನಿದ್ದೆ ಮಾಡುವಂತೆ ನಟಿಸಿ ಅವ್ನ ಹಾದಿಯನ್ನು

ಸುಗಮಗೊಳಿಸುತ್ತಾಳೆ. ನನ್ನ ಸ್ಥಿತಿನು ಅದೇ. ವಿವೇಕ್ ವಿವಾಹಕ್ಕೆ ಮುನ್ನ ಎಚ್ಚರಿಸುತ್ತಾರೆ. ಆಮೇಲೆ ಹೊರಟಾಗಲು ತಡೆಯುವ ಪ್ರಯತ್ನ ಮಾಡ್ಲಿಲ್ಲ. ಬಹುಶಃ ಅವ್ರ ಹಾದಿ ಸುಗಮಗೊಳಿಸಲು ನಾನು ವಿವಾಹವಾದನೇನೋ ಅನ್ನೋ ಸಂಶಯ. ಯಶೋಧರೆಯನ್ನು ನೆನಸಿಕೊಂಡು ನನ್ನನ್ನು ನಾನು ಸಮಾಧಾನ ಮಾಡ್ಕೋತೀನಿ. ಎಲ್ಲಕ್ಕೂ ಒಂದು ಕಾರಣ ಹೆಣ್ಣೇನೋ!" ಬಿಂದು ಹೇಳಿದ ಮಾತುಗಳು ತಲೆಯಲ್ಲಿ ಇತ್ತು. ವಿವೇಕ್‌ನ ಎರಡು ಸಲ ನೋಡಿದ್ದು. ಒಂದೆರಡು ಸಲ ಪೇಪರ್‌ನಲ್ಲಿ! ಎತ್ತರದ ಖಾವಿಧಾರಿ. ಆ ಮನುಷ್ಯನ ಪ್ರವಚನಗಳನ್ನು ನೆಟ್‌ನಲ್ಲಿ ನೋಡಿದ್ದುಂಟು. ಕಲ್ಮಶವಿಲ್ಲದ ತೇಜೋಪುಂಜವಾದ ಮುಖಭಾವ.

"ಓ, ಬಂದ್ಯಾ..." ತಲೆಗೆರೆದುಕೊಂಡು ಕೂದಲನ್ನು ಆರಿಸಿಕೊಳ್ಳುತ್ತಿದ್ದ ಶೇಷಮ್ಮ ರಾಗ ತೆಗೆದಳು. ಅಲ್ಲೇ ನಿಂತಿದ್ದ ವನಜ ಮೊಬೈಲ್‌ನಲ್ಲಿ ಯಾರೊಂದಿಗೋ ಮಾತಾಡುತ್ತಿದ್ದವಳು ನೋಡಿದರು ನೋಡದಂತೆ ನಟಿಸಿದ್ದು ರೇಗಿಸಿತು. ಕೃತಿಕಾ ಅವಡುಗಳು ಬಿಗಿದುಕೊಂಡವು. "ನಿಮ್ಮದನ್ನು ಧರ್ಮದಿಂದ ಉಳಿಸಿಕೊಳ್ಳಲು ಯುದ್ಧದಿಂದ ಹಿಂದೆಗೆಯಬೇಡ" ರಣರಂಗದಲ್ಲಿ ಧರ್ಮದ ಜೊತೆ ಶೌರ್ಯದ ಪಾಠ ಮಾಡಿದ್ದ ಮಹಾಭಾರತದ ಕೃಷ್ಣ. ಅದು ಅವಳ ಮಿದುಳಿನಲ್ಲಿ ಇತ್ತು. ವನಜ ಯುದ್ಧಕ್ಕೆ ಪಂಥಾಹ್ವಾನ ನೀಡುವಂತೆ ಕಂಡಳು. ರೆಡಿಯಾಗಬೇಕೆನಿಸಿತು.

ಮೊದಲು ಎದುರಾದದ್ದು ಶಶಾಂಕ್ "ಸದ್ಯ ಬಂದ್ರಾ! ಎಷ್ಟೋ ಜವಾಬ್ದಾರಿ ಕಡ್ಮೇ ಆಯ್ತು ಭಾವ ತರಾತುರಿಯಲ್ಲಿ ಹೊರಟ್ರು. ಸ್ವಲ್ಪ ಮೊದ್ಲೇ... ಬಂದಿದ್ದರೇ..." ಹಾಸ್ಯ ಮಾಡಿದಾಗ ರೇಗದೇ ರೂಮಿಗೆ ಹೋದವಳು ಗಮನಿಸಿದ್ದು ತೀಕ್ಷ್ಣವಾಗಿಯೆ. ಡ್ರೆಸ್ಸಿಂಗ್ ಟೇಬಲ್ ಮೇಲಿದ್ದ ಎಲ್ಲವು ಅಸ್ತವ್ಯಸ್ತವಾಗಿತ್ತು. "ಸುವರ್ಣಮ್ಮ..." ಕೂಗಿದಳು ಸ್ವಲ್ಪ ಜೋರಾಗಿಯೇ. ಕೆಲವಲ್ಲಿ ತೀರಾ ಶಿಸ್ತು. ಓಡುತ್ತಲೇ ಬಂದಿದ್ದು.

ಶಶಾಂಕ್, ಅರುಣ ಕೂಡ ಈ ರೂಮಿನಲ್ಲಿ ಹೆಚ್ಚು ಸ್ವತಂತ್ರ ವಹಿಸುತ್ತಿರಲಿಲ್ಲ. ಕ್ರೀಮ್ ಪೌಡರ್ ಪ್ರತಿಯೊಂದು ತಮ್ಮ ತಮ್ಮ ಜಾಗಗಳನ್ನು ಬದಲಾಯಿಸಿಕೊಂಡಿದ್ದು ಕೃತಿಕಾ ಗಮನಕ್ಕೆ ಬಂತು. ಪೂರ್ಣವಾಗಿ ಅಸ್ತವ್ಯಸ್ತ.

"ಕ್ಲೀನ್ ಮಾಡಿದ್ದು.. ಯಾರು?" ಕೇಳಿದಳು.

ಅವಳು ರೂಮಿನಲ್ಲಿ ಕಣ್ಣಾಡಿಸಿ "ನಾನೇ, ಆಮೇಲೆ..." ಪೂರ್ತಿ ಮಾಡಲಿಲ್ಲ. ಕೃತಿಕಾಗೆ ಅರ್ಥವಾಯಿತು. "ಇದನ್ನೆಲ್ಲ ಸರಿ ಮಾಡು. ತಿಂಡಿ ತಿಂದ್ಯಾ?" ವಿಚಾರಿಸಿದ ನಂತರವೇ ದೊಪ್ಪೆಂದು ಹಾಸಿಗೆಯ ಮೇಲೆ ಕುಕ್ಕರಿಸಿದ್ದು. ವನಜಾ ಒಂದು ಸಮಸ್ಯೆಯಾಗಿ ನಿಲ್ಲುವಂತೆ ಕಂಡಳು. ಮೊದಲ ಸಲ ಬಂದಿದ್ದು, ನೋಡಿದ್ದು, ಎಂಥ ಬಂಧುಗಳು ಅನ್ನೋದು ಕೂಡ ಅವಳಿಗೆ ಗೊತ್ತಿರಲಿಲ್ಲ. ತೀರಾ ದಿಟ್ಟೆಯಾಗಿ ಕಂಡಳು.

ಇದು ಶಶಾಂಕ್‌ವರೆಗೂ ಹೋದಾಗ ಗರಂ ಆದ "ಏನ್ರೀ ಮೇಡಮ್, ಬೇರೊಬ್ಬರ ರೂಮು, ಸಾಮಾನುಗಳ್ನ ಬಳಸಬಾರ್ದೂಂತ ನಿಮ್ಗೇ ಗೊತ್ತಿಲ್ವಾ?" ಎದುರಿಗೆ ಹೋಗಿ ನಿಂತೇ ಪ್ರಶ್ನಿಸಿದ. ಇಲ್ಲಿಗೆ ಬಂದಾಗಿನಿಂದ ಇಂಥ ಸಂಬಂಧ, ಸನ್ನಿವೇಶ ಒದಗಿ

ಬಂದಿರಲಿಲ್ಲ. "ಯಾರನ್ನು ಕೇಳ್ತಾ ಇರೋದು?" ಕೇಳಿದ್ದು ಶೇಷಮ್ಮ.

"ಅದೇ ನಿಮ್ಜೊತೆ ಬಂದಿರೋ ಈಕೇನಾ? ಸ್ವಲ್ಪ ಕೂಡ ಕಾಮನ್‌ಸೆನ್ಸ್ ಇಲ್ವಾ? ಅಕ್ಕ, ಇಲ್ದೇ ಇರೋವಾಗ ಅವ್ರ ರೂಮಿಗೆ ಯಾಕೆ ಹೋಗಿದ್ರಿ?" ದಬಾಯಿಸೋ ಮೂಡ್‌ಗೆ ಹೋದ. ನಾಲ್ಕು ಬಾರಿಸುವಷ್ಟು ಕೋಪ.

"ಅಯ್ಯೋ, ನಾವೇನು ಬೇರೆಯವ್ರು ಅಲ್ಲ, ನಿಮ್ಮ ಅಕ್ಕ ಅನ್ನೋರು ನಮ್ಮ ಭಾವನ ಜೀವನದಲ್ಲಿ ಅಡಿ ಇಡೋಕೆ ಮುಂಚಿನಿಂದಲೇ ಸಂಬಂಧಿಗಳು. ಅಧಿಕಾರ, ಸ್ವತಂತ್ರ ತಾನಾಗಿ ಬರುತ್ತೆ" ವನಜ ಪ್ರತಿಕ್ರಿಯಿಸಿದಳು. ಎಸ್‌ಎಸ್‌ಎಲ್‌ಸಿವರೆಗೂ ಕಲಿತ ಅಪ್ಪನ ಮದುವೆಯಾಗದ ಕೊನೆಯ ಮಗಳು. ಒಂದು ಜಾಗವನ್ನು ಭದ್ರಪಡಿಸಿಕೊಳ್ಳುವ ತರಾತುರಿ ಅವಳದು.

ಶಶಾಂಕ್ ತೀರಾ ರಾಂಗಾದ. ಇಂಥ ಸ್ವತಂತ್ರ ಅವನು ಒಪ್ಪೋಲ್ಲ. "ಸ್ವಲ್ಪ ಅರ್ಥ ಮಾಡ್ಕೊಳ್ಳಿ. ನಿಮ್ಮಗಳ ಸಂಬಂಧಗಳ ಉದ್ದ, ದಪ್ಪ ಬೇಡ. ಅವ್ರು ಇಲ್ದೇ ಇರೋವಾಗ ಇಂಥ ಅತಿಕ್ರಮ ಬೇಡ" ಎಂದವ "ಸುವರ್ಣಮ್ಮ ಬಂದು ಅಕ್ಕನ ರೂಂ ಲಾಕ್ ಮಾಡು" ಆರ್ಡರ್ ಮಾಡಿದ. ಕೃತಿಕಾ ಬರುವ ವೇಳೆಗೆ ಇದೆಲ್ಲ ನಡೆದುಹೋಗಿತ್ತು.

ಅದನ್ನ ಪಿಸುದನಿಯಲ್ಲಿ ಉಸುರಿದ ಸುವರ್ಣಮ್ಮ "ಅಮ್ಮ, ಟೀಪಾಯಿ ಮೇಲೆ ಪ್ರಸೆಂಟೇಷನ್ ಕೊಡೋ ಗಿಫ್ಟ್ ಬಾಕ್ಸ್ ಇತ್ತು" ವಿಷಯ ಮುಟ್ಟಿಸಿದಳು. ಭಾಸ್ಕರ್ ವನಜಗಾಗಿ ತಂದಿರಬಹುದೆಂದುಕೊಂಡ ಕೃತಿಕಾ, ಅದೇನು ತಪ್ಪಲ್ಲವೆಂದುಕೊಂಡಳು. "ಏನಾದ್ರೂ ತಿಂದ್ಯಾ? ಎಲ್ಲರದು ಬ್ರೇಕ್‌ಫಾಸ್ಟ್ ಆಯ್ತ?" ಅನ್ನುವ ವೇಳೆಗೆ ನುಗ್ಗಿ ಬಂದ ಶಶಾಂಕ್ "ನೀನ್ಹೋಗು ಸುವರ್ಣಮ್ಮ" ಎಂದು ಅವಳನ್ನು ಕಳಿಸಿ ಹಾಸಿಗೆ ಮೇಲೆ ಕೂತ.

ತನ್ನದೇ ರೀತಿಯಲ್ಲಿ ಎಲ್ಲವನ್ನು ತಿಳಿಸಿ "ಇಷ್ಟು ವರ್ಷಗಳ ನಂತರ ಹಕ್ಕು, ಅಧಿಕಾರ ಮಂಡಿಸೋಕೆ ಬಂದಿದ್ದಾರೆ. ರಾದ್ಧಾಂತ ಮಾಡಿದ್ರು, ಈಗ ನನ್ಮೇಲೆ ಒಂದು ಅಪರಾಧದ ಪಟ್ಟಿ ತಯಾರಾಗಿರುತ್ತೆ. ನೀನು ತಪ್ಪೂಂದರೆ ನಾನು ಶಿಕ್ಷೆಗೆ ರೆಡಿ" ಎಂದು ಕ್ಷಮೆ ಯಾಚಿಸುವಂತೆ ಕೆಳಗೆ ಕೂತು ಆ್ಯಕ್ಟಿಂಗ್ ಮಾಡಿದಾಗ ರೇಗಿದಳು.

"ಯು ಆರ್ ಕರೆಕ್ಟ್, ಎಲ್ಲ ವಿಚಾರಗಳಲ್ಲೂ ಕಾಂಪ್ರಮೈಸ್ ಅಗತ್ಯವಿಲ್ಲ" ಕೃತಿಕಾ ಭುಜ ತಟ್ಟಿದಾಗ ಅವನಿಗೆ ಶಿಳ್ಳೆ ಹಾಕಬೇಕೆನಿಸಿತು. ನಾಲ್ಕು ಹೆಜ್ಜೆ ಮುಂದಕ್ಕೆ ಹೋದವನು ಹಿಂದಕ್ಕೆ ಬಂದು "ಬೈ ದಿ ಬೈ, ಶೇಷಮ್ಮಜ್ಜಿ... ಒಂದು ಪ್ಲಾನ್ ಮಾಡಿಕೊಂಡೇ ಬಂದಿದ್ದಾರೆ" ಅಂದಮೇಲೆ ಅದು ಕೃತಿಕಾ ಅರಿವಿಗೆ ಬಂದಿದ್ದು ಮಾತ್ರವಲ್ಲ ಅದಕ್ಕಾಗಿ ಬಿಂದು ಸಹಾಯ ಕೋರಿದ್ದು ಕೂಡ ಗೊತ್ತಿತ್ತು. ಕೃತಿಕಾ ನಗು ಅರಳಿಸಿ "ದೊಡ್ಡವರ ಪ್ಲಾನ್‌ಗಳು ದೊಡ್ಡದಾಗಿಯೇ ಇರುತ್ತೆ ಬಿಡು... ಅದ್ಸ! ಎಲ್ಲಿ... ಅರುಣ?" ಪಕ್ಕಕ್ಕೆ ನೋಟ ಹರಿಸಿದಾಗ ನಿಂತಿದ್ದಳು ಗೊಂಬೆಯಂತೆ "ಅದೇನೋ ಜೋಕ್ ಕಟ್ ಮಾಡ್ತಾನೆ, ನೋಡು" ಅವರಿಬ್ಬರನ್ನು ಬಿಟ್ಟು ಒಳಗೆಬಂದಿದ್ದು. ಇಂದು ರಜೆ ಹಾಕಿದ್ದರಿಂದ ಆತುರದ ತಾಪತ್ರಯವಿರಲಿಲ್ಲ. ಮಧ್ಯೆ ಪ್ರವೇಶಿಸುವುದು ಅನಿವಾರ್ಯವಾಗಿತ್ತು.

ಕೃತಿಕಾ ಹಾಲ್‌ನಲ್ಲಿ ಬಂದು ಕೂತು ಪೇಪರ್‌ಗೆ ಕೈಹಾಕಿದಾಗ ಮೊದಲು ಬಂದಿದ್ದು ಶೇಷಮ್ಮ "ಬಿಂದು ಏನಾದ್ರೂ ಹೇಳಿದ್ಲಾ?" ಕೇಳಿದರು. ನಿಧಾನವಾಗಿ ಪೇಪರ್‌ನಿಂದ ನೋಟ ಮೇಲೆತ್ತಿದ ಕೃತಿಕಾ "ಹ್ಞೂ... ಹೇಳಿದ್ಲು!" ಅಂದು ಸುಮ್ಮನಾಗಿದ್ದು ಶೇಷಮ್ಮ ಇನ್ನಷ್ಟು ಹತ್ತಿರಕ್ಕೆ ಸರಿದು "ನಿನ್ಹತ್ರ ಪ್ರೈವೇಟಾಗಿ ಮಾತಾಡೋದಿದೆ ಕೃತಿಕಾ" ಸ್ವಲ್ಪ ದನಿತಗ್ಗಿಸಿ ಮಾತಾಡಿದಾಗ, ಅನಿವಾರ್ಯವೆನಿಸಿತು. ಕೃತಿಕಾ ಮಾತಾಡಿ, ಎಂದಿದ್ದು ನೇರವಾಗಿಯೇ.

"ಸ್ವಲ್ಪ... ಬಾ" ಎಂದು ಕೈಹಿಡಿದು ರೂಮಿಗೆ ಕರೆದೊಯ್ದು 'ಹೋ...' ಎಂದು ಅತ್ತು ತಾವೇ ಸಮಾಧಾನವಾದವರು. "ನಮ್ಮ ವಂಶ ಹೋಗ್ಬಿಡುತ್ತೆ. ಮೂರು ಜನ ಗಂಡುಮಕ್ಳು. ಇಬ್ರಿಗೆ ಆರು ಜನ ಹೆಣ್ಣುಮಕ್ಳು. ಇವ್ನಿಗೆ ಮಕ್ಳು ಇಲ್ಲ. ಜ್ಯೋತಿಷಿಗಳು ಹೇಳೋ ಪ್ರಕಾರ ಅವರಿಬ್ರಿಗೆ ಗಂಡು ಮಕ್ಳು ಆಗೋಲ್ವಂತೆ. ಇವನಿಂದ್ಲೇ ವಂಶ ಉಳೀಬೇಕು. ಅದಕ್ಕೆ ನಿನ್ನ ಸಹಾಯ ಬೇಕು." ಆಕೆಯ ಮಾತಿಗೆ ನಗು ಬಂತು. ಯಾವ ತರಹ ಸಹಾಯ ಬೇಕೂಂತ ಕೇಳಬೇಕೆನಿಸಿದರು, ಕೇಳಲಿಲ್ಲ.

"ವಾರಗೆಯಲ್ಲಿ ನನ್ತಮ್ಮನ ಮಗ್ಳೇ ಆಗ್ಬೇಕು. ಅವ್ನಿಗೂ ಸಾಲಾಗಿ ಹೆಣ್ಣು ಮಕ್ಳು. ಆದರೆ ಅವ್ನ ಹೆಣ್ಣುಮಕ್ಕಳಿಗೆ ಬರೀ ಗಂಡು ಮಕ್ಕಳು. ವನಜ ಜಾತ್ಕದಲ್ಲಿ ಆರು ಗಂಡುಮಕ್ಕಳ ಯೋಗವಿದೆಯಂತೆ. ನೀನು ಮನಸ್ಸು ಮಾಡ್ಬೇಕು" ಮತ್ತಷ್ಟು ಮುಂದುವರಿಕೆ "ನಾನು ಯಾವ ತರಹ ಮನಸ್ಸು ಮಾಡೋದು? ಆರು ಗಂಡು ಮಕ್ಳು ಅವಳ ಜಾತ್ಕದಲ್ಲಿ ತಾನೇ ಇರೋದು" ಮೇಲೆದ್ದಳು. ಆಕೆ ಬಿಡಬೇಕಲ್ಲ. ಗಟ್ಟಿ ನಿರ್ಧಾರದಿಂದ ಬಂದ ಗಟ್ಟಿ ಹೆಂಗಸು "ಭಾಸ್ಕರ್‌ನ ಮದ್ವೆಗೆ ಒಪ್ಸೀ, ನೀನು ನಮ್ಮ ವಂಶನ ಉದ್ಧಾರ ಮಾಡ್ಬೇಕು, ನೀನು ಹೇಳಿದರೆ ಭಾಸ್ಕರ ವನಜಾನ ಮದ್ವೆ ಮಾಡಿಕೊಳ್ಳೋಕೆ ಒಪ್ತೇ ತಾನೇ" ಸ್ಪಷ್ಟಪಡಿಸಿದರು.

ಎದ್ದ ಕೃತಿಕಾ ಮತ್ತೆ ಕೂಡಲಿಲ್ಲ. "ಇದ್ನ ಅವ್ರೇ ಹೇಳಿದ್ರಾ?" ಅವಳ ದನಿ ತೀಕ್ಷ್ಣವಾಯಿತು. "ಹೌದು... ಅಂದ್ಕೋ" ಎಂದರು. ಇನ್ನೊಂದು ಮಾತಾಡದೇ ರೂಮಿಗೆ ಬಂದು ಒಂದು ಕಡೆ ಕೂತಳು. 'ನೀನು ಜಗತ್ತು! ನಿನ್ನ ಬಿಟ್ಟು ಕ್ಷಣ ಕೂಡ ಬದ್ಕಲಾರೆ' ಈ ಪ್ರೇಮಾಲಾಪನಕ್ಕೆ ಏನಾದರೂ ಅರ್ಥವಿದ್ಯಾ? ಅಂದರೆ ವನಜಾನ ವಿವಾಹವಾಗಲು ಭಾಸ್ಕರ ಸಿದ್ಧ! ಆ ಅಭಿಪ್ರಾಯದಲ್ಲಿ ಶೇಷಮ್ಮ ಮಾತಾಡಿದ್ದು. 'ಆರು ಗಂಡು ಮಕ್ಳು ಆಗುತ್ತೇಂತ ವನಜಳ ಜಾತ್ಕದಲ್ಲಿದೆ. ಆದರೆ... ಭಾಸ್ಕರನ ಜಾತ್ಕದಲ್ಲಿ ಮಕ್ಕಳಿಲ್ಲ!

ಆಮೇಲೆ ಸ್ವಲ್ಪ ಹೊತ್ತಾದ ಮೇಲೆ ಬೆಕ್ಕಿನ ಹೆಜ್ಜೆಗಳನ್ನು ಇಟ್ಟುಕೊಂಡು ಬಂದ ವನಜಾ ನೆಲದ ಮೇಲೆ ಕೂತಾಗ ಕೃತಿಕಾ ಹುಬ್ಬೇರಿತು. "ಅರೇ, ಯಾಕೆ ಕೆಳ್ಗೇ? ಮೇಲೆ ಕೂತ್ಕೊಳ್ಳಿ. ನಂಗೆ ವಿಪರೀತ ಮಾತು ಇಷ್ಟವಾಗೋಲ್ಲ. ನೀವು ಬೇಕಾದರೆ ಹೋಗಿ ಟಿ.ವಿ. ಹಾಕ್ಕೊಳ್ಳಿ" ಎಂದು ಸರಿಯಾಗಿ ಮಲಗಿ ಕಣ್ಮುಚ್ಚಿದಾಗ ವನಜ ಎದ್ದು ಅವಳ ಕಾಲಿಡಿದು "ಅಕ್ಕ, ನಿನ್ನ ಕಾಲಿನ ಬುಡದಲ್ಲಿ ನಂಗೆ ಒಂದಿಷ್ಟು ಜಾಗ ಕೊಡು. ಅವಮಾನ ಸಹಿಸಿ ಸಾಕಾಗಿದೆ." ಅಳೋಕೆ ಶುರು ಮಾಡಿದಾಗ ಅವಳಿಗೆ ತಲೆ ಚಿಟ್ಟಿಡಿದು ಹೋಯಿತು.

"ಪ್ಲೀಸ್, ಏಳಿ... ವನಜಾ ನಂಗೆ ಇದೆಲ್ಲ ಇಷ್ಟವಾಗೋಲ್ಲ. ಸ್ವಾಭಿಮಾನ ಹೆಣ್ಣಿಗೆ ಆಭರಣ. ಪ್ಲೀಸ್, ಮೇಲಕ್ಕೇಳಿ. ನಾನೇ ಹೊರ್ಗೆ ಹೋಗ್ಬೇಕಾಗುತ್ತೆ" ಎಂದಳು ಗದರುವಂತೆ 'ನಂಗೆ ಬೇಕಾಗಿರೋದು ಕೂಡ ಅದೇ' ಅಂದುಕೊಂಡಳು ವನಜಾ. ಈ ರೂಮಿಗೆ ಅವಳು ಒಡತಿ!

ಬಿಡಿಸಿಕೊಂಡು ಹೊರಗೆ ಬಂದ ಕೃತಿಕಾ ಶೇಷಮ್ಮನವರ ಬಳಿ ಬಂದು "ಇದೇನು, ಹುಚ್ಚಾಟ? ಬಾಯ್ಬಿಟ್ಟು ಹೇಳ್ತಾ ಇದ್ದೀನಿ ವನಜಾನ ಕರ್ಕೊಂಡ್ ಹೋಗ್ಬಿಡಿ. ಈ ಡ್ರಾಮ ನಂಗೆ ಇಷ್ಟವಾಗೋಲ್ಲ" ಸ್ವಲ್ಪ ಕಠಿಣವಾಗಿಯೇ ಹೇಳಿದ್ದು. ಅವಳಿಗೆ ಸಾಕಾಗಿತ್ತು.

ಶೇಷಮ್ಮ ಸುಮ್ಮನೆ ಕೂಡಲಿಲ್ಲ. ಬಂದವರೇ ಕೋಪದಿಂದ "ಒಂದ್ಮಗು ಇದ್ದಿದ್ರೇ ಗಂಡನ್ನ ಹದ್ದುಬಸ್ತಿನಲ್ಲಿ ಇಟ್ಕೋಬಹುದಿತ್ತು. ಹೆತ್ತ ಮಗು ನಿನ್ನ ಪರ ನಿಲ್ತಾ ಇತ್ತು. ಸುಮ್ನೇ ಹೇಳ್ದಂಗೆ ಕೇಳ್ಕೊಂಡ್ ಭಾಸ್ಕರ ವನಜಾನ ಮದ್ವೆ ಆಗೋಕೆ ಒಪ್ಸು. ಇಲ್ಲ ನಿನ್ನ ಸಂಸಾರ ಮೂರಾಬಿಟ್ಟೆ ಆಗುತ್ತೆ" ದೊಡ್ಡದಾಗಿ ಶಾಪ ಹಾಕಿದರು. ಬಂದ ಅರುಣ, ಸುವರ್ಣಮ್ಮ ಬಾಯಿ ಮೇಲೆ ಕೈಯಿಟ್ಟುಕೊಂಡರು. ಇಂಥದ್ದು ಎಂದೂ ನಡೆದೇ ಇರಲಿಲ್ಲ. ಕೃತಿಕಾ ತೀರಾ ಡೀಸೆಂಟ್.

ಕೃತಿಕಾ ತುಟಿ ತೆರೆಯಲಿಲ್ಲ. ಶೇಷಮ್ಮನ ಬಗ್ಗೆ ಗೊತ್ತಿದ್ದರೂ ಈ ಮಟ್ಟಕ್ಕೆ ಹೋಗಬಹುದೆಂದು ಕೊಂಡಿರಲಿಲ್ಲ. ರೂಮಿಗೆ ಬಂದು ಭಾಸ್ಕರ್‌ಗೆ ಕಾಲ್ ಮಾಡಿ "ಸ್ವಲ್ಪ... ಬನ್ನಿ" ಕಾಲ್ ಕಟ್ ಮಾಡಿದಳು. ಅನಗತ್ಯವಾಗಿ ಕೃತಿ ಕಾಲ್ ಮಾಡುವುದಿಲ್ಲವೆಂದು ಗೊತ್ತಿದ್ದರಿಂದ, ಗಾಬರಿಯಿಂದಲೇ ಹೊರಟ. ಬಹುಶಃ ಕಳೆದ ಮೊಬೈಲ್‌ಗಳು ಅವಳಿಗೆ ಸಿಕ್ಕ ನಂಬರ್‌ಗಳು ಅನಾವರಣವಾಗಿ ತಲಾಶೆಗೆ ನಿಂತರೆ, ತಲೆ 'ಧೀಂ' ಎಂದಿತು. ಮುಂದೇನು? ಹಾದಿಬೀದಿ ರಾಮಾಯಣ ಮಾಡುವಂಥ ಹೆಣ್ಣು ಕೃತಿಕಾ ಅಲ್ಲದಿದ್ದರೂ, ವಾತಾವರಣ ಪೂರ್ತಿಯಾಗಿ ಕೆಡುತ್ತದೆಯೆನಿಸಿ ಪೂರ್ತಿಯಾಗಿ ಗೊಂದಲದಲ್ಲಿದ್ದ. ಎ.ಸಿ. ಕಾರಿನಲ್ಲಿಯು ಬೆವರುತ್ತಿದ್ದ.

ಆ ವೇಳೆಗೆ ಕೃತಿಕಾ ನೇರವಾಗಿ ಶೇಷಮ್ಮನ ಬಳಿಗೆ ಹೋಗಿ "ನಿಮ್ಗೇ ನಾನು ಹೆಲ್ಪ್ ಮಾಡ್ತೀನಿ. ವನಜಾಗೆ ಆರು ಗಂಡು ಮಕ್ಕಳಾಗುತ್ತೇಂತ ಜಾತ್ಕದಲ್ಲಿ ಇದೇಂತ ತಿಳಿಸಿದ್ರಿ, ಈಗ ನಿಮ್ಮ ಮಗನ ಜಾತ್ಕ ತಗೊಂಡ್ಹೋಗಿ ತೋರ್ಸಿ ಎಷ್ಟು ಮಕ್ಳು, ಅದರಲ್ಲು ಗಂಡು ಮಕ್ಳು... ಆಗುತ್ತೇಂತ ತಿಳ್ದುಕೊಳ್ಳಿ. ವನಜಾ ಜಾತ್ಕದಲ್ಲಿ ಆರು ಗಂಡು ಮಕ್ಳು. ಭಾಸ್ಕರ್ ಜಾತ್ಕದಲ್ಲಿ ಎಂಟೋ, ಹತ್ತೋ ಮಕ್ಳು ಆಗುತ್ತೇಂತ ಇದ್ದರೇ... ಗತಿಯೇನು? ಅದಕ್ಕೆ ಏನಾದ್ರೂ ಪರಿಹಾರ ಇದ್ಯಾ? ಅದ್ರ ಸಲುವಾಗಿ ಭಾಸ್ಕರ್‌ಗೆ... ಇನ್ನೊಂದ್ಮದ್ವೇ ಮಾಡೋಕ್ಕಾಗುತ್ತ? ಇದನ್ನೆಲ್ಲ ಡಿಟೈಲ್ಲಾಗಿ ತಗೊಂಡ್ಬಂದ್ ನಂಗೊಂದು ರಿಪೋರ್ಟ್ ಕೊಡಿ. ಆಮೇಲೆ ತೀರ್ಮಾನಕ್ಕೆ ಬರ್ತೀನಿ" ಎಂದಳು. ಅವಳು ಹೇಳಿದ ರಭಸಕ್ಕೆ ಮೂವರ ಮುಖಗಳು ಬೆಳ್ಳಗಾದವು. ಸರಿಯಾಗಿ ಏನೇನು ಅರ್ಥವಾಗಲಿಲ್ಲ. "ನಂಗೆ ಅರ್ಥವಾಗ್ಲಿಲ್ಲ ಕಣೇ, ಕೃತಿಕಾ. ವನಜಾ ಜಾತ್ಕದಲ್ಲಿ ಆರು ಮಕ್ಕಳಾಗುತ್ತೆ ಅಂತ ಇದೆ. ಅದು ದಿಟ! ಅದ್ಕೇ ನಾನು ಇಷ್ಟೊಂದು ಪಡಿಪಾಟಲು ಪಡ್ತಾ ಇದ್ದೀನಿ. ವನಜಾನ

ಒಪ್ಪೀ ಕರ್ಕೊಂಡ್ ಬರೋದೇನು ಸುಲಭವಾಗಿರ್ಲಿಲ್ಲ. ಸಾಕಷ್ಟು ಕಷ್ಟಪಟ್ಟಿದ್ದೀನಿ. ಮತ್ಯಾಕೇ, ಅವ್ನ ಜಾತ್ಕ ತೋರಿಸೋದು?" ಅಂದರು ಗಲಿಬಿಲಿಯಿಂದ.

"ವನಜಾ ಜಾತ್ಕದಲ್ಲಿ ಆರು ಗಂಡು ಮಕ್ಳೂಂತ ಇರಬಹುದು. ಆದರೆ ಭಾಸ್ಕರ ಜಾತ್ಕದಲ್ಲಿ ಮಕ್ಳೇ ಆಗೋಲ್ಲಾಂತ ಇದ್ದರೆ ಏನ್ಮಾಡ್ತೀರಾ?" ಕೇಳೇಬಿಟ್ಟರು. ನಂತರ ಆ ಮಾತು ಬೇಕಾಗಿರವಿಲ್ಲವೆನಿಸಿತು. ಇದಕ್ಕೆ ಭಾಸ್ಕರ್ ನೋಯಬಹುದೆಂದು ಕೊಂಡಾಗಲೇ, ಅವಳೆದೆ ಭಾರವಾಯಿತು. ಆದರೆ ಅಂದಿದ್ದು ಆಗಿತ್ತು. ಆದರೆ ಅದನ್ನ ಸಮರ್ಥಿಸಿ ಕೊಳ್ಳಬೇಕಿತ್ತು. "ಈಗ ಅರ್ಥ ಆಗಿರಬೇಕಲ್ಲ" ಗಟ್ಟಿಯಾಗಿ ದನಿಯೇರಿಸಿದ್ದದು.

ಶೇಷಮ್ಮನ ಮುಖ ಒಂದು ತರಹ ಆಯಿತು.

"ಬಿಡ್ತು ಅನ್ನು! ಅವ್ನಿಗೇನು... ದಾಢಿ! ಅರಕ್ಕಲ್ಲ, ಹತ್ತು ಮಕ್ಳಿಗೆ ಬೇಕಾದ್ರೂ.... ತಂದೆ ಆಗ್ತಾನೆ" ಅಂದರು. "ಓಕೇ, ಅವ್ರು ಹತ್ತು ಮಕ್ಳಿಗೆ ತಂದೆ ಆಗ್ತಾರೇಂದರೆ ನಾನ್ಯಾಕೆ ಬೇಡ ಅನ್ಲೀ. ಅದ್ನ ಅವ್ರ ಹತ್ರನೇ... ಕೇಳಿ" ಎಂದು ರೂಮಿಗೆ ಹೋದಳು. ಮಾತು ಬೆಳೆಸೋದು ಚರ್ಚಿಸೋದು, ಯಾವುದು ಬೇಡವೆನಿಸಿತು. ಅದನ್ನು ಭಾಸ್ಕರನಿಗೆ ಬಿಟ್ಟಳು.

ಆ ವೇಳೆಗೆ ಜೋರು ಮಾತು ಕೇಳಿಸಿತು. ಬಹುಶಃ ಭಾಸ್ಕರ್ ಬಂದಾಗಿತ್ತು. ಅವನ ಊಹೆ ಬೇರೆಯೇ ಆಗಿತ್ತು. ಅರುಣ ಕಳೆದುಹೋದ ಎರಡು ಮೊಬೈಲ್‌ಗಳು... ಮತ್ತೊಂದು ತಂದ ಗಿಫ್ಟ್ ಪ್ಯಾಕ್‌ನಲ್ಲಿದ್ದ ಮೊಬೈಲ್. ಇದರ ಸುತ್ತಲೇ ಅವನ ಮನಸ್ಸು ಓಡಾಡುತ್ತಿತ್ತು. ಆದರೆ ಇಲ್ಲಿ ವಿಷಯ ಬೇರೆಯದಾಗಿದ್ದರಿಂದ ನಿಟ್ಟುಸಿರು ದಬ್ಬಿದ. ಬಚಾವಾದೆ ಎಂದು ಎದೆಯ ಮೇಲೆ ಕೈಇಟ್ಟುಕೊಂಡ.

"ನಾನು ಹೇಳ್ದೇ! ಇದೆಲ್ಲ ಎಂಥ ಹುಚ್ಚಾಟ? ನಂಗೆ ಮದ್ವೆಯ ಅಗತ್ಯವಿಲ್ಲ. ನಿನ್ನ ಇರೋ ಗಂಡು ಮಕ್ಳಿಗೆ ಇನ್ನೊಂದು... ಇನ್ನೊಂದು ಮದ್ವೆ ಮಾಡು. ಈಗಿನ ಸೊಸೆಯರು... ಹೆಣ್ಣು ಹೆತ್ತಿದ್ದರೇ ಮುಂದಿನವರು ಗಂಡು ಹೆರ್ಬಹುದು. ಅವ್ರುಗಳು ನಿನ್ನ ವಂಶದ ಉದ್ಧಾರ ಮಾಡ್ತಾರೆ." ಜೋರಾಗಿಯೆ ಗುಡುಗಿದ. ಅವನಿಗೆ ಸತ್ಯ ಗೊತ್ತಿತ್ತು. ಮಕ್ಕಳನ್ನು ಪಡೆಯುವ ಸಾಮರ್ಥ್ಯ ಅವನಿಗೆ ಇರಲಿಲ್ಲ. ಗಂಡು ಹಾಗೆಂದು ಕೊಳ್ಳುವುದೇ ನೋವಿನ ಸಂಗತಿ.

ಅದೇನೇನೋ ನಡೆಯಿತೋ, ಸಂಜೆ ವೇಳೆಗೆ ಶೇಷಮ್ಮನ ಪರಿವಾರ ಖಾಲಿಯಾಯಿತು. ಹೆಚ್ಚು ಹರ್ಷಿಸಿದ್ದು ಸುವರ್ಣಮ್ಮ. 'ಪೀಡೆ ತೊಲಗಿತು' ಎಂದುಕೊಂಡಳು.

ಅರುಣ ಮಾತ್ರ ಯಾವುದನ್ನು ವ್ಯಕ್ತಪಡಿಸಲಿಲ್ಲ.

* * *

ಕೋರ್ಟಿನ ಕೆಲಸಕ್ಕೆ ರಜ ಹಾಕಿದ ಬಿಂದು ಕಾಲ್ ಮಾಡಿ "ಭಾಸ್ಕರ್, ಯಾಕೋ ಬೇಸರ! ನಾಲ್ಕು ದಿನ ಕೃತಿನ ಕಳ್ಸಿಕೊಡು. ತಿರ್ಗಾಡಿ... ಬರ್ತೀವಿ" ಕೇಳಿದಾಗ, ಆಗ ಇದ್ದ ಮನಸ್ಥಿತಿಯಲ್ಲಿ "ಯಾರ್ಬೇಂಡಾದ್ರೂ... ನಂಗಂತೂ ಪುರುಸೊತ್ತಿಲ್ಲ. ಓಡಾಡಿ ಬನ್ನಿ"

ಅಂದೇಬಿಟ್ಟಾಗ ಅವಳಿಗೆ ಅಚ್ಚರಿಯೆನಿಸಿದರು "ನಾನು ನಂಬೋಲ್ಲ ಬಿಡಿ. ಆಮೇಲೆ ಹಳೇ ರಾಗನೇ ತೆಗೀತೀರಿ" ತಮಾಷೆ ಮಾಡಿದಳು. "ನೋ... ನೋ... ಬಿಂದು. ಖಂಡಿತ ಕರ್ಕೊಂಡ್ಹೋಗು ನನ್ನದೇನು ಅಭ್ಯಂತರವಿಲ್ಲ" ಇಂಥ ಆಶ್ವಾಸನೆ ಕೊಟ್ಟೇ ಬಿಟ್ಟ.

"ಓಕೆ... ಓಕೇ... ಸಂಜೆ 'ನಿಸ್ಸೊಲುಮೆ'ಗೆ ಬರ್ತೀನಿ. ಅವ್ರು ರಾಗ ತೆಗೆಯ್ದಂಗೆ ನೀವು ನೋಡ್ಕೋಬೇಕು" ಆ ಕ್ಷಣ ಖುಷಿಯೆನಿಸಿತು ಭಾಸ್ಕರನಿಗೆ. ಕಿಚನ್‌ನಲ್ಲಿದ್ದ ಕೃತಿಕಾನ ಕೂಗಿ "ನಿನ್ನ ಫ್ರೆಂಡ್ ಕಾಲ್ ಮಾಡಿ ಒಂದು ಬೆಸ್ಟ್ ಆಫರ್ ಕೊಟ್ಟಿದ್ದಾಳೆ. ನೀನು... ಅವ್ರು... ಒಂದ್ವಾರ ಪ್ರವಾಸ ಮಾಡೋದು." ಕಿಚನ್ ಮುಂದೆ ನಿಂತು ಹೇಳಿದರು. ಒಗ್ಗರಣೆಗೆ ಇಟ್ಟಿದ್ದ ಕೃತಿಕಾ ತಲೆ ತಿರುಗಿಸಿ "ಇಬ್ರೆ ಯಾಕೆ? ನೀವು ಬರಬಹುದಲ್ಲ. ಡಾಕ್ಟ್ರು ಬಿ.ಪಿ. ನಾರ್ಮಲ್‌ಗಿಂತ ಜಾಸ್ತಿ ಇದೇಂತ ಅಂದರಲ್ಲ" ಎಂದು ಮೆಲ್ಲನೆ ಪ್ರಸ್ತಾಪಿಸಿದಾಗ ಅವನ ಮುಖ ಗಂಭೀರವಾಯಿತು. "ಸಾರಿ, ಕೃತಿ... ಒಂದೆರಡು ವರ್ಷ ಎಲ್ಲಾ ಬಂದ್. ನನ್ನ ಮನಸ್ಸಿನಲ್ಲಿ ಒಂದು ಪ್ರಾಜೆಕ್ಟ್ ಇದೆ." ಅಂದ. ಇಪ್ಪತ್ತು ಲಕ್ಷದವರ್ಗೂ ಪ್ಲಾಟ್‌ಗೆ ಕೊಟ್ಟು ಆಗಿತ್ತು. ಅವಳ ಪ್ರಕಾರ ಇಂಥ ಸಂಪಾದನೆ ಬೇಕಿರಲಿಲ್ಲ.

ಈ ಬೆಳವಣಿಗೆ ಕೃತಿಕಾಗೆ ಇಷ್ಟವಿಲ್ಲ. ಇದನ್ನು ಹೀಗೇ ಮುಂದುವರಿಯಲು ಬಿಟ್ಟರೇ, ಕಳೆದುಕೊಳ್ಳುವುದು ತುಂಬಾನೇ ಅನ್ನಿಸಿತು. ಭಾಸ್ಕರ್ ರಿಸ್ಕ್‌ನಲ್ಲಿ ಬೀಳುವುದು ಬೇಕಿರಲಿಲ್ಲ.

"ಇಲ್ಬನ್ನಿ..." ಎಂದು ಕೈಹಿಡಿದು ರೂಮಿಗೆ ಕರೆದೊಯ್ದು "ಕೂತ್ಕೋ... ಬಾನಿ. ನೀವು ಸಾಕಷ್ಟು ಬದಲಾಗಿದ್ದೀರಾ! ಫ್ಯಾಮಿಲಿ ಡಾಕ್ಟರ್ ಡಾ. ರಂಗನಾಥ್ ಕೂಡ ಬಿ.ಪಿ. ನಾರ್ಮಲ್ಲಾಗಿಲ್ಲ ಅಂದ್ರು. ಸ್ವಲ್ಪ ಸಮಾಧಾನವಾಗಿರಿ. ಆರೋಗ್ಯಕರ ರೀತಿಯಲ್ಲಿ ಯೋಚ್ಸೆ! ನಮ್ಗೇನು ಅಂಥ ದೊಡ್ಡ ರೀತಿಯ ಜವಾಬ್ದಾರಿಗಳಿಲ್ಲ. ಮನೆ ಮೇಲಿನ ಲೋನ್ ಕೂಡ ತೀರುತ್ತೆ." ಸಮಾಧಾನದ ದನಿಯಲ್ಲೇ ಹೇಳಿದ್ದು. "ನಿನ್ನ ತರಹ ನಾನು ಯೋಚ್ಸೋಕಾಗೋಲ್ಲ. ಹಣವಿದ್ದರೇನೇ ಸಮಾಜದಲ್ಲಿ ಸ್ಟೇಟಸ್ ಬೆಳೆಯೋದು. ನಾವೆಲ್ಲ ಒಂದೇ ಟೀಮ್ ಮಾಡ್ಕೊಂಡ್ ಜಮೀನು ಕೊಂಡು ಸೈಟುಗಳಾಗಿ ಮಾಡಿ ಮಾರೋ ಪ್ರಾಜೆಕ್ಟ್‌ನ ಕೈಗೆತ್ತಿಕೊಂಡಿದ್ದೀವಿ. ಸಾಧ್ಯವಾದರೇ ನೀನು ಕೈ ಜೋಡ್ಸು, ಇಲ್ಲ ತೆಪ್ಪಗಿದ್ಬಿಡು" ಬಹಳ ಒರಟಾಗಿ ಹೇಳಿದ. ಈ ಮಟ್ಟಿನ ಒರಟು! "ನಿನ್ನ ಅಪ್ಪ ಹುಡ್ಕೀ ಮದ್ವೆ ಮಾಡಿದ್ದರು. ಇಂಥ ಲೈಫ್! ಅಂಥದ್ದರಲ್ಲಿ ಎಲ್ಲರನ್ನು ವಿರೋಧಿಸಿ ವಿವಾಹವಾಗಿದ್ದಕ್ಕೆ ಸ್ಪೆಷಲ್ಲಾಗಿ ಏನಾದ್ರೂ ಸಿಕ್ತಾ?" ವ್ಯಾವಹಾರಿಕವಾಗಿ ಪ್ರಶ್ನಿಸಿತು ಅವಳ ಒಳಮನ. 'Life is beautiful' ಎಂದು ಅವನೆದೆಗೆ ಒರಗಿ ಸಂತೋಷಿಸಿದ ಕ್ಷಣಗಳು ನೆನಪಾಯಿತು. ಈ ಅತಿಯಾದ ಆಸೆಯಿಂದ ಕಳೆದುಕೊಳ್ಳುವುದೆಷ್ಟು?

"ಪ್ಲೀಸ್ ಭಾಸ್ಕರ್, ನಾವು ಈಗ ಆರಾಮಾಗಿದ್ದೀವಿ. ನೆಮ್ದಿಯಾಗಿ ಇದ್ದೀವಿ. ಈ ಸಂತೋಷವನ್ನು ಅನುಕ್ಷಣವು ಅನುಭವಿಸೋಣ. ಇದ್ರಿಂದ ರಿಸ್ಕ್ ಮಾತ್ರವಲ್ಲ, ಎಚ್ಚರಿಕೆಯ ಗಂಟೆ ಮೊಳಗುತ್ತಿರುತ್ತೆ. ಅಲ್ಲಿರೋದು ಅಪಾಯದ ಸದ್ದೇ" ಅನುನಯಿಸುವ ಪ್ರಯತ್ನ ಮಾಡಿದಳು. "ನೀನು ಇನ್ನು ಎಲ್ಲೋ ಇದ್ದೀ. ಅಮ್ಮ ಯಾಕೆ ವನಜಾನ ಕರ್ಕೊಂಡ್

ಬಂದ್ಲು? ನಮ್ಮ ಮನೆ, ನಮ್ಮ ಶ್ರೀಮಂತಿಕೆ ನೋಡಿ ಅವ್ರು ದುಂಬಾಲು ಬಿದ್ಲು. ಹರಿಶಿನ ಕೊಂಬು ಕಟ್ಟಿಬಿಡು. ಈ ಮನೆಯ ಕಸಮುಸುರೆ ಮಾಡ್ಕೊಂಡ್ ಇರ್ತೀನಿಂದ್ಲು. ಯಾಕೆ, ಹೇಳು? ಇಲ್ಲಿ ಕಂಫರ್ಟ್ ಇದೆ. ಶ್ರೀಮಂತಿಕೆ ಇದೆ ಅನ್ನೋ ಕಾರಣಕ್ಕೆ."

ಭಾಸ್ಕರನ ಮಾತುಗಳಿಗೆ ಮೌನವಾಗಿ ಕೂತಳು. "ಎಷ್ಟು ಸಿಲ್ಲೀಯಾಗಿ ಯೋಚಿಸ್ತಾರೆ." ಆದರೂ ತಾಳ್ಮೆ ಕಳೆದುಕೊಳ್ಳದೇ ಭಾಸ್ಕರನ ತೋಳು ಜಗ್ಗಿ ಕೂಡಿಸಿ." "ನಿಮ್ಮ ಮನಃಸ್ಥಿತಿ ಅರ್ಥವಾಗುತ್ತೆ. ಈ ಆಸ್ತಿ ಅಂತಸ್ತು ಹಣ ಸುಖ ಕೊಡುತ್ತಾ? ಅದ್ರ ಮೇಲಿನ ಮೋಹದಿಂದ ರಿಯಲ್ ಸಂತೋಷ ಕಳ್ಕೋತಾ ಇದ್ದೀವಿ. ಒಂದ್ನಾಲ್ಕು ದಿನ ಆಫೀಸ್‌ನ ನಿಮ್ಮ ಆಫೀಸ್‌ನ ಸಿಬ್ಬಂದಿಗಳಿಗೆ ಒಪ್ಸೀ. ಆರಾಮಾಗಿ ತಿರ್‍ಗಾಡಿ ಬರೋಣ. ಈಗಾಗ್ಲೇ ಕಳ್ದು ಹೋಗಿದ್ದೀವಿ ಅನ್ನೋ ಭಾವನೆ ನಮ್ಮಲ್ಲಿ ತುಂಬಿಕೊಂಡಿದೆ. ಅದ್ರಿಂದ ಬಿಡುಗಡೆ ಹೊಂದೋಣ" ಅನುನಯಿಸುವ ಪ್ರಯತ್ನ ಮಾಡಿದಳಷ್ಟೆ. "ಸಾರಿ, ಹೇಗೂ ನಿಂಗೆ ರಜ ಸಿಗುತ್ತೆ. ಬಿಂದು ಜೊತೆ ಹೋಗ್ಬಾ" ಅಂದೇಬಿಟ್ಟ. ಅಷ್ಟು ಅವಳಿಗೆ ಸಾಕಿತ್ತು. ಭಾಸ್ಕರ್ ಪೂರ್ತಿ ಬದಲಾಗಿದ್ದಾನೇಂತ ಅನ್ನಿಸಿತು ಕಾರಣ? ಇಂಥ ಬದಲಾವಣೆಗಳು ಅನಿವಾರ್ಯವೇ?

ಸಂಜೆ ಬಿಂದು ಕಾಲ್ ಮಾಡಿದಾಗ "ಏನು... ವಿಷ್ಯ? ಒಪ್ಗೇ ಸಿಕ್ತು... ತಾನೇ?" ಕೇಳಿದಾಗ "ಓಕೇ, ರೆಡಿಯಾಗಿದ್ದಾರೆ. ನಂದೇ ಸ್ವಲ್ಪ ಸಮಸ್ಯೆ. ಎಲ್ಲಿ ಬಾನಿ ಸುವರ್ಣಮ್ಮನನ್ನು ಹೊರ್‍ಗೇ ಹಾಕ್ಬಿಡ್ತಾರೋ. ನಾನು ಅವ್ರ ಗಂಡನಿಗೆ ನೀನು ಬರೋವರ್‍ಗೂ... ನಮ್ಮಲ್ಲೇ ಇರ್‍ತಾಳೇಂತ" ಎಂದಕೂಡಲೇ ಅವಳು ಅಲ್ಲಿಂದಲೇ ಗುರಾಯಿಸಿದಳು. "ಏಯ್, ನಿಂಗೇನಾಗಿದೆ? ಅಷ್ಟು ಧೈರ್ಯನ ಭಾಸ್ಕರ್‌ಗೆ? ಇಂಥ ವಿಷ್ಯಗಳಲ್ಲಿ ಯಾಕೆ ತಲೆ ಹಾಕ್ತಾನೆ? ಗಂಡ ಎಂದಮಾತ್ರಕ್ಕೆ ತಲೆ ಮೇಲೆ ಕೂಡ್ಸಿಕೊಂಡು ಓಡಾಡಿಸ್ಬೇಕಾ? ಜೊತೆಯಲ್ಲಿ ನಡೀ... ಬೇಕು, ಇಲ್ಲ ತಲೆಯ ಮೇಲೆ ಮೊಟಕಿ ನಡೀಬೇಕು. ನಿನ್ನ ವಿರೋಧಿ ಸಜೇಷನ್ನೆ ಕಾರಣಕ್ಕೆ ಸುವರ್ಣಮ್ಮನ್ನ ಹೊರ್‍ಗೇ ಹಾಕ್ತಾರ? ಪಾಪದ ಹೆಣ್ಣು... ಅವ್ರು ಹೊರ್‍ಗಿನ ಜಗತ್ತಿಗೆ ಮುಗ್ಧೆ. ನಾನು ನಮ್ಮಲ್ಲೇ ಇರೂಂದೇ, ಅವ್ರು ಬಿಲ್‌ಕುಲ್ ಆಗೋಲ್ಲ... ಅಂದ್ಲು. ಏನಂತೆ... ಭಾಸ್ಕರನಿಗೆ?" ಅವಳ ಮಾತುಗಳಿಗೆ ಕೃತಿಕಾ ನಕ್ಕು "ಸಂಜೆ ಮಾತಾಡೋಣ" ಕಾಲ್ ಕಟ್ ಮಾಡಿದಳು, ಹೌದು, ಏನಂತೆ? ಭಾಸ್ಕರನಿಗೆ? ಸುವರ್ಣಮ್ಮ ಅವನ ಮುಂದೆ ಓಡಾಡುತ್ತಿದ್ದುದ್ದೇ ಕಮ್ಮಿ. ಅವಳಾಯಿತು... ಅವಳ ಕೆಲಸವಾಯಿತು. ಅರುಣ ಒಂಟಿಯಾಗಬೇಕಿತಷ್ಟೆ.

ಅಂದು ಸಂಜೆ ಅವಳ ಮುಂದೆ ಪ್ರತ್ಯಕ್ಷವಾದ ಶಶಾಂಕ್ "ಏನು ವಿಷ್ಯ? ಎಲ್ಲಾ ಗುಟ್ಟು... ಮಾಡ್ತಾ ಇದ್ದೀರಾ" ಎಂದಾಗ ಕೃತಿಕಾಗೆ ತಬ್ಬಿಬ್ಬು "ಏನಿದೆ... ಅಂಥದ್ದು?" ಎಂದು ಅವನ ಕೈಯಲ್ಲಿದ್ದ ಮೊಬೈಲ್ ಕಸಿದುಕೊಂಡಳು. ಅದೇ... ಹಳೆಯ ಮೊಬೈಲ್! ಇವಳು ಖರೀದಿಸಿ ಪ್ರಸೆಂಟ್ ಮಾಡಿದ್ದು ಅವನ ಬರ್ತ್‌ಡೇಗೇ. ಮೊಬೈಲ್ ಚೇಂಜ್ ಮಾಡೋಲ್ಲ, ಅಂಥದ್ದರಲ್ಲಿ... ಅರುಣಗಾಗಿ ಮೂರು ಮೊಬೈಲ್‌ಗಳನ್ನು ಖರೀದಿಸಿದ್ದರು ಭಾಸ್ಕರ್... ಶಶಿಯತ್ತ ನೋಡಿದಳು.

"ಏಯ್ ಕಂಜೂಸ್, ಈಗೆಲ್ಲ ಮೊಬೈಲ್‌ಗಳದ್ದೇ ಕ್ರೇಜ್. ನೀನೊಂದು ಖರೀದಿಸಬಾರದಾ? ಸ್ಯಾಮ್‌ಸಂಗ್ ಗ್ಯಾಲಾಕ್ಷಿ ಎಸ್ 8 ಪ್ಲಸ್ ಮಾರುಕಟ್ಟೆಗೆ ಬರೋದಿದೆ. ಡಿಸ್‌ಪ್ಲೇ 6,2,7,0 ಆಂಡ್ರಾಯ್ಡ್ ವರ್ಷನ್ ಹೊಂದಿದೆ. ಬ್ಯಾಟರಿ 3500 ಎಂಎಎಚ್ ಸಾಮರ್ಥ್ಯವಿದೆ. ಮೊಬೈಲ್ ಆಂತರಿಕ ಸಾಮರ್ಥ್ಯ 128 ಜಿಬಿ. ಹಾಗೂ 6 ಜಿಬಿ ರ್‍ಯಾಮ್ ಹೊಂದಿದೆ. ಮುಂಭಾಗದ ಕ್ಯಾಮರ ಮೆಗಾಪಿಕ್ಸೆಲ್ ಹಾಗೂ ಹಿಂಭಾಗದ ಕ್ಯಾಮೆರಾ 12 ಮೆಗಾಪಿಕ್ಸೆಲ್ ಹೊಂದಿದೆ. ತಟ್ಟಂತ ಖರೀದಿಸಿ ಬಿಡು. ಅದರಲ್ಲಿ ಒಂದು ಸೆಲ್ಫಿನಿಂದು ಅರುಣದು" ಅಂದಕೂಡಲೇ ತಟ್ಟಂದು ಕೂತವ "ಈಗ ಸದ್ಯಕ್ಕೆ ಅಂಥ ಯೋಚ್ನೇ ಇಲ್ಲ. ಅದೇನು ಬಿಂದು ಅಕ್ಕನದು, ನಿಂದು ಪ್ರೋಗ್ರಾಮ? ನಮ್ಮಗಳ ನೋಟೀಸ್‌ಗೆ ಬರ್ದಂತೆ ಹೇಗೆ ಫಿಕ್ಸ್ ಆಯ್ತು?" ಎಂದು ಅಲ್ಲೇ ಪಟ್ಟಾಗಿ ಕೂತಾಗ ಹೇಳುವುದು ಅವಳಿಗೆ ಅನಿವಾರ್ಯವಾಯಿತು. "ಬಿಂದು ರಜ ಹಾಕ್ಕೋತಾಳೆ. ಎಲ್ಲಾದ್ರೂ ಸುತ್ತು ಬರೋಣಾಂದ್ಲು. ನಿಮ್ಮ ಭಾವ ಒಪ್ಗೇ ಕೊಟ್ಟಿದ್ದಾರೆ. ಇಷ್ಟು ವಿಷ್ಯ! ಇನ್ನ ಫೈನಲ್ ಆಗಿಲ್ಲ"

"ಭಾವ ಒಪ್ಗೇ ಕೊಟ್ಟರೇ ಸಾಕಾ? ನೀನು ಅದಕ್ಕೆ ತಯಾರಾಗಬೇಕಲ್ಲ. ನಾನಂತು ನಿನ್ನ ಜೊತೆ ರೆಡಿ. ಭಾವ ಆಫೀಸ್ ಬದಲಾಯಿಸ್ತ ಇದ್ದಾರಂತೆ. ನೀನು ನನ್ನ ಹತ್ರ ಹೇಳಲೇ ಇಲ್ಲ." ಕೃತಿಕಾಗೆ ಅವನ ಮಾತು ಕೇಳಿ ಶಾಕಾಯಿತು. ಆದರೂ ತೋರಿಸಿಕೊಳ್ಳದೇ "ನಿಂಗೆ ಗೊತ್ತಿಲ್ದೇ ಅದೇನು ನಡೆಯೋಲ್ಲ. ಬಿಡು. ಎಲ್ಲಿಂದ ನ್ಯೂಸ್ ಪಡಕೊಂಡೆ? ಘಾಟಿ ಇದ್ದೀ... ಬಿಡು" ಓಲೈಕೆಯ ಮಾತಾಡಿದಳು.

"ನಂಗೆ ಮೊದ್ಲು ಗೊತ್ತಾಗಬೇಕಿತ್ತು. ಆದರೆ ಗೊತ್ತಾಗಿದ್ದು ಅರುಣಾಗೆ. ಅವ್ಳೇ ಬಾಯಿ ಬಿಟ್ಲು" ಹೇಳಿದ. ಇದು ಇನ್ನೊಂದು ಶಾಕ್. ಇದರಿಂದ ಚೇತರಿಸಿಕೊಳ್ಳಲು ಕೃತಿಕಾಗೆ ಸಮಯ ಬೇಕೆನಿಸಿತು. ಆದರೆ ಅನಿವಾರ್ಯವಾಗಿತ್ತು. ಅಂದರೆ ಪ್ರೀತಿಸಿ ವಿವಾಹವಾಗಿ ಸರ್ವಸ್ವವು ನೀನೇ ಎಂದ ಭಾಸ್ಕರ ತನ್ನ ವೈಯಕ್ತಿಕ ನೆಲೆಯಿಂದ ದೂರ ಸರಿಸಿದ್ದ. ಯಾಕೆ? ವೈವಾಹಿಕ ಜೀವನದೊಳಗಿನ ಭ್ರಮನಿರಸನಕ್ಕೆ ಕಾರಣವೇನು? ನಾನಾ...? ಆದರೆ ಸಾಗುತ್ತಿರುವುದು ದುರಂತದ ಕಡೆಗೆ. ಅವಳೆದೆಯ ಬಡಿತ ಏರಿತು. ಯಾರು ಕಾರಣ?

ಕೃತಿಕಾ ಪೂರ್ತಿಯಾಗಿ ಬೆವೆತಳು.

"ನಾನೇ ಸರ್‌ಪ್ರೈಜ್ ಮಾಡ್ಬೇಕೂಂತ ಮುಚ್ಚಿಟ್ಟೆ. ಮೊದ್ಲು ಅವ್ಳಿಗೆ ತಿಳಿಸಿದ್ದರಿಂದ ನಿಂಗೆ ಕೋಪನಾ?" ಕೇಳಿದಳು ಚೇತರಿಸಿಕೊಂಡು ಅತ್ಯಂತ ತಾಳ್ಮೆಯಿಂದ "ಬೇಜಾರೆನಿಸ್ತು. ಹಾಗೇನಿಲ್ಲ ಬಿಡಿ. ಕೂದಲಿಗಿಂತ ಮೀಸೆ ಪ್ರಿಯವಾಗಿ ಬಿಡುತ್ತೆ, ಯೌವನಕ್ಕೆ ಬಂದ್ಮೇಲೆ. ಅದ್ನ ಬಿಡಿ, ನಮ್ಮ ಪ್ರೋಗ್ರಾಂಗೆ ನಾನು ಜಾಯಿನ್ ಆಗ್ತೀನಿ. ನೀನು ಇಲ್ದ 'ನಿಸ್ಸೊಲುಮೆ'ಯಲ್ಲಿ ನಾನು ಖಂಡಿತ ಇರಲಾರೆ" ಪಟ್ಟು ಹಿಡಿದ. ತಲೆ ಮೇಲೆ ಕೈಯಿಟ್ಟುಕೊಂಡು ಕೂತ ಕೃತಿಕಾ "ಇನ್ನು ಅದು ಪ್ರಥಮ ಹಂತದಲ್ಲಿ... ಮಾತುಕತೆಯ ಹಂತದಲ್ಲೇ ಇದೆ. ನೀನೇನೂ ಎಳೆಮಗನಾ? ಸ್ವಲ್ಪ ಜವಾಬ್ದಾರಿಯಿಂದ ಇರೋದ್ನ

ಕಲೀ" ಮೃದುವಾಗಿಯೇ ಗದರಿದ್ದು ಕೃತಿಕಾ. ಅರುಣಳನ್ನು ಎಚ್ಚರಿಸಬೇಕಿತು, ಹೇಗೆ? ನೇರವಾಗಿ ಮಾತಾಡುವುದು ಸಾಧ್ಯವಿರಲಿಲ್ಲ. ಆ ಕ್ಷಣ ನೆನಪಿಗೆ ಬಂದಿದ್ದು ಹಳೆಯ ಮೂವಿಗಳು.

ಬಸು ಭಟ್ಟಾಚಾರ್ಯ ಮೂರು ಚಲನಚಿತ್ರಗಳನ್ನು ಈಚೆಗೆ ನೋಡಿದ್ದಳು. ಹಿಂದಿಯ ಹಿರಿಯ ಪ್ರತಿಭಾವಂತ ನಿರ್ದೇಶಕರು ವಸ್ತು ಒಂದೇ ಆದರೂ ತಮ್ಮ ಮೂರು ಚಿತ್ರಗಳಲ್ಲಿ ವೈವಾಹಿಕ ಜೀವನಗಳಲ್ಲಿನ ಭ್ರಮನಿರಸನ, ತೊಳಲಾಟಗಳನ್ನು ಮನೋಜ್ಞವಾಗಿ ಚಿತ್ರಿಸಿದ್ದರು. ಅನುಭವ್, ಆವಿಷ್ಕಾರ್, ಗೃಹಪ್ರವೇಶನ್ ಸೂಕ್ಷ್ಮತೆ, ತನ್ನ ಜೀವನದ ದಾಂಪತ್ಯಗೀತೆಗೆ ಯಾವ ಎಳೆ ಅನ್ವಯವಾಗುತ್ತೆ? ಪರದಾಡಿತು ಮನ.

ಈ ಚಿಂತೆ, ವಿಮರ್ಶೆಯಲ್ಲಿದ್ದಾಗ ಭಾಸ್ಕರ ಬಂದಿದ್ದು ಗೊತ್ತಾಗಲಿಲ್ಲ. "ಅರೇ, ಅಕ್ಕ ಭಾವ ಡೈನಿಂಗ್ ಟೇಬಲ್ ಮುಂದೆ ಕೂತು ಊಟ ಪ್ರಾರಂಭಿಸಿದ್ದಾರೆ. ಆಫೀಸ್ ಕಡೆದು ಏನಾದ್ರೂ ಸಮಸ್ಯೆನಾ?" ಸ್ವಲ್ಪ ಆತಂಕದಿಂದ ಕೇಳಿದಾಗ "ನೋ, ಎಂದೋ ನೋಡಿದ ಚಿತ್ರಗಳ ನೆನಪಿನಲ್ಲಿದ್ದೆ. ಅದ್ಭುತವಾದ ಚಿತ್ರಗಳು. ಹೇಗೆ ನಮ್ಮಗಳ ಜೀವನಕ್ಕೆ ಅನ್ವಯವಾಗುತ್ತೆಂತ ತರ್ಕಿಸುತ್ತಿದ್ದೆ. ಊಟ ಕೂಡ ಬೇಡಾಂತ ಅನ್ನಿಸಿದೆ" ಅಂದವಳನ್ನು ಶಶಿ ಎಳೆದು ತಂದ.

ನಗುನಗುತ್ತ ಊಟ ಮಾಡುತ್ತಿದ್ದ ಭಾಸ್ಕರ ಮೌನವಾದ. ಆದರೆ ಇನ್ನು ಅರುಣಳ ಮುಖದ ತುಂಬ ನಗು ಇತ್ತು. ಯಾಕಾಗಿ ಈ ನಗು? "ಯಾರ್ಗೋ, ಯಾಕೆ ಊಟಕ್ಕೆ ಕಾಯಬೇಕು? ಅವರವ್ರ ಊಟ ಬಂದ ಕೂಡ್ಲೇ ಮುಗ್ಸಿಕೊಂಡರಾಯ್ತು" ಎಂದ ಭಾಸ್ಕರ. ರಾತ್ರಿ ಊಟಕ್ಕೆ ಎಲ್ಲಾ ಜೊತೆಯಾಗುತ್ತಿದ್ದರು. ಅದನ್ನು ಬೇಡವೆಂದು ಭಾಸ್ಕರ್ ಹೇಳಿದಂತಾಯಿತು. ಕೃತಿಕಾಗೆ ಬಂದ ಸಿಟ್ಟಿಗೆ ಪಾತ್ರೆಗಳನ್ನೆಲ್ಲ ಎಸೆದಾಡಿ ಬಿಡಬೇಕೆನಿಸಿತು. ನಿರಪರಾಧಿ ಶಶಿಗೆ ಶಿಕ್ಷೆಯಾಗುವುದು ಬೇಡವಾಗಿತ್ತು. ಸಹನೆ ಪಾಠ ಹೇಳಿತು.

ರಾತ್ರಿಯ ಊಟದ ವೇಳೆ ಎಷ್ಟೋ ವಿಚಾರಗಳು ಚರ್ಚೆಯಾಗುತ್ತಿತ್ತು. ಈಚೆಗೆ ಅದೆಲ್ಲ ಬಂದ್. ಎಷ್ಟೋ ವಿಚಾರಗಳು ಕೃತಿಕಾಗೆ ಗೊತ್ತಿರಲಿಲ್ಲ. ಇಂಥದಕ್ಕೆ ಕಾರಣವೇನು? ತೀರಾ ಶ್ರೀಮಂತಿಕೆಯ ಹಿಂದೆ ಬಿದ್ದಿರುವುದರಿಂದ ಇಂಥ ಬದಲಾವಣೆಗೆ ಅನಿವಾರ್ಯವೇನೋ ಎಂದುಕೊಂಡಳು.

ಸ್ವಲ್ಪ ಬೇಗನೆ ಊಟ ಮುಗಿಸಿ ಎದ್ದುಹೋದ ಭಾಸ್ಕರ್. ಶಶಾಂಕ್ ಮುಖ ಒಂದು ತರಹ ಮಾಡಿದ "ಸಾರಿ ಅಕ್ಕ, ಮಾತಾಡಲೇಬೇಕಿದೆ. ಎಷ್ಟು ಚೆನ್ನಾಗಿ ಆರಾಮಾಗಿದ್ವಿ. ಈಗ ಭಾವ ಶ್ರೀಮಂತಿಕೆಯ ಹಿಂದೆ ಬಿದ್ದಿದ್ದಾರೆ. ಪ್ರತಿಯೊಂದನ್ನು ಮೈನ್‌ಟೈನ್ ಮಾಡೋಕೆ ಹಣ ಬೇಕು. ಅದಕ್ಕಾಗಿ ಸಾಕಷ್ಟು ದಾರಿಗಳ್ನ ಹುಡುಕಿಕೋಬೇಕು. ಸಮಸ್ಯೆಗಳು, ರಿಸ್ಕ್‌ಗಳು, ಗೊಂದಲಗಳು, ಜೊತೆಗೆ ಹೊಸ... ಹೊಸ ಫ್ರೆಂಡ್ಸ್ ಪರಿಚಯ. ಪಾರ್ಟಿಗಳು... ಆರಾಮಾಗಿ ನೀನು ಕೆಲ್ಸ ಬಿಟ್ಟು ಭಾವನ ಆಫೀಸ್‌ಗೆ ಹೋಗ್. ಕೆಲವಕ್ಕಾದ್ರೂ... ಬ್ರೇಕ್ ಬೀಳುತ್ತೆ. ಈ ತರಹ ಮಾತಾಡಿದೇಂತ ಬೇಜಾರು ಮಾಡ್ಕೋಬೇಡ." ಕೈ ತೊಳೆಯಲು ಎದ್ದುಹೋದ. ಆದರೆ ಕೃತಿಕಾ ಏಳಲಿಲ್ಲ. ಎಡಗೈಯಲ್ಲಿ ಅರುಣಾಗೆ ಇನ್ನೊಂದಿಷ್ಟು ಪಲ್ಯ

ಬಡಿಸಿ, ತನ್ನ ಊಟ ಮುಗಿಸಿ ಮೇಲೆದ್ದಳು. ಸುವರ್ಣಮ್ಮನ ಊಟ ಮುಗಿಯೋವರೆಗೂ ಕಾದೆ ಆಮೇಲೆ ರೂಮಿಗೆ ಹೋಗಿದ್ದು. ತಾನಾಗಿ ಬಂದ ಸಮಸ್ಯೆಯಲ್ಲ. ಬಲಹೀನತೆ ಸಮಸ್ಯೆಯನ್ನು ಸೃಷ್ಟಿ ಮಾಡಿತ್ತು.

ಅರುಣನ ಸೂಕ್ಷ್ಮವಾಗಿ ಕೃತಿಕಾ ಗಮನಿಸಿದರು, ಅವಳು ಇದು ಯಾವುದು ತನಗೆ ಸಂಬಂಧವೇ ಇಲ್ಲವೆನ್ನುವ ನಿರ್ವಿಕಾರ ಭಾವದಿಂದಿದ್ದು ಅಚ್ಚರಿಯೆನಿಸಿದರು. ಮಗುವಿನ ಮುಗ್ಧತನವೇನೋ ಎನ್ನುವ ಅನುಮಾನ ಮೂಡಿ ಮರೆಯಾಯಿತು. ಪ್ರತಿಯೊಂದನ್ನು ಅರ್ಥೈಸಿಕೊಳ್ಳುವುದು ಕಷ್ಟವೆನಿಸಿತು. ಅಂತು ಒಂದು ರೀತಿಯ ಸಂದಿಗ್ಧ.

ರೂಮಿಗೆ ಬಂದಾಗ ಲ್ಯಾಪ್‌ಟಾಪ್ ಇಟ್ಟುಕೊಂಡು ಕೂತಿದ್ದ. ಭಾಸ್ಕರ್ ಪಕ್ಕದಲ್ಲಿ ಕೂತು "ಡಾಕ್ಟ್ರು ಬಿ.ಪಿ. ಬರೋ ಸೂಚನೆ ಇದೆ ಅಂದ್ರು, ಅದ್ನ ಅವಾಯ್ಡ್ ಮಾಡ್ಕೋಬಹುದು. ಇಷ್ಟೊಂದು ದುಡಿಮೆ ಬೇಕಿಲ್ಲ! ನಾನು ಕೆಲ್ಸ ಬಿಟ್ಟು ಬೇಕಾದರೆ ಆಫೀಸ್‌ಗೆ ಬರ್ತೀನಿ" ಅಂದಕೂಡಲೇ "ಸ್ಟಾಪ್ ಇಟ್, ಮನೆ ಲೋನ್ ಹೇಗೆ ತೀರುತ್ತೆ?" ಎಂದ ಸ್ವಲ್ಪ ಒರಟಾಗಿ. ಅವಳಿಗೆ ರೇಗಿತು "ಆಫೀಸ್, ಇನ್‌ಕಮ್‌ನಲ್ಲಿ ಕೊಡೋಣ" ಎಂದಳು ತಾಳ್ಮೆಯಿಂದ.

"ನೋ ಥಾನ್ಸ್, ನಾನು ಅದಕ್ಕೆ ಸಿದ್ಧವಿಲ್ಲ. ಲೋನ್ ತೀರೋವರ್ಗೂ ಬೇರೆ ಯೋಚ್ನೆ ಬೇಡ" ಲ್ಯಾಪ್‌ಟಾಪ್ ಆಫ್ ಮಾಡಿ ಬಾಲ್ಕನಿಗೆ ಹೋಗಿ ಸಿಗರೇಟು ಹಚ್ಚಿದ. ಅವಳಿಗೆ ಸ್ಮೋಕಿಂಗ್ ಇಷ್ಟವಿಲ್ಲವೆಂದು ಗೊತ್ತಿತ್ತು. ಮೊದಲು ಕದ್ದುಮುಚ್ಚಿ, ಆಮೇಲೆ ಗೊತ್ತಾಗಿ ಸಣ್ಣಪುಟ್ಟ, ಜಗಳಗಳು, ಆಣೆ ಪ್ರಮಾಣಗಳು. ಅದೆಲ್ಲ ಪ್ರೀತಿಯಲ್ಲೆ ಮುಕ್ತಾಯವಾಗುತ್ತಿತ್ತು. ಈಚೆಗೆ ಸಿಗರೇಟು ಸೇದಿದರೂ ಅವಳನ್ನು ಮಾತಾಡಿಸುತ್ತಲೇ ಇರಲಿಲ್ಲ.

ಕೃತಿಕಾ ಹೋಗಿ ಮಲಗಿದಳು. ಪ್ರೇಮ, ವೈವ್ಹಾಹಿಕ ಜೀವನ ತೀರಾ ಭ್ರಮನಿರಸನವೆನಿಸಿತು. ಬದುಕು ಬಣ್ಣ ಕಳೆದುಕೊಳ್ಳುತ್ತಿದೆಯೆನಿಸಿತು. ಒಂದೇ ಸೂರಿನಡಿಯಲ್ಲಿ ಎರಡು ಜೀವಗಳು ಬಹುಶಃ ಇದು ಕೆಲವರ ಕತೆ ಆಗಿರಲಾರದು. ಬಹಳಷ್ಟು ಜನರ ಹಾದಿ ಇದೇನಾ?

ಆಗ ಅದೇ ಬಸು ಭಟ್ಟಾಚಾರ್ಯರ ಚಲನಚಿತ್ರದ ಪ್ರತಿಯೊಂದು ದೃಶ್ಯ ಅವಳ ಕಣ್ಮುಂದೆ ಸುಳಿಯತೊಡಗಿತು. ದೊಡ್ಡ ಪತ್ರಿಕೆ ಸಂಪಾದಕ ಅಮರ್ ತನ್ನ ಹುದ್ದೆಗೆ ಸಂಪೂರ್ಣ ಬದ್ಧ. ಹೀಗೇ ಆರು ವರ್ಷ ಒಂದೇ ಸೂರಿನಡಿ ದಿನಗಳನ್ನು ಅಪರಿಚಿತರಂತೆ ಕಳೆಯುವುದು ವಿಸ್ಮಯವೆನಿಸುವುದಿಲ್ಲ. ಅಂಥ ಸೂರಿನಡಿಯಲ್ಲಿ ಉಸಿರಾಡುವುದು ಕೆಲಸದವರು ಮಾತ್ರ, ಅಮರ್‌ನ ಪತ್ನಿ ಮೀರಾಗೆ ಅರ್ಥವಾಗುವುದು ಅವರ ವಿವಾಹದ ವಾರ್ಷಿಕೋತ್ಸವ ಸಂದರ್ಭದಲ್ಲಿ. ಅಂದು ಮಗುವೊಂದರ ಜೊತೆಯಲ್ಲಿ ಕಳೆದ ಕ್ಷಣಗಳು. ಅವಳ ಖಾಲಿ ಕ್ಷಣಗಳನ್ನು ಎಚ್ಚರಿಸಿದಾಗ ಗಾಬರಿಗೊಳ್ಳುವುದರ ಜೊತೆಗೆ ಎಚ್ಚೆತ್ತುಗೊಂಡು ಮನೆಯಲ್ಲಿನ ಕೆಲಸದವರನ್ನೆಲ್ಲ ಹೊರಗೆ ಕಳಿಸುತ್ತಾಳೆ. ಆದರೆ ಆರು ವರ್ಷಗಳಲ್ಲಿ

ಆಗದ ಪತಿಪತ್ನಿಯರ ಪರಿಚಯ ಆರೇ ದಿನದಲ್ಲಿ ಆಗುತ್ತದೆ. ಆದರೆ... ಮೀರಾಳ ಮಾಜಿ ಪ್ರೇಮಿಯ ಪ್ರವೇಶ... ಆ ದೃಶ್ಯ ಸರಿಯುವ ಮುನ್ನ ಒಳಗೆ ಬಂದ ಭಾಸ್ಕರ ತಟ್ಟನೆ ಮಂಚದ ಮೇಲೊರಗಿದ. ಎಲ್ಲಾ ನಿಶ್ಯಬ್ಧ.

"ಏನಾಯ್ತು, ಬಿಂದು ಟೂರ್ ಪ್ರೋಗ್ರಾಂ? ನಾನೇ ಒಂದು ಚಾರ್ಟ್ ರೆಡಿ ಮಾಡಿಕೊಡ್ತೀನಿ. ಅದರ ಎಲ್ಲಾ ಜವಾಬ್ದಾರಿನೂ ನಂದೇ ಇರಲಿ" ಮೆಲ್ಲಗೆ ಉಸುರಿದ. ಅಂದರೆ ಇವಳನ್ನು ಕಳಿಸಲು, ಕೆಲವು ದಿನಗಳಿಂದಲಾದರೂ ಇವಳಿಂದ ಪಾರಾಗಲು ಹವಣಿಸುತ್ತಿದ್ದಾನೆ. ಅರ್ಥವಾದಾಗ ಕೃತಿಕಾಗೆ ಚಡಪಡಿಸುವಂತಾಯಿತು.

ಮಾತಿಲ್ಲದೆ ನಿದ್ದೆ ಬಂದಿರುವಂತೆ ನಟಿಸಿದಳು. ಈಗ ಅವಳಿಗೆ ಮಾತು ಬೇಕಿರಲಿಲ್ಲ. ದಾಂಪತ್ಯದ ನೀರಸಕ್ಕೆ ಪ್ರೇಮದ ಕಾತುರತೆಯೆ? ನೈತಿಕತೆಯ ಪತನ! ಬೆಚ್ಚುವಂತಾಯಿತು.

ಗಪ್ಪೆಂದು ಸಿಗರೇಟು ಹೊಗೆ ರಾಚುತಿತ್ತು. ಕೃತಿಕಾಗೆ ನಿದ್ರಿಸಲಾಗಲಿಲ್ಲ. ಭಾಸ್ಕರ್‌ಗೆ ನಿದ್ದೆ ಬಂದಿದೆಯೆಂದು ಅರಿತ ಮೇಲೆ ಎದ್ದು ಸದ್ದಾಗದಂತೆ ಬಾಲ್ಕನಿಗೆ ಹೋಗಿ ನಿಂತಳು.

ಬದಲಿಸಿ ಬದಲಿಸಿ ಬರುತ್ತಿದ್ದ ಚಿತ್ರಗಳನ್ನು ಅಳಿಸಿಹಾಕಿ ಬಿಡಬೇಕೆನಿಸಿತು. ಯುದ್ಧಕ್ಕೆ ನಿಂತರೇ ಸೋಲೋ, ಗೆಲುವೋ? ಆದರೆ ಸಂಪೂರ್ಣ ದುರಂತದ ಛಾಯೆ. ಮುಸುಕುವುದಂತು ನಿಜವೇ.

ಪುರಾಣ, ಇತಿಹಾಸಗಳ ದುರಂತ ಚಿತ್ರಗಳು ಸಾಲುಗಟ್ಟಿದವು.

* * *

ಅಂದು ಭಾನುವಾರ, ಹಾಗೆಂದು ಶಶಾಂಕ್ ಮಾತ್ರವಲ್ಲ ಭಾಸ್ಕರ್ ಕೂಡ ಮನೆಯಲ್ಲಿ ಕೂಡುತ್ತಿರಲಿಲ್ಲ. ಇನ್‌ಫಾರ್ಮೇಷನ್ ಕೊಡದೆಲೇ ಸೋದರತ್ತೆ ಶ್ರೀಲಕ್ಷ್ಮಿಯ ಜೊತೆ ಇನ್ನೊಬ್ಬ ವಯಸ್ಸಾದ ಮಹಿಳೆಯನ್ನು ಕರೆದುಕೊಂಡು ದಿಢೀರೆಂದು ಬಿಂದು ಬಂದಾಗ ಕೃತಿಕಾ ನಗುನಗುತ್ತಲೇ ಆಹ್ವಾನಿಸಿದ್ದು. ಜೊತೆಯಲ್ಲಿದ್ದ ಮಹಿಳೆ ಯೂರೋಪಿಯನ್‌ನಂತೆ ಕಂಡರೂ ಭಾರತೀಯಳೇ. ಪ್ರೊಫೆಸರ್ ಆಗಿ ವಿದೇಶದಲ್ಲಿನ ಕಾಲೇಜುಗಳಲ್ಲಿ ಕೆಲಸ ಮಾಡಿದ ನಮಿತಾ ರಘುರಾಮ್, ನೆರೆತ ಬಾಬ್ ಕೂದಲಿನ ಹೆಣ್ಣು ಮಗಳು ತೀರಾ ಪ್ರಬುದ್ಧೆಯಾಗಿ ಕಂಡಳು. ಆಕೆ ಗಂಗೋತ್ರಿ ಓಲ್ಡ್ ವಾಜ್‌ನ ಸದಸ್ಯೆ.

"ನನ್ನತ್ತೆ ಶ್ರೀಲಕ್ಷ್ಮಿ ಗೊತ್ತೆ ಇದೆ. ಅದೇ ಅಲ್ಲಿನ ನಿವಾಸಿ... ಪ್ರೊಫೆಸರ್ ನಮಿತಾ. ಒಂದೆರಡು ಡಾಕ್ಟರೇಟ್‌ಗಳನ್ನ ಬಗಲಲ್ಲಿ ಇಟ್ಕೊಂಡ್ ಓಡಾಡ್ತಾ ಇದ್ದಾರೆ." ಬಿಂದು ಪರಿಚಯವೇನು ದೀರ್ಘವಾಗಿ ಇರಲಿಲ್ಲ. ಭಾಸ್ಕರ್ ಇಣುಕಿ ಮಾತಾಡಿಸಿದ ಶಾಸ್ತ್ರ ಮಾಡಿ "ನಾನು ಅಲ್ಲೇ ಬ್ರೇಕ್‌ಫಾಸ್ಟ್ ಮಾಡ್ಕೋತೀನೀಂತ" ಹೊರಟವ ಹಿಂದಕ್ಕೆ ಹೋಗಿ ಕಿಚನ್‌ನಲ್ಲಿ ಇಣುಕಿ ಕಣ್ಣುಸನ್ನೆಯಿಂದಲೇ ಏನೋ ಹೇಳಿ ಹೊರಟಿದ್ದು. ಅಪಾಯದ ಸೂಚನೆಯೇ? ಗಂಟೆ ಕಟ್ಟಬೇಕಿತ್ತು. ಕೃತಿಕಾ ಕಟ್ಟಬಲ್ಲಳು. ಅದರಿಂದಾಗುವ ದುರಂತದ ಬಗ್ಗೆ ಮಾತ್ರ ಭಯ.

"ಹಾಯ್..." ಎಂದು ಕೈ ಬೀಸಿ ಬಂದ ಕೃತಿಕಾ ಅವರ ನಡುವೆ ಕೂತಳು. ಪ್ರೊಫೆಸರ್ ನಮಿತಾ ಮುಖದ ಅಚ್ಚ ಕೆಂಪುಬೆರೆತ ಬಿಳಿಯ ಬಣ್ಣ ಸುಕ್ಕುಗಳಿಂದ ಆವೃತವಾಗಿತ್ತು. ಒಂದು ಕಾಲದಲ್ಲಿ ಅದ್ಭುತ ಚೆಲುವೆಯಾಗಿದ್ದಳೆಂದು ಯಾರು ಬೇಕಾದರೂ ಗುರ್ತಿಸಬಹುದಿತ್ತು. ಮಾತುಕತೆಯ ನಡುವೆ "ಫೈವ್ ಮಿನಿಟ್ಸ್ ಬ್ರೇಕ್ ಫಾಸ್ಟ್‌ಗೆ ರೆಡಿ ಮಾಡ್ಬಿಡ್ತೀನಿ" ಎದ್ದು ಹೋದಳು. ಸುವರ್ಣಮ್ಮ ಅರುಣ ಜೊತೆ ಶಶಾಂಕ್ ಕೂಡ ಕಿಚನ್‌ನಲ್ಲೇ ಇದ್ದ. "ಅಕ್ಕ, ನೀವ್ ಬಂದ್ರಾ? ಇವ್ರಿಗೆ ಸಹಾಯ ಮಾಡ್ತಾ ಇದ್ದೀನಿ" ಎಂದ ನಗುತ್ತ. ಪೂರಿ ಹಿಟ್ಟು ನಾದುತ್ತ "ನಾನೆಲ್ಲ ರೆಡಿ ಮಾಡಿದ್ದೆ. ಮನೆಯಲ್ಲೇ ಬ್ರೇಕ್‌ಫಾಸ್ಟ್ ಅಂದಿದ್ರು..." ಅರುಣ ರಾಗ ತೆಗೆದಾಗ ಕೃತಿಕಾ ಮತ್ತು ಶಶಾಂಕ್ ಒಂದೇಸಲ ಅವಳತ್ತ ನೋಟ ಹರಿಸಿದರು. ಅವಳ ಕಣ್ಣುಗಳಲ್ಲಿ ಸ್ಪಷ್ಟವಾದ ಗಲಿಬಿಲಿ. ತಪ್ಪು ಮಾಡಿದೆ ಅನ್ನೋ ಗಾಬರಿ "ಶಶಿ, ನೀನು ಹೊರ್ಗೆ ಹೋಗಿ ಅವ್ರುಗಳ್ನ ಮಾತಾಡ್ಸು. ಅದು ಇಬ್ರೂ ಗೆಸ್ಟ್‌ಗಳ ಜೊತೆ ಸರ್‌ಪ್ರೈಜ್ ವಿಸಿಟ್. ಮೊದ್ಲೇ ಗೊತ್ತಿದ್ದರೆ ಎಲ್ಲಾ ಮುಗ್ಸಿಕೊಂಡು ಅವ್ರುಗಳ ಜೊತೆ ಮಾತುಕತೆ ಕೂಡಬಹುದಿತ್ತು. ಮೈ ಗಾಡ್... ನೀನ್ಹೋಗು" ಎಂದು ಅವನ ಹಿಟ್ಟು ಮೆತ್ತಿದ ಕೈಯನ್ನು ಸಿಂಕ್‌ನಲ್ಲಿರೋ ನಲ್ಲಿಯ ಕೆಳಗಿಟ್ಟು ನೀರು ಬಿಟ್ಟು "ನಿಂಗೂ ಏನಾದ್ರೂ... ತುಂಬ ಉಪಯೋಗಕ್ಕೆ ಬರಬಹ್ದು" ಎಂದು ಅವನನ್ನು ಕಳಿಸಿದಳು. ಏನೋ ಒಂದು ರೀತಿಯ ಸಂಭ್ರಮ. ತುಂಬು ಕುಟುಂಬದಲ್ಲಿ ಹುಟ್ಟಿ ಬೆಳೆದವಳಿಗೆ ಆಮೇಲೆ ಆವರಿಸಿದ್ದು ಒಂಟಿತನವೇ. ಇಂದಿಗೂ ಅದರಿಂದ ಹೊರಬರಲಾಗಿರಲಿಲ್ಲ.

"ಅರುಣ, ನೀನು ಬೇಕಾದರೇ ಹೋಗಿ ಅವ್ರುಗಳ್ನ ಮಾತಾಡ್ಸು. ನಂಗೆ ಸುವರ್ಣಮ್ಮ ಸಾಕು" ಎಂದು ಅವಳನ್ನ ಕಳಿಸಿದಳು. ಆ ಕ್ಷಣ ಅವಳು ಎದುರಿಗೆ ಇರೋದು ಬೇಡವೆನಿಸಿತ್ತು. ಒಂದು ದೊಡ್ಡ ಹಾಟ್‌ಬಾಕ್ಸ್ ತುಂಬ ಆಲೂಗಡ್ಡೆ ಪಲ್ಯ. ಅದು ಭಾಸ್ಕರ್‌ಗೆ ಇಷ್ಟವೆಂದು ಗೊತ್ತಿದ್ದರಿಂದ ಆಗಾಗ ಮಾಡುತ್ತಿದ್ದಳು. ಅಂದರೆ ಅರುಣ ಭಾಸ್ಕರ್‌ಗಾಗಿ ಪಲ್ಯ ಮಾಡಿ ಮುಚ್ಚಿಟ್ಟಿದ್ದಾಳೆ. ಆದರೆ ಮುಚ್ಚಿಡುವ ಅಗತ್ಯವೇ? ಅವಳಿಗೆ ಗೊತ್ತಾಗಲಿಲ್ಲ. ಕದ್ದುಮುಚ್ಚಿ ಆಟವಾಡುವ ಅಗತ್ಯವೇನು? ಶಶಾಂಕ್ ಅಂಥ... ಗಂಡ. ಅಕಸ್ಮಾತ್ ಅವನ ಮನದಲ್ಲಿ ಅನುಮಾನದ ತೆರೆ ಹಬ್ಬಿದರೇ... ಅವಳಿಗೆ ಕುಸಿಯುವಂತಾಯಿತು. ಆಗ ದೊಡ್ಡ ಪ್ರಳಯವೇ ನಡೆದುಹೋಗುತ್ತೆ.

ಹಣೆಯ ಮೇಲಿನ ಬೆವರನ್ನು ತೊಡೆದುಕೊಂಡು "ಸುವರ್ಣಮ್ಮ... ಪೂರಿ ಕೆಲ್ಸ ನೀನು ಮುಗ್ಸಿಕೋ. ಲಟ್ಟಿಸೋಕೆ ಅರುಣನ ಕಳುಸ್ತೀನಿ" ಹೊರಗೆ ಬಂದು ಸುಧಾರಿಸಿಕೊಂಡು ಅವರಿಬ್ಬರ ಮುಂದೆ ಹೋಗಿ ಕೂತಳು. ಆ ಮನಸ್ಥಿತಿಯಿಂದ ಹೊರಬರಬೇಕಿತ್ತು.

"ಕೃತಿಕಾ ನಿಮ್ದು ಲವ್ ಮ್ಯಾರೇಜ್, ಬಿಂದು ಹೇಳಿದ್ಲು ಮೊದಮೊದಲು ಪ್ರೀತಿ... ಹಾರಾಟ... ಅದೇ ದೊಡ್ಡ ರೀತಿಯ ಸಾಧನೆಯೆನ್ನುವ ಹಾರಾಟ. ನಾನು ಲವ್ ಮಾಡಿ ಮದ್ವೆ ಆಗಿದ್ದು. ಆಗ ನನ್ನ ವಯಸ್ಸು ನಲ್ವತ್ತು. ನಚಿಕೇತ್‌ದು ನಲ್ವತ್ತು ಮೂರು. ಒಳ್ಳೆ ಫೇರ್! ಎಷ್ಟು ಹಚ್ಚಿಕೊಂಡಿದ್ದೀಂದ್ರೇ... ಎಂಥ ಖುಷಿ ಗೊತ್ತೆ? ಜಗತ್ತು ಗೆದ್ದೆ... ಗೆಲುವು

ನನ್ನದಾಗಿತ್ತು. ಪ್ರೀತಿ ಅನ್ನೋದೊಂದು ಮಾಯೆ. ಅದಕ್ಕೆ ಯಾವ್ದೆ ಲಾಜಿಕ್ ಇಲ್ಲ. ಅದಕ್ಕೆ ನಮ್ಮ ಪೂರ್ವಜರು ಎಷ್ಟೋ ನಿದರ್ಶನಗಳ್ನ ಕೊಟ್ಟಿದ್ದಾರೆ. ಮಧ್ಯಕಾಲದ ಜನ್ನ ಕವಿಯ 'ಯಶೋಧರ ಚರಿತೆ' ಅನ್ನೋ ಕಾದಂಬರಿಯಲ್ಲಿನ ಮುಖ್ಯ ಪಾತ್ರ ಅಮೃತಮತಿ. ಯಶೋಧರ ರಾಜನ ಪತ್ನಿ. ಆಕೆ ಉತ್ತಮ ಕುಲ ಸಂಜಾತ ಅರಮನೆಯ ಮಾವುತನ ಹಾಡನ್ನು ಕೇಳಿ ಮನಸೋತು ಅವ್ನು ಕುರೂಪಿಯೆಂದು ಗೊತ್ತಾದರು 'ಮರುಳೆ ಪೊಲ್ಲಮೆಯ ಲೇಸು ನಲ್ಲರ ಮಯ್ಯಾಳ್' ಎಂದು 'ಒಲಿದವನೇ ಚೆಲುವನು ಚೆಲುವಿಕೆಯಿಲ್ಲದಿರುವುದ ಒಲಿದವನಿಗೆ ಲೇಸು' ಎಂದು ಗಾಢವಾಗಿ ಪ್ರೇಮಿಸಿದ ನಾರಿಯ ಪ್ರಣಯ ಪ್ರಸಂಗದ ಪ್ರಲಾಪ ಅದ್ಭುತವಾಗಿ ಚಿತ್ರಿತವಾಗಿದೆ. ಇದೊಂದೇ ಅಲ್ಲ, ಸಾಕಷ್ಟನ್ನು ಹೆಕ್ಕಿ ತೆಗೆಯಬಹುದು. ಪ್ರೀತಿಗೆ ಕಣ್ಣಿಲ್ಲ. ಅದೊಂದು ರೀತಿಯ ಮಾಯೆ, ಸೃಷ್ಟಿಯಲ್ಲಿಯೇ ದೊಡ್ಡ ಚಮತ್ಕಾರ ನಮಿತಾ ರಘುರಾಮ್ ವ್ಯಾಖ್ಯಾನಿಸಿದರು.

ಆಮೇಲೆ ಫ್ರಾಂಕಾಗಿ ಹೇಳಿಕೊಂಡರು ಅವರ ಜೀವನಗಾಥೆಯನ್ನು. ಈಗ ಆಕೆಯ ಗಂಡ ಒಬ್ಬ ಕೆಲಸದ ಹುಡುಗಿಯೊಂದಿಗೆ. ಅವರಿಬ್ಬರ ಪ್ರೇಮಸಲ್ಲಾಪ ನೋಡಿದ ನಂತರವೇ ಆಕೆ ಒಂಟಿಯಾಗಿ ಬದುಕಲು ಇಚ್ಛಿಸಿ ರಘುರಾಮ್ ಜೀವನದಿಂದ ಹೊರಬಂದಿದ್ದು. ಹೆಣ್ಣುಗಂಡಿನ ಪ್ರೇಮ ಆಕರ್ಷಣೆಯೆನ್ನಬಹುದು. ಆಕೆಯ ಅಭಿಮತ ಸರಳವಾಗಿ ಬಿಡಿಸಿಟ್ಟರು.

"ಈ ಪ್ರೀತಿಯೆನ್ನುವ ಮಾಯೆಗೆ ಗಂಡು, ಹೆಣ್ಣು ಎನ್ನುವ ಭೇದವಿಲ್ಲವೇನೋ, ನೈತಿಕ ಮೌಲ್ಯಗಳ ಪ್ರಜ್ಞೆ ಇಲ್ಲದೆ ಪ್ರೀತಿಯೆನ್ನುವ ಮಾಯೆಯಲ್ಲಿ ಸಿಲುಕಿದಾಗ.." ಎಂದ ನಮಿತಾ ರಘುರಾಮ್ ಭಾರವಾದ ನಿಟ್ಟುಸಿರು ದಬ್ಬಿ "ಕೆಲವು ತಿಂಗ್ಳು ಉಸಿರುಗಟ್ಟುವ ವಾತಾವರಣದಲ್ಲಿ ನಾನು ಬದುಕಿದ್ದು. ನೀನು ಇಲ್ದ ನನ್ನ ಜೀವ್ನ ಬರಡೆಂದು ಹಪಾಹಪಿಸಿದ್ದು ಕೆಲವು ದಿನಗಳು... ತಿಂಗಳು... ನಾಲ್ಕೈದು ವರ್ಷಗಳಷ್ಟೆ. ಹರಿದಾಡಿದ ಪ್ರೇಮವೆಂಬ ಮಾಯೆ ನಮ್ಮ ದಾಂಪತ್ಯವನ್ನು ಆಹುತಿ ತೆಗೆದುಕೊಂಡಿತು. ಈಗ ಒಂದು ರೀತಿಯ ನಿಶ್ಚಲ ಸ್ಥಿತಿ. ನಾನು ನೆಮ್ದಿಯಾಗಿ ಇದ್ದೀನಿ, ಅವ್ನು ದುರಂತದ ಅಂಚಿನಲ್ಲಿ ಇದ್ದಾನೆ." ನೆನಪನ್ನು ಬಗೆದು ಬಗೆದು ಅವಳ ಮುಂದಿಟ್ಟರು. ಆ ನೋವು ಇಲ್ಲಿಗೂ ಹಿಂಬಾಲಿಸಿಕೊಂಡು ಬಂದಿದ್ದರು, ಅದನ್ನ ನೆನಪಿನಲ್ಲಿ ಮುಚ್ಚಿಟ್ಟ ದಿಟ್ಟೆ.

ಆಮೇಲಿನದನ್ನು ಹೇಳಿದ್ದು ಶ್ರೀಲಕ್ಷ್ಮಿ.

"ಈ ಆ ಚಾಲಾಕಿ ಹುಡ್ಗೀ... ಇವ್ರ ಗಂಡನನ್ನು ಮೂಲೆಗುಂಪು ಮಾಡಿ ಆ ಸಾಮ್ರಾಜ್ಯಕ್ಕೆ ಒಡತಿಯಾಗಿದ್ದಾಳೆ. ಅವಳಿಗೊಬ್ಬ ಪ್ರಿಯಕರ ರಘುರಾಮ್‌ಗೆ ಬಡಿತಗಳ ಶಿಕ್ಷೆ" ಸಂಕ್ಷಿಪ್ತವಾಗಿ ವಿವರಿಸಿದಳು.

ದೊಡ್ಡ ರೀತಿಯ ಶಾಕ್ ಆಗಲಿಲ್ಲ ಕೃತಿಕಾಗೆ. ಒಂದು ರೀತಿಯ ನಿಶ್ಚಲ ಛಾಯೆ. ಅವಳು ಫೇಸ್ ಮಾಡುತ್ತಿರುವುದು ಮತ್ತಷ್ಟು ಕಠಿಣವಾದದ್ದು. ಬಿಂದು ಸಂಜೆಯವರೆಗೂ ಇಲ್ಲೇ ಉಳಿಯುವ ನಿರ್ಧಾರಕ್ಕೆ ಬಂದಿದ್ದರಿಂದ, ಲಂಚ್‌ಗೆ ದೊಡ್ಡ ರೀತಿಯ ಔತಣವೇ ಸಿದ್ಧವಾಯಿತು. ಕಿಚನ್‌ಗೆ ಆಗಾಗ ಕೃತಿಕಾ ಭೇಟಿ ಕೊಟ್ಟರು. ಒಂದು ರೀತಿಯ ಅಕ್ಕರೆ

ಸಡಗರವಿತ್ತು.

"ನಂಗೂ ಒಂದಿಷ್ಟು ಅವಕಾಶ ಕೊಡು" ಶ್ರೀಲಕ್ಷ್ಮಿ ಕಿಚನ್‌ಗೆ ಬಂದಾಗ "ವೈ ನಾಟ್... ಬನ್ನಿ" ಅಲ್ಲೇ ಒಂದು ಸ್ಟೂಲ್ ಹಾಕಿ ಕೂಡಿಸಿದಾಗ ಹೋಳಿಗೆ ತಟ್ಟಲು ಮುಂದಾದರು. ಆರ್ಥಿಕವಾಗಿ ಸುಭದ್ರತೆಯಿತ್ತು. ಆದರೆ ಇದ್ದಿದ್ದು ಗಂಗೋತ್ರಿ ಓಲ್ಡ್ ಏಜ್ ಲಕ್ಷುರಿಯಲ್ಲಿ.

ಅಡಿಗೆ ರೆಡಿಯಾಗುವ ಮುನ್ನವೇ ಶಶಾಂಕ್ ಮತ್ತು ಭಾಸ್ಕರ್‌ಗೆ ಎರಡೆರಡು ಸಲ ಕಾಲ್ ಮಾಡಿ "ಲಂಚ್‌ಗೆ ಮನೆಗೆ ಬನ್ನಿ. ಬಿಂದು ಜೊತೆ ಇಬ್ರೂ ಗೆಸ್ಟ್. ತುಂಬಾ ಖುಷಿ... ಖುಷಿ... ಅನ್ನಿಸುತ್ತೆ" ಕೃತಿಕಾ ಹೇಳಿದಾಗ "ಅಕ್ಕ ಮೀಟಿಂಗ್ ನಡೀತಾ ಇದೆ. ಅದು ಮುಗ್ಧ ಕೂಡ್ಲೇ ಹಾರಿ ಬರ್ತೀನಿ" ಶಶಿಯ ಡೈಲಾಗ್. ಆದರೆ ಭಾಸ್ಕರ್ ಕಕ್ಕಿದ್ದು ಅಸಹನೆಯನ್ನು "ನೋಡು, ಎಷ್ಟೊಂದು ಸಂಭ್ರಮ! ಅದೇ ನಮ್ಮ ಕಡೆಯ ಜನ ಬಂದರೆ, ಮುಖ ಸಿಂಡರಿಸ್ಕೊಂಡ್ ಓಡಾಡ್ತೀಯ" ಅಂದಾಗ ಬೆಚ್ಚಿಬಿದ್ದಳು. ಇದು ಅವಳ ಸ್ವಭಾವವೇ ಅಲ್ಲ. ಶೇಷಮ್ಮ ಬಂದಾಗಲೂ ಅಕ್ಕರೆಯೆ! ಎಷ್ಟೋ ಸಲ ತಲೆ ಕೈ ಕಾಲುಗಳಿಗೆ ಎಣ್ಣೆ ತಿಕ್ಕಿ ನೀರಾಕಿದ್ದುಂಟು "ಭಾಸ್ಕರ್ ಹೊಸದಾಗಿ ಇಂಥ ಆರೋಪ. ಪತಿಪತ್ನಿಯರ ಮಧ್ಯೆ ಪ್ರೀತಿ, ಪ್ರೇಮ, ಪ್ರಣಯ ಇದ್ದರೇ ಸಾಲ್ದು. ಪರಸ್ಪರ ಸ್ನೇಹ, ಗೌರವ ಕೂಡ ಇರ್ಬೇಕು." ಒರಟಾಗಿಯೇ ಕಾಲ್‌ಕಟ್ ಮಾಡಿದ್ದು. ಭಾಸ್ಕರ್ ತೀರಾ ಬದಲಾಗಿದ್ದಾನೆ? ಬೇರೆ ಕಡೆಯ ಪ್ರೀತಿಯ ಕಡೆ ಹಪಾಹಪಿ.

ಊಟಕ್ಕೆ ಕೂತಾಗ ಬಿಂದು ಕೃತಿಕಾಳತ್ತ ನೋಡಿ "ಭಾಸ್ಕರ್ ಬರೋಲ್ವಾ? ಎಲ್ಲಾ ಒಟ್ಟಿಗೆ ಊಟ ಮಾಡಬಹುದಿತ್ತು" ಇಂಥ ಒಂದು ಮಾತಿಗೆ ಮುಗುಳ್ನಕ್ಕು "ಈಚೆಗೆ ಅವ್ರು ತುಂಬ ಆ್ಯಕ್ಟಿವ್ ಆಗಿದ್ದಾರೆ. ನೋಡ್ತಾ ಇರು" ಅಂದಳಷ್ಟೆ. ಆ ಸಮಯದಲ್ಲಿ ಅವಳ ಮುಖದ ಖಿನ್ನತೆಯನ್ನು ಸುಲಭವಾಗಿ ಗುರುತಿಸಿದಳು ಬಿಂದು.

ನಮಿತಾ ರಘುರಾಮ್ ಊಟದ ನಂತರ ಗೆಸ್ಟ್‌ರೂಂಗೆ ಬಂದವರೇ ಕೃತಿಕಾ ಎರಡು ಕೈಗಳನ್ನು ಹಿಡಿದುಕೊಂಡು "ಐ ಯಾಮ್ ವೆರಿ ಹ್ಯಾಪಿ... ಕೃತಿಕಾ ಡಾಟರ್. ವರ್ಷಗಳ ಕಾಲ ರಘುರಾಮ್ ನಾನು ಜೊತೆಯಲ್ಲಿ ಬದ್ಕಿದ್ದು ಒಂದು ಕನಸೇನೋ ಅನ್ನಿಸಿದೆ. ಬಿಟ್ಟು ಬರಬೇಕಾದ ಸಂದರ್ಭದಲ್ಲಿ ತುಂಬ ನೋವು ಅನುಭವಿಸ್ದೇ. ಹೇಗೆ... ಹೇಗೆ... ಹೇಗೆ?" ಅನ್ನುತ್ತ ನಕ್ಕರು. ಆ ನಗುವಿನಲ್ಲಿ ಇದ್ದಿದ್ದು ಏನು?

ಈಕೆಯ ಕತೆ ಕೇಳಿದ ಮೇಲೆ ಕೃತಿಕಾ ಗೊಂದಲದಲ್ಲಿ ಬಿದ್ದಿದ್ದಳು. ಜೊತೆಗೆ ಭಾಸ್ಕರ್ ಕಟುನುಡಿಗಳು ನೋಯಿಸಿತ್ತು. ಅವಳ ತವರಿನವರಾಗಿ ಇಂದಿಗೂ ಒಬ್ಬರು ಇತ್ತ ಸುಳಿದಿರಲಿಲ್ಲ ಮದುವೆ, ಮುಂಜಿ, ನಾಮಕರಣಕ್ಕೆ ಮಾತ್ರವಲ್ಲ ಸಾವಿಗೂ ಕರೆಯಲಾರದಂಥ ಕಾಠಿಣ್ಯ ಬೆಳೆಸಿಕೊಂಡವರು ಬಹುಶಃ ಇವಳ ನೆನಪನ್ನು ಅಳಿಸಿಹಾಕಿರಬಹುದು. ಎಂದೂ ಅವರುಗಳನ್ನು ನೋಡುವ ಅವಕಾಶ ಇರಲಿಲ್ಲ.

ತುಟಿಯಂಚಿಗೆ ಬಲವಾಗಿ ನಗುವನ್ನು ತಂದುಕೊಂಡು ಹೊರಗೆದ್ದು ಬಂದಾಗ ಅರುಣ ನಗುನಗುತ್ತ ಬಾಲ್ಕನಿಯಲ್ಲಿ ನಿಂತು ಕಿಲಕಿಲ ನಗುತ್ತ ಮಾತಾಡುತ್ತಿದ್ದಳು.

ಶಶಾಂಕ್... ಅಲ್ಲವೆನಿಸಿತು. ಅವಳು ಉಪಯೋಗಿಸುತ್ತಿದ್ದ ಮಾಮೂಲಿ ಮೊಬೈಲ್ ಅಲ್ಲ. ಇತ್ತೀಚೆಗೆ ಬಿಡುಗಡೆಯಾದ ಸ್ಯಾಮ್‌ಸಾಗ್ ಗೆಲಾಕ್ಸಿ. 'ಕ್ಷಣ ಅವಳ ತಲೆ ಬಿಸಿಯಾಯಿತು. ಬಹುಶಃ ಅರುಣಗಾಗಿ ಖರೀದಿಸಿದ ಮೊಬೈಲ್‌ನಲ್ಲಿ ಇದು ನಾಲ್ಕನೆಯದು. ಮೊದಲಿನೆರಡು ಸದ್ದಿಲ್ಲದೆ ಬೀರು ಲಾಕರ್‌ನಲ್ಲಿ ಮಲಗಿತ್ತು. ಮೂರನೆಯದರ ಬಗ್ಗೆ ಅವಳಿಗೆ ಗೊತ್ತಿಲ್ಲ. ಅಂದರೆ ತಮ್ಮಿಬ್ಬರ ಮಾತುಕತೆಯ ಸಲುವಾಗಿ ಧಾರಾಳವಾಗಿ ನಾಲ್ಕನೆ ಮೊಬೈಲ್‌ನ ಖರೀದಿಸಿ ಕೊಟ್ಟಿದ್ದಾರೆ ಭಾಸ್ಕರ್!

ಪ್ರತಿಭಟನೆ, ರಾದ್ಧಾಂತ, ಜಗಳ, ಛೀಮಾರಿಯಿಂದ ಅತಿರೇಕಕ್ಕೆ ಹೋಗಿ ಎಲ್ಲಿ ಶಶಾಂಕ್‌ನ ದಾಂಪತ್ಯ ಹಾಳಾಗುತ್ತೇ ಅಂತ ಹೆದರಿದ ಕೃತಿಕಾ ಬಾಲ್ಕನಿಗೆ ಬಂದಾಗ ಅವಳ ಕೈಯಲ್ಲಿನ ಮೊಬೈಲ್ ನೆಲಕ್ಕೆ ಬಿತ್ತು. ಬಿದ್ದ ಜೋರಿಗೆ ಪಾಟಿಗೆ ಹೋಗಿ ಬಡಿಯಿತು. ಭಯಂಕರ ಹೆದರಿಕೆಯಿಂದ ಅತ್ತಿತ್ತ ನೋಡಿ ಹೆಕ್ಕಿಕೊಳ್ಳಲು ಮುಂದಾಗುವ ವೇಳೆಗೆ ಕೃತಿಕಾ ಬಗ್ಗಿ ಅದನ್ನೆತ್ತಿಕೊಂಡಳು.

"ಶಶಿದ... ಕಾಲ್?" ಕೇಳಿದಳು. ಅರುಣ ತುಟಿ ಕಂಪಿಸುತ್ತಿತ್ತು. 'ಬಿ ಕೇರ್ ಫುಲ್, ಕೆಲವು ಕೃತಿಕಾಗೆ ಇಷ್ಟವಾಗೋಲ್ಲ. ಯಾವ್ದೇ ಕಾರಣಕ್ಕೂ ಅಲರ್ಟ್ ಆಗಿರು. ಏನು ಬಾಯ್ಬಿಡ್ಬೇಡ. ರಾದ್ಧಾಂತ ಎಬ್ಸಿ ಬಿಡ್ತಾಳೆ. ಶಶಿಯಂತು ತೀರಾ ಕಂಜೂಸ್. ತಾನಾಗಿ ಏನು ಕೊಡಿಸೋಲ್ಲ. ಇಬ್ರೂ ಸೇರಿ ಅವ್ನ ತಂಗಿ ಮದ್ವೆಗೇ ಹತ್ತು ಲಕ್ಷ ಕೊಟ್ಟಿದ್ದಾರೆ. ಯಾಕೆ ಕೊಡ್ಬೇಕಿತ್ತು? ಜೊತೆಗೆ ನಿಶ್ಚಿಂತೆಯಿಂದ ನಿನ್ನಲ್ಲಿದ್ದ ಚಿನ್ನವನ್ನೆಲ್ಲ' ಇಂಥ ವಿಚಾರಗಳನ್ನು ಅವಳ ತಲೆಯಲ್ಲಿ ತುಂಬಿದ್ದರು ಭಾಸ್ಕರ್. ಯಾವ ಮೋಹ ಆ ಮನುಷ್ಯನನ್ನು ಇಲ್ಲಿಯವರೆಗೂ ತಂದು ನಿಲ್ಲಿಸಿತೋ?

"ಯಾರ್ದೂ... ಕಾಲ್?" ಮತ್ತೆ ಕೇಳಿದಳು ಕೃತಿಕಾ. ಮೊಬೈಲ್ ಇನ್ನು ಅವಳ ಬಳಿಯಲ್ಲೇ ಇತ್ತು. "ಅದೇ... ಅದೇ... ನನ್ನ ಫ್ರೆಂಡ್‌ದು" ಅಂದಳು ಅಸ್ಪಷ್ಟವಾಗಿ. ಶಾಮಣ್ಣನವರು ಒಂದಲ್ಲ ಹತ್ತು ಸಲ ಹೇಳಿದ್ದರು. ಇವ್ಳಿಗೆ ಊರಲ್ಲಿ ಕೂಡ ಅಂಥ ಸ್ನೇಹಿತರು ಇಲ್ಲ. ಅಡ್ಗೇ, ಒಂದಿಷ್ಟು ಮನೆಕೆಲ್ಸ, ನಿದ್ದೆಯಲ್ಲಿಯೇ ಅವ್ಳ ದಿನಚರಿ ಕಳೆದುಹೋಗುತ್ತೆ. ಸೋಮಾರಿತನ ಅವಳ ಫ್ರೆಂಡ್. ಆಸೆ ಮಾತ್ರ ಗಗನದ ಎತ್ತರ' ಮಗಳ ಬಗ್ಗೆ ಅವರ ಕಾಮೆಂಟ್‌ಗಳು.

"ಹೊಸ್ದಾಗಿ ಯಾರಾದ್ರೂ ಫ್ರೆಂಡ್ ಆಗಿದ್ದಾರ?" ಕೇಳಿದಕೂಡಲೇ ಪಟ್ಟನೆ ಅವಳ ಕೈಯಲ್ಲಿನ ಮೊಬೈಲ್ ಕಿತ್ತುಕೊಂಡು "ಇದು ಅವರದ್ದೇ ಹಿಂದಕ್ಕೆ ಕೊಟ್ಟು ಬರ್ತೀನಿ" ಅಂದು ಹೊರಟೇಬಿಟ್ಟಳು. ಇವಳು ಬಾಲ್ಕನಿಯಲ್ಲಿ ಇದ್ದಿದ್ದು ಮರೆತೇಬಿಟ್ಟವಳಂತೆ ಕೆಳಗೆ ಇಳಿದುಹೋಗಿ ದಟ್ಟವಾಗಿ ಬಿಟ್ಟಿದ್ದ ಹೂಗಿಡಗಳ ಮಧ್ಯೆ ಎಸೆದು ಎದೆಯ ಮೇಲೆ ಕೈಇಟ್ಟುಕೊಂಡು ಉಸಿರಾಡುತ್ತಿದ್ದುದ್ದು ಬಾಲ್ಕನಿಯಲ್ಲಿ ನಿಂತಿದ್ದವಳಿಗೆ ಸ್ಪಷ್ಟವಾಗಿ ಕಾಣಿಸಿತು. ಮೊದಲ ಸಲ ಅರುಣನ ಆತುರಪಟ್ಟು ಶಶಾಂಕ್‌ಗೆ ವಿವಾಹ ಮಾಡಿ ತಪ್ಪು ಮಾಡಿದನೇನೋ ಎಂದುಕೊಂಡಳು. ಅದಕ್ಕೆ ಒಂದೇ ಕಾರಣ ಮನೆಯಲ್ಲಿನ ಶೂನ್ಯ ಹೊರಹೋಗಲಿಯೆಂದು. ಅದರ ಬದಲು... ಯಾವುದೋ ಒಂದು ಹೆಸರು ಕೊಡಲು ಇಚ್ಛೆಸಲಿಲ್ಲ ಕೃತಿಕಾ.

ಮೂವರು ಹೊರಟಾಗ ಅವಳ ಕಣ್ತುಂಬಿ ಬಂತು. ತಾಂಬೂಲದ ಜೊತೆ ಮೂರು ರೇಶಿಮೆ ಸೀರೆಗಳನ್ನಿಟ್ಟು "ಐಯಾಮ್ ವೆರಿಹ್ಯಾಪಿ, ದಯವಿಟ್ಟು ಬೇಡ ಅನ್ನಬೇಡಿ. ನೀವು ನನ್ನ ಬಂಧುಗಳು" ಎಂದು ಅವರಿಬ್ಬರಿಗೂ ನಮಸ್ಕರಿಸಿ ಬಿಂದುನ ತಬ್ಬಿಕೊಂಡು ಕಣ್ಣೀರು ಸುರಿಸಿದಳು. ಆ ಕಣ್ಣೀರಿಗೆ ಒಂದು ಆಸರೆ ಬೇಕಿತ್ತೇನೋ "ಯಾಕೆ ಇಷ್ಟೊಂದು ಎಕ್ಸೈಟ್ ಆಗಿದ್ದೀಯ? ನೆನಪುಗಳು... ಖುಷಿಯ ಜೊತೆ ನೋವನ್ನು ಕೂಡ ಕೊಡುತ್ತೆ. ಪ್ಲೀಸ್ ಕಂಟ್ರೋಲ್.. ಯುವರ್ ಸೆಲ್ಫ್' ಪಿಸುಮಾತಿನಿಂದ ಭುಜ ನೇವರಿಸಿ ಸಂತೈಸಿದಳು ಬಿಂದು.

ಆದರೆ ಅರುಣ ಇದ್ದಿದ್ದು ಒಂದೇ ಆತಂಕದಲ್ಲಿ. ಈ ಸಲ ಮೊಬೈಲ್ ತಂದುಕೊಟ್ಟಾಗ ಎಚ್ಚರಿಸಿದ್ದ "ಯಾವ್ದೇ ಕಾರಣಕ್ಕೆ ಮೊಬೈಲ್‌ನ ಕಳ್ಕೋಬಾರ್ದು. ಒಂಟಿಯಾಗಿದ್ದಾಗ ಮಿಸ್‌ಕಾಲ್ ಕೊಡು. ಇಲ್ಲ ನಾನು ಕಾಲ್ ಮಾಡಿದಾಗ ಯಾರಾದ್ರೂ ಇದ್ದರೇ ಎತ್ತಲೇ ಬೇಡ. ಯಾರ ಕೈಗೂ ಸಿಗ್ದಂಗೆ ನೋಡ್ಕೋ. ಮೂರು ಮೊಬೈಲ್ ಹೋದ ದಿಕ್ಕೆ ಗೊತ್ತಿಲ್ಲ. ಅದ್ನ ತಗೊಂಡ್ಹೋಗಿ ಸುವರ್ಣಮ್ಮ ಮಾರಿಕೊಂಡಿದ್ದರೆ ದೊಡ್ಡ ರೀತಿಯ ಅಪಾಯವಿಲ್ಲ. ಅದು... ಬೇಡ ಬಿಡು" ಎಂದು ಸೂಕ್ಷ್ಮಗಳನ್ನು ವಿವರಿಸಿ ಹೇಳಿದ್ದು ಭಾಸ್ಕರ್. ಈಗ.. ಆ ಆಂದೋಲನದಲ್ಲಿ ಇದ್ದಳು. ಹೊರಟವರೊಂದಿಗೆ ಸರಿಯಾಗಿ ಮಾತು ಕೂಡ ಆಡಲಾಗಿರಲಿಲ್ಲ.

ಮೊಬೈಲ್ ಎಸೆದ ಜಾಗದಲ್ಲಿಯೇ ಅವಳ ನೋಟ ಹರಿದಾಡುತ್ತಿತ್ತು. ಅದ್ನ ಕೃತಿಕಾ ಮಾತ್ರವಲ್ಲ ಇನ್ನೊಬ್ಬ ವ್ಯಕ್ತಿ ಕೂಡ ನೋಡಿದ್ದಾರೆ ಎನ್ನುವ ಅರಿವಿರಲಿಲ್ಲ. ಅಮಾಯಕತೆಯೆನ್ನುವ ಹಣೆಪಟ್ಟಿ ಕಟ್ಟಿಕೊಂಡಿರುವ ಅರುಣಾಗೆ.

ಸುವರ್ಣಮ್ಮನಿಂದ ಹಿಡಿದು ಎಲ್ಲರೂ ಬಂದು ಅವರುಗಳನ್ನು ಕಾರು ಹತ್ತಿಸಿದರು. ಶ್ರೀಲಕ್ಷ್ಮಿ, ಬಿಂದು ಒಂದೊಂದು ಸಾವಿರ ಅವಳ ಕೈಯಲ್ಲಿ ಇಟ್ಟರೇ ನಮಿತಾ ರಾಜಾರಾಮ್ ಎರಡು ಸಾವಿರದ ಪಿಂಕ್ ನೋಟುಗಳನ್ನು ಅವಳ ಕೈಯಲ್ಲಿಟ್ಟಿದ್ದರು. ಆ ಹಣವನ್ನು ತನ್ನ ಅಕೌಂಟ್‌ಗೆ ಜಮಾ ಮಾಡುವ ಖುಷಿ. ದುಬೈನಿಂದ ಗಂಡ ದುಡಿದು ತರೋ ಹಣದಲ್ಲಿ ಈ ಬೃಹತ್ ಸಿಟಿಯಲ್ಲಿ ಸ್ವಂತ ಮನೆಯ ಕನಸು.

"ಮತ್ತೆ ಯಾವಾಗ್ಲಾದ್ರೂ... ಬರ್ತೀನಿ ಕೃತಿ" ಎಂದ ನಮಿತಾ ರಾಜಾರಾಮ್ ಅವಳ ಮುಂದಲೆ ಸವರಿ "ನಿಂದು ಇಪ್ಪತ್ತರ ಹರೆಯಲ್ಲಿ ಲವ್. ನಾನು..." ನಕ್ಕರು. ಕೃತಿಕಾಗೆ ಏನೋ ಕೇಳಬೇಕೆನಿಸಿತು. "ನಂಗೆ ಅರ್ಥವಾಯ್ತು. ಯಶೋಧರ ಚರಿತ್ರೆಯಂಥ ಸಾಕಷ್ಟು ಕತೆಗಳ್ನ ಓದಿದ್ದೀವಿ, ನೋಡ್ತಾ ಇದ್ದೀವಿ. ಆ ಕುರೂಪಿ ಮಾವುತನಲ್ಲಿ ಯಾಕೆ ಮೋಹಗೊಂಡಳು? ಉತ್ತರ ಸಿಕ್ಕಿತಾ? ಖಂಡಿತ ಸಿಗೋಲ್ಲ. ಎಲ್ಲಾ ಕೊಟ್ಟ ಪ್ರಕೃತಿ ಇಂಥ ಚಮತ್ಕಾರಗಳನ್ನೊಡುತ್ತೆ. ಗೆದ್ದವರೆಷ್ಟೋ, ಸೋತವರೆಷ್ಟೋ.." ಒಂದು ರೀತಿಯ ನಗೆ ಬೀರಿದರು.

ಇದು ಬದುಕಿನ ನೈತಿಕ ಮೌಲ್ಯದ ಪ್ರಶ್ನೆ.

ಇವರುಗಳು ಹೊರಟ ಮೇಲೆ ಭಾಸ್ಕರ ಬಂದ. ಅವರುಗಳ ಜೊತೆ ಊಟ

ಮುಗಿಸಿದ್ದಳು ಕೃತಿಕಾ ಕೂಡ. ಆ ವೇಳೆಗೆ ಶಶಾಂಕ್ ಕೂಡ ಬಂದು ಜಾಯಿನ್ ಆಗಿದ್ದರಿಂದ ಊಟ ಮುಗಿದಿತ್ತು.

"ಅವ್ರುಗಳು ಕಾದು ಈಗ ಹೊರಟ್ರು" ಎಂದಳು ಕೃತಿಕಾ ಮಂಚದ ಮೇಲೆ ಉರುಳಿಕೊಳ್ಳುತ್ತ. ಶಶಾಂಕ್ ಇದ್ದುದರಿಂದ ಅರುಣ ರೂಂನಿಂದ ಹೊರಬರಲಿಲ್ಲ. "ಅರುಣಾಗೆ ಬಡಿಸೋಕೆ ಹೇಳು" ಬಟ್ಟೆ ಬಿಚ್ಚುತ್ತ. ಕೋಪದಿಂದ ಕೃತಿಕಾ ಅವುಡುಗಳು ಬಿಗಿದುಕೊಂಡವು. "ನೀನು ರೆಸ್ಟ್ ತಗೋ. ಅವ್ಳು ಸ್ವಲ್ಪ ಕೆಲ್ಸ ಕಲೀಲೀ. ನೀನು ಹೊರ್ಗೆ ಹೋಗಿ ದುಡಿಯೋಳು. ನಿಂಗೇನು ರೆಸ್ಟ್ ಬೇಡ್ವಾ?" ಒಂದು ರೀತಿಯ ಸಹಾನುಭೂತಿ ವ್ಯಕ್ತಪಡಿಸಿದಾಗ "ಬಡಿಸೋದು, ಅಂಥ ದೊಡ್ಡ ರೀತಿಯ ಕೆಲ್ಸವೇನು ಅಲ್ಲ. ಶಶಿ ಮನೆಯಲ್ಲೇ ಇದ್ದಾನೆ" ಅರ್ಥಗರ್ಭಿತವಾಗಿ ಹೇಳಿದಳು.

"ಓಕೆ, ನಾನು ಬಡ್ಸಿಕೊಂಡು ಊಟ ಮಾಡ್ತೀನಿ. ನೀನು ರೆಸ್ಟ್ ತಗೋ" ಅಂದಾಗ ಎದ್ದವಳು ಮತ್ತೆ ಮಲಗಿದಳು. ಧಗಧಗ ಎಂದು ಅವಳೆದೆ ಒತ್ತಿ ಉರಿಯಿತು. ಸಣ್ಣಸಣ್ಣ ವಿಷಯಕ್ಕೂ ಹರ್ಟ್ ಮಾಡುವ ಉದ್ದೇಶದ ಹಿಂದೆ ಏನಿದೆ? ಅರುಣಳ... ಮುಗ್ಧತನ ಬಂದು ಎದುರುನಿಂತಾಗ ಬೆಚ್ಚಿ ಬೀಳುವಂತಾಗುತ್ತಿತ್ತು. ಶಶಿ...

ಎಂದಿನಂತೆ ಕೃತಿಕಾ ಎದ್ದು ಹೋಗಲಿಲ್ಲ. ಸುವರ್ಣಮ್ಮ ಬಂದು ಇಣುಕಿದಾಗ "ಸುವರ್ಣಮ್ಮ ಯಾಕೋ ತಲೆನೋವು ಒಂದಿಷ್ಟು ಮಲಗ್ತೀನಿ. ಅವ್ರು ಊಟ ಮಾಡಿದ್ಮೇಲೆ... ಟೇಬಲ್ ಕ್ಲೀನ್ ಮಾಡ್ಬಿಡು" ಹೇಳಿದಳು. ಅವಳು ರೂಂನೊಳಕ್ಕೆ ಬಂದು "ನನ್ನ ಸಂಬಳದ ಹಣ ಅಕೌಂಟ್‌ಗೆ ಹಾಕೋವಾಗ, ಇದ್ನ ಕೂಡ ಹಾಕ್ಬಿಡಿ" ಮುಷ್ಟಿಯಲ್ಲಿದ್ದ ನೋಟುಗಳನ್ನು ಪಕ್ಕದ ಟೀಪಾಯಿ ಮೇಲಿಟ್ಟಳು. ಮಲಗಿದ ಕೃತಿಕಾ ಎದ್ದು ಕೂತು "ಏಯ್, ಹೇಗೋ ಬ್ಯಾಂಕ್‌ಗೆ ಸುಮಾರು ಸಲ ಕರ್ಕೊಂಡ್ಹೋಗಿ ಪರಿಚಯ ಮಾಡ್ಸಿದ್ದೀನಿ. ನೀನೇ ಹೋಗೋದ್ನ ಕಲೀ. ಈ ಹಣ ನಿನ್ನ ಹತ್ರನೇ ಇಟ್ಕೋ ಹೋಗ್. ನಿನ್ನ ರೂಮಿಗೆ ಬಂದು ಹಣ ಕದಿಯೋರು ಯಾರಾದ್ರೂ... ಇದ್ದಾರ? ಇಟ್ಕೋಹೋಗ್..." ರೇಗಿಯೇ ಕಳಿಸಿದ್ದು. ಎಷ್ಟೋ ಹಣ ಎದುರಿದ್ದರೂ ಮುಟ್ಟದಂಥ ಪ್ರಾಮಾಣಿಕತೆ. ಇವರೆಲ್ಲ ನನ್ನವರು ಎನ್ನುವ ಭಾವವುಳ್ಳ ಹೆಣ್ಣು. ಅವಳನ್ನು ಕಂಡರೆ ಕೃತಿಕಾಗೆ ಅಕ್ಕರೆಯ ಜೊತೆ ಗೌರವ, ಪ್ರೀತಿ ಕೂಡ.

ಮನಸ್ಸು ತಡೆಯದೇ ಕೃತ್ತಿಕಾ ಡೈನಿಂಗ್ ಟೇಬಲ್ ಬಳಿಗೆ ಬಂದಾಗ, ಮುಖದಲ್ಲಿ ಕಸಿವಿಸಿ ಕಂಡರೂ ಹೊಟ್ಟೆ ಹಸಿದಿರಬೇಕು, ಆರಾಮಾಗಿ ಬಡಿಸಿಕೊಂಡು ಊಟ ಮಾಡುತ್ತಿದ್ದ ಭಾಸ್ಕರನ ಬಗ್ಗೆ ಮೊದಲು ಉಕ್ಕಿದ್ದು ಪ್ರೇಮಭಾವ, ನಂತರ ಅಸಹ್ಯಭಾವ, ಕಡೆಗೆ ಒಂದು ತರಹ ಸಹಾನುಭೂತಿ. ನೈತಿಕತೆ ಮರೆದು ಸಾಗುವಲ್ಲಿ ವಿಳಂಬವಾಗದು. ಪ್ರಪಾತ ಕೈಬೀಸಿ ಕರೆಯುತ್ತೆ. ದೇವರು ಎಚ್ಚರವಿಟ್ಟೆ ಇರುತ್ತಾನೆ, ಆದರೂ ವಿವೇಕಕ್ಕೆ ಮಂಕು ಕವಿದು ಮೋಹದ ಜಾಲ ಆವರಿಸಲು ಮುಂದಾಗುತ್ತದೆ. ಅಲ್ಲಿಗೆ ಫಿನಿಷ್!

ಅವನೆದುರು ಕೂತಳು ಮೊಣಕೈಗಳನ್ನು ಟೇಬಲ್ ಮೇಲೂರಿ "ಬಿಂದು ನೂರು ಸಲವಾದ್ರೂ... ಅಂದ್ಲು, ನೀವು ಇದ್ದಿದ್ದೇ ಚೆನ್ನಾಗಿತ್ತೂಂತ. ಹೋಗ್ಲಿ... ಬಿಡಿ, ಹೇಗಿದೆ...

ಊಟ? ಅಡಿಗೆಯ ತಯಾರಿಯಲ್ಲಿ ಬಂದವರೆಲ್ಲ ಖುಷಿ... ಖುಷಿಯಿಂದ ಕೈ ಹಾಕಿದ್ದರಿಂದ ಎಕ್ಸ್‌ಟ್ರಾ ಟೇಸ್ಟ್." ಕೋಪ, ಬೇಸರವನ್ನು ಹತ್ತಿಕ್ಕಿ ಸಮಾಧಾನದಿಂದಲೇ ಹೇಳಿದಳು. ಆದರೆ ಒರಿಜಿನಲ್ ಸಂತೋಷವೇನು ದನಿಯಲ್ಲಿ ಇಣುಕಲಿಲ್ಲ.

"ಎಲ್ಲರದು ಊಟ ಆಯ್ತ?" ಅವಳ ನೋಟ ತಪ್ಪಿಸುತ್ತ ಭಾಸ್ಕರ್ ವಿಚಾರಿಸಿದಾಗ "ಆಯ್ತು, ಶಶಿ ಕೂಡ ಬಂದ. ನಿನ್ನೊಲುಮೆಯಲ್ಲಿ ಹಬ್ಬದ ವಾತಾವರಣ. ನಮಿತಾ ರಾಜರಾಮ್ ಪ್ರಬುದ್ಧ ಹೆಣ್ಣು. ನಡೆ ನುಡಿ ಜೊತೆ ಮಾತುಗಳು ಕೂಡ ಅದ್ಭುತವಾಗಿತ್ತು."

ಭಾಸ್ಕರ್‌ಗೆ ಯಾವುದೇ ಮಾತುಗಳು ಇಷ್ಟವಾಗಲಿಲ್ಲ.

"ರೆಸ್ಟ್ ತಗೋ, ನಂಗೆ ಒಂದಿಷ್ಟು ಕೆಲ್ಸವಿದೆ" ಎಂದು ಸಿಂಕ್‌ನಲ್ಲಿ ಕೈತೊಳೆದು ತಮ್ಮ ಪರ್ಸನಲ್ ರೂಮಿಗೆ ಹೋಗಿ ಬಾಗಿಲು ಹಾಕಿಕೊಂಡರು. ಗಂಡ, ಹೆಂಡತಿ ಎಂದ ಮೇಲೆ ಸರಸ, ವಿರಸ, ಹುಸಿ ಮುನಿಸು ಎಲ್ಲಾ ಸಹಜವೇ, ನಂತರ ಪ್ರೀತಿಯ ಭೋರ್ಗರೆತದಲ್ಲಿ ತೇಲಿಹೋಗುವ ಸಂಭ್ರಮದಲ್ಲಿ ಎಲ್ಲ ಕಾಣೆಯಾಗಿ ಬಿಡುತ್ತಿತ್ತು. ಆದರೆ ಈಗಿನದು ಬೇರೆ ದಾರಿ ಹಿಡಿಯುತ್ತಿತ್ತು.

ಆದರೆ ಭಾಸ್ಕರ್‌ನಲ್ಲಿ ಒಂದಿಷ್ಟು ಮಾತಾಡುವುದರಿಂದ ರೂಮಿನ ಬಾಗಿಲು ತೆಗೆದುಕೊಂಡು ಹೋಗಿ ಅವನೆದುರು ಮುಂದಿದ್ದ ಸಿಗರೇಟು ಪ್ಯಾಕ್‌ನ ಪಕ್ಕಕ್ಕೆ ಸರಿಸಿದ ನಂತರವೇ ಮಾತು ಶುರು ಮಾಡಿದ್ದು.

"ನಿಮ್ಗೇ ಏನಾಗಿದೆ ಭಾಸ್ಕರ್? ಸಣ್ಣಸಣ್ಣ ಸಂತೋಷಗಳು ಮನುಷ್ಯನನ್ನು ಆರೋಗ್ಯವಾಗಿ ಇಡುತ್ತೆ. ಅದ್ರಿಂದ ದೂರ ಹೋಗಿ ನೀವು ಸಾಧಿಸೋದು ಏನಿದೆ? ವಿವಾಹದ ನಂತರ ನೀವೇ ನನ್ನ ಸಮಸ್ತವಾದೀರಿ. ನನ್ನ ತವರಿನವರು ಈ ಕಡೆ ಯಾರು ಬರಲೇ ಇಲ್ಲ" ಅಂದಳು.

ಭಾಸ್ಕರ್‌ಗೆ ತನ್ನ ತಪ್ಪಿನ ಅರಿವಾಯಿತು. "ಸಾರಿ ಬಿಡು, ಯಾವ್ದೋ ಟೆನ್‌ಷನ್‌ನಲ್ಲಿ ಇದ್ದೆ. ಜಮೀನಿನ ಬಗ್ಗೆ ಒಂದು ಮೀಟಿಂಗ್ ಇತ್ತು. ಸೈಟುಗಳಾಗಿ ಕನ್‌ವರ್ಷನ್... ನಂತರ ಕೋಟಿ... ಕೋಟಿ... ಬಂದುಬೀಳುತ್ತೆ" ಎಂದ ತುಸು ಉತ್ಸಾಹ ಬೆರೆಸಿ. ನೇರವಾಗಿ ಭಾಸ್ಕರ್‌ನ ನೋಡಿದಳು. "ಅದ್ರಿಂದ ಏನು ಸಿಗುತ್ತೇ? ವಿ.ಸಿ. ಕಾರುಗಳು, ಸರ್ವೆಂಟ್ಸ್... ಬ್ಯಾಂಕ್ ಬ್ಯಾಲೆನ್ಸ್ ಬೆಳೀಬಹ್ದು. ಕಳ್ಳ ಹಣ ಬಿಚ್ಚಿಡೋದ್ರಲ್ಲೇ ನಮ್ಮ ಜೀವ್ನ ಸವೆದುಹೋಗುತ್ತೆ. ವರ್ಷಗಳು ಸರಿದು ವೃದ್ಧಾಪ್ಯ ಆವರಿಸುತ್ತೆ. ಕನಿಷ್ಟ ಕಳೆದು ಹೋದ ಗಂಟೆಗಳನ್ನು ಕೂಡ ಹಿಂದಕ್ಕೆ ತಂದುಕೊಡಲಾರ್ದು ನಿಮ್ಮ ಹಣ. ಹೇಗೂ ನಿಮ್ಮದೊಂದು ಪ್ರಾಪರ್ಟಿ ಬೇಕೂಂದ್ರೆ, ಪ್ಲಾಟ್‌ಗೆ ನಿಲ್ಸಿ ಬಿಡಿ. ಸಂಪತ್ತು ತುಂಬಿಟ್ಟುಕೊಂಡ ಮಾತ್ರಕ್ಕೆ ಸುಖ, ಸಂತೋಷಗಳು ಬಂದು ನಮ್ಮ ಮುಂದೆ ಕುಣಿದಾಡೋಲ್ಲ. ಎಂದೂ ಇಲ್ದ ಅಸಹನೆ ಹುಟ್ಟಿಕೊಳ್ಳೋಕೆ ಕಾರಣ ಕೇಳಬಹುದಾ?" ಭಾಸ್ಕರ್ ಈಗ ಮಡದಿಯ ಮಾತು ಕೇಳುವ ಸ್ಥಿತಿಯಲ್ಲಿ ಇರಲಿಲ್ಲ "ಲೀವ್ ಮಿ ಅಲೋನ್, ನಂಗಿಷ್ಟ ಬಂದಂಗೆ ನನ್ನ ಬದ್ಕು ರೂಪಿಸಿಕೊಳ್ಳೋ ಅಧಿಕಾರವಿದೆ. ನಿನ್ನ ಕಟ್ಟಿಕೊಂಡ ಮಾತ್ರಕ್ಕೆ ಸರೆಂಡರ್ ಆಗೋ ಅಗತ್ಯವಿಲ್ಲ" ಮುಲಾಜಿಲ್ಲದೆ ಹೇಳಿದ. ಕುತ್ತಿಗೆ ಪಟ್ಟಿ ಹಿಡಿದು ತಳ್ಳಿಸಿಕೊಂಡಂತೆ ಎದ್ದುಬಂದಳು.

ದಾಂಪತ್ಯಕ್ಕೆ ಅದರದೇ ಆದ ನೀತಿನಿಯಮಗಳು! ಇಲ್ಲಿ ಪ್ರೀತಿ, ಪ್ರೇಮ, ಸ್ನೇಹ ಅದಕ್ಕೆ ಬುನಾದಿಯಾಗಬೇಕಷ್ಟೆ. ಹಗ್ಗ ಜಗ್ಗಾಟದಿಂದ ಪ್ರಯೋಜನವಿಲ್ಲ.

ತಕ್ಷಣ ಕಾಂಪೌಂಡ್‌ನಲ್ಲಿದ್ದ ಹೂಗಿಡಗಳ ಮಧ್ಯೆ ಎಸೆದಿದ್ದ ಮೊಬೈಲ್‌ನ ನೆನಪಿಸಿಕೊಂಡು ಕೆಳಗಿಳಿದು ಬಂದಾಗ ಸುವರ್ಣಮ್ಮ ಅಲ್ಲೆ ಇದ್ದಳು, ಕಾಂಪೌಂಡ್‌ನ ಕ್ಲೀನ್ ಮಾಡುತ್ತಿದ್ದವಳು ಇವಳತ್ತ ಬಂದು ಸೆರಗಿನಿಂದ ಬೆವರನ್ನೊರೆಸಿ ಒಂದು ತರಹ ನೋಡಿದಳು.

"ಯಾಕೆ ಇಷ್ಟೊಂದು ಬೆವತಿದ್ದೀಯ? ನಾನು ತಂದ್ಕೊಟ್ಟ ಪುಸ್ತಕಗಳಲ್ಲಿ ಎಷ್ಟೊಂದು ಓದಿದ್ದೀ? ನಿನ್ಗಂಡ ಬರೋವೇಳೆಗೆ ಚೆನ್ನಾಗಿ ಓದೋಂಗೆ ಆಗ್ಬೇಕು" ಎಂದಳು. ಅವಳ ಮುಖದಲ್ಲಿ ಒಂದಿಷ್ಟು ಗೆಲುವು ಕಂಡಿತು "ಖಂಡಿತ ಈಗ ಅಕ್ಷರಗಳ್ನ ಕೂಡ್ಸಿಕೊಂಡು ಓದೋಕೆ ಶುರು ಮಾಡಿದ್ದೀನಿ. ಯಜಮಾನ್ರಿಗೆ ಇಷ್ಟವಾಗೋಲ್ಲ. ಮೊನ್ನೆ ಕಾಂಪೌಂಡ್ ಮೆಟ್ಟಿಲು ಮೇಲೆ ಕೂತು ಓದ್ತಾ ಇದ್ದೆ. ಪುಸ್ತಕ ಕಿತ್ಕೊಂಡ್ ಹರ್ದು ಬಿಸಾಕಿ, ಬೈದರು. ಯಾಕಪ್ಪ, ನನ್ಮೇಲೆ ಅವ್ರಿಗೆ ಕೋಪ? ಎದುರು ಫ್ಲಾಟ್‌ಗೆ ಬಂದಿರೋದು ನಮ್ಮಲ್ಲೇ ಬಂದು ಇರೂಂತ ಹೇಳಿದ್ದಾರೆ. ಅಲ್ಲಿಗೆ... ಹೋಗ್ಬಿಡ್ಲಾ?" ನಿಸ್ಸಹಾಯಕತೆಯಿಂದ ಕೇಳಿದಳು. ಉಕ್ಕುವ ಕೋಪ, ತಳಮಳ ತಡೆಯದಾಯಿತು ಕೃತಿಕಾಗೆ. ಆದರೂ ತುಂಬ ಸಹನೆಯಿಂದ "ಇದೇ ಕೊನೆ ಸಲ. ಇನ್ನೊಂದ್ಸಲ ಈ ಮಾತು ಬೇಡ. ಬೆವತಿದ್ದೀಯ, ಈಗ ಒಳ್ಗೇ... ಹೋಗು" ಅವಳನ್ನು ಕಳಿಸಿದಳು. ಎಸೆದ ಮೊಬೈಲ್‌ನ ತಲಾಷ್ ಮಾಡಬೇಕಿತ್ತು. ಅದು ಅರುಣ ಕೈಗೆ ಸಿಕ್ಕರೇ ಅಪಾಯವಿಲ್ಲ... ಬೇರೆ ಬೇರೆ ಯೋಚನೆಗಳು ತಲೆಯಲ್ಲಿ ಸುಳಿಯತೊಡಗಿತು. ಈಗಾಗಲೇ ಸಾಕ್ಷಿಯಾಗಿ ಲಾಕರ್‌ನಲ್ಲಿ ಕೂತ ಮೊಬೈಲ್‌ಗಳಿಗೆ ಜೊತೆ.

ಅತ್ಯಂತ ಮೃದುವಾಗಿ ಅದರನ್ನೆಲ್ಲ ಕೈಯಾಡಿಸತೊಡಗಿದರು ಪತ್ತೆ ಇಲ್ಲ. ಅಂದರೆ ಅರುಣ ಬಂದು ಹುಡುಕಿ ಒಯ್ದಿರಬಹುದಾ? ಅವಳು ಹೊರಗೆ ಬಂದ ಸುಳಿವೆ ಇರಲಿಲ್ಲ.

"ಅಕ್ಕ..." ಎಂದ ಬೆಚ್ಚಿಬಿದ್ದಳು. ಸನಿಹದಲ್ಲಿಯೇ ಶಶಾಂಕ್ ನಿಂತಿದ್ದ "ಹಲೋ, ಇಲ್ಯಾಕೆ ಬಂದ್ ನಿಂತೇ ಹೊರ್ಗೇ ಹೋಗೋ ಪ್ರೋಗ್ರಾಂ ಹಾಕಿದ್ದೀರಾ?" ನಗುವ ಪ್ರಶ್ನೆಗೆ ಅವಳಿಂದ ಉತ್ತರಿಸಲಾಗದಿದ್ದರೂ ಏನೋ ಒಂದು ಹೇಳಬೇಕಿತ್ತು. "ನಿಮ್ಮ ಭಾವ ತುಂಬ ಟಯರ್ಡ್. ಆಗ ನಾನೊಬ್ಬೇ ಫ್ರೆಂಡ್ ಆಗಿದ್ದೆ. ಈಗ ಹೊಸ... ಹೊಸ ಬಿಜಿನೆಸ್ ಹಚ್ಚಿಕೊಂಡಿರೋದ್ರಿಂದ... ಹೊಸ ಹೊಸ. ಫ್ರೆಂಡ್ಸ್. ಅದರಲ್ಲೇ ದಣಿದು ಹೋಗ್ತಾರೆ." ಬಲವಂತದ ನಗೆಯನ್ನು ತುಟಿಗಳ ಮೇಲೆ ಅರಳಿಸುತ್ತ ಹೇಳಿದಳು. ಶಶಾಂಕ್ ಒಂದು ತರಹ ನೋಡಿದ.

ಅರ್ಧ ಮಾತ್ರ ನಿಜವಿರಬಹುದು, ಪೂರ್ತಿ ನಿಜವಿಲ್ಲವೆನಿಸಿತು ಶಶಿಗೆ "ಓಕೇ, ಬಿಡಿ... ನಿಜವೆಂದುಕೊಂಡು ಬಿಡ್ತೀನಿ. ತಾವು ಇಲ್ಲೇನು ಹುಡುಕಾಟ ನಡ್ಸಿದ್ದೀರಾ?" ಕೇಳಿದಕೂಡಲೇ ಒಂದು ತರಹ ಅನಿಸಿತು ಕೃತಿಕಾಗೆ. "ಗಿಡಗಳ ನಡ್ವೇ ಹಾಯೆನಿಸುತ್ತೆ.

ಏನು ಡಿಸಿಷನ್ ತಗೊಂಡೇ ನಿನ್ನ ಕೆಲ್ಸದ ಬಗ್ಗೆ?" ನೆನಪಿಸಿಕೊಂಡು ಕೇಳಿದಾಗ ಅವನ ಮುಖ ಗಂಭೀರವಾಯಿತು.

"ಫೈನಲ್‌ಗೆ ಫೈಲ್ ನಿಮ್ಮಂದೇನೇ ತಾನೆ ಬರೋದು? ಭಾವನ ಹತ್ತಿರ ವಿಷ್ಯವನ್ನೆಲ್ಲ ಪ್ರಸ್ತಾಪಿಸಿದೆ. ಅವ್ರು ಇಂಟರೆಸ್ಟ್ ತೋರಿಸಲಿಲ್ಲ. ಬಹುಶಃ ಪೂರ್ತಿ ಡಿಸಿಷನ್ ನಂದೇ ಇರಲೀ ಅನ್ನೋ ಭಾವ ಇರ್ಬೇಕು. ನಿನ್ನೆ ದಿನ ಶೇಷಮ್ಮಜ್ಜಿ ಕಾಲ್ ಮಾಡಿ ಒಂದಿಷ್ಟು ಕೊರೆದರು. ನಿನ್ನ ಕಾಲು ಮೇಲೆ ನೀನು ನಿಂತ್ಕೋ... ಅಂದ್ರು. ಬಗ್ಗಿ ನನ್ನ ಕಾಲುಗಳ್ನ ನೋಡ್ಕೊಂಡ್ ದೃಢಪಡಿಸ್ಕೊಂಡೇ ಆದ್ರೂ... ತುಂಬಾ ಕನ್‌ಫ್ಯೂಷನ್..." ಅಂದವನು ನಿಲ್ಲಿಸಿ ಭಾವನ ಅಸಮಾಧಾನ ಸ್ಪಷ್ಟಪಡಿಸಿದರು. "ನಾನು ನಿಮ್ಮಗಳ ಮಧ್ಯೆ ಇರೋದು ಅವ್ರಿಗೆ ಇಷ್ಟವಿಲ್ಲ. ಆಕೆ ಜೊತೆ ಬಂದಿದ್ದ ವನಜಾಗೆ ಭಾವ ಕಾಸ್ಟ್ಲಿ ಗಿಫ್ಟ್ ಕೊಟ್ಟು ಕಳಿಸಿದ್ದಾರೆ" ಹೇಳುತ್ತ ಹೋದ. ಮೌನವಾಗಿ ಕೇಳಿದನಂತರವೇ ಪ್ರತಿಕ್ರಿಯಿಸಿದ್ದು "ಇವೆಲ್ಲ ಸುಳ್ಳು ಬಿಡು. ವಯಸ್ಸಾದವರಲ್ಲಿ ಎರಡು ವಿಧ. ಅವರಲ್ಲಿ ಈಕೆ ಒಂದು ತರಹ. ಏಯ್, ಶಶಿ ನೀನು ಯಾರು... ಯಾರು ಮಾತೋ ತಕ್ಕೊಂಡ್ ಹಗಲೆಲ್ಲ ಇಂಥ ಪ್ರಸ್ತಾಪಗಳು ಮಾಡೋದು ನಂಗಿಷ್ಟವಾಗೋಲ್ಲ" ರೇಗಿಯೇ ಒಳಗೆ ಹೋಗಿದ್ದು. ಶಶಿ ಅಲ್ಲಿಯೇ ನಿಂತ. ಕೃತಿಕಾ ಹುಡುಕಾಟ ಗೊತ್ತಿತ್ತು. ಈಗಾಗಲೇ ಮೊಬೈಲ್ ಅವನ ಕೈ ಸೇರಿಯಾಗಿತ್ತು. ಒಂದು ರೀತಿಯ ಸಹಾನುಭೂತಿ.

ಆಗ ಅವನಿಗೆ ನೆನಪಾಗಿದ್ದು ಭಗವದ್ಗೀತೆಯಲ್ಲಿ ಶ್ರೀ ಕೃಷ್ಣ ಹೇಳಿದ ಮಾತುಗಳನ್ನು 'ಸತ್ಯ ನುಡಿಯುವುದು ಪುಣ್ಯದ ಕೆಲಸವೆಂದು ಹೇಳಲಾಗದು. ಅದು ಪಾಪವೋ ಪುಣ್ಯವೋ ಎಂಬುದನ್ನು ಸಂದರ್ಭ ನಿರ್ಧರಿಸುತ್ತದೆ.' ಅದರಿಂದ ಮೊಬೈಲ್ ವಿಚಾರ ಮುಚ್ಚಿಟ್ಟ.

ಮೌನವಾಗಿ ಒಳಗೆಹೋದ. 'ನಿಸ್ಪೊಲುಮೆ'ಯಲ್ಲಿ ಅವನೊಬ್ಬ ಸದಸ್ಯನೆಂದು ಒಪ್ಪಿಕೊಂಡಿದ್ದ. ಹಿಂಜರಿಯಲು ಕೂಡ ಕಾರಣಗಳು ಇತ್ತು. ಇತ್ತೀಚಿನ ವಿದ್ಯಮಾನಗಳು ಅವನನ್ನು ಕಂಗೆಡಿಸುತ್ತಿತ್ತು. ನಿರ್ಣಯ ತೆಗೆದುಕೊಳ್ಳಲಾರದೆ ಒದ್ದಾಡುತ್ತಿದ್ದ.

* * *

ಬಿಂದು ರಾತ್ರಿ ಹತ್ತರ ಸುಮಾರಿಗೆ ರಿಂಗ್ ಮಾಡಿದಾಗ ಕೃತಿಕಾಗೇನು ಅಚ್ಚರಿಯೆನಿಸಲಿಲ್ಲ. ಸಣ್ಣ ಹೂ, ಮ್ಯಾಕ್ಸಿ ಅಂಥದನ್ನ ಖರೀದಿಸಿದಾಗಲು ಇವಳಿಗೆ ವರದಿ ಒಪ್ಪಿಸಬೇಕು. ಅದರ ಬಗ್ಗೆ ಪೂರ್ಣ ಕಾಮೆಂಟ್ಸ್. ಸದ್ಯಕ್ಕೆ ಮನಸ್ಸು ಬಿಚ್ಚಿ ಹರಟಲು ಇವಳೊಬ್ಬಳೇ.

"ಹಾಯ್... ಬಿಂದು" ಎಂದಾಗ ಭುಸುಗುಟ್ಟುವಂತೆ "ವಿಷ್ಯ ಗೊತ್ತಾಯ್ತ? ವಿವೇಕ್ ಇಲ್ಲಿಗೆ ಬಂದಿದ್ದಾರೆ. ಅವ್ರ ಉಪನ್ಯಾಸನ ಫೇಸ್‌ಬುಕ್‌ನಲ್ಲಿ ಹಾಕಿದ್ದಾರೆ. ಷೇರ್ ಮಾಡಿದ್ದೀನಿ, ನೋಡು..." ಆಮೇಲೆ ಕಟ್ ಮಾಡಿದಾಗ ಅಲ್ಲೇ ಅಡ್ಡಾಡುತ್ತಿದ್ದ ಭಾಸ್ಕರ್ "ಏನಂತೆ ಅವಳದು? ಪ್ರತಿಯೊಂದು ನಿಂಗೆ ಒಪ್ಸಬೇಕು. ನೀನು ಆ ಕಸ್ಸರ್ನ್‌ನಿಂದ ಅವ್ಳ ಮದ್ವೆ ಮಾಡ್ಸಬೇಕಿತ್ತು. ನಿನ್ನ ಬಲವಂತಕ್ಕೆ ಮಣಿದು ಬಿಡೋಳು" ಎಂದ ಮೆಲ್ಲಗೆ. ಆ

ಪ್ರಯತ್ನ ಮಾಡಿದ್ದುಂಟು ಅಂದವಳು FBನಲ್ಲಿ ತಡಕಾಡತೊಡಗಿದಳು. ಹೌದು FBನಲ್ಲಿ ವಿವೇಕ್‌ನ ಉಪನ್ಯಾಸದ ಕಾರ್ಯಕ್ರಮವಿತ್ತು. ಅತ್ತ ಅವಳ ಗಮನ.

ಕೃತಿಕಾ ಕಡೆಯ ಸಲ ನೋಡಿದಾಗ ಕಾವಿವಸ್ತ್ರಧಾರಿಯಾಗಿರಲಿಲ್ಲ. ತಲೆಯಲ್ಲಿ ಕೂದಲು ಇರಲಿಲ್ಲ. ಕೇಶಮುಂಡನ ಮಾಡಿಸಿಕೊಂಡು ಕಾವಿ ವಸ್ತ್ರಧಾರಿಗಳಾದ ಸನ್ಯಾಸಿ. ಅದ್ಭುತವಾಗಿ ಉಪನ್ಯಾಸ ಮಾಡುತ್ತಿದ್ದರು. ಮುಖದ ಮೇಲೆ ಒಂದು ರೀತಿಯ ತೇಜಸ್ಸು.

"ಏನದು...?" ಭಾಸ್ಕರ್ ಮತ್ತೆ ಕೇಳಿದ.

"ಅದೇ ವಿವೇಕ್ ಇಲ್ಲಿಗೆ ಬಂದಿದ್ದಾರಂತೆ. ಒಂದು ಸಂಸ್ಥೆಯಲ್ಲಿ ಅವ್ರ ಉಪನ್ಯಾಸ ಕಾರ್ಯಕ್ರಮ. ಅದ್ಭುತವಾಗಿ ಮಾತಾಡ್ತಾರೆ" ಎಂದಳು. "ಆಯ್ತು, ಇವ್ಳಿಗೇನಂತೆ? ನಿನ್ನ ಫ್ರೆಂಡ್‌ಗೆ ಸ್ವಲ್ಪ ಕೂಡ ಬುದ್ಧಿ ಇಲ್ಲ. ಸಂದೀಪ್‌ನ ವಿವಾಹವಾದರೆ ಜೀವ್ನ ಸಿಗುತ್ತೆ, ಸಾಕಷ್ಟು ಗಳಿಕೆಯನ್ನು ಇವ್ಳ ಹೆಸರಿಗೆ ಟ್ರಾನ್ಸ್‌ಫರ್ ಮಾಡೋಕೆ ಸಿದ್ಧವಾಗಿದ್ದಾನೆ. ಇಂಥ ಅಪಾರ್ಚ್ಯುನಿಟಿ ಯಾವಾಗ್ಲೂ ಸಿಕ್ಕೋಲ್ಲ. ಇವಳ ಮತ್ತು ಅವ್ನ ವಯಸ್ಸಿನ ನಡ್ವೇ ದೊಡ್ಡ ರೀತಿಯ ಅಂತರವಿಲ್ಲ."

ಕೃತಿಕಾ ಮೌನವಾದಳು. ಈ ಮಾತುಗಳಿಗೆ ಪ್ರತಿಕ್ರಿಯಿಸುವುದರಿಂದ ಪ್ರಯೋಜನವಿಲ್ಲವೆನಿಸಿತು. ಬಿಂದುಗೆ ಕಾಲ್ ಮಾಡುತ್ತ ರೂಮಿಗೆ ಹೋಗುವಾಗ ಶಶಿ ಮತ್ತು ಅರುಣ ಕೂತು ಓಲ್ಡ್ ಹಿಂದಿ ಸಿನಿಮಾ ನೋಡುತ್ತಿದ್ದರು. "ಅಕ್ಕ ಗುಡ್ ಮೂವೀ ವೈವಾಹಿಕ ಜೀವನದೊಳಗಿನ ಭ್ರಮನಿರಸನ, ತೊಳಲಾಟಗಳ್ನ ಬಹಳ ಚೆನ್ನಾಗಿ ತೋರಿಸಿದ್ದಾರೆ ನಿರ್ದೇಶಕ ಬಸುಭಟ್ಟಾಚಾರ್ಯ" ಅಂದಾಗ ಕಾರ್ಪೆಟ್ ಮೇಲೆ ಕೂತಿದ್ದ ಸುವರ್ಣಮ್ಮ "ಹೌದು, ತುಂಬ ಚೆನ್ನಾಗಿದೆ" ಮಾತು ಸೇರಿಸಿದಾಗ ಅವಳತ್ತ ಮುಗುಳ್ನಗೆ ಬೀರಿ "ಆಯ್ತು ಮಹಾರಾಯ ನೋಡು, ಒಂದು ನಿಮಿಷ... ಬಿಂದು ಹತ್ರ ಮಾತಾಡೋದಿದೆ" ಎಂದು ರೂಮಿಗೆ ಹೋದಳು. ಹತ್ತು ಸಲ ಮಾಡಿದರೂ ಅವಳ ಮೊಬೈಲ್‌ನಲ್ಲಿ ಎಂಗೇಜ್ ಶಬ್ದ ಕೇಳುತ್ತಿದ್ದರಿಂದ ಹೊರಗೆ ಬಂದಾಗ ಭಾಸ್ಕರ್ ಕೂಡ ಬಂದು ಕೂತಿದ್ದ. ಅವಳ ಹುಬ್ಬೇರಿತು. ಖುಷಿಯೆನಿಸಿತು ಕೂಡ.

ಇತ್ತೀಚೆಗೆ ಇದು ಅಪರೂಪದ ಸೀನ್. ಒಂದು ರೀತಿ ಹಿತವೆನಿಸಿತು. ಬೇಸರ, ಕೋಪ, ಗೊಂದಲ ಇದ್ದರೂ ಬಲವಂತದಿಂದ ಪ್ರಸನ್ನತೆಯನ್ನು ಎಳೆದುತಂದಳು ಕೃತಿಕಾ.

ಮನೋಜ್ಞ ಸಾಂಸಾರಿಕ ಚಿತ್ರಗಳನ್ನ ಕಟ್ಟಿಕೊಟ್ರು ಬಸು ಭಟ್ಟಾಚಾರ್ಯ 'ಆವಿಷ್ಕಾರ್' ಚಿತ್ರ. ಅಮರ್ ಮತ್ತು ಮಾನ್ಸಿ ಗಾಢವಾಗಿ ಒಬ್ಬರನ್ನೊಬ್ಬರು ಪ್ರೇಮಿಸಿ, ಹಿರಿಯರನ್ನು, ಸಮಾಜವನ್ನು ಎದುರು ಹಾಕಿಕೊಂಡು ವಿವಾಹವಾದವರು. ವಿವಾಹವಾದ ವರ್ಷ ಪ್ರೇಮದ ಉತ್ಕಟತೆಯನ್ನು ತಾವಿಬ್ಬರೇ ಜಗತ್ತು ಎಂದು ಜೀವಿಸಿದವರು. ಒಂದು ಮಗುವಿನ ನಂತರ ಪ್ರೀತಿ, ಪ್ರೇಮ ಪರಾರಿ. ತಮ್ಮ ವಿವಾಹದ ವಾರ್ಷಿಕೋತ್ಸವವನ್ನು ಆರಾಮಾಗಿ ಮರೆತುಬಿಡುವಂಥ ಏಕತಾನತೆ... ಹೀಗೆಯೇ ಸಾಗುತ್ತದೆ. ಮಧ್ಯದಲ್ಲಿ ಭಾಸ್ಕರ್ ಸದ್ದು ಇಲ್ಲದೆ ಎದ್ದುಹೋದ. ಏನೋ ಮುಜುಗರ. ಕಿವಿವಿಸಿ.

"ಗುಡ್ ಮೂವೀ, ಒಬ್ಬ ಅಮರ್, ಮಾನ್ವಿಯ ಕತೆಯೆಲ್ಲ ಲವ್ ಮ್ಯಾರೇಜ್, ಅರೇಂಜ್ಡ್ ಮ್ಯಾರೇಜ್ ಯಾವುದಾದ್ರೂ ಅಷ್ಟೆ. ಇದು ಅನುಭವಿಸಬೇಕಾದ್ದೆ. ನಾನು ಎಂದಾದ್ರೂ ನನ್ನ, ಅರುಣಳ ಫೋಟೋ ಫ್ರೇಮ್‌ನ ಎಂದಾದ್ರೂ... ಬಾಲ್ಕನಿಯಿಂದ ಹೊರ್ಗಡೆ ಎಸೆಯಬಹ್ದು. ಹುಡ್ಕಿ ತರೋರು ಯಾರು?" ಕೆಣಕುವಂತೆ ಅರುಣಳತ್ತ ನೋಟ ಹರಿಸಿದ "ನಾನೇ ಹೋಗಿ ತರ್ತೀನಿ" ಅಂದು ಅರುಣ ಮೇಲೆದ್ದಳು. ಈಗ ಮೊಬೈಲ್ ಎಸೆದಿದ್ದು ನೆನಪಾಯಿತು ಅವಳಿಗೆ. ಅವಳ ಕೈಹಿಡಿದು ಬಲವಂತದಿಂದ ಕೂಡಿಸಿದ ಶಶಾಂಕ್ "ಇನ್ನೂ ಎಸೆದಿಲ್ಲ. ಈಗ ಹುಡುಕಿದರೇ, ಏನು ಸಿಗುತ್ತೆ? ಎಸೆಯೋಂಗೆ ಮಾಡ್ಕೋಬೇಡಿ ಡಿಯರ್ ಶಾಮಣ್ಣನ ಮಗಳೆ" ಅವಳ ಕೆನ್ನೆ ಸವರಿದ. ಆ ಕ್ಷಣ ಕೃತಿಕಾ ಎದೆ ಬಡಿತವೇರಿತು. ಅವರಿಬ್ಬರ ದಾಂಪತ್ಯದಲ್ಲಿ ಯಾವುದೇ ಬಿರುಗಾಳಿ ಬರುವುದು ಬೇಡ. ಮೊಬೈಲ್‌ಗಳು... ಭಾಸ್ಕರ್ ನೋಟ... ಅರುಣಳ ಮಾತುಗಳು ಸದ್ದಿಲ್ಲದೆ ಎರಚಾಡಿತು. ಎಷ್ಟು ವೇಳೆ ಸಹಿಸಲು ಸಾಧ್ಯ?

ಕೃತಿಕಾ ಮೇಲೆದ್ದಳು. ಶಶಿ ಅವಳ ಕೈಹಿಡಿದು ಕೂಡಿಸಿದ "ಒಂದು ಗಟ್ಟಿ ವಸ್ತುವುಳ್ಳ ಸಿನಿಮಾ ನೋಡಿದ್ದೀವಿ. ಅದರ ಬಗ್ಗೆ ಒಂದಿಷ್ಟು ಡಿಸ್‌ಕಸ್ ಮಾಡಿದರೇನೇ ಸಮಾಧಾನ. ಮೂವಿ ನೋಡಿದೆವಲ್ಲ. ಅಕ್ಕ, ಇದರಲ್ಲಿ ಯಾರ ತಪ್ಪು? ಈಗಿನ ಒತ್ತಡದ ಜೀವ್ನದಲ್ಲಿ ವಿವಾಹದ ಆನಿವರ್ಸರಿಯನ್ನು ಮರೆಯೋದು ದೊಡ್ಡ ತಪ್ಪಾ? ಅವರಿದ್ದ ಜೋಡಿ ಫೋಟೋ ಒಡೆಯುವಿಕೆಗೆ ಯಾವ ಕಾರಣ? ಅವರಿಬ್ಬರ ಮಧ್ಯೆ ಕೂತು ಚರ್ಚಿಸಲಾರದಷ್ಟು ಅಹಮ್ಮಿನ ಕೋಟೆ ಮೇಲೆದ್ದಿರುತ್ತೆ" ಈಗ ಇದ್ದ ಮನಸ್ಥಿತಿಯಲ್ಲಿ ಕೃತಿಕಾ ಅರ್ಥೈಸಿಕೊಳ್ಳದೇ ಹೋದಳು. "ಸಾರಿ, ಕಣೋ... ಬಿಂದು ವಿವೇಕ್ ಇಲ್ಲಿಗೆ ಬಂದಿರೋ ವಿಷ್ಯ ತಿಳಿಸಿದ್ಮೇಲೆ ಡಿಸ್ಟರ್ಬ್ ಆಗಿದ್ದೀನಿ. ಸಂದೀಪ್ ಮೆಸೇಜ್ ಮಾಡಿದ್ದಾರೆ. ಇವ್ಳಿಗೆ ಮದ್ವೆ ಆಗೋಕೆ ದಾಢಿಯೇನೂಂತ ನಿನ್ನ ಭಾವ ರೇಗಾಡ್ತಾರೆ. ನೀನು... ಒಪ್ಸು ಅಂತ ನನ್ಮೇಲೆ ಒತ್ತಡ" ವಿಷಯಾಂತರಿಸಿದಾಗ ಶಶಿ ಉತ್ಸಾಹದಿಂದ "ನಂಗೂ ವಿವೇಕ್ ಅವ್ರನ್ನ ನೋಡ್ಬೇಕೆನಿಸಿದೆ. ಇಷ್ಟು ವರ್ಷಗಳ ನಂತರವು ಬಿಂದು ಅಕ್ಕನ ಗೌರವ ಉಳಿಸಿಕೊಂಡಿದ್ದಾರೆಂದರೇ, great. ಅಕ್ಕನ ಬೆಡ್‌ರೂಂನ ಫ್ರೇಮ್‌ನಲ್ಲಿರೋ ವಿವೇಕ್ ಫೋಟೋ ನೋಡಿದಾಗ ಅಸೂಯೆಯಾಗುತ್ತೆ" ಎಂದು ಒಮ್ಮೆ ಅರುಣಳತ್ತ ನೋಟ ಹರಿಸಿದ. ಈಚೆಗೆ ಬೆಳ್ಳಿ ಫ್ರೇಮ್‌ನಲ್ಲಿ ಅವಳೊಬ್ಬಳ ಫೋಟೋ ಹಾಕಿಟ್ಟುಕೊಂಡಿದ್ದಳು. "ಕೊಂಡಿದ್ದಾ? ಇಲ್ಲ ಪ್ರೆಸೆಂಟೇಷನ್ ರೂಪದಲ್ಲಿ ಬಂದಿದ್ದಾ? ನಮ್ಗೇ ಇಂಥ ಪ್ರೆಸೆಂಟೇಷನ್ ಕೊಡೋರಾರು ಸಿಕ್ಕೋಲ್ಲ" ಒಂದು ರೀತಿ ಪಂಚಿಂಗ್ ಡೈಲಾಗೊಡೆದಿದ್ದ. ಕಿಲಕಿಲ ಅಂದಿದ್ದಳು ಅಷ್ಟೆ.

ಕೃತಿಕಾ ಮೇಲೆದ್ದಾಗ "ಕೆಲವಕ್ಕೆ ನಂಗೆ ಸ್ವತಂತ್ರ ಇದೇ ತಾನೇ? ಆ ಶಾಮಣ್ಣ ಅರುಣಾಗೆ ಹಲ್ಲುನೋವು ಬಂದಿದ್ದೇ ಇಲ್ಲಾಂತಾರೆ. ಇವಳೆಷ್ಟು ಚಾಕಲೇಟುಗಳು ಇಟ್ಕೊಂಡಿದ್ದಾಳೆ ಗೊತ್ತಾ? ಇವಳ ಹಲ್ಲನ್ನು ಕಾಪಾಡಬೇಕಾದರೆ, ಅದಷ್ಟನ್ನು ಯಾರಿಗಾದ್ರೂ ಸತ್ಪಾತ್ರರಿಗೆ ದಾನ ಮಾಡ್ಬೇಕೂಂತ ತೀರ್ಮಾನ ಮಾಡಿದ್ದೀನಿ." ಹಿಂದೆ ಒಂದು ಸಲ ಇಂಥ ಘೋಷಣೆ ಮಾಡಿ ಸುಮ್ಮನಾಗಿದ್ದ. ಈಗ ಮತ್ತದೇ ಪ್ರಸ್ತಾಪ. ಕೃತಿಕಾ ಎದೆಯಲ್ಲಿ ಹೆದರಿಕೆಯ ಚೇಳು ಹರಿದಾಡಿತು. ಈಗ ಪೂರ್ತಿ ಸತ್ಯ ಮನದಟ್ಟಾಗಿತ್ತು. ಅದನ್ನೆಲ್ಲ

ಕೊಡಿಸುತ್ತಿದ್ದುದ್ದು, ತಂದು ಕೊಡುತ್ತಿದ್ದು ಭಾಸ್ಕರ್. ಇದು ಶಶಿಗೆ ತಿಳಿದಿದ್ದೇಯ? ಭಾಸ್ಕರ್‌ನ ಕದ್ದುಮುಚ್ಚಿ ಆಡುವ ಆಟಕ್ಕೆ ಅರ್ಥವೇನು? ನೇರವಾಗಿಯೇ ಇರಬಹುದಲ್ಲ. 'ಛಿ' ಎನಿಸಿತು. ಸಮರ್ಥನೆ ಸಾಧ್ಯವೇ?

ಏನಾದರೂ ಹೇಳಲೇಬೇಕಿತ್ತು ಕೃತಿಕಾ.

"ಶಶಿ, ಒಂದಿಷ್ಟು ಇನ್ನೊಸೆಂಟ್. ಅಪ್ಪನ ಕೈ ಕೆಳ್ಗೇ ಬೆಳ್ದ ಹುಡ್ಗೀ. ಶಾಮಣ್ಣನಿಗೆ ತೋಟ, ಗದ್ದೆ, ಕೃಷಿಯ ಬದ್ಕೇ ಮೊದಲ ಮಗು, ನಂತರವೇ ಇವಳು. ಪೂರ್ತಿಯಾಗಿ ಇವಳತ್ತ ಗಮನವರಿಸಿರಲಾರರು. ಚಾಕಲೇಟು, ಪರ್ಸ್‌ಗಳ ಸಹಜ ಆಸೆಗಳು. ಅದ್ನೆಲ್ಲ ನೀನ್ಯಾಕೆ ದಾನ ಮಾಡ್ತಿ?" ಕೇಳಿದರು. ಕೃತಿಕಾ ಅತ್ತ ಸರಿದು "ಹೆಂಡ್ತಿನ ಮಾತ್ರವಲ್ಲ, ಅವಳ ಹಲ್ಲುಗಳ ರಕ್ಷಣೆ ಕೂಡ ನನ್ನ ಕರ್ತವ್ಯ ಅಲ್ವಾ, ಸಿಸ್ಟರ್? ಶಾಮಣ್ಣ ಮಾವನಿಗೆ ತಿಳ್ಸಿ ಪೂರ್ತಿ ಪರ್ಮಿಷನ್ ತಗೊಂಡಿದ್ದೀನಿ" ಎಂದು ನಕ್ಕ. ಕೃತಿಕಾ ನಗಲಿಲ್ಲ. ಶಶಿಯ ನಗುವಿನ ಹಿಂದೆ ಏನಿದೆ? ಏನಾದರೂ ಬಚ್ಚಿಡುತ್ತಿದ್ದಾನಾ ಎನ್ನುವ ಸಂಶಯ ಕಾಡಿದ್ದು ಸುಳ್ಳಲ್ಲ.

ಕೃತಿಕಾ ರೂಮಿಗೆ ಬಂದಾಗ ಭಾಸ್ಕರ್ ಮೊಬೈಲ್‌ನಲ್ಲಿ ಮಾತಾಡುತ್ತಿದ್ದ. ಬಹುಶಃ ಅದು ವ್ಯವಹಾರದ ಮಾತುಗಳಾಗಿ ಕಾಣಲಿಲ್ಲ. ಅತ್ಯಂತ ಸ್ನೇಹಪರವಾಗಿತ್ತು. ಅವಳು ತಲೆ ಕೆಡಿಸಿಕೊಳ್ಳೋ ಅಗತ್ಯ ಇರಲಿಲ್ಲ.

ಆಮೇಲೆ ತಾನಾಗಿ "ನಾನು ಮಾತಾಡ್ತಾ ಇದ್ದಿದ್ದು ಯಾರ್ಹತ್ರ ಗೊತ್ತಾ? ಲಾಯರ್ ಸಂದೀಪ್. ನನ್ನ ವ್ಯವಹಾರದಲ್ಲಿ ಕೈ ಜೋಡಿಸೋಕೆ ಸಿದ್ಧವಾಗಿದ್ದಾನೆ. ಬಿಂದುಯಿಂದ ಮತ್ತೆ ಕಾಲ್ ಬಂತಾ? ಅವ್ಳು ವಿವೇಕಾನ ಮೀಟ್ ಮಾಡ್ಲೋದ್ಬೇಡ." ಸನಿಹದಲ್ಲಿ ಕೂತು ಅವಳ ಮುಂಗೈ ಹಿಡಿದು ಪ್ರಸನ್ನತೆಯಿಂದ ಹೇಳಿದ. "ಇರ್ಲಿ, ಇದು ತೀರಾ ಅವ್ಳ ಪರ್ಸನಲ್ ವಿಚಾರ. ಫ್ರೆಂಡ್ ಆದ ಮಾತ್ರಕ್ಕೆ ಅವ್ಳ ಜೀವ್ನದಲ್ಲಿ ಅಷ್ಟು ಮುಖ್ಯ ಪಾತ್ರ ವಹಿಸೋ ಇಷ್ಟ ನಂಗಿಲ್ಲ. ಸಂದೀಪ್, ನಿಮ್ಮ ಮಧ್ಯದ ವ್ಯವಹಾರವನ್ನು ಹಾಗೇ ಮುಗ್ಸಿಕೊಳ್ಳಿ. ಇದ್ನ ಬಿಂದುವರ್‍ಗೂ ತಗೊಂಡ್ ಹೋಗೋದು ಬೇಡ ಬಾನಿ. ಈಗಾಗ್ಲೇ ಆಫೀಸ್ ದೊಡ್ಡದಾಗಿದೆ. ಹೆಸರು ಜೊತೆ ಹಣನು ಹರ್‍ದು ಬರ್‍ತಾ ಇದೆ. ಆರಾಮದ ಬದ್ಕುಗೆ ಇಷ್ಟು ಸಾಕು" ಬಹಳ ತಾಳ್ಮೆಯಿಂದ ಅನುನಯಿಸುವ ಪ್ರಯತ್ನ ಮಾಡಿದಳು. "ಸುಮ್ನೇ ಇರು, ಇಷ್ಟೆ ಅಲ್ಲ, ಸಮಾಜದಲ್ಲಿ ಮತ್ತಷ್ಟು ಸ್ಟೇಟಸ್ ಬೆಳೆಸ್ಕೋಬೇಕು. ಆಸೆಗಳು ಗರಿಗೆದರಿದಾಗ ಅದುಮಿಡುವ ಪ್ರಯತ್ನ ಮಾಡಬಾರದು" ಸವಾಲೆಸೆದಂತೆ ಹೇಳಿದ. ಮೇಲೆದ್ದ ಕೃತಿಕಾ ಅಷ್ಟು ದೂರ ಹೋಗಿ ನಿಂತು "ಅದು ಬರೀ ನೈತಿಕವಾಗಿದ್ದಾಗ.. ಮಾತ್ರ" ಎಂದು ಎದ್ದು ಹೋದಳು. ಆಸೆಗಳು ಗರಿಗೆದರಿದೆ ಅಂದರೆ ಅರ್ಥವೇನು?

ಬಾಲ್ಕನಿಯಲ್ಲಿ ಹೋಗಿ ಕೂತಳು. ಬಂದ ಸುವರ್ಣಮ್ಮ ಅಲ್ಲೇ ನೆಲದ ಮೇಲೆ ಕೂತಾಗ ಗುರ್‌ಗುಟ್ಟಿದಾಗ ಎದ್ದು ಹೋಗಿ ಒಂದು ಸಣ್ಣ ಕಾರ್ಪೆಟ್ ತಂದು ಹಾಕಿಕೊಂಡು ಕೂತು ಹೇಳಲೋ ಬೇಡವೋಂತ ಶುರು ಮಾಡಿದಳು. ಮುಖ್ಯವಾದ ವಿಚಾರ ಹೇಳುವ ಉದ್ದೇಶ ಅವಳದು.

"ಅಮ್ಮ, ನಾನು ಕಳ್ಳಿ ಅಲ್ಲ" ಅಂದಳು ಅಳುವಿನ ದನಿಯಲ್ಲಿ.

"ಹಾಗಂತ ಯಾರು ಹೇಳಿದ್ದು? ಏನೇನೋ ಊಹಿಸ್ಕೋತೀಯಾ, ಸುಮ್ನೇ ಆರೋಗ್ಯ ಕೆಡ್ಸಿಕೊಂಡು ನನ್ತಲೆ ತಿಂತೀಯಾ" ಸಹನೆ ಕಳೆದುಕೊಂಡಳು. "ಅದೇ ನಿಮ್ಮತ್ತೆ, ವನಜಮ್ಮ, ಅವಮ್ಮನ ಅಪ್ಪ ಬಂದಿದ್ದರಲ್ಲ. ಅವರೇನೋ ಒಂದು ಗಿಫ್ಟ್ ಫ್ಯಾಕ್ ತಂದಿದ್ದರಂತೆ. ಅದು ಪತ್ತೆ ಇಲ್ವಂತೆ" ಅಂದಳು. ಕತೆಗೆ ಇನ್ನಷ್ಟು ಕವಲುಗಳು ಇದೆಯೆನಿಸಿದಾಗ ಕೃತಿ ಎದೆ ಧಸಕ್ಕೆಂದಿತು.

"ಅದಕ್ಕೂ ನಿಂಗೂ ಸಂಬಂಧವೇನು? ಯಾರು ತಂದಿದ್ದು? ನಿನ್ನನ್ಯಾರು ಕೇಳಿದ್ದು?" ಕೇಳಿದಳು. ಅವಳು ಇನ್ನಷ್ಟು ಸನಿಹಕ್ಕೆ ಸರಿದು ಹೇಳಬೇಕೋ, ಬೇಡವೊಂತ ಅನುಮಾನಿಸುತ್ತ "ಅರುಣಕ್ಕ ಕೇಳಿದ್ರು, ಆ ಗಿಫ್ಟ್ ಅವರದಂತೆ. ಚಾಡಿ ಹೇಳೋ ಮನಸ್ಸಿಲ್ಲ. ಅವ್ರು ನಿಮ್ಗೇ ಹೇಳ್ಬೇಡಾಂತ ಹೇಳಿದ್ದಾರೆ. ಎಂದಾದ್ರೂ ಎಲ್ಲಾ ಸೇರಿ ನಂಗೆ ಕಳ್ಳಿ ಅನ್ನೋ ಪಟ್ಟ ಕಟ್ಟಿ ಬಿಡ್ತಾರೇನೋ?" ಅಳೋದಿಕ್ಕೆ ಶುರು ಮಾಡಿದಾಗ ಅವಳ ತಲೆಯ ಮೇಲೆ ಕೈಯಿಟ್ಟು "ಹಾಗೇನಾಗೋಲ್ಲ! ಅರುಣಾಗೇನು ಗೊತ್ತಾಗೋಲ್ಲ. ಚಾಕಲೇಟು ತೋರಿಸಿದರೇ, ಅದ್ರ ಮೇಲಿನ ಬಣ್ಣದ ಪೇಪರ್‌ಗೆ ಆಸೆಪಟ್ಟು ಕೈಚಾಚೋ ಪೈಕಿ. ನಿಂಗೆ ಯಾರು ಕಳ್ಳಿ ಪಟ್ಟ ಕಟ್ಕೋಕ್ಕಾಗೋಲ್ಲ. ಸುಮ್ನೇ ತಲೆ ಕೆಡಿಸ್ಕೋಬೇಡ" ಸಮಾಧಾನಿಸಿ ಕಳುಹಿಸಿ ಕೊಟ್ಟನಂತರ ದೀರ್ಘವಾಗಿ ಉಸಿರೆಳೆದು ದಬ್ಬಿದಳು.

ಇಲ್ಲೇನು ನಡೆಯುತ್ತಿದೆ? ಇದರ ಅಂತ್ಯ ಹೇಗೆ? ನಾಳೆಗಳು ಹೇಳಬೇಕಷ್ಟೆ.

* * *

ಬಿಂದು ಮೊದಲೇ ಹೇಳಿದ್ದರಿಂದ ಎರಡು ದಿನದ ಮಟ್ಟಿಗೆ ರಜ ಹಾಕಿದ್ದಕ್ಕೆ ಭಾಸ್ಕರ್ ಗುರ್ ಎಂದಿದ್ದ "ಅಂತು, ಅಂದು ಜವಾಬ್ದಾರಿ ಇಲ್ದೇ ಹೆಂಡ್ತಿನ ಬಿಟ್ಟು ಓಡಿದವನ್ನ ಭೇಟಿ ಮಾಡೋದಿಕ್ಕೆ ನೀನು ಎರ್ಡು ದಿನ ಲೀವ್ ಹಾಕ್ಕೊಂಡಿದ್ದೀ. ಅಂತು ಬಿಂದುಗೆ ಒಂದು ಲೈಫ್ ಕೊಡೋ ಸಂದೀಪನಿಗೆ ನಿರಾಸೆ. ಇದು ಬೇಕಿರಲಿಲ್ಲ" ಮತ್ತದೇ ರಾಗ. ಮಾತು ಬೇಡವೆನಿಸಿತು.

"ಹೇಗೂ ಆಫೀಸ್‌ಗೆ ಲೀವ್ ಹಾಕಿದ್ದೀನಿ. ಬ್ರೇಕ್‌ಫಾಸ್ಟ್ ಮುಗ್ಸಿಕೊಂಡು ಹೊರಡೋಣ. ಹೇಗೂ ಅವ್ನ ವೆಹಿಕಲ್ ಇದೆ. ನೀವೇ ಡ್ರಾಪ್ ಮಾಡ್ಬಿಡಿ. ಶಶಿ ಅವ್ನ ಕೊಲೀಗ್‌ನ ನೋಡೋಕೆ ಹೋಗಿದ್ದಾನೆ. ನೇರವಾಗಿ ಬಂದ್ಬಿಡಿ, ಡೈನಿಂಗ್ ಟೇಬಲ್‌ಗೆ" ಅಂದು ಹೊ...ಂದಳು. ಅರಿವಾಗದಂತೆ ಅವರುಗಳ ಮಧ್ಯೆ ಒಂದು ರೀತಿಯಲ್ಲಿ ಬಿಗುವಿನ ವಾತಾವರಣವಿತ್ತು. ಒಂದು ಗೋಡೆ ಮೇಲೇರತೊಡಗಿತ್ತು. ದಾಂಪತ್ಯದಲ್ಲಿ ಇಂಥದ್ದು ಅನಿವಾರ್ಯವೇ? ಅರಿವಾಗದಂತೆ ಗೋಡೆ ಮೇಲೇರುತ್ತೆ.

ಬಂದ ಭಾಸ್ಕರ್ ಸ್ವಲ್ಪ ಬುದ್ಧಿವಂತಿಕೆಯಿಂದ "ಯಾರ್‍ಗೋ ವೈಟ್ ಮಾಡ್ತಾ ಇದ್ದೀನಿ. ಬೇಕಾದರೇ ನಿನ್ನ ಡ್ರಾಪ್ ಮಾಡ್ಬಂದ್... ಬ್ರೇಕ್‌ಫಾಸ್ಟ್ ತಗೋತೀನಿ, ನೀನು ಮುಗಿಸೋ" ಎಂದರು. ಅರುಣಳೊಂದಿಗೆ ಒಂದಿಷ್ಟು ಮಾತು, ನಗುಗಾಗಿ ಚಡಪಡಿಸುತ್ತಿರಬೇಕು.

ಇತ್ತೀಚೆಗೆ ತಂದುಕೊಟ್ಟಿದ್ದ ಮೊಬೈಲ್ ಕಾಣೆಯಾಗಿತ್ತು. 'ಅಯ್ಯೋ ಮಾತಾಡ್ತಾ ಇದ್ದಾಗ ಅಕ್ಕ ಬಂದ್ರು... ಬಾಲ್ಕನಿಯಿಂದ ಹೂಗಿಡಗಳ ಮಧ್ಯಕ್ಕೆ ಎಸೆದೇ. ಆಮೇಲೆ ಹುಡುಕಿದ್ದು ನಿಧಾನವಾಗಿ, ಸಿಗಲೇ ಇಲ್ಲ' ಎಂದು ಬೆಪ್ಪುಬೆಪ್ಪಾಗಿ ವರದಿಯೊಪ್ಪಿಸಿದಾಗ ಅವನೆದೆ ಢವಗುಟ್ಟಿತು. ಸಾರಾಸಗಟಾಗಿ ನಾಲ್ಕು ಮೊಬೈಲ್‌ಗಳು ಅದೃಶ್ಯವಾಗಿತ್ತು. ಅವಳ ಮುಂದೆ ಕೋಪ ಪ್ರದರ್ಶಿಸಲಾರದೆ ತಳಮಳಗೊಂಡಿದ್ದ. ಯಾಕೆ? ಪ್ರಶ್ನೆಗೆ ಯಾರು ಉತ್ತರಿಸಬೇಕು?

ಡೈನಿಂಗ್ ಟೇಬಲ್ ಬಳಿ ಬಂದ ಕೃತಿಕಾ "ಅರು, ನೀನು ಶಶಿಗಾಗಿ ಕಾಯ್ತೀಯಾ, ನನ್ನೊತೆ ಬ್ರೇಕ್‌ಫಾಸ್ಟ್ ತಗೋತೀಯೋ? ನಿನ್ನ ಭಾವ ಯಾರ ಕಾಲ್‌ಗೋಸ್ಕರ ವೈಟ್ ಮಾಡ್ತಾ ಇದ್ದಾರೆ. ಆಮೇಲೆ ತಗೋತಾರಂತೆ. ಸುವರ್ಣಮ್ಮನಿಗೆ ತಿಂಡಿ ಕೊಡೋಕೆ ತಡ ಮಾಡ್ಬೇಡ" ಎಂದು ತಾನೇ ತಟ್ಟೆಗಳನ್ನು ಹರವಿ ಗೊಜ್ಜವಲಕ್ಕಿ ಬಡಿಸಿದಾಗ "ಅಕ್ಕ, ನಾನು ತಗೋತೀನಿ. ಅವ್ರು ಬರೋದು ಲೇಟೂಂತ ಅಂದ್ರು" ಎಂದು ತಾನೊಂದು ತಟ್ಟೆ ಹಾಕಿಕೊಂಡು ಬಡಿಸಿಕೊಂಡಳಿಗೆ ಕೆಲವೊಮ್ಮೆ ಸಂಕೋಚ ತೀರಾ ಕಡಿಮೆಯೆ? ಆ ಬಗ್ಗೆ ತಲೆಕಡಿಸಿಕೊಳ್ಳುವ ಜಾಯಮಾನವಲ್ಲ.

ಆ ವೇಳೆಗೆ ಬಂದ ಭಾಸ್ಕರ್ ಚಕಿತನಾದ. ಅವಳೊಂದಿಗೆ ನಗುನಗುತ್ತಾ ಮಾತಾಡುತ್ತ ಕನಸುಗಳನ್ನು ಹರಡುತ್ತ ತಿಂಡಿ ತಿನ್ನಬಹುದೆಂದುಕೊಂಡಿದ್ದು ಸುಳ್ಳಾಯಿತು. ಅರುಣ ಅವಳ ಪಾಡಿಗೆ ಅವಳು ತಿನ್ನುತ್ತಿದ್ದಳು. ಕಪಾಳಕ್ಕೆ ತಟ್ಟಿಬಿಡಬೇಕೆನಿಸಿತು. ಆದರೆ ಸಾಧ್ಯವೇ? ವಿಪರೀತ ಸಿಡಿಮಿಡಿ.

"ಬೇಗ ಬಾ ಕೃತಿ, ನಂಗೆ ಹೊತ್ತಾಗುತ್ತೆ" ಎಂದು ಹೊರಹೋದರು. "ಅರು, ಕಾಫಿಯೇನು ಬೇಡ. ಬಿಂದು ಮನೆಯಲ್ಲಿ ಕುಡೀತೀನಿ. ಮೋಸ್ಟ್ಲೀ, ಶಶಿ... ಬರ್ತಾನೇನೋ. ನನ್ನ ಡ್ರಾಪ್ ಮಾಡಿ ಬಾನಿ ಮನೆಗೆ ಬರ್ತಾರೆ. ಅವ್ರಿಗೆ ತಿಂಡಿ ಕೊಟ್ಟು ಬಿಡು. ಅದ್ಕೇ ಮೊದ್ಲು ಸುವರ್ಣಮ್ಮನಿಗೆ ತಿಂಡಿ. ವಿಟಮಿನ್ ಟ್ಯಾಬ್ಲೆಟ್ ತಗೋಳ್ಳೋದು ನೆನಪಿಸು" ಇಷ್ಟೆಲ್ಲ ಹೇಳಿಯೇ ಅವಳು ಹೊರಗೆಬಂದಿದ್ದು. ಭಾಸ್ಕರ್ ಆಗಲೇ ಕಾರಿನಲ್ಲಿ ಕೂತಿದ್ದವರು ಕನ್ನಡಕ ಸರಿಮಾಡಿಕೊಂಡು ಕನ್ನಡಿಯಲ್ಲಿ ಮುಖ ನೋಡಿಕೊಳ್ಳುತ್ತಿದ್ದುದ್ದನ್ನು ಗಮನಿಸಿ ಮುಗುಳ್ನಗೆ ಬೀರಿ "ಹ್ಯಾಂಡ್‌ಸಂ... ಸ್ವಲ್ಪ ಕಪ್ಪು ಅನ್ನೋದ್ಬಿಟ್ಟರೇ... ಒಂದೇ ಏಟಿಗೆ ಬೀಳ್ತಾರೆ" ಹಾಸ್ಯ ಮಾಡುತ್ತಲೇ ಕೂತಿದ್ದು.

ಕೃತಿಕಾ ಪ್ಲಾಟ್ ಮುಂದೆ ಕಾರು ನಿಲ್ಲುವ ವೇಳೆಗೆ ಶಶಾಂಕ್‌ನಿಂದ ಕಾಲ್ "ಹಲೋ..." ಆ ಕಡೆಯಿಂದ ಅವನ ದನಿ "ಅಕ್ಕ, ಆಗ್ಲೇ ಹೊರಟಿದ್ದೀಯ. ನಿಂಗೊಂದು ಇಂಪಾರ್ಟೆಂಟ್ ವಿಷ್ಯ ಹೇಳ್ಬೇಕೂಂತಲೇ ಬಂದೆ. ಗೊಜ್ಜವಲಕ್ಕಿ ತುಂಬಾ ಟೇಸ್ಟಾಗಿದೆ" ಅಂದಾಗ ಭಾಸ್ಕರನ ಕಡೆ ನೋಟ ಹರಿಸುತ್ತಲೇ ಇಳಿದವಳು ಕಾಲ್‌ಕಟ್ ಆದ ನಂತರ "ನೀವು ಇಲ್ಲೇ ಬ್ರೇಕ್‌ಫಾಸ್ಟ್ ಮುಗ್ಸಿಕೊಂಡ್ ಹೋಗಿ. ಶಶಿಗೆ ಗೊಜ್ಜವಲಕ್ಕಿಯೆಂದರೇ ಇಷ್ಟ. ನಿಮ್ಮ ಪಾಲಿನದು ಕೂಡ ಖಾಲಿ ಮಾಡಿರುತ್ತಾನೆ" ನಗುತ್ತಾ ಹೇಳಿದಾಗ ಭಾಸ್ಕರನ ಮುಖದಲ್ಲಿ ಅಸಹನೆ ಕುಣಿಯಿತು. "ಕೆಲ್ಸದ ಬಗ್ಗೆ ಅವ್ನ ಕಾನ್ಸನ್‌ಟ್ರೇಷನ್ ಕಮ್ಮಿ, ತಿನ್ನು ಹರಟೆಯೊಡಿ ಅಷ್ಟಕ್ಕೆ ಲಾಯಕ್" ಎಂದ ಕೂಡಲೇ ಕೃತಿಕಾ ತಬ್ಬಿಬ್ಬಾದಳು. ಆಮೇಲೆ ಅರ್ಥವಾಯಿತು.

"ಪ್ಲೀಸ್, ಏನೇನೋ ಮಾತಾಡ್ಬೇಡಿ ಅವ್ನು ಬೇಜವಾಬ್ದಾರಿಯವನಲ್ಲ. ಅನಗತ್ಯವಾದ ಈ ಟೀಕೆ, ಟಿಪ್ಪಣಿ ನಿಲ್ಲಿಬಿಡಿ." ಸ್ವಲ್ಪ ಗರಂ ಆದಳು. ತಾಳ್ಮೆಗೂ ಲಿಮಿಟ್ ಇತ್ತು.

ಕಾರಿನ ಚಕ್ರಗಳು ಮುಂದಕ್ಕೆ ಉರುಳಿತು. ಆ ವೇಳೆಗೆ ಹೊರಗೆಬಂದ ಬಿಂದು "ಹಾಗೇ... ಹೋದರಾ ಭಾಸ್ಕರ್? ಎರಡು ನಿಮಿಷ ಒಳ್ಗೇ ಬಂದು ಕಷ್ಟಸುಖ ವಿಚಾರ್ಸಬಹುದಿತ್ತಲ್ಲ. ಅಂತು ಈಚೆಗೆ ಬದಲಾಗಿದ್ದಾರೆ. ಅವ್ರ ವಯಸ್ಸಿನ ಪ್ರಕಾರ ಅನಿವಾರ್ಯ" ಎಂದು ನಕ್ಕಳು. ಆ ನಗಗೆ ಕಾರಣವೇನೆಂದು ಕೃತಿಗೆ ಅರಿವಾಗಲಿಲ್ಲ.

ಬಿಂದು ಇಂದು ಖುಷಿಖುಷಿಯಾಗಿದ್ದಳು. ಎಂದೋ ತೊರೆದುಹೋದ ವಿವೇಕ್‌ನ ನೋಡುವ ಸಂಭ್ರಮ, ಚಡಪಡಿಕೆ, ಏನೋ ಹೇಳಿಕೊಳ್ಳಲಾರದಂತೆ ಭಾವನೆಗಳ ಸಮ್ಮಿಲನ.

ಎಲ್ಲಿಡೆ ನೋಡಿದ ಕೃತಿಕಾ "ಏನೋ ಒಂದು ರೀತಿಯ ಹೊಸತನ ತುಂಬಿಕೊಂಡಿದೆ ಫ್ಲಾಟ್‌ನಲ್ಲಿ. ವಿವೇಕ್ ಹತ್ರ ಮಾತಾಡಿದ್ಯಾ? ಆಹ್ವಾನ ಕೊಟ್ಯಾ? ಇಲ್ಲ ಅವ್ರೆ ಏನಾದ್ರೂ ಕಾಲ್ ಮಾಡಿದ್ರಾ?" ವಿಚಾರಿಸುತ್ತಲೇ ಕೂತಳು. ಬಿಂದು ಮುಖ ಸಪ್ಪಗಾಯಿತು. ಆಮೇಲೆ ಸ್ವಲ್ಪ ಚೇತರಿಸಿಕೊಂಡು "ನಾಲ್ಕಾರು ಸಲ ಪ್ರಯತ್ನ ಮಾಡಿದ ಮೇಲೆ ಒಮ್ಮೆ ಸಿಕ್ಕರು." ಹೇಗಿದ್ದೀಯಾ, ಬಿಂದು ಅಂತ. "ಬಿಂದು ಪುಟ್ಟ ಮಗುವನ್ನು ಮಾತಾಡಿಸುವಂಥ ಭಾವವಿತ್ತು ಅವ್ರ ದನಿಯಲ್ಲಿ. ಉಪನ್ಯಾಸ ಕಾರ್ಯಕ್ರಮದ ಸಲುವಾಗಿ ತುಮಕೂರು ಕಾಲೇಜಿಗೆ ಹೋಗಿದ್ದಾರೆ, ಸಂಜೆ ಸಾಯಿಮಂದಿರದಲ್ಲಿ ಉಪನ್ಯಾಸವಿದೆ. ಅಲ್ಹೋಗಿ ಭೇಟಿ ಮಾಡೋದು, ಮನೆಗೆ ಆಹ್ವಾನಿಸುವ ಕಾತುರ. ನೋಡ್ಬೇಕು. ನಂಗೆ ಈ ವಿಚಾರದಲ್ಲಿ ಹೆಲ್ಪ್ ಮಾಡು" ದುಂಬಾಲು ಬಿದ್ದಾಗ ಕೃತಿಕಾ ಮೌನವಾಗಿ ಕೂತಳು. ಬಿಂದು ಒಂದು ಅಪರೂಪದ ಹೆಣ್ಣಾಗಿ ಕಂಡಳು.

ಹೆಸರಾಂತ ಅಡ್ವೊಕೇಟ್, ಶ್ರೀಮಂತ ಸಂದೀಪ್ ಇವಳನ್ನು ವಿವಾಹ ಮಾಡಿಕೊಳ್ಳಲು ತುದಿಗಾಲಿನಲ್ಲಿ ನಿಂತಿದ್ದ. ಆದರೆ ಇವಳಿಗೆ ಮಾಂಗಲ್ಯಧಾರಣೆ ಮಾಡಿದ ಒಂದೇ ಕಾರಣಕ್ಕೆ ಮಾತ್ರ ವಿವೇಕ್ ಸಂಬಂಧ. ಅವನು ಸನ್ಯಾಸಿಯಾದರೂ ಬಿಂದು ಮರೆತಿರಲಿಲ್ಲ.

"ಖಂಡಿತ ಕೈಯಲ್ಲಿ ಆಗಿದ್ದು ಮಾಡ್ತೀನಿ. ಭಾಸ್ಕರ್ ನನ್ಮೇಲೆ ಗುರ್ ಅಂದ್ರು, ಸಂದೀಪ್ ಪಾರ್ಟನರ್ ಆಗಿ ಭಾಸ್ಕರ್ ರಿಯಲ್ ಎಸ್ಟೇಟ್ ಬಿಜಿನೆಸ್‌ನಲ್ಲಿ ಇಂಟ್ರೆಸ್ಟ್ ತೋರಿಸ್ತಾ ಇದ್ದಾರಂತೆ. ನಿಶ್ಚಿಂತೆ... ಮುಂದಿನ ಜೀವನವನ್ನು ಆರಾಮಾಗಿ ಸವಿಸಬೇಕೆಂದರೇ... ಸಂದೀಪ್ ವಿವಾಹವಾಗೋಕೆ ಸಮ್ಮತಿಸಿ ಬಿಡೋದು ಒಳ್ಳೆಯದು. ಯಾರದೋ ಒತ್ತಡಕ್ಕೆ ಮಣಿದು ಮಾಂಗಲ್ಯ ಬಿಗಿದುಹೋದ ವಿವೇಕ್‌ನ ನೋಡದೇ ಇರೋದೇ ಒಳ್ಳೇದು. ಆ ಮನುಷ್ಯ ಅಪ್ಪಿಕೊಂಡ ಜೀವ್ನದಲ್ಲಿ ಸುಖವಾಗಿದ್ದಾನೆ. ನಿನ್ನ ಭೇಟಿ, ಮಾತಿನಿಂದ ಇಬ್ಬರಿಗೂ ಪ್ರಯೋಜನವಿಲ್ಲ. ಒತ್ತಾಯವಿಲ್ಲ ಡಿಯರ್ ಫ್ರೆಂಡ್. ಒಂದೆರಡು ಮಾತುಗಳು ತೀರ್ಮಾನ... ನಿಂದೇ!" ಅಂದಾಗ ಬಿಂದು ಕಣ್ಮುಂದೆ ಬಂದುನಿಂತಿದ್ದು ಸಂದೀಪ. ಐವತ್ತು ತುಂಬದ ವಯಸ್ಸು ಡೈವೋರ್ಸಿ, ಇಬ್ಬರ ಮಕ್ಕಳ ತಂದೆ. ಅವರುಗಳ ಜವಾಬ್ದಾರಿ ಮುಗಿಸಿದ ಒಂಟಿ ಮನುಷ್ಯ. ಸಮಾಜದಲ್ಲಿ ಸ್ಟೇಟಸ್ ಉಳಿಸಿಕೊಂಡಿದ್ದ. ಇವಳನ್ನು ನೋಡಿದಾಗ ಕಣ್ಣಲ್ಲಿ ಪ್ರೀತಿಯ ಮಳೆ ಸುರಿಸುತ್ತಿದ್ದ.

ಇವಳ ಕೆಲಸ ಕೋರ್ಟಿನಲ್ಲಿ. ವಾರದಲ್ಲಿ ಒಂದೆರಡು ಸಲ ಎದುರು ಬದರಾಗುವ ಅವಕಾಶವಿತ್ತು. ಸ್ವತಃ ಪ್ರಪೋಸ್ ಮಾಡಿದ್ದ. ಅಂಥ ಯೋಚನೇನೆ ಬಿಂದುವಿನಲ್ಲಿ ಮೂಡಿರಲಿಲ್ಲ.

“ಭಾಸ್ಕರ್‌ಗೆ ಈ ವಿಷ್ಯನ ಬಿಡೋಕ್ಹೇಳು. ಬರಿ ಕನ್ವೀನಿಯೆನ್ಸ್, ಕಂಫರ್ಟ್‌ಗೆ ವಿವಾಹವಾಗೋ ಮನಸ್ಸಿಲ್ಲ. ಮಾಂಗಲ್ಯಧಾರಣೆ, ಸಪ್ತಪದಿಯೇ ಹಿಂದುಗಳಲ್ಲಿ ಸಾಂಗತ್ಯದ ಸ್ವೀಕಾರ. ಮೊದಮೊದಲು ನೋವು, ಬೇಸರ, ದುಃಖ ಅಂಥದೆಲ್ಲ ಇತ್ತು. ಈ ತರಹದ ಜೀವ್ನ ಒಗ್ಗಿಹೋಗಿದೆ, ಅಷ್ಟು ಸಾಕು” ಸ್ಪಷ್ಟವಾಗಿತ್ತು ಅವಳ ನಿರಾಕರಣೆ. ಆ ಬಗ್ಗೆ ಯೋಚಿಸಲೇ ಅವಳಿಗೆ ಇಷ್ಟವಿಲ್ಲ.

ಗೆಳತಿಯ ಬಗ್ಗೆ ಹೆಮ್ಮೆ, ಅಭಿಮಾನ ಮೂಡಿತು. ಆ ವೇಳೆಗೆ ಪಕ್ಕದ ಫ್ಲಾಟ್‌ನಿಂದ ಜಗಳದ ಸದ್ದು ಹಣೆ ಗಟ್ಟಿಸಿಕೊಳ್ಳುತ್ತ ಬಿಂದು ಎದ್ದುಹೋದವಳು ಬಂದಿದ್ದು ಅರ್ಧಗಂಟೆಯ ತರುವಾಯ.

ಬಂದು ಕೂತ ಬಿಂದು ಜೋರಾಗಿ ಬಿದ್ದುಬಿದ್ದು ನಕ್ಕಳು.

“Midlife Crisis ಮಧ್ಯ ವಯಸ್ಕರಲ್ಲಿನ ಬಿಕ್ಕಟ್ಟು, ಸಭ್ಯ ದಂಪತಿಗಳು. ಇಬ್ಬರಿಗೂ ಕೆಲ್ಸವಿದೆ. ಮಕ್ಕಳ್ನ ಓದಿಸೋ ಸಲುವಾಗಿ ರೆಸಿಡೆನ್ಸಿ ಶಾಲೆಗೆ ಜಾಯಿನ್ ಮಾಡ್ಸಿದ್ದಾರೆ. ದೊಡ್ಡ ರೀತಿಯ ತೊಂದರೆ ತಾಪತ್ರಯಗಳಿಲ್ಲ. ಆ ಮನುಷ್ಯನಲ್ಲಿ ಈಗೀಗ ಬದಲಾಗಿದ್ದಾನೇಂತ ಅನ್ನಿಸ್ತಾ ಇದೆ. ಬಾಲ್ಯ-ಯೌವನಗಳಲ್ಲಿ ಕಾರಣಾಂತರಗಳಿಂದ ಮಾಡಲಾಗದ್ದನ್ನು ಮಧ್ಯ ವಯಸ್ಸು ಬಯಸುತ್ತೆ. ಈಚೆಗೆ ಆ ವ್ಯಕ್ತಿ ಜೀನ್ಸ್-ಟಿ ಷರಟುಗೆ ಬರೋದರ ಜೊತೆಗೆ ತಮ್ಮ ಸಣ್ಣ ವಯಸ್ಸಿನ ಕೊಲೀಗ್ ಹೆಣ್ಣುಗಳಿಗೆ ಲಿಫ್ಟ್ ಕೊಡುವುದರ ಜೊತೆಗೆ ಒಂದಲ್ಲ ಒಂದು ಕಾರಣ ಹೇಳ್ಕೊಂಡ್ ಗಿಫ್ಟ್‌ಗಳ್ನ ಕೊಡ್ತಾರಂತೆ. ಇದರ ಸಲುವಾಗಿ ಆಗಾಗ ಜಗಳ. ಈ ಮಧ್ಯ ವಯಸ್ಸಿನ ತಾಕಲಾಟ ಪುರುಷರಲ್ಲಿ ಮಾತ್ರವಲ್ಲ ಕೆಲವು ಮಹಿಳೆಯರಲ್ಲಿ ಕೂಡ. ಹೊಸದಾಗಿ ಚೂಡಿದಾರ್ ಹಾಕಿಕೊಳ್ಳೋದು, ಬ್ಯೂಟಿ ಪಾರ್ಲರ್‌ಗೆ ಹೋಗೋದು, ಮೇಕಪ್ ಕಡೆ ಹೆಚ್ಚಿನ ಗಮನ. ಹೂ, ಚಿಟ್ಟೆ, ಟ್ಯಾಟೂನ ಹಾಕಿಸಿಕೊಳ್ಳೋದು... ಬಿಡು ಆ ವಿಷ್ಯ. ಇಂಥ ಎಡವಟ್ಟು ಸಂಭವಿಸಿದಾಗ ಜಗಳಗಳು...” ಒಂದು ಸಂಪೂರ್ಣ ಚಿತ್ರವನ್ನೇ ಬಿಡಿಸಿ ಜ್ಯೂಸ್ ತರಲು ಎದ್ದುಹೋದಳು ಬಿಂದು.

ಆ ವೇಳೆಗೆ ದಿಢೀರನೇ ಒಳಗೆ ನುಗ್ಗಿದ ಸುವರ್ಣಮ್ಮ ಅವಳ ಕಾಲುಗಳ ಮೇಲೆ ಬಿದ್ದು ಗೋಳಾಡತೊಡಗಿದಳು. “ಅಮ್ಮ ನಾನು ಯಜಮಾನ್ರು ಬ್ರೇಸ್‌ಲೇಟ್ ಕದ್ದೇಂತ ಬಯ್ದು ಹೊರ್ಗೇ ಹಾಕಿದ್ದು ಮಾತ್ರವಲ್ಲ ಪೊಲೀಸ್‌ಗೆ ಕಂಪ್ಲೆಂಟ್ ಕೊಡ್ತಾರಂತೆ.” ಒಂದೇ ಉಸುರಿಗೆ ಎಲ್ಲಾ ಹೇಳಿದಾಗ, ಕೃತಿಕಾ ಷಾಕಾದಳು. ಇದು ಇಷ್ಟು ವಿಕೋಪಕ್ಕೆ ಹೋಗಬಹುದೆಂದು ಒಂದು ಸಣ್ಣ ಕಲ್ಪನೆ ಕೂಡ ಅವಳಿಗೆ ಇರಲಿಲ್ಲ.

ಆ ವೇಳೆಗೆ ಶಶಾಂಕ್‌ನಿಂದ ಕಾಲ್ ಬಂದಿದ್ದು “ಅಕ್ಕ ಭಾವನ ಚಿನ್ನದ ಬ್ರೇಸ್‌ಲೇಟ್ ಕಳ್ದುಹೋಗಿದೆಯಂತೆ ಸುವರ್ಣಮ್ಮನ ಬಯ್ದು ಅವ್ಳು ಪತ್ತೆ ಇಲ್ಲ. ಎಲ್ಲಾದ್ರೂ ರೈಲ್ವೆ ಹಳಿಗಳ ಮೇಲೆ ಬಿದ್ದು ಆತ್ಮಹತ್ಯೆ ಮಾಡಿಕೊಂಡ್ಲೋ?” ಗಾಬರಿಯಿಂದ ಹೇಳಿದ.

ಕೃತಿಕಾ ನಿಧಾನವಾಗಿ ಉಸಿರೆಳೆದುಕೊಂಡು "ಸುವರ್ಣಮ್ಮ ಇಲ್ಲಿಗೆ ಬಂದಿದ್ದಾಳೆ. ಆ ಬಗ್ಗೆ ಚಿಂತೆ ಬೇಡ. ಅವ್ರು ಕಳ್ಳೀಯಲ್ಲ, ಎಲ್ಲೋ ಇಟ್ಟಿರುತ್ತಾರೆ, ಬಿಡು. ನಿನ್ನ ಭಾವ ಅಲ್ಲೇ ಇದ್ದಾರ?" ಕೇಳಿದಳು.

"ಇಷ್ಟೊತ್ತು ದೊಡ್ಡ ಹಾರಾಟನೇ ನಡ್ದುಹೋಯ್ತು. ಸುವರ್ಣಮ್ಮನ ಮೇಲೆ ಭಾವನ ಅನುಮಾನ. ಅವ್ಳನ್ನ ಹೊರ್ಗೆ ಹಾಕ್ಬಿಡೂಂತ ಹೇಳಿಹೋದ್ರು, ಪೋಲೀಸ್ ಅಂತ ಹೆದರ್ಸಿ ಬಿಟ್ಟಿದ್ದಾರೆ. ನಾನೆಲ್ಲೋ ಆತ್ಮಹತ್ಯೆ ಮಾಡಿಕೊಳ್ಳೋಕೆ ಹೋಗಿದ್ದಾಳೇಂತ ಅಂದ್ಕೊಂಡೆ. ಅಲ್ಲಿದ್ದಾಳಲ್ಲ. ಒಂದು ರೀತಿ ನಿಶ್ಚಿಂತೆ. ಯಾಕೋ ಈಚೆಗೆ ಅವಳ್ನ ಕಂಡರೇ ಭಾವನಿಗೆ ಆಗೋಲ್ಲ. ಸದ್ಯಕ್ಕೆ ಅವ್ಳ ಗಂಡ ಬರೋವರ್ಗ್ಗೂ ಬಿಂದು ಅಕ್ಕನ ಮನೆಯಲ್ಲಿ ಇರಲಿ" ಪರಿಹಾರ ಕೂಡ ಅವನೇ ಸೂಚಿಸಿದ. ಅವನಿಗೆ ಇದು ಯಕ್ಷ ಪ್ರಶ್ನೆ ಆಗಿತ್ತು.

"ಅರುಣ ಒಬ್ಬಳಿಂದ್ಲೇ ಮನೆ ಕೆಲ್ಸ ನಿಭಾಯಿಸೋಕಾಗೋಲ್ಲ. ನಮ್ಗೇ ಒಗ್ಗಿ ಹೋಗಿದ್ದಾಳೆ. ಆ ಬಗ್ಗೆ ಯೋಚ್ಸೋಣ. ಸುವರ್ಣಮ್ಮ ಕಳ್ಳಿಯಲ್ಲ, ಅವ್ರೆ ಎಲ್ಲೋ ಇಟ್ಟು ಮರ್ತುಬಿಟ್ಟಿರುತ್ತಾರೆ. ನೀನು ಈಗ ಹೊರಟಿದ್ದೀಯ?" ವಿಚಾರಿಸಿದರು. ಅರುಣ ಮನೆಯಲ್ಲಿ ಒಂಟಿಯಾಗುವುದು ಕೃತಿಕಾಳಿಗೆ ಬೇಡವಾಗಿತ್ತು. "ಈಗೊಂದು ಮೀಟಿಂಗ್ ಇದೆ" ಎಂದ. ತಕ್ಷಣ ಜಾಗೃತಳಾದಳು. ಒಂದಾದಮೇಲೊಂದರಂತೆ ಸೀನ್‌ಗಳು ಸರಿದುಹೋದವು. ನಾಲ್ಕು ಮೊಬೈಲ್....ಗಳು! ಕಾಣೆಯಾಗಿದ್ದಕ್ಕೆ ಕಾರಣಗಳು ಇತ್ತು. ಒಂಟಿಯಾಗಿ ಅರುಣನ ಭಾಸ್ಕರ್ ಕರೆದೊಯ್ಯುತ್ತಿದ್ದ! ದೊಡ್ಡ ರೀತಿಯ ಕಾರಣಗಳೇನು ಇರಲಿಲ್ಲ. "ಹಲ್ಲುನೋವು, ಹೊಟ್ಟೆನೋವು" ಇಂಥ ಹೆಸರುಗಳು! ಗಿಫ್ಟ್‌ಗಳ ಮಹಾಪೂರವೇ ಹರಿದುಬರುತ್ತಿತ್ತು. ಪರ್ಸ್, ಬ್ಯಾಗ್, ಸೆಂಟ್,ಬಾಟಲುಗಳಿಗೆ ಲೆಕ್ಕವೇ ಇರಲಿಲ್ಲ.

ಭಾಸ್ಕರ್ ತೀರಾ ಅವಿವೇಕಿಯಾಗಿ ಕಂಡ. ಇವನ್ನೆಲ್ಲ ಮನೆಯವರಿಂದ ಎಷ್ಟು ದಿನ ಮುಚ್ಚಿಡಬಹುದು? ಅನೈತಿಕತೆಯ ದಾರಿ ಹಿಡಿದಾಗ ಅವನು ಸೃಷ್ಟಿಸಿಕೊಂಡ ಕಲ್ಪನೆಯ ಲೋಕ ಬಿಟ್ಟು ಮತ್ತೆಲ್ಲ ಮಬ್ಬಾಗಿ ಬಿಡುತ್ತೆ. ಇಂಥ ತಪ್ಪುಗಳು ಪುರಾಣ, ಇತಿಹಾಸಗಳಿಂದ ಹಿಡಿದು ಇಲ್ಲಿಯವರೆಗೂ ನಡೆಯುತ್ತಲೇ ಇದೆ. ಮುಂದುವರಿಕೆ... ಕೂಡ ಪ್ರತಿಯೊಂದರ ಮುಕ್ತಾಯವು ದುರಂತವೆ. ಅರ್ಥವಾಗದೇ? ಹೇಗೆ, ಅರ್ಥಮಾಡಿಸುವುದು?

"ಏಯ್, ಕೃತಿಕಾ! ಏನು ವಿಷ್ಯ? ಬಾನಿ ಕಾಲ್. ಬಿಟ್ಹೋಗಿ... ಗಂಟೆಯಾಗಿಲ್ಲ, ಆಗ್ಲೇ ಮಡದಿಯ ವಾಯ್ಸ್ ಕೇಳೋ.... ಆತುರ" ಅಣಕಿಸುತ್ತ ಜ್ಯೂಸ್ ಅವಳ ಮುಂದಿಟ್ಟವಳ ಕಣ್ಣಿಗೆ ಬಿದ್ದಿದ್ದು ದಿಕ್ಕೆಟ್ಟವಳಂತೆ ಕೂತಿದ್ದ ಸುವರ್ಣಮ್ಮನ ನೋಡಿ ಗಾಬರಿಯಿಂದ "ಯಾಕೆ, ಸುವರ್ಣಮ್ಮ? ಏನು... ವಿಷ್ಯ?" ಬಿಂದು ಕೇಳಿದಾಗ ತಡೆದು "ಇನ್ನೊಂದು ಗ್ಲಾಸ್ ಜ್ಯೂಸ್ ತಗೊಂಡು ಬಾ. ಇದ್ನ ಕುಡೀ ಸುವರ್ಣಮ್ಮ..." ಅವಳಿಗೆ ಕೊಟ್ಟು ಪೂರ್ತಿ ವಿವರಿಸಿ "ಈಗ ಶಶಿ ಹೊರಟಿದ್ದಾನೆ, ಅರುಣ ಒಬ್ಬೇ... ಒಂಟೀ" ಎಂದಳು ಕೃತಿಕಾ.

"ಏನಾಯ್ತು, ನಿಸ್ಸೋಲುವೆಗೆ ಕಾಲಿಟ್ಟು ಒಂದೂವರೆ ವರ್ಷವಾಗಿ ಹೋಯ್ತು.

ಒಗ್ಗಿಕೊಂಡಿದ್ದಾಳೆ. ಬಂಗ್ಲೆಯಂತೆ ಕಂಡರೂ ದೇಗುಲದಂತಿದೆ. ಮತ್ತೇನು ಭಯ?" ಮನದಲ್ಲಿದ್ದ ಸತ್ಯವನ್ನು ಉಸುರಲು ಸಾಧ್ಯವೇ? "ಹಾಗೇನಿಲ್ಲ..." ಅನ್ನುವ ವೇಳೆಗೆ ಶಾಮಣ್ಣನಿಂದ ಕಾಲ್ "ಅಮ್ಮ ನಾನು ಬಂದಿದ್ದೀನಿ. ನೀವು ಯಾವ್ದೋ ಉಪನ್ಯಾಸದ ಕಾರ್ಯಕ್ರಮಕ್ಕೆ ಹೊರಟಿದ್ದೀರೀಂತ ತಿಳೀತು. ನಂಗೆ ಹೆಚ್ಚುಕಡ್ಮೇ ಹೊಸದೇ. ನಾನು ಬರ್ಲಾ...?" ಕೇಳಿದರು. ಕೃತಿಕಾ ಎದೆಯ ಭಾರ ಎಷ್ಟೋ ಕಡಿಮೆಯಾಯಿತು. "ಒಳ್ಳೇದು. ಸದ್ಯಕ್ಕೆ ಮನೆಯಲ್ಲೇ ಇರೀ. ನಾವುಗಳು ಹೋಗೋವಾಗ ಬಂದು ನಿಮ್ಮನ್ನು ಪಿಕಪ್ ಮಾಡ್ಕೊಂಡ್ ಹೋಗ್ತೀವಿ" ಹೇಳಿ ಕಾಲ್ ಕಟ್ ಮಾಡಿ ನಿಟ್ಟುಸಿರು ದಬ್ಬಿದಳು.

"ಶಾಮಣ್ಣ ಕೂಡ ಬಂದಿದ್ದಾರೆ. ಅವರೊಂದು ಜಗತ್ತು ಸೃಷ್ಟಿಸ್ಕೊಂಡ್ ಕಷ್ಟ, ಸುಖ, ಸಮಸ್ಯೆ ಎಲ್ಲಾ ಅಲ್ಲೇ. ತಮ್ಮ ತೋಟ, ಹೊಲ, ಗದ್ದೆಗಳಲ್ಲಿಯೇ ಕನಸನ್ನು ಸೃಷ್ಟಿಸ್ಕೊಂಡ ಮಹಾಶಯ ಇವತ್ತು ನಿಮ್ಮ ವಿವೇಕಾನಂದ ಸ್ವಾಮೀಜಿಯವರ ಪ್ರವಚನ ಕೇಳೋ ಆಸೆ. ಇದೊಂದು ಅಚ್ಚರಿಯ ಸಂಗತಿಯೇ" ಎಂದಳು ನಿಶ್ಚಿಂತೆಯಿಂದ. ಇಬ್ಬರು ಸುವರ್ಣಮ್ಮನತ್ತ ನೋಟ ಹರಿಸಿದರು. ಅವಳು ಅದೇ ಸ್ಥಿತಿಯಲ್ಲಿ ಕೂತಿದ್ದಳು. ಯಾವುದೇ ಪರಿವೆ ಇಲ್ಲದೆ.

"ಮೊದ್ಲು ಜ್ಯೂಸ್ ಕುಡೀ" ಸ್ವಲ್ಪ ಗದರಿದಳು.

"ನಾನು ಕದ್ದಿಲ್ಲ. ಪೊಲೀಸ್‌ಗೆ ಕೊಡ್ತಾರಂತೆ ವಿಷ್ಯ ನನ್ನ ಗಂಡನಿಗೆ ತಿಳಿದರೆ, ಅಲ್ಲೇ ನೇಣು ಹಾಕ್ಕೊಂಡ್ ಬಿಡ್ತಾನೆ" ಮತ್ತೆ ಅಳು. ಕೃತಿಕಾ ನಿಟ್ಟುಸಿರು ದಬ್ಬಿ ಬಗ್ಗಿ ಅವಳ ಕಣ್ಣೊರೆಸಿ "ಹಾಗೇನಾಗೋಲ್ಲ, ನೀನು ಕದ್ದಿಲ್ಲ ಬಿಡು, ನಾನು ಸಾಕ್ಷಿ ಹೇಳಿ ನಿನ್ನ ಪರ ನಿಲ್ತೀನಿ. ಅಕಸ್ಮಾತ್ ಕಳುವಾಗಿದೆಯೆಂದರೇ ನಾನು ತೆಗೆದಿಟ್ಟೇಂತ ಹೇಳ್ತೀನಿ ಬಿಡು." ಅವಳಿಗೆ ಧೈರ್ಯ ತುಂಬುವ ವೇಳೆಗೆ ಸಾಕುಸಾಕಾಯಿತು ಕೃತಿಕಾಗೆ.

ಆಮೇಲೆ "ನೀನು ಸುಮ್ನೇ ಇರೋ ಜಾಯಮಾನದವಳಲ್ಲ. ಏನಾದ್ರೂ ಕೆಲ್ಸ ಹುಡ್ಕಿಕೊಂಡು ಮಾಡ್ಕೋ ಹೋಗು. ಜೊತೆಯಲ್ಲೇ ಮನೆಗೆ ಹೋಗೋಣ" ಎಂದು ಅವಳನ್ನು ಎಬ್ಬಿಸಿ ಕಳಿಸಿದನಂತರ "ಪಾಪದ ಹೆಂಗ್ಸು, ಅವ್ಳಿಗೆ ಕಳ್ಳತನ ಅನ್ನೋದೇ ಗೊತ್ತಿಲ್ಲ. ಈ ಬಾನಿ ಪ್ರತಿಯೊಂದಕ್ಕೂ ಅವಳತ್ತ ಬೆಟ್ಟು ಮಾಡ್ತಾರೆ. ಯಾರೋ ದೂರದ ಅವ್ಳ ನೆಂಟರು ಇದ್ದಾರೆ. ಅಲ್ಲಿಗೆ ಕಳ್ಸಿಬಿಡೂಂತಾರೇ. ಅದ್ಕೇ ನನ್ನ ಒಪ್ಪಿಗೆ ಇಲ್ಲ. ಆ ಬಗ್ಗೇನೇ ಸಣ್ಣ, ಪುಟ್ಟ ಘರ್ಷಣೆಗಳು..." ಎಂದಾಗ ಅವಳ ಎದುರು ಕೂತು "ನಿನ್ನನೊಂದು ಪ್ರಶ್ನೆ ಕೇಳ್ಲಾ? ನಂಗೆ ಪರ್ಮಿಷನ್ ಬೇಕಿಲ್ಲ, ಕೇಳೇಬಿಡ್ತೀನಿ. ಭಾಸ್ಕರ್ ಬದಲಾಗಿದ್ದಾರೇಂತ ಅನ್ನಿಸ್ತಾ ಇದೆ. ಅಂದಿನ ಪ್ರೀತಿ, ಪ್ರೇಮವೇನಾದ್ರೂ ಕಡ್ಮೇ ಆಯ್ತ?" ಗೆಳತಿ ಮಾತುಗಳಿಗೆ ಜೋರಾಗಿ ನಕ್ಕಳು ಕೃತಿ.

"ಹಾಗೇ ಇರೋಕೆ, ಅದೇನು ಮುಚ್ಚಿಟ್ಟ ಒಡ್ವೇನಾ? ತೂಕ, ಗ್ರಾಂ, ಕ್ಯಾರೆಟ್ ಎಲ್ಲಾ ಸರ್ಯಾಗಿದ್ರು, ಹೊಳಪು ಮಾತ್ರ ಕಮ್ಮಿಯಾಗೋದು ಸಹಜ ತಾನೇ? ಅದಕ್ಕೂ ಆಗಾಗ ಪಾಲಿಷ್ ಬೇಕೇನೋ"

ಆಗ ನಗೋ ಸರದಿ ಬಿಂದುವಿನದಾಯಿತು.

ಆಮೇಲೆ ಗಂಭೀರವಾಗಿ "ಕೃತಿ, ಪ್ರೀತಿ ಅನ್ನೋದು ಒಂದು ರೀತಿಯಲ್ಲಿ ಮಾಯೆಯೇನೋ? ಉತ್ಕಟವಾಗಿ ಪ್ರೇಮದಲ್ಲಿ ಬಿದ್ದವರಲ್ಲಿ ಕೆಲವರು ಒಬ್ಬರನ್ನೊಬ್ಬರು ಬಿಟ್ಟಿರಲು ಸಾಧ್ಯವಿಲ್ಲವೆನ್ನುವಂತೆ ಹೆತ್ತವರನ್ನ ತೊರೆಯುತ್ತಾರೆ, ಆತ್ಮಹತ್ಯೆ ಮಾಡ್ಕೋತಾರೆ. ಇನ್ನ ಕೆಲವರು ಅಲ್ಲೀವರ್ಗೂ ಹೋಗಿ ನಿಲ್ತಾರೆ. ಕೃತಿ ನಿನ್ನದೊಂದು ಪ್ರೇಮಕತೆ, ಪ್ರೇಮವಿವಾಹ. ತುಂಬು ಪ್ರೀತಿ, ಸಂಸ್ಕಾರ ಶ್ರೀಮಂತಿಕೆಯ ಮಧ್ಯೆ ಬೆಳೆದವಳು, ಸಾರಿ ಭಾಸ್ಕರ ಇದೆಲ್ಲದರಲ್ಲು ಕಡಿಮೆಯೇ. ಈ ಮನುಷ್ಯನ್ಗಿಂತ ಒಂದು ಅದ್ಭುತವಾದ ಸಂಬಂಧವನ್ನು ನಿನ್ನ ಮನೆಯವ್ರು ನಿಂಗಾಗಿ ಹುಡ್ಕೀ ಇಟ್ಟಿದ್ರು. ಅದ್ಭುತವಾದ ಶ್ರೀಮಂತ ಬದ್ಕು ನಿನ್ನದಾಗುತ್ತಿತ್ತು. ಆದರೆ ಅದನ್ನೆಲ್ಲ ನಿರಾಕರಿಸಿ ಭಾಸ್ಕರ್‌ನ ಹಿಂದೆ ಬಂದೆ. ಆಮೇಲೆ ಅನುಭವಿಸಿದ್ದು ಕಷ್ಟದ ಸರಮಾಲೆ, ಛಾಲೆಂಜಾಗಿ ಸ್ವೀಕರಿಸಿದೆ. ಒಂದು ಹಂತಕ್ಕೆ ಬಂದು ನಿಂತಿದೆ. ಎಂದೂ ನಿನ್ನ ಪ್ರೇಮ, ವಿವಾಹದ ಬಗ್ಗೆ ಪಶ್ಚಾತ್ತಾಪವಾಗಿಲ್ವಾ?" ದಿಢೀರ್ ಪ್ರಶ್ನೆಗೆ ಬೆಚ್ಚಿಬಿದ್ದಳು ಕೃತಿಕಾ ಅವಳ ಬಾಯಿಂದ ಮಾತುಗಳೇ ಬರಲಿಲ್ಲ. ಉತ್ತರ ಸಾಧ್ಯವಾ? "ನಂಗೇನು ಹೇಳೋಕೆ ಸಾಧ್ಯವಿಲ್ಲ" ಎದ್ದುಹೋದವಳು ಬಾಲ್ಕನಿಯಲ್ಲಿ ನಿಂತಿದ್ದು. ಈ ಪ್ರಶ್ನೆಗೆ ಉತ್ತರ ಕಷ್ಟವೇ.

ಆ ವೇಳೆಗೆ ಶಾಮಣ್ಣನಿಂದ ಕಾಲ್ ಬಂತು "ಮಗು ಕೃತಿಕಾ ಹೀಗೂ ಭಾಸ್ಕರ್ ಬಂದಿದ್ದಾರೆ. ಅವ್ರನ್ನೇ ಡ್ರಾಪ್ ಮಾಡೂಂತ, ಅಲ್ಲಿಗೆ ಬಂದು ಬಿಡೋಣ್ವಾ?" ಕೇಳಿದರು. ಕೃತಿಕಾ ಸ್ತಬ್ಧಳಾದಳು ಅವಳ ಭಯ, ನಿರೀಕ್ಷೆ ಎಲ್ಲಾ ನಿಜವಾಗಿತ್ತು. ಭಾಸ್ಕರ್ ಮನೆಗೆ ಹೋಗಿದ್ದು ಯಾಕೆ? ಅರುಣ, ತನ್ನ ನಡುವೆ ಫ್ರೆವೆನ್ಸಿ ಬಯಸಿ ಹೋಗಿರುವ... ಮುಂದಕ್ಕೆ ಊಹಿಸಲಾರದೆ ಹೋದಳು. ಗಂಡನ ಮೇಲಿನ ಗೌರವ ಸುಟ್ಟು ಭಸ್ಮವಾಯಿತು. ನಿಶ್ಚಲಭಾವ ಅವಳ ಮುಖದ ಮೇಲೆ ಹರಡಿತು. Midlife Crisis ಮಧ್ಯ ವಯಸ್ಕರಲ್ಲಿನ ಮನೋಭಾವ.

ಎಷ್ಟೋ ಹೊತ್ತು ನಿಶ್ಚಲಸ್ಥಿತಿಯಲ್ಲಿದ್ದು ಬಿಟ್ಟಳು. ಎಚ್ಚರ ಬರುವ ವೇಳೆಗೆ ಕಾಲ್ ಕಟ್ಟಾಗಿತ್ತು. ತಾನೇ ರಿಂಗ್ ಮಾಡಿ "ಬನ್ನಿ..." ಅಂದಷ್ಟೇ ಹೇಳಿದ್ದು. ದ್ವಂದ್ವದಲ್ಲಿ ಸಿಲುಕಿ ನರಳುತ್ತಿದ್ದಳು. ದಾರಿ ಹುಡುಕಲು ಹೊರಟರೆ ಅಪಾಯದ ಮುನ್ಸೂಚನೆ.

ಶಾಮಣ್ಣ, ಅರುಣ ಆಟೋ ಮಾಡಿಕೊಂಡು ಬಂದಾಗಲೇ ಕೃತಿಕಾ ಪೂರ್ತಿ ಎಚ್ಚರದ ಸ್ಥಿತಿಗೆ ಬಂದಿದ್ದು. ಭಾಸ್ಕರ್ ಬರೋಲ್ಲ ಅನ್ನೋದು ಅವಳ ನಿರೀಕ್ಷೆ ಆಗಿತ್ತು. ಆದರೆ ಅರುಣ ಒಂದು ತರಹ ಇದ್ದರೇ, ಶಾಮಣ್ಣ ಪೂರ್ತಿಯಾಗಿ ಭೂಮಿಗೆ ಇಳಿದುಹೋದಂತೆ ಕಂಡರು.

"ಯಾಕೆ, ಒಂದು ತರಹ ಇದ್ದೀರಾ? ಮತ್ತೇನಾದ್ರೂ... ಸಮಸ್ಯೆನಾ?" ಕೃತಿಕಾ ಸ್ವಲ್ಪ ಗಾಬರಿಯಿಂದಲೇ ವಿಚಾರಿಸಿದಳು. ಪ್ರತಿಯೊಂದು ಸಣ್ಣ ಘಟನೆಯು ಅವಳನ್ನು ಹೆದರಿಸುತ್ತಿತ್ತು. ಆ ಮನುಷ್ಯ ಕಣ್ಣೀರು ತೊಡೆದುಕೊಂಡೇ ಹೇಳಿದ್ದು.

"ಇವತ್ತು ಅರುಣಳ ಚಿನ್ನ ಇಸ್ಕೊಂಡ್ ಮಾರಿ ಬ್ಯಾಂಕ್‌ಗೆ ಬಡ್ಡಿ ಕಟ್ಟಿದ್ದಕ್ಕೆ ನಿಷ್ಠೂರ ಮಾಡಿದ್ರು. ಕನಿಷ್ಟ ನನ್ನ ವಯಸ್ಸಿಗೂ ಮರ್ಯಾದೆ ಸಿಗ್ಲಿಲ್ಲ. ಅರುಣ ಕೂಡ ಅವ್ರ ಪರನೇ ನಿಂತ್ಲು. ತುಂಬ ಅವಮಾನವಾಯ್ತು ತಾಯಿ" ಅತ್ತೆ ಬಿಟ್ಟರು. ಕೃತಿಕಾ ಕಣ್ಣೀರು

ಕಂಡಕೂಡಲೇ ಚಲಿಸಿಹೋದಳು. "ಅಯ್ಯೋ... ಸುಮ್ಮನಿರಿ... ಆ ಚಿನ್ನ ನಿಮ್ಮ ಸಂಪಾದ್ನೇ. ನಿಮ್ಮ ಕಷ್ಟದ ಸಮಯದಲ್ಲಿ ಉಪಯೋಗವಾಯ್ತು. ನೀವು ಜೋಪಾನವಾಗಿಸಿದ್ದು ಅವಳದೇ ಅಲ್ವ? ಅವ್ರ ಮಾತನ್ನ ಸೀರಿಯಸ್ಸಾಗಿ ತಗೋಬೇಡಿ. ಈಗ್ಲೂ ದಿನ ಹಾಕಿಕೊಳ್ಳೋಕೆ ಸಾಕಷ್ಟು ಒಡ್ವೇ ಇದೆ. ಬೇಕೂಂದರೇ ನಂದುಕೊಡ್ತೀನಿ. ನಾನು ತುಂಬಾ ಉಪಯೋಗಿಸೋದು ಕಡಿಮೆನೇ" ಸಾಂತ್ವನಿಸಿದಳು. ಆದರೂ ಅವರ ಮುಖದಲ್ಲಿ ಚೇತರಿಕೆ ಕಂಡುಬರಲಿಲ್ಲ.

ಕೃತಿಕಾಳ ಸಹನೆ ಸತ್ತಿತು. ಭಾಸ್ಕರ್ ಮೊಬೈಲ್‌ಗೆ ರಿಂಗ್ ಮಾಡಿದಾಗ ಬಂದು ಬಿಂದು ಅವಳ ಕೈಯಲ್ಲಿನ ಮೊಬೈಲ್‌ನ ಕಿತ್ತುಕೊಂಡು ಕಾಲ್‌ಕಟ್ ಮಾಡಿ "ಬೇಡ, ಕೃತಿ... ಕೋಪದ ಕೈಯಲ್ಲಿ ಬುದ್ಧಿ ಕೊಡ್ಬೇಡ. ತೀರಾ ಯಡವಟ್ಟು ಆಗುತ್ತೆ" ಸುಮ್ಮನಾಗಿಸಿ ರೂಮಿಗೆ ಕರೆದೊಯ್ದವಳು. "ಸ್ವಲ್ಪ ರಿಲ್ಯಾಕ್ಸ್ ಮಾಡೋ. ಈ ಹಂತ ಕಷ್ಟವೇ. ಭಾಸ್ಕರ್‌ನಲ್ಲಿ ಬದಲಾವಣೆ ಬಂದಿದೆ. ಮಾಯೆ ಆವರಿಸಿಕೊಂಡಿದೆ. ಇತ್ತೀಚೆಗೆ ಧರಿಸೋ ಉಡುಪು, ಬಳಸೋ ಸೆಂಟ್... ಮಾತಿನ ವೈಖರಿಯಲ್ಲಿ ಕೂಡ ಬದಲಾಗಿದ್ದಾರೆ. ಇಂಥ ಬದಲಾವಣೆ ಅನಿವಾರ್ಯವೇನೋಂತ ಅನ್ನಿಸುತ್ತೆ. ವಿಧ... ವಿಧ... ಕಾರಣಗಳು ಇರಬಹುದು. ಅವ್ರ ಸ್ವಭಾವ, ವ್ಯಕ್ತಿತ್ವವನ್ನು ಅವಲಂಬಿಸುತ್ತೆ ಈ ಬದಲಾವಣೆಗಳು. ಪ್ರೇಮದ ಮಾಯೆಯಲ್ಲಿ ಇವನ್ನು ಗುರುತಿಸಿಕೊಳ್ಳಲು ಸಾಧ್ಯವಾಗಿರೋಲ್ಲ. ಬಹುಶಃ ಇದು ಒಬ್ರ ಸಮಸ್ಯೆಯಲ್ಲ. ಟೋಟಲೀ ಮಾನವ ಸ್ವಭಾವ... ಪ್ರಕೃತಿ ವೈಶಿಷ್ಟ್ಯಗಳಲ್ಲಿ ಇದು ಒಂದು ಇರಬಹುದೇನೋ. ಇದೇನು ಡೇಂಜರ್ ಅಲ್ಲ ಬಿಡು. ಭಾಸ್ಕರ್ ಅಡಿ ಕಾರು ಬುಕ್ ಮಾಡಿದ್ದಾರೆ." ಕೊನೆಯದನ್ನು ಸಂಭ್ರಮದಿಂದ ಹೇಳಿದಳು. ಇದು ಕೃತಿಕಾಗೆ ಸರ್‌ಪ್ರೈಜ್. ಆದರೆ ಇದನ್ನು ತೋರಿಸಿಕೊಳ್ಳಲಿಲ್ಲ. ಸ್ಕೋಡಾ ಕಾರು ಇತ್ತು. ಮತ್ತೆ ಅಡಿ ಕಾರಿನ ಮೇಲಿನ ಮೋಹ!

ಮೊಬೈಲ್‌ನಲ್ಲಿದ್ದ ಮೆಸೇಜ್‌ನ ಓಪನ್ ಮಾಡಿ ಅವಳ ಮುಂದಿಟ್ಟಳು. ಜೊತೆಗೆ ಗೆಳತಿಯ ಮುಖಭಾವ ಅರಿತೇ ಹೇಳಿದ್ದು.

"ನಿಂಗೆ ಅದು ಸರ್‌ಪ್ರೈಜ್."

ಕೃತಿಕಾ ಪ್ರಯಾಸದಿಂದ ಮುಗುಳ್ನಗು ಬೀರಿದಳು.

* * *

ವಿವೇಕಾನಂದ ಸ್ವಾಮಿಯವರ ಉಪನ್ಯಾಸವಿದ್ದ ದೇವಸ್ಥಾನದ ಪ್ರಾಂಗಣಕ್ಕೆ ಹೋದಾಗ ದೊಡ್ಡ ರೀತಿಯಲ್ಲಿ ಜನ ತಮ್ಮ ಸೀಟುಗಳಲ್ಲಿ ಆಸೀನರಾಗಿದ್ದರು. ಬಿಂದು ಎದೆಯುಬ್ಬಿತು. ವಿವೇಕ್ ಬೆಳೆದ ಎತ್ತರಕ್ಕೆ ಹೆಮ್ಮೆಯೆನಿಸಿತು. ಈಗ ಆದ ಅನ್ಯಾಯಕ್ಕೆ ಚಡಪಡಿಕೆ ಇರಲಿಲ್ಲ.

ಜೊತೆಯಲ್ಲಿ ಸುವರ್ಣಮ್ಮನನ್ನು ಕರೆದೊಯ್ದಿದ್ದರಿಂದ ಒಂದೇ ಸಾಲಿನಲ್ಲಿ ಆಸನಗಳು ಲಭ್ಯವಾಗದಿದ್ದರಿಂದ ಕೃತಿಕಾ ಶಾಮಣ್ಣನವರನ್ನು ಮೊದಲು ಕೂಡಿಸಿ, ನಂತರ ಸುವರ್ಣಮ್ಮ ಮತ್ತು ಅರುಣನ ಒಂದು ಕಡೆ ಕೂಡಿಸಿದ ನಂತರವೇ ಬಿಂದು. ಅವಳು ಒಂದು ಕಡೆ

ಕೂತಿದ್ದು, ಮನಗಳು ತೆರೆದಿದ್ದವು.

ಬಿಂದು ತೀರಾ ನರ್ವಸ್ ಆಗಿದ್ದಳು. ವರ್ಷಗಳು ಉರುಳಿಹೋಗಿತ್ತು ವಿವೇಕ್‌ನ ಸ್ವತಃ ಭೇಟಿಯಾಗಿ, ಒಮ್ಮೆ ಫೋನ್‌ನಲ್ಲಿ ವಿಚಾರಿಸಿ ಕ್ಷಮೆ ಕೇಳುವುದರ ಜೊತೆಗೆ ಮುಂದಿನ ಅವಳ ಭವಿಷ್ಯದ ಬಗ್ಗೆ ಶುಭ ಹಾರೈಸಿದ್ದ. ಅಷ್ಟೆ ಅವರಿಬ್ಬರ ಮಧ್ಯದ ಮಾತುಗಳು.

ಪಕ್ಕದಲ್ಲಿ ಕೂತ ಗೆಳತಿಯ ಹಸ್ತವನ್ನು ತನ್ನ ಕೈಯೊಳಗೆ ತಗೊಂಡ ಕೃತಿಕಾ "ರಾಜಕುಮಾರ ಸಿದ್ಧಾರ್ಥ ಸಂಸಾರ ತ್ಯಜಿಸಿ ಜ್ಞಾನೋದಯದ ಹಾದಿ ಹಿಡಿದಾಗ ಅವನಿಗೆ ಒಂದು ಮಗುವಿತ್ತು. ಸ್ವಲ್ಪ ಕಾಲವಾದ್ರೂ... ಸಂಸಾರಿಯಾಗಿದ್ದ. ನಂತರ ಬುದ್ಧನಾದ. ಆದರೆ ವಿವೇಕ್ ಮಾಂಗಲ್ಯಧಾರಣೆ ಮಾಡಿದ್ದೊಂದೇ ಸಂಸಾರಿಯಾಗಲೇ ಇಲ್ಲ. ತಾಳಿ ಕಟ್ಟಿಕೊಂಡ ಮಾತ್ರಕ್ಕೆ ಪತ್ನಿಯಾಗಿ ಹಂಬಲಿಸೋದು ಯಾವ ರೀತಿಯಲ್ಲಿ ಸರಿ? ಸುಲಭವಾಗಿ ಮರೆಯಬಹುದಿತ್ತು" ಪಿಸುದನಿ ಪಿಸುಗುಟ್ಟಿದಳು ಕೃತಿಕಾ.

"ಮೊದ... ಮೊದ್ಲು ನಾನು ಈ ರೀತಿ ಯೋಚಿಸಿದೆ. ಸಂಬಂಧ ಸಂಕೋಲೆಯ ಹಿಂಸೆಯಿಂದ ನಂಗೆ ಜ್ಞಾನೋದಯವಾಯ್ತು. ಸಾಮಾನ್ಯರಿಗಿಂತ ವಿಭಿನ್ನವಾಗಿ ಯೋಚಿಸಿದ ವಿವೇಕ್ ಬಹಳ ಎತ್ತರದಲ್ಲಿ ನಿಂತಿದ್ದು ಮಾತ್ರವಲ್ಲ, ನನ್ನ ಉದ್ದಗಲಕ್ಕೂ ಬೆಳೆದರು. ಇಲ್ಲಿ ಪ್ರೀತಿ, ಪ್ರೇಮ ಮಾತ್ರವಲ್ಲ... ಆರಾಧನೆಯಾಗಿ ರೂಪುಗೊಂಡಿತು." ಅತ್ಯಂತ ಹೆಮ್ಮೆ, ಆತ್ಮೀಯಭಾವ ಬೆರೆಸಿ ಹೇಳಿದಾಗ ಇನ್ನ ಸಂದೀಪ್ ಪ್ರಸಕ್ತಿ ಬೇಡವೆನಿಸಿತು ಕೃತಿಕಾಗೆ. "ಐ ಪ್ರೌಡಾಫ್ ಯು ಫ್ರೆಂಡ್, ಇನ್ನ ಬೇರೆ ಪ್ರಸ್ತಾಪ ಮರುಕಳಿಸೋದ್ಬೇಡ" ಆ ವಿಚಾರವನ್ನು ಅಲ್ಲಿಗೆ ಬಿಟ್ಟಳು.

"ಸ್ವಾಮೀಜಿಯವ್ರು.. ಬಂದ್ರು" ಯಾರೋ ಬಂದು ಹೇಳಿದಾಗ ಸಂಭ್ರಮ ಬೆರೆತ ನಿಶ್ಶಬ್ಧಭಾವ ಆವರಿಸಿತು. ಅದೇ ದೃಢವಾದ ನಿಲುವು, ಮುಖದಲ್ಲಿ ಮಂದಹಾಸ ಬೆರೆತ ಭಾವ. ಕೈಗಳನ್ನು ಎಲ್ಲರತ್ತ ಜೋಡಿಸಿ ನಂತರವೇ ಕುಳಿತಿದ್ದು. ನಾಲ್ಕು ನುಡಿಗಳ ಪ್ರಸ್ತಾವಿಕ ಭಾಷಣ, ಅಧ್ಯಕ್ಷ ಸ್ಥಾನದಲ್ಲಿ ಒಬ್ಬ ಪ್ರಮುಖರು ದೇವರಿಗೆ ನಮಿಸಿ ಮಂಗಳಾರತಿ ಪಡೆದು ಬಂದಿದ್ದರಿಂದ ಮುಖದಲ್ಲಿ ದೈವಿಕ ಭಾವ.

ಒಂದು ಗಂಟೆಯ ಉಪನ್ಯಾಸ ಅತ್ಯಂತ ಅದ್ಭುತವಾಗಿತ್ತು. ತಲ್ಲಣವಿಲ್ಲದ ಮಿದುಳು ವಾಸ್ತವತೆಯನ್ನು ಅರಿಯಲು ನೆರವಾಗುತ್ತದೆ. ಭಗವದ್ಗೀತೆಯಿಂದ ಹಿಡಿದು ಸ್ವಾಮಿ ವಿವೇಕಾನಂದರವರೆಗೂ ಪ್ರಸರಿಸಿತು. ಬಿಂದು, ಕೃತಿಕಾ ಒಂದು ಮಾತಾಡಲಿಲ್ಲ. ಎಷ್ಟೋ ಜನರ ಪ್ರಶ್ನೆಗಳಿಗೆ ಉತ್ತರಿಸಿದರು.

"ಮಾಯೆ ಎಂದರೇನು?" ಬಂದು ಪ್ರಶ್ನೆಗೆ ಬಹಳ ದೀರ್ಘವಾಗಿ ಉತ್ತರಿಸಿದರು. "ಧರ್ಮರಾಯ ಯಕ್ಷನ ಪ್ರಶ್ನೆಗೆ ಉತ್ತರಿಸಿದಂತೆ ಜೀವನ ಅಂತ್ಯಗೊಳ್ಳುವುದು ಖಚಿತ ಎಂದು ತಿಳಿದರೂ ತಾವು ಶಾಶ್ವತವೆನ್ನುವ ಭ್ರಮೆಯಲ್ಲಿ ಬದುಕುತ್ತೇವಲ್ಲ, ಅದೇ ಮಾಯೆ. ಅದು ಮಾಯೆಯೆಂದರೂ ಅದರ ಭ್ರಮೆಯಲ್ಲಿ ಸಾಗುವ ಕ್ರಿಯೆಗಿಂತ ದೊಡ್ಡ ಮಾಯೆ ಇದೆಯೇ?"

ಇನ್ನೊಬ್ಬ ಮಧ್ಯ ವಯಸ್ಸಿನ ಮಹಿಳೆ ಎದ್ದು ನಿಂತು "ಸುಳ್ಳು ಪಾಪ, ಸತ್ಯವ ನುಡಿಯುವುದು ಪುಣ್ಯವೆನ್ನುತ್ತಾರೆ. ಸ್ವಾಮೀಜಿ ಇದಕ್ಕೆ ಅರ್ಥವಾಗುವ ರೀತಿಯಲ್ಲಿ ವಿಶ್ಲೇಷಣೆ ಕೊಡಿ" ಕೈಮುಗಿದು ಕೇಳಿದಾಗ ನಗುನಗುವಿನಲ್ಲಿ ಕೂಡುವಂತೆ ಸನ್ನೆ ಮಾಡಿ "ಭಗವದ್ಗೀತೆಯಲ್ಲಿ ಕೃಷ್ಣ ಹೇಳುತ್ತಾನೆ. ಸತ್ಯ ನುಡಿಯುವುದು ಪುಣ್ಯದ ಕೆಲಸವೆಂದು ಹೇಳಲಾಗದು. ಅದು ಪಾಪವ್ಹೋ, ಪುಣ್ಯವ್ಹೋ ಸಂದರ್ಭ ನಿರ್ಧರಿಸುತ್ತದೆ. ಸಂದರ್ಭದ ಔಚಿತ್ಯದಿಂದಲೇ ಸತ್ಯ ನಿರ್ಧಾರವಾಗುತ್ತದೆಯೇ ವಿನಹ ಪೂರ್ವದ ಸಿದ್ಧಾಂತಗಳಿಂದ ಅಲ್ಲ. ಇದು ವ್ಯಕ್ತಿತ್ವ, ಸಂದರ್ಭಗಳನ್ನು ಅನುಸರಿಸುತ್ತೆ. ಇಂಗ್ಲೆಂಡಿನಲ್ಲಿದ್ದು ಕೂಡ ಬರ್ನಾಡ್ ಶಾ ಶಾಖಾಹಾರಿಯಾಗಿದ್ರು" ಹೀಗೆಯೇ ಸಾಗಿತು ಬಹಳ ಹೊತ್ತು.

ಹಲವಾರು ಪ್ರಶ್ನೆ ಉತ್ತರಗಳ ಜೊತೆ ಆಪ್ತ ಸಮಾಲೋಚನೆಯ ಕಾರ್ಯಕ್ರಮ ಕೂಡ. ಇವರ ಸರದಿ ಬಂದಾಗ ಬಿಂದು ಆಂದೋಲನಕ್ಕೆ ಒಳಗಾದಳು. ಇವರಿಬ್ಬರು ವಿವೇಕಾನಂದ ಸ್ವಾಮೀಜಿಗಿದ್ದ ರೂಮಿಗೆ ಹೋದಾಗ ಆತ್ಮೀಯವಾಗಿ, ಅಷ್ಟೇ ಗೌರವದಿಂದ "ಬನ್ನಿ, ಕೂತ್ಕೊಳ್ಳಿ, ಹೇಗಿದ್ದೀರಿ?" ಎಚಾರಿಸಿದರು ಶಾಂತವಾಗಿ.

"ಒಮ್ಮೆ ಮನೆಗೆ ಬಂದು ಪ್ರಸಾದ ಸ್ವೀಕರಿಸಬೇಕು" ಎನ್ನುವಾಗ ಬಿಂದು ದನಿ ಕಂಪಿಸಿತು. ಮಾಂಗಲ್ಯಧಾರಣೆ ಮಾಡಿದ ಮರುದಿನವೇ ಹೇಳಿಹೋದವರು ಅವರ ಗುರಿ ಸ್ಪಷ್ಟವಾಗಿತ್ತು. ದಾರಿ ನಿಶ್ಚಲವಾಗಿತ್ತು. ಹಿಂದಿರುಗುವ ಮಾತಿರಲಿಲ್ಲ. ವಿವಾಹಕ್ಕೆ ಮುನ್ನವೇ ಸ್ಪಷ್ಟಪಡಿಸಿದ್ದರು. ಅದರಿಂದ ಅಪರಾಧಿಯೆನ್ನಲಾಗದು.

ಅಲ್ಲೇ ಇದ್ದ ಶಿಷ್ಯನನ್ನು ಕರೆದು ಕೇಳಿದರು. ನಂತರ "ನಾಳೆ ಮಧ್ಯಾಹ್ನಕ್ಕೆ ಆಗಬಹುದಲ್ಲ, ತೊಂದರೆ ತಗೋಳ್ಳೋದೇನು ಬೇಡ." ಎಂದವರು ಬಿಂದುನ ಹೊರಗೆ ಕಳಿಸಿ ಕೃತಿಕಾಳಲ್ಲಿ ವಿಚಾರಿಸಿದರು. ವ್ಯಕ್ತಿತ್ವಕ್ಕೆ ವಿರುದ್ಧವೇನೋ, ಆದರೂ ಕರ್ತವ್ಯವೆನ್ನುವ ಭಾವ "ನನ್ನಿಂದ ತಪ್ಪಾಗಿದೆ. ಆ ಬಗ್ಗೆ ಪಶ್ಚಾತ್ತಾಪವಿದ್ದರು, ನಾನು ಮೊದಲೇ ಬಿಂದುಗೆ ತಿಳಿಸಿ ಎಚ್ಚರಿಸಿದ್ದೆ. ಅಕಸ್ಮಾತ್ ಜೊತೆಯಲ್ಲಿದ್ದರು ಸಂಸಾರ ಜೀವ್ನ ನಂಗೆ ರುಚಿಸ್ತಾ ಇರ್ಲಿಲ್ಲ. ಮುಂದೆ ಅವ್ಳ ಹಾದಿಯನ್ನು ಬಿಂದು ಆಯ್ದುಕೋತಾಳೇಂತ ಅಂದ್ಕೊಂಡೆ" ಎಂದರು. ಸಂಕಟದಿಂದ ವಿವೇಕಾನಂದ ಸ್ವಾಮೀಜಿ "ಈಗ್ಲೂ, ಸರ್ಯಾದ ಹಾದಿಯನ್ನೆ ಆಯ್ದುಕೊಂಡಿದ್ದಾಳೆ. ಕೋರ್ಟಿನಲ್ಲಿ ಕೆಲಸ. ಅದು ಸರ್ಕಾರಿ ಕೆಲ್ಸವಾದುದ್ದರಿಂದ ಪರದಾಟವಿಲ್ಲ. ಸ್ವಂತ ಫ್ಲಾಟ್ ಕೊಂಡಿದ್ದಾಳೆ. ಈಚೆಗೆ ಅವ್ಳಿಗೂ ಆಧ್ಯಾತ್ಮಿಕದತ್ತ ಅವಳ ಒಲವು. ಗಂಗೋತ್ರಿ ಓಲ್ಡ್‌ವಾಜ್ ಸೆಂಟರ್‌ಗೆ ಬಿಡುವಿದ್ದಾಗ ಭೇಟಿ ಕೊಡ್ತಾಳೆ. ಆ ಒಡನಾಟ ಅವಳಲ್ಲಿ ಉತ್ಸಾಹ ಮೂಡಿಸುತ್ತೆ. ಈ ಮಾಯೆಯಿಂದ ಕಳಚಿ ಕೊಳ್ಳುವತ್ತ ಅವಳ ಮನ ಅವಳಿಗಿದ್ದ ಒಂದೇ ಒಂದು ಆಸೆ. ನಿಮ್ಮನ್ನ ಭೇಟಿ ಮಾಡೋದು" ನಿಶ್ಚಿಂತೆಯಿಂದ ಎಲ್ಲಾ ತಿಳಿಸಿ ಹೇಳಿದಾಗ ಮತ್ತಷ್ಟು ಹಸನ್ಮುಖರಾದರು.

ಮತ್ತೊಮ್ಮೆ ಬಿಂದುವಿನ ಜೊತೆ ನಮಸ್ಕರಿಸಿ ಇಬ್ಬರು ಹೊರಟಾಗ ಶಾಮಣ್ಣ, ಅರುಣ ಮತ್ತು ಸುವರ್ಣಮ್ಮ ಜೊತೆಯಾದರು. ಹೆಚ್ಚು ಗಂಭೀರವಾಗಿದ್ದವರು ಶಾಮಣ್ಣ, ತಮ್ಮದಲ್ಲದ ವಸ್ತುಗಳಿಗಾಗಿ ಪರದಾಟ.

"ಕೃತಿಕಾ, ನಾನೆಂದು ತೋಟ, ಜಮೀನು ಬಿಟ್ಟು ಬೇರೆಯದನ್ನು ಯೋಚ್ನೆ ಮಾಡಿದವನಲ್ಲ, ದೇವರೂಂದರೇ ಎರಡು ಹೂವಿಟ್ಟು ಕೈ ಮುಗಿಯೋದು ಮಾತ್ರ ಗೊತ್ತಿತ್ತಷ್ಟೆ. ಮತ್ತೇನು ಗೊತ್ತಿರಲಿಲ್ಲ" ಎಂದರು ಕೃತಜ್ಞತಾಭಾವದಿಂದ. ಆದರೆ ಅರುಣಳ ಮನದಲ್ಲಿ ಮತ್ತೇನೋ ಇತ್ತು 'ನಿಂಗೆ ಹೊಸ ಡಿಜೈನ್‌ನ ಬಳೆ ಮಾಡ್ಸಿ ಕೊಡ್ತೀನಿ' ಭಾಸ್ಕರ್ ಹೇಳಿದ್ದ. ಆ ಬಗ್ಗೆ ಮಂಡಿಗೆ ತಿನ್ನುತ್ತಿದ್ದಳು. ಬಂದಿದ್ದ ಹೆಂಗಳೆಯರ ಕೈಗಳಲ್ಲಿದ್ದ ಬಳೆಗಳ ಮೇಲೆಯೇ ಹರಿದಾಡುತ್ತಿತ್ತು ಅವಳ ನೋಟ, ಸ್ವಾಮೀಜಿಯವರ ಮಾತುಗಳೇನು ಅರ್ಥವಾಗಿರಲಿಲ್ಲ.

ನೇರವಾಗಿ ಅವರುಗಳು ಬಂದಿದ್ದು 'ನಿಸ್ಸೊಲುಮೆ' ಮೌನವಾಗಿ ಕೂತಿದ್ದ ಸುವರ್ಣಮ್ಮ ಕಾರಿನಿಂದ ಇಳಿದಕೂಡಲೇ ಕೈಕಾಲು ತೊಳೆದು ಸೊಂಟಕ್ಕೆ ಸೆರಗನ್ನು ಬಿಗಿದು ಹೇಳಿದಳು.

"ಕೂತ್ಕೊಳ್ಳಿ, ನಾನ್ಹೋಗಿ ಎಲ್ಲರಿಗೂ ಜ್ಯೂಸ್ ತಂದು ಬಿಡ್ಲಾ?" ಕೇಳಿದಳು. "ಆಯ್ತು, ಏನೋ ಮಾಡ್ಹೋಗು" ಅಂದ ಕೃತಿಕಾ "ನಾಳಿನ ಏರ್ಪಾಡಿಗೆ ಜನ ಬೇಕು. ನಿನ್ನ ಜೊತೆಯಲ್ಲೇ ಸುವರ್ಣಮ್ಮನ್ನ ಕರ್ಕೊಂಡ್ಹೋಗು. ತರೋದ್ನ ಪಟ್ಟಿ ಮಾಡ್ಕೊಡು. ನಾನು ಶಶಿ ತಗೊಂಡ್ ಬರ್ತೀವಿ. ಇವತ್ತು ಶಾಮಣ್ಣನವ್ರು ಕೂಡ ಇಲ್ಲೇ ಇರ್ತಾರೆ. ನಾಳೆ ನಮ್ಜೊತೆಗೆ ಅವ್ರು ಜಾಯಿನ್ ಆಗ್ತಾರೆ" ಎಂದಾಗ ಯಾವುದೋ ಗುಂಗಿನಲ್ಲಿದ್ದ ಬಿಂದು "ನಂಗೂ ಡೌಟ್, ಬರ್ತಾರೇ... ಅಂತೀಯಾ?" ಅನುಮಾನ ವ್ಯಕ್ತಪಡಿಸಿದಾಗ ನಸುಮುನಿಸು ತೋರಿದಳು. "ಬರ್ತಾರೇಂತ ಅನ್ನಿಸಿದೆ. ಬಹುಶಃ ಮಗಳ್ನ ಧಾರೆಯೆರೆದು ಕೊಟ್ಟ ದಿನ ಅವ್ರ ತಲೆಯಲ್ಲಿ ತೋಟ, ಗದ್ದೆ, ಜಮೀನಿನದ್ದೇ ಚಿಂತೆ ಇದ್ದಿರಬೇಕು. ಒಳ್ಳೆಯ ಸಾಗುವಳಿದಾರ. ಆದರೆ ಲಾಭ ಕೈ ಹತ್ತುತ್ತ ಇಲ್ಲ. ಇಂದು ಮೊದಲ ಸಲ ಅವ್ರ ಮುಖದಲ್ಲಿ ಅರ್ಥವಾಗದ ಒಂದು ಭಾವವಿತ್ತು. ಎನೀ ಹೌ, ನೋಡೋಣ" ಎಂದಳು ಕೃತಿಕಾ.

ಬಂದ ಶಶಿ ಹೆಚ್ಚುಕಡಿಮೆ ಎಲ್ಲಾ ಜವಾಬ್ದಾರಿಯನ್ನೊತ್ತುಕೊಂಡವ "ಇದನ್ನೆಲ್ಲ ಪರ್ಚೇಸಿಂಗ್‌ಗೆ ನಾನು, ಅಕ್ಕ ಹೋಗ್ತೀವಿ. ನೀವು ಅರುಣನ ಕರ್ಕೊಂಡ್ ಹೋಗಿ. ಅವ್ಳಿಗೂ ಒಂದಿಷ್ಟು ಜವಾಬ್ದಾರಿ ವಹಿಸಿ ನನ್ನ ಫ್ರೆಂಡ್ಸ್ ಕೂಡ ಬರೋರಿದ್ದಾರೆ. ನಂಗೂ ಅವ್ರ ಉಪನ್ಯಾಸ ಕೇಳೋದಿದೆ. ನಿಮ್ಮಂಥ ಹೆಂಡ್ತಿನ ಬಿಟ್ಟು ಸನ್ಯಾಸತ್ವ ಸ್ವೀಕರಿಸಿದ ಅವ್ರು ಮಹಾತ್ಮರೇ ಸರಿ. ನನ್ನ ಮನಸ್ಸಿನಲ್ಲಿ ಅಂಥ ಯೋಚ್ನೇ ಸುಳೀತಾ ಇದೆ. ಮೊದ್ಲು ಗುರುನ ಆಯ್ಕೆ ಮಾಡಿಕೊಳ್ಳೋದು ನನ್ನ ಉದ್ದೇಶ" ಬಡಬಡಿಸಿದ. ಈಚೆಗೆ ಒಂದಿಷ್ಟು ಹೆಚ್ಚಿಗೆ ಮಾತಾಡುತ್ತಿದ್ದ.

ತಲೆಗೊಂದು ಮೊಟಕಿ "ಅದು ಎಲ್ಲರಿಗೂ ಸಾಧ್ಯವಿಲ್ಲ ಬಿಡು" ಎಂದು ನಸು ಮುನಿಸು ತೋರಿದ ಕೃತಿಕಾ ಅವನೊಂದಿಗೆ ಹೊರಟಳು. ಅರುಣನ ಅರಸಿಕೊಂಡು ರೂಮಿಗೆ ಬಂದಾಗ ಅವಳು ಯಾರೊಂದಿಗೋ ಮಾತಾಡುತ್ತಿರುವುದನ್ನು ಕಂಡು ನಿಂತಳು. "ಸಂಬಂಧಿಗಳಲ್ಲಿ ಕಾಲ್ ಮಾಡಿ ವಿಚಾರಿಸೋವರಿಲ್ಲ. ಇನ್ನ ಶಾಮಣ್ಣ

ಜಗತ್ತು ಬೇರೆ ಆಗಿರೋದ್ರಿಂದ ಮೊಬೈಲ್ ಉಪಯೋಗಿಸೋದೇ... ಕಡ್ಮೇ" ಅಷ್ಟನ್ನು ಕೃತಿಕಾ ಹೇಳಿದ್ದಳು. ಇವಳು ಮುಗ್ಧತೆ, ಕಂಡಿದ್ದೆಲ್ಲ ತನಗಿರಲಿಯೆಂಬ ಆಸೆಬುರುಕತನವನ್ನು ಬೇರೆಯವರು ಆರಾಮಾಗಿ ಉಪಯೋಗಿಸಿಕೊಂಡರೇ, ಬಿಂದು ಮನದಲ್ಲಿ ಭಯದ ಸಣ್ಣ ಕಿಡಿ ಹತ್ತಿಕೊಂಡಿತು. ಈ ಸಂಸಾರದಲ್ಲಿ ಬಿರುಗಾಳಿ ಬೇಕಿರಲಿಲ್ಲ.

ಅವಳ ಮುಂದೆ ಹೋಗಿನಿಂತು "ಯಾರ್ದು... ಫೋನ್?" ಆ ಕಡೆಯ ವ್ಯಕ್ತಿಗೆ ಅದು ಕೇಳಿಸಿರಬೇಕು. ಕಟ್ ಆಯಿತು. ಬಿಂದು ಕೆದಕಲಿಲ್ಲ. ಆದರೆ ಎಚ್ಚರಿಸಿದಳು.

"ಹೆಚ್ಚು ಓದ್ಲಿಲ್ಲ, ಚಿಕ್ಕ ಊರಿನಲ್ಲಿ ಇದ್ದೋಳು. ಯಾರೋ ಫೋನ್ ಮಾಡಿದ್ದಾರೇಂತ ಮೊಬೈಲ್ ತೆಗ್ದು ಮಾತಾಡ್ಬೇಡ. ಅದ್ರಿಂದ ಸಮಸ್ಯೆ ಆಗುತ್ತೆ. ಅಂಥದೇನಾದ್ರೂ... ಇದ್ದರೇ ಶಶಿಗೆ ಹೇಳು. ಮುಂದೆ ಸಮಸ್ಯೆಗೆ ಸಿಕ್ಕಿ ಹಾಕಿಕೋತೀಯ. ಸಮಯ ಇದೆ. ಶಶಿ, ಕೃತಿ ಎಲ್ಲ ನಿಂಗೆ ಎನ್‌ಕರೇಜ್ ಮಾಡ್ತಾರೆ. ಕನ್ನಡ ಗೊತ್ತು. ಅಲ್ಪ ಸ್ವಲ್ಪ ಇಂಗ್ಲಿಷ್ ಗೊತ್ತಿರುತ್ತೆ. ನಾಲೆಜ್ಡ್ ಬೇಕು. ಪೇಪರ್‌ನಲ್ಲಿ ಬರೋ ಲೇಖನಗಳ್ನ ಓದಿದ್ರು... ಇಪ್ರೂವ್ ಆಗ್ತೀಯಾ. ನೀನು ಇಷ್ಟಪಟ್ಟು ಕಾಲೇಜ್‌ಗೆ ಸೇರ್ಕೋ. ಮನೆಯಲ್ಲಿ ಯಾರ ಅಭ್ಯಂತರನು ಇರೋಲ್ಲ" ಕೊರೆದದ್ದಕ್ಕೆ ಅವಳದು ಒಂದೇ ಉತ್ತರ "ನಂಗೆ ಓದೋಕೆ ಇಷ್ಟವಿಲ್ಲ" ಅವಳ ಮಾತಿಗೆ ಸುಸ್ತಾದಳು. ಅಕ್ಷರದ ಮೇಲೆ ಪ್ರೀತಿ ಇಲ್ಲದ ಇವಳು ಖಂಡಿತ ದುರದೃಷ್ಟದ ಹೆಣ್ಣು ಅಂದುಕೊಂಡಳು.

ಸಹಾನುಭೂತಿಯಿಂದ ಅವಳತ್ತ ನೋಡುವುದರ ಜೊತೆಗೆ ಶಶಿಯ ಬಗ್ಗೆ ಸಿಂಪತಿಯೂ ಕೂಡ. ದುಡುಕಿದಳಾ ಕೃತಿಕಾ?

"ನಡೀ... ಹೋಗೋಣ! ಶಶಿ, ಕೃತಿಕಾ ಅಲ್ಲಿಗೆ ಬರ್ತಾರೆ" ಎಂದಳು ಅವಸರಿಸುತ್ತ ಬಿಂದು "ಅಯ್ಯೋ ಭಾವ ಬರ್ತಾರಲ್ಲ" ಒಳಗಿದ್ದ ಮಾತು ನಾಲಿಗೆಯ ತುದಿಗೆ ಬಂದೇ ಬಿಟ್ಟಿತು. 'ಗ್ರೇಟ್' ಎನಿಸಿತು. ಕ್ಷಣಕಾಲ "ನೋ ಪ್ರಾಬ್ಲಮ್ ಕೃತಿಕಾ... ಬರ್ತಾಳೆ. ಸದ್ಯಕ್ಕೆ ನಾನು, ನೀನು, ಸುವರ್ಣಮ್ಮ ಹೊರಡೋದು" ಅವಸರಿಸಿದಳು. ಮಂಕಾಗಿ ಕೂತಿದ್ದ ಶಾಮಣ್ಣ ಕೂಡ "ತೋಟ, ಜಮೀನು, ಕೃಷಿ ಆ ಕೆಲ್ಸ ಬಿಟ್ಟು ಏನು ಗೊತ್ತಿಲ್ಲ. ನಾನ್ಬಂದರೇ ನನ್ನಿಂದ ಏನಾದ್ರೂ ಸಹಾಯ ಆದೀತಾ?" ಎದ್ದು ಕೇಳಿದಾಗ "ಹಾಗೆಲ್ಲ ಮಾತಾಡ್ಬೇಡಿ. ರೈತರೇ ಈ ದೇಶದ ಬೆನ್ನೆಲುಬು. ತಂತ್ರಜ್ಞಾನ ಎಷ್ಟೇ ಬೆಳೆದರೂ ಅದಕ್ಕೊಂದು ಮಿತಿ ಇದೆ. ನೀವುಗಳು ಅಷ್ಟು ಕಾಳಜಿವಹಿಸಿದಿದ್ದರೇ ನಾವುಗಳು ಉಪವಾಸ ಬೀಳ್ಬೇಕಾಗುತ್ತೆ. ನಾವುಗಳು ಹೊರಟಿದ್ದೀವಿ. ಶಶಿ, ಕೃತಿ... ಬರ್ತಾರೆ. ಭಾಸ್ಕರ್ ಬರ್ತಾರೆ, ಅವರೊಂದಿಗೆ ಮಾತಾಡುತ್ತ ಊಟ ಮುಗ್ಸಿ ಮಲ್ಗೀ ಬೆಳಗಿನ ತಿಂಡಿಗೆ ಅಲ್ಲಿಗೆ... ಬಂದ್ಬಿಡಿ" ಹೇಳಿದಳು ಆ ಮನುಷ್ಯನ ಬಗ್ಗೆ ಗೌರವವೇ. ಮುಚ್ಚು ಮರೆ ಇಲ್ಲದ ಸಾತ್ವಿಕ ಮನುಷ್ಯ. ಸ್ವಾರ್ಥವಿಲ್ಲದ ಯಾರಾದರೂ ಮೆಚ್ಚುವಂಥ ವ್ಯಕ್ತಿತ್ವ.

ಮಗಳ ವಿವಾಹದನಂತರ ಮನೆಯಲ್ಲಿದ್ದ ಚಿನ್ನ, ಒಡವೆ, ಬೆಳ್ಳಿ ಸಾಮಾನು ಎಲ್ಲಾ ತುಂಬಿಕೊಂಡು ಬಂದಿದ್ದರು. 'ನಿಸ್ಸೊಲುಮೆ'ಗೆ ವ್ಯವಹಾರ ತಿಳಿಯದ ಮುಗ್ಧ.

"ಇದೆಲ್ಲ ಭೂತಾಯಿ ಕೊಟ್ಟಿದ್ದು. ಒಳ್ಳೆ ಮಳೆ, ಬೆಳೆ ಆದಾಗ ಕೂಡಿಟ್ಟಿದ್ದು. ಎಂಥ

ಕಷ್ಟದ ಸಮಯದಲ್ಲೂ ಕೂಡ ಒಮ್ಮೆ ಕೂಡ ಒತ್ತೆ ಇಟ್ಟಿದ್ದಿಲ್ಲ. ಎಲ್ಲಾ... ಅರುಣಾದೇ!" ಮನದುಂಬಿ ಹೇಳಿದ ವ್ಯಕ್ತಿ. ಆಗ ಬಿಂದು ಅಲ್ಲೇ ಇದ್ದಳು. "ಶಾಮಣ್ಣನೋರೆ ನಿಮ್ಮಲ್ಲೇ ಇರಲೀ, ಅರುಣಾಗೆ ಹಾಕಿಕೊಳ್ಳೋಕೆ ಸಾಕಷ್ಟು ಒಡ್ವೇಗಳು ಇವೆ. ಬೇಕೂಂದರೆ ನಾವು ಮಾಡ್ಸಿಕೊಡ್ತೀನಿ. ಶಶಿ ಮಾಡ್ಸಿಕೊಡ್ತಾನೆ. ಸಾಕಷ್ಟು ಬ್ಯಾಂಕ್ ಸಾಲವಿದೆ. ನಿಮ್ಗೇ ಸಮಯಕ್ಕಾಗುತ್ತೆ ಎಂದು ಕೃತಿ ಹೇಳಿದಾಗ ಭಾಸ್ಕರ್ "ಇಲ್ಲೇ ಸೇಫ್ಟಿಯಾಗಿ ಇರುತ್ತೆ. ಅಷ್ಟಕ್ಕೂ ಸಮಯಾದರೇ ಮಗಳು ಕೊಡ್ತಾಳೆ ಬಿಡು" ಇಂಥ ಸಮರ್ಥನೆಯಿಂದ ಒಡವೆ, ಚಿನ್ನ, ಬೆಳ್ಳಿಯಲ್ಲ ಅರುಣಳ ಬೆಡ್‌ರೂಂ ಸೇರಿತು. ಬೀರುನಲ್ಲಿ ಗಟ್ಟಿಯಾಗಿ ಕುಳಿತಿತು.

ಆಮೇಲೆ ಯಾರು ಆ ಬಗ್ಗೆ ಪ್ರಸ್ತಾಪವೇ ಎತ್ತಿರಲಿಲ್ಲ. ಈಗ ಕೃತಿ, ಶಶಿಯ ಬಲವಂತಕ್ಕೆ ಕೊಟ್ಟರೂ ಅರುಣಾಗೆ ಅಸಮಾಧಾನವೇ. ಆಸೆಯ ಹುಡುಗಿ. ಎಲ್ಲವು ತನಗೇ ಬೇಕೆಂಬ ಬಯಕೆ. ಕನಿಷ್ಟ ತಂದೆಯ ಕಷ್ಟದ ಬಗ್ಗೆ ಯೋಚಿಸದ ಇದೇನು ಅಪರೂಪದ ವ್ಯಕ್ತಿತ್ವವಲ್ಲ. ಎದ್ದು ಕಾಣೋದು ಸ್ವಾರ್ಥ.

ಅಂದು ಅರುಣ ಹುಟ್ಟಿದ ಹಬ್ಬ. ಬೆಳಗಿನಿಂದ ಮುಖ ಊದಿಸಿಕೊಂಡೇ ಇದ್ದಳು. ಎದ್ದತಕ್ಷಣ ಶಶಿ ಮಂಚದ ಕೆಳಗೆ ಬೀರುಗಳಲ್ಲಿ, ಅಟ್ಟದ ಮೇಲಿನ ಡಬ್ಬಗಳಲ್ಲಿ ಶೇಖರಿಸಿಟ್ಟ ಎಲ್ಲಾ ವಿಧದ ಚಾಕಲೇಟುಗಳನ್ನು ಗುಡ್ಡೆ ಹಾಕಿ ಸುಸ್ತಾದವನಂತೆ ಕೂತ.

"ಅರು, ಹ್ಯಾಪಿ ಬರ್ತ್ ಡೇ. ಇವತ್ತು ಯಾವುದಾದ್ರೂ ಒಳ್ಳೆಯ ಕೆಲ್ಸ ಮಾಡಿದರೇ, ದೇವರು ನಿಂಗೆ ಎಲ್ಲಾ ರೀತಿಯ ಆರೋಗ್ಯ, ಐಶ್ವರ್ಯ ಎಲ್ಲಾ ಕೊಡ್ತಾನೆ. ಹತ್ತಿರದಲ್ಲೇ ಒಂದು ಅನಾಥಾಶ್ರಮ ಇದೆ. ಇದನ್ನೆಲ್ಲ ಅವ್ರುಗಳಿಗೆ ಹಂಚಿಬಿಟ್ಟರೇ ಎಲ್ಲರೂ ಸಂತೋಷದಿಂದ ನಿಂಗೆ ಹ್ಯಾಪಿ ಬರ್ತ್‌ಡೇ... ಹೇಳ್ತಾರೆ" ಕೋಪ ಮಾಡಿಕೊಳ್ಳದೇ ಪುಸಲಾಯಿಸಿ ಹೇಳಿದ. ಅವಳಿಗೆ ಗಾಬರಿಯೋ... ಗಾಬರಿ. ಈಗಾಗಲೇ ಇವನ ಹುಡುಕಾಟ ನೋಡಿ ಹೆದರಿ ಮುದ್ದೆಯಾಗಿದ್ದಳು. ಭಾಸ್ಕರ್ ತಂದುಕೊಟ್ಟಿದ್ದು ಕರೆದೊಯ್ದು ಕೊಡಿಸಿದ್ದನ್ನೆಲ್ಲ ಎಲ್ಲೆಡೆ ಬಚ್ಚಿಟ್ಟಿದ್ದು ಅದು ದೊಡ್ಡ ಮಟ್ಟದ ರಾಶಿಯಾಗಿತ್ತು. ಅವುಗಳ ಮೇಲೆ ಅವಳದು ವಿಪರೀತ ಪ್ರೀತಿ.

"ಇದೆಲ್ಲ ಯಾರು ಕೊಡ್ಸಿದ್ರೂಂತ ಕೇಳೋಲ್ಲ. ಅದೇ ನಾನು ನಿಂಗೆ ಕೊಡೋ ಗಿಫ್ಟ್. ಅಕ್ಕ, ಭಾವ ಅಂದು ಬಹಳ ಇಷ್ಟದಿಂದ ಹೆಸರನ್ನು ಆಯ್ದು ಇಟ್ಟಿದ್ದಾರೆ..." ನಿಲ್ಲಿಸಿದ. ಅವಳ ಮುಖದಲ್ಲಿ ಒಂದು ರೀತಿಯ ಆತಂಕವಿತ್ತು. ಬಹುಶಃ ಶಶಾಂಕ ಪ್ರಶ್ನಿಸಿದರೇ ಖಂಡಿತ ಉತ್ತರ ಹೇಳಲಾರಳು. ಕೊಡಿಸಿದ ವ್ಯಕ್ತಿ ಎಚ್ಚರಿಸಿದ್ದ. 'ಯಾರ್ಗೂ ಹೇಳ್ಬಾರ್ದು.' ಆದರೆ ಎಂದಾದರೂ ಸತ್ಯ ಹೊರಬಂದರೇ, ಮುಂದೇನು... ಆ ಮೂರ್ಖನಿಗೆ ಅದರ ಅರಿವು ಇರಬೇಕಿತ್ತು. ಅಷ್ಟೊಂದು ಮೂರ್ಖತ್ವವೇ?

"ಹೇಳಿ ಶಾಮಣ್ಣನೋರ ಮಗಳೇ. ಸದ್ಯಕ್ಕೆ ನಿನ್ನ ಹುಟ್ಟಿದ ಹಬ್ಬಕ್ಕೆ ತೋಚಿದ್ದಿಷ್ಟೆ." ಮಂಚದ ಮೇಲೆ ಆರಾಮಾಗಿ ಕೂತ, ಅಲ್ಲೇ ನಿಂತಿದ್ದಳು "ನಿಂಗೆ ಸಮ್ಮತ ತಾನೇ?" ಮತ್ತೆ ಕೇಳಿದ ಮತ್ತಷ್ಟು ಅವಳ ತಲೆತಗ್ಗಿತು. ಖಂಡಿತ ಕೊಡೋ ಇಷ್ಟವಿಲ್ಲ.

ಆವೇಳೆಗೆ ಸುವರ್ಣಮ್ಮನ ದನಿ "ಅಕ್ಕ ಕರೀತಾ ಇದ್ದಾರೆ" ಎಂದಾಗ ಪಿಳಿಪಿಳಿ ಬಿಟ್ಟಳು ಕಣ್ಣುಗಳನ್ನ. "ನಂಗೆ ತೋಚಿದ್ದು ಇಷ್ಟು. ನಿನ್ನ ಹುಟ್ಟಿದ ಹಬ್ಬದ ದಿನ. ಇದು ಬೆಸ್ಟ್ ಆಚರಣೆ ಅಂತ ನನ್ನ ಅನಿಸಿಕೆ. ನೀನು ಯೋಚ್ನೇ ಮಾಡಿ ತಿಳ್ಸು" ಎಂದೂ ಬಾಗಿಲಿನವರೆಗೂ ಹೊರಟವನು ನಿಂತು ಹಿಂದಕ್ಕೆ ತಿರುಗಿ "ಇಲ್ಲ, ಯಾರು ಕೊಡಿಸಿದ್ರೋ, ಅವ್ರಿಗೆ ಹಿಂದಿರುಗಿಸಿ ಬಿಡು. ಏನ್ಮಾಡ್ತೀಯೋ ನೋಡೋಣ" ಹೊರಗೆಹೋದ ಶಶಾಂಕ್.

ಡೈನಿಂಗ್ ಟೇಬಲ್ ಮುಂದೆ ಇದ್ದ ಕೃತಿಕಾ "ಅದು ಫೇವರಿಟ್ ಗುಲಾಬ್ ಜಾಮೂನ್. ನಾನೇ ಸ್ವತಃ ಮಾಡಿದ್ದೀನಿ. ನೀನು ರಜ ತಾನೇ? ಎಲ್ಲಿಗಾದ್ರೂ ಕರ್ಕೊಂಡ್ ಹೋಗು. ಅವ್ಳಿಗೆ ಬೇಕೂಂತ ಅನ್ನಿಸೋ ಗಿಫ್ಟ್ ಕೊಡ್ಸು. ಇವತ್ತು ಅವಳ ಬರ್ತ್ ಡೇ ಕಿರಿಕಿರಿ ಮಾಡ್ಬೇಡ" ಸ್ವಲ್ಪ ಸಂಭ್ರಮದಿಂದಲೇ ಕೃತಿಕಾ ಹೇಳಿದ್ದು. ಶಶಾಂಕ್ ತಲೆ ಕೆರೆದುಕೊಂಡು "ನಮ್ಮ ಮ್ಯಾರೇಜ್ ಆನಿವರ್ಸರಿಯನ್ನ ಗಂಗೋತ್ರಿ ಓಲ್ಡ್ ವಾಚ್ ಹೋಂನಲ್ಲಿ ಆಚರಿಸಿದ್ವಿ. ಈಗ ಯಾವುದಾದ್ರೂ... ಅನಾಥಾಶ್ರಮದಲ್ಲಿ ಅಂದ್ಕೊಂಡಿದ್ದೀನಿ. ಅದಕ್ಕೆ ನಿನ್ನ ಪರ್ಮಿಷನ್ ಬೇಕು. ಅಂಥದಕ್ಕೆಲ್ಲ ಭಾವನ ಸಪೋರ್ಟ್ ಇದ್ದೇ ಇರುತ್ತೆ" ಹೇಳಿದ. ಕೊನೆಯ ವಾಕ್ಯದಲ್ಲಿ ವ್ಯಂಗ್ಯವಿದೆಯಾಂತ ಅವನನ್ನು ನಿಟ್ಟಿಸಿ ನೋಡಿದಳು. ಅಂಥದೇನು ಕಾಣದಿದ್ದರೂ ಎಲ್ಲೋ ವಿಷಾದವಿದೆಯೆನಿಸಿ ಬೆಚ್ಚಿದಳು. ಆದರೂ ಚೇತರಿಸಿಕೊಂಡು "ಅದು, ಓಕೇನೇ... ಶಾಮಣ್ಣನೋರು ಬರ್ತಾ ಇದ್ದಾರೆ, ಸದ್ಯಕ್ಕೆ ಬಿಂದು, ಅವ್ರ ಮನೆಯ ಕೆಲ್ಸ ಹುಡ್ಗೀ ಗೆಸ್ಟ್, ರಾತ್ರಿ ಬೇಕಾದರೇ, ನಿನ್ನ ಕೋಲೀಗ್ಸ್ ಇನ್ವಿಟ್ ಮಾಡು..." ಹೇಳುತ್ತಹೋದಾಗ ಕೈಯೆತ್ತಿ ತಡೆದ. "ಸದ್ಯಕ್ಕೆ ಅಂಥದೆಲ್ಲ ಏನ್ಬೇಡ. ನಾನು, ಅರುಣ ಇಲ್ಲಿರೋ ಹತ್ತಿರದಲ್ಲಿರೋ ಅನಾಥಾಶ್ರಮಕ್ಕೆ, ಒಂದಿಷ್ಟು ಚಾಕಲೇಟ್ ಕೊಟ್ಟು, ಅವ್ರಿಂದ ವಿಷಸ್ ಪಡೆದುಕೊಳ್ಳೋದು, ನಂತರ ಮನೆಯಲ್ಲಿ ನಿನ್ನ ಕೈ ಅಡ್ಗೇ... ಊಟ. ಇಂಥ ಒಂದು ಕಾರ್ಯಕ್ರಮ. ಬಿಂದು ಅತ್ತೆ ಶ್ರೀಲಕ್ಷ್ಮಿಗೆ ಕಾಲ್ ಮಾಡಿ ಒಂದು ನಾಲ್ಕು ಜನ ಹಿರಿಯರನ್ನ ಕರ್ಕೊಂಡ್ ಬನ್ನಿ, ಆಶೀರ್ವದಿಸೋಕೇ ಅಂತ. ಇದಕ್ಕೆಲ್ಲ ನಿನ್ನ, ಭಾವನ ಒಪ್ಗೇ ಇರುತ್ತೆ ಅಂತ ನಮ್ಮಿಬ್ರು... ಅಂದುಕೊಂಡಿದ್ದೀವಿ." ಅವನೇ ಎಲ್ಲಾ ಹೇಳಿಬಿಟ್ಟಾಗ ಕೃತಿಕಾ ಕಕ್ಕಾಬಿಕ್ಕಿಯಾದರು. "ಓಕೇ, ಅವ್ರುಗಳು... ಬರೋದಾದರೇ ಅಲ್ಲೇ ಅನಾಥಾಶ್ರಮದಲ್ಲಿ ಊಟ ಮಾಡೋಣ. ಅಲ್ಲಿ ಕೊಡೋಕೇನಾದ್ರು ಸ್ವೀಟ್ಸ್ ತರಿಸಬೇಕಲ್ಲ. ಎಷ್ಟು ಜನ ಇದ್ದಾರಂತೆ. ಒಂದಿಷ್ಟು ಡಿಟೈಲ್ಸ್ ತಗೊಂಡಿದ್ದೀಯ? ಪರವಾಗಿಲ್ಲ. ಎಲ್ಲಾ ಜವಾಬ್ದಾರಿ ನೀನೇ ವಹಿಸಿಕೊಳ್ಳೋಕೆ... ಶುರು ಮಾಡಿದ್ದೀ. ಥ್ಯಾಂಕ್ಯೂ ಮೈ ಸನ್.." ಅಂದ. ಕೂಡಲೇ ಕೃತಿಕಾ ಕಾಲು ಬಳಿ ಬಗ್ಗಿ ಪಾದಗಳ ಮೇಲೆ ತಲೆಯೂರಿ ಬಿಕ್ಕಳಿಸಿದಾಗ ಅವಳಿಗೆ ಗಾಬರಿ. ಹೌದು, ಮೊದಲ ಸಲ 'ಮೈ ಸನ್' ಎಂದಿದ್ದು ಅಂಥ ಒಂದು ಭಾವ ಬೆಳೆಸಿಕೊಂಡಿದ್ದರು ಇಂದೇ ಹೊರಹಾಕಿದ್ದು.

"ಏಲೋ ಶಶಿ, ಇದೇನೋ ಇದು ವಿಪರೀತ. ಕಾನೂನುಪ್ರಕಾರ ನಾನು ನಿನ್ನ ದತ್ತು ಪಡೆದಿದ್ದೀನಿ. ಮಗ ಅನ್ನೋ ರೈಟ್ಸ್ ನಿಂಗೂ ಇದೆ. ಅಮ್ಮ ಅನ್ನೋ ರೈಟ್ಸ್ ನಂಗೂ ಇದೆ. ಸನ್... ಅನ್ನೋ ಪದಕ್ಕೆ ಇಷ್ಟೊಂದು ಎಕ್ಸೈಟ್ ಆದ್ಯ? ಪ್ಲೀಸ್... ಕ್ವಿಕ್... ಸಾಕಷ್ಟು ಕೆಲ್ಸ ಇದೆ." ಎಬ್ಬಿಸಿದರು. ಆ ಪದ ಬಳಕೆಗೆ ಇನ್ನೊಂದು ಕಾರಣವಿತ್ತು.

ಹಿಂದಿನ ದಿನ ಭಾಸ್ಕರ್ "ಅಮ್ಮನ ವರಾತ ಜಾಸ್ತಿಯಾಗಿದೆ. ಜಾತಿ ಪ್ರಶ್ನೆ ಎತ್ತಿಕೊಂಡು ಶಶಾಂಕ್ ಬಗ್ಗೆ ಬೇಜಾರು ಮಾಡ್ಕೊಂಡ್ರು. ಅವ್ನ ಹಿನ್ನೆಲೆ ಸರಿಯಾಗಿಲ್ವಂತೆ. ಅವ್ರು ತುಂಬ ಸುಳ್ಳು ಹೇಳಿದ್ದಾರೆ. ಅವ್ನ ಹುಟ್ಟಿನ ಬಗ್ಗೇನೆ ನಿಖರತೆ ಇಲ್ಲ. ಇದೆಲ್ಲ ಈಚೆಗೆ ತಿಳಿದ್ಮೇಲೆ ರಾಂಗ್ ಆಗಿದ್ದಾರೆ. ಏನೋ ಕರುಣೆಯಿಂದ ವಿದ್ಯೆ, ಬುದ್ಧಿ ಕಲಿಸಿದ್ದೀವಿ. ಅವ್ನು ಹೊರ್ಗೇ ಹೋಗ್ಲಿ" ಇಂಥದೊಂದು ಸಂದೇಶ ಕೊಟ್ಟು ಹೊರನಡೆದಿದ್ದರು. ಆ ಕ್ಷಣ ಕತ್ತು ಪಟ್ಟಿ ಹಿಡಿದು ಕೇಳಬೇಕೆನಿಸಿತ್ತು. ಅದು ಇನ್ನು ಮೈಂಡ್‌ನಲ್ಲಿ ಉಳಿದು ಹೋಗಿತ್ತು. ಆ ಪ್ರಸಕ್ತಿಯೇ ಶಶಿ. ಶಶಾಂಕ್ ಎನ್ನುವುದು ಬದಲಾಗಿ 'ಮಗ' ಎನ್ನುವ ಸಂಬೋಧನೆ ಬಂದಿರಬಹುದು.

ಇಂದು ಭಾಸ್ಕರ್ ರೂಂಬಿಟ್ಟು ಬಂದಿರಲಿಲ್ಲ. ಶಶಾಂಕ್‌ನ ಕಳಿಸಿ ರೂಮಿಗೆ ಬಂದ ಕೃತಿಕಾ "ಎಂದಿನಿಂದ ನಿಮ್ಗೇ ಶಶಿಯ ಹುಟ್ಟಿನ ಭೂತ ಕಾಡ್ತೋಕೆ ಶುರುವಾಗಿದೆ? ನಿಮ್ಮಮ್ಮನದು ಲಿಮಿಟ್ ನಾಲೆಡ್ಜ್. ಒಂದು ಸಣ್ಣ ಬಾವಿಯಲ್ಲಿ ಸೇರಿಕೊಂಡ ಕಪ್ಪೇ, ತಾನು ತಿಳದಿದ್ದೇ ಜಗತ್ತು ಎಂದು ವಟಗುಟ್ಟುತ್ತೆ. ಅವ್ರು ಹೇಳಿದೆಲ್ಲ ಮನಸ್ಸಿನಲ್ಲಿ ಇಟ್ಕೊಂಡ್ ಏನೇನೋ ಮಾತಾಡ್ಬೇಡಿ. ಕುವೆಂಪು ವಿಶ್ವ ಮಾನವ ಗೀತೆ ಬರೆದಾಗ, ಅವ್ರು ಪ್ರಾರಂಭಿಸಿದ್ದೇ ವಿವೇಕಾನಂದರ ಸಂದೇಶದಿಂದ No man is born to any religion. Every man has a religion in his soul. Let there be as many religions as there are human beings in this world. ಪ್ರತಿಯೊಂದು ಮಗುವು ಹುಟ್ಟುತ್ತಲೇ ವಿಶ್ವಮಾನವ ಬೆಳೆಯುತ್ತ ನಾವು ಅದನ್ನು ಅಲ್ಪ ಮಾನವನಾಗಿ ಮಾಡುತ್ತೇವೆ. ಮತ್ತೆ ಅದನ್ನು ವಿಶ್ವಮಾನವನನ್ನಾಗಿ ಮಾಡುವುದೇ ವಿದ್ಯೆಯ ಗುರಿಯಾಗಬೇಕು. ಮೊನ್ನೆ ವಿವೇಕಾನಂದ ಸ್ವಾಮೀಜಿಯವ್ರು ಇದನ್ನೇ ಒತ್ತಿ ಹೇಳಿದ್ರು. ಅವ್ರ ಉಪನ್ಯಾಸ ಕೇಳಿದ್ಮೇಲೆ ನನ್ನಲ್ಲೇ ಎಷ್ಟೋ ಬದಲಾವಣೆಗಳು ಆಗಿವೆ." ಸೂಕ್ಷ್ಮವಾಗಿ ಹೇಳಿದ್ದು "ಐ ಡೋಂಟ್ ಲೈಕ್ ಕೃತಿ, ನಾನು ಸನ್ಯಾಸಿಯಲ್ಲ ಸಂಸಾರಿ, ನಂಗೆ ಬೇರೆ ತರಹ ವಿಚಾರ ಮಾಡೋಕೆ, ತರ್ಕಿಸೋಕೆ ನನ್ನಿಂದ ಸಾಧ್ಯವಿಲ್ಲ. ನಂಗೂ ಒಂದ್ಮಗು ಬೇಕೆನಿಸುತ್ತ ಇದೆ" ಬಹುಶಃ ಕೊನೆಯ ವಾಕ್ಯ ಅರಿವಾಗದಂತೆ ನಾಲಿಗೆಯಿಂದ ಜಾರಿರಬೇಕು. ಆದರೆ ಅವನದೇ ಮಗು ಭೂಮಿಗೆ ಬರುವುದು ಸಾಧ್ಯವಿರಲಿಲ್ಲ.

ತಟ್ಟನೆ ಕೃತಿ ಭಾಸ್ಕರ ಮುಖ ನೋಡಿದಳು. ನೋಟ ಬೇರೆಡೆ ತಿರುಗಿಸಿಕೊಂಡು ಹೊರಹೋದ.

ಕಾರಿನ ಡೋರ್‌ನ ಬಳಿಗೆ ಬಂದ ಕೃತಿ "ಶಶಿ ಈ ದಿನದ ಪ್ರೋಗ್ರಾಂ ಬಗ್ಗೆ ನಿಮ್ಗೇ ಹೇಳೋಣಾಂತ ಇದ್ದ. ಇವತ್ತು ಅರು... ಬರ್ತ್ ಡೇ. ಇಂಥ ಸಂದರ್ಭಗಳು ಅಪರೂಪ. ಒಳ್ಗೇ ಬಂದು ವಿಶ್ ಮಾಡಿ ಹೋಗಿ" ಒತ್ತಾಯ ಮಾಡಿದಳು. ಅರುಣಳನ್ನ ನೋಡಬೇಕೆಂಬ ಬಯಕೆ ಇತ್ತು. ಅದನ್ನು ಅದುಮಿಡಲು ತತ್ತರಿಸಿದ. "ಬೇಗ್ಬರ್ತಿನಿ..." ಕಾರಿನ ಚಕ್ರಗಳು ಮುಂದಕ್ಕೆ ಉರುಳಿತು. ಭಾಸ್ಕರ್‌ಗೆ ಏನಾಗಿದೆ? ವಿವೇಚನಾರಹಿತ ಯಾವ ಮಾಯೆ ಆವರಿಸಿಕೊಂಡಿದೆ? ಅರುಣ ಯಾರು? ಲೆಕ್ಕದಲ್ಲಿ ಸೊಸೆ... ಮಗಳು!

ಕೃತಿಕಾ ತತ್ತರಿಸಿಹೋದಳು. ಶಶಾಂಕ್ ಕಾಲಿಡಿದ ದೃಶ್ಯ ಅವಳ ಕಣ್ಮುಂದೆ ಬಂದುನಿಂತಿತು. ಪೂರ್ತಿ ಚಲಿಸಿಹೋದಳು. ಸುವರ್ಣಮ್ಮ ಮೊಬೈಲ್ ಹಿಡಿದು ಬಂದು ಅಮ್ಮ, ನಿಮ್ಗೇ ಕೊಡೀಂದ್ರು ಶಶಿ ಅಣ್ಣ "ಹಲೋ ಕೃತಿ, ಅಂದಿನ ಹಾಗೇ, ಇಂದು ಬಾನಿ ಮಿಸ್ ಆಗೋಹಂಗಿಲ್ಲ. ಕಟ್ಟಿ ಹಾಕ್ಬಿಡು..." ಬಿಂದು ದನಿ ಮೊಳಗಿದಾಗ, ಅವಳ ಮುಖದಲ್ಲಿ ನಿರಾಸೆ ಇಣುಕಿತು. ಬಹುಶಃ ಎದುರಿಗಿದ್ದಿದ್ದರೇ ಬಿಂದು ಗುರುತಿಸಿರುತ್ತಿದ್ದಳೇನೋ "ಅವು ಹಾರಿ ಹೋಗಿ ಆಯ್ತು. ರಿಯಲ್ ಎಸ್ಟೇಟ್ ಅಂತ ಹಚ್ಕೊಂಡ್ಮೇಲೆ... ಇಂಥದಕ್ಕೆಲ್ಲ ಸಮಯವೇ ಇಲ್ಲ" ಎಂದಳು ನೀರಸವಾಗಿ.

"ಸಾರಿ ಕಣೇ ಅದೇ ಹೆಣ್ಣು ಗಂಡನ್ನ ಕಟ್ಟಿ ಹಾಕ್ತಾಳಂತಲ್ಲ, ಅಂಥ ಪ್ರಯೋಗವೇನಾದ್ರೂ ಮಾಡ್ಬೇಕಾಗಿತ್ತು." ಗೆಳತಿಯ ಮಾತುಗಳಿಗೆ ಇವಳ ನಗುವೆ ಉತ್ತರ. "ಆ ವಿಚಾರ ಬಿಡು. ನನ್ನಿಂದ ಸಾಧ್ಯವಿಲ್ಲ. ಶ್ರೀಲಕ್ಷ್ಮಿನ ಶಶಿ ಆಹ್ವಾನಿಸಿದಾನಂತಲ್ಲ, ಹೇಗೂ ರಜ ಹಾಕಿದ್ದೀಯಂತಲ್ಲ. ನೇರವಾಗಿ ಇಲ್ಲಿಗೆ ಬಂದ್ಬಿಡು, ನಂಗೂ ಹೆಲ್ಪ್ ಆಗುತ್ತೆ. ಹಿಂದೆ ಇಬ್ರೇ ಸಾಕೂನ್ನೋ ಮನೋಭಾವವಿತ್ತೇನೋ, ಈಗ ಮನಸ್ಸು ಸಂಬಂಧಿಕರನ್ನ, ಸ್ನೇಹಿತರನ್ನ ಬಯಸುತ್ತೆ. ಅದ್ನೆಲ್ಲ ನೀನೇ ತುಂಬಿಕೊಡ್ಬೇಕು" ಎಂದು ಹೇಳಿ ಕೃತಿಕಾ ಹೊರಬಂದಾಗ ಅರುಣ ಮುಂದಿನ ಬಾಲ್ಕನಿಯ ಮೂಲೆಯಲ್ಲಿ ನಿಂತು ಮಾತಾಡುತ್ತಿದ್ದಳು. ಪಿಸುದನಿಯೇ ಆದರೆ ಸ್ಪಷ್ಟವಾಗಿ ಕೇಳುತ್ತಿತ್ತು.

ಮೊದಲು ಅರುಣಳ ಕಿಲಕಿಲ ನಗು "ಖಂಡಿತ ನೀವು ನನ್ನ ಬರ್ತ್ ಡೇಗೆ ಚೆನ್ನದ ಬಳೆಗಳನ್ನೆ ಗಿಫ್ಟ್ ಆಗಿ ಕೊಡ್ಬೇಕು. ಅದೇ... ಡಿಸೈನ್... ಪ್ಲೀಸ್... ಭಾವ" ಮಗುವಿನಂತೆ ಉಲಿಯುತ್ತಿದ್ದುದ್ದು ಕೇಳಿಸಿದಾಗ, ನಿಂತ ನೆಲ ಕುಸಿದಂತಾಯಿತು ಕೃತಿಕಾಗೆ.

ಇವಳು ಗಿಫ್ಟ್‌ಗಳ ಹಿಂದೆ ಬಿದ್ದಿದ್ದಾಳೆ. ಅದನ್ನು ಭಾಸ್ಕರ್ ಹೇಗೆ ಬಳಸಿಕೊಳ್ಳಬಹುದು? ಈ ಆಸೆಗಳು ಎಷ್ಟೋ ಅನಾಹುತಗಳಿಗೆ ಮಾತ್ರವಲ್ಲ, ದುರಂತ ಸಾವು, ಆತ್ಮಹತ್ಯೆಗಳಿಗೆ ಕಾರಣವಾಗುತ್ತೆ.

ಕೃತಿಕಾಗೆ ತಲೆ ಕೆಟ್ಟಂತಾಯಿತು. ಇದಕ್ಕೆ ಒಂದು ಅಂತ್ಯ ಹಾಡಲೇಬೇಕೆನಿಸಿತು. ಅಷ್ಟರಲ್ಲಿ ಬಂದ ಶಶಿ ಎಳೆದೊಯ್ದು ಎರಡು ದೊಡ್ಡ ರಟ್ಟಿನ ಬಾಕ್ಸ್‌ಗಳ ಮುಂದೆ ನಿಲ್ಲಿಸಿದ.

"ಇವು ಅನಾಥಾಶ್ರಮದ ಮಕ್ಕಳಿಗೆ. ನಮ್ಮ ಅರು ಹುಟ್ಟಿದ ಹಬ್ಬದ ದಿನ ಇದನ್ನೆಲ್ಲ ಅವ್ರುಗಳಿಗೆ ಕೊಡೋಕೆ ತಯಾರಿ ಮಾಡಿದ್ದಾಳೆ. ನಿರ್ಣಯ ಅವಳದೇ. ನಾನು ಸಾಥ್ ಕೊಟ್ಟೆ. ಇದ್ರಲ್ಲಿ ಎಲ್ಲಾ ಬ್ರಾಂಡ್, ಎಲ್ಲಾ ಬೆಲೆಯ ಚಾಕಲೇಟುಗಳು ಇದೆ. ಹಲ್ಲುನೋವಿನ ತೊಂದರೆ ಇರೋದ್ರಿಂದ ಚಾಕಲೇಟ್ ತಿನ್ನೋದು ಬಿಟ್ಟಿದ್ದಾಳೆ. ಸುಮ್ನೇ ಹಾಳಾಗೋ ಬದ್ಲು ಅಲ್ಲಿನ ಮಕ್ಕಳಾದ್ರೂ ತಿನ್ನಲಿ" ಎಂದ ಸ್ವಾಭಾವಿಕವಾಗಿ, ಆ ಚಾಕಲೇಟುಗಳನ್ನು ಕೊಡಿಸಿದ್ದು ಶಶಾಂಕ್ ಅಲ್ಲ, ಶಾಮಣ್ಣ ಅಲ್ಲ, ಕೃತಿಕಾ ಅಂತು ಅಲ್ಲವೇ ಅಲ್ಲ. ಭಾಸ್ಕರ್ ಕೊಡಿಸಿದ್ದರು ಒಪ್ಪಿಕೊಳ್ಳಲಾರ! ಒಪ್ಪಿಕೊಳ್ಳಬಹುದಾ? ಅಂಥ ಪ್ರಯತ್ನ ಮಾಡಿದರೇ? ಪ್ರಯತ್ನ ಮಾಡುವ ಮುನ್ನವೇ ಸನಿಹಕ್ಕೆ ಬಂದ ಶಶಾಂಕ್ "ಭಾವ ಹೊರಟೇಬಿಟ್ರಾ?

ಮೈ ಗಾಡ್... ಒಂದು ಇಂಪಾರ್ಟೆಂಟ್ ವಿಷ್ಯ ಹೇಳ್ಬೇಕಿತ್ತು. ಕಾಲ್... ಮಾಡ್ತೀನಿ" ರೂಂಗೆ ಹೋದ. ಆದರೆ ಕೈಗೆತ್ತಿಕೊಂಡಿದ್ದು ಅರುಣಳ ಮೊಬೈಲ್ "ಹಲೋ... ಭಾವ..." ಆ ಮನುಷ್ಯ ಪ್ರತಿಕ್ರಿಯಿಸುವ ಮುನ್ನವೇ "ಅರೇ, ನೀವು ಅರುಣಗೆ ವಿಶ್ ಮಾಡದೇ ಹೊರಟದ್ದೀರಾ? ಇವತ್ತು ಎಲ್ಲಾ ಹೋಗಿ ಹತ್ತಿರದಲ್ಲಿರೋ ಅನಾಥಾಶ್ರಮದ ಮಕ್ಕಳಿಗೆ ಚಾಕಲೇಟು ಡಿಸ್ಟ್ರಿಬ್ಯೂಷನ್ ಮಾಡೋದು..." ಇನ್ನ ಇತರ ವಿಷಯಗಳನ್ನು ಹೇಳಿದ... "ಇಷ್ಟೆಲ್ಲ, ಬೇಕಾ? ಯಾವುದಾದ್ರೂ... ಒಂದು ಹೋಟಲ್‌ನಲ್ಲಿ ಪಾರ್ಟಿ ಅರೇಂಜ್ ಮಾಡಬಹುದಿತ್ತು" ಆ ಕಡೆಯಿಂದ ಗುರ್ ಎಂದರು. ಈಗ ಅವರ ಬಗ್ಗೆ ಮೊದಲಿನಷ್ಟು ವಿಧೇಯತೆಯೇನೂ ಇರಲಿಲ್ಲ.

"ಪಾರ್ಟಿಗಳನ್ನು ಮಾಡಿಕೊಳ್ಳೋದು ಬೇರೆ ಬೇರೆ ಕಾರಣಕ್ಕೆ. ನಂಗೆ ಇಂಟರೆಸ್ಟ್ ಇಲ್ಲ. ಭಾವ ನೀವು ವಿವೇಕಾನಂದ ಸ್ವಾಮೀಜಿಯವರ ಉಪನ್ಯಾಸ ಕೇಳಿದಾಗ ಅವರು ಸ್ವಾಮಿ ವಿವೇಕಾನಂದರ ಒಂದು ಮಾತನ್ನು ಹೆಕ್ಕಿ ತೆಗೆದು ಹೇಳಿದರು. ಮನಸ್ಸು ಮತ್ತು ಹೃದಯ ಎರಡರಲ್ಲಿ ಯಾವುದರ ಮಾತು ಕೇಳಬೇಕು ಎಂಬ ದ್ವಂದ್ವದಲ್ಲಿ ಮುಳುಗಿದಾಗ ಯಾವತ್ತು ಹೃದಯದ ಮಾತನ್ನು ಕೇಳಿ" ಇದೊಂದು ಅದ್ಭುತವಾದ ಮಾತು ಭಾವ. ಈ ಮಾತುಗಳ ಅನುಸರಣೆಯಿಂದ ಎಷ್ಟೋ ಅನಾಹುತಗಳಿಂದ ಪಾರಾಗಿದೆ. ಇವತ್ತು ಕೇಳಿದ್ದು ಹೃದಯದ ಮಾತನ್ನೆ. ಪ್ಲೀಸ್ ನೀವು ಜಾಯಿನ್ ಆಗ್ಬೇಕೂಂತ ನನ್ನದು ಮಾತ್ರವಲ್ಲ ಎಲ್ಲರ ಆಸೆ. ಇದು ರಿಕ್ವೆಸ್ಟ್ ಅಂದ್ಕೊಳ್ಳಿ... ನವಿರಾಗಿಯೇ ಹೇಳಿದ. "ನೋಡೋಣ..." ಎಂದು ಕಾಲ್‌ಕಟ್ ಮಾಡಿದಾಗ ಕೆಳತುಟಿಯನ್ನು ಕಚ್ಚಿಡಿದಾಗ ಅವನ ಕಣ್ಮುಂದೆ ತೇಲಿದ್ದು ಕೃತಿಕಾ ತುಂಬು ವಿಗ್ರಹ ಕಣ್ಣುಗಳು ಪ್ರೇಮದ ಜ್ಯೋತಿಗಳಂತೆ ಹೊಳೆಯುತ್ತಿತ್ತು. ಕಚ್ಚಿಡಿದ ತುಟಿಗಳು ಸಡಿಲವಾದವು.

ಇವರು ಹೊರಡುವ ವೇಳೆಗೆ ಬಿಂದು, ಶ್ರೀಲಕ್ಷ್ಮಿಯ ಜೊತೆ 'ಗಂಗೋತ್ರಿ ಹೋಂ'ನ ಒಂದಿಷ್ಟು ಹಿರಿಯರು ಬಂದು ಜಾಯಿನ್ ಆಗಿದ್ದು ಸಂತಸ ತಂದಿತು. ಆ ವೇಳೆಗೆ ಭಾಸ್ಕರ್‌ನಿಂದ ಕೃತಿಕಾಗೆ ಕಾಲ್.

"ಅರುಣ ಇಟ್ಕೊಂಡಿರೋದು ಯಾಕೆ ತೆಗೊಂಡ್ಹೋಗಿ ಕೊಡ್ತಾನೆ? ಮಾಲ್‌ನಲ್ಲಿ ಚಾಕಲೇಟ್‌ಗಳ್ನ, ಪರ್ಚೇಸ್ ಮಾಡಿ ತಗೊಂಡ್ಹೋಗಿ ದಾನ ಕೊಡ್ಲಿ! ಅದ್ರ ಕಾಸ್ಟ್ ಬೇಕಾದರೇ ನಾನು ಕೊಡ್ತೀನಿ" ಭಾಸ್ಕರ್ ಹೇಳಿದ. ಅವಿವೇಕಿನ? ಸಂಬಂಧಗಳ ಸೂಕ್ಷ್ಮತೆ ಗೊತ್ತಿಲ್ಲವಾ? ಶಶಾಂಕ್ ಪ್ರಶ್ನೆ ಎತ್ತಿದರೇ ಘಟಾಸ್ಫೋಟ. ಯಾಕೆ ಅರ್ಥವಾಗೋಲ್ಲ. ಬಹಳ ಸಂಯಮದಿಂದ "ಅದು ಅವ್ರ ಪರ್ಸನಲ್. ಹಿರಿಯರಾದ ಮಾತ್ರಕ್ಕೆ ಪ್ರತಿಯೊಂದಕ್ಕೂ ತಲೆ ಹಾಕ್ಬಾರ್ದು. ಅದ್ರಿಂದ ನಿಮ್ಗೇನು... ಪ್ರಾಬ್ಲಮ್? ಈಗಾಗ್ಲೇ ಹಲ್ಲುಗಳ ನೋವಿನಿಂದ ಸಫರ್ ಆಗ್ತಾ ಇದ್ದಾಳೆ. ಮೊನ್ನೆ ಶಶಿ ಬೇರೆ ಡೆಂಟಿಸ್ಟ್ ಹತ್ರ ಕರ್ಕೊಂಡ್ ಹೋಗಿದ್ನಂತೆ. ಯಾವ್ದೇ ಕಾರಣಕ್ಕೆ ಅರುಣ ಚಾಕಲೇಟ್ ತಿನ್ನಬಾರ್ದೂಂತ ಹೇಳಿದ್ದಾರಂತೆ. ಸುಮ್ನೇ ಇಟ್ಕೊಂಡ್ ಏನ್ಮಾಡ್ತಾಳೆ? ನೀವು ಬರ್ತಾ ಇದ್ದೀರಾ... ತಾನೇ?" ಕೇಳಿದವಳು ಕಾಲ್‌ಕಟ್ ಮಾಡಿದ ಕೃತಿಕಾ ಮನದಲ್ಲಿ ಪ್ರಸನ್ನತೆಯನ್ನು ಎಳೆದು ತರಲು

ಬಹಳ ಕಷ್ಟಪಡಬೇಕಾಯಿತು. ಕೆಲವೊಮ್ಮೆ ಭಾಸ್ಕರ್‌ನ ಕೆನ್ನೆಗೆ ಬಾರಿಸಬೇಕೆನಿಸುತ್ತಿತ್ತು.

ಅನಾಥಾಶ್ರಮದ ಹುಡುಗರಿಗೆ ಶಾಲೆಗೆ ರಜೆ ಇದ್ದ ಕಾರಣ, ಅವರೇ ಬಂದವರಿಗೆ ಕೂಡ ಊಟದ ಏರ್ಪಾಟು ಮಾಡಿದ್ದರಿಂದ, ಒಂದು ರೀತಿಯ ಸಡಗರ ಸಂಭ್ರಮ. ಊಟದ ನಂತರ ಶಶಾಂಕ್ ಚಾಕಲೇಟ್ ಬಾಕ್ಸ್‌ಗಳನ್ನು ಓಪನ್ ಮಾಡಿದ. ವಿವಿಧ ನಮೂನೆಯ ಬಣ್ಣಬಣ್ಣದ ರ್‍ಯಾಪರ್‌ನಿಂದ ಸುತ್ತಲ್ಪಟ್ಟ ಚಾಕಲೇಟುಗಳ ರಾಶಿ. ಕೃತಿಕಾ, ಅರುಣಾನ ಕಡೆ ನೋಡಿದಳು. ಅವಳು ಮಂಕಾಗಿದ್ದನ್ನು ನೋಡಿ ಶಶಾಂಕ್‌ನ ಹತ್ತಿರಕ್ಕೆ ಕರೆದು ಕೇಳಿದ್ದಳು.

"ಇದು ಬೇಕಿರಲಿಲ್ಲ! ಅರುಣಗೆ ಇಷ್ಟವಿಲ್ಲ. ಎಷ್ಟು ಡಿಪ್ರೆಸ್ ಆಗಿದ್ದಾಳೆ. ನೋಡು" ಸಣ್ಣಗೆ ಆಕ್ಷೇಪಿಸಿದಾಗ "ಪ್ಲೀಸ್, ನನ್ನ ನಿಷ್ಠೂರ ಮಾಡ್ಬೇಡಿ. ಅವಳ್ನೇ ಬೇಕಾದರೆ, ಕೇಳಿ. ಈಗ್ಲೂ ಇದನ್ನೆಲ್ಲ ವಾಪಸ್ಸು ತಗೊಂಡ್ಹೋಗೋಣ. ಹತ್ತಿರದಲ್ಲಿರೋ ಮಾಲ್‌ನಿಂದ ಚಾಕಲೇಟ್ಸ್ ಜೊತೆಗೆ ಬಿಸ್ಕತ್‌ಗಳ್ನ ಕೂಡ ತರ್ತೀನಿ" ಅಂದವ ನಿಂತಿದ್ದ ಅರುಣಾನ ಕೈ ಹಿಡಿದು ಕರೆತಂದು "ಈ ಚಾಕಲೇಟ್, ಕೊಡೋಕೆ ನೀನೇ ತಾನೇ ಹೇಳಿದ್ದು?" ಕೇಳಿದ್ದು. ಅವಳು ಹೌದು ಎನ್ನುವಂತೆ ತಲೆದೂಗಿ ಗಂಡನತ್ತ ನೋಡಿ "ಹಲ್ಲು ಪ್ರಾಬ್ಲಮ್..." ಅಷ್ಟೆ ಹೇಳಿದ್ದು. ಶಶಿ ಅವಳಿಗೆ ಒಂದು ಸವಾಲ್ ಇಟ್ಟಿದ್ದ. "ನೋಡು ಇವತ್ತು ಈ ಚಾಕಲೇಟ್ಸು ಪೂರ್ತಿ ಡಿಸ್ಟ್ರಿಬ್ಯೂಷನ್ ಆಗ್ಬೇಕು. ಇಲ್ಲ ಇದೆಲ್ಲ ಬಂದು ಶೇಖರಣೆಯಾದ ಬಗ್ಗೆ ನಂಗೆ ಡಿಟೈಲ್ಸ್ ಬೇಕು" ಅವಳು ಗತ್ಯಂತರವಿಲ್ಲದೆ ಮೊದಲನೆಯದನ್ನು ಆಯ್ಕೆ ಮಾಡಿಕೊಂಡಿದ್ದಳು. ಯಾವುದೇ ಕಾರಣಕ್ಕೂ ತನ್ನ ಹೆಸರು ಹೊರಬರಬಾರದೆಂದು ಭಾಸ್ಕರ್ ಎಚ್ಚರಿಸಿದ್ದ. ಯಾಕೆ? ಅವನಲ್ಲಿ ತಪ್ಪೆಂಬ ಭಾವ ಕಾಡುತ್ತಿರಬಹುದು.

"ನನ್ನದೇನು ಅಭ್ಯಂತರವಿಲ್ಲ" ಕೃತಿಕಾ ಹಿಂದಕ್ಕೆ ಸರಿದಳು. ಆದರೆ ಬಿಂದು ಕೇಳಿದ ಪ್ರಶ್ನೆಗೆ ಮಾತ್ರ ಅವಳಲ್ಲಿ ಉತ್ತರವಿಲ್ಲ. "ಮೈ ಗಾಡ್, ಇಷ್ಟೆಲ್ಲ ಚಾಕಲೇಟ್ ಕೊಂಡು ಇಟ್ಕೊಂಡಿದ್ದಾಳಾ? ಫೇವರ್ ಆಗೋಕೆ ಯಾರಾದ್ರೂ ಕೊಡ್ಸಿದ್ರಾ?" ಬಂದ ಪ್ರಶ್ನೆಗಳು ಕೃತಿಕಾ ಮುಖಕ್ಕೆ ಬಂದು ರಾಚಿದವು. ಚೇತರಿಸಿಕೊಳ್ಳಬೇಕಿತ್ತು. ಇದ್ರಲ್ಲಿ ಮೂವರ ಪಾಲು ಇದೆ, ಬಿಡು. ಹಲ್ಲುನೋವು ಕಾಣಿಸ್ಕೊಂಡ್ಮೇಲೆ ತಿನ್ನೋದು ನಿಲ್ಲಿಸಿದ್ದರಿಂದ ಶೇಖರಣೆಯಾಗಿದೆ. ಮತ್ತೆಲ್ಲಿ ಶುರು ಮಾಡ್ತಾಳೋಂತ ಡಿಸ್ಟ್ರಿಬ್ಯೂಷನ್ ಮಾಡೋಕೆ, ಹೊರಟಿದ್ದಾರೆ. ಕಷ್ಟಪಟ್ಟು ನಗೆ ಬೀರಬೇಕಾಯಿತು. ಬಿಂದು ಪೂರ್ತಿ ನಂಬಲಿಲ್ಲ.

ಇವರುಗಳು ಹೊರಡುವ ವೇಳೆಗೆ ಶಾಮಣ್ಣ ಬಂದಿದ್ದು. ಮಗಳಿಗಾಗಿ ಒಂದು ಸೀರೆ ಖರೀದಿಸಿ ತಂದಿದ್ದರು. ಆದರೆ ಅವರ ಮುಖ ಪೇಲವವಾಗಿತ್ತು. "ಹೋಗಿ, ನಮಸ್ಕಾರ ಮಾಡು" ಕೃತಿಕಾ ಹೇಳಬೇಕಾಯಿತು. ಅರುಣಳ ಮುಖ ಬಿಗಿದೇಇತ್ತು. ಅವಳ ನಿರೀಕ್ಷೆ ಒಡವೆ ಆಗಿತ್ತು. ಅರುಣ ತಂದೆಯ ಕಾಲುಗಳಿಗೆ ನಮಸ್ಕರಿಸಿ ಕೊಟ್ಟ ಪ್ಯಾಕೆಟ್‌ನ ಪಡೆದವಳು ಹೊರಗೆಹೋಗಿದ್ದು "ನೀನು ನಿಮ್ಮಪ್ಪನ್ನ ದಬಾಯ್ಸಿ ಒಡ್ವೇ, ಚಿನ್ನ ವಸೂಲು ಮಾಡ್ಕೋ, ನಿನ್ನಮ್ಮನದು, ನಿಂಗೆ ಸೇರಬೇಕಾಗಿರೋದು. ಅದ್ನ ಇಸುಕೊಳ್ಳೋಕೆ ನಿನ್ನಪ್ಪನಿಗೆ ಕೊಡೋಂತ ಹೇಳೋಕೆ ಇವ್ರು ಯಾರು? ಶಶಿನ ಕೃತಿಕಾನ

ನಂಬಿಕೊಂಡ್ಯೋ ಹಾಳಾಗ್ತೀ. ಅವರಿಬ್ರಿಗೂ ನಿನ್ನ ಬಗ್ಗೆ ಯಾವ್ದೇ ಕನ್ಸರ್ನ್ ಇಲ್ಲ." ಇದನ್ನೆಲ್ಲ ತಲೆಗೆ ತುಂಬಿದವರು ಭಾಸ್ಕರ್. ಎಲ್ಲರನ್ನು ಅವಳಿಂದ ದೂರ ನಿಲ್ಲಿಸಿ ತಾವೊಬ್ಬರು ಅವಳ ಹಿತೈಷಿಗಳೆಂದು ತೋರ್ಪಡಿಸಿಕೊಳ್ಳಲು ಹೊರಟಿರುವುದು ಯಾಕೆ? ಯಾವ ಮಾಯೆ ಇವರಿಂದ ಇದನ್ನೆಲ್ಲ ಮಾಡಿಸುತ್ತಿದೆ?

ಕಣ್ಣೀರು ಹಾಕಿಕೊಂಡ ಶಾಮಣ್ಣನವರನ್ನು ಕೃತಿಕಾ, ಶ್ರೀಲಕ್ಷ್ಮಿ, ಬಿಂದು ಸಮಾಧಾನಿಸಿ ಧೈರ್ಯ ತುಂಬಿದರು. ಆದರೆ ಕೃತಿಕಾ ಬಳಿ ಮಾತ್ರ ಶಾಮಣ್ಣನವರು ಉಸುರಿದರು. "ನನ್ನಿಂದ ದೊಡ್ಡ ತಪ್ಪಾಯಿತು. ಕೃತಿಕಾ ಮಗಳೇ. ಅವಳಲ್ಲಿದ್ದ ಚಿನ್ನ, ಒಡ್ವೆಗಳನ್ನು ತಗೋಬಾರ್ದಿತ್ತು." ಕೃತಿಕಾ ಪೂರ್ತಿ ತಬ್ಬಿಬ್ಬಾಗಿ "ನೀವೇನು ಹೇಳ್ತಾ ಇದ್ದೀರಾ? ಅರುಣ ನಿಮ್ಮ ಮಗ್ಳು. ಚಿನ್ನ, ಒಡ್ವೆಗಳು ನಿಮ್ದೇ. ಸಮಯದಲ್ಲಿ ಜೊತೆಯಲ್ಲಿ ನಿಲ್ಲದಿದ್ದರೇ ಹೇಗೆ? ಅಂಥದೇನು ಇರೋಲ್ಲ ಬಿಡಿ. ಇಂಥ ಸಮಯದಲ್ಲಿ ಅಮ್ಮನ ನೆನಪಾಗೋದು ಸಹಜ" ಈ ಸಾಂತ್ವನನ ಅವರ ಮನಸ್ಸು ಒಪಲಿಲ್ಲ. ಅರುಣ ತಂದೆಯ ಬಗ್ಗೆ ಪ್ರಸನ್ನವಾಗಿರಲಿಲ್ಲ.

ಅವರಿಬ್ಬರನ್ನು ದೇವಸ್ಥಾನಕ್ಕೆ ಕಳಿಸಿ ಉಳಿದವರನ್ನು ಬೀಳ್ಕೊಟ್ಟು ಕೃತಿಕಾ, ಬಿಂದು ಮನೆಗೆ ಬಂದಾಗ ಸ್ವಲ್ಪ ಬೇಗನೇ ಬಂದ ಸುವರ್ಣಮ್ಮ ಇವರಿಗಾಗಿ ಕಾಯುತ್ತಿದ್ದವಳು ನೋಡಿದಕೂಡಲೇ ಸಂಭ್ರಮದಿಂದ ಬಣ್ಣಬಣ್ಣಗಳಿಂದ ಅಲಂಕೃತವಾದ ಒಂದು ಸಣ್ಣ ವಾಜ್‌ನ ಹಿಡಿದು ಬಂದು ಮುಂದಿಡಿದಾಗ ಕೃತಿಕಾ ಮೆಚ್ಚುಗೆಯ ನಗೆಬೀರಿ ಬೆನ್ನು ತಟ್ಟಿದ್ದು.

"ಗುಡ್, ಅರುಣ ಬರ್ತ್‌ಡೇಗೆ ಪ್ರಸೆಂಟೇಷನ್! ಪರ್‍ವಾಗಿಲ್ಲ ಎಂಥ ಪ್ರಸೆಂಟೇಷನ್ ಚ್ಯೂಸ್ ಮಾಡಿದ್ದೀ. ವಂಡರ್‌ಫುಲ್ ಕಣೇ, ಶಶಿ ಅಂತೂ ನಿನ್ನ ಗೋಳಾಡಿಸಿ ಬಿಡ್ತಾನೆ" ಮೆಚ್ಚಿಗೆಯಾಡಿದಾಗ ಅವಳ ಮುಖ ಅರಳಿತು. "ಶಶಿ, ಅವಳು... ಒಂದಿಷ್ಟು ದೇವಸ್ಥಾನ ಜೊತೆಗೆ ಫ್ರೆಂಡ್ ಮನೆಗೆ ಕರ್ಕೊಂಡ್ ಹೋಗಿದ್ದಾನೆ, ಅವಳ್ಗೆ, ಬಂದ್ಮೇಲೆ ನೀನೇ ಕೊಟ್ಟು ಆಶೀರ್ವಾದ ಮಾಡು" ಎಂದಾಗಲಂತು ಕೃತಿಕಾಳ ಕಾಲಿಗೆ ಬಿದ್ದು "ನೀನು ನನ್ಮಗ್ಳು, ತಾಯಿ... ಸರ್ವಸ್ವ, ನನ್ನ ಗಂಡ ಬಂದು ಮನೆ ಮಾಡಿದ್ರೂ... ನಿಮ್ಮನ್ನ ಬಿಟ್ಟು ಎಲ್ಲೂ ಹೋಗೋಲ್ಲ" ಕಣ್ಣೀರು ಸುರಿಸಿದಾಗ ಎಬ್ಬಿಸಿ ಕಳಿಸಿದ ಕೃತಿಕಾಳ ಕಣ್ಕಂಚಿನಲ್ಲಿ ಹನಿ ಇತ್ತು. ಇಂಥ ಪ್ರೀತಿ ಹಣಕ್ಕೆ ಸಿಗುವಂಥದಲ್ಲ.

ಅವಳ ಕೈಯಿಂದಲೇ ನೀರು ತರಿಸಿಕೊಂಡು ಕುಡಿದ ಇಬ್ಬರು ಮುಂದಿನ ಡ್ರಾಯಿಂಗ್ ರೂಂಗೆ ಹೋಗಿಕೂತರು. ಎದ್ದ ಕೃತಿಕಾ ಬೀರುವಿನಲ್ಲಿದ್ದ ಎರಡು ಲಕ್ಷ ರೂಪಾಯಿಗಳ ಬಂಡಲ್ ತಂದು ಬಿಂದುವಿನ ಮುಂದಿಟ್ಟಳು.

"ಆ ಸಮಯದಲ್ಲಿ ನೀನು ಹೆಲ್ಪ್ ಮಾಡದಿದ್ದರೇ ನನ್ನಗತಿಯೇನು? ನಾನು ಶಶಾಂಕ್ ಪೇರೆಂಟ್ಸ್‌ಗೆ ಹಣ ಕೊಟ್ಟಿದ್ದರ ಬಗ್ಗೆ ಇಂದಿಗೂ ಕೋಪವೇ? ಮೊನ್ನೆ ಒಂದ್ಸಲ ಹತ್ತು ಲಕ್ಷ ಕೊಟ್ಟುಕೊಂಡು ಕೊಳ್ಳೋಷ್ಟು ಶಶಿ ಕಾಸ್ಲೀನಾ, ಅಂದು ಚುಚ್ಚಿದರು ಬಾನಿ. ಈಚೆಗೆ ಮಾತೇ ಬೇಡವೆನಿಸಿದೆ. ಹಿಂದಿನ ದಿನಗಳು ಎಲ್ಲಿ ಹೋದವೋ? ಪ್ರೀತಿ,

ಪ್ರೇಮದ ಹಾರಾಟ ಬರೀ ಭ್ರಮೆಯಾ, ಮಾಯೆಯ, ಇಲ್ಲ ಒಂದು ರೀತಿಯ ಪರಿಕಲ್ಪನೆಯೋ... ಏನೇನು ಅರ್ಥವಾಗದು. ಇಂದು ಅರುಣ ಬರ್ತ್ ಡೇ, ಶಶಿನ ಮಗ ಅಂದ್ಕೊಂಡರೇ, ಅವ್ಳು ಸೊಸೆ ತಾನೇ? ಕನಿಷ್ಠ ವಿಶ್ ಮಾಡಿ ಕನ್ವಿನ್ಸ್ ಮಾಡಿಯಾದ್ರೂ ಹೋಗ್ಬೇಕಿತ್ತು" ಮೊದಲ ಸಲ ತೋಡಿಕೊಂಡಿದ್ದು.

"ಆ ಬಗ್ಗೆ ನೀನು ವರೀ ಮಾಡ್ಕೋಬೇಡ. ಅರುಣ ಬಗ್ಗೆ ನಿನ್ನಷ್ಟೇ ಕಾಳಜಿ ಇದೆ. ಮೊದ್ಲು ಹಲ್ಲಿನ ನೋವು ಪ್ರಕಟವಾದಾಗ, ಎಲ್ಲ ಕೆಲ್ಸಗಳನ್ನು ಬದಿಗೊತ್ತಿ ಕರೆದೊಯ್ದದ್ದು ಭಾಸ್ಕರ್... ತಾನೇ?" ಎಂದಾಗ ಬೆಚ್ಚಿಬಿದ್ದಳು. ಹಣೆಯಂಚಿನಲ್ಲಿ ಬೆವರಿನಹನಿಗಳು ಮೂಡಿದವು. "ಡೋಂಟ್ ಸೀರಿಯಸ್, ನನ್ನ, ನಿನ್ನ ಮಾತುಗಳು ಈ ಸನ್ನಿವೇಶಕ್ಕೆ ಅನ್ವಯಿಸಿದ್ದು ಮಾತ್ರ, ಆ ವಿಷ್ಯ... ಬಿಡು. ನಿನ್ನ ಆರೋಗ್ಯವೇ ಸರ್‍ಯಾಗಿಲ್ಲ ಅನ್ನೋದು ನನ್ನ ಸಮಸ್ಯೆ. ಭಾಸ್ಕರ್‌ಗೆ ಹಣದ ಮೇಲಿನ ವ್ಯಾಮೋಹ ಅಗತ್ಯಕ್ಕಿಂತ ಜಾಸ್ತಿಯಾಗಿದೆ. ವಿವೇಕ್ ಅಲ್ಬರ್ಟ್ ಐನ್‌ಸ್ಟೀನ್ ತಮ್ಮ ಉಪನ್ಯಾಸದಲ್ಲಿ ಪ್ರಸ್ತಾಪಿಸಿದರು. 'ಶ್ರೀಮಂತನಾಗಲು ಪ್ರಯತ್ನಿಸುವುದಕ್ಕಿಂತ ಶ್ರೀಮಂತ ವ್ಯಕ್ತಿತ್ವ ಹೊಂದಲು ಪ್ರಯತ್ನಿಸಬೇಕು' ಹೌದು ಸರ್ವಕಾಲದಲ್ಲೂ ಸಲ್ಲುವಂಥ ಮಾತುಗಳೇ" ಎಂದಳು ಸಿಂಪಲ್ಲಾಗಿ. ಈಗಲೂ ಬಿಂದು ಪಾಲಿಗೆ ತಾಳಿ ಕಟ್ಟಿದ ವಿವೇಕ್ ಬೇರೆ ರೀತಿಯಲ್ಲಿ ಯೋಚಿಸಳು.

"ಈಗ ಬೇರೆ ವಿಷ್ಯಕ್ಕೆ ಬರೋದು ನಿನ್ನ ಪ್ರಕಾರ ವಿವೇಕ್‌ನ ಭೇಟಿ ಆಯ್ತು. ನಿನ್ನ ಆಹ್ವಾನ ಅಂಗೀಕರಿಸಿ ಊಟಕ್ಕೂ ಬಂದುಹೋದರು. ಅವ್ರು ಸಾಧಾರಣ ಜೀವನದಿಂದ ಬಹಳ ದೂರಹೋಗಿದ್ದಾರೆ. ಹಿಮಾಲಯದತ್ತ ಹೊರಟವರನ್ನು ಹಿಂಬಾಲಿಸೋದು ಕಷ್ಟ. ಈಗಲ್ಲಾದ್ರೂ ಬೇರೆ ರೀತಿಯಲ್ಲಿ ಯೋಚ್ಸಬಹುದಲ್ಲ" ಬೇಕೋ, ಬೇಡವೋ ಎನ್ನುವಂತೆ ಪ್ರಸ್ತಾಪಿಸಿದಾಗ "ನೋ ಕೃತಿ, ನಾನು ಇನ್ನು ಗಟ್ಟಿಯಾದೆ. ಈ ತರಹದ ಜೀವ್ನ ಅಭ್ಯಾಸವಾಗಿದೆ. ಹೊರಡೋ ಹಾದಿ ನಿಶ್ಚಲ್. ಸಾಕಷ್ಟು ಹಾದಿ ಸವೆಸಿ ಆಗಿದೆ. ಇನ್ನ... ಇರೋ... ದೂರ... ಕಷ್ಟವೆನಿಸೋಲ್ಲ" ಸ್ಪಷ್ಟವಾಗಿತ್ತು ಅವಳ ದನಿ. ಅಲುಗಾಡದಷ್ಟು ಭದ್ರವಾಗಿ ನಿಂತಿದ್ದಳು ತಟ್ಟನೇ ಏನೋ ನೆನಪಿಸಿಕೊಂಡು "ಭಾಸ್ಕರ್ ಕೂಡ ನಂಗೆ ಕಾಲ್ ಮಾಡಿ ಮಾತ್ರ ಎಚ್ಚರಿಸಲಿಲ್ಲ. ಬಂದಿದ್ರು... ಸಂದೀಪ್ ನಿನ್ನ ಉದ್ಧಾರಕ್ಕೆ ನಿಂತಿದ್ದಾನೆ ಅಂದ್ರು, ಆಗ ನೆನಪಾಗಿದ್ದು ಉಪನ್ಯಾಸದಲ್ಲಿ ಬಂದ ವಿಚಾರ. ಅಂದು ಹೇಳಿದ ಸ್ವಾಮಿ ವಿವೇಕಾನಂದರ ಪ್ರಸಿದ್ಧ ಕತೆ ಒಬ್ಬ ಶ್ರೀಮಂತರು ಸ್ವಾಮಿ ವಿವೇಕಾನಂದ ಬಳಿಗೆ ಬಂದು ಸ್ವಾಮಿ ಮಹಿಳೆಯರ ಬಗ್ಗೆ ನಂಗೆ ವಿಶೇಷ ಕಾಳಜಿ ಇದೆ. ಮಹಿಳೆಯರು ಸಬಲರಾಗಬೇಕೆಂದು ನನ್ನ ಆಕಾಂಕ್ಷೆ. ಅದಕ್ಕೆ ನಾನೇನು ಮಾಡ್ಬೇಕೂಂತ ತಿಳೀತಾ ಇಲ್ಲ" ಎಂದಾಗ ಸ್ವಾಮಿ ವಿವೇಕಾನಂದರು ಅತ್ಯಂತ ಗಂಭೀರವಾಗಿ 'ನೀವೇನು ಮಾಡಬೇಕಾದಿಲ್ಲ. ಅವ್ರ ಉದ್ಧಾರ ಅವರೇ ಮಾಡಿಕೊಳ್ಳೋಷ್ಟು ಶಕ್ತರಿದ್ದಾರೆ. ಅವರ ಪಾಡಿಗೆ ಅವರನ್ನ ಬಿಟ್ಟರೇ ಸಾಕು' ಎಂದಿದ್ದರಂತೆ. ಹೌದು, ಅವರ ವಿಚಾರ ಸರ್‍ಯಾಗಿದೆ. ಮಹಿಳೆಯರು ಅವರ ಉದ್ಧಾರವನ್ನು ಅವರೇ ಮಾಡಿಕೊಳ್ಳಬಲ್ಲರು. ಅದು ಅಡ್ಡ ದಾರಿ ಹಿಡಿಯಬಾರದಷ್ಟೆ ಎಂದ ಬಿಂದು. ಆಮೇಲೆ ಮಾತಾಡಿದ್ದೆಲ್ಲ ವಿವೇಕರ ವಿಚಾರಧಾರೆ, ಉಪನ್ಯಾಸ, ಶಾಂತತೆಯ ಮಾತಿನ ಸರಣಿ ಅದರ ಬಗ್ಗೆಯೇ ಮಾತಾಡಿದರು. ಕೃತಿಗೆ

ಕೂಡ ಇಷ್ಟವೆನಿಸಿತು.

ಆಮೇಲೆ ಸುವರ್ಣಮ್ಮನ ವಿಚಾರ ಬಂತು.

"ಕಳೆದ ಬ್ರೇಸ್‌ಲೆಟ್ ಸಿಕ್ತಾ?" ಬಿಂದು ಕೇಳಿದಾಗ ಅಡ್ಡಡ್ಡ ತಲೆಯಾಡಿಸಿದ ಕೃತಿಕಾ "ಬಹುಶಃ ಅದು ಕಳೆದಿರಲಿಕ್ಕಿಲ್ಲ. ಯಾಕೋ ಸುವರ್ಣಮ್ಮನನ್ನು ಕಂಡರೆ ಬಾನಿ ಬೆಂಕಿ ಆಗ್ತಾರೆ. ಅವಳ್ನ ಹೊರ್ಗೇ ಕಳಿಸು ಅನ್ನೋ ಪಟ್ಟು ಅವರದು. ಪಾಪ ಅವಳು, ಭಾಸ್ಕರ್ ಮನೆಯಲ್ಲಿದ್ದಾಗ ಎದುರಿಗೆ ಬರದೇ ಮುಖ ತಪ್ಪಿಸ್ಕೊಂಡ್ ಓಡಾಡ್ತಾಳೆ. ಆ ಬಗ್ಗೆ ನನ್ನ, ಅವ್ರ ಮಧ್ಯೆ ಒಂದಿಷ್ಟು ಮಾತುಕತೆ ಇಲ್ಲಿ ನಾನು ರಾಜಿಯಾಗಲಾರೆ. ನಿರಪರಾಧಿಗೆ ಶಿಕ್ಷೆ" ಎಂದ ಕೃತಿಕಾ ಮುಖದ ತುಂಬ ನೋವು ತುಂಬಿಕೊಂಡಿರುವುದು ಬಿಂದುಗೆ ಅರಿವಾಯಿತು.

ಭುಜದ ಮೇಲೆ ಕೈಯಿಟ್ಟು "ನೀನೆಂದು ಇಷ್ಟೊಂದು ಡಿಸ್ಟರ್ಬ್ ಆಗಿದ್ದಿಲ್ಲ. ಈ ತರಹ ಆಡೋಕೆ ಅವನದೇ ಆದ ಕಾರಣವಿರಬಹುದೇನೋ! ಸುವರ್ಣಮ್ಮನ ಬಗ್ಗೆ ಚಿಂತೆ ಬೇಡ. ಅವಳು ನನ್ನ ಫ್ಲಾಟ್‌ನಲ್ಲಿ ಇರ್ಲಿ. ನಂಗೂ ಒಂದಿಷ್ಟು ಚೇಂಜ್ ಅನ್ನಿಸುತ್ತೆ" ಸಲಹೆ ಕೊಟ್ಟಳು. ಅದಕ್ಕೆ ಅವಳು ಒಪ್ಪಿಗೆ ಇಲ್ಲ. ಮೌನವಹಿಸಿದಳು. ಅರುಣ ಒಂಟಿಯಾಗುವುದು ಬೇಡವಾಗಿತ್ತು. ನೋಡೋಣ... ಬಿಡು ಅಷ್ಟಕ್ಕೆ ಆ ವಿಷಯ ನಿಲ್ಲಿಸಿದಳು. ಕೃತಿಕಾ ಚಿಂತನೆ ಬೇರೆ ಇತ್ತು.

ಭಾಸ್ಕರ್ ಬಂದಿದ್ದು ಒಂಬತ್ತರ ಸುಮಾರಿಗೆ. ಆಗ ಇನ್ನೂ ಶಶಾಂಕ ಮತ್ತು ಅರುಣ ಬಂದಿರಲಿಲ್ಲ. ಹತ್ತು ನಿಮಿಷದ ಮುನ್ನ "ಅಕ್ಕ, ಅರ್ಧಗಂಟೆ ಲೇಟಾಗಿ ಬರ್ತೀವಿ. ನನ್ನ ಫ್ರೆಂಡ್ ಡಿನ್ನರ್‌ಗೆ ನಿಲ್ಸಿಕೊಂಡಿದ್ದಾನೆ. ಬೇಕಾದರೆ ಮಾತಾಡ್ತೀನಿ ಅಂತಾನೆ, ಕೊಡ್ಲಾ ಅವ್ನಿಗೆ ಮೊಬೈಲ್" ಕೇಳಿದಾಗ ರೇಗಿ "ಬಿಡು ಸಾಕು, ನಂಗೆ ನಿನ್ಮೇಲೆ ನಂಬ್ಕೇ ಇದೆ" ಎಂದು ಗದರಿಕೊಂಡಿದ್ದರು ಕೃತಿ.

"ಜೊತೆಯಲ್ಲೇ ಊಟ ಮಾಡೋಣ" ಮೇಲೆದ್ದ ಕೃತಿಕಾ ಭಾಸ್ಕರ್‌ಗೆ 'ಹಾಯ್...' ಹೇಳಿ "ನೇರವಾಗಿ ಫ್ರೆಶ್ ಆಗಿ ಡೈನಿಂಗ್ ಟೇಬಲ್‌ಗೆ ಬಂದ್ಬಿಡಿ" ಹೇಳಿ, ಟೇಬಲ್ ಮೇಲೆ ರೆಡಿ ಮಾಡಿ ಹತ್ತು ನಿಮಿಷ ಕಾದರೂ ಪತ್ತೆ ಇಲ್ಲ. ಬಿಂದುನ ಕೂಡಿಸಿ ರೂಮಿಗೆ ಬಂದಾಗ ಕನ್ನಡಿಯ ಮುಂದೆ ನಿಂತು ಮೀಸೆ, ಗಡ್ಡ ನೋಡಿಕೊಳ್ಳುತ್ತಿದ್ದನ್ನು ನೋಡಿ ಜೋರಾಗಿ ನಕ್ಕು "ಏನು ಮತ್ತೆ ಏನಾದ್ರೂ ಮದ್ವೇ ಆಗೋ ಯೋಚ್ನೇನಾ?" ತಮಾಷೆ ಮಾಡಿದ್ದಕ್ಕೆ ಅವನ ಮೈ ಉರಿಯಿತು. "ಸಾಕಾಗಿ ಬಂದಿದ್ದೀನಿ. ನಿಂಗೆ ತಮಾಷೆನಾ?" ಸ್ವಲ್ಪ ಕಟುವಾದ. ಇದೆಲ್ಲ ಹೊಸದೇ!

ಒಮ್ಮೆ ಸೀರಿಯಸ್ಸಾಗಿ ಗಂಡನತ್ತ ನೋಡಿ "ಬಿಂದು ಕಾಯ್ತಾ ಇದ್ದಾಳೆ. ಡಿನ್ನರ್‌ಗೆ ಬನ್ನಿ" ಅಷ್ಟು ಹೇಳಿ ನೇರವಾಗಿ ಡೈನಿಂಗ್‌ಹಾಲ್‌ನಲ್ಲಿ ಬಿಂದು ಪಕ್ಕ ಕೂತು "ಒಂದತ್ತು ನಿಮಿಷ ತಡೆದು ಬರ್ತಾರಂತೆ. ನಾವು ಊಟ ಪ್ರಾರಂಭಿಸೋಣ" ಅಂತ ಹೇಳಿದವಳು ಎರಡು ತಟ್ಟೆಗಳಿಗೆ ಬಡಿಸಿ "ನಮ್ಮ ಅರುಣಾಗೆ ಗುಲಾಬ್ ಜಾಮೂನ್ ಇಷ್ಟ. ಅದಕ್ಕೆ ನಾನೇ ನಿಂತು ತಯಾರಿ ಮಾಡ್ದೇ" ಜಾಮೂನ್ ಕಪ್ ಅವಳತ್ತ ಸರಿಸಿದಾಗ "ಒಂದ್ಮಾತು

ಅರುಣಾಗೆ ಏನು ಇಷ್ಟ ಇಲ್ಲ ಹೇಳು. ಪ್ರತಿಯೊಂದು ಇಷ್ಟ ಅಂತಾಳೆ. ಇದೆಲ್ಲ ನಂಗೆ ಟೂಮಚ್ ಅನ್ನಿಸುತ್ತೆ. ಹೋದ್ಸಲ ಬಂದಾಗ ಡ್ರೆಸ್ಸಿಂಗ್ ಟೇಬಲ್ ಮೇಲಿದ್ದ ಪರ್ಸ್ ನೋಡಿ ತುಂಬಾ 'ಚೆನ್ನಾಗಿದೆ ಅಂಟೀ' ಅಂದ್ಲು ಕೊಟ್ಟೆ. ಇವತ್ತು ಶಶಿ ಒಂದು ದೊಡ್ಡ ಬ್ಯಾಗ್‌ನಲ್ಲಿದ್ದ ಪರ್ಸ್‌ಗಳನ್ನೆಲ್ಲ ಅನಾಥಾಶ್ರಮದ ಹುಡ್ಗೀಯರಿಗೆ ಹಂಚಿಬಿಟ್ಟ, ಈ ಸಂಗ್ರಹ ಎಲ್ಲಿಯದು?" ಅವಳ ಈ ಪ್ರಶ್ನೆಗೆ ಕೃತಿ ಉತ್ತರಿಸಲಿಲ್ಲ. ಆ ವೇಳೆಗೆ ಭಾಸ್ಕರ್ ಕೂಡ ಬಂದು ಕೂತ. ಅವನ ನೋಟ ಅರುಣ ಕೂಡುತ್ತಿದ್ದ ಛೇರ್‌ನತ್ತ ಹರಿದು ಹಿಂದಕ್ಕೆ ಬಂದಿದ್ದನ್ನು ಕೃತಿಕಾ ಗಮನಿಸಿದರು ತಟಸ್ಥಳಾದಳು. ಮಾತಾಡದೆ ಬಡಿಸಿಕೊಂಡ ಭಾಸ್ಕರ "ಎಲ್ಲಾ... ಹೇಗಾಯ್ತು?" ಕೇಳಿದ. "ಚೆನ್ನಾಗಿ ಆಯ್ತು" ಚುಟುಕಾಗಿ ಉತ್ತರಿಸಿದ್ದು ಕೃತಿಕಾ "ನಂಗಂತೂ ಫೆಂಟಾಸ್ಟಿಕ್ ಅನ್ನಿಸ್ತು. ನಮ್ಮ ಪ್ರೀತಿನ ಸ್ವಾರ್ಥವಿಲ್ಲದೇ ಹಂಚಿದಾಗ, ಅದ್ರಿಂದ ಸಿಗೋ ಸಂತೋಷವೇ ಬೇರೆ. ಮೆಮರಬಲ್ಲ ಇವೆಂಟ್ ಅನ್ನಿಸ್ತು. ಈ ಆಯೋಜನೆಯಲ್ಲಿ ಶಶಾಂಕ್‌ನದೇ ಅಂತೇ, ನೀವು ಭಾಗವಹಿಸಬೇಕಾಗಿತ್ತು. ಚಾಕಲೇಟ್ ಹಿಡಿದ ಮಕ್ಕು ಎಷ್ಟು ಖುಷಿಪಟ್ಟವು ಗೊತ್ತಾ? ನಾನಂತು ಎಂಜಾಯ್ ಮಾಡ್ದೇ" ಎನ್ನುತ್ತಲೇ ಬಿಂದು ಭಾಸ್ಕರನ ತಟ್ಟೆಗೆ ಎಡಗೈನಿಂದ ಪಲ್ಯ ಬಡಿಸಿ "ಅಲ್ಲೇನೇ... ತಿಂದ್ರೂ, ನಮ್ಮ ಕೃತಿ ಅಡ್ಗೇ ಮಾಡೋವಾಗ ಪ್ರೀತಿ ಬೆರೆಸಿರುತ್ತಾಳೆ" ತುಂಬು ಗೆಲುವಿನಿಂದ ಬಿಂದು ಹೇಳಿದಾಗ ಭಾಸ್ಕರನ ಮುಖದ ಭಾವ ಹೆಚ್ಚು ಕಡಿಮೆ ಬದಲಾಯಿತು. ಅಂದರೆ, ಚಾಕಲೇಟ್, ಪರ್ಸ್‌ಗಳನ್ನು ದಾನ ಮಾಡಿ ಶಶಾಂಕ್ ಕೈ ತೊಳೆದುಕೊಂಡು ಬಿಟ್ಟಿದ್ದ ಎನ್ನುವುದು ತಿಳಿದಾಗ ಕೋಪದಿಂದ ಕುದಿದ. ಹೆಚ್ಚಿಗೇನು ತಿನ್ನಲಾಗದಿದ್ದರಿಂದ ಬೇಗ... ಬೇಗ ಸೇರಿದಷ್ಟು ತಿಂದು ಎದ್ದು ಹೋದ.

ಬಹಳ ಪ್ರೀತಿಯಿಂದ ಹಣದ ಬಗ್ಗೆ ಚಿಂತಿಸದೇ ಕೊಡಿಸಿದ್ದ. ಆದರೆ ಇಲ್ಲಿ ಆದದ್ದೇನು? ಸೇಡು ತೀರಿಸಿಕೊಳ್ಳುವಂತೆ ಇಂಥದೊಂದು ಸಮಯಕ್ಕೆ ಕಾದಿದ್ದನೇನೋ? ಶಶಿ ಕೈಗೆ ಸಿಕ್ಕರೇ ಸುಟ್ಟುಬಿಡಬೇಕೆನಿಸಿತ್ತು. ಅರುಣ ಬಗ್ಗೆ ಪ್ರೀತಿ, ಶಶಿ ಬಗ್ಗೆ ದ್ವೇಷ! ಹೀಗೇಕೆ..?

ಅದನ್ನೇನು ಸೀರಿಯಸ್ಸಾಗಿ ತಗೋಳದೇ ಕೃತಿ ಊಟ ಮುಗಿಸಿ ಸುವರ್ಣಮ್ಮನಿಗೆ ಬಡಿಸಿ ಬಾಲ್ಕನಿಯಲ್ಲಿ ಬಂದು ಕೂಡುವ ವೇಳೆಗೆ ಶಶಾಂಕ್‌ನ ಕಾರು ಬಾಲ್ಕನಿಯಲ್ಲಿ ಬಂದು ನಿಂತಿತು. 'ನಿನ್ನೊಲುಮೆ'ಗೆ ಶಿಫ್ಟ್ ಆದ ಹೊಸದರಲ್ಲಿ ವಾಚ್‌ಮನ್ ನೇಮಕವಾಗಿದ್ದ. ನಂತರ ಸುವರ್ಣಮ್ಮ ಬಂದಮೇಲೆ ಅದರ ಬಾಧ್ಯತೆಯನ್ನು ವಹಿಸಿಕೊಂಡಿದ್ದಳು.

ಭಾಸ್ಕರ್ ಕೊಟ್ಟಿದ್ದ ಸಲ್ವಾರ್ ಕಮೀಜ್‌ನಲ್ಲಿ ಶೋಭಿತಳಾಗಿ ಹೋದವಳು ಈಗ ಲಕ್ಷಣವಾಗಿ ಮೆರೂನ್ ಬಣ್ಣದ ರೇಶಿಮೆ ಸೀರೆಯುಟ್ಟು ಲಕ್ಷಣವಾಗಿ ಹೂ ಮುಡಿದು ಬಂದವಳನ್ನು ಇಬ್ಬರು ಕಣ್ಣರಳಿಸಿ ನೋಡಿದರು. 'ಗುಡ್ ಛೇಂಜ್' ಅನ್ನಿಸಿತು. ಆರಾಮಾಗಿ ನಕ್ಕೇ ಸ್ವಾಗತಿಸಿದ್ದು. ಗೆದ್ದ ಹುಮ್ಮಸ್ಸು ಇತ್ತು ಶಶಾಂಕ್‌ನಲ್ಲಿ. ಇಲ್ಲಿ ಗೆಲುವು ಶಶಿದು. ಸೋಲು ಭಾಸ್ಕರನಿಗೆ ಅನಿವಾರ್ಯ.

ತಕ್ಷಣ ಏನೋ ನೆನಸಿಕೊಂಡಂಗೆ "ಅಕ್ಕ, ಶಾಮಣ್ಣ ಮಾವ ಎಲ್ಲಿ? ಮನುಷ್ಯ ಬಹಳ ಸಿಸ್ಟಬ್ರ್ ಆಗಿದ್ದ. ಭೂಮಿ, ತೋಟ, ಗದ್ದೆ ಮೇಲೆ ಪ್ರೀತಿ ಇರಲಿ, ಆದರೆ ತನ್ನ

ಯೋಗಕ್ಷೇಮ ಕೂಡ ನೋಡ್ಕೋಬೇಕಲ್ಲ. ಮಾಡಿದ ಸಾಲಕ್ಕೆ ಬಡ್ಡಿ ಕಟ್ಟಿ... ಕಟ್ಟಿ ಜೀವತೇದು ಬಿಟ್ಟಿದ್ದಾನೆ. ಮಗ್ಳು ಮೇಲೂ ಬೇಜಾರಾಗಿದ್ದ." ಚಡಪಡಿಕೆ ವ್ಯಕ್ತಪಡಿಸಿದ. "ಊರಿಗೆ ಹೊರಟ. ನಾಲ್ಕು ದಿನ ಬಿಟ್ಟು ಬರ್ತೀನಿ ಅಂತ ಹೇಳಿಯೇ ಹೋದ. ಸರ್ಯಾದ ವೇಳೆಗೆ ಮಳೆ ಬರದೇ, ಬೆಳೆ ಕೈಗೆ ಸಿಗದೆ, ಸಿಕ್ಕ ಬೆಳೆಗೆ ಮಾರುಕಟ್ಟೆ ಸಿಗದೇ, ನೂರೆಂಟು ತಾಪತ್ರಯಗಳು." ಕೃತಿಕಾ ಕೂಡ ಪೇಚಾಡಿದಳು.

ಆ ವೇಳೆಗೆ ಭಾಸ್ಕರ್ ರೂಂನಿಂದ ಹೊರಗೆ ಬಂದವನ ನೋಟ ಮೊದಲು ಹರಿದಿದ್ದು ಅರುಣಳ ಮೇಲೆ. ಆಮೇಲೆ ಅರ್ಥವಾಗದ ಭಾವ, ಚಡಪಡಿಕೆ, ತುಟಿ ತೆರೆಯಲು ಸಾಹಸಪಡಬೇಕಾಯಿತು.

"ಸಾರಿ, ನಂಗೆ ಇವತ್ತು ನಿಮ್ಜೊತೆ ಯಾವ್ದೇ ಕಾರ್ಯಕ್ರಮಗಳಲ್ಲಿ ಭಾಗವಹಿಸೋಕೆ ಆಗ್ಲಿಲ್ಲ. ತೀರಾ ಟೆನ್‌ಷನ್. ನಾನು ರಿಯಲ್ ಎಸ್ಟೇಟ್ ಬಿಜಿನೆಸ್‌ಗೆ ಸಾಕಷ್ಟು ಇನ್‌ವೆಸ್ಟ್ ಮಾಡಿದ್ದೆ. ಅಡ್ವೋಕೇಟ್ ಸಂದೀಪ್ ನನ್ಜೊತೆ ಪಾರ್ಟನರ್ ಆಗೋಕೆ ಒಪ್ಗೇ ಕೊಟ್ಟಿದ್ದ. ಇವತ್ತು ಪೇಪರ್ಸ್‌ಗೆ ಸಹಿ ಆಗ್ಬೇಕಿತ್ತು. ಕೊನೆ ಗಳಿಗೆಯಲ್ಲಿ ಆಗೋಲ್ಲಾಂತ ಹಿಂದೆ ಸರಿದ. ಇದಕ್ಕೆ ಕಾರಣ ಬಿಂದು, ಸನ್ಯಾಸಿಯಾದವನನ್ನು ನಸ್ಗಂಡಂತ ಆರಾಧಿಸ್ಕೊಂಡ್ ನೀರಸವಾದ ಒಂಟಿ ಬದ್ಕು ಬದಕುತ್ತ ಇರೋ, ಇಂಥ ಹೆಣ್ಣಿನ ಮೂರ್ಖತನದಿಂದ ನಾನು ತೊಂದರೆಗೆ ಸಿಕ್ಕಿಹಾಕ್ಕೊಂಡೆ" ಎಂದ. ನೇರವಾಗಿ ದೋಷಾಪರೋಪ ಮಾಡಿದ ಕೂಡಲೇ ಬಿಂದು ತಾಳ್ಮೆ ಕಳೆದುಕೊಂಡು "ಮೈಂಡ್ ಯುವರ್ ಟಂಗ್, ಇದಾ, ಜಾಣತನ! ಅವನನ್ನ ಬಲೆಯಲ್ಲಿ ಬೀಳ್ಸಿ ಕೊಳ್ಳೋಕೆ, ನನ್ನ ಉಪಯೋಗಿಸ್ಕೊಳ್ಳಬೇಕೂಂತ ಮಾಡಿದ್ರಾ? ನನ್ನ ಬದ್ಕಿಗೆ ವಿವೇಕ್ ಒಬ್ರೇ... ಹೀರೋ. ಸಂಸಾರ... ಸನ್ಯಾಸ ಒತ್ತಟ್ಟಿಗಿಟ್ಟರೂ... ನಂಗೆ ಮಾಂಗಲ್ಯ ಕಟ್ಟಿ ಧರ್ಮಪತ್ನಿ ಅಂತ ಸ್ವೀಕರಿಸಿದ್ದು ನಿಜ. ಎಷ್ಟೋ ದಂಪತಿಗಳು ಜೊತೆಯಲ್ಲಿ ಸಂಸಾರ ಮಾಡಿದರೂ ವಿವಾಹಕ್ಕೆ ಬದ್ಧರಾಗೇನಿರೋಲ್ಲ. ನಂಗೆ ಇನ್ನೊಬ್ಬರನ್ನು ಬೆಸೆಯೋ ಪ್ರಯತ್ನ ಅನೈತಿಕತೆಯೇ. ಮಾಯೆಯ ಮೋಡಿಯಲ್ಲಿ ಸಿಲುಕಿದರೇ... ದುರಂತವೇ. ನಾನೆಂದು ಸಂದೀಪ್‌ನ ಮದ್ವೆ ಆಗ್ತೀನಿಂತ ನಿಮ್ಗೇ ಹೇಳೇ ಇರಲಿಲ್ಲ" ಎಂದ ಬಿಂದು ಮೇಲೆದ್ದು ಬಾಲ್ಕನಿಯನ್ನು ದಾಟಿ ಹಾಲ್‌ಗೆ ಹೋದಳು. ಶಶಿ ಅಲ್ಲೇ ಇದ್ದ.

"ಶಶಿ ನನ್ನ ಮನೆಗೆ ಬಿಡು" ಅಷ್ಟೆ ಹೇಳಿದ್ದು.

ಶಶಾಂಕ್‌ಗೆ ಏನು ಹೇಳಲು ತೋಚಲಿಲ್ಲ. ನಡೆದುಹೋದ ಮಾತುಗಳ ಅಚಾತುರ್ಯಕ್ಕೆ ನೊಂದಿದ್ದ "ಅಕ್ಕ..." ಎಂದ ಮೆಲ್ಲಗೆ. "ಸ್ವಲ್ಪ ನನ್ನ ಮನೆಗೆ ಡ್ರಾಪ್ ಮಾಡು ಪ್ಲೀಸ್." ಆ ವೇಳೆಗೆ ಕೃತಿಕಾ ಕೂಡ ಬಂದು "ಸಾರಿ... ಬಿಂದು" ಅಂದಾಗ ಕೈಯೆತ್ತಿ ಮಾತು ಬೇಡವೆಂದು ಸನ್ನೆ ಮಾಡಿದ ಬಿಂದು "ನನ್ನ ಶಶಿ ಡ್ರಾಪ್ ಮಾಡ್ತಾನೆ. ಸ್ವಲ್ಪ ಅರುಣನ ಕರೀ, ತಂದ ಪ್ರೆಸೆಂಟೇಷನ್ ನನ್ನಲ್ಲೇ ಉಳ್ದುಬಿಟ್ಟಿದೆ" ಅಂದಾಗ ಅವಳ ಗಂಟಲುಬ್ಬಿತು.

ರೂಮಿನಲ್ಲಿದ್ದ ಅರುಣನ ಹೋಗಿ ಶಶಾಂಕ್ ಕರೆದುಕೊಂಡು ಬಂದು "ಆಂಟೀಗೆ

ನಮಸ್ಕಾರ ಮಾಡು. ನಿಂಗೊಂದು ಪ್ರೆಸೆಂಟೇಷನ್ ತಂದಿದ್ದಾರೆ" ಅಂದ. ಅವಳನ್ನು ತಡೆದ ಕೃತಿಕಾ ಬಿಂದುಗಾಗಿ ತಂದಿದ್ದ ಸೀರೆಯನ್ನು ಅರಿಶಿನ, ಕುಂಕುಮ ತಾಂಬೂಲದೊಂದಿಗೆ ಅರುಣ ಕೈಯಲ್ಲಿ ಕೊಡಿಸಿ "ನಮಸ್ಕಾರ ಮಾಡಿ ಆಶೀರ್ವಾದ ತಗೋ" ಅನ್ನುವ ವೇಳೆಗೆ ಗಂಟಲುಬ್ಬಿ ಬಿಕ್ಕಳಿಸಿದಳು. ಅವಳ ನಗುವಿನಲ್ಲಿ ಕಣ್ಣೀರಿನಲ್ಲಿ ಜೊತೆಯಲ್ಲಿ ನಿಂತ ಗೆಳತಿ ಎರಡು ಲಕ್ಷ ಹಿಂದಿರುಗಿಸಲು ಹೋದಾಗ "ನಿನ್ನ ಹತ್ತಿರನೇ ಇರಲಿ. ಬೇಕೂಂದಾಗ ಇಸ್ಕೋತೀನಿ" ಎಂದ ದೊಡ್ಡ ಮನಸ್ಸಿನ ಗೆಳತಿ. ಶಶಾಂಕ್‌ನ ಪೇರೆಂಟ್ಸ್ ಐದು ಲಕ್ಷ ಕೊಡುವಾಗ ಶಶಿ ಬಿಟ್ಟರೇ ನೆರವಾದವಳು ಇವಳೊಬ್ಬಳೇ. ಭಾಸ್ಕರ್ ಆ ವಿಚಾರದಲ್ಲಿ ದೂರ ನಿಂತಿದ್ದ.

ತನ್ನ ಬ್ಯಾಗ್‌ನಲ್ಲಿದ್ದ ಬೆಳ್ಳಿ ಫ್ರೇಂನ ಹೊರತೆಗೆದಳು. ಜೋಡಿ ಫ್ರೇಂ. ಈಗಾಗಲೇ ಅರುಣ ಶಶಾಂಕ್‌ನ ಜೋಡಿ ಭಾವಚಿತ್ರವಿತ್ತು. "ಇದು ನನ್ನ ಪ್ರೆಸೆಂಟೇಷನ್. ನಮ್ಮ ಶಶಾಂಕ್‌ಗಿಂತ ದೊಡ್ಡ ಪ್ರೆಸೆಂಟೇಷನ್ ಯಾರು ಕೊಡೋಕ್ಕಾಗೋಲ್ಲ. ಅವನ್ನ ಜೋಪಾನ ಮಾಡ್ಕೋ" ಎಂದು ಕೆನ್ನೆ ಸವರಿ ಕೃತಿಕಾನ ಅಪ್ಪಿಕೊಂಡು "ಸಾರಿ ಕೃತಿ, ನಿನ್ನಗಂಡ ಶುರು ಮಾಡೋ ಬಿಜಿನೆಸ್‌ಗೆ ನನ್ನಿಂದೇನು ಹೆಲ್ಪ್ ಸಾಧ್ಯವಿಲ್ಲ" ಅಷ್ಟು ನುಡಿದು, ಕಣ್ಣೊರೆಸಿಕೊಂಡು ನಡೆದವಳನ್ನು ಹಿಂಬಾಲಿಸಿದ ಶಶಾಂಕ್. ಅಕ್ಕ, ಆಂಟೀ... ಯಾಗಿದ್ದರು ಅವನ ಪಾಲಿಗೆ ಬಿಂದು.

ಕೃತಿ ಮಾತ್ರ ಬಾಲ್ಕನಿಯಲ್ಲಿ ಹೋಗಿನಿಂತಳು.

ಪ್ರೇಮದ ಮತ್ತು ತುದಿಯಲ್ಲಿ ನಿಂತ ದಿನಗಳು ಮೆಲ್ಲಮೆಲ್ಲನೆ ಹಾದುಹೋದವು. ಯಾವ ಮಾಯೆ ಮುಸುಕಿತ್ತು? ಅರ್ಥೈಯಿಸಿಕೊಳ್ಳಲಾರದೆ ಒಡ್ಡಾಡಿದಳು.

"ಅಕ್ಕ..." ಶಶಾಂಕ್‌ನ ದನಿ. ಮೆಲ್ಲಗೆ ಹಿಂದಕ್ಕೆ ತಿರುಗಿದಾಗ "ನೀನು ಬಾ, ಡ್ರಾಪ್ ಮಾಡಿ ಬರೋಣ. ಬಿಂದು ಅಕ್ಕ ತುಂಬ ಡಿಸ್ಟರ್ಬ್ ಆಗಿದ್ದಾರೆ. ಪ್ಲೀಸ್... ಬಾ" ಕರೆದ. ಕಣ್ಣೊರೆಸಿಕೊಂಡು ಹೊರಟವಳು ಸುವರ್ಣಮ್ಮನ ಕರೆದು "ಅರುಣ ರೂಂನಲ್ಲಿ ಡ್ರೆಸ್‌ಗಳ್ನ ಕಿತ್ತು ರಾಶಿ ಹಾಕಿದ್ದಾಳೆ. ಅದನ್ನೆಲ್ಲ ತೆಗೆದಿಡೋಕೆ ಒಂದಿಷ್ಟು ಹೆಲ್ಪ್ ಮಾಡುಹೋಗು" ಎಂದು ಅವಳನ್ನು ಕಳಿಸಿಯೇ ಶಶಿಯೊಂದಿಗೆ ಹೋಗಿ ಹಿಂದಿನ ಸೀಟಿಗೆ ಹತ್ತಿಕೊಂಡಿದ್ದ. ಬಿಂದು ಇನ್ನು ಅಳುತ್ತ ಇದ್ದಳು. ಅವಳ ಹೆಗಲ ಮೇಲೆ ಕೈಯಿಟ್ಟು "ಬೇಡ ಕಣೇ, ನಂಗೆ ಕರುಳು ಕಿತ್ತು ಬರುತ್ತೆ. ಭಾಸ್ಕರ್ ಶ್ರೀಮಂತಿಕೆಯಿಂದ ಸ್ಟೇಟಸ್ ಬೆಳ್ಸಿಕೊಳ್ಳೋ ಆತುರದಲ್ಲಿ... ಅದು ಅವ್ರ ರಿಸ್ಕ್... ಹಣೆಬರಹ. ನಿನ್ನನ್ನು ಇವರಲ್ಲಿ ಎಳೆದು ತರಬಾರದಿತ್ತು. ಪ್ಲೀಸ್, ಕ್ಷಮ್ಸಿಬಿಡು. ನಾನು ಕೇಳ್ತಾ ಇದ್ದೀನಿ. ಕೆಲವು ನಮ್ಮ ಮನಸ್ಸಿನ ವಿರುದ್ಧ ಹೋಗಬಹುದು. ಆದರೆ ಹೃದಯ ಹೇಳೋದ್ನ ಕೇಳಬೇಕಾಗುತ್ತೆ." ಸಾಕಷ್ಟು ಸಂತೈಸುವ ಪ್ರಯತ್ನ ಮಾಡಿದಳು. ಬಿಂದು ಮಾತೇ ಆಡಲಿಲ್ಲ.

ಕಾರಿನಿಂದ ಇಳಿಯುವ ಕೃತಿ ಮುಂಗೈ ಹಿಡಿದು ತುಟಿಗೊತ್ತಿಕೊಂಡು "ಹಿಂದೆ ಬಹಳ ಹಿಂದೆ ನಿಮ್ಮಿಬ್ಬರ ದಾಂಪತ್ಯ ನೋಡಿ ಕೆಲವೊಮ್ಮೆ ಅಸೂಯೆಪಡ್ತಾ ಇದ್ದೆ. ಈಗ ಬರೀ ಸಿಂಪತಿ... " ಅಂದಾಗ ಅವಳ ಕಣ್ಣುಗಳಲ್ಲಿ ಅಪಾರವಾದ ನೋವಿತ್ತು.

ಕೃತಿ ಏನೋ ಹೇಳಲು ತುಟಿ ತೆರೆಯುವ ಪ್ರಯತ್ನ ಮಾಡಿದರೂ ಸಾಧ್ಯವಾಗಲಿಲ್ಲ. 'ಬರೀ... ಸಿಂಪತಿ' ಸಹಾನುಭೂತಿ ಬೇಡವೆನಿಸುವಂಥದ್ದು. ಹೆಮ್ಮೆಪಡುವ ಜೋಡಿ ತಾವು 'ಅಂಥ' ಅಹಂ ಇದ್ದಿದ್ದು ನಿಜ.

"ಇಳೀ, ಅಕ್ಕ! ಹೇಗೂ... ಬಂದಿದ್ದೀವಿ. ಒಂದಿಷ್ಟು ಜ್ಯೂಸ್ ಕುಡಿದುಹೋಗೋಣ" ಬಲವಂತದಿಂದ ಇಳಿಸಿದನಂತರ ಕಣ್ಣಲ್ಲಿಯೇ ಸನ್ನೆ ಮಾಡಿದ 'ಬಿಂದುನ ಇನ್ನಷ್ಟು ಸಮಾಧಾನಿಸು' ಎನ್ನುವಂತಿತ್ತು ಅವನ ಭಾವ. ಬಿಂದು ಹತ್ತಿರ ಮಾತನಾಡಲಾರದ ಸ್ಥಿತಿಯಲ್ಲಿದ್ದಳು ಕೃತಿಕಾ. ಆದರೆ ಅನಿವಾರ್ಯ. "ಗುಡ್ ಒಳ್ಳೆ ಸಜೆಷನ್, ನಾನು ವಿವೇಕ್ ಮುಂದೆ ನನ್ನ ಡೈರಿ ತೆರೆದಿಟ್ಟು 'ಏನಾದ್ರೂ... ಬರೀರೀ' ಎಂದೆ. ಅವ್ರು ಬರೆದಿದ್ದನ್ನು ನಿಂಗೆ ತೋರಿಸಬೇಕಿತ್ತು. ಜ್ಯೂಸ್ ಜೊತೆ ಅದು ಆಗುತ್ತೆ. ಥ್ಯಾಂಕ್ಯೂ... ಶಶಿ" ಎಂದು ಕೈಹಿಡಿದುಕೊಂಡೇ ಒಳಗೆಹೋಗಿದ್ದು. ಒಂದಿಷ್ಟು ಚೇತರಿಸಿಕೊಂಡಿದ್ದಳು ಬಿಂದು.

ಇವರಿಬ್ಬರು ಹಾಲ್‌ನಲ್ಲಿ ಕೂತಾಗ ಬಿಂದು "ಈಗ್ಬಂದೇ" ಎಂದು ತನ್ನ ಹ್ಯಾಂಡ್ ಬ್ಯಾಗ್ ಹಿಡಿದು ಒಳಗೆ ಹೋದಳು. "ಭಾವ, ಇಂದೇಕೆ ಅಷ್ಟೊಂದು ನಿಷ್ಠುರವಾಗಿ ಮಾತಾಡಿದ್ರು? ಇದ್ರಲ್ಲಿ ಬಿಂದು ಅಕ್ಕನದೇನು ತಪ್ಪು? ಅವ್ರು ಆಮಿಷಗಳಿಂದ ಎಂದೋ ಮುಕ್ತರಾಗಿಬಿಟ್ಟಿದ್ದಾರೆ. ಸಂದೀಪ್‌ಗೆ ಆಸೆ ಸರಿ ಇರಬಹುದು. ಆದರೆ..." ಅನ್ನುವ ವೇಳೆಗೆ ಡೈರಿ ಹಿಡಿದು ಬಂದವಳು ತೆರೆದು ಕೃತಿಕಾ ಮುಂದೆ ಹಿಡಿದಾಗ ಅಕ್ಷರಗಳು ಸ್ಪಷ್ಟವಾದವು.

If you want to know India. Study vivekananda. In him, everything is positive,nothing negative.

ರವೀಂದ್ರನಾಥ್ ಠಾಕೂರು.

"ಇವು ವಿವೇಕಾನಂದರ ಬಗ್ಗೆ ರವೀಂದ್ರನಾಥ್ ಠಾಕೂರರ ಮಾತುಗಳು. ನಾನು ಸ್ವಾಮಿ ವಿವೇಕಾನಂದರನ್ನು ಆಧ್ಯಾತ್ಮಿಕ ಗುರುಗಳಾಗಿ ಸ್ವೀಕರಿಸಿದ್ದೀನಿ. ಮಾರ್ಗದರ್ಶಕರು ನನ್ನ... ವಿವೇಕ್. ನಾನು ಬದುಕಿರೋವರ್ಗೂ ಅವ್ರಿಗೆ ಮಾನಸಿಕವಾಗಿ ಪತ್ನಿಯೇ ಮಾಂಗಲ್ಯಧಾರಣೆ ಮೂಲಕ ಆ ಹಕ್ಕನ್ನು ನಂಗೆ ಕೊಟ್ಟಿದ್ದಾರೆ. ದಟ್ಸ್... ಆಲ್" ಅಂದ ಬಿಂದು ಮುಖದಲ್ಲಿ ಧನ್ಯತೆ ಇತ್ತು.

ಬೇರೆ ಏನೇನೋ ಮಾತಾಡಿ 'ನಿಸ್ಸೊಲುಮೆ'ಗೆ ಹಿಂದಿರುಗಿದಾಗ ಹನ್ನೆರಡು ಗಂಟೆ. ಗಾಬರಿ, ಗೊಂದಲ ಇರಲಿಲ್ಲ. ಕೃತಿಯ ಮನದಲ್ಲಿ. ಒಂದು ರೀತಿಯ ನಿಶ್ಚಿಂತೆ. ನಿರ್ಲಿಪ್ತಭಾವ.

"ಡ್ರೆಸ್‌ಗಿಂತ ಅರುಣ ಸೀರೆಯಲ್ಲೇ ಚೆನ್ನಾಗಿ ಕಾಣ್ತಾ ಇದ್ಲು. ಒಂದು ರೀತಿಯಲ್ಲಿ ಟ್ರೆಡಿಷನಲ್ ಲುಕ್" ಗೆಲುವಾಗಿ ಮಾತಾಡುವ ಪ್ರಯತ್ನ ಮಾಡಿದಳು ಕೃತಿ. "ಶಾಮಣ್ಣನದೇ ಗುಡ್ ಲುಕಿಂಗ್, ಅವ್ರ ಮಗ್ಳು ಇವಳನ್ನ ಕೇಳ್ಬೇಕಾ? ಬರೀ ತನ್ನ ಬಗ್ಗೆ... ತನ್ನ ಆಸೆ,

ಸುಖ, ನಲಿವಿನ ಬಗ್ಗೆ ಮಾತ್ರ ಯೋಚಿಸುವವರ ಪಟ್ಟಿ ಮಾಡಿದ್ರೆ, ಇವಳೇ ಪ್ರಥಮ ಸ್ಥಾನದಲ್ಲಿ ಇರ್ತಾಳೆ. ಆ ಸುವರ್ಣಮ್ಮ ಇವ್ಳ ಹುಟ್ಟಿದ ಹಬ್ಬಕ್ಕೆ ಗಿಫ್ಟ್ ಆಗಿ ಕೊಟ್ಟ ವಾಸ್‌ನ ಮಾತ್ರ... ಬಾಲ್ಕನಿ ಟೀಪಾಯಿ ಮೇಲಿಟ್ಟಿದ್ದಾಳೆ. ಅವಳಿಗೆ ಆದು ಪ್ರಯೋಜನಕ್ಕೆ ಬರೋಲ್ಲ" ಎಂದು ಹೇಳುತ್ತ ಒಳಗೆಬಂದಾಗ ಹಾಲ್‌ನಲ್ಲಿ ಕೂತಿದ್ದ ಶಾಮಣ್ಣನವರೇ ಬಂದು ಬಾಗಿಲು ತೆಗೆದಾಗ ಷಾಕಾದ "ನೀವು ಊರಿಗೆ ಹೋಗಲಿಲ್ವಾ? ಮಧ್ಯಾಹ್ನದಿಂದ ಎಲ್ಲಿಗೆ ಹೋಗಿದ್ರಿ?" ವಿಚಾರಿಸಿದ್ದು ಶಶಿ.

ಆ ಮನುಷ್ಯ ತೀರಾ ಬಿಳಿಚಿಕೊಂಡಂಗೆ ಕಂಡ ಮುಖದ ಮೇಲೆ ಪೇಲವ ನಗು ಎಳೆ ತಂದಿದ್ದು. ಕಷ್ಟಪಟ್ಟೇ ತುಟಿಗಳನ್ನು ತೆರೆದಿದ್ದು.

"ಒಂದಿಷ್ಟು ಬ್ಯಾಂಕ್ ಕೆಲ್ಸವಿತ್ತು"

ಪ್ರತಿ ಸಲ ಹೇಳುವುದು ಅದೇ ಕಾರಣ. ಸಾಲ ಮಾಡಿ... ಮಾಡಿ ಭೂ ತಾಯಿಯನ್ನು ಪೋಷಿಸಿದ್ದರು. ಒಳ್ಳೆಯ ಕೃಷಿಕ. ತನ್ನ ತೋಟ, ಗದ್ದೆ ಹಸುರಿನಲ್ಲಿಯೇ ಜಗತ್ತನ್ನು ಕಂಡಿದ್ದು. ಇಂದು ಅಲೆದಾಡಿ ಲೇಟಾಗಿ ಮನೆಗೆ ಬಂದಿದ್ದು. ಆಮೇಲೆ ನಡೆದುಹೋಗಿದ್ದಕ್ಕೆ ತೀರಾನೊಂದು ತಾನು ಬರಬಾರದಾಗಿತ್ತೆಂದುಕೊಂಡರು. ಅವಮಾನದಿಂದ ಕುಗ್ಗಿಹೋಗಿದ್ದರು. ಆದರೂ ಬಾಯಿ ಬಿಡದ ಸ್ಥಿತಿ.

"ಊಟ... ಮಾಡಿದ್ರಾ? ಸನಿಹಕ್ಕೆ ಹೋಗಿ ವಿಚಾರಿಸಿದ್ದು ಕೃತಿಕಾ" ಊರು ಕಡೆ ಜನ ಸಿಕ್ಕಿದ್ರು, ಅವ್ರ ಬಲವಂತಕ್ಕೆ ಊಟ ಮಾಡಿದಾಯ್ತು. ಬಿಂದು ಅವ್ರನ್ನ ಬಿಡೋಕೆ ಹೋಗಿದ್ರೂಂತ ಸುವರ್ಣಮ್ಮ ಹೇಳಿದ್ರು, ಮಲಗ್ತೀನಿ, ತಾಯಿ ಗೆಸ್ಟ್‌ರೂಂ ಕಡೆ ಹೋದರು. ನಡಿಗೆಯಲ್ಲಿ ತೀರಾ ಸೋತಂತೆ ಕಂಡರು.

ಕೃತಿಕಾ ಹೋಗುವ ಮುನ್ನ ಅರುಣ ರೂಂನಲ್ಲಿ ಇಣುಕಿದಾಗ ಅವಳು ಹಳದಿ ಚೂಡಿದಾರ್ ಹಾಕಿಕೊಂಡು ಕೂತಿದ್ದಳು. ಶಾಕಾಯ್ತು. ಆ ಡ್ರೆಸ್ ಕೊಡಿಸಿದ್ದು ಭಾಸ್ಕರ್. ಟೋಟಲೀ ಏಳೂವರೆ ಸಾವಿರದ ಬಿಲ್‌ನ ಗಂಡನ ಷರಟು ಜೇಬಿನಲ್ಲಿ ನೋಡಿದ್ದಳು.

"ಆ ಸೀರೆಯಲ್ಲಿ ಎಷ್ಟು ಮುದ್ದಾಗಿ ಕಾಣ್ತಾ ಇದ್ದೆ. ನಾನು ಒಂದು ಫೋಟೋ ತೆಗ್ದು ಮೊಬೈಲ್‌ನಲ್ಲಿ ಇಟ್ಟುಕೊಳ್ಳೋಣಾಂತ ಇದ್ದೆ. ಆಗ್ಲೇ ಬದಲಾಗಿಸಿದ್ದೀ" ತಮಾಷೆಯಾಗಿಯೇ ಕೇಳಿದಳು. "ಬೇಕಾದರೇ ಮತ್ತೆ ಉಟ್ಕೋತೀನಿ" ಮೇಲೆದ್ದಾಗ "ಬೇಡ ಬಿಡು. ಮತ್ತೆ ಯಾವಾಗ್ಲಾದ್ರೂ ಉಟ್ಕೊತ್ತೀಯಲ್ಲ" ಅನ್ನೋ ವೇಳೆಗೆ ನೆಲದ ಮೇಲೆ ಇನ್ನು ಅಚ್ಚುಕಟ್ಟುನಲ್ಲೇ ಇದ್ದ ಸುವರ್ಣಮ್ಮ "ಶಶಿ ಅಣ್ಣ ಮೊಬೈಲ್‌ನಲ್ಲಿ ತಾಕೀತು ಮಾಡಿದ್ರು, ಅದ್ಕೇ, ಬದಲಾಯಿಸಿಕೊಂಡಿದ್ದು" ಬಾಯಿಬಿಟ್ಟಳು. ಶಶಿ ಕಾಲ್ ಮಾಡಿ ಹೇಳಿಲ್ಲವೆಂದು ಕೃತಿಕಾಗೆ ಗೊತ್ತಿದ್ದರಿಂದ "ಓಕೆ..." ಎಂದು ರೂಮಿನಿಂದ ಹೊರಬಂದಳು. ಅದಕ್ಕೆ ಮುನ್ನ ಅಲ್ಲೇ ಪಕ್ಕದಲ್ಲಿದ್ದ ಬಾಕ್ಸ್ ಕಣ್ಣಿಗೆ ಬಿದ್ದಿತ್ತು. ಅಂದರೆ ಬರ್ತ್ ಡೇ ಬಳೆಗಳ ಗಿಫ್ಟ್! ಎಲ್ಲರ ಎದುರು ಕೊಟ್ಟಿದ್ದರೇ ಅಲ್ಲೊಂದು ಕೌಟುಂಬಿಕ ಸಂಭ್ರಮ, ಸಂತೋಷವಿರುತ್ತಿತ್ತು. ಆದರೆ... ಭಾಸ್ಕರ್‌ದು ಕದ್ದುಮುಚ್ಚಿ ಆಡೋ ಆಟ.

ರೂಮಿಗೆ ಬಂದಾಗ ಭಾಸ್ಕರ್ ಲ್ಯಾಪ್‌ಟಾಪ್ ತೆಗೆದಿಟ್ಟುಕೊಂಡು ಕೂತಿದ್ದವರು ತಲೆಯೆತ್ತದೆ "ಆ ಬುದ್ದುನ ಸಮಾಧಾನ ಮಾಡೋಕೆ ಹೋಗಿದ್ಯಾ?" ವ್ಯಂಗ್ಯವಾಗಿ ಕೇಳಿದ್ದು. ಒಳಗಿದ್ದ ಬೆಂಕಿ ಹೊರಬರಲು ಇದೊಂದು ಕಾರಣ ಸಾಕಾಯಿತು "ಅವ್ನು ಬುದ್ದು ಅಲ್ಲ, ಬುದ್ಧಿವಂತೆ ವಿವೇಕಿ... ನೈತಿಕ ಪ್ರಜ್ಞೆ ಇದೆ. ಪ್ಲೀಸ್ ಅವಳನ್ನು ಕ್ಷಮೆ ಕೇಳಿ. ರಿಕ್ವೆಸ್ಟ್ ಅಂತ ತಿಳ್ಕೊಂಡ್ರು... ಪರ್ವಾಗಿಲ್ಲ. ಮೊದ್ಲು ಆ ಕೆಲ್ಸ ಮಾಡಿ" ಅವಳ ದನಿಯೇರಿತು.

"ಮಾಡೋಲ್ಲ..." ಎಂದ ತುಸು ಒರಟಾಗಿ.

"ಭಾಸ್ಕರ್ ನೀವು ಈ ವಿಚಾರದಲ್ಲಿ ಹಟ ಮಾಡ್ಬೇಡಿ. ಇಂಗ್ಲಿಷ್‌ನಲ್ಲಿ ಒಂದು ನೀತಿ ಮಾತು ಇದೆ. When you have made a mistake ask apology immediately. It is tastier to eat bun when it is still warm. ನೀವು ತಪ್ಪು ಮಾಡಿದ್ದೀರಿ. ಅದು ನಿಮ್ಮ ಅರಿವಿಗೆ ಬಂದಿದೆ. ಕ್ಷಮೆ ಕೇಳಬೇಕಾದ ಸಂದರ್ಭದಲ್ಲಿ ಮೌನವಾಗಿದ್ದರೇ, ಸಂಬಂಧಗಳು ನಶಿಸಿಹೋಗುತ್ತೆ. ಪ್ಲೀಸ್ ಕೇಳಿ..." ತಾನೇ ಡಯಲ್ ಮಾಡಿ ಅವನಿಗೆ ಕೊಡಲು ಹೋದಾಗ ಬಾಲ್ಕನಿಗೆ ಎದ್ದುಹೋದ. ಆ ಕಡೆಯಿಂದ "ಹಲೋ, ಕೃತಿ... ಮಲ್ಗು ನಂಗೂ ನಿದ್ದೆ ಬರುತ್ತೆ" ಕಾಲ್ ಕಟ್ ಮಾಡಿದಳು.

ಕೃತಿಕಾ ಕುಸಿದು ಕೂತಳು.

ಎಷ್ಟೋ ಹೊತ್ತಿನನಂತರ ಬಟ್ಟೆ ಬದಲಾಯಿಸಿ ಬಂದು ಮಲಗಿದಳು. ಶಶಿ ಬೆಲೆ ಹತ್ತು ಲಕ್ಷನಾ? ಕೇಳಿದಂತಿತ್ತು. ಪಕ್ಕಕ್ಕೆ ಹೊರಳಿದಳು ಒಂದೊಂದು ಮೊಬೈಲ್‌ಗಳು ಸುಳಿದು ಕತೆಗಳನ್ನು ಹೇಳಲು ಮುಂದಾಗುತ್ತಿತ್ತು. "ಇನ್ನು ಹತ್ತು ಹೆಣ್ಣುಗಳನ್ನು ವಿವಾಹವಾದರೂ ನಿಮ್ಮ ಮಗನಿಗೆ ಮಕ್ಕಳಾಗೋಲ್ಲ" ಎಂದು ಅಂದೇ ಅತ್ತೆ ಶೇಷಮ್ಮನಿಗೆ ಹೇಳಬೇಕೆಂದರು ತಡೆದು ಸುಮ್ಮನಾಗಿದ್ದಳು ಗಂಡನ ಮೇಲಿನ ಪ್ರೀತಿಯಿಂದ. ಭಾಸ್ಕರ್ ಅವಮಾನಿತನಾಗೋದು ಇಷ್ಟವಿರಲಿಲ್ಲ ನಿದ್ದೆ ಬಂದಿದ್ದು ತಡವಾಗಿ, ಎಚ್ಚರವಾಗಿದ್ದು ತಡವಾಗಿಯೇ, ಕೃತಿ ಭಾಸ್ಕರ್‌ನತ್ತ ತಿರುಗಿ ಕೂಡ ನೋಡದೇ ಎದ್ದು ಸ್ನಾನ ಮುಗಿಸಿಯೇ ಹೊರಬಂದಿದ್ದು. ದೇವರು ಮನೆಗೆ ಹೋಗುವ ಮುನ್ನ ಮುಂದಿನ ಗಾರ್ಡನ್‌ನಿಂದ ಹೂಬಿಡಿಸಿ ತರೋದು ಕೃತಿಕಾಳ ಪದ್ಧತಿ.

ಇಂದು ಹೋದಾಗ ಸುವರ್ಣಮ್ಮ ಕೂಡ ಅದೇ ಕೆಲಸದಲ್ಲಿ ಇದ್ದವಳು ಸ್ವಲ್ಪ ಅನುಮಾನಿಸುತ್ತ "ಅಮ್ಮ ಚಾಡಿ ಹೇಳ್ತಾಳೇಂತ ಅಂದ್ಕೋಬೇಡಿ. ರಾತ್ರಿ ಯಜಮಾನ್ರು, ಅರುಣಮ್ಮ ಶಾಮಣ್ಣನೋರಿಗೆ ಸಾಕಷ್ಟು ಅಂದ್ರು. ಒಡ್ವೇ ತಂದ್ಕೊಡೂಂತ ರಂಪಾಟ ನಡೆಸಿದ್ರು ಅರುಣಮ್ಮ. ಆಯಮ್ಮ ಮಾತಾಡೋಕೆ ಯಜಮಾನ್ರು ಕುಮಕ್ಕಾಗಿ ನಿಂತ್ರು" ಅಂದಕೂಡಲೇ ಕೃತಿಕಾಳಿಗೆ ನಿಂತ ನೆಲ ಬಿರುಕು ಬಿಟ್ಟಂತಾಯಿತು. ಏನಾಗಿ ಹೋಯಿತು? ಸಜ್ಜನ, ಪ್ರಾಮಾಣಿಕ, ಕೃಷಿಕ! ಅರ್ಥವಾದಷ್ಟು ಹೇಳಿದಳು ಸುವರ್ಣಮ್ಮ. ಕುಸಿದಂತಾಯಿತು ಕೃತಿಕಾಗೆ.

ಬಹಳ ಕಷ್ಟದಿಂದಲೇ ಬಾಲ್ಕನಿಯನ್ನು ದಾಟಿ ಗೆಸ್ಟ್‌ರೂಂಗೆ ಬಂದಾಗ ಶಾಮಣ್ಣ ಮಲಗುತ್ತಿದ್ದ ಮಂಚ ಖಾಲಿಯಾಗಿತ್ತು. ಬಹುಶಃ ಸ್ನಾನಕ್ಕೆ ಹೋಗಿರಬಹುದೆಂದುಕೊಂಡು

ಡೈನಿಂಗ್ ಟೇಬಲ್ ಬಳಿ ಬಂದು ಕುಸಿದಂತೆ ಕೂತಳು. ನಿತ್ರಾಣವೆನಿಸಿತು.

ಇಂದು ದೇವರ ಮನೆಗೆ ಹೋದವಳು ಹೂವಿಟ್ಟು ನಮಸ್ಕರಿಸಿ ಹೊರಬಂದು ಕಿಚನ್‌ನತ್ತ ನೋಡಿದಳು. ಅರುಣ ಕಾಫಿಯ ಏರ್ಪಾಟಿನಲ್ಲಿದ್ದಳು. ಎಂದಿನಂತೆ ಕೃತಿಕಾ ಮನ ಮೃದುವಾಗಲಿಲ್ಲ.

"ನಿಮ್ಮ ತಂದೆನಾ ಮಾತಾಡಿಸಿದ್ಯಾ?" ಕೇಳಿದಳು.

"ಇಲ್ಲ..." ಎಂದಾಗ ಅವಳ ಮುಂದೆ ಹೋಗಿ ನಿಂತಾಗ, ಶಶಾಂಕ್ ಬಂದು ನಿಂತಂತಾಯಿತು. ಸ್ವಲ್ಪ ಎಚ್ಚರ ತಪ್ಪಿದರೇ ಅವರ ದಾಂಪತ್ಯ ಛಿದ್ರ... ಛಿದ್ರ... ಅದು ಕೃತಿಕಾಗೆ ಬೇಕಿರಲಿಲ್ಲ. ಜೊತೆ ಮಾನಅಪಮಾನಗಳಿಗೆ ಅಂಜೋ ಶಾಮಣ್ಣ ನೇಣು ಹಾಕಿಕೊಂಡು ಬಿಡುತ್ತಾರೆ. "ರಾತ್ರಿ ಏನಾದ್ರೂ ನಡೀತಾ?" ಕೇಳಿದಳು.

ಮೊದಲು ತಡಬಡಿಸಿದರು ಕೊನೆಗೆ "ಏನಿಲ್ಲ, ಒಡ್ವೆ ಏನಾಯ್ತೂಂತ ಕೇಳೂಂದ್ರು ಭಾವ, ಅದ್ಕೇ... ಕೇಳ್ದೇ" ಡಿಟೈಲ್ಸ್ ನೀಡದಿದ್ದರೂ ಸತ್ಯ ಹೊರಬಂದಿತ್ತು. "ನಿಂಗೆ ಗೊತ್ತಿಲ್ವಾ? ಆ ಒಡ್ವೆಗಳನ್ನೆಲ್ಲ ಮಾರಿಯೇ ಅಲ್ವಾ, ಬ್ಯಾಂಕ್ ಲೋನ್ ಬಡ್ಡಿ ಕಟ್ಟಿದ್ದು. ಅಂಥದ್ದರಲ್ಲಿ ಯಾಕೆ ಕೇಳ್ದೇ?" ಅರುಣ ಬಾಯಿ ಬಿಡಲಿಲ್ಲ.

ಕೃತಿಕಾ ಬೆಳಗಿನ ಕೆಲಸಗಳನ್ನು ಮುಗಿಸಿ ಆಫೀಸ್‌ಗೆ ಹೋಗೋ ಮುನ್ನ ಗೆಸ್ಟ್‌ರೂಂಗೆ ಬಂದಳು. ಯಥಾಸ್ಥಿತಿ ಮುಚ್ಚಿದ ಬಾತ್‌ರೂಂ ತಟ್ಟಿ ನೋಡಿದಳು. ಯಾರು ಇದ್ದ ಸುಳಿವಿರಲಿಲ್ಲ. ಕನಿಷ್ಟ ಒಂದು ನಾಲ್ಕು ಸಲವಾದರು ಹೇಳಿಹೋಗುತ್ತಿದ್ದ ಮನುಷ್ಯ ಅದೃಶ್ಯನಾಗಿದ್ದು ಹೇಗೆ? ತುಸು ಭಯ ಆವರಿಸಿತು.

ಎಲ್ಲೆಡೆ ಒಂದು ಸುತ್ತು ಹೋಗಿ ಬಂದಿದಷ್ಟೆ. ಶಾಮಣ್ಣನ ಪತ್ತೆ ಇಲ್ಲ. ಇಲ್ಲಿ ಬಂದರೂ ಕುಂಡಗಳಲ್ಲಿರುವ ಗಿಡಗಳಲ್ಲಿ ಕೈಯಾಡಿಸುತ್ತ ನೋಡುತ್ತ ಕಾಲ ಕಳೆಯುವ ಮನುಷ್ಯ. ಒಂದೆರಡು ಸಲ ಕೃತಿಕಾ "ಮನುಷ್ಯರಿಗಿಂತ... ಹಚ್ಚಹಸುರಿನ ನಡ್ವೆ ಇರೋಕೆ ಇಷ್ಟಪಡ್ತೀರಾ" ಹಾಸ್ಯ ಮಾಡಿದಾಗ ಸ್ವಚ್ಛವಾಗಿ ನಗುತ್ತಿದ್ದ ಆ ಮನುಷ್ಯನನ್ನು ಕಂಡಾಗ ತಂದೆ ಹಿರಿಯ ಅಣ್ಣ ನೆನಪಾಗುತ್ತಿದ್ದರು. ಬಿಟ್ಟು ಬಂದಾಗ ನೋಡಿದಷ್ಟೆ. ಮತ್ತೆಂದು ನೋಡುವ ಸುಯೋಗ ಒದಗಿಬಂದಿರಲಿಲ್ಲ. ನೆನಪಲ್ಲಿ ಹುದುಗಿ ಹೋದ ಬ್ಲಾಕ್-ಅಂಡ್ ವೈಟ್ ಚಿತ್ರಗಳಷ್ಟೆ. ಆದರೆ ಶಾಮಣ್ಣ ಬಂದರೇ ಸ್ವಂತ ಮಗಳಾದ ಅರುಣಳಿಗಿಂತ ಹೆಚ್ಚು ಸಂಭ್ರಮ, ಸಂತೋಷಪಡುತ್ತಿದ್ದುದ್ದು ಕೃತಿಕಾ.

"ನನ್ನ ತವರಿನವರೇ ಬಂದಂಗಾಗುತ್ತೆ" ಎಂದಾಗ ಭಾಸ್ಕರ ಕನಿಕರಿಸುತ್ತಿದ್ದ "ಸಾರಿ..." ಎನ್ನುವಷ್ಟು ದೊಡ್ಡತನ ತೋರುತ್ತಿದೆ. ಈಚೆಗೆ... ಅದು ಅರುಣಳ ಒಡವೆಗಳನ್ನು ತಗೊಂಡು ಹೋದ ಮೇಲಂತು ಶಾಮಣ್ಣ ಅಂದರೆ ಕನಿಕರ, ಉದಾಸೀನ, ಮಾತಾಡುತ್ತಲೇ ಇರಲಿಲ್ಲ.

"ಅರುಣ ನಿಮ್ತಂದೆ ಎಲ್ಲಿ?" ಹೇಳಿದಳು. ಮಿಕ್ಸಿಯಿಲ್ಲಿ ಚಟ್ನಿ ರುಬ್ಬುತ್ತಿದ್ದ ಅವಳು "ಗೊತ್ತಿಲ್ಲ ಅಕ್ಕ! ಬೆಳಗ್ನಿಂದ ನೋಡಲೇ ಇಲ್ಲ. ಸ್ನಾನಕ್ಕೆ ಹೋಗಿದ್ದಾರೇನೋ, ಇಲ್ಲ

ಕೇಳ್ಗೀ ಗಿಡಗಳ ನಡ್ವೇ ಅಡ್ಡಾಡುತ್ತ ಇರ್ತಾರೆ" ಅಂದಿದಷ್ಟೆ ಕೃತಿಕಾಗೆ ಗಾಬರಿ. ರೂಮಿನಿಂದ ರೆಡಿಯಾಗಿ ಬಂದ ಶಶಿನ "ಶಾಮಣ್ಣನ್ನ ನೋಡಿದ್ಯಾ ಶಶಿ?" ಕೇಳಿದಕ್ಕೆ ಬೆಳಗ್ಗೆ ಎದ್ದಕೂಡಲೇ ಅವ್ರ ಮಗಳ ಮುಖ ನೋಡಿಯೇ ಸಾಕಾಗಿದೆ. ಸದ್ಯ ಇಲ್ಲ" ಎನ್ನುತ್ತ ಷರಟಿನ ತೋಳುಗಳನ್ನು ಮಡಚಿಕೊಳ್ಳುತ್ತ "ಇನ್ನು ಭಾವ ರೆಡಿಯಾಗಿಲ್ವಾ? ಮೊದ್ಲು ಅವ್ರು ರೆಡಿಯಾಗಿ ನಮ್ಮನ್ನ ಅವಸರಿಸೋರು. ಈಗ..." ಎಂದು ಡೈನಿಂಗ್ ಟೇಬಲ್‌ನತ್ತ ನಡೆದ. ಕೃತಿಕಾ ಹಾಲ್‌ಗೆ ಹೋಗಿ ಸೋಫಾ ಮೇಲೆ ದೊಪ್ಪನೆ ಕುಕ್ಕರಿಸಿದಳು.

ಎದೆಬಡಿತ ಏರುತ್ತಿತ್ತು? ಯಾಕೆ?

ಒಂದಲ್ಲ ನಾಲ್ಕು ಸಲ ಶಾಮಣ್ಣನ ಮೊಬೈಲ್‌ಗೆ ಕಾಲ್ ಮಾಡಿದಾಗಲೂ 'ಸ್ವಿಚ್ ಆಫ್'. "ಏಯ್ ಶಶಿ ಬಾರೋ ಇಲ್ಲಿ" ಆವೇಗದಿಂದ ಕರೆದು "ಶಾಮಣ್ಣನ ಮೊಬೈಲ್ ಸ್ವಿಚ್ ಆಫ್ ಬರುತ್ತಿದೆ. ನೀನು ಪ್ರಯತ್ನಿಸು" ಅಂದಾಗ ಆರಾಮಾಗಿ ಕೂತು ನಾಲ್ಕು ಸಲ ಪ್ರಯತ್ನಿಸಿದ. ಅದೇ 'ಸ್ವಿಚ್ ಆಫ್' "ಅಕ್ಕ. ಅದಕ್ಕೆ ನೀನ್ಯಾಕೆ ಗಾಬ್ರಿ ಆಗ್ತೀಯಾ? ಹೇಳದೇ ಹೋಗೋಲ್ಲ, ಬರ್ತಾರೇ ಬಿಡು" ಎಂದು ಬಲವಂತದಿಂದ ಡೈನಿಂಗ್ ಟೇಬಲ್ ಬಳಿ ಕರೆದೊಯ್ದ.

"ನಂಗೆ ಬೇಡ, ಅಲ್ಲೇ... ಆಗುತ್ತೆ" ಎಂದವಳು ರೂಮಿಗೆ ಬಂದಾಗ ಭಾಸ್ಕರ್ ಶೇವ್ ಮಾಡುತ್ತಿದ್ದ "ಶಾಮಣ್ಣನವ್ರು ಇಲ್ಲ. ಅವ್ರಿಗೂ. ನಿಮ್ಗೂ ಒಡ್ವೇ ವಿಷ್ಯದಲ್ಲಿ ಮಾತುಕತೆ ಆಯಿತಂತೆ. ನಿಮಗ್ಯಾಕೆ ಬೇಕಿತ್ತು ಈ ಉಸಾಬರಿ. ಅವ್ಳ ಗಂಡನೇ ಸುಮ್ನೇ ಇರೋವಾಗ ನಿಮ್ಮ ಪ್ರವೇಶ ಅನಿವಾರ್ಯವಲ್ಲ" ಸ್ವಲ್ಪ ದನಿಯೇರಿಸಿಯೇ ಹೇಳಿದ್ದು. ಮೊದಲ ಸಲ ಎಕ್ಕಡದಿಂದ ಮುಖದ ಮೇಲೆ ಬಾರಿಸಿದಂತಾಯಿತು. ಸಹಿಸಿ ಸಾಕಾಗಿತ್ತು ಕೃತಿಕಾಗೆ.

ಭಾಸ್ಕರ್ ವಿಚಲಿತರಾದರು. ಮುಖ ತಿರುಗಿಸಿಕೊಂಡು ಹೋದಳು.

ಕೃತಿಕಾ ಆಫೀಸ್‌ನಲ್ಲಿದ್ದಳು. ಲಂಚ್ ಅವರ್‌ನಲ್ಲಿ ಕೂಡ ಶಾಮಣ್ಣನಿಗೆ ಮಾತ್ರವಲ್ಲ ಶಶಿ, ಅರುಣನ ವಿಚಾರಿಸಿದ್ದು ಮಾತ್ರವಲ್ಲ ಬಿಂದುಗೂ ಕಾಲ್ ಮಾಡಿ ವಿಷಯ ತಿಳಿಸಿದ್ದು ಆತಂಕದಿಂದ.

"ನಾನು, ಶಶಿ ನಿನ್ನೊತೆ ಬಂದ್ಮೇಲೆ ಅರುಣಳು ಒಡ್ವೇ ವಿಷ್ಯವಾಗಿ ಭಾಸ್ಕರ್ ಶಾಮಣ್ಣನಿಗೆ ಏನೋ ಅಂದರಂತೆ. ಆ ಮನುಷ್ಯ ಸಪ್ಪಗಿದ್ದ. ಬೆಳಿಗ್ಗೆ ವಿಚಾರ್ಸಿಕೊಳೋಣಾಂತ ಅಂದ್ಕೊಂಡೆ. ಬೆಳಿಗ್ಗೆ ಇಲ್ವೇ... ಇಲ್ಲ. ಕಾಲ್ ಮಾಡಿದರೇ... ಸ್ವಿಚ್ ಆಫ್. ಯಾಕೋ ಗಾಬ್ರಿ ಕಣೇ" ಅಂದಾಗ "ಬೇಜಾರು ಮಾಡ್ಕೊಂಡ್ ಹೋಗಿರಬಹುದು. ಇಲ್ಲ ಕೋಪಿಸ್ಕೊಂಡಿದ್ದರೇ, ಮಗಳ ಮೇಲಿನ ಪ್ರೀತಿಯಲ್ಲಿ ಎಷ್ಟು ದಿನ? ಇಲ್ಲ ನಾವೇ ಅವ್ರ ಊರಿಗೆ ಹೋಗಿಬರೋಣ" ಸಮಾಧಾನ ಹೇಳಿದಳು.

ಸಂಜೆ ಇವರು ಕ್ಯಾಂಬಿನ್‌ನಿಂದ ಹೊರಬಂದಾಗ ಕಾಯುತ್ತಿದ್ದ ಶಶಾಂಕ್ ಬಲವಂತವಾಗಿ ನಗೆ ಬೀರಿದ. ಆದರೂ ಕೃತಿಕಾಗೆ ಗಾಬರಿ "ಶಾಮಣ್ಣನೋರು... ಸಿಕ್ರಾ?" ವಿಚಾರಿಸಿದಳು.

"ಸಿಕ್ರೂ... ಸಿಕ್ಕಿದ್ದಾರೆ! ಅದ್ನ ತಿಳಿಸೋಕೆ ಬಂದೆ. ನಿನ್ನ ವೆಹಿಕಲ್ ಇಲ್ಲೇ ಇರ್ಲಿ" ಅಂದವ ಮುಂದು ಮುಂದು ಹೆಜ್ಜೆ ಹಾಕಿದಾಗ ಕೃತಿಕಾಗೆ ಸ್ವಲ್ಪ ಗಾಬರಿಯೇ "ಅರೆ, ಅರುಣ... ಇವಳು ಬಂದಿದ್ದಾಳೆ. ಎಲ್ಲಿಗೆ ಹೊರಟಿದ್ದೀವಿ?" ಕೇಳಿದ್ದಕ್ಕೆ ಅವನು ಮಾತೇ ಆಡಲಿಲ್ಲ. "ಎಲ್ಲಿಗೆ... ಶಶಿ?" ಗಟ್ಟಿಯಾಗಿಯೇ ಕೇಳಿದ್ದು ಕೃತಿಕಾ. ಮೌನವದನನಾಗಿದ್ದ.

"ಅರುಣ ಊರಿಗೆ. ಶಾಮಣ್ಣನ್ನೋರು ಹೇಳಿಕಳಿಸಿದಾರೇ. ಒಡ್ವೆ, ಚಿನ್ನ ತಂದಿಟ್ಟಿದ್ದಾರಂತೆ. ಊರವರ ಸಮಕ್ಷಮ ಕೊಡ್ತೀನಿ ಕರ್ಕೊಂಡ್ಬಾಂದ್ರು" ಅಂದ. ಆಮೇಲೆ ಮಾತೇ ಆಡಲಿಲ್ಲ.

ಊರು ತಲುಪಿದ ನಂತರವೇ ಗೊತ್ತಾಗಿದ್ದು. ಶಾಮಣ್ಣನವರು ತಮ್ಮ ತೋಟದಲ್ಲಿನ ಮರಕ್ಕೆ ನೇಣು ಹಾಕಿಕೊಂಡಿದ್ದರು. ನೆರೆದವರೆಲ್ಲ ಕಣ್ಣೀರಿಡುತ್ತಿದ್ದರು. ಸಾಲ ತೀರಿಸಲಾರದೆ ಇನ್ನೊಬ್ಬ ರೈತನ ಸಾವು. ತಕ್ಷಣ ಸರ್ಕಾರ ರೈತರ ಸಾಲಮನ್ನಾ ಮಾಡಬೇಕು. ಪೇಪರ್‌ನಲ್ಲಿ ಪ್ರಕಟವಾಗುತ್ತೆ. ಛಾನಲ್‌ಗಳವರು ಇದರ ಬಗ್ಗೆ ಒಂದೆರಡು ದಿನಗಳು ಸಂಬಂಧಪಟ್ಟವರನ್ನೆಲ್ಲ ಕೂಡಿಸಿಕೊಂಡು ಚರ್ಚೆ ಮಾಡುತ್ತಾರೆ. ಸಂಬಂಧಿಕರಿಗೆ ಇಷ್ಟು ಲಕ್ಷ ಪರಿಹಾರಕ್ಕಾಗಿ ರೈತ ಸಂಘದವರು ಒತ್ತಾಯಿಸುತ್ತಾರೆ. ಇಲ್ಲಿಗೆ ಮುಗಿಯುತ್ತೆ? ನಿಜವಾದ ಸತ್ಯ ಎಲ್ಲೋ ಮುಚ್ಚಿಹೋಗುತ್ತೆ. ಇಂಥ ಸಂದರ್ಭಗಳಲ್ಲಿ ವ್ಯಕ್ತಿ ನಿರಾಶನಾಗುವುದು, ನಿಸ್ಸಾಹಾಯಕನಾಗುವುದು ತನ್ನವರಿಂದಲೇ! ಅವಮಾನಿಸುವುದು, ಚುಚ್ಚಿ ನುಡಿಯುವುದು, 'ನಿನ್ನಿಂದಲೇ' ಎಂದು ಬೆಟ್ಟು ತೋರುವುದು ಸ್ವಂತದವರೇ, ಹೆಚ್ಚಿನ ಪ್ರಕರಣಗಳಲ್ಲಿ. ಮೊದಲೇ ಎಚ್ಚೆತ್ತು ಒಂದಿಷ್ಟು ಧೈರ್ಯ ತುಂಬಿ ಸಹಾಯ, ಸಹಕಾರದ ಹಸ್ತದ ಕೈ ಚಾಚಿದ್ದರೇ, ಆ ವ್ಯಕ್ತಿ ಸಾವಿನ ಕುಣಿಕೆಯತ್ತ ಜಾರುವುದಿಲ್ಲ. ಒಂದು ಭರವಸೆ ಆತ್ಮವಿಶ್ವಾಸ ತುಂಬುತ್ತೆ ಸಾವಿನಿಂದ ವಿಮುಖನಾಗುತ್ತಾನೆ. ಅಂಥ ಪ್ರಯತ್ನ ಮಾಡುವವರು ಯಾರು?

ಅಂದು ವಿವೇಕಾನಂದ ಸ್ವಾಮೀಜಿ ಹೇಳಿದ ಮಾತುಗಳನ್ನು ನೆನಪು ಮಾಡಿಕೊಂಡಳು. 'ಎಲ್ಲಾ ಧರ್ಮಗಳಿಗಿಂತ ಮಾನವ ಧರ್ಮವೇ ದೊಡ್ಡದು. ಸಂಪೂರ್ಣ ನೈತಿಕತೆ ವ್ಯಕ್ತಿಯನ್ನು ದೊಡ್ಡವನನ್ನಾಗಿ ಮಾಡುತ್ತೆ. ಸಂಕಷ್ಟದಲ್ಲಿರೋ ಜನಕ್ಕೆ ಸಹಾಯ ಮಾಡುವುದಕ್ಕಿಂತ ದೊಡ್ಡ ಪೂಜೆ ಇಲ್ಲ. ಅಲ್ಲಿ ಭಗವಂತ ಇರ್ತಾನೆ' ಅಚ್ಚಳಿಯದೇ ಉಳಿದ ಸತ್ಯ.

ಕೃತಿಕಾಯಿಂದ ಶಾಮಣ್ಣನ ಆತ್ಮಹತ್ಯೆ ಮರೆಯಲಾಗಲಿಲ್ಲ. ಆ ಸಾವಿಗೆ ಕಾರಣರಾದವರನ್ನು ಮನಸ್ಸು ಪಟ್ಟಿ ಮಾಡುತ್ತಿತ್ತು. ನೆರವಿಗೆ ಬಾರದ ಸರ್ಕಾರ, ಬ್ಯಾಂಕ್‌ಗಳು, ಬಾರದ ಮಳೆ, ಕೈಗೆ ಸಿಗದ ಫಸಲು, ಕೆಲವೊಮ್ಮೆ ಬೆಳೆಗೆ ಒಳ್ಳೆ ಬೆಲೆ ಸಿಗದ ರೈತ ಬಾಂಧವರನ್ನು ಮೊದಲು ಸಾಂತ್ವನಿಸಿ, ಧೈರ್ಯ ತುಂಬ ಬೇಕಾಗಿರೋದು ಮನೆಯವರು, ಗೆಳೆಯ, ಬಂಧು ಬಾಂಧವರು ನಂತರವೇ, ಮಿಕ್ಕೆಲ್ಲ. ಆದರೆ ಜವಾಬ್ದಾರಿ ಹೊರಲು ತಯಾರಿಲ್ಲ.

ಎಷ್ಟೋ ಜನ ರೈತರು ತಮ್ಮವರ ಚುಚ್ಚು ನುಡಿರೋದನ ನೋಡಲಾರದೆ ಆತ್ಮಹತ್ಯೆ ಶರಣಾಗುತ್ತಾರೆ. ತರ್ಕಿಸಿದರೇ ಮೊದಲು ಕಟಕಟಿಯಲ್ಲಿ ನಿಲ್ಲಿಸಬೇಕಾದ್ದು ಇಂಥವರನ್ನು.

ಎಂದಿನಂತೆ ಎಲ್ಲಾ ರೈತರ ಆತ್ಮಹತ್ಯೆಯ ಪ್ರಕರಣದಲ್ಲಿ ಸೇರಿಹೋಗುವಂತೆ ಶಾಮಣ್ಣ ನೇಣು ಬಿಗಿದುಕೊಂಡು ಆತ್ಮಹತ್ಯೆಯ ಪ್ರಕರಣಗಳಂತೆ ಇದು ಮುಗಿಯಿತು.

* * *

ಶಾಮಣ್ಣನವರು ಆತ್ಮಹತ್ಯೆ ಮಾಡಿಕೊಂಡು ತಿಂಗಳು ಕಳೆದುಹೋಯಿತು. ಅಂದು ಮಾಡಿದ ಮ್ಲಾನತೆ ಇಂದಿಗೂ 'ನಿಸ್ಸೊಲುಮೆ'ಯಲ್ಲಿ ಕರಗಿಹೋಗಿರಲಿಲ್ಲ. ಮಾತುಕತೆಗಳೇ ಮಾಯವಾಗಿತ್ತು. ಎಲ್ಲರೂ ಹಿಂದಿನ ದಿನಚರಿಗೆ ಮರಳಿದ್ದರಷ್ಟೆ. ಜೀವಂತಿಕೆ ಇರಲಿಲ್ಲ.

ಅಂದು ಭಾಸ್ಕರ್ ಆಫೀಸ್‌ಗೆ ಹೊರಡುವಾಗ "ಇನ್ನೆಷ್ಟು ದಿನ ಈ ಶೋಕಾಚರಣೆ? ಬ್ಲಡ್ ರಿಲೇಷನ್ ಅಲ್ಲ. ಅಂಥ ಸ್ನೇಹ, ಆತ್ಮೀಯತೆ ಅಂಥದೇನು ಇಲ್ಲ. ಅಂಥದ್ದರಲ್ಲಿ ಈ ರೀತಿಯ ಶೋಕಾಚರಣೆ ಬೇಕಾ?" ಎಂದು ಕೇಳಿದ ಕೃತಿಕಾನ ನಿಂತು ಹಿಂದಿರುಗಿ "ಇದು ಯಾವ್ದೂ ಅಲ್ದೇ ಇರ್ಬಹುದು. ಅರುಣ ತಂದೆ. ಜೊತೆಗೆ ಸಹಜ ಸಾವಲ್ಲ, ಯಾರ್‍ಯಾರ ಪಾಲು ಎಷ್ಟೆಷ್ಟು ಇದೇಂತ ನಿರ್ಧರಿಸಿ, ನಂತರವೇ..., ಸಂತಾಪಸೂಚನೆ. ಆಮೇಲೆ ಮುಕ್ತಾಯವಾಗುತ್ತೆ" ಎಂದು ಹೇಳಿ ತನ್ನ ಪಾಡಿಗೆ ತಾನು ಹೋದಳು. ಇನ್ನ ಶಶಿ ಹೆಚ್ಚುಕಡಿಮೆ ಮಾತೇ ನಿಲ್ಲಿಸಿದ್ದ. ಸತ್ಯ ಎದುರಿಗಿತ್ತು. ಸುವರ್ಣಮ್ಮ ಅಂದು ಮನೆಯಲ್ಲಿ ನಡೆದ ರಾದ್ಧಾಂತ ಉಸುರಿದ್ದಳು, ಇವನು ಶಾಮಣ್ಣನ ಹುಡುಕಾಟ ಪ್ರಾರಂಭಿಸಿದಾಗ ಅಂದು ಯಾರಿಗೂ ಹೇಳದೇ ಹೋಗಿ ತಮ್ಮ ತೋಟದಲ್ಲಿ ಶಾಮಣ್ಣ ನೇಣು ಹಾಕಿಕೊಂಡಿದ್ದಕ್ಕೆ ಪ್ರೀತಿಪಾತ್ರಗಳಾದ ಮಗಳು ಮತ್ತು ಭಾಸ್ಕರ್ ಕಾರಣ. ಅಂತರಾತ್ಮ ಚುಚ್ಚುತ್ತಿತ್ತು.

ಶಶಾಂಕ್‌ಗೆ ಅವರಿಬ್ಬರನ್ನು ಕೊಂದುಹಾಕುವಷ್ಟು ಕೋಪ. ಬಹುಶಃ ವಿವೇಕಾನಂದ ಸ್ವಾಮೀಜಿಯನ್ನು ಭೇಟಿ ಮಾಡದಿದ್ದರೇ, ಅವರ ಉಪದೇಶ ಕೇಳದಿದ್ದರೇ ಆ ಕೆಲಸ ಮಾಡಿ ಜೈಲಿಗೆ ಹೋಗಿ ಬಿಡುತ್ತಿದ್ದ. ಈ ಸಹನೆಯ ಬಂಡಿ ಮೇಲೇರಿಸಿಕೊಂಡಿದ್ದ.

ಅದು ಮತ್ತಷ್ಟು ದುರಂತದ ಹಾದಿ ಹಿಡಿಯುತ್ತೆಂದು ಅವನಿಗೆ ಗೊತ್ತು. ಆದರೆ ಎದುರುಬಂದು ನಿಲ್ಲುತ್ತಿದ್ದುದ್ದು ಕೃತಿಕಾ, ಜೊತೆಗೆ ತಂಪು ನೀಡುತ್ತಿರುವ 'ನಿಸ್ಸೊಲುಮೆ'. ಅದರಿಂದ ಎಲ್ಲವನ್ನು ಅವುಡುಗಚ್ಚಿ ನುಂಗಿಕೊಳ್ಳುತ್ತಿದ್ದ.

ಭಾಸ್ಕರ್ ರೂಮಿನಿಂದ ಹೊರಬಂದಾಗ ಮನೆ ನಿರ್ಜನವೆನಿಸಿತು. ಬ್ರೇಕ್‌ಫಾಸ್ಟ್ ರೆಡಿ ಮಾಡಿ ಟೇಬಲ್ ಮೇಲಿಟ್ಟಿದ್ದರು. ಅತ್ತಿತ್ತ ನೋಟ ಹರಿಸಿದ. ಅರುಣಳ ರೂಂ ಬಾಗಿಲು ಮುಚ್ಚಿತ್ತು. ಈ ಒಂದು ತಿಂಗಳಲ್ಲಿ ಅವಳನ್ನು ಒಮ್ಮೆ ಕೂಡ ಮಾತಾಡಿಸಲು ಸಾಧ್ಯವಾಗಿರಲಿಲ್ಲ. ಒಂದು ರೌಂಡ್ ಹೋಗಿ ಬಂದು ಬಾಲ್ಕನಿಯಿಂದ ಹೊರಗೆ ಇಣಕಿದಾಗ ಕೃತಿಕಾ, ಶಶಾಂಕ್ ಕಾರಿನ ಬಳಿ ನಿಂತು ಏನೋ ಮಾತಾಡುತ್ತಿದ್ದರು.

ಸುವರ್ಣಮ್ಮ ಒಗೆದ ಬಟ್ಟೆಗಳನ್ನು ತುಂಬಿಸಿಕೊಂಡು ಮೇಲೆ ಒಣಗಿಹಾಕಲು ಹೋಗಿದ್ದು, ಸುಸಮಯವೆನಿಸಿತು. ಮೆಲ್ಲಗೆ ಮುಚ್ಚಿದ ಬಾಗಿಲನ್ನು ತಟ್ಟಿದರು. ಆಗ ಎದೆಯ ಢವಢವ ತೆರೆದ ಬಾಗಿಲು ರಾಚಿದಂತೆ ಮುಚ್ಚಿದಾಗ ಶಾಕಾದರು. ಇವಳು ಅರುಣನ ಅನಿಸಿತು. ಪೂರಾ ಬದಲಾಗಿದ್ದಳು.

ಆ ವೇಳೆಗೆ ಮೊಬೈಲ್ ರಿಂಗ್ ಆಗಿದ್ದರಿಂದ ರೂಮಿಗೆ ಹೋದರು. ಆ ಮಾತುಕತೆಯಲ್ಲಿ ನಿರತರಾಗಿದಾಗ ಶಶಾಂಕ್ ಮೇಲೆ ಬಂದಿದ್ದ. ಮಾತು, ತಮಾಷೆ, ನಗೆಚಾಟಿಕೆ ಪೂರ್ತಿ ಬಂದ್ ಆಗಿತ್ತು. ಎದುರಾದಾಗ ಬಲವಂತದ ಒಂದು ಕಿರು ನಗು ಬೇಕು ಅನಿಸಿದಾಗ ಚುಟುಕು ಮಾತು, ಸಂಭಾಷಣೆ ಅಷ್ಟೆ.

ಭಾಸ್ಕರ್ ಕೆಳಗಿಳಿದು ಬರುವ ವೇಳೆಗೆ ಕೃತಿಕಾ ಕಾರು ಹೋಗಿ ಆಗಿತ್ತು. ಈಚೆಗೆ ಭಾಸ್ಕರ್‌ಗೆ ಬಿಂದು ಕೂಡ ಕಾಲ್ ಮಾಡಿರಲಿಲ್ಲ. ಇವನೇ ಒಂದೆರಡು ಸಲ ಮಾಡಿದಾಗ ಚುಟುಕಾಗಿ ಮಾತಾಡಿ ಕಟ್ ಮಾಡಿದ್ದು ಕಾರಣವಾಗಿತ್ತು. ಹೇಗೆ ಮನೆಯವರೆಲ್ಲ ಮಾಮೂಲಿಗೆ ವಾಪಸಾಗಬಹುದು. 'ಸರಿಹೋಗುತ್ತೆ' ಅನ್ನೋ ಧೈರ್ಯ ಕೂಡ. ತಾನೇ. ಒಂದು ಪ್ರಯತ್ನ ಅಂತ ಶಶಿನ ಮಾತಾಡಿಸಿದ್ದರು.

ಬ್ರೇಕ್‌ಫಾಸ್ಟ್ ತಗೊಳ್ಳಲಿಲ್ವಾ, ಶಶಿ ಎನ್ನುತ್ತ ಡೈನಿಂಗ್ ಟೇಬಲ್ ಬಳಿಗೆ ಬಂದ ಶಶಿನ ವಿಚಾರಿಸಿದಾಗ "ಬೇಡ, ಭಾವ... ನೀವು ತಗೊಳ್ಳಿ" ಎಂದು ಹೇಳಿ ನೀರು ಕುಡಿದು ಹೊರಟ. ಹಿಂದೆ ಇಂಥ ಸಮಯಗಳಲ್ಲಿ ಅರುಣ ನಗುನಗುತ್ತ ಬಡಿಸುತ್ತಿದ್ದಳು, ಜೊತೆಗೆ ಎದುರು ಕೂತು ತಾನು ತಿಂಡಿ ತಗೊಳ್ಳುತ್ತಿದ್ದಳು. ಅವುಡು ಕಚ್ಚಿದರು, ಭಾಸ್ಕರ್. ಟೋಟಲೀ ಅವಳಿಗಾಗಿ ಹತ್ತು ಲಕ್ಷದವರೆಗೂ ಧಾರಾಳವಾಗಿ ಖರ್ಚು ಮಾಡಿದ್ದರು. ಮೊಬೈಲ್‌ಗಳು... ತೀರಾ ನೊಂದರು.

ಬೇಜಾರೆನಿಸಿ ಕೆಳಗಿಳಿದು ಬಂದರು. ಆಗಲೇ ಕೃತಿ ಹೋಗಿದ್ದು ಆಗಿತ್ತು. ಬಂದು ನಗುನಗುತ್ತಾ ಬೀಳ್ಕೊಡುತ್ತಿದ್ದ ದಿನಗಳು ಎಲ್ಲಿಗೆಹೋದವು? ಅದಕ್ಕೆ ಕಾರಣ ಯಾರು?

ಆ ವೇಳೆಗೆ ಬಂದ ನಾಲ್ಕು ಮೊಬೈಲ್ ಕರೆಗಳಿಗೆ ಸ್ಪಂದಿಸಿ ಭಾಸ್ಕರ್ ಆಫೀಸ್‌ಗೆ ಹೋದರು. ಎಂದಿನಂತೆ ಸುವರ್ಣಮ್ಮ ಕೂಡ ಸುಳಿಯುತ್ತಿರಲಿಲ್ಲ. ಒಂಟಿ ಮಾಡಿದ್ದರು.

ಅಂದು ಭಾನುವಾರ, ಕೃತಿಕಾ ಮನೆಯಲ್ಲೇ ಉಳಿದಿದ್ದರೂ ಅರುಣ, ಶಶಾಂಕ ಹೊಸಕೆರೆಗೆ ಹೋಗಿದ್ದರು. ಅಲ್ಲಿನ ಸಾಕಷ್ಟು ಜವಾಬ್ದಾರಿಗಳು ಶಶಿಯ ಹೆಗಲೇರಿತ್ತು. ಅವರಿಬ್ಬರನ್ನು ಕಳಿಸಿ ರೂಮಿಗೆ ಬಂದಾಗ ಭಾಸ್ಕರ್ ಷೇವ್ ಮಾಡುತ್ತಿದ್ದವ ನೋಟ್ಟ ಹರಿಸಿದ ಮೆಲ್ಲಗೆ.

"ಬಾನಿ, ಬೇಗ ಸ್ವಲ್ಪ ಬ್ರೇಕ್ ಫಾಸ್ಟ್ ಮುಗ್ಸಿಕೊಳ್ಳಿ, ಒಂದಿಷ್ಟು ಮಾತಾಡೋದಿದೆ. ಗಂಗೋತ್ರಿಯಿಂದ ಬಂದಿದ್ದ... ನಮಿತಾ ರಘುರಾಮ್ ಬರ್ತ್‌ಡೇ ಅಂತೆ ಬನ್ನೀಂತ ಅಂದಿದ್ದಾರೆ. ಬೇಗ ಸ್ನಾನ ಮುಗ್ಸಿಕೊಂಡು ಬನ್ನಿ, ಕಾಯ್ತೀನಿ" ಎಂದು ಹೊರಗೆ ಹೋದವಳು ಸುವರ್ಣಮ್ಮನನ್ನು ಕರೆದು ತಿಂಡಿ ಕೊಟ್ಟು "ನೀನು, ಒಂದಿಷ್ಟು ಗಾರ್ಡನ್ ಕ್ಲೀನ್ ಮಾಡ್ಕೋ, ನಿನ್ನ ಗಂಗೋತ್ರಿಗೆ ಕರ್ಕೊಂಡ್ ಹೋಗ್ತೀನಿ" ಎಂದು ಅವಳನ್ನು ಕೆಳಗೆ ಕಳಿಸಿ ಡೈನಿಂಗ್ ಟೇಬಲ್ ಮುಂದೆ ಕಾದು ಕೂತಳು. ಒಳಗಿನ ತಾಪ ಸಿಡಿಯೋಕೆ ಮುನ್ನ ಸುನಾಮಿಯಾಗೋಕೆ ಮುನ್ನ ಶಾಂತವಾಗಿ ತಡೆಯಬೇಕಿತ್ತು. ಇಂದು ಆ ಕೆಲಸಕ್ಕೆ ಮುಹೂರ್ತ ಇಟ್ಟಿದ್ದಳು.

ಬಂದ ಭಾಸ್ಕರ್ ಕೂತ. ಸೆಟ್ ದೋಸೆ, ಪಲ್ಯ, ಚಟ್ನಿ ಸಾಗುನ ಜೊತೆ ತಿನ್ನುತ್ತ ಆಫೀಸ್‌ನ ಇತ್ತೀಚಿನ ಬೆಳವಣಿಗೆಗಳು ಹೇಳಿಕೊಂಡ. ಬರೀ ಹ್ಞೂಗುಟ್ಟಿದ್ದಳು. ತಾನು ಶುರು ಮಾಡಿರುವ ರಿಯಲ್ ಎಸ್ಟೇಟ್ ಬಿಜಿನೆಸ್ ಬಗ್ಗೆ ಸವಿಸ್ತಾರದ ವಿವರಣೆ ಸಾಕಷ್ಟು ವಿರೋಧಿಸಿ, ಅಕ್ಷೇಪಿಸಿ ಸಾಕಾಗಿದ್ದ ಕೃತಿಕಾ ತುಟಿ ಬಿಚ್ಚಲಿಲ್ಲ. ಅವರವರ ಸ್ವತಂತ್ರ ಅವರವರದೇ ಎನ್ನುವ ನಿಲುವಿಗೆ ಬಂದಿದ್ದಳು.

ಕಾಫೀ ಬಗ್ಗಿಸಿ ಕೊಟ್ಟನಂತರ ತಾನೇ ಡೈನಿಂಗ್ ಟೇಬಲ್ ಕ್ಲೀನ್ ಮಾಡಿದಾಗ "ಸುವರ್ಣಮ್ಮನ ಕಳ್ಸಿಬಿಟ್ಯಾ? ಪೀಡೆ ತೊಲಗಿತು" ಎಂದ ಕಪ್ ಎತ್ತಿಕೊಳ್ಳುತ್ತ ಭಾಸ್ಕರ್. "ಇಲ್ಲ, ಅವ್ರು ಗಂಡ ಬರೋವರ್ಗ್ಗೂ ಇಲ್ಲೇ ಇರ್ತಾಳೆ" ಅಷ್ಟೆ ಹೇಳಿದ್ದು. ಇಂದು ಮತ್ತಷ್ಟು ದೃಢವಾಗಿತ್ತು ಅವಳ ವಾಯ್ಸ್.

ಆಮೇಲೆ ಭಾಸ್ಕರ್ ಬಂದು ಕಾಫೀ ಕುಡಿಯುತ್ತ ಹಾಲ್‌ನಲ್ಲಿ ಕೂತಾಗ, ಅವನ ಮುಂದಿದ್ದ ಟೀಪಾಯಿ ಮೇಲೆ ಒಂದು ಲೆದರ್‌ಬ್ಯಾಗ್ ತಂದಿಟ್ಟಳು. "ಏನಿದು?" ಹುಬ್ಬೇರಿಸಿದ. ಅವಳ ತುಟಿಗಳ ಮೇಲೆ ನೋವಿನ ನಗೆ ಅರಳಿತು. "ಒಂದು ರೀತಿಯಲ್ಲಿ ಶಾಮಣ್ಣನ ಸಾವಿನ ಸಂತಾಪಸೂಚಕ ಸಭೆ. ನಾವಿಬ್ರೆ ಸಾಕೂಂತ... ಅನ್ನಿಸ್ತು" ಕೃತಿಕಾಳ ಮಾತಿಗೆ ಭಾಸ್ಕರ್ ಬೆವತ. ಆದರೂ ಒಂದು ರೀತಿಯ ಬಂಡತನ "ನಮ್ಗೆ ಸಂಬಂಧವಿಲ್ದ ವ್ಯಕ್ತಿ" ಸಿಡುಕಿದ ಶಾಂತವಾಗಿದ್ದಳು ಕೃತಿಕಾ.

ಲೆದರ್ ಬ್ಯಾಗ್ ಜೇಪ್ ಸರಿಸಿದ ಕೃತಿಕಾ ಇಡೀ ಬ್ಯಾಗ್‌ನಲ್ಲಿರೋದನ್ನೆಲ್ಲ ತೆಗೆದು ಟೀಪಾಯಿ ಮೇಲಿಟ್ಟ. ಮಿಕ್ಕಿದ್ದನ್ನು ಸುರಿದು ನಿಂತಳು ಅವೆಲ್ಲ ಬಂದು ಮುಖಕ್ಕೆ ಅಪ್ಪಳಿಸಿದಂತಾಯಿತು. ಜುಮುಕಿ, ಸರ, ಬರ್ತ್ ಡೇಗೆ ಕೊಟ್ಟ ಕಾಸ್ಲಿ ಬಳೆ ಜೊತೆ ಸಣ್ಣ ಪುಟ್ಟ ಪರ್ಸ್‌ಗಳು ಜೊತೆ ಬ್ರಾಂಡೆಡ್ ಚಾಕಲೇಟ್ ಬಾರ್‌ಗಳು, ವಿವಿಧ ಮಾದರಿಯ ಪುಟ್ಟ ಪರ್ಸ್‌ಗಳು ಪುಟ್ಟು ರಾಶಿ. ತಲೆ ತಿರುಗಿತು ಅಪರಾಧಿಗೆ.

ಭಾಸ್ಕರ್ ಮಿದುಳಿನಲ್ಲಿ ವಿಪ್ಲವ. ಅಲ್ಪಸ್ವಲ್ಪ ವಿವೇಕವಿದ್ದರೂ ಇದನ್ನು ನಿರೀಕ್ಷಿಸಬಹುದಿತ್ತು. ಯಾವ ಮಾಯೆ ಮುಸುಕಿತ್ತು? ಅರುಣ ಯಾರು? ಮಗಳೆನ್ನುವ ಭಾವವಿದ್ದಿದ್ದರೇ ಕಣ್ಣುಮುಚ್ಚಾಲೆಯಾಟ ಬೇಕಿರಲಿಲ್ಲ. ಮಾಲು ಸಮೇತ ಸಿಕ್ಕಿಬಿದ್ದಿದ್ದ. ಬಹುಶಃ ಇದು ಹೊಸತಲ್ಲ. ಇತಿಹಾಸ, ಪುರಾಣಗಳಲ್ಲಿ ಸಾಕಷ್ಟು ನಡೆದಿತ್ತು. ಅಂಥ ಅಪರಾಧಗಳಿಗೆ ಸಿಗುವ ಶಿಕ್ಷೆಗಳನ್ನು ಓದಿ ಅರ್ಥೈಸಿಕೊಂಡಿದ್ದರು. ಪಾಠ ಕಲಿಯಲಿಲ್ಲ. ಅದು ಬೋಧನೆಯಾಗಿತ್ತು. ನಿದರ್ಶನವಾಗಿತ್ತು, ಕತೆಯಾಗಿತ್ತು, ಕಲಿತವರೆಷ್ಟು? ಯಾವ ಮಾಯೆ ಮುಸುಕಿ ಮನುಷ್ಯನನ್ನು ಮಂಕು ಮಾಡುತ್ತೆ? ದುರಂತಗಳಿಗೆ ಇದು ಒಂದು ಕಾರಣ.

ಐದು ನಿಮಿಷದ ನಂತರ ಭಾಸ್ಕರ್ ಕಡೆಗೆ ಬೆನ್ನು ತೋರಿಸಿದಳು "ನೇರವಾಗಿ ಅಲ್ಲದಿದ್ರೂ... ಶಾಮಣ್ಣನ ಆತ್ಮಹತ್ಯೆಗೆ ನೀವೇ ಕುಣಿಕೆ ಸಿದ್ಧಪಡಿಸಿದ್ರಿ. ಅಪ್ಪನನ್ನು ಹೀಯಾಳಿಸುವಷ್ಟು ಅರುಣ ಧೈರ್ಯವಂತಳಲ್ಲ. ಅವ್ಳ ಬೆಂಗಾವಲಿಗೆ ನೀವು ನಿಂತ್ರಿ. ಬಲಹೀನತೆಗೆ ಪ್ರೇಮ, ಒಲವು ಅನ್ನೋ ಮಧುರವಾದ ಹೆಸರು ಶೋಭಿಸೋಲ್ಲ. ಪ್ರೇಮಕ್ಕೆ ಒಂದು ಪರಿಧಿ ಇಲ್ಲ. ನಿಜವಾದ ಪ್ರೇಮ ಏನನ್ನು ಅಪೇಕ್ಷಿಸೋಲ್ಲ. ಕೆಲವಕ್ಕೆ

ಕ್ಷಮೆ ಇರೋಲ್ಲ" ಹೇಳಿದ್ದು ಮುಗಿಯಿತೆಂದು ಕೆಳಗಿಳಿದು ಬಂದಳು. ಅವಳಲ್ಲಿನ ಹೊಯ್ದಾಟ ಕಮ್ಮಿಯಾದ ನಿರಾಳವೆನಿಸಿತು.

ಹಚ್ಚು ಹಸುರು, ಬಣ್ಣಬಣ್ಣದ ಹೂಗಿಡಗಳು ಸ್ವಾಗತಿಸಿದಂತಾಯಿತು. ಸ್ವಚ್ಛವಾದ, ನಿಖರವಾದ ಒಲವು ಎಲ್ಲೆಡೆ ತುಂಬಿಕೊಂಡಿದೆಯೆನಿಸಿತು.

ಅವಳೆದೆಯ ಮಧುರಭಾವ ಹುಟ್ಟಿ ಲಾಸ್ಯವಾಡಿತು. ಒಳಗಿನ ಒತ್ತಡ ಕಮ್ಮಿಯಾಗಿ, ಅಲ್ಲಿ ಒಲವಿನ ನರ್ತನವಿತ್ತು. ಗಾಳಿಗೆ ಒಲವಿನ ಸ್ಪರ್ಶ.

ದೈವಿಕತೆಯಲ್ಲಿ, ನೈತಿಕತೆಯಲ್ಲಿ ನಿಜವಾದ ಪರಿಶುದ್ಧವಾದ ಒಲವು ಅರಳುತ್ತದೆಯೆನಿಸಿತು. 'ನಿನ್ನೊಲುಮೆ' ಪರಿಶುದ್ಧ ಪ್ರೇಮದ ಪ್ರತೀಕವೇ! ನೀ ಮಾಯೆಯೋ ನಿನ್ನೊಳಗೆ ಮಾಯೆಯೋ?

* * *